ಬಿಳಿಯ ಚಾದರ

ಭಂಗ ಮಾಹಿತಿ

ಮನೋಹರ ಗ್ರಂಥ ಮಾಲೆಯ
ಆಗಸ್ಟ್ ೨೦೦೭ನೆಯ ವರ್ಷದ
ಮೂರನೆಯ ಗ್ರಂಥ

ಬಿಳಿಯ ಚಾದರ

(ಕಾದಂಬರಿ)

ಡಾ. ಗುರುಪ್ರಸಾದ್ ಕಾಗಿನೆಲೆ

ಮನೋಹರ ಗ್ರಂಥ ಮಾಲಾ

ಲಕ್ಷ್ಮೀ ಭವನ, ಸುಭಾಸ ರಸ್ತೆ,

ಧಾರವಾಡ - 580 001.

ಫೋನ್ : 0836-2441822

BILIYA CHADAR
(Novel in Kannada)

Author : **Dr. Guruprasad Kaginele**

PUBLISHER : MANOHARA GRANTHA MALA
Laxmi Bhavan, Subhas Road,
DHARWAD - 580 001.
Ph : 0836 - 2441822

DTP & PRINTER : TWARITHA MUDRANA OFFSET PRINTERS,
GADAG - 582 101.

COVER DESIGN : **ARTEC GRAPHICS, DHARWAD.**

Edition : First   Year : 2007   Pages : xvi + 200 = 216

Founder Editor : Late G. B. JOSHI
Literary Adviser : GIRISH KARNAD
Editor-Publisher : RAMAKANT JOSHI
Manager : SAMEER R. JOSHI

Price : **Rs. 120/-**   ISBN : 978-81-88478-44-6.

ಪ್ರಕಾಶಕರ ಮಾತು

ಡಾ. ಗುರುಪ್ರಸಾದ್ ಕಾಗಿನೆಲೆಯವರನ್ನು ನಾನು 'ಅಕ್ಕ' ಸಮ್ಮೇಳನದಲ್ಲಿ ಕಂಡಿದ್ದೆ. ಅವರೊಬ್ಬ ಪ್ರತಿಭಾವಂತ ಲೇಖಕರೆಂದೂ ತಿಳಿದಿತ್ತು. ಆದರೆ ಇಷ್ಟು ಅನಿರೀಕ್ಷಿತವಾಗಿ ಅವರು ಗ್ರಂಥಮಾಲೆಯ ಲೇಖಕರ ಬಳಗವನ್ನು ಸೇರಿದ್ದು ಒಂದು ವಿಸ್ಮಯ. ನಮ್ಮಿಬ್ಬರ ಸ್ನೇಹಿತರೂ ಆದ ಶ್ರೀ ವಿವೇಕ ಶಾನಭಾಗರು, ಡಾ. ಗುರುಪ್ರಸಾದ್ ಕಾಗಿನೆಲೆಯವರ ಈ ಹೊಸ ಕಾದಂಬರಿಯ ಬಗ್ಗೆ ಪ್ರಸ್ತಾಪಿಸಿ, 'ಗ್ರಂಥಮಾಲೆಯು ಪ್ರಕಟಿಸಬಹುದೇ' ಎಂದು ಕೇಳಿದರು. ವಿವೇಕ ಶಾನಭಾಗರನ್ನೇ ಅನೇಕ ವರ್ಷಗಳಿಂದ ಬೆನ್ನು ಹತ್ತಿದರೂ ಇನ್ನೂ ಪ್ರತಿಫಲ ಸಿಕ್ಕಿಲ್ಲ. ಅವರು ತಮ್ಮ ಮಿತ್ರರನ್ನು ಪರಿಚಯಿಸಿದ್ದಷ್ಟೇ ಅಲ್ಲ, ಈ ಕಾದಂಬರಿಯ ಕೆಲವು ಪುಟಗಳನ್ನು ತಮ್ಮ 'ದೇಶ ಕಾಲ'ದಲ್ಲಿ ಮುಂಗಡವಾಗಿ ಪ್ರಕಟಿಸಿ ಓದುಗರಿಗೆ ಕಾಗಿನೆಲೆಯವರ ಕಾದಂಬರಿಯ ಸ್ಯಾಂಪಲ್ ತೋರಿಸಿದ್ದಾರೆ. ಅವರಿಗೆ ಕೃತಜ್ಞರಾಗಿದ್ದೇವೆ.

ಹಾಗೆಯೇ ಈ ಕಾದಂಬರಿಯನ್ನು ಮೆಚ್ಚಿಕೊಂಡು, ಮುನ್ನುಡಿಯನ್ನು ಬರೆದು ಕೊಟ್ಟ ಡಾ. ಯು. ಆರ್. ಅನಂತಮೂರ್ತಿಯವರಿಗೆ ನಮ್ಮ ಕೃತಜ್ಞತೆಗಳು. ಅವರ ಮೊದಲ ಕೃತಿಗಳಾದ 'ಪ್ರಶ್ನೆ' ಮತ್ತು 'ಸಂಸ್ಕಾರ'ಗಳ ಮೊದಲ ಆವೃತ್ತಿಗಳನ್ನು ಪ್ರಕಟಿಸಿದ ಹೆಮ್ಮೆ ಗ್ರಂಥಮಾಲೆಯದು. ಅವರೂ ಜಿ. ಬಿ.ಯ ಮೇಲಿನ ಪ್ರೀತಿಯನ್ನು ಇನ್ನೂ ಉಳಿಸಿಕೊಂಡು ಬಂದು ಗ್ರಂಥಮಾಲೆಯ ಪುರೋಭಿವೃದ್ಧಿಯನ್ನು ಬಯಸುತ್ತಿದ್ದಾರೆ. ಈ ಹಿರಿಯ ಸಾಹಿತಿಗಳ ಆಶೀರ್ವಾದವೇ ನಮ್ಮ ಬಲ.

ಅಮೇರಿಕೆಯಲ್ಲಿದ್ದು ಕನ್ನಡವನ್ನು ಬೆಳೆಸುವ ಹುಮ್ಮಸ್ಸು ತುಂಬಿಕೊಂಡ ಕನ್ನಡಿಗರಿಂದ ಕನ್ನಡ ಖಂಡಿತವಾಗಿಯೂ ಅನೇಕ ಆಯಾಮಗಳನ್ನು ಪಡೆದುಕೊಂಡು ಬೆಳೆಯುತ್ತಿದೆ. ಅದಕ್ಕೆ ಅಲ್ಲಿಯವರ ಕನ್ನಡಾಭಿಮಾನವೇ ಮುಖ್ಯ, ಅವರೆಲ್ಲರಿಗೂ ನಮ್ಮ ಕೃತಜ್ಞತೆಗಳು.

ಪುಸ್ತಕವನ್ನು ಅಚ್ಚುಕಟ್ಟಾಗಿ ಹೊರ ತರುವಲ್ಲಿ ಶ್ರಮಿಸಿದ ಎಲ್ಲರಿಗೂ ಆಭಾರಿ.

– ರಮಾಕಾಂತ ಜೋಶಿ

ಲೇಖಕರ ಮಾತು

ಈ ಕತೆ ನಮ್ಮ ಪೀಳಿಗೆಯದು. ಹೊಸದೆಲ್ಲವೂ ಬದಲಾವಣೆಯ ಮೆಟ್ಟಿಲುಗಳು ಎಂದು ತಿಳಿದು ಈ ಮೆಟ್ಟಿಲುಗಳನ್ನು ಏರುವ ಸಾವಧಾನವೂ ಇಲ್ಲದೆ ಹಾರುತ್ತಿರುವ, ಬಿಡುಗಡೆಗೂ ಪಲಾಯನಕ್ಕೂ ನಡುವೆಯಿರುವ ವ್ಯತ್ಯಾಸವನ್ನು ಅರಿಯಲು ಹೆಣಗುತ್ತಿರುವ ಅಂಚಿನ ಪೀಳಿಗೆಯದು. ಕೇವಲ ಹದಿನೈದು ವರ್ಷಗಳಲ್ಲಿ, ಜಗತ್ತಿನಲ್ಲಿ ಮತ್ತು ಕರ್ನಾಟಕದಲ್ಲಿ ಎಷ್ಟು ಬದಲಾವಣೆಗಳಾಗಿವೆ ಎಂದರೆ ಒಂದು ಪೀಳಿಗೆಯ ಕನಸಾಗಿದ್ದ ಅಮೇರಿಕಾ, ಒಂದು ರೂಪಕದ ಬೆರಗಾಗಿಯೂ ತನ್ನ ತಾಜಾತನವನ್ನು ಅತ್ಯಂತ ಸಿನಿಕವಾಗಿಯೂ ಈಗ ಉಳಿಸಿಕೊಂಡಿಲ್ಲ ಎಂದು ನನಗೆ ಬಹಳ ಬಾರಿ ಅನ್ನಿಸಿದೆ. ಆದರೆ, ನನ್ನ ಅನುಭವಕ್ಕೆ ಬಂದ ತೀರ ಹತ್ತಿರದ ಪ್ರಪಂಚದ ಪ್ರಾಮಾಣಿಕ ದಾಖಲಾತಿ ಮಾತ್ರ ನನ್ನ ಉದ್ದೇಶ. ಅಷ್ಟನ್ನು ಮಾತ್ರ ನಿಮ್ಮ ಮುಂದೆ ಇಟ್ಟಿದ್ದೇನೆ.

ಕಥೆಯಲ್ಲಿ ಉಪಯೋಗಿಸಿರುವ ಕಥನಕ್ರಮ ಅಥವಾ ಭಾಷೆ, ಮುಖ್ಯವಾಗಿ ಇಂಗ್ಲಿಷ್ ಪದಗಳ ಕನ್ನಡೀಕರಣ– ಇದು ಕೇವಲ ಭಾಷಾಂತರಕ್ಕೆಂದು ಮಾಡಿದ್ದಲ್ಲ, ಅದಕ್ಕಿಂತ ಹೆಚ್ಚಿನ ಕೆಲಸವನ್ನು ಮಾಡಬೇಕು ಎನ್ನುವುದು ನನ್ನ ಹಂಬಲ. ನಮ್ಮ ಸಮಾಜದ ನೂಲುಗಳಿಗೆ ಅಂಟಿನಂತೆ ಬೇಕಾಗಿರುವ ಇಂಗ್ಲಿಷ್ ಭಾಷೆ ಉಂಟುಮಾಡಿರುವ ವಿಪ್ಲವ, ಅತಂತ್ರ ಸ್ಥಿತಿಯನ್ನು ಅದರ ಸ್ವಾದದ ಸಮೇತ ದಾಖಲಿಸುವುದು ಆಂಗ್ಲಪದಗಳನ್ನು ನೇರವಾಗಿ ಉಪಯೋಗಿಸಿದರೆ ಸಾಧ್ಯವಿಲ್ಲ ಅನ್ನಿಸಿತು. ಇದೇ ರೀತಿ ನಮ್ಮದಲ್ಲದ್ದನ್ನು ನಮ್ಮದಾಗಿಸುವ ಕ್ರಿಯೆ ಎಷ್ಟು ಕಿರಿಕಿರಿಯಾದದ್ದು ಅನ್ನುವುದನ್ನು ಓದುಗ ಓದುವಾಗಲೇ ಅನುಭವಿಸಬೇಕು ಎನ್ನುವದೂ ಒಂದು ಉದ್ದೇಶ. ಇದಕ್ಕಿರುವ ಬೇರೆ ಆಯಾಮಗಳನ್ನು ಮಾನ್ಯ ಅನಂತಮೂರ್ತಿಯವರ ಪತ್ರ (ಮುನ್ನುಡಿ) ಓದಿಗಾಗಲೇ ನಾನು ಮನಗಂಡಿದ್ದು. ಹೆಚ್ಚು ಹೇಳದೇ, ನಾನು ಉದ್ದೇಶಿಸಿದ್ದಕ್ಕೂ ಹೆಚ್ಚಾಗಿ ಅದು ಕೆಲಸ ಮಾಡಿದರೆ ಅದು ನನಗೆ ಸಂತೋಷ ಎಂದು ಮಾತ್ರ ಹೇಳುತ್ತೇನೆ.

- ಇಂಥ ಒಂದು ಕಾದಂಬರಿಯನ್ನು ಬರೆಯುವ ವಿಚಾರವನ್ನು ನನ್ನ ತಲೆಯಲ್ಲಿ ತುಂಬಿ, ಬರೆದಾದ ಮೇಲೆ ಓದಿ ಚರ್ಚಿಸಿದ ಮಿತ್ರ ಅಶೋಕ ಹೆಗಡೆಗೆ,
- ಓದಿ, ಚರ್ಚಿಸಿ, ಸಲಹೆ ಕೊಟ್ಟು, ಕಾದಂಬರಿಯ ಪುಟಗಳನ್ನು 'ದೇಶ ಕಾಲ'ದಲ್ಲಿ ಪ್ರಕಟಿಸಿ ಕಾದಂಬರಿ ಪ್ರಕಟವಾಗುವುದಕ್ಕೆ ಎಲ್ಲ ರೀತಿಯಲ್ಲೂ ಸಹಾಯ ಮಾಡಿದ ವಿವೇಕ ಶಾನಭಾಗರವರಿಗೆ,

- ಈಗ ಕಾದಂಬರಿಯನ್ನು ವಿವಿಧ ಘಟ್ಟದಲ್ಲಿ ಓದಿ ಪ್ರತಿಕ್ರಿಯಿಸಿದ ಮಿತ್ರರಾದ ವಸುಧೇಂದ್ರ, ಸುಮಂಗಲಾ, ಸುನಂದಾ ಪ್ರಕಾಶ ಕಡಮೆ, ಜೋಗಿ, ದತ್ತಾತ್ರಿ ಮತ್ತು ಹಿರಿಯ ಲೇಖಕರುಗಳಾದ ಕೆ. ಸತ್ಯನಾರಾಯಣ ಮತ್ತು ಎಚ್. ಎಸ್.ರಾಘವೇಂದ್ರರಾವ್‌ರವರಿಗೆ,
- ನನ್ನ ಗ್ರಹೀತದ ಆಯಾಮಗಳನ್ನು ನಾನೇ ಪ್ರಶ್ನಿಸಿಕೊಳ್ಳಲು, ಹಿಗ್ಗಿಸಲು ಅನುವಾಗುವ ಅರ್ಥಪೂರ್ಣ ಮುನ್ನುಡಿಯನ್ನು ಬಹಳ ಪ್ರೀತಿಯಿಂದ ಬರೆದುಕೊಟ್ಟ ನನ್ನ ಮೆಚ್ಚಿನ ಹಿರಿಯ ಲೇಖಕ ಶ್ರೀ ಯು. ಆರ್. ಅನಂತಮೂರ್ತಿಯವರಿಗೆ.
- ನನ್ನ 'ಬರಹ'ದ ಕರಡು ಪ್ರತಿಯನ್ನು ತಿದ್ದಿಕೊಟ್ಟ, ಜ್ಯೋತಿ ಮಹಾದೇವರ ಸ್ನೇಹಕ್ಕೆ,
- ಕಾದಂಬರಿಯನ್ನು ಪ್ರಕಟಿಸುತ್ತಿರುವ ಮನೋಹರ ಗ್ರಂಥಮಾಲೆಯ ಶ್ರೀ ರಮಾಕಾಂತ ಜೋಶಿ ಮತ್ತು ಸಮೀರ ಜೋಶಿಯವರಿಗೆ,
- ನನ್ನ ಕುಟುಂಬ ವರ್ಗಕ್ಕೆ,
- ಅಂದವಾದ ಮುಖಪುಟ ವಿನ್ಯಾಸಕ್ಕೆ ಆರ್ಟಿಕ್ ಗ್ರಾಫಿಕ್ಸ್‌ನವರಿಗೆ –

ನನ್ನ ಅನಂತ ನಮನಗಳು.

ಗುರುಪ್ರಸಾದ್ ಕಾಗಿನೆಲೆ

ಮುನ್ನುಡಿ

ಡಾ. ಗುರುಪ್ರಸಾದ್ ಕಾಗಿನೆಲೆಯವರ **ಬಿಳಿಯ ಚಾದರ** ವನ್ನು ಎರಡು ಸಾರಿ ಓದಿ ನಾನು ಮಾಡಿಕೊಂಡ ಟಿಪ್ಪಣಿಗಳನ್ನು ಇಲ್ಲಿ ಗುರುತಿಸುತ್ತಿದ್ದೇನೆ. ಈ ಮಾತುಗಳನ್ನು ಕಾದಂಬರಿಯೋದುವ ಮುನ್ನ ಓದಿಕೊಳ್ಳುವುದಕ್ಕಿಂತ, ಓದಿಯಾದ ಮೇಲೆ ಗಮನಿಸಿದರೆ ಓದುಗನಿಗೆ ಉಪಯುಕ್ತವಾಗಬಹುದು. ತನ್ನ ಓದಿನ ಜೊತೆ ಇನ್ನೊಬ್ಬನ ಓದನ್ನು ಹೋಲಿಸಿಕೊಳ್ಳುವುದರಲ್ಲಿ ಖುಷಿಯಿರುತ್ತದೆ. ಇದು 'ಹೌದು' ಎನ್ನುವ ಖುಷಿಯೆಷ್ಟೋ, ಅಷ್ಟೇ "ಹೌದು..... ಆದರೆ......." ಎನ್ನುವ ಅನುಮಾನದ ರಸಿಕತೆಯ ವ್ಯಾಯಾಮವೂ ಆಗಬಹುದು.

ಕಾದಂಬರಿಯ ಮೊದಲ ಪುಟದಿಂದಲೇ ಪ್ರಾರಂಭಿಸುವೆ. ಮೊದಲ ಪುಟದಲ್ಲಿ ನನಗೆ ಎದುರಾದ ಇಂಗ್ಲಿಷಿಗೆ ಪರ್ಯಾಯವಾದ ಕನ್ನಡ ಶಬ್ದಗಳೇ, ಮಾತಿನ ಅರ್ಥದ ಜೊತೆಗೇ ಮಾತಿನ ಧಾಟಿಯೊಂದನ್ನು ಸೂಚಿಸಿತು. ಈ ಧಾಟಿಯಲ್ಲಿ ವಿನೋದವಿದೆ. 'ಪ್ರಾಣಪಾಲಕರು' 'ಧನ್ವಂತ್ರಿ' 'ಪಾಳಯ' – ಈ ಶಬ್ದಗಳು ಇಂಗ್ಲಿಷ್ ಕಥನದಲ್ಲಿ ಕೇವಲ ವೃತ್ತಿಸೂಚಕ ವಸ್ತುಸೂಚಕ ಶಬ್ದಗಳು. ಕನ್ನಡದಲ್ಲಿ ಒಂದು ವಿಪರೀತದ 'ಡಿಕನ್‌ಸ್ಟ್ರಕ್ಷನ್' ಆಗುತ್ತದೆ. ರಾಮಾನುಜನ್ನರ ವಚನ ಭಾಷಾಂತರದಲ್ಲಿ 'ಕೂಡಲ ಸಂಗಮದೇವ', Lord of the Meeting rivers ಆಗಿ, ಕೇಳಿಸಿಕೊಂಡ ಪರಿಚಿತ ಶಬ್ದ ಹೊಸದಾಗಿ ಕಾಣಿಸುವ ಅರ್ಥವಾಗುವ ಹಾಗೆ. ಕಾಗಿನೆಲೆ ತಾನು ಮಾಡುವ ಭಾಷಾಪರಿವರ್ತನೆಯನ್ನು ಗಮನಿಸಿದಂತೆಯೂ ಇದೆ. ಬಂಗಾರದ ಕೂದಲಿನಾಕೆ ತನ್ನ ಮುದ್ದು ತುಟಿಗಳನ್ನು ಇನ್ನಷ್ಟು ಕೆಂಪಾಗಿಸಿಕೊಂಡು ಅವುಡು ಕಚ್ಚುತ್ತಾ ಮಲಗಿದ್ದ ಸತ್ತವನೊಬ್ಬನ ಎದೆಯನ್ನು ತಿದಿಯಂತೆ ಒತ್ತುವಾಗ ಡಾ. ಶ್ರೀಧರನ ಕಣ್ಣುಗಳಲ್ಲಿ (ಹೊಸದಾಗಿ ಕೆಲಸ ಸೇರಿದ 'ಧನ್ವಂತ್ರಿ') ಅವಳ ಮೊಲೆಗಳು ಕುಣಿಯುತ್ತವೆ. ಇದನ್ನು ನೋಡಿ ಕಾಮುಕನಾಗುವ ಡಾ. ಶ್ರೀಧರ, ಈ ಜೀವ ಉಳಿಸುವ ಪಾಳಯದ 'ನಾಟಕ'ವನ್ನು ಗುಪ್ತವಾಗಿ ಅನುಮಾನಿಸುವವನೂ ಆದ್ದರಿಂದ, ತನ್ನಲ್ಲಿ ಹುಟ್ಟಿದ ಚಪಲದ ಬಗ್ಗೆ "ಛೇ ತಪ್ಪು" ಎಂದು ಕನ್ನಡದಲ್ಲನಿಸಿದರೆ 'ಯ್ಯ ರೈಟ್' ಎಂದು ಇಂಗ್ಲಿಷಿನಲ್ಲನಿಸಿತು." ಎಂದುಕೊಳ್ಳುತ್ತಾನೆ.

ಕಾದಂಬರಿಯುದ್ದಕ್ಕೂ ಇಂಗ್ಲಿಷಿನಲ್ಲಿ ಜರಗುವ ಘಟನೆಗಳ ಪ್ರಪಂಚ ಕನ್ನಡದಲ್ಲಿ ಮಾತನಾಡುವಾಗ ಹುಟ್ಟಿಕೊಳ್ಳುವ ಹೊಸ ಅರ್ಥಗಳು ಇಡೀ ಕಾದಂಬರಿಯ ಅರ್ಥದ ಪದರುಗಳನ್ನು (ನೇಯ್ಗೆಯನ್ನೂ) ಸಮೃದ್ಧಗೊಳಿಸುವಂತಿದೆ.

***

ಇಲ್ಲೇ ಹೇಳಬೇಕಾದ ಇನ್ನೊಂದು ಮಾತು: ಕಾರಂತರ ಕಾದಂಬರಿಗಳಲ್ಲಿ ತುಳುವಿನಲ್ಲಿ ಸಂಭವಿಸುವ ಪ್ರಪಂಚವಿದೆ. ಚಿತ್ತಾಲ, ಜಯಂತ ಕಾಯ್ಕಿಣಿ, ವಿವೇಕ ಶಾನಭಾಗ ಮತ್ತು ಇನ್ನೂ ಹಲವು ಸಮರ್ಥರು ಬರೆಯುತ್ತಿರುವ ಕಾದಂಬರಿಗಳಲ್ಲಿ ಕೊಂಕಣಿ ಮಾತಾಡುವವರ ಪ್ರಪಂಚವಿದೆ. ಆದರೆ ಈ ಪ್ರಪಂಚಗಳು ಕನ್ನಡದಲ್ಲಿ ಬೆರೆತು ಹರಿಯುತ್ತವೆ. ಇಂಗ್ಲಿಷ್ ಭಾಷೆಯಲ್ಲಿ, ಅದೂ ಅಮೇರಿಕಾದಲ್ಲಿ, ಜರಗುವ ವಿದ್ಯಮಾನಗಳು ಕನ್ನಡಗೊಳ್ಳುವಾಗ, ಆಗುತ್ತಿರುವುದು ಹೊಸರೂಪ ಪಡೆದು ಪ್ರತ್ಯಕ್ಷವಾಗುತ್ತವೆ. ಇದು ಈ ಎರಡು ಭಾಷೆಗಳ ನಡುವಿನ – ಸಂಸ್ಕೃತಿಗಳ ಅಂತರದಿಂದಾಗಿ ಹುಟ್ಟಿಕೊಂಡ 'ಅನುವಾದದ', ಅಂದರೆ ಒಂದಕ್ಕೊಂದು ಅನುವಾಗುವ, ಹತ್ತಿರವಾಗುವ ಸಮಸ್ಯೆಯೂ ಹೌದು. ಡಾ. ಕಾಗಿನೆಲೆಯವರು ಈ ಇಬ್ಬಗೆಯ ಭಾವ ಪ್ರಪಂಚಗಳನ್ನು ಒಮ್ಮೆಲೇ ಪಡೆಯಲು ನಡೆಸುವ ಪ್ರಯತ್ನ ವೈಚಾರಿಕವಾಗಿ ಮಾತ್ರವಲ್ಲದೆ, ಭಾಷಾತ್ಮಕವಾಗಿಯೂ ಗಮನಾರ್ಹವೆಂದುಕೊಂಡು ಈ ಕಾದಂಬರಿಯನ್ನು ನಾನು ಓದುತ್ತಾ ಹೋಗುತ್ತಿದ್ದೇನೆ.

***

ಡಾ. ಶ್ರೀಧರನಿಗೆ ಈ ಅಮೇರಿಕನ್ ಆಸ್ಪತ್ರೆಯ ಪ್ರಪಂಚ ಹೊಸದು. ಸತ್ತವರ, ಸಾಯುವವರ ಕಾನೂನು ಬದ್ಧವಾದ ನಿಯಮ ನಿರ್ಣಿತವಾದ ತಪಾಸಣೆಗಳ 'ನಾಟಕ'ದಲ್ಲಿ ಪಾತ್ರಧಾರಿಯಾದ ಡಾ. ಶ್ರೀಧರ ಧೃತಿ ತಪ್ಪಿ ಬೀಳುತ್ತಾನೆ. ಇಂಟರ್ನ್‌ಶಿಪ್ ಸುಲಭವಲ್ಲ ಎಂದು ಪ್ರಾಣಪಾಲಕಿ ಅವನಿಗೆ ಸಮಾಧಾನ ಹೇಳುತ್ತಾಳೆ. ಹೀಗೆ ಎಚ್ಚರ ತಪ್ಪಿ ಬಿದ್ದ ಶ್ರೀಧರ, ಕ್ರಮೇಣ ಈ ಅಮೇರಿಕನ್ ಪ್ರಾಣಪಾಲನೆಯ 'ನಾಟಕ'ಕ್ಕೆ ಹೊಂದಿಕೊಳ್ಳುತ್ತ 'ಪ್ರಬುದ್ಧ'ನಾಗುವುದೇ, ಭಾರತದ ರಿಯಾಲಿಟಿಗಳಿಂದ ದೂರವಾಗುತ್ತ ಹೋಗುವುದೇ ಕಾದಂಬರಿಯ ಬೆಳವಣಿಗೆಗೆ ಅವಕಾಶ ಮಾಡಿಕೊಡುತ್ತದೆ. ಅಮೇರಿಕನ್ ಪ್ರಾಣಪಾಲಕಿ ಹೇಳುವಂತೆ ಅವನು ಕಲಿಯುತ್ತ ಹೋಗಬೇಕಾದ್ದು, 'ವ್ಯವಹಾರಸ್ಥನ ನಾಜೂಕು' ಮತ್ತು "ಸ್ಥಿತಪ್ರಜ್ಞತ್ವ". (ಅವಳು ಉಪಯೋಗಿಸುವ ಇಂಗ್ಲಿಷ್ ಪದಕ್ಕೆ ಈ ಪದದ ಧ್ವನಿಯಿರಲಾರದು. ಕೇಳಿಸಿಕೊಳ್ಳುವ ಶ್ರೀಧರ ತನ್ನ ಭಾರತೀಯತೆಯಿಂದ ಕನ್ನಡದಲ್ಲಿ ಪಡೆಯುವ ಧ್ವನಿ ಇದು)

***

'ಆಗಮ–ಉಗಮ' ಎನ್ನುವ ಚಾಪ್ಟರಿನಲ್ಲಿ ಶ್ರೀಧರನ ಅಪ್ಪನ ಕಥನವಿದೆ. ಇಡೀ ಕಾದಂಬರಿಗೆ ಇದೊಂದು ಕೌಂಟರ್ ಪಾಯಿಂಟ್. ನಾಗಮಂಗಲದ ಇವನ ಅಪ್ಪ ಮಾಧವರಾಯರು ವೀರ ಮಾಧ್ವರು. ಹರಿವಾಯುಗಳ ಪ್ರೇರಣಾನುಸಾರ ಮಂಡ್ಯ ತಾಲೂಕಿನ ಹೆಣ್ಣನ್ನು ಮದುವೆಯಾದವರು. ಇಲ್ಲಿರುವ ಕಥನ ಕ್ರಮದ ವ್ಯಂಗ್ಯವನ್ನು – ಐರನಿಯನ್ನು – ಗಮನಿಸಬೇಕು. ಮಾಧವರಾಯರು ತನ್ನ ಮಾತಾ ಪಿತೃಗಳಿಗಿಂತಲೂ

ಹೆಚ್ಚು ನಿಷ್ಠರಾದ ಮಡಿವಂತ ಮಾಧ್ವರು. ಅವರ ಕಥನದಲ್ಲಿರುವ ವ್ಯಂಗ್ಯದ ಧಾಟಿ ಸಿಟ್ಟಿನದಲ್ಲ . ಯಾಕೆಂದರೆ ಈ ಕಥನವಿರುವುದು ಅದರಿಂದ ಹೊರಬಂದು ಬಚಾವಾದ, ಆದರೆ ಇನ್ನೊಂದು ಬಂದೀಖಾನೆಗೆ ಸೇರಿದ ಮಗನ ಕಣ್ಣಿನಿಂದ.

ಈ ಮಾಧವರಾಯರಿಗೆ ಅವಳಿ ಮಕ್ಕಳು ಹುಟ್ಟುತ್ತಾರೆ. ಅವರೇ ಈ ಕಾದಂಬರಿಯ ಮುಖ್ಯ ಪಾತ್ರಗಳಾದ ರಶ್ಮಿ ಮತ್ತು ಶ್ರೀಧರ. ಹೆರಿಗೆ ಮಾಡಿಸಿದ ಸ್ಥಳೀಯ ಡಾಕ್ಟರು ಅವರ ಅರ್ದಂಬರ್ಧ ಜ್ಞಾನದಲ್ಲಿ ಮೊದಲು ಹುಟ್ಟಿದ ರಶ್ಮಿ, ನಂತರ ಹುಟ್ಟಿದ ಶ್ರೀಧರನ ರಕ್ತವನ್ನು ಕುಡಿದಿದ್ದಾಳೆ ಎಂಬರ್ಥ ಬರುವ ತಪ್ಪು ವಿಶ್ಲೇಷಣೆ ಕೊಟ್ಟು, ಅದನ್ನು ತಪ್ಪೆಂದು ತಿಳಿದ ಮೇಲೂ ಅದರಿಂದ ಹೊರ ಬರಲಾರದೆ ಈ ಇಬ್ಬರು ಮಕ್ಕಳಲ್ಲೂ ಒಂದು ಗಾಢವಾದ ಪೈಪೋಟಿಗೂ ಅಸೂಯೆಗೂ ಕಾರಣರಾಗುತ್ತಾರೆ.

ಶ್ರೀಧರ ಮತ್ತು ರಶ್ಮಿ ಆಧುನಿಕರಾಗುವ ಎರಡು ಭಿನ್ನ ದಾರಿಗಳನ್ನು, ಭಿನ್ನರಾಗಿರಬೇಕೆಂಬ ದೃಷ್ಟಿಯಿಂದಲೇ, ಆಯ್ದುಕೊಳ್ಳುತ್ತಾರೆ. ರಶ್ಮಿ 'ತೊಡೆ ಮೇಲಿಗ'ನ ಮೋಹದಲ್ಲಿ 'ಮೃದುಯಂತ್ರಿ'ಯಾಗುತ್ತಾಳೆ. (ಈ ಕನ್ನಡ ಪರ್ಯಾಯಗಳನ್ನು ಗಮನಿಸಿ) ಮಾಧವರಾಯರ ನುಡಿಯ ಲೋಕದಲ್ಲಿ ಈ ಮಕ್ಕಳು ಆಧುನಿಕರಾಗುತ್ತ ಹೋಗುವುದರ ಸ್ವಾರಸ್ಯವಾದ ವಿವರಗಳನ್ನು ಗಮನಿಸಿ (ಪುಟ ೨೪). ರಶ್ಮಿ ಪ್ರಬುದ್ಧಳಾಗುವ ಬೆಳವಣಿಗೆಗಳ ಘಟ್ಟವನ್ನು ಅವಳ ಸೋದರ ಗಮನಿಸುತ್ತಾನೆ. ಶ್ರೀಧರ ರಶ್ಮಿಯಷ್ಟು ಚುರುಕನಾಗಿರದೆ ಕಷ್ಟಪಟ್ಟು ಬೆಳೆಯುತ್ತಾನೆ. ಈ ಸಾಂಸಾರಿಕ ವಿವರಗಳು ಸಾಂಸಾರಿಕವಲ್ಲದ ಈ ಕಾದಂಬರಿಯಲ್ಲಿ ಯಥೋಚಿತವಾಗಿ ಬರುತ್ತವೆ.

ಮೆಡಿಕಲ್ ವಿದ್ಯಾಭ್ಯಾಸದ ಬಗ್ಗೆಯೂ ಕಾದಂಬರಿಯಲ್ಲಿ ಒಳನೋಟಗಳಿವೆ. ಡಾ. ಕಾಗಿನೆಲೆ ಸ್ವತಃ ವೈದ್ಯರಾದ್ದರಿಂದ ತಮ್ಮ ಲೋಕದ ಸಮರ್ಥ ವಿಮರ್ಶಕರಾಗಿ ಬರೆಯುತ್ತಾರೆ. ಶ್ರೀಧರ ಮೆಡಿಕಲ್ ಮುಗಿಸುತ್ತಿದ್ದಂತೆ ಅವನ ಮಡಿವಂತ ಅಪ್ಪನ ಜೊತೆ ಅವನ ಸಂಭಾಷಣೆಯನ್ನು ನಾವು ಗಮನಿಸುತ್ತೇವೆ. ಮಧ್ಯಮ ವರ್ಗದ ಕುಟುಂಬದಲ್ಲಿ ಮೇಲಕ್ಕೆ ಬರುವ ಮಕ್ಕಳಲ್ಲಿ ಬೆಳೆಯುವ ಅಪರಾಧಿ ಪ್ರಜ್ಞೆಯ ಒಳನೋಟ ಇಲ್ಲಿ ನಮಗೆ ಸಿಗುತ್ತದೆ (ಪುಟ ೩೩-೩೪). ಅಪ್ಪನ ಹೃದಯದ ಸ್ಥಿತಿಯೇ ಮಗನಿಗೆ ಮೊದಲು ಒದಗುವ ಪರೀಕ್ಷೆ. ಮಡಿವಂತ ಮಾಧವರಾಯರು (ಅಂಗಾರ, ಜುಬ್ಬ, ಕಚ್ಚೆ ಪಂಚೆಯಲ್ಲಿ ಮೆಡಿಕಲ್ ಕಾಲೇಜಿನ ವಾತಾವರಣದಲ್ಲಿ ಅಸಂಬದ್ಧವೆನ್ನಿಸುವಂತೆ ಕಾಣುವವರು) ಶ್ರೀಧರ ಅನಿವಾರ್ಯವಾಗಿ ಕಳೆದುಕೊಳ್ಳಬೇಕಾದ ಅವನ ಭೂತಕಾಲವಾಗುತ್ತಾರೆ. ಎರಡು ಲೋಕಗಳೇ ಬೇರೆ. ಅಪ್ಪ ಮಗನಿಗೆ ಅಂಟಿಕೊಳ್ಳುವುದಿಲ್ಲ. ಅಮೆರಿಕಾಕ್ಕೆ ಅವನನ್ನು ಕಳಿಸಲು ತಾನು ಉಳಿಸಿದ್ದ ಹಣವನ್ನೆಲ್ಲ ಕೊಡಲು ಮುಂದಾಗುತ್ತಾರೆ. ಈ ಭೇಟಿ ಭಾವೋದ್ವೇಗ ಹುಟ್ಟಿಸದ ತಣ್ಣನೆಯ ಬರವಣಿಗೆಯಾಗಿ ಬಂದಿದೆ. ಆದರೆ ಮನಸ್ಸನ್ನು ಕಲಕುವಂತೆ ಇದೆ.

***

ಮುಂದಿನ ಕಾದಂಬರಿಯೆಲ್ಲವೂ ಹೆಚ್ಚಾಗಿ ಅಮೆರಿಕನ್ ಮೆಡಿಕಲ್ ವ್ಯವಸ್ಥೆಯನ್ನು ತೀಕ್ಷ್ಣವಾಗಿ ಮನಮುಟ್ಟುವ ವಿವರಗಳಲ್ಲಿ ವಿನೋದಾತ್ಮಕವಾಗಿ ನೋಡುವ ಬರವಣಿಗೆಯಾಗಿದೆ. ಇದು ಕನ್ನಡಕ್ಕೆ ಹೊಸತು. ನಗರಪ್ರಜ್ಞೆಯೆಂದರೆ ಬೊಂಬಾಯಿ ಬೆಂಗಳೂರುಗಳಿಗೆ ಸೀಮಿತವಾಗಿದ್ದ ಕನ್ನಡದ ಬರವಣಿಗೆ ಇಲ್ಲಿ ಅಮೆರಿಕಾವನ್ನೆ ತನ್ನ ಕ್ಯಾನ್‌ವಾಸ್ ಮಾಡಿಕೊಂಡಿದೆ.

ಹೊಸ ಲೋಕ ನಮ್ಮ ಭೌಗೋಳಿಕ ಸೀಮಿತವಾದ ಕನ್ನಡದೊಳಕ್ಕೆ ಬರುವಾಗ ಆ ಲೋಕಕ್ಕೆ ಸಾಮಾನ್ಯವಾದ್ದನ್ನು, ಸಾಧಾರಣವಾದ್ದನ್ನು ವಿಶೇಷವೆಂಬಂತೆ ನೋಡುತ್ತದೆ. ಅಥವಾ ಕಣ್ಣಿಗೆ ಹೊಡೆಯುವುದನ್ನೇ ಕಾಣಿಸುತ್ತದೆ. ಈ ಎರಡು ಪ್ರಕ್ರಿಯೆಗಳು ಈ ಕಾದಂಬರಿಯಲ್ಲಿವೆ.

ಪಾಳಯಕ್ಕೆ ಟ್ರೀಟ್‌ಮೆಂಟ್‌ಗೆಂದು ಬರುವ ಪಾತ್ರಗಳನ್ನು ಗಮನಿಸಿ. 'ಡೆತ್ ಟು ಅಮೆರಿಕ' ಎಂದು ಕೂಗಿಕೊಳ್ಳುವ ಅರೆಹುಚ್ಚ ಲಕ್ಕಿ ಅಲಿ. ಆಂಟಿ ಅಮೆರಿಕನ್ ಕುಡುಕ. ಪಾಕಿಸ್ತಾನದ ಧನ್ವಂತ್ರಿ ಅಖ್ತರ್, ಆದರೆ ಅಮೆರಿಕನ್ ಪೌರ. 'ದಿನಕ್ಕೆ ಮೂರು ಬಾರಿ ನಮಾಜು ಮಾಡಿ ಶುಕ್ರವಾರ ಕಣ್ಣಿಗೆ ಕಾಡಿಗೆಯಿಟ್ಟು, ಪಾಳಯದ ಸಲಿಂಗಿ ರೋಗಿಗಳಿಗೆ ರೋಮಾಂಚನವನ್ನೂ, ಕೆಫೆಟೇರಿಯಾದಲ್ಲಿ 'ಹಲಾಲ್' ಮಾಂಸವನ್ನು ಕೇಳಿ, ಅಲ್ಲಿನ ಅಡುಗೆಯವರಿಗೆ ಕೆಂಡದಂತಾ ಸಿಟ್ಟನ್ನೂ ಏಕಕಾಲದಲ್ಲಿ ತರಿಸಿದವ'. ಬರುವ ಇನ್ನೊಬ್ಬ ರೋಗಿ ಮಿಸೆಸ್ ಬೆನೆಟ್. ಇನ್ನೊಬ್ಬ ಧನ್ವಂತ್ರಿ ರಾಘವೇಂದ್ರ ಘೂಗೆ. (ಮರೆಯಲಾರದ ವಿಲಕ್ಷಣ ಮನುಷ್ಯ ಇವನು)

ಅಮೆರಿಕನ್ ಮಾರ್ಕೆಟ್ಟಿನ ಒಂದು ಸಂಸ್ಥೆಯಾದ ಈ ರೋಗಿಗಳ ಪಾಳಯದಲ್ಲಿ ನಡೆಯುವ ಚಿಕಿತ್ಸೆಯ ಕ್ರಮ, ಅದರ ಹಿಂದಿರುವ ಹವಣಿಕೆಗಳು ಲೇಖಕರ ವಿನೋದಕ್ಕೂ ವ್ಯಂಗ್ಯಕ್ಕೂ ಧಾರಾಳವಾದ ಅವಕಾಶಗಳನ್ನು ಒದಗಿಸುತ್ತವೆ. ಧನ್ವಂತ್ರಿ ಘೂಗೆಯ ಸಿನಿಕತನದ ಕಣ್ಣಲ್ಲಿ ಕಾಣುವ ರೋಗನಿದಾನದ ವರ್ಣನೆ ಗಮನಿಸಬೇಕು. ಗುಳಿಗೆಗಳನ್ನು ಪೂರಕವಾಗಿ, ವಿರೋಧವಾಗಿ ನುಂಗಿಸುವ ಅಲೋಪತಿಯ ನಿಷ್ಠುರವಾದ ವಿಮರ್ಶೆ ಇಲ್ಲಿದೆ (ಪುಟ ೪೮). ಇಂಗ್ಲಿಷಿನಲ್ಲಿ ಬರೆದಿದ್ದರೆ ಸಾಮಾನ್ಯ ಸತ್ಯವೆಂದು ಭಾಸವಾಗಬಹುದಾದ್ದು ಕನ್ನಡದಲ್ಲಿ ಬರೆಯುವದರಿಂದಲೇ ಹಾಸ್ಯಾಸ್ಪದವೆಂದು ಕಾಣತೊಡಗುತ್ತದೆ. ಇದೇ ಒಂದು ಪುಟ (೪೯). ನಮಗೆ ಅಲೋಪಥಿಕ್ ವೈದ್ಯಲೋಕವನ್ನು ಹೊಸದಾಗಿ ಕಾಣುವ ಬಗೆಯೂ ಆಗುತ್ತದೆ.

***

'ಮೃದುಯಂತ್ರಿ'ಯಾಗುವ ರಶ್ಮಿ ಬರೆಯುವ ಪದ್ಯಗಳು, ಅವಳ ಒಳನೋಟ ಮೊದಮೊದಲು ನಮಗೆ ಕೃತಕವೆನ್ನಿಸುತ್ತವೆ. ಆದರೆ ಮುಂದೆ ಅವಳ ಮೂಲಕ ಮತ್ತು

ನಾಗೇಶನ ಮೂಲಕ ಅಮೆರಿಕಾದ ಇನ್ನೊಂದು ದೊಡ್ಡ ಆಕರ್ಷಣೆಯಾದ ಮೃದುತಂತ್ರಿ ಇನ್‌ಕ್ ಕಣಿವೆಯ ಲೋಕ ತೆರೆದುಕೊಳ್ಳುತ್ತದೆ.

ಇಡೀ ಕಾದಂಬರಿಯ ಎರಡು ಮುಖ್ಯ ಪಾತಳಿಗಳು ಇವು. ವೈದ್ಯ ವ್ಯವಸ್ಥೆ ಮತ್ತು ಸಾಫ್ಟ್‌ವೇರ್ ಜಗತ್ತು. ಭಾರತದ ಸದ್ಯದ ದೊಡ್ಡ ಭ್ರಮೆಗಳಾದ ಈ ಎರಡು ಸಂಸ್ಥೆಗಳನ್ನು ಡಾ. ಕಾಗಿನೆಲೆಯವರು ಪ್ರಥಮಬಾರಿಗೆ ಅತ್ಯಂತ ನಿಷ್ಠುರವಾದ ಒಳನೋಟಗಳಿಂದ ಚಿತ್ರಿಸಿದ್ದಾರೆ. ಈ ಭಾಗಗಳು ನನಗೆ ಬಹು ಮುಖ್ಯವೆನ್ನಿಸಿವೆ. ಆಫ್ರಿಕನ್ ಚಿನುವಾ ಆಚಿಬೆ ಹೇಳುವಂತೆ ಕಾದಂಬರಿಕಾರ ಇಲ್ಲಿ ಟೀಚರ್ ಆಗುತ್ತಾನೆ. ಈ ಸಾಫ್ಟ್‌ವೇರ್ ಲೋಕದ ಡ್ಯಾನ್ ದಾಮೋದರ ನಾಗೇಶನಿಗೆ ಹೇಳುವುದು ಇಷ್ಟು! ತಮ್ಮ ಕೆಲಸವೆಂದರೆ "ಕಾಲೀನ ಬೋಳಿ ಮಾಡೋದು, ಬೋಳೀನ ಕಾಳಿ ಮಾಡೋದು". (ಇವನು ಹೈದರಾಬಾದಿನಲ್ಲಿ ದಾಮೋದರ ರೆಡ್ಡಿ ಎಂಬ ಹೆಸರಿನವನಾಗಿದ್ದವನು.) ಇಂಡಿಯಾದಿಂದ ಅಮೆರಿಕಾಕ್ಕೆ ರಫ್ತಾಗುವ ಮೃದುಯಂತ್ರಿಗಳ ಕಂಟ್ರಾಕ್ಟರ್ ಈತ. (ನೋಡಿ ಪುಟ ೫೯, ೬೦) ಇದೊಂದು ಕಾಲ ದೇಶಗಳ ಹಂಗಿಲ್ಲದ, ಅಬ್ಸರ್ಡ್ ಲೋಕ. "ನಾಗೇಶ ಒಮ್ಮೆ 'ರೆಡ್ಡಿ ಇನ್‌ಕ್'ನಿಂದ ಏನೋ ಕೊಳ್ಳಲೆಂದು ಎಲ್ಲಿಗೋ ಫೋನು ಮಾಡಿ ಕ್ರೆಡಿಟ್ ಕಾರ್ಡಿನ ನಂಬರನ್ನು ಕೊಟ್ಟಾಗ ಫೋನು ಮಾಡಿದಾಗ ಅದು ಜಯನಗರದ ಕಾಲ್‌ಸೆಂಟರಿಗೆ ಹೋಗಿತ್ತೆಂದು ಹಿಂದೆ ಬರುತ್ತಿದ್ದ 'ಉದಯ ವಾರ್ತೆಗಳ' ಹಿನ್ನೆಲೆ ಸಂಗೀತದಿಂದ ಕಂಡುಹಿಡಿದಿದ್ದ" (೬೦). ಇನ್ನೂರು ಜನರಿರುವ ಒಂದು ಡೈರಿ ಫಾರಂನಲ್ಲಿ ಫಿಲಿಪ್ಸ್ ಎಂಬ ನಿರ್ಜನ ಪ್ರದೇಶದಲ್ಲಿ ನಾಗೇಶ ಮೃದುಯಂತ್ರಿಯಾಗಿ ಕೆಲಸಕ್ಕೆ ಸೇರುತ್ತಾನೆ. ಅಲ್ಲಿ ತನ್ನಷ್ಟೇ ವಯಸ್ಸಿನ ಹೆಣ್ಣು ಮಕ್ಕಳಿಗೆ ಮೊಮ್ಮಕ್ಕಳಾಗಿರುವುದನ್ನು ಕಾಣುತ್ತಾನೆ. ನಾಗೇಶ ಇಂಡಿಯನ್ ಎಂದರೆ ಅವನ ಬಾಸ್ ಈತನನ್ನು ರೆಡ್ ಇಂಡಿಯನ್ ಎಂದುಕೊಳ್ಳುತ್ತಾನೆ. ಆದರೆ ನಾಗೇಶನಿಗೆ ತಾನೊಬ್ಬ 'ಬಬ್ಬರಕಮ್ಮೆ' ಎಂದು ಗುರುತಿಸಿಕೊಳ್ಳಬೇಕು ಅನ್ನಿಸುತ್ತೆ. ಇದೊಂದು ಅಬ್ಸರ್ಡ್ ಆದ ಅರ್ಥಹೀನವಾದ ಹಣ ಪ್ರಪಂಚ. ಈ ಸಾಫ್ಟ್‌ವೇರ್ ಲೋಕದ್ದು.

ನಾಗೇಶ ಶಾಸ್ತ್ರಿ ಇಲ್ಲಿರಲಾರದೆ ರಶ್ಮಿಯಿದ್ದಲ್ಲಿ ಬರುತ್ತಾನೆ.

***

ನನಗೆ ಇಡೀ ಕಾದಂಬರಿ ಮುಖ್ಯವೆನ್ನಿಸುವುದು ಈ ಘಟನೆಗಳೆಲ್ಲವೂ ಆದ ನಂತರವೇ. ಡಾ. ಕಾಗಿನೆಲೆ ಕಾದಂಬರಿ ಪ್ರಕಾರಕ್ಕೆ ಹೊಸಬರು. ಸಂಗೀತದ ಆಲಾಪದಂತೆ ಎಷ್ಟಾದರೂ ವಿಸ್ತಾರಗೊಳ್ಳಬಲ್ಲ ಕಾದಂಬರಿಯ ಲೋಕ ತನ್ನ ವಿಸ್ತಾರದ ಪ್ರತಿ ಘಳಿಗೆಯಲ್ಲೂ ಈ ಘಳಿಗೆಯಿಲ್ಲದಿದ್ದರೆ ಏನೋ ಕೊರತೆಯಾಗುತ್ತಿತ್ತು ಎನ್ನಿಸುವಂತಿರುತ್ತದೆ. ಹೀಗೆ ಮುಟ್ಟಿದಲ್ಲೆಲ್ಲ ಮಿಡಿಯಬಲ್ಲ ಕಲೆಗಾರಿಕೆ ಡಾ. ಕಾಗಿನೆಲೆಗೆ ಸಿದ್ಧಿಸಿಲ್ಲ . (ಎಷ್ಟು ನುರಿತ ಕಾದಂಬರಿಕಾರನಿಗೂ ಇದು ವರವೆಂಬಂತೆ

ಸಿದ್ಧಿಸಿರುವುದಿಲ್ಲ) ಡಾ. ಕಾಗಿನೆಲೆಯವರು ನಮಗೆ ಮುದವಾಗುವಂತೆ ಬರೆಯಬಲ್ಲರು. ಆದರೆ ಅವರ ಮಾತಿಗೆ ನಮ್ಮನ್ನು ಬೆಚ್ಚಿಸಿ ಹೊಸ ಅರಿವನ್ನು ಉಂಟು ಮಾಡುವ ಶಕ್ತಿ ಬರುವುದು ರಶ್ಮಿ ಮತ್ತು ಶ್ರೀಧರ ಮಾಡಿಕೊಳ್ಳುವ ಸಂಬಂಧಗಳಲ್ಲಿ. ರಶ್ಮಿ ತನ್ನ ಬಾಲ್ಯದ ಗೆಳೆಯನೂ ಸತತ ಹತಾಶಿಯೂ ಆದ ನಾಗೇಶನ ಜೊತೆ ಸಂಬಂಧ ಬೆಳೆಸುತ್ತಾಳೆ. ಡಾ. ಶ್ರೀಧರ ಬೆಟ್ಟಿಯೆಂಬ 'ಪ್ರಾಣಪಾಲಕಿ' ಜೊತೆ ಸಂಬಂಧ ಬೆಳೆಸುತ್ತಾನೆ.

ಇಡೀ ಕಾದಂಬರಿಯಲ್ಲಿ ವಿಶೇಷವೆನ್ನಿಸುವಂತೆ ಹೊಳೆಯುವ ಪಾತ್ರ ರಶ್ಮಿಯದು. ಅಂತೆಯೇ ಎಲ್ಲ ಗಂಡು ಪಾತ್ರಗಳೂ ಸತ್ವವಲ್ಲದವು, ಠೊಳ್ಳಿನವು, ಬಾಯ್ಬಡಕಗಳು. ಇದನ್ನೊಂದು ದೋಷವೆನ್ನಲೆ? ಅಥವಾ ಕಾದಂಬರಿ ಖುದ್ದಾಗಿ ಹೇಳಬೇಕೆಂದುಕೊಂಡ ಸತ್ಯವೆನ್ನಲೇ? ನನ್ನ ಎದುರು ಕೆಲವು ಕಾದಂಬರಿಯ ಭಾಗಗಳು ಇವೆ. ಈ ಪುಟಗಳು ಸ್ವತಃ ಬರಹಗಾರನಾದ ನನಗೆ ಎಚ್ಚರದಲ್ಲಿ ದಿಟ್ಟವಾಗಿ ತೋರುವ ಸತ್ಯಗಳನ್ನು ಕಾಣಿಸಿ ಖುಷಿ ಕೊಟ್ಟಿವೆ. ರಶ್ಮಿ ಮತ್ತು ನಾಗೇಶ ಕ್ಲಿಂಟನ್ ಮತ್ತು ಮೋನಿಕಾರ ಲೈಂಗಿಕ ಸಂಬಂಧ ಚರ್ಚಿಸುವುದು (ಪುಟ ೬೮, ೬೯, ೭೦); ಬೆಟ್ಟಿ ಮತ್ತು ಶ್ರೀಧರರ ನಡುವಿನ ಸಂವಾದ (ಪುಟ ೮೯, ೯೦, ೯೧) – ಇವು ಪುರುಷ ಪ್ರಪಂಚ ಕಾಣಲು ಇಷ್ಟಪಡದ ಸ್ತ್ರೀಪ್ರಜ್ಞೆಯ ದಿಗಿಲು ಹುಟ್ಟಿಸುವ ಒಳನೋಟಗಳನ್ನು ಸೂಚಿಸುತ್ತವೆ. ಬೆಟ್ಟಿ ತಾಯಿಯಾಗಲು ಇಷ್ಟ ಪಡುವವಳಲ್ಲವಾದರೂ ಗರ್ಭವತಿಯಾದಾಗ ಹೂವಿನಂತೆ ಅರಳುತ್ತಾಳೆ.

ಕಾದಂಬರಿಯ ಅತ್ಯಂತ ಸೂಕ್ಷ್ಮವಾದ ವೈಚಾರಿಕತೆಯೆಂದರೆ ರಶ್ಮಿ ಪತ್ತೆ ಹಚ್ಚುವ ಔಷಧ ಲೋಕದ ರಾಜಕಾರಣ. ಇದು ಅವಳ ನೈತಿಕ ಬೆಳವಣಿಗೆಯನ್ನು ನಮ್ಮಲ್ಲಿ ಅಚ್ಚರಿ ಹುಟ್ಟಿಸುವಂತೆ ಕಾಣಿಸುತ್ತದೆ. ಈ ಮೂಲಕ ಗೊಂದಲದಲ್ಲಿರುವ, ತಂದೆಯನ್ನು ಕಳೆದುಕೊಂಡ, ತಾನು ಗರ್ಭಿಣಿಯಾಗಿರಬಹುದು ಎಂದು ಅನುಮಾನಿಸುವ, ತಾನೊಲಿದವನ ಬಗ್ಗೆ ಗೌರವ ಕಳೆದುಕೊಂಡ, ಏಕಾಂಗಿಯಾಗಿ, ಕಾಶಿಯಾತ್ರೆಗೆ ಹೊರಟ ತಾಯಿಯನ್ನು ನೆನೆಯುತ್ತಿರುವ ಹೆಣ್ಣೊಬ್ಬಳು ತನ್ನ ನೈತಿಕತೆಯಲ್ಲೇ ಯಾವ ತೋರುಗಾಣಿಕೆಯಿಲ್ಲದೆ ಆಧ್ಯಾತ್ಮಿಕವಾಗುವ ಮನಕಲಕುವ ಚಿತ್ರವೊಂದನ್ನು ಕಾದಂಬರಿ ಕಟ್ಟಿಕೊಡುತ್ತದೆ.

ಈ ರಶ್ಮಿ ನಿಷ್ಕಾರಣವಾದ ಅಬ್ಸರ್ಡ್ ಆದ ಸಾಲಿನಲ್ಲಿ ಕೊನೆಯಾಗಬೇಕೆ? ಹೀಗೆ ಅವಳು ಯಾರದೋ ಪುಡಿಕಾಸಿನ ಅಲ್ಪ ಲಾಭಕ್ಕಾಗಿ ಅಮೆರಿಕಾದಲ್ಲಿ ಸಾಯುತ್ತಾಳೆಂಬುದನ್ನು ವೈಚಾರಿಕ ನೆಲೆಯಲ್ಲಿ ಗಮನಿಸುವುದು ನನಗೆ ಪ್ರಸಂಗವನ್ನು ಅಧಿಕಗೊಳಿಸಿದಂತೆ ಅನ್ನಿಸುತ್ತದೆ. ಆದರೆ ಗಮನಿಸದಿರುವುದೂ ಸಾಧ್ಯವಾಗುವುದಿಲ್ಲ. ರಶ್ಮಿಯ ಸಾವು, ಅವಳ ಜೊತೆ ಸದಾ ಪೈಪೋಟಿಯಲ್ಲಿದ್ದ ಅಪಕ್ವನಾದ ಶ್ರೀಧರನನ್ನು ಅವನ ಒಳಗಿನಿಂದ ಎಚ್ಚರಗೊಳ್ಳುವಂತೆ ಮಾಡಬಹುದೆಂಬ ಕೊನೆ ಅರ್ಥಪೂರ್ಣವಾಗಿದೆ.

***

ಇದೊಂದು ಪ್ರಾಯೋಗಿಕ ಕಾದಂಬರಿ. ಕನ್ನಡ ಸಾರಸ್ವತ ಲೋಕವನ್ನು ಅಪ್ಪಟವಾದ, ಚುರುಕಾದ ವೈಚಾರಿಕ ಶೋಧದ ಕಸುವನ್ನು ಪಡೆದು ಪ್ರಜ್ಞೆಯೊಂದು ಪ್ರವೇಶಿಸಿ ವಿಸ್ತರಿಸುತ್ತಿದೆ ಎಂಬುದು ಕನ್ನಡದ ಲೇಖಕರಲ್ಲಿ ಒಬ್ಬನಾದ ನನಗೆ ಹೆಮ್ಮೆಯನ್ನೂ ಸಂತೋಷವನ್ನೂ ತಂದಿದೆ.

ಯು. ಆರ್. ಅನಂತಮೂರ್ತಿ

ಅರ್ಪಣೆ

ಪದ್ಮಳಿಗೆ

ಪ್ರೀತಿಯಿಂದ

శాకల

గళ్ళపఁఁ

పందరంకి ఁం

ಪಾಳಯದಲ್ಲೊಂದು ಸಾವು, ವಾಂತಿ ಮತ್ತು ಮೂರ್ಛೆ

"ಕೋಡ್ ಬ್ಲೂ" ಅನ್ನುವ ಕರೆಗೆ ಎಲ್ಲರೂ ಒಟ್ಟಿಗೇ ಓಗೊಟ್ಟಂತೆ ಇಡೀ ಪಾಳಯ ಸುತ್ತುವರೆದಿತ್ತು. ಮೂವತ್ತು ವರ್ಷದ ಗುಂಗುರು ಕೂದಲಿನ ಕರಿಯ ಯುವಕ ತನ್ನ ಸುತ್ತ ನೆರೆದಿರುವ ಈ ಪಾಳಯದ ಸುಸಜ್ಜಿತ ಮತ್ತು ವ್ಯವಸ್ಥಿತ ಪ್ರಾಣಪಾಲಕರ ಅರಿವಿಲ್ಲದೆ ಸುಮ್ಮನೆ ಮಲಗಿದ್ದ. ಯಾವುದೋ 'ಗ್ಯಾಂಗ್‌ವಾರ್' ಅಂತೆ. ಆತನಿಗೆ ಬಿದ್ದ ಹೊಡೆತ ಹಾಗೂ ಗುಂಡಿನೇಟುಗಳಿಂದಲೇ ಆತ ಬದುಕುಳಿಯುವ ಸಾದ್ಯತೆಗಳು ಇಲ್ಲವೇ ಇಲ್ಲ ಎಂದು ಪಾಳಯದ ಕಸ ಹೊಡೆಯುವವನಿಗೂ ಗೊತ್ತಾಗುವ ಹಾಗಿದ್ದರೂ, ಈ ಪ್ರಾಣಪಾಲಕರು ತಮ್ಮ ಕೆಲಸವನ್ನು ಮುಂದುವರೆಸಿಯೇ ಇದ್ದರು. ಬಕ್ಕಲು ತಲೆಯ ಹಿಂದೆ ಇರುವ ನಾಲ್ಕೇ ನಾಲ್ಕು ಕೂದಲನ್ನು ಪೋನಿಟೈಲಿನಂತೆ ಕಟ್ಟಿ, ಬುಲ್ಗಾನಿನ್ ಗಡ್ಡವನ್ನು ಸವರುತ್ತಾ, ಮಲಗಿದ್ದಾತನ ಎದೆಗೂಡಿನೊಳಗೇ ಕೈಹಾಕಿ, ಸತ್ತ ಹೃದಯವನ್ನು ಅಮುಕಿ ಜೀವ ಉಳಿಸಲು ಪ್ರಯತ್ನಿಸುತ್ತಿದ್ದ, ಗೋಲ್ಡ್‌ಬಾಮೋ, ಚೆಸ್ಟ್‌ನಟ್ಟೋ ಅಥವಾ ಅಂತಹುದೇ ಹೆಸರಿನ ಇನ್ನೊಬ್ಬ ದೊಡ್ಡ ಧನ್ವಂತ್ರಿ. ಆತನ ಕೈಚಳಕವನ್ನೂ, ಅಲ್ಲಿ ನೆರೆದಿದ್ದ ಸುಮಾರು ಇಪ್ಪತ್ತೈದು ಮಂದಿ ಪ್ರಾಣಪಾಲಕರನ್ನೂ ಮತ್ತು ಈ ಪ್ರಾಣಪಾಲನೆಯ ಆಟದ ವೀಕ್ಷಕರನ್ನೂ, ತನ್ನ ಗಡ್ಡ ಸವರಿಕೊಳ್ಳುತ್ತಲೇ ಆತ ನಿಭಾಯಿಸುತ್ತಿದ್ದುದನ್ನು ನೋಡಿದಾಗ ಶ್ರೀಧರನಿಗೆ ಚಕ್ರವ್ಯೂಹವನ್ನು ಭೇದಿಸಲು ಬೇಕಾಗುವಷ್ಟೇ ಪರಿಣತಿಯನ್ನು ಹಾಗೂ ಮ್ಯಾನೇಜ್‌ಮೆಂಟ್ ಸ್ಕಿಲ್ಲನ್ನು ಇಲ್ಲೂ ಉಪಯೋಗಿಸುತ್ತಿದ್ದಾನೇನೋ ಎಂದು ಎದೆ ತುಂಬಿ ಬಂತು. ಮಲಗಿದ್ದಾತನ ಹೃದಯದ ಬಡಿತ ನಿಲ್ಲುವ ಸ್ವಲ್ಪ ಹೊತ್ತಿನ ಮುಂಚೆ ತನ್ನ ಪರಿಣತಿಯನ್ನು ಮೀರಿದ್ದು ಈ ಜೀವ ಉಳಿಸುವಾಟ ಎಂದು ತಿಳಿದೋ ಅಥವಾ ಸಾಯುತ್ತಿದ್ದವನ ಎದೆಗೂಡನ್ನು ಒತ್ತಿ ಒತ್ತಿ ಸುಸ್ತಾಗಿಯೋ, ತನ್ನ ಪ್ರಯತ್ನವನ್ನು ನಿಲ್ಲಿಸಿದ್ದ ಸುಂದರವಾದ ಬಂಗಾರದ ಕೂದಲಿನ ಹೆಸರು ಗೊತ್ತಿಲ್ಲದ ನರ್ಸನ್ನು ನೋಡಿ ತನ್ನ ಪ್ಯಾಂಟನ್ನು ಸರಿಪಡಿಸಿಕೊಂಡ, ಶ್ರೀಧರ.

ದೊಡ್ಡ ಧನ್ವಂತ್ರಿ ಎದೆ ಸೀಳುವ ಮುನ್ನ ಈ ಬಂಗಾರದ ಕೂದಲಿನಾಕೆ ತನ್ನ ಮುದ್ದು ತುಟಿಗಳನ್ನು ಇನ್ನಷ್ಟು ಕೆಂಪಗಾಗಿಸಿಕೊಂಡು ಅವುಡುಗಚ್ಚುತ್ತಾ ಆ ಸತ್ತಾತ ಮಲಗಿದ್ದ ಟ್ರಾಲಿಯ ಮೇಲೆ ಆತನ ಸುತ್ತ ಕಾಲುಗಳನ್ನು ಹಾಕಿ, ಅವನೆದೆಯನ್ನು ತಿದಿ ಒತ್ತಿದಂತೆ ಒತ್ತುತ್ತಿದ್ದಳು– ಅಲೆಲೆ, ಯಾರೋ ಇಪ್ಪತ್ತೆರಡರ ಸುಂದರ ಪ್ರಾಣಪಾಲಕಿ ಅಂತಂದುಕೊಂಡಿದ್ದ ಶ್ರೀಧರ. ಆಕೆ ಅವನೆದೆಯನ್ನು ಒತ್ತುತ್ತಿದ್ದ ಲಯದಲ್ಲೇ ಆಕೆಯ ಮೊಲೆಗಳೂ ಕುಣಿಯುತ್ತಿದ್ದವು. "ಒಂದು... ಮತ್ತು... ಎರಡು... ಮತ್ತು... ಮೂರು.. ಮತ್ತು.... ನಾಕು... ಹ..ಹ..ಹ.. ಬದಲಾಯಿಸು" ಎಂದು ಹೇಳಿ ತನಗೆ ಸುಸ್ತಾದ ಸಂಕೇತವನ್ನು ಕೊಟ್ಟು ಇನ್ನೊಬ್ಬನಿಗೆ ಎದೆ ಒತ್ತಲು ಅವಕಾಶ ಕೊಟ್ಟಿದ್ದಳು. ಆ ಒಂದು

ಕ್ಷಣದಲ್ಲಿ ಶ್ರೀಧರನಿಗೆ ತಾನು ಟ್ರಾಲಿಯ ಮೇಲೆ ಮಲಗಿದ್ದಿರಬಾರದೇ ಅನ್ನಿಸಿತು. ಗೋಲ್ಡ್‌ಬಾಮ್ ಯಾಕಾದರೂ ಈತನ ಎದೆಸೀಳಿದನೋ, ಈ ಗೋಲ್ಡ್‌ಬಾಮು ಯಾಕಾದರೂ ಎದೆಗೂಡಿನೊಳಗೆ ಕೈ ಹಾಕಿ ಒತ್ತುತ್ತಿದ್ದಾನೋ, ಈಕೆ ಮೇಲೆ ಹತ್ತಿ ಒತ್ತಬಾರದೇ, ತನ್ನ ಮೊಲೆಗಳನ್ನು ಕುಣಿಸುತ್ತಾ ಎಂದನ್ನಿಸಿತು. "ಛೇ ತಪ್ಪು" ಎಂದು ಕನ್ನಡದಲ್ಲನಿಸಿದರೆ "ಯ್ಯ... ರ್‍ರೈಟ್" ಎಂದು ಇಂಗ್ಲಿಷಿನಲ್ಲನಿಸಿತು. ಆಚೀಚೆ ನೋಡುವಷ್ಟರಲ್ಲಿ "ಸಾವಿನ ಸಮಯ... ಹನ್ನೊಂದೂ ಮೂವತ್ತೈದು" ಎಂದ ದೊಡ್ಡ ಧನ್ವಂತ್ರಿ.

ಸುಮ್ಮನೇ ಕಣ್ಣಳತೆಯಲ್ಲಿ ಅಲ್ಲಿ ಸುತ್ತ ನೆರೆದಿದ್ದ ಪ್ರಾಣಪಾಲಕರ ಈ ಸೋತ ಯುದ್ಧದಲ್ಲಿ ಉಪಯೋಗಿಸಲ್ಪಟ್ಟ ಆಯುಧ, ಸಲಕರಣೆಗಳನ್ನು ಅಳೆದು ನೋಡಿದ, ಶ್ರೀಧರ. ಒಂದು ಪ್ರಾಣವಾಯುವಿನಿಂದ ಮೋಡಗಟ್ಟಿದ ಪ್ಲಾಸ್ಟಿಕ್ ಟ್ಯೂಬು, ಅದರಿಂದ ಜೀವವಾಯು, ರಕ್ತನಾಳಗಳಿಗೆ ಮತ್ತೆ ಪ್ಲಾಸ್ಟಿಕ್. ಹೊಟ್ಟೆಗೊಂದು, ಮೂತ್ರ ಹೊರಗೆ ಬರಲೊಂದು ಹೀಗೆ ನವರಂಧ್ರಗಳಲ್ಲೂ ತನ್ನ ಅಸ್ತಿತ್ವವನ್ನು ಸ್ಥಾಪಿಸಿತ್ತು, ಪ್ಲಾಸ್ಟಿಕ್.

ಈ ಸಾವಿನ ವ್ಯವಹಾರದಲ್ಲಿ ರಸ್ತೆಯಲ್ಲಿ ಯಾರೋ ಹೊಡೆದು ಬಿಸಾಕಿದ ಈ ಕರಿಯನನ್ನು, ಅತಿ ಕಾರ್ಯ ತತ್ಪರಿತ ಬೀದಿ ಪ್ರಾಣಪಾಲಕನೊಬ್ಬ ಎಬ್ಬಿಸ ಹೊರಟು, ಆತ ಏಳದಿದ್ದಾಗ ಅಲ್ಲಿ ಇಲ್ಲಿ ಮುಟ್ಟಿ, ಸಿಕ್ಕಂತಾದ ನಾಡಿಬಡಿತವೊಂದರಿಂದ ಮಾತ್ರ ಆತ ಜೀವದೊಂದಿಗೆ ನೇತಾಡುತ್ತಿರಬಹುದೆಂಬ ಆಸೆಯಿಂದಲೋ ಅಥವಾ ತಾನು ಬಿಳಿಯನಾದ್ದರಿಂದ ಈ ಕರಿಯ ದೇಹ ಬೀದಿಯಲ್ಲೇ ಸತ್ತರೆ, ಇಲ್ಲದಿದ್ದ ಹಿತೈಷಿಗಳು, ಬಂಧುಗಳು ಹುಟ್ಟಿಕೊಂಡು ತಾನು ತನ್ನ ಕೆಲಸವನ್ನು ಅಷ್ಟೊಂದು ಆಸ್ಥೆಯಿಂದ ಮಾಡಲಿಲ್ಲವೆಂದು ಬೀದಿ ರಂಪ ಮಾಡಬಹುದೆಂದೂ, ಹೆಚ್ಚು ಕಮ್ಮಿಯಾದರೆ ಕೋರ್ಟಿಗೂ ಎಳೆಯಬಹುದೆಂದೂ ಹೆದರಿ... ಅವನನ್ನು ಆದಷ್ಟು ಬೇಗ ಪಾಳಯಕ್ಕೆ ಕರೆದುಕೊಂಡು ಬಂದಿದ್ದರಿಂದ... ಸತ್ತಿದ್ದವನನ್ನು ಸತ್ತಿದ್ದಾನೆ ಎಂದು ಹೇಳಲು ಹೆದರಿ ಮೊದಲ ಪ್ರಾಣಪಾಲಕ ತನ್ನ ಪ್ರಯತ್ನವನ್ನು ಶುರು ಮಾಡಿದ್ದರಿಂದ, ದೊಡ್ಡ ಧನ್ವಂತ್ರಿಯೊಬ್ಬ ತಾನೂ ಆತ ಸತ್ತಿದ್ದಾನೆ ಎಂದು ಹೇಳುವ ಮೊದಲು ತನ್ನ ಪ್ರಯತ್ನವನ್ನು ಮಾಡಲೇಬೇಕಾಗಿದ್ದುದರಿಂದ ಈ ಎಲ್ಲಾ ಜೀವ ಉಳಿಸುವ ಕ್ರಿಯೆಗೆ ಅಥವಾ ಈ ಸಾವಿಗೆ ಸುಮಾರು ಎರಡೂವರೆ ಸಾವಿರ ಡಾಲರ್ ಖರ್ಚಾಗಿರಬಹುದೆಂದೂ, ಈಗಾಗಲೇ ಪಾಳಯ ಹಾಗೂ ವಿಮಾಕಂಪೆನಿಗಳು ತಮ್ಮ ಜಾಣಲೆಕ್ಕಿಗರನ್ನು, ಈ ರಾತ್ರಿಯ ಕ್ರಿಯೆಯ ಹಿಂದುಮುಂದುಗಳನ್ನು ಅಳೆಯಲು ಕಳುಹಿಸಲು ಸಿದ್ಧಮಾಡಿರಬಹುದೇನೋ ಎಂದು ಶ್ರೀಧರ ಮನದಲ್ಲೇ ಲೆಕ್ಕ ಹಾಕುತ್ತಿದ್ದ.

"ಇದು ಅಷ್ಟೊಂದು ಸುಲಭವಾಗಿರಲಿಲ್ಲ, ಅಲ್ಲವಾ" ಅಂದಳು ಮೊಲೆ ಕುಣಿಸಿದ ಸುಂದರಿ.

"ಆ..." ನೇರವಾಗಿ ಆಕೆಯ ಅವಯವಗಳನ್ನೇ ದಿಟ್ಟಿಸಿ ಏನು ಹೇಳಬೇಕೆಂದು ತಿಳಿಯದೇ ಗೊಂದಲದಿಂದಿದ್ದ, ಶ್ರೀಧರ.

"ಅದೇ, ಆ ಹುಡುಗ... ತೀರ ಇನ್ನೂ ಹುಡುಗ... ಹೆಚ್ಚೆಂದರೆ, ಮೂವತ್ತಿರಬಹುದಲ್ಲ, ಆತನಿಗೆ" ಎಂದಳು.

"ಇರಬಹುದು"

"ನೀನು ಇಂಟರ್ನೋ ಇಲ್ಲ ಎರಡನೆಯ ವರ್ಷವೋ" ಕೂದಲು ಹಿಂದೆ ಕಟ್ಟುತ್ತಾ ಕೇಳಿದಳು.

"ಇಂಟರ್ನ್" ಉಗುಳು ನುಂಗುತ್ತಾ ಹೇಳಿದ ಶ್ರೀಧರ.

"ಸರಿ, ನಡಿ ನನ್ನ ಜತೆಗೆ, 'ಕೆಟ್ಟ ಸುದ್ದಿಯ ಕೋಣೆಗೆ' ಅಲ್ಲಿ ಆತನ ಹೆಂಡತಿ, ಅಪ್ಪ, ಅಮ್ಮ, ಎಲ್ಲ ಕೂತಿದ್ದಾರಂತೆ" ಎಂದಳು.

ಕೆಟ್ಟ ಸುದ್ದಿಗೊಂದು ಕೋಣೆ... ವಾವ್ ಪಾಳಯವೇ! ಅಂದುಕೊಂಡ, ಶ್ರೀಧರ. ಸುಮ್ಮನೆ ಆ ಸುಂದರ ಪ್ರಾಣಪಾಲಕಿಯನ್ನು ಹಿಂಬಾಲಿಸಿದ. ಆಕೆ ಒಂದು ಸುಂದರವಾದ ಕೋಣೆಯೊಳಗೆ ಕರೆದುಕೊಂಡು ಹೋದಳು. 'ಮೋನೇ'ಯ ಪೇಯಿಂಟಿಂಗೊಂದನ್ನು ಗೋಡೆಗೆ ಹಾಕಿ, ಮೂಲೆಯಲ್ಲೊಂದು ನಿಜವಾದ ಗಿಡವನ್ನಿಟ್ಟು, ಮಧ್ಯ ಒಂದು ಸಣ್ಣ ಕಾಫೀ ಟೇಬಲ್ಲು, ಇನ್ನೊಂದೆಡೆ ಒಂದು ಕೃತಕ ಜಲಪಾತ. ಗೋಡೆಯ ಮೇಲೆ "ಪ್ರಯತ್ನ ಮಾತ್ರ ನಮ್ಮದು" ಎಂಬರ್ಥ ಬರುವ ರೋಮನ್ ಇಂಗ್ಲಿಷ್ ಲಿಪಿಯಲ್ಲಿರುವ ಒಂದು ಬರಹ. ಈ ಕೋಣೆಯಿಂದ ಅದೆಂತಹ ಕೆಟ್ಟ ಸುದ್ದಿಯಾದರೂ ಅದು ಹೊರಗೆ ಹೋಗದಂತೆ ನೋಡಿಕೊಳ್ಳಲು ವಿಶೇಷವಾದ ಆಸಕ್ತಿಯಿಂದ ಆ ಕೋಣೆಯನ್ನು ಸಿಂಗರಿಸಿದ ಹಾಗೆ ಕಾಣಿಸುತ್ತಿತ್ತು. ಆ ಕೋಣೆಯಲ್ಲಿ ನಾಲ್ಕೈದು ಜನ ಕೂತಿದ್ದರು.

ವಿಷಯವೇನಿರಬಹುದೆಂಬುದನ್ನು ಬಹುಮಟ್ಟಿಗೆ ತಿಳಿದಿದ್ದವರಂತೆ ಕಂಡ ಅವರಿಗೆ ಇನ್ನೂ ಹೆಚ್ಚು ವಿವರಿಸಿ ಹೇಳುವುದಕ್ಕೆ ತಯಾರಾಗುತ್ತಿದ್ದ, ಶ್ರೀಧರ. ಜತೆಗಿದ್ದ ಪ್ರಾಣಪಾಲಕಿ, ಈಗ ತಾನೇ ಸತ್ತ ಆ ಹುಡುಗನ ಹೆಂಡತಿ ತುಂಬು ಬಸುರಿಯೆಂದು ಹೇಳಿದಳು. ಶ್ರೀಧರ ಒಮ್ಮೆ ಎಲ್ಲರನ್ನೂ ನೋಡಿದ. ಅಷ್ಟು ಹೊತ್ತಿಗೆ ಆ ಪ್ರಾಣಪಾಲಕಿ ಸತ್ತವನ ಅಪ್ಪ ಅಮ್ಮಂದಿರನ್ನು ಕುರಿತು "ನಾವು ನಮ್ಮೆಲ್ಲಾ ಪ್ರಯತ್ನಗಳನ್ನೂ ಮಾಡಿದೆವು" ಎಂದು ಹೇಳಿ ಶ್ರೀಧರನ ಮುಖ ನೋಡಿದಳು. "ಹೌದು" ಎಂದು ಶ್ರೀಧರ ಮುಂದುವರೆಸಿದ "ಆತನಿಗೆ ಬಂದಾಗಲೇ ಬಹಳ ಹೊಡೆತ ಬಿದ್ದಿತ್ತು. ಮಾರಣಾಂತಿಕವಾದ ಗಾಯಗಳಾಗಿದ್ದವು, ನಮ್ಮೆಲ್ಲರ ಪ್ರಯತ್ನದ ನಂತರವೂ ಆತ ತೀರಿಕೊಂಡ, ಸಾರಿ" ಎಂದ. ಅಷ್ಟೇ ನೆನಪಿನಲ್ಲಿದ್ದುದು. ಇದ್ದಕ್ಕಿದ್ದಂತೆ, ಹೊಟ್ಟೆಯಲ್ಲಿ ಸಂಕಟವಾಗುತ್ತಿದ್ದಂತೆ ಅನ್ನಿಸಿತು. ತಲೆಸುತ್ತು ಬಂತು. ಕಣ್ಣು ಕತ್ತಲಿಟ್ಟಂತೆ ಅನ್ನಿಸಿತು. ಕಡೆಗೆ ಕಂಡದ್ದು ಆ ಅಪ್ಪ, ಅಮ್ಮನ ಕಣ್ಣಲ್ಲಿ ಎರಡು ತೊಟ್ಟು ನೀರು. ಆ ತುಂಬು ಬಸುರಿಯ ಕಡೆ ತಿರುಗಿ ನೋಡಬೇಕೆನ್ನುವಷ್ಟರಲ್ಲಿ ಏನೂ ಗೊತ್ತಾಗದೇ ಸುತ್ತ ಎಲ್ಲವೂ ಕತ್ತಲೆನಿಸಿ ಧೊಪ್ ಎಂದು ಕೆಳಗೆ ಬಿದ್ದಿದ್ದ, ಶ್ರೀಧರ.

ಎಚ್ಚರ ಬಂದಾಗ ಆ ಪ್ರಾಣಪಾಲಕಿ ಶ್ರೀಧರನ ಎದೆಯ ಸುತ್ತ ಕತ್ತರಿಗಾಲಿನಲ್ಲಿ ಕೂತಿದ್ದಳು. "ಡಾ. ಶ್ರೀಧರ್... ಆರ್ ಯು ಓಕೆ.?" ಕೇಳುತ್ತಿದ್ದಳು. ಶ್ರೀಧರ ಕಣ್ಣುಬಿಟ್ಟು "ಅಮ್ಮಾ" ಎಂದ.

“ಹೆದರಬೇಡ, ಡಾ. ಶ್ರೀಧರ್. ಇದು ಮೊದಲ ವರ್ಷದಲ್ಲಿ ತೀರ ಸಾಮಾನ್ಯ. ಇಂಟರ್ನ್‌ಶಿಪ್ಪು ಅಷ್ಟು ಸುಲಭದ್ದಲ್ಲ. ನಿಧಾನವಾಗಿ ಉಸಿರಾಡು” ಅನ್ನುತ್ತಿದ್ದಳು. ಈಕೆ ತನ್ನ ಸುತ್ತ ಕತ್ತರಿಗಾಲಿನಲ್ಲಿ ಕೂತಿದ್ದು ನೋಡಿ ತನಗೂ ಒಂದು ಕ್ಷಣ ಹೃದಯದ ಬಡಿತ ನಿಂತಿದ್ದಿರಬಹುದೇನೋ ಅನ್ನುವ ವೈದ್ಯಕೀಯ ಕಾರಣವನ್ನು ಕೊಟ್ಟುಕೊಂಡ. “ಇಲ್ಲಿ ಸ್ವಲ್ಪ ಹೊತ್ತು ಮಲಗಿರು. ಮುಂಜಾಗರೂಕತೆಗೆಂದು ಕೈಯಲ್ಲಿ ಒಂದು ಐವಿ ಡ್ರಿಪ್ ಹಾಕಿದ್ದೇವೆ. ಉಳಿದೆಲ್ಲಾ ನಾರ್ಮಲ್ಲಾಗಿದೆ. ಸ್ವಲ್ಪ ಹೊತ್ತಿನಲ್ಲಿ ಮನೆಗೆ ಹೋಗುವಿಯಂತೆ” ಎಂದು ಸ್ಟೆಚರ್ ತನ್ನ ಸ್ಥಾನವನ್ನು ಸೇರಿದಾಕ್ಷಣ ಟಣ್ಣಂದು ಕೆಳಗೆ ನೆಗೆದಳು.

ಈಕೆ ಯಾರು ಜ್ಞಾನ ತಪ್ಪಿ ಬಿದ್ದರೂ ಹೀಗೆ ಅವರ ಸುತ್ತಲೂ ಕತ್ತರಿಗಾಲಿನಲ್ಲಿ ಕೂರುವುದು ಒಂದು ರೀತಿಯ ‘ಪೊಸಿಶನ್ ಕೋಡ್’ ಇರಬಹುದೇನೋ ಅಂದುಕೊಂಡು ನಿಧಾನವಾಗಿ ಎದ್ದ. ತಲೆ ಸಣ್ಣಗೆ ನೋಯುತ್ತಿತ್ತು. ಮೈ ಕೈಯೆಲ್ಲ ನೋಯುತ್ತಿತ್ತು. ಎಂತದೋ ಕೆಟ್ಟ ವಾಸನೆ ತನ್ನ ಮೂಗಿಗೇ ಬಡಿಯಿತು. ತನ್ನ ಹೆಗಲನ್ನು ತಾನು ಮೂಸಿ ನೋಡಿದಾಗ ಅನ್ನದ ಅಗುಳಿದ್ದುದು ಕಂಡುಬಂತು.

ಒಂದು ಕ್ಷಣ ತನ್ನ ಮೇಲೆ ತನಗೇ ಹೇಸಿಗೆಯಾದಂತೆನಿಸಿತು.

ಯಾವನೋ ಸತ್ತ ಸುದ್ದಿಯನ್ನು ಅವನ ಅಪ್ಪ ಅಮ್ಮಂದಿರಿಗೆ ಹೇಳಲು ಹೋಗಿ ತಾನೇ ಜ್ಞಾನತಪ್ಪಿ ಬಿದ್ದುದಲ್ಲದೇ ಮೈಮೇಲೆ ವಾಂತಿ ಮಾಡಿಕೊಂಡಿದ್ದ. ವಾಸನೆ ನೋಡಿದ ಮೇಲೆ ಇನ್ನೊಮ್ಮೆ ವಾಂತಿ ಮಾಡೋಣ ಅನ್ನಿಸಿತು. ಕಷ್ಟಪಟ್ಟು ತಡಕೊಂಡ.

“ಬಾ, ಡಾಕ್ಟರ್ ಶ್ರೀಧರ್, ಬಾ” ಎಂದು ಕೈ ಹಿಡಿದು ಇನ್ನೊಂದು ಕೋಣೆಗೆ ಕರಕೊಂಡು ಹೋಗಿ “ಸ್ವಲ್ಪ ಕಾಫಿ ಕುಡಿ” ಎಂದು ಒಂದು ಸ್ಟೈರೋಫೋಮ್ ಕಪ್ಪಿನಲ್ಲಿ ಕಾಫಿ ಕೊಟ್ಟಳು. ಸುಮ್ಮನೆ ಕಾಫಿ ಕುಡಿಯುತ್ತ ಕೂತ.

“ನೀನಿನ್ನೂ ಬಹಳ ಪಳಗಬೇಕು, ಈ ವ್ಯವಹಾರದಲ್ಲಿ” ಎಂದಳು. ಏನೂ ಮಾತಾಡದೇ ಸುಮ್ಮನಿದ್ದ, ಶ್ರೀಧರ ಎಂ.ಡಿ.

“ಮೊದಲು ನೀನಿಲ್ಲಿ ಕಲಿಯಬೇಕಾದದ್ದು ವ್ಯವಹಾರಸ್ಥನ ನಾಜೂಕು. ನಂತರ ರೋಗಿಯ ಮತ್ತು ಅವನ ಮನೆಯವರ ಭಾವನೆಗಳಿಂದ ಹೊರಗೆ ನಿಲ್ಲಬಹುದಾದ ಸ್ಥಿತ ಪ್ರಜ್ಞತ್ವ. ಸತ್ತವನ ಮನೆಯವರ ಕಣ್ಣಿನಿಂದ ಎರಡು ತೊಟ್ಟು ನೀರು ಬರುವುದರ ಜತೆಗೇ, ನೀನು ಎಂತಾ ಒಳ್ಳೆಯ ಧನ್ವಂತ್ರಿ ಅನ್ನುವ ಧನ್ಯತಾಭಾವವೂ ಬಂದರೆ, ಅಲ್ಲಿಗೆ ನೀನು ಧನ್ವಂತರಿಯಾಗಿದ್ದಕ್ಕೂ ಸಾರ್ಥಕ.” ಎಂದಳು. ಆಚೆ ಹೋದಂತೆ ಮಾಡಿ ಮತ್ತೆ ತಿರುಗಿ ಬಂದು “ಮತ್ತೊಂದು ವಿಷಯ... ನೀನು ವಾಂತಿ ಮಾಡದೇ ಇದ್ದರೆ, ಅವರಿಗೆ ಇನ್ನೊಂದು ಸ್ವಲ್ಪ ಜಾಸ್ತಿ ನಂಬಿಕೆ ಬರಬಹುದು, ನಿನ್ನ ಮೇಲೆ” ಎನ್ನುತ್ತಾ ಒಳಗೆ ಹೋದಳು, ಮುಂದಿನ ಕೆಲಸಕ್ಕೆ.

ಶ್ರೀಧರ ಎಂ.ಡಿ. ಮುಂದೆ ಆ ರಾತ್ರಿ ಕೆಲಸ ಮಾಡುವ ಪರಿಸ್ಥಿತಿಯಲ್ಲಿರಲಿಲ್ಲವಾದ್ದರಿಂದ ಹೊರಗೆ ಬಂದು ಹೊಚ್ಚ ಹೊಸ ಗಾಳಿಯನ್ನು

ತೆಗೆದುಕೊಳ್ಳುವುದಕ್ಕೆ ನಿಂತ. ಆಗ ಬಾರಿಸಿತು ಅವನ ಮೊಬೈಲು. ಆ ಕಡೆಯಿಂದ ರಶ್ಮಿ "ಹಲೋ" ಎಂದಳು.

"ಹಲೋ" ಎಂದ.

"ಯಾಕೋ, ಇನ್ನೂ ಮಲಗಿಲ್ಲವಾ?" ಕೇಳಿದಳು.

"ಇಲ್ಲ, ನಿನ್ನ ಹಾಗೆ ನಾನು ಪುಣ್ಯ ಮಾಡಿಲ್ಲವಮ್ಮ, ಇಲ್ಲಿ ಪಾಳಯದಲ್ಲಿ ಕೆಲವು ಜೀವಗಳನ್ನು ಉಳಿಸಲು ಪ್ರಯತ್ನ ಮಾಡುತ್ತಿದ್ದೇನೆ" ಎಂದ.

"ಸರಿ, ಈಗ ನೀನು ಬಿಜ಼ಿಯಾ?"

"ನಾನು ಯಾವಾಗಲೂ ಬಿಜ಼ಿಯೇ, ಇರಲಿ ಹೇಳು"

"ಏನಿಲ್ಲ, ನಾನು ರಾತ್ರಿ ಮನೇಲಿರೋಲ್ಲ. ಆಫೀಸಿನವರ ಪಾರ್ಟಿಯಿದೆ. ಅದು ಮುಗಿಸಿ ಅಲ್ಲೇ ಮಲಗಿರುತ್ತೇನೆ. ಫೋನ್ ಆಫ್ ಆಗಿರುತ್ತದೆ. ಹೆದರಬೇಡ ಅಂತ ಹೇಳಲು ಫೋನ್ ಮಾಡಿದ್ದೆ" ಎಂದಳು.

"ಸರಿ" ಎಂದು ಫೋನಿಟ್ಟ.

* * * * *

ಕಂದುಬಣ್ಣದ, ಚಿಕ್ಕಕಣ್ಣಿನ ಹುಡುಗರುಗಳು, ಬಸುರಿ ರೆಸಿಡೆಂಟು

ಶ್ರೀಧರ ನಿಟ್ಟುಸಿರುಬಿಟ್ಟ. ಪಾಳಯದಲ್ಲಿ ಮತ್ತೆ ಗಿಜಿಗಿಜಿ ಜಾಸ್ತಿಯಾಗಿತ್ತು. ಮನೆಗೆ ಹೋಗಲು ಮನಸ್ಸಾಗಲಿಲ್ಲ. ಅಲ್ಲೇ ಒಂದು ಮೂಲೆಯಲ್ಲಿ ಕೈಗೆ ಸಿಕ್ಕ ಜರ್ನಲೊಂದನ್ನು ಹಿಡಿದು ಕೂತ. ತಲೆ ಇನ್ನೂ ನೋಯುತ್ತಿತ್ತು. ಆ ತಲೆ ಒಡೆದ ಗ್ಯಾಂಗ್‌ಸ್ಟರ್‌ನ ದೇಹ ಮಾರ್ಚರಿಗೆ ಹೋಗಿತ್ತು.

ತನ್ನಂತ ಧನ್ವಂತರಿಗಳು ಇಂಡಿಯಾ ದೇಶದ ಸರಕಾರಿ ರೋಗಿಗಳ ಪುಕ್ಕಟೆ ಜೀವ ಉಳಿಸಲು ಬಹಳ ಓದಿಬಿಟ್ಟಿದ್ದೇವೆ ಅಂದುಕೊಂಡೇ ಅಮೆರಿಕಾದ ತಲೆ ಒಡೆದ ಗ್ಯಾಂಗ್‌ಸ್ಟರ್‌ಗಳನ್ನು ಉಳಿಸಲು ಬಂದಿದ್ದು ಎಂದು ಅನ್ನಿಸಿತು. ಉಚ್ಚೆಯಲ್ಲಿ ಮೂರೂವರೆ ಹನಿ ರಕ್ತ, ಮೂರೇ ಬಾರಿ ಹೆಚ್ಚು ಸೀನಿದ ಮಗು, ಎದೆಯಿಂದ ಹೊಟ್ಟೆಯತನಕ ಎಲ್ಲೇ ನೋವು ಬಂದರೂ ಪಾಳಯ ಸೇರುವ ಅಷ್ಟದಶಕಿಗಳು, ದಿವಾಳಿ ಎದ್ದಿದ್ದೇವೆ ಅನ್ನುವ ಸರಕಾರಿ ಮೆಡಿಕೇರ್, ಎಪ್ಪತ್ತೆರಡರ ಒಣಗಿದ ಶಿಶ್ನಕ್ಕೆ ನಿರ್ವಾತ ಪ್ರಾಸ್ಥಿಸಿಸ್ ಮತ್ತು ಜುಮ್ಮೆನ್ನಿಸಲು ವಯಾಗ್ರ, ಲೆವಿಟ್ರ– ಮೂರೇ ತಿಂಗಳಲ್ಲಿ ಅಮೆರಿಕಾದ ಪಾಳಯಗಳ ವೈಖರಿ ಅವನಿಗೆ ಉಂಟುಮಾಡಿದ್ದು ದಿಗ್ಭ್ರಮೆ. ಈ ಇಂಟರ್ನ್ಗು, ರೆಸಿಡೆಂಟುಗಳೆಂಬ ಅಪ್ರೆಂಟಿಸ್ಸುಗಳು, ಬೆಲೆಬಾಳದ ಈ ಕುದುರೆಗಳನ್ನು ಪಂದ್ಯದಲ್ಲಿಡಲು ಸಿಕ್ಕಿರುವ ಅಗ್ಗದ ಜ್ಯಾಕಿಗಳು ಅಂದು ಅನ್ನಿಸತೊಡಗಿತ್ತು. ತನ್ನ ಧನ್ವಂತ್ರೀಯಾಗದಲ್ಲಿ ಇಷ್ಟು ಸುಲಭವಾಗಿ ಇಷ್ಟು ಬೇಗ ಭ್ರಮನಿರಸನ ಹೊಂದುತ್ತೇನೆ ಅಂದುಕೊಂಡಿರಲಿಲ್ಲ, ಆತ.

ಆದರೆ, ಅಮೆರಿಕ ಡಿಜಿಟಲ್ ಮತ್ತು ಡಾಟ್‌ಕಾಮಿಗಳ ಮತ್ತಿನಲ್ಲಿತ್ತು. ಹರಿದ ಪುಸ್ತಕದಿಂದ ಶುರುವಾಗಿ ಆಂಬುಲೆನ್ಸನ್ನು ಕೊಂಡುಕೊಳ್ಳುವುದಕ್ಕೂ ಮನುಷ್ಯ ಗಣಕಗಳಿಗೆ ಶರಣು ಹೋಗುತ್ತಿದ್ದ. ಅಮೆಝಾನ್ ಡಾಟ್‌ಕಾಮುಗಳು ಪುಸ್ತಕ ಮಾರಿದರೆ, ಪಕ್ಕದ ಮನೆಯಲ್ಲಿರುವ ಸುಶಿಕ್ಷಿತ ಸೂಳೆಯೂ 'ಆನ್‌ಲೈನ್' ವ್ಯವಹಾರ ನಡೆಸಿದ್ದಳು. ಛೆ! ಈ ಜನಕ್ಕೆ ಎಂತೆಂಥ ಕಾಯಿಲೆಗಳಿವೆ ಎಂದಿದ್ದ ಆ ಹ್ಯಾರಿಸನ್ನು. ಅವುಗಳ್ಯಾವುವನ್ನೂ ತಾನು ನೋಡೇ ಇಲ್ಲವಲ್ಲ. ಅಥವಾ ಇವರಿಗೆ ಕಾಯಿಲೆಗೆ ಔಷಧಿ ತೆಗೆದುಕೊಳ್ಳಬೇಕೆಂಬುದೇ ಮರೆತುಹೋಗಿದೆಯೋ, ಎಂದು ಹಲುಬಿಕೊಳ್ಳುತ್ತಿದ್ದ, ಶ್ರೀಧರ. ಮಳೆನಾಡಿನ ಬಿಲ್ ಗೇಟ್ಸ್ ಎಂಬ ಗಣಕಿ/ವ್ಯಾಪಾರಿ, ಪ್ರಪಂಚದ ಅತಿ ಶ್ರೇಷ್ಠ ವಿಶ್ವವಿದ್ಯಾನಿಲಯದಲ್ಲಿ ಕಾಲೇಜು ಸೇರಿ, ಪಾಸಾಗದೇ ಹೊರಬಿದ್ದು 'ಪ್ರತಿ ಟೇಬಲ್ಲಿಗೊಂದು ಗಣಕ' ಎಂದು ಘೋಷಣೆ ಮಾಡಿ ಅದಕ್ಕೆ ತಕ್ಕಂತೆ ಅವನ ಕಂಪೆನಿಯನ್ನು 'ತೇಲಿಸಿ'ದಾಗ, ಮನೆಯ ಟೇಬಲ್ಲು, ಡೆಸ್ಕು ಹಾಗೂ ಪ್ರತಿಯೊಬ್ಬ ವ್ಯಾನ್ ಹ್ಯೂಸನ್ ಶರ್ಟಿರುವವನ ತೊಡೆಗಳೂ ಗಣಕಗಳಿಂದ ಕಂಗೊಳಿಸುತ್ತಿದ್ದವು. ಡೌಜೋನ್ಸು, ನಾಸ್ಡಾಕುಗಳ ನಂಬರುಗಳು ಲಾಟರಿಯಂತೆ ಏರುತ್ತಲೇ ಇದ್ದವು. ಒಂದು ಡಾಲರಿನ ತುಟಿರಂಗು, ಎರಡು ಡಾಲರಿನ ಮದರಂಗಿ ಹಚ್ಚಿಕೊಂಡು, ಪೆನ್ನಿ, ಬ್ಲೂಮಿಂಗ್‌ಡೇಲುಗಳ ಕ್ಯಾಶ್ ರಿಜಿಸ್ಟರ್‌ನಲ್ಲಿ ನಿಂತ ಅಮೆರಿಕದ ಹೈಸ್ಕೂಲು ಪಾಸಾಗದ ಹೊಂಗೂದಲ ಹುಡುಗಿಯರು, ಎದುರಿಗೆ ಬಂದು ನಿಂತು ತನ್ನ ಮೂವತ್ತೆಂಟು 'ಡಿ' ಕಪ್ಪಿನ ಬ್ರಾ ಎಲ್ಲಿದೆಯೆಂದು ಕೇಳುತ್ತಿರುವ ಒಂಟಿ ಅಮ್ಮಂದಿರ ಪ್ರಶ್ನೆಗಳಿಗೆ ಉತ್ತರ ಹುಡುಕಲು ಸರ್ಚ್ ಇಂಜಿನ್ನುಗಳಲ್ಲಿ ನಂಬರು ಅಕ್ಷರಗಳನ್ನು ಒತ್ತಿದಾಗ, ಚಕಚಕನೆ ಉತ್ತರ ಬರಿಸುವ ಕೆಲಸಗಳಿಗೆ "ಮೃದುಯಂತ್ರ ಸಪೋರ್ಟು" ಅಂತಂದು ಆ ಸಪೋರ್ಟಿಗೆ ಕಂದುಚರ್ಮ, ಚಿಕ್ಕ ಕಣ್ಣುಗಳಿರುವ ಚಿಕ್ಕ ಹುಡುಗ ಹುಡುಗಿಯರನ್ನೆಲ್ಲಾ ಪ್ಲೇನುಗಟ್ಟಲೆ ಹೊತ್ತು ತಂದಿದ್ದರು, ಈ ಹೆಡ್ ಹಂಟರುಗಳೆಂಬ ದಲ್ಲಾಳಿಗಳು.

ಇಂಡಿಯಾದ ವಿಧ್ಯುಕ್ತ ಗುರುಕುಲಗಳಿಂದ ಹೊರಬಂದ ಮೃದುಯಂತ್ರಿಗಳಿಗೆ ಈ ಗಣಕಿಗಳ ವ್ಯಾಪಾರ, ವ್ಯವಹಾರವನ್ನು ಪೂರೈಸಲಾಗದೇ ಹೋಯಿತು. ಅಮೆರಿಕಾದಲ್ಲಿದ್ದ ಜಾಣಜಾಣೆಯರಿಗೆ ಈ ಕೆಲಸವನ್ನು ಕಲಿಯಲು ಸಮಯವಿರಲಿಲ್ಲ. ಆದ್ದರಿಂದ ಪೂರಾ ವಿಧ್ಯುಕ್ತ ವಿದ್ಯಾಭ್ಯಾಸವಿಲ್ಲದಿದ್ದರೂ ನಿಮ್ಮಗಳನ್ನು ಕರೆಸಿಕೊಳ್ಳುತ್ತೇವೆ, ಫಾಸ್ಟ್‌ಟ್ರಾಕ್ ಮೃದುಯಂತ್ರಿಗಳಾಗಲು, ಎನ್‌ಐಐಟಿ ಅದೂ ಇದೂ ಮುಂತಾದ ಕಡೆಗಳಿಂದ ಒಂದ್ನಾಲ್ಕು ಪ್ರಮಾಣ ಪತ್ರಗಳನ್ನು ತನ್ನಿ ಎಂದೂ ಹೇಳಿದರು. ದೇಶದೊಳಗೆ ಕರೆಸಿಕೊಳ್ಳಲು ವಿಶೇಷ ಪರವಾನಗಿಗೋಸ್ಕರ ವಾಶಿಂಗ್‌ಟನ್‌ನಲ್ಲಿ ಲಾಬಿಯೂ ನಡೆದಿತ್ತು. ಎರಡು ಬುಶ್ಶುಗಳ ನಡುವೆಯಿದ್ದ ಕ್ಲಿಂಟನ್ ಯಾವತ್ತೋ ಒಂದಿನ ಕೆಲಸವಾದ ಮೇಲೆ ಡೆಸ್ಕು ಸರಿಸಿ, ಪ್ಯಾಂಟಿನ ಜಿಪ್ಪನ್ನು ಹಾಕುವ ಮುನ್ನ ಈ ಪರವಾನಗಿಯ ಬಿಲ್ಲಿಗೆ ಸಹಿ ಹಾಕಿಯೇ ಬಿಟ್ಟಿದ್ದ.

ಅಂದಿನಿಂದ ಆರಂಭವಾಗಿತ್ತು, ಈ ಮೃದುಯಂತ್ರಿಗಳ ದರ್ಬಾರು. ಉತ್ತರ ಕ್ಯಾಲಿಫೋರ್ನಿಯಾದ ಬೀದಿಬೀದಿಗಳಲ್ಲಿ ಕಾಲುತೊಡರಿಕೊಳ್ಳಲು ಆರಂಭಿಸಿದರು. ಭಾರತ್ ಬಝಾರ್‌ನಂತಹ ಅಂಗಡಿಗಳಲ್ಲಿ ಅಡ್ಡಲುಂಗಿ, ಹವಾಯಿ ಚಪ್ಪಲಿಗಳಲ್ಲಿ ಕಾಣಿಸಿಕೊಳ್ಳುತ್ತಿದ್ದರು.

ರಜನೀಕಾಂತನ ಸಿನೆಮಾದ ಹಾಡುಗಳು ಸ್ಯಾನ್‌ಹೋಸೆಯ ಟ್ರಾಫಿಕ್ ಟಿಕೆಟ್ ಕೊಡುವ ಪೋಲಿಸರಿಗೂ ಬಾಯಿಪಾಠವಾಗಿ ಹೋಯಿತು. ನ್ಯೂಯಾರ್ಕಿನ ಸಿಟಿಬಸ್ ಡ್ರೈವರುಗಳು, ಯಾವುದೇ ಕಂದು ಚರ್ಮಕ್ಕೂ "ಏನಪ್ಪಾ, ಪಟೇಲ" ಅನ್ನಹತ್ತಿದರು. ಶಿಕಾಗೋದ ಸೈಡ್‌ವಾಕುಗಳು ತಾಂಬೂಲದ ರಸಗಳಲ್ಲಿ ತೊಳೆಯಲ್ಪಟ್ಟವು. ತಿರುಚ್ಚಿಯ ಪಟ್ಟಂಬಾಳ್‌ನಿಂದ ತಿರುಮಲಾಪುರದ ತಿಪ್ಪಮ್ಮನವರೆಗೆ ಎಲ್ಲರೂ ನಯಾಗರ ಜಲಪಾತ ನೋಡಿ ಮಕ್ಕಳ ಬಾಣಂತನ ಮಾಡಿಸಿ ಆಯಾ ಭಾಷೆಗಳಲ್ಲಿ ಪದ್ಯಗಳನ್ನು ಬರೆದು ತಂತಮ್ಮ ಭಾಷೆಯ ಜಾಲಪತ್ರಿಕೆಗಳಲ್ಲಿ ಪ್ರಕಟಿಸಿ ನೋಡಿ, ಓದಿ ಪುಳಕಿತರಾದರು.

ಈ ಸ್ವಾಕನ್ನೋ ಬ್ರಹ್ಮರಾಕ್ಷಸ ಹಿಗ್ಗಾಮುಗ್ಗಾ ಏರುತ್ತಿರಬೇಕಾದರೆ, ಅದಕ್ಕೆ 'ಆಪ್ಷನ್ನು' ಎಂಬ ಬಣ್ಣ ಹಚ್ಚಿ ಕಂಪೆನಿಗಳು ಪಶ್ಚಿಮ ಕರಾವಳಿಯಲ್ಲಿ ತೇಲಿದಾಗ, ಈ ಮೃದುಯಂತ್ರಿಗಳಿಗೆ ಸಂತೋಷವೇ ಸಂತೋಷ. ಡ್ರೈವಿಂಗ್ ಲೈಸೆನ್ಸ್ ಬಂದ ತಕ್ಷಣ ಟೊಯೋಟಾ ಟರ್ಸೆಲ್ ತೆಗೆದುಕೊಂಡವರು ಎರಡೇ ವರ್ಷಕ್ಕೆ ಲೆಕ್ಸಸ್ಸು, ಬೀಮರುಗಳಿಗೇರಿ, ತಮ್ಮ ಚೀನೀ ಗೆಳೆಯರೆಂಬ ಕೆಟ್ಟ ಡ್ರೈವರುಗಳಿಂದ ಮತ್ತು ಚೀನೀ ಗೆಳೆಯರ ಹೆಂಡತಿಯರೆಂಬ ಅತಿ ಕೆಟ್ಟ ಡ್ರೈವರುಗಳಿಂದ ಅಲ್ಲಲ್ಲಿ ಟ್ರಾಫಿಕ್ ಲೈಟುಗಳಲ್ಲಿ ಗುದ್ದಿಸಿಕೊಂಡು ಅವರಿಗರ್ಥವಾಗದಂತೆ "ಮಾದರ್‌ಚೋತ್" ಎಂದು ಮೊದಮೊದಲು ಬಯ್ದರೂ, ಸ್ವಲ್ಪವೇ ದಿನಗಳಲ್ಲಿ ಮಧ್ಯದ ಬೆಟ್ಟನ್ನು ಮೇಲೆತ್ತಿ ತೋರಿಸಿ ಜಗಳವಾಡುವಷ್ಟು ನಾಗರಿಕರಾಗಿದ್ದರು.

"Fuck'em" ಎಂದುಕೊಂಡ ಶ್ರೀಧರ.

"Fuck'em" ಮತ್ತೊಂದು ಬಾರಿ ಅಂದ. ಉಬ್ಬಾರ ಪಶ್ಚಿಮಕ್ಕೆ ಹತ್ತಿರವಾದಂತೆ ಕಾಣಿಸುತ್ತಿತ್ತು.

"Fuck'em... Fuck'em... Fuck'em....." ಮೂರುನಾಲ್ಕು ಬಾರಿ ಹೇಳಿಯಾದ ಮೇಲೆ ಕೊಂಚ ಸಮಾಧಾನವಾಯಿತು.

"ನೀನು ಇಂಟರ್ನಾ?" ಆ ಮುದ್ದು ಮುಖದ, ಕೆಂಪು ತುಟಿಯ, ತುಂಬು ಮೊಲೆಯ ಪ್ರಾಣಪಾಲಕಿ ಕೇಳಿದುದನ್ನು ನೆನಪಿಸಿಕೊಂಡ.

ಹೌದು. ತಾನು ಇಂಟರ್ನು, ರಿಕ್ರೂಟು, ಅಪ್ರೆಂಟಿಸ್... ಅಂದರೆ ಈಗ ಕೆಲಸ ಕಲಿಯುತ್ತಿರುವ ಅಡ್ನಾಡಿ. ಸತ್ತಿರುವ ಹೆಣವನ್ನು ಸತ್ತಿದೆ ಎಂದು ಹೇಳಲು ತನಗಿಂತಾ ಒಂದು ವರ್ಷ ಮುಂದಿರುವವರನ್ನು ಕೇಳಬೇಕಾಗಿರುವ ನರಸತ್ತವ. ಯಾವುದೋ ತೆಲುಗು ಮೃದುಯಂತ್ರಿಯನ್ನು ಮದುವೆಯಾಗಿ ಅಮೆರಿಕಾಕ್ಕೆ ಬಂದ, ಇಲ್ಲಿ ಎಲ್ಲಾ ಧನ್ವಂತ್ರೀ ಪೂರ್ವ ಪರೀಕ್ಷೆಗಳನ್ನು ಪಾಸು ಮಾಡಿ ತನಗಿಂತ ಒಂದೇ ವರ್ಷ ಹೆಚ್ಚು ಇಲ್ಲಿನ ಪಾಳಯಗಳಲ್ಲಿ ಅನುಭವವಿರುವ ಬಸುರಿ ರೆಸಿಡೆಂಟುಗಳು "ಶ್ರೀ, ಕೆಳಗಡೆ ಎಮರ್ಜನ್ಸಿಯಲ್ಲಿ ಯಾರೋ ನ್ಯುಮೋನಿಯಾ ಇರುವವನು ಬಂದಿದ್ದಾನಂತೆ. ಸ್ವಲ್ಪ ಹೋಗಿ ನೋಡ್ತೀಯಾ" ಎಂದು ಬೆಳಗಿನ ಜಾವ ಎರಡಕ್ಕೆ, ಕಾಲ್‌ರೂಮ್‌ನಲ್ಲಿ ಮಲಗಿದ್ದ ಮಂಚದಿಂದ ಮಗ್ಗುಲು ಬದಲಿಸದೇ ಹೇಳಿದಾಗ, "ಹೋಗೇ ಮುಂಡೇ, ಅದು ನಿನ್ನ

ಕೆಲಸ" ಅಂತ ಹೇಳಬೇಕು ಅನ್ನಿಸಿದರೂ ಮುಂದಿನ ತಿಂಗಳ ಇವ್ಯಾಲ್ಯುಯೇಷನ್‌ನಲ್ಲಿ 'ಇನ್‌ಸಬಾರ್ಡಿನೇಷನ್' ಅನ್ನುವ ವಿಶೇಷಣ ಬೀಳುತ್ತದೆಂದು ಹೆದರಿ, ಸುಮ್ಮನೆ ಹೋಗಿ ರೋಗಿಯನ್ನು ಪಾಳಯಕ್ಕೆ ಭರ್ತಿ ಮಾಡಿಕೊಳ್ಳುತ್ತಿದ್ದ ಹೆಣ್ಣಿಗ. ಮಾರನೆಯ ದಿನದ ಬೆಳಗಿನ ರೌಂಡ್ಸಿನಲ್ಲಿ ತಾನು ಕೆಂಗಣ್ಣು ಬಿಟ್ಟುಕೊಂಡು, ರಾತ್ರೋರಾತ್ರಿ ಕಷ್ಟಪಟ್ಟು ತಾನು ಉಳಿಸಿದ ಜೀವದ ಕಥೆಯನ್ನು ದೊಡ್ಡ ಧನ್ವಂತರಿಗಳಿಗೆ ಹೇಳುವಾಗ, ರಾತ್ರಿಯೆಲ್ಲಾ ಮಲಗಿದರೂ ಉಸ್ಸಪ್ಪ ಅನ್ನುವ ತುಂಬು ಬಸುರಿ ರೆಸಿಡೆಂಟು, ತನ್ನ ಲಿಪ್‌ಸ್ಟಿಕ್ ಅಂಟಿದ ಸ್ಟೈರೋಫೋಮ್ ಕಪ್‌ನಲ್ಲಿದ್ದ ಕಾಫಿಯನ್ನು ಗುಟುಕರಿಸುತ್ತಾ, "ಶ್ರೀ, ಅವನ ಕಫದಲ್ಲಿ ನೋಡಿದೆಯಲ್ಲ, ಆ ಬ್ಯಾಕ್ಟೀರಿಯಾಗಳು, ಅವು ಗ್ರಾಮ್ ಪಾಸಿಟೀವ್ ಅಂತ ಹೇಗೆ ಕಂಡುಹಿಡಿದಿ ಅನ್ನೋದನ್ನು ಹೇಳು. ಯು ನೋ, ಶ್ರೀಧರ ಒಳ್ಳೆಯ ಇಂಟರ್ನು, ಕಷ್ಟಪಟ್ಟು ಕೆಲಸ ಮಾಡುತ್ತಾನೆ" ಎಂದು ದೊಡ್ಡ ಧನ್ವಂತ್ರಿಗಳಿಗೆ ಶಿಫಾರಸು ಮಾಡುವಂತೆ ಮಧ್ಯ ಮೂಗು ತೂರಿಸುವಾಗ, ಒಂಚೂರು ಕೆಲಸ ಮಾಡಿದ್ದಕ್ಕೆ ತನ್ನ ಹೊಟ್ಟೆಯನ್ನು ಹಿಡಿದು ಹೊಗಳುವಾಗ... ಮೈ ಉರಿದು ಹೋದರೂ ತುರಿಸಿಕೊಳ್ಳುವುದನ್ನು ಬಿಟ್ಟು ಬೇರೆ ಏನನ್ನೂ ಮಾಡಲಾಗದ ತನ್ನ ಪರಿಸ್ಥಿತಿಯನ್ನು ನೆನೆದು ನೆನೆದು ದುಃಖಪಡುತ್ತಿದ್ದ. ಛೇ! ಇಂಡಿಯಾದಲ್ಲಿ ಸಮಯ ಹಾಳುಮಾಡಿಬಿಟ್ಟೆ, ಎಂದುಕೊಂಡ.

ತಾನು ರಾತ್ರೋರಾತ್ರಿ ನಿದ್ದೆಗೆಟ್ಟು, ಕುಡಿದು ಬಿದ್ದು ತಲೆ ಒಡಕೊಂಡ ರೋಗಿಗಳಿಗೆ ರಾತ್ರಿಯಿಡೀ ಹೊಲಿದರೂ, ಒರೆಸಿಕೊಂಡು "ಯೋ, ಫಾರಿನ್ ಡಾಕ್, ಗುಡ್ ಜಾಬ್, ಮ್ಯಾನ್" ಅಂದುಕೊಂಡು ಹೋಗೋ ರೋಗಿಗಳ ಮಧ್ಯ ತಾನು ಸಿಕ್ಕಿಹಾಕಿಕೊಂಡಿದ್ದಕ್ಕೆ ತನ್ನ ಬಗ್ಗೆ ಯಾವ ಹೆಮ್ಮೆಯೂ ಇರಲಿಲ್ಲ. ಇವೆಲ್ಲ ಆದ ಮೇಲೂ ತನಗೆ ಬರುವ ಮೊದಲ ವರ್ಷದ ಸಂಬಳವನ್ನು ಬೆಂಗಳೂರಿನಲ್ಲಿ ತನಗಿಂತ ಒಂದು ಹತ್ತು ವರ್ಷ ವಯಸ್ಸಾದ ಧನ್ವಂತರಿಗಳು ಎರಡು ಸ್ಟೆಂಟುಗಳನ್ನು ಹಾಕಿ ಸಂಪಾದಿಸುತ್ತಾರೆ, ಅಂದುಕೊಂಡ. ಮತ್ತೆ ಹೊಟ್ಟೆ ತೊಳಸಿದಂತಾಯಿತು.

ಮತ್ತೆ, ತಾನಿನ್ನೂ ರಿಕ್ರೂಟು. ಅದೇ ಹತ್ತು ವರ್ಷ ಇಲ್ಲಿ ಆದ ಮೇಲೆ ತನ್ನ ಜೀವನವನ್ನು ಕಲ್ಪಿಸಿಕೊಳ್ಳಲು ಪ್ರಯತ್ನ ಮಾಡಿದ. ಆದರೆ, ಅವನ ಕಣ್ಣಿಗೆ ಕಾಣುವ ಕನಸುಗಳು ಹೊಟ್ಟೆ ತೊಳಸನ್ನು ತಡೆಯಲಾಗಲಿಲ್ಲ.

ಹೋಗಿ ಮತ್ತೆ ವಾಂತಿ ಮಾಡಿ ಬಂದ.

* * * * *

ಆಗಮ–ಉಗಮ

ಮಾಧವರಾಯರು ನಾಗಮಂಗಲಕ್ಕೆ ಬಂದದ್ದು ರಾಣಿಬೆನ್ನೂರಿನಿಂದ. ರಾಣಿಬೆನ್ನೂರಿನಲ್ಲಿ ಹುಟ್ಟಾ ಹುಟ್ಟಾನೇ ಅಂಗಾರ ಇಟ್ಟುಕೊಂಡೇ ಹುಟ್ಟಿದ್ದವರಲ್ಲಿ

ಮಾಧವರಾಯರೂ ಒಬ್ಬರು ಎಂದು ಅವರ ಅಮ್ಮ ಹೇಳುತ್ತಿದ್ದರಂತೆ. ಜೊತೆಗಿನ ಮಕ್ಕಳೆಲ್ಲ "ಬ್ಬೆ.. ಬ್ಬೆ.. ಬ್ಬೆ" ಅನ್ನುತ್ತಿದ್ದಾಗ ಪುಟ್ಟ ಮಾಧೂ ಮಾತು ಶುರುಮಾಡಿದ್ದೇ "ಜಯತಿ ತೇದಿಕಂ"ನಿಂದಂತೆ. ಏಳನೇ ವರ್ಷಕ್ಕೇ "ಅತ್ಯತ್ತಿಷ್ಟ... ದಶಾಂಗುಲಂ" ಎಂದು ಮಠದವರನ್ನೆಲ್ಲಾ ಮೀರಿಸಿ ಹೇಳುತ್ತಿದ್ದಾಗ ಗತ್ಯಂತರವಿಲ್ಲದೆ ಉಪನಯನ ಮಾಡಲೇಬೇಕಾಗಿ ಬಂತಂತೆ. ಮಾಧವರಾಯರ ಅಪ್ಪ, ಅಮ್ಮಂದಿರಿಗೆ ನೇಮ ನಿಷ್ಠೆಯೆಂದರೆ ಅಷ್ಟಕ್ಕಷ್ಟೆ. ಮಠದ ಊಟಗಳಿಗೆ ಪರಿಷಂಚನೆ ಮಾಡಿ, ಹಸ್ತೋದಕ ಹಾಕಿ ಊಟ ಮಾಡುವುದನ್ನು ಮತ್ತು ದಿನಕ್ಕೊಂದೆರಡು ಬಾರಿ ಗಾಯತ್ರೀ ಮಂತ್ರ ಹೇಳುವುದನ್ನು ಬಿಟ್ಟರೆ ಬೇರೆ ಯಾವ ರೀತಿಯಲ್ಲೂ ಮಡಿಹುಡಿಗಳು ಮಾಧವರಾಯರ ಅಪ್ಪ, ಅಮ್ಮಂದಿರಿಗೆ ಗೊತ್ತಿರಲಿಲ್ಲವಂತೆ. "ಸೀಮೀಗಿಲ್ಲದ್ದು ಈತಂದೆಂತದೇ ಸುಟ್ಟ..." ಎಂದು ಮಾಧೂನ ಅಮ್ಮ ಬಯ್ಯುತ್ತಲೇ ಇದ್ದಳಂತೆ. ಎಂತ ಹಸಿವಿದ್ದರೂ ಹೊರಗೆ ಒಂದು ಹನಿ ನೀರನ್ನು ಕೂಡ ಕುಡಿಯುತ್ತಿರಲಿಲ್ಲ, ಮಾಧೂ. ಐವತ್ತರ ದಶಕದಲ್ಲಿ ಮಾಧ್ವಗಂಡಸರಿಗೆ ನಿಯಮಗಳು ಸ್ವಲ್ಪ ನಿರಾಳವಾಗಿದ್ದರೂ ಸ್ವಪ್ರೇರಣೆಯಿಂದಲೇ ಜುಟ್ಟು ಬಿಟ್ಟಿದ್ದ. ಒಂಭತ್ತನೇ ವಯಸ್ಸಿನಲ್ಲೇ ದಿನಾ ಬೆಳಿಗ್ಗೆ ಮನೆ ಮುಂದಿನ ಬಾವಿಯಿಂದ ನಾಲ್ಕು ಕೊಡ ನೀರು ಸೇದಿ ತಲೆಯ ಮೇಲೆ ಹಾಕಿಕೊಂಡೇ ಮುಂದಿನ ಕೆಲಸ ಮಾಡುತ್ತಿದ್ದನಂತೆ. ಈ ಎಲ್ಲಾ ಮಡಿಹುಡಿಗಳ ಮಧ್ಯೆ ಧಾರವಾಡದ ಕರ್ನಾಟಕ ಕಾಲೇಜಿನಲ್ಲಿ ಫಿಸಿಕ್ಸ್‌ನಲ್ಲಿ ಬಿ.ಎಸ್ಸಿ. ಮುಗಿಸಿ, ವಿದ್ಯೆ ಬರೀ ಜ್ಞಾನಾರ್ಜನೆಗೆಂದೂ ತಾವು ಪುರಾಣ ಹೇಳಿಯೇ ಜೀವನ ಮಾಡುವುದೆಂದು ನಿಶ್ಚಯಿಸಿ ಒಂದೆರಡು ವರ್ಷ ರಾಣಿಬೆನ್ನೂರಿನ ಮಠಗಳಲ್ಲೆಲ್ಲಾ ಭಾಗವತ ಹೇಳಿ ಕಡೆಗೆ ತಮ್ಮ ಪೂಜೆ ಪುನಸ್ಕಾರಗಳಿಂದ ಹೊಟ್ಟೆ ತುಂಬುವುದಿಲ್ಲವೆಂದು ತಿಳಿದು "ನಿಜವಾದ" ಕೆಲಸಕ್ಕೆ ಪ್ರಯತ್ನ ಮಾಡಿದ್ದರು. ಅಷ್ಟು ಹೊತ್ತಿಗೆ ಮಾಧೂ ಸ್ವಾಭಾವಿಕವಾಗಿಯೇ ಕೆಲವರಿಗೆ ಮಾಧವರಾಯರು, ಇನ್ನೂ ಕೆಲವರಿಗೆ ಮಾಧವಾಚಾರ್ಯರಾಗಿಬಿಟ್ಟಿದ್ದ.

ರಾಣಿಬೆನ್ನೂರು ಪ್ರಾಂತ್ಯದಲ್ಲಿ ಎಲ್ಲೆಲ್ಲೂ ಕೆಲಸ ಸಿಗದೆ ಕೊನೆಗೆ ಮಂಡ್ಯ ಜಿಲ್ಲೆಯ ನಾಗಮಂಗಲದ ಹೈಸ್ಕೂಲಿನಲ್ಲಿ ಸರಕಾರಿ ಕೆಲಸ ಸಿಕ್ಕಾಗ ವಿಧಿಯಿಲ್ಲದೇ ರಾಣಿಬೆನ್ನೂರಿನಿಂದ ಗೋಪಿಚಂದನ ಮತ್ತು ಸಾಲಿಗ್ರಾಮಗಳನ್ನೂ, ಕೃಷ್ಣಾಜಿನದಲ್ಲಿ ಸುತ್ತಿ ಕಂಕುಳಲ್ಲಿ ಹಿಡಕೊಂಡು ಅವರುಗಳು ನಾಗಮಂಗಲದಲ್ಲಿ ಬಂದು ಮೊಕ್ಕಾಂ ಹೂಡಿದಾಗ ಮೊದಲನೇ ಪಾಕಿಸ್ತಾನದ ಯುದ್ಧ ಇನ್ನೂ ಆಗಿರಲಿಲ್ಲ. ಎಲ್ಲಿಯ ರಾಣಿಬೆನ್ನೂರು, ಎಲ್ಲಿಯ ನಾಗಮಂಗಲ. ಭಕರಿ, ಝುಣಕ ತಿಂದುಕೊಂಡು ಭಾಗವತ ಹೇಳಿಕೊಂಡು, ಬಿಗ್ ಬ್ಯಾಂಗ್ ಥಿಯರಿ ಅಭ್ಯಾಸ ಮಾಡುತ್ತಿದ್ದ ಮಾಧವರಾಯರಿಗೆ ಈ ನಾಗಮಂಗಲದ ಅಯ್ಯಂಗಾರರ ದೇವಸ್ಥಾನಗಳು, ರಾಗಿಮುದ್ದೆ ತಿನ್ನುವ ಹೊಯ್ಸಳ ಕರ್ನಾಟಕರು ಹಾಗೂ ಬರೀ ದಾಯಾದಿಗಳೇ ತುಂಬಿರುವ ಎರಡೇ ಎರಡು ಬ್ರಾಹ್ಮಣರ ಕೇರಿ, ಸ್ವಲ್ಪವೂ ಇಷ್ಟವಾಗಲಿಲ್ಲ. "ಹರಿಯೇ, ಎಲ್ಲೀಕ್ಕರ್ಕಂಬಂದ್ಯಪ್ಪ", ಅನ್ನುತ್ತಲೇ ಹಾಗೇ ಅನುಸರಿಸಿಕೊಂಡು ಹೋಗುವ ಎಲ್ಲ ಪ್ರಯತ್ನಗಳನ್ನೂ ಮಾಡುತ್ತಿದ್ದರು. ಮೇಲಾಗಿ,

ನಾಗಮಂಗಲದಲ್ಲಿ ನೇಮ ನಿಷ್ಠೆ ಇಟ್ಟುಕೊಂಡಿರೋ ಗೋಪಿಚಂದನ ಹಾಗೂ ಅಂಗಾರಧಾರಿಗಳು ಇದ್ದಿದ್ದೇ ಮೂರು ಮತ್ತೊಂದು. ಊರಿಡೀ ಅಡ್ಡಪಟ್ಟಿ ಎಳೆಯೋರೇ ಇದ್ದ ನಾಗಮಂಗಲದಲ್ಲಿ ಈ ಅಂಗಾರಧಾರಿಗಳೆಲ್ಲಾ 'ಪರಸ್ಥಳದವರೇ'.

ಹಾಗೇ ಅನುಸರಿಸಿಕೊಂಡು ಹೋಗುತ್ತಾ, ಹೋಗುತ್ತಾ ಕೇವಲ ಎರಡು ವರ್ಷದಲ್ಲಿಯೇ ಮಾಧವರಾಯರ ಮದುವೆಯ ವಯಸ್ಸೂ ಬಂದೇಬಿಟ್ಟಿತು. ಹರಿವಾಯುಗಳ ಪ್ರೇರಣಾನುಸಾರ ಈ ಮಾಧವರಾಯರ ಮದುವೆ ಗೊತ್ತಾದದ್ದು ಮಂಡ್ಯ ತಾಲ್ಲೋಕು, ಬಸರಾಳಿನಲ್ಲಿ ಉಳಿದಿದ್ದ ಒಬ್ಬರೇ ಅಂಗಾರಧಾರಿಗಳಾದ ಗೋವಿಂದಾಚಾರ್ಯರ ಮಗಳು ಜಾನಕಮ್ಮನವರ ಜೊತೆಗೆ. ಜಾನಕಮ್ಮನವರ ತೀರ್ಥರೂಪ ಗೋವಿಂದಾಚಾರ್ಯರು ಬಸರಾಳಿನಲ್ಲಿ ಪ್ರೈಮರಿ ಸ್ಕೂಲಿನ ಮೇಷ್ಟರಾಗಿದ್ದರು. ಇವರು ಹೆಸರಿಗೆ ಮಾತ್ರ ಅಂಗಾರಧಾರಿಗಳು. ಬಸರಾಳಿನಲ್ಲಿ ಮನೆ ಮುಂದೆ ಬರುವ ನಲ್ಲಿಯ ನೀರನ್ನು ತಾಮ್ರದ ದೊಡ್ಡದೊಡ್ಡ ಪಾತ್ರೆಗಳಲ್ಲಿ ಹಿಡಿಯುವಾಗ, ನಲ್ಲಿಗೂ ನೆಲಕ್ಕೂ ತಗುಲದಂತೆ ಪಾತ್ರೆ ಹಿಡಿಯುವಷ್ಟು ಮಡಿಯನ್ನು ಮಾತ್ರ ಅವರು ಉಳಿಸಿಕೊಂಡಿದ್ದರು. ಉಳಿದೆಲ್ಲಾ ಆಚಾರವಿಚಾರಗಳೂ ಬೇರೆ ಎಲ್ಲ ಸ್ಥಳೀಯ ಬ್ರಾಹ್ಮಣರಂತೇ ನಡೆಯುತ್ತಿತ್ತು. ಅವರೂ ಮನೆಯಲ್ಲಿ ರಾಗಿ ಮುದ್ದೆ ಮಾಡುತ್ತಿದ್ದರಂತೆ. ಯಾರಾದರೂ ಮನೆಗೆ ಅಂಗಾರಧಾರಿಗಳು ಬಂದರೆ, ಅಡುಗೆ ಮನೆಯ ಗೂಟಕ್ಕೆ ತಗುಲಿ ಹಾಕಿದ್ದ "ಧಾಬಳಿ"ಯನ್ನು ಸರಸರನೆ ಉಟ್ಟುಕೊಳಲು ಕಲಿತಿದ್ದರು. ಅಷ್ಟೇ ಅಲ್ಲ, ಶ್ರೀಮತಿಯವರಿಗೂ ಕಚ್ಚೆ ಹಾಕುವುದನ್ನು ಕಲಿಸಿದ್ದರು. ಕುಂಕುಮ ನೀಳವಾಗಿದ್ದರೆ ಅದು ಅಂಗಾರದ ಸ್ತ್ರೀಲಿಂಗ ಮತ್ತು ತಾಲಿಪಟ್ಟು ನಿಪ್ಪಟ್ಟಲ್ಲ ಎಂದು ತಿಳಕೊಂಡಿದ್ದರೆ ಮಧ್ವಸಿದ್ಧಾಂತ ಅರ್ಧ ತಿಳಿದಂತೆ ಎಂದು ನಂಬಿದ್ದ ಗೋವಿಂದಾಚಾರ್ಯರ ಮನೆಯ ಜತೆ ಮಾಧವರಾಯರು ಸಂಬಂಧ ಬೆಳೆಸಲು ಒಪ್ಪಿದ್ದು ನಾಗಮಂಗಲದವರಿಗೆಲ್ಲಾ ಆಶ್ಚರ್ಯವೋ ಆಶ್ಚರ್ಯ.

ಮಾಧವರಾಯರ ಮದುವೆ ನ್ಯಾಯವಾಗಿ ಆಗಬೇಕಾದದ್ದು ಹೆಣ್ಣಿನ ಮನೆಯಾದ ಬಸರಾಳಿನಲ್ಲಿ. ಅಲ್ಲಿ ಎಲ್ಲಿಂದ ತರುತ್ತಾರೆ, ಗೋಪಿಚಂದನ, ಅಂಗಾರಧಾರಿಗಳನ್ನು, ಗೋವಿಂದಾಚಾರ್ಯರು. ಇದ್ದದ್ದೇ ಇವರದೊಂದು ಮನೆ. ಆದರೆ, ಇಲ್ಲಿ, ನಾಗಮಂಗಲದಲ್ಲಿ ಮಾಧವರಾಯರು ಮಾಯಾವಾದ ಖಂಡನಕ್ಕೂ, ಬಿಗ್ ಬ್ಯಾಂಗ್ ಥಿಯರಿಗೂ ಸಂಬಂಧವಿದೆ ಎನ್ನುತ್ತಾ, ಮುಂದೆ ಹಿಂದೆ ನೀರು ಹಾಕಿಕೊಂಡು, ಏಕಾದಶಿ ಉಪವಾಸ ಮಾಡಿಕೊಂಡು ಸ್ಥಳೀಯರಲ್ಲಿ "ದೊಡ್ಡ ಬ್ರಾಂಬ್ರು" ಆಗಿ ಕಂಗೊಳಿಸಿದ್ದರು. ಈ ಧಾಬಳಿ, ಕೆಂಪುಮಡಿಗಳಿಗೂ ಮತ್ತು ವಿಕಾಸವಾದಕ್ಕೂ ಎಲ್ಲೋ ಸಂಬಂಧವಿದ್ದೇ ಇದೆ ಎಂದು ಅವರು ನಂಬಿದ್ದರಿಂದ ನಾಗಮಂಗಲದ ಬುದ್ಧಿಜೀವಿಗಳಲ್ಲಿ ಬೇರೆ ಯಾರನ್ನೂ 'ಮುಟ್ಟ'ದ ಬುದ್ಧಿಜೀವಿಯಾಗಿ, ಮತ್ತು ಸ್ಥಳೀಯ ದೇವಸ್ಥಾನಗಳಲ್ಲಿ ದೇವರನ್ನು ಬಿಟ್ಟರೆ ಇನ್ನ್ಯಾರನ್ನೂ ಮುಟ್ಟದ "ಬ್ರಾಂಬ್ರಾಗಿ" ಮೆರೆಯುತ್ತಿದ್ದರು. ಈ ಹೈಸ್ಕೂಲಿನ ಮೇಷ್ಟರ ಮನೆಗೆ ಹೆಣ್ಣು ಕೊಡಲು ಗೋವಿಂದಾಚಾರ್ಯರು ಹಿರಿಹಿರಿ ಹಿಗ್ಗಿದ್ದರು.

ಮೊದಮೊದಲು ಅಳಿಯ ನೇಮ ನಿಷ್ಠೆಯಿರುವವರು ಅಂತ ಗೊತ್ತಾದಾಗ ಖುಷಿಯಾಗಿತ್ತು. ಆದರೆ, ಮಗಳನ್ನು ನೋಡಲು ಬರುವ ಅಳಿಯಂದಿರ ತಲೆಯ ಕ್ರಾಪಿನ ಜತೆಗೆ ಹಿಂದೆ ಒಂದು ಸಣ್ಣ ಜುಟ್ಟಿದ್ದದ್ದನ್ನು ನೋಡಿ ತಮ್ಮ ಸಪಾಟಾದ ಕ್ರಾಪಿನಲ್ಲಿ ಕೈಯಾಡಿಸಿಕೊಂಡಿದ್ದರು, ಗೋವಿಂದಾಚಾರ್ಯರು. ತಾವು ಜಾನಕಮ್ಮನವರನ್ನು ನೋಡಲೆಂದು ಹೋದಾಗ, ಆಲೂಗೆಡ್ಡೆ ಬೋಂಡಾ ಮತ್ತು ಉಪ್ಪಿಟ್ಟನ್ನು ಮಾಡಿಸಿದಾಗಲೇ ಮಾವನವರ ಗೋಪೀಚಂದನದ ಶಕ್ತಿ ಎಷ್ಟೆಂದು ಮಾಧವರಾಯರಿಗೆ ಗೊತ್ತಾಗಿಹೋಗಿತ್ತು. ಜಾನಕಮ್ಮನವರನ್ನೊಮ್ಮೆ ನೋಡಿದ್ದರು. ಜಾನಕಮ್ಮ ಬಸರಾಳಿನ ಎಲ್ಲಾ ಹುಡುಗಿಯರಂತೆ ಮಾಮೂಲಿ ಸೀರೆ ಮತ್ತು ಸಡಿಲವಾಗಿ ಜಡೆ ಹಾಕಿಕೊಂಡಿದ್ದು, ಕಾಕತಾಳೀಯವೋ ಎಂಬಂತೆ "ಹೇ ಮಾಧವಾ, ಮಧುಸೂದನಾ" ಎಂದು ಹಾಡಿದ್ದರು. ಹತ್ತಿರದ ಮುದಗೊಂದೂರಿನಿಂದ ಗೋವಿಂದಾಚಾರ್ಯರಿಗೆ ಬೇಕಾಗಿದ್ದ ಇನ್ನೊಂದೆರಡು ಸಂಸಾರಗಳು ಬಂದಿದ್ದವು. ಅವರೆಲ್ಲಾ "ಅವರ ತಾವ" "ಪಿತ್ರ ಪಕ್ಸ" "ಚೌಕ" "ಎಕ್ಕಡ" ಅಂತ ಮಾತಾಡೋ ಸ್ಮಾರ್ತ ರೈತರುಗಳು. ಮಾಧವರಾಯ ಮೇಷ್ಟರು ಜಾನಕಮ್ಮನವರ ಕಂಠಕ್ಕೆ ಮತ್ತು ಜಡೆಗೆ ಮರುಳಾಗಿದ್ದರು. ತಮ್ಮ ಮಾವನಿಗೆ ಕ್ರಾಪಿದ್ದರೇನು, ಹುಡುಗಿ ನೇಮ ನಿಷ್ಠೆಯಿಂದ ಇರೋ ಹಾಗೆ ಕಾಣುತ್ತೆ ಎಂದು ಮದುವೆ ಮಾಡಿಕೊಳ್ಳಲು ಒಪ್ಪಿದ್ದರು. ಆದರೆ, ಮದುವೆ ಮಾತ್ರ ತಮಗೆ ಬೇಕಾದ ಹಾಗೆ ಮಾಧ್ವ ಸಂಪ್ರದಾಯದಲ್ಲೇ ಆಗಬೇಕು, ಎಂದಾಗ ಮಾವ ಗೋವಿಂದರಾಯರು ಒಮ್ಮೆ ತಮ್ಮ ಹಣೆಯ ಬೆವರನ್ನು ಒರೆಸಿಕೊಂಡು ಅದರಲ್ಲಿ ಅಂಗಾರ ಇನ್ನೂ ಇದೆಯೋ ಇಲ್ಲವೋ ಎಂದು ನೋಡಿಕೊಂಡಿದ್ದರು.

ಮಾಧವರಾಯರ ತೀರ್ಥರೂಪರು ಹಾಗೂ ಮಾತೃಶ್ರೀಯವರೂ ಏನೂ ಹೇಳುವ ಸ್ಥಿತಿಯಲ್ಲಿರಲಿಲ್ಲ. ಮಾತೆತ್ತಿದ್ದರೆ, ತಾನು ಅವರಿಗೆ ಹುಟ್ಟಿದ್ದರಿಂದಲೇ ಅವರು ಮಾತಾಪಿತೃಗಳೆನ್ನಿಸಿಕೊಂಡಿದ್ದು ಮತ್ತು ಹಾಗೆ ತಾವು ಹುಟ್ಟಿದ್ದರಿಂದಲೇ ಅವರುಗಳು ಏಳೇಳು ಜನ್ಮಕ್ಕೂ ರೌರವ ನರಕದಲ್ಲಿರದ ಪುಣ್ಯಕ್ಕೆ ಪಾತ್ರರಾಗಿದ್ದು ಎಂದು ಮಾಧವರಾಯರು ವಾದಿಸುತ್ತಿದ್ದರು. ಸಂಪ್ರದಾಯ ಮತ್ತು ಆಚರಣೆಯಿಂದ ಮಾತ್ರ ಧರ್ಮ ಉಳಿದುಕೊಳ್ಳುವುದು ಎಂದು ಮಾಧವರಾಯರು ಅಪ್ಪ, ಅಮ್ಮನಿಗೇ ಹೇಳುತ್ತಿದ್ದರು. ನಾಗಮಂಗಲದಲ್ಲಿ ಮಾಧವರಾಯರಂತ ಮಾಧವರಾಯರು ಇನ್ನೊಬ್ಬರಿರಲಿಲ್ಲ. ತಮ್ಮ ಮಗನನ್ನು ಹೆಚ್ಚಿನ ಓದಿಗೆಂದು ಧಾರವಾಡದಲ್ಲಿ ಬಿಟ್ಟಾಗ, ಎಲ್ಲ ಹುಡುಗರಂತೆ ಕ್ರಾಪು ಗೀಪು ಬಿಡದೆ ಜುಟ್ಟು ಬಿಟ್ಟು ಅಲ್ಲಿನ ರಾಯರ ಮಠದಲ್ಲಿ ಆರಾಧನೆ, ಪುರಾಣ, ಇತ್ಯಾದಿ ಎಂದು ಓಡಾಡಿಕೊಂಡು ಇದ್ದುದನ್ನು ನೋಡಿ, ಇವ ಊರಿಗೆ ಮುಂಚೆ ಮಠ ಸೇರುತ್ತಾನೆಂದು ಅಂದುಕೊಂಡಿದ್ದರು, ಮಾಧವರಾಯರ ತೀರ್ಥರೂಪರು. ಆದರೆ, ಈಗ ಹುಡುಗರಿಗೆ ಪಾಠ ಹೇಳಿ ಜೀವನ ಮಾಡುವಷ್ಟು ತಿಳುವಳಿಕೆ ಬಂದದ್ದಲ್ಲದೆ, ಈಗ ಇಲ್ಲಿಯ ಹುಡುಗಿಯನ್ನೇ ಮದುವೆ ಮಾಡಿಕೊಳ್ಳುವಷ್ಟು ಬುದ್ಧಿ ಬೆಳೆದದ್ದಕ್ಕೆ ಅಲ್ಲಿಯೇ ನಾಗಮಂಗಲದಲ್ಲಿ ಮಗನಿಗೆ ಗೊತ್ತಾಗದಂತೆ, ಭುವನೇಶ್ವರನ ದೇವಸ್ಥಾನಕ್ಕೆ ಹೋಗಿ ನಮಸ್ಕಾರ ಹಾಕಿ ಬಂದಿದ್ದರು. ಈಗ ಮಗನ ಆಸೆಗನುಗುಣವಾಗಿಯೇ ಮದುವೆ ಮಾಡಿಕೊಡುವುದಾಗಿ ಗೋವಿಂದಾಚಾರ್ಯರನ್ನು ಕೇಳಿದ್ದರು.

ಗೋವಿಂದಾಚಾರ್ಯರೂ ಯೋಚನೆ ಮಾಡಿದ್ದರು. ಮದುವೆ ಬಸರಾಳಿನಲ್ಲಿ ಆದ ಪಕ್ಷದಲ್ಲಿ ಮದುವೆಗೆ "ಮನೆತಾವಿ"ಂದ "ಒತ್ತಾರೆಗೇ" ಬರುವ ರೈತರುಗಳೇ ಹೆಚ್ಚಾಗಿರುವ ಸಂಭವವಿದೆ, ಮೊದಲೇ ಅಳಿಯ ಉರುಕ, ಇನ್ನು ಇಲ್ಲಿ ಸರಿಯಾಗಿ ಅಂಗಾರ ಹಾಕೋಕ್ಕೆ ಬರೋದೂ ತನಗೊಬ್ಬನಿಗೆ. ಇರೋದು ಒಂದು ಹೆಣ್ಣು ಮಗೂದು ಮದುವೆ ಹ್ಯಾಗೋ ಆಗಿ ಹೋಗ್ತಾ ಇದೆ. ಮದುವೆ ನಡೆಸೋದೇನೋ ಸ್ವಲ್ಪ ಕಷ್ಟವಾಗಬಹುದು. ಆದರೂ ನೋಡೋಣ, ಹ್ಯಾಗೋ ಆ ಸೌಮ್ಯಕೇಶವ ದಾರಿ ತೋರಿಸುತ್ತಾನೆ, ಎಂದು ಮದುವೆಯನ್ನು ನಾಗಮಂಗಲದಲ್ಲಿ ಮಾಡಿಕೊಡಲು ಒಪ್ಪಿದ್ದರು. ಮಂಡ್ಯದ ಮಠದಿಂದ ವೈಷ್ಣವ ಶ್ರೇಷ್ಠರುಗಳು ಬಂದು ಹಯಗ್ರೀವ, ಕಾಯಿ ಹೋಳಿಗೆಗಳನ್ನು ಹೊಡೆದು ಹರಸಿ ಹೋಗಿದ್ದರು. ಜಾನಕಮ್ಮನವರಿಗೆ ತುಮಕೂರಿನ ಎಂ. ಜಿ. ರೋಡಿನಲ್ಲಿರೋ ಒಂದು ಸೀರೆ ಅಂಗಡಿಯವನು ಪ್ರಮಾಣಿಸಿ ಕೊಟ್ಟ ಹನ್ನೆರಡು ಮೊಳದ ಇಳಕಲ್ಲ ಸೀರೆ ಕಚ್ಚೆ ಉಡಿಸಿ ಕೆನ್ನೆಗೆ ಅರಿಶಿನ ಹಚ್ಚಿ, ಹಣೆಗೆ ಉದ್ದುದ್ದ ಕುಂಕುಮವನ್ನು ಹಚ್ಚಿ ಸಾಕ್ಷಾತ್ ಲಕ್ಷ್ಮೀದೇವಿಯ ಕಳೆಯೇ ಇದೆ ಎಂದು ಮದುವೆಗೆ ಬಂದ ಮುತ್ತೈದೆಯರೆಲ್ಲಾ ಹರಸಿ ಹೋಗಿದ್ದರು. ಮದುವೆಯಾದ ಒಂದು ವಾರದಲ್ಲಿ ಜಾನಕಮ್ಮನವರಿಗೆ ಮೈಸೂರಿನ ಉತ್ತರಾದಿ ಮಠಕ್ಕೆ ಕರಕೊಂಡು ಹೋಗಿ ಮತ್ತೊಮ್ಮೆ ಮುದ್ರಾಧಾರಣೆ ಮಾಡಿಸಿದರು, ಮಾಧವರಾಯರು. ವಾಸ್ತವವಾಗಿ, ಜಾನಕಮ್ಮನವರಿಗೆ ಅದು ಮೊದಲ ಮುದ್ರಾಧಾರಣೆ. ಹುಟ್ಟಿನಿಂದ ಅವರು ಬಸರಾಳಿನಿಂದ ಹೊರಗೆಂದರೆ, ನೋಡಿದ್ದ ದೊಡ್ಡೂರು ನಾಗಮಂಗಲ ಮಾತ್ರ. ಅಲ್ಲೂ ಗೋಪಿಚಂದನ ಅಂಗಾರಗಳೆಲ್ಲ "ಪರಸ್ಥಳ"ದವರು ಮಾತ್ರ ಆಗಿದ್ದರಿಂದ ಜಾನಕಮ್ಮನವರಿಗಾಗಲೀ, ಗೋವಿಂದಾಚಾರ್ಯರಿಗಾಗಲೀ, ಈ ಮುದ್ರಾಧಾರಣೆಯಾಗಲೀ, ಲಕ್ಷ್ಮೀ ಶೋಬಾನದ ಹಾಡುಗಳಾಗಲೀ, ಅವಶ್ಯವೆಂದು ಅನ್ನಿಸಿರಲೇ ಇಲ್ಲ.

ನಾಗಮಂಗಲದಲ್ಲಿ ಜಾನಕಮ್ಮನವರ ಸಂಸಾರ ವಿಧ್ಯುಕ್ತವಾಗಿ ಶುರುವಾಗಿತ್ತು. ಬೆಳಿಗ್ಗೆ ಎದ್ದ ತಕ್ಷಣ ಸ್ನಾನ ಮಾಡಿ, ತುಳಸೀಪೂಜೆ ಮಾಡಿ, ಹೊರಗಿದ್ದ ಹೂವಿನ ತೋಟದಿಂದ ಹೂಗಳನ್ನು, ತುಳಸಿಯನ್ನೂ ಕಿತ್ತು ಮಾಧವರಾಯರ ಪೂಜೆಗೆ ಎಲ್ಲ ಅಣಿಮಾಡುವ ತನಕ ಕಲಿತಿದ್ದರು. ಆದರೆ, ಬಸರಾಳಿನಲ್ಲಿ ಅವರಿಗೆ ಬೆಳಿಗ್ಗೆ ಎದ್ದ ತಕ್ಷಣ ಒಂದು ದೊಡ್ಡ ಕಂಚಿನ ಲೋಟದ ತುಂಬಾ ಕಾಫಿ ಕುಡಿಯುವ ಅಭ್ಯಾಸವಿದ್ದು, ಬೆಳಿಗ್ಗೆ ಕಾಫಿಯಿಲ್ಲದೆ ಅವರಿಗೆ ತುಳಸೀ ಪೂಜೆಯನ್ನು ಮಾಡಲಿಕ್ಕೇ ಆಗುತ್ತಿರಲಿಲ್ಲ. ಆದರೆ, ಅದು ಹೇಗೋ ಅನುಸರಿಸಿಕೊಂಡು ಹೋಗಲು ಕಲಿತರು. ಮಾಧವರಾಯರ ಪೂಜೆಯ ನಂತರ ತೀರ್ಥ ತೆಗೆದುಕೊಂಡ ಮೇಲೆಯೇ ಅವರಿಗೆ ಒಂದು ಹನಿ ಕಾಫಿ. ಮಾಧವರಾಯರು ಬೆಳಿಗ್ಗೆ ಹತ್ತಕ್ಕೇ ಊಟ ಮಾಡುವ ಜನ. ಹಲಸಿನ ಕಾಯಿ ಹುಳಿ, ಮಾವಿನಕಾಯಿ ನೀರುಗೊಜ್ಜು, ಪಡವಲ ಕಾಯಿ ಮೊಸರು ಸಾಸುಮೆ, ಹಪ್ಪಳ ಇತ್ಯಾದಿಗಳು ಜಾನಕಮ್ಮನವರಿಗೆ ಪರಿಚಯವಿಲ್ಲದ ಖಾದ್ಯಗಳು. ಬಸರಾಳಿನಲ್ಲಿ ಎಂದೂ ಇಂತ ಅಡುಗೆ ಮಾಡುತ್ತಿರಲಿಲ್ಲ. ಅತ್ತೆ "ಈ ಮುಂಡೇಗಂಡ, ನಮ್ಗೆ ಸೈತ ಇಲ್ಲ, ಅಷ್ಟು ಆ ಸಾಕ್ವಾತ್ ಪ್ರಾಣ್ದೇವ್ರೇ ಮೈಮೇಲ್ ಬಂದಂಗೆ ಆಡ್ತಾನೆ, ಆ ಕೂಸಿನ್ನ ಲಗ್ನ ಆದ್ ಹೊಸದ್ರಲ್ಲೇ ಇಂತಪರಿ

ಗೋಳ್‌ಹುಯ್ಕಂಡರೆ, ಆಕಿ ಕೆರೀನೋ ಬಾವೀನೋ ನೋಡ್ಕೋತಾಳೆ" ಎಂದು ಗೊಣಗುಡುತ್ತಿದ್ದರೂ, ಮಾಧವರಾಯರು ಒಮ್ಮೆ ಕಣ್ಣು ಬಿಟ್ಟರೆ ಸಾಕು, ಸೀದಾ ದೇವರ ಮನೆ ಸೇರುತ್ತಿದ್ದರು. ಇನ್ನು ಮಾವನವರು, ತಾವಾಯಿತು, ತಮ್ಮ ಕಾಫಿ ಮತ್ತು ಪ್ರಜಾವಾಣಿಯಾಯಿತು. ಬೆಳಗಿನಿಂದ ಸಂಜೆಯತನಕ "ಇವತ್ತು ಭೂಬಾಣದಾಗೆ ರಾಮಚಂದ್ರರಾಯರು ಏನು ಬರ್ದಿಯಾರೆ, ಗೊತ್ತನು" ಅಂದುಕೊಂಡು ರಣಜೀ ಟ್ರೋಫಿಯ ಕರ್ನಾಟಕ ಟೀಮಿನ ಪ್ರಸನ್ನ ಎಲ್ಲೆಲ್ಲಿ ಹೇಗೆ ತಪ್ಪು ಮಾಡಿದ ಎಂದು ತಮ್ಮ ಶ್ರೀಮತಿಯವರಿಗೆ ವಿವರಿಸಿ ಹೇಳುವುದರಲ್ಲೇ ಕಾಲ ಕಳೆದು ಹೋಗುತ್ತಿತ್ತು.

ಮದುವೆಯಾಗಿ ಮೂರು ತಿಂಗಳಿಗೇ ಜಾನಕಮ್ಮನವರು ಬಸಿರಾದರು. ಬಸಿರೆಂದರೆ ಎಂತಹ ಬಸಿರದು, ಬೆಳಿಗ್ಗೆ ಏಳಲಾಗದ ಬಸಿರು. ಕಷ್ಟಪಟ್ಟು ಎದ್ದು, ಬಸುರಿನ ಮೊದಲ ಮೂರು ತಿಂಗಳ ವಾಂತಿ, ಇತ್ಯಾದಿಗಳನ್ನು ಸಹಿಸಿಕೊಂಡೇ ತಮ್ಮ ಕೆಲಸಗಳನ್ನು ಮಾಡಿಕೊಂಡು ಹೋಗುತ್ತಿದ್ದರು. ಇಷ್ಟರ ಮಧ್ಯೆ "ಬಸುರಿ ಹೆಂಗಸರು ಪುರಾಣ ಪುಣ್ಯಕಥೀ ಕೇಳಿದ್ರ, ಹುಟ್ಟೋ ಮಗು ಮುಂಡರಗಿ ದೇವರ ತರ ಗುಂಡುಗುಂಡಾಗಿ ಇರುತ್ತದೆ"ಂದು ಮಾಧವರಾಯರು ತಾವು ಮಾಡುವ ಪೂಜೆ ಪುನಸ್ಕಾರಗಳನ್ನು ಪೂರಾ ನೋಡಬೇಕೆಂದು ತಾಕೀತು ಮಾಡಿದ್ದರು. ಬೆಳಿಗ್ಗೆ ಬೆಳಿಗ್ಗೆ ತುಳಸೀ ಪೂಜೆ ಮಾಡಿದ ಮೇಲೆ, ಜಾನಕಮ್ಮನವರು ಮಾಧವರಾಯರ ಪೂಜೆಗೆ ಪೂರಾ ಕೂತಿರಬೇಕು. ರಾತ್ರಿ ಮಾವನವರೋ ಅಥವಾ ಅತ್ತೆಯವರೋ ಇಬ್ಬರಲ್ಲಿ ಒಬ್ಬರು ಭಾಗವತ ಓದಬೇಕು ಅನ್ನೋದು ಮಾಧವರಾಯರ ಕಟ್ಟಪ್ಪಣೆಯಾಗಿತ್ತು. ಇಲ್ಲಿ, ಬಸರಾಳಿನವರ್‍ಯಾರು ಮುಂಡರಗಿ ದೇವರನ್ನು ನೋಡಿರಲಿಲ್ಲ. ಗೋವಿಂದಾಚಾರ್ಯರಿಗೆ, ಹುಟ್ಟೋ ಮಗು ನಾಗಮಂಗಲದ ಸೌಮ್ಯಕೇಶವ ದೇವರ ಮೂರ್ತಿಯ ಹಾಗೆ ಇದ್ದರೆ ಸಾಕು ಅನ್ನಿಸಿತ್ತು.

ಗೋವಿಂದಾಚಾರ್ಯರ ಶ್ರೀಮತಿಯವರು ಜಾನಕಮ್ಮನವರು ಬಸಿರಾದ ಸುದ್ದಿಯನ್ನು ಕೇಳಿ ಹಿರಿಹಿರಿ ಹಿಗ್ಗಿದ್ದರು. ಹೋಗಿ ಮಗಳನ್ನು ಕರೆದುಕೊಂಡು ಬರುವುದು ಯಾವಾಗ ಎಂದು ಗೋವಿಂದಾಚಾರ್ಯರನ್ನು ಕೇಳುತ್ತಿದ್ದರು. ಗೋವಿಂದಾಚಾರ್ಯರು ಅಳಿಯಂದಿರನ್ನು ಒಂದು ಮಾತು ಕೇಳಿಬಿಡೋಣ, ಎಂದು ಒಂದು ಪತ್ರ ಬರೆದಿದ್ದರು. ಆದರೆ, ಪತ್ರಕ್ಕೆ ಜವಾಬೇ ಬಂದಿರಲಿಲ್ಲ.

ಆರನೇ ತಿಂಗಳ ಹತ್ತಿರ ಹತ್ತಿರವಾಗುತ್ತಿದ್ದ ಹಾಗೆ, ಗೋವಿಂದಾಚಾರ್ಯರ ಶ್ರೀಮತಿಯವರು "ಇದೇನ್ರೀ, ಈ ಅಳಿಯಂದಿರು ಪೂಜೆ ಪುನಸ್ಕಾರ ಮಾಡ್ಕೊಂಡ್ರೆ ಹೋಗ್ಲಿ ಅನ್ನಬಹುದು. ಬಸುರಿ ಹೆಂಗಸು ಅಂದರೆ, ಒಂದು ಲಕ್ಷಣ, ನಿಯಮ ಬೇಡ್ವೇ. ಅವರಾಡೋದು ನೋಡಿದ್ರೆ ಅವರೇನು ಜಾನ್ಕೀನ ಇಲ್ಲಿಗೆ ಕಳಿಸ್ತಾರೋ ಇಲ್ಲವೋ ಹೇಳೋದು ಕಷ್ಟ. ನಾಳೆ ಬೆಳಿಗ್ಗೆ ನೀವೇ ಎಸ್ಸೆಲ್ಲೆನ್ನಲ್ಲಿ ನಾಗಮಂಗಲಕ್ಕೆ ಒಂದ್ಸತಿ ಹೋಗಿ ನೋಡಿಕೊಂಡು ಬಂದ್ಬಿಡಿ" ಎಂದು ಗೋಗರೆದುಕೊಂಡಿದ್ದರು. ಯಾಕೋ ಗೋವಿಂದಾಚಾರ್ಯರಿಗೆ ಒಬ್ಬರಿಗೇ ಹೋಗಲು ಮನಸ್ಸು ಬರದೇ ಶ್ರೀಮತಿಯವರಿಗೂ "ನೀನೂ ಬಂದ್ಬಿಡು, ಹೊರಡೋಣವಂತೆ. ಒಬ್ರೆ ಹೋದ್ರೆ ಅಲ್ಲಿ ಏನ್ನೊಂದ್ರೆಯೋ

ಏನ್ಸುಖವೋ" ಎಂದು ಹೇಳಿದ್ದರು. ಸರಿ, ಒಂದು ವಾರ ಕಳೆದು ಚಕ್ಕುಲಿ, ಉಂಡೆ, ತೇಂಗೊಳಲು, ಕೊಬ್ಬರಿ ಮಿಠಾಯಿ ಮಾಡಿಕೊಂಡು ದಂಪತಿಗಳಿಬ್ಬರೂ ಹೊರಟಿದ್ದರು.

ಬಸರಾಳಿನಿಂದ ಎಸ್ಸೆಲ್ಲೆನ್ನಿನಲ್ಲಿ ನಾಗಮಂಗಲಕ್ಕೆ ಹೊರಟರು, ಗೋವಿಂದಾಚಾರ್ಯರು ಮತ್ತು ಅವರ ಶ್ರೀಮತಿಯವರು. ಗೋವಿಂದಾಚಾರ್ಯರು ನಾಗಮಂಗಲಕ್ಕೆ ಹೋಗಬೇಕಾದಾಗೆಲ್ಲ ಟಾಕೀಸಿನ ಸ್ಟಾಪಾದ ಮೇಲೆ, ರಾಘೂ ಹೋಟೆಲಿನ ಹತ್ತಿರ ಒಂದು ರಿಕ್ವೆಸ್ಟ್ ಸ್ಟಾಪ್ ಮಾಡಿಕೊಂಡು ಅಲ್ಲಿ ಒಂದು ಸೆಟ್ಟುದೋಸೆ ಮತ್ತು ಕಾಫಿ ಕುಡಿದ ಮೇಲೆಯೇ ಪುರಪ್ರವೇಶ ಮಾಡುತ್ತಲಿದ್ದುದು. ಆದರೆ, ಈಗ ಮಾಧವರಾಯರು ಅಳಿಯನಾದ ಮೇಲೆ, ಹೀಗೆ ಬಹಿರಂಗವಾಗಿ ಹೋಟೆಲ್ಲಿಗೆ ಹೋಗುವುದಕ್ಕೆ ಅವರಿಗೆ ಹಿಂಜರಿಕೆಯಾಗುತ್ತಿತ್ತು. ಹಾಗೆ ನೋಡಿದರೆ, ಈ ಬಾರಿಯೇ ಅವರು ರಾಘೂ ಹೋಟೆಲ್ಲಿನ ಬಳಿ ನಿಲ್ಲದೇ ಸೀದಾ ದೊಡ್ಡ ಬಸ್ಟಾಂಡಿಗೇ ಹೋಗಿದ್ದು. ಬಸ್ಸು ತಾಲ್ಲೂಕು ಆಫೀಸಿನ ಹತ್ತಿರ ತಿರುಗಬೇಕಾದರೆ, ಹೆಂಡತಿಗೆ ನೀನು ಹೋಗಿರು, ನಾನು ಬರ್ತೀನಿ, ಅಂದು ಹೇಳುವ ಮನಸ್ಸಾದರೂ, ಈಗ ಬಂದಿರುವ ಕಾರ್ಯ ಮಗಳನ್ನು ಬಸರಾಳಿಗೆ ಕರಕೊಂಡು ಹೋಗುವುದು ಅಂದುಕೊಂಡು ಸಮಾಧಾನ ಮಾಡಿಕೊಂಡರು. ದೊಡ್ಡ ಬಸ್ಟ್ಯಾಂಡಿಗೆ ಬೀಗರ್ಯಾರೂ ಬಂದಿಲ್ಲದೇ ಇರುವುದು, ಒಂದು ಸ್ವಲ್ಪ ಅಸಮಾಧಾನವಾದರೂ, ಗೋವಿಂದಾಚಾರ್ಯರ ಶ್ರೀಮತಿಯವರು "ಇರಲಿ, ಹೆಣ್ಣು ಹೆತ್ತೋರು" ಅಂದುಕೊಂಡು ಬಾಯಲ್ಲಿ ಸೆರಗಿಟ್ಟುಕೊಂಡರು. ಅವರಿಗೆ, ಆಗಲೇ ಅಂತಾ ಒಳ್ಳೇ ಮುನ್ಸೂಚನೆಗಳು ಕಂಡಿರಲಿಲ್ಲ.

ಜಾಸ್ತಿ ಮಾತಿಗೆ ಅವಕಾಶ ಕೊಡದಂತೆ, ಮಾಧವರಾಯರು ಹೇಳಿಬಿಟ್ಟಿದ್ದರು. "ಬಸರಾಳಿನಾಗ, ಎಂಥ ಸೌಲಭ್ಯ ಇಲ್ಲ. ನಾಗಮಂಗಲದಾಗ ನಮ್ಮವರೇ ಧನ್ವಂತ್ರಿಯೊಬ್ಬರದಾರ, ಗಂಡ ಹೆಂಡತಿ ಕುಟುಂಬ ಇಡೀ ಧನ್ವಂತ್ರಿಗಳೇ. ಧ. ರಘೋತ್ತಮರಾಯರು ಮತ್ತು ಧ. ಸುಶೀಲಾದೇವಿ ಅಂತ. ಆಯಮ್ಮ ಖರಾ ಹೆಚ್ಚು ಹೆರಿಗೆ ಮಾಡೂದಿಲ್ಲಲ್ಲಾ. ಅದ್ರ, ಮುಟ್ಟಿದ್ದೆಲ್ಲಾ ಗಂಡು ಕೂಸೇ ಆಗ್ತದಂತ. ಮೇಲಾಗಿ ಹೆರಿಗೆ ಮಾಡಿಸೋವ್ರು ನಮ್ಮವರೇ ಆದರ, ಹುಟ್ಟೋ ಮಗು ಎಂತಾ ಕೆಟ್ಟ ನಕ್ಷತ್ರದಲ್ಲಿದ್ರೂ ಅವೆಲ್ಲಾ ಮುಚ್ಚಿಕೊಂಡು ಹೋಗ್ತವ. ಹುಟ್ಟಿತ್ತಕ್ಷಣ ಮಗು ಯಾರನ್ನ ಮುಟ್ತದೆ ಅನ್ನೋದು ಭಾರಿ ಮುಖ್ಯ. ಅದಕ್ಕೇ ರಾಣಿಬೆನ್ನೂರಲ್ಲಿ ಪ್ರತೀ ಮನೀಗ ಒಬ್ಬೊಬ್ಬ್ಳು ಸೂಲಗಿತ್ತೀ ಇರ್ತಿದ್ಳು. ನಂ ದಾದಾವ್ರು ಆಕೀಗ ಮಠದಿಂದ ಮುದ್ರಾಧಾರಣೇನು ಮಾಡಿಸ್ಬೇಕಂತ ಮಠದ ಜತಿ ಮಾತುಕತಿ ನಡೆಸಿದ್ದರು. ಅಂತಾದರಾಗ, ಇಲ್ಲಿ ಆ ಹರಿಯೇ ಕಳಿಸ್ದಂಗ ಅಶ್ವಿನೀ ದೇವತೆಗಳಿದ್ದಂಗ ಇದ್ದಾರ, ಧನ್ವಂತ್ರೀ ದೇವರುಗಳು. ನಾ ನಿಮ್ಮ ಬಸರಾಳ್, ಪಸರಾಳಗೆ ಈಕೀನ್ನ ಕಳಿಸೋ ಪ್ರಶ್ನಾನ ಬರಲ್ಲ" ಎಂದು ಕಡ್ಡಿ ತುಂಡು ಮಾಡಿದಂತೆ ಹೇಳಿ, ತಮ್ಮ ಪಾಡಿಗೆ ತಾವು ದೇವರ ಮನೆ ಸೇರಿಕೊಂಡುಬಿಟ್ಟಿದ್ದರು. ಗೋವಿಂದಾಚಾರ್ಯರಿಗೆ, ಏನು ಮಾತಾಡಲೂ ಗೊತ್ತಾಗದೇ, ಸುಮ್ಮನೇ ಗೋಡೆ ನೋಡುತ್ತಾ ಇದ್ದರು. ಇನ್ನು ಬೀಗರು ತಮ್ಮ ಪ್ರಜಾವಾಣಿಯಿಂದ ಹೊರಗೆ ಬಂದಿರಲಿಲ್ಲ. ಬೀಗಿತ್ತಿಯರಿಬ್ಬರೂ ಒಳಗೆ ಅಡುಗೆ

ಮನೆಯಲ್ಲಿ ಮುಸುಮುಸು ಅಳುತ್ತಾ ಕೂತುಬಿಟ್ಟರು. ಜಾನಕಮ್ಮ ಏನೂ ಮಾತಾಡದೇ, ಊಟ ಮಾಡಿ ಕೈಗೆ ಸಿಕ್ಕ ಪುಸ್ತಕವನ್ನು ಹಿಡಿದು, ಒಳಗೆ ಕೋಣೆ ಸೇರಿ "ಉಸ್ಸಪ್ಪ" ಎಂದು ಮಲಗಿಬಿಟ್ಟರು.

ಸರಿ, ಇನ್ನು ಅಳಿಯಂದಿರನ್ನು ಒಪ್ಪಿಸುವುದು ಆ ಬೇಬಿಯ ಲಕ್ಷ್ಮೀನಾರಾಯಣಸ್ವಾಮಿಗೂ ಸಾಧ್ಯವಿಲ್ಲ, ಅಂದುಕೊಂಡು ಗೋವಿಂದಾಚಾರ್ಯರು ಶ್ರೀಮತಿಯವರನ್ನೊಮ್ಮೆ ಕೇಳಿದ್ದರು. "ನೋಡು, ನಾ ಏನ್ಮಾಡಿದ್ರೂ ಅಷ್ಟೇಯ. ಇವರು ನಂಗಳ ಪಂಗಳ ಮಾತನ್ನ ಕೇಳೋವ್ರೇನಲ್ಲ. ಸುಮ್ಮನೆ ಮಗೂಗೆ ತೊಂದ್ರೆ ಆಗ್ದೆದ್ದ ಹಾಗೆ ಹೆರಿಗೆ ಆದರೆ ಸಾಕು ಅಂತ ನರಸಿಂಹದೇವರ ದೇವಸ್ಥಾನದಲ್ಲಿ ಒಂದು ತೆಂಗಿನ ಕಾಯಿ ಒಡೆಸಿಕೊಂಡು ಹೋಗೋಣ ನಡಿ" ಅಂದರು. ಶ್ರೀಮತಿಯವರು ಒಂದೇ ಸಮನೆ ಅತ್ತಿದ್ದೇ ಬಂತು. ಇವರು ಅತ್ತಿದ್ದಕ್ಕಿಂತ ಜಾಸ್ತಿ ಅವರ ಬೀಗಿತ್ತಿಯವರೇ ಅತ್ತಿದ್ದರು. ಜಾನಕಮ್ಮನವರು ಒಂದೂ ಮಾತಾಡಿರಲಿಲ್ಲ. ಏಳನೇ ತಿಂಗಳಲ್ಲಿ ಒಂದು ದಿನದ ಮಟ್ಟಿಗೆ ಮನೆಗೆ ಕರಕೊಂಡು ಹೋಗಿ ಆರತೀನಾದರೂ ಮಾಡಿಸಿಕೊಂಡು ಬರುತ್ತೀವಿ ಎಂದು ಹೇಳಿದ್ದಾಗೂ ಮಾಧವರಾಯರು ಕೇಳಿರಲಿಲ್ಲ. ಸುಮ್ಮನೇ ಬಂದ ದಾರಿಗೆ ಸುಂಕವಿಲ್ಲವೆಂದು ವಾಪಸ್ಸು ಎಸ್ಸೆಲ್ಲೆನ್ನನ್ನು ಹಿಡಕೊಂಡು ದಂಪತಿಗಳಿಬ್ಬರೂ ಮನೆ ಸೇರಿಕೊಂಡಿದ್ದರು.

ದಿನ ಕಳೆಯುತ್ತಾ ಹೋಯಿತು. ಜಾನಕಮ್ಮನವರನ್ನು ನೋಡಿದರೆ, ಬಸಿರು ಬಹಳ ಬಲಿತಿದೆ ಅನ್ನಿಸುತ್ತಿತ್ತು. ಈ ನಡುವೆಯಂತೂ ಅವರಿಗೆ ಕೂತಲ್ಲಿ ಕೂರುವುದಕ್ಕೆ ಆಗುತ್ತಿರಲಿಲ್ಲ, ನಿಂತಲ್ಲಿ ನಿಲ್ಲಲಾಗುತ್ತಿರಲಿಲ್ಲ. ಆಚೀಚೆ ಮನೆಯವರು ಅವರನ್ನು ನೋಡಿ "ಇವಳು ಆ ಭೀಮಸೇನನನ್ನೇ ಹಡಿತಾಳೋ ಏನೋ, ಮಹಾತಾಯಿ" ಎಂದಂದುಕೊಂಡಿದ್ದರು. ಆದರೆ ಮಾಧವರಾಯರು ಯಾವಾಗಲೋ ಏಕಾಂತದಲ್ಲಿದ್ದಾಗ ಜಾನಕಮ್ಮನವರನ್ನು ನೋಡಿ, ಇದು ಗಜಗರ್ಭ ಎಂದು ಒಂದು ಕ್ಷಣ ದೇವರ ಮನೆಗೆ ಹೋಗಿ ಕೂತು ಪುರುಷಸೂಕ್ತ ಹೇಳಿ ಬಂದಿದ್ದರು. ಆದರೂ ಏನೋ ಅನುಮಾನ ತಡೆಯಲಾರದೇ ಸರಕಾರೀ ಪಾಳಯಕ್ಕೆ ಒಮ್ಮೆ ಕರಕೊಂಡು ಹೋಗಿ ಬಂದಿದ್ದರು.

ಆಗಿನ್ನು ನಾಗಮಂಗಲದಲ್ಲಿ ಕಣ್ಣುಗಳಿಂದ ಮಾತ್ರ ನೋಡುವಷ್ಟು ವೈದ್ಯಕೀಯ ಮುಂದುವರೆದಿತ್ತು. ಕಣ್ಣುಗಳೆರಡಿದ್ದರೆ ಧನ್ವಂತ್ರಿಗಳು ದೇಹದ ಒಳಗೂ ನೋಡಿಬಿಡುತ್ತಾರೆ ಎನ್ನುವ ಪ್ರತೀತಿಯಿತ್ತು. ಜಾನಕಮ್ಮನವರನ್ನು ನೋಡಿದ ಹೆಣ್ಣು ಧನ್ವಂತ್ರಿ ಧ. ಸುಶೀಲಾದೇವಿಯವರು "ಇದೇನೋ ಸ್ವಲ್ಪ ಕಷ್ಟದ್ದು ಅನ್ನಿಸುತ್ತೆ. ಒಂದ್ಸರ್ತಿ ದೊಡ್ಡವ್ರದ್ದು ಒಂದು ಅಭಿಪ್ರಾಯ ತಗೋಳೋದು ಒಳ್ಳೇದು ಅನ್ನಿಸುತ್ತೆ" ಅಂದು ತಮಗಿಂತ ದೊಡ್ಡ ಧನ್ವಂತ್ರಿಯಾದ ಧ. ರಘೋತ್ತಮರಾಯರನ್ನು ಕೇಳಿದರು. ಆತ ನೋಡಿ ಹೊಟ್ಟೆಯ ಮೇಲಿಂದ ಕೆಳಗಿನ ತನಕ ಕೈಯಾಡಿಸಿ ಒಂದು ಕ್ಷಣ ಬೆವರಿ "ಒಂದೆರಡು ತಲೆಗಳೂ, ಒಂದ್ಹೈದಾರು ಕೈಕಾಲುಗಳೂ ಕೈಗೆ ಸಿಕ್ಕುತ್ತಾ ಇದಾವೆ. ನೀವು ಮಂಡ್ಯಕ್ಕೋ ಮೈಸೂರಿಗೋ ಹೋಗಿ ಬರೋದು ಒಳ್ಳೇದು." ಅಂದಿದ್ದರು, ಮಾಧವರಾಯರನ್ನು ನೋಡುತ್ತಾ. ತಮ್ಮ ಮನೆಯವರಾದ ಇನ್ನೊಂದು ಅಶ್ವಿನಿ ದೇವತೆಯನ್ನು ನೋಡುತ್ತಾ "ಮಲ್ಟಿಪಲ್ ಪ್ರೆಗ್ನನ್ಸಿ" ಎಂದಿದ್ದರು.

ಮಾಧವರಾಯರು ಏನೇ ಮಾಡಿದರೂ ನಾಗಮಂಗಲದಿಂದ ಹೊರಗೆ ಹೆಂಡತಿಯನ್ನು ಕರೆದುಕೊಂಡು ಹೋಗುವುದಕ್ಕೆ ಒಪ್ಪಲಿಲ್ಲ. "ಎರಡಲ್ಲ, ಹತ್ತಿದ್ದರೂ ಪರವಾಗಿಲ್ರೀ. ನಿಂ ಮ್ಯಾಗೆ ನಮ್ಗೆ ಪೂರ ನಂಬಿಕೆ ಇದೆ. ನೀವಿಬ್ಬರೂ ಸೇರಿ ನಮ್ಮಾಕೇನಾ ಮತ್ತು ಮಕ್ಕಳನ್ನ ಉಳಿಸ್ಬೇಕ್ರೀ" ಎಂದು ಹೇಳಿ, ಮಾಧವರಾಯರು ಧನ್ವಂತ್ರೀ ದಂಪತಿಗಳಿಗೆ ಮನೆಗೆ ಕರೆದು ಊಟ ಹಾಕಿಸಿ, ಫಲ ತಾಂಬೂಲ ಕೊಟ್ಟು ಕಳುಹಿಸಿದ್ದರು.

ಮಾಧವರಾಯರು ನಂಬಿದ ಆ ರಾಯರ ಶಕ್ತಿಯೋ ಅಥವಾ ಉಳಿದ ಬಸರಾಳಿನವರೆಲ್ಲಾ ನಂಬಿದ್ದ ನಾಗಮಂಗಲದ ಯೋಗಾನರಸಿಂಹಸ್ವಾಮಿಯ ವರವೋ ಏನೋ ಇಬ್ಬರೂ ಧನ್ವಂತ್ರಿಗಳೂ ಸೇರಿ ಈ ಮಹಾಪ್ರಸವವನ್ನು ಪೂರೈಸಿದ್ದರು. ಜಾನಕಮ್ಮನವರ ಗರ್ಭಾಶಯದಿಂದ ಒಂದಕ್ಕೊಂದು ಸ್ಪರ್ಧಿಸುತ್ತಲೇ ಎಂಟು ನಿಮಿಷಗಳ ಅಂತರದಲ್ಲಿ ನಾಗಮಂಗಲದ ಸರಕಾರೀ ಆಸ್ಪತ್ರೆಯಲ್ಲಿ ಶ್ರೀಧರ, ರಶ್ಮಿ ಅನ್ನೋ ಅವಳಿಗಳು ಜ್ಯೇಷ್ಠಾ ನಕ್ಷತ್ರದಲ್ಲಿ ಹುಟ್ಟಿದವು. ಮೊದಲು ಹುಟ್ಟಿದ್ದು ರಶ್ಮಿ. ಅಮ್ಮ ಜಾನಕಮ್ಮನ ಭಯಂಕರ ನರಳಾಟ ಮತ್ತು ಸೂಲಗಿತ್ತಿಯರ "ಸರಿಯಾಗಿ ಮುಕ್ಕಮ್ಮೋ"ಗಳ ನಡುವೆ ಅಪ್ಪ ಮಾಧವರಾಯರಿಂದ "ಓ ಇದು ಹೆಣ್ಣು" ಎನ್ನುವ ಉದ್ಗಾರವನ್ನು ಕೇಳುತ್ತಲೇ ತನ್ನ ಮೊದಲ ಅಳುವನ್ನು ಕೊಟ್ಟಳು. ಸರಿಯಾಗಿ ಎಂಟು ನಿಮಿಷಗಳ ನಂತರ ಹುಟ್ಟಿದ ಶ್ರೀಧರ ತನ್ನ ಪೃಷ್ಠವನ್ನು ಮುಂದು ಮಾಡಿ ಹೊರ ಬಂದನೆಂದು ಆ ಆಸ್ಪತ್ರೆಯ ಮಂದಿ ಬಹಳ ದಿನಗಳ ಕಾಲ ಹೇಳುತ್ತಲೇ ಇದ್ದರಂತೆ. ಮಗುವಿನ ಮುಖ ನೋಡುವ ಮೊದಲೇ ಪೃಷ್ಠವನ್ನೆತ್ತಿ ನಡುವೆ ಮಿಣಿಮಿಣಿ ಎನ್ನುತ್ತಿದ್ದ ಪುಟ್ಟ ಶಿಶ್ನವನ್ನು ನೋಡಿ ಹೆರಿಗೆ ಮಾಡುತ್ತಿದ್ದ ರಘೋತ್ತಮರಾಯರು 'ವಾವ್, ಇದು ಗಂಡು' ಎಂದಾಗಲೇ, ಮಾಧವರಾಯರ ಮುಖದಲ್ಲಿ ನಗು ಕಂಡದ್ದಂತೆ.

ಈ ಧನ್ವಂತ್ರಿಗಳಿಬ್ಬರೂ ಅವರ ಜನ್ಮದಲ್ಲಿಯೇ ಮೊದಲ ಬಾರಿಗೆ ಆ ಅವಳೀ ಹೆರಿಗೆ ಮಾಡಿಸಿದ್ದು. ಇವರ ಗ್ರಹಚಾರಕ್ಕೆ ಶ್ರೀಧರ ಹುಟ್ಟಿದಾಗ ಒಂದು ನಾಲ್ಕು ನಿಮಿಷ ಅಳಲೇ ಇಲ್ಲ. ತೀರ ಬಿಳಿಚಿಕೊಂಡಿದ್ದ. ಇದಕ್ಕೆ ವ್ಯತಿರಿಕ್ತವಾಗಿ ರಶ್ಮಿ ಕೆಂಪಗೆ ಗುಂಡುಗುಂಡಾಗಿದ್ದಳು. ಶ್ರೀಧರನನ್ನು ಹೊಡೆದು, ಬಡಿದು, ಕಾಲುಜ್ಜಿ ಉಸಿರಾಡಿಸಿದ ಮೇಲೆಯೇ ಸೂಲಗಿತ್ತಿಯರೂ ಮತ್ತು ಇಬ್ಬರೂ ಧನ್ವಂತ್ರಿಗಳೂ ತಾವೂ ನಿರಾಳವಾಗಿ ಉಸಿರಾಡಿದರು. ಇದ್ದಕ್ಕಿದ್ದ ಹಾಗೆ, ಏನೋ ಜ್ಞಾನೋದಯವಾದಂತೆ ಹೊರಗೆ ಬಂದು ತಲೆ ಕೆರೆದುಕೊಳ್ಳುತ್ತಾ 'ಇದು ಟ್ವಿನ್ ಟ್ರಾನ್ಸ್‌ಫ್ಯೂಶನ್ ಸಿಂಡ್ರೋಂ' ಇದ್ದಿರಬಹುದೇ ಎಂದು ತಮ್ಮ ಕುಟುಂಬದ ಜತೆ ಸ್ವಲ್ಪ ಚರ್ಚಿಸಿ ನಂತರ ಬಂದು ಮಾಧವರಾಯರ ಹತ್ತಿರ "ಅವಳಿ ಮಕ್ಕಳಾದಾಗ ಒಂದೇ ಪ್ಲಾಸೆಂಟ ಅಂದರೆ ಮಗು ಹುಟ್ಟಿದ ಮೇಲೆ ಬರೋ ಕಸ ಇದ್ಯಲ್ಲ ಅದು, ಅದನ್ನು ಹಂಚ್ಕೊಂಡು ಹುಟ್ಟಿದರೆ ಒಂದು ಮಗುವಿನ ರಕ್ತ ಇನ್ನೊಂದು ಮಗುವಿಗೆ ಹೋಗಿ ಸ್ವಲ್ಪ ತೊಂದರೆ ಆಗಬಹುದು. ಇದು ನೋಡಿದರೆ ಮೈಲ್ಡ್ ಕೇಸನ್ನಿಸುತ್ತೆ" ಅಂದಿದ್ದರು.

ಆದರೆ, ಅರ್ಧಗಂಟೆಯ ನಂತರ, ಧ. ರಘೋತ್ತಮರಾಯರು ಒಳಗೆ ಹೋಗಿ ಕೈಕಾಲು ತೊಳೆದುಕೊಂಡು ಅಲ್ಲೇ ಆಸ್ಪತ್ರೆಯಲ್ಲೇ ಇದ್ದ ಒಂದು ಸ್ನಾನದಮನೆಯಲ್ಲಿ ಸ್ನಾನ

ಮಾಡಿ, ಗಾಯತ್ರೀ ಮಂತ್ರ ಹೇಳಿಕೊಳ್ಳುತ್ತಾ ಹೊರಗೆ ಬಂದಾಗ ಎರಡೂ ಮಕ್ಕಳ ಜತೆ ಎರಡು 'ಕಸ' ಹೊರಗೆ ಬಂದಾಗ ತಮ್ಮ ಈ ಜ್ಞಾನವನ್ನು 'ಅಪ್‌ಡೇಟ್' ಮಾಡಿಕೊಳ್ಳಬೇಕೆಂತೆನಿಸಿ ಹೋಗಿ ದೊಡ್ಡ ದೊಡ್ಡ ಧನ್ವಂತರೀ ಕೋಶಗಳನ್ನು ತೆಗೆದು ನೋಡಿದಾಗ "ಅವಳಿಗಳು ಬೇರೆ ಲಿಂಗದ್ದಾದಾಗ ಅವುಗಳ ಕ್ರಮವಾದ 'ಕಸಗಳು' ಬೇರೆಯಾಗಿಯೇ ಇರುತ್ತವೆ. ಆದ್ದರಿಂದ ಈ ಅವಳಿಗಳ ನಡುವೆ ರಕ್ತ ಹಂಚಿಕೊಳ್ಳುವ ಸಂದರ್ಭ ಇರುವುದೇ ಇಲ್ಲ" ಎಂದಿತ್ತು. ಆ ರಘೋತ್ತಮರಾಯರ ವಿಷಯದಲ್ಲಿ ಆತ ಕಂಡ ವೈದ್ಯಕೀಯದಲ್ಲಿ ಪೂರ ನೂರಕ್ಕೆ ನೂರು ಸತ್ಯ ಇದೊಂದು ಮಾತ್ರವಾಗಿತ್ತು. ಎಲ್ಲೋ ಶೇಕಡಾ ಒಂದೆರಡು ಕೇಸುಗಳಲ್ಲಾದರೂ ಆ 'ಕಸ'ವನ್ನು ಬೇರೆ ಲಿಂಗಗಳಾಗಿದ್ದರೂ ಹಂಚಿಕೊಳ್ಳಬಹುದೇನೋ ಎಂದು ಪುಸ್ತಕವನ್ನು ತಿರುತಿರುವಿ ಹಾಕಿದ್ದರು. ಆದರೆ, ಉಹ್ಞೂ... ಇದೊಂದು ಮಾತ್ರ ನೂರಕ್ಕೆ ನೂರು ಸತ್ಯವಾಗಿತ್ತು. ಆದರೆ, ಒಂದು ಅನಾಹುತವಾಗಿ ಹೋಗಿತ್ತು. ರಘೋತ್ತಮರಾಯರು ತಮ್ಮ ರೆಫರೆನ್ಸ್, ಕ್ರಾಸ್ ರೆಫರೆನ್ಸ್ ಎಲ್ಲ ಮುಗಿಸಿ ಹೊರಬಂದು ಮಾಧವರಾಯರ ಮತ್ತು ಜಾನಕಮ್ಮನವರ ಹತ್ತಿರ ತನ್ನ ತಪ್ಪನ್ನು ತಿದ್ದಿಕೊಳ್ಳುವ ಹೊತ್ತಿಗೆ "ಎರ್ಡೂ ಮಕ್ಳೂ ಆರಾಮಿವೆ. ಹೆಣ್ಣಾಕಿ ಗಂಡಿಂದ ರಕ್ತ ಹೀರಿದ್ರಿಂದ ಗಂಡು ಕೂಸು ಸ್ವಲ್ಪ ಪೀಚಾಗಿದೆ. ಆದರೆ, ತೊಂದ್ರ ಏನೂ ಇಲ್ಲ ಅಂತ ವೈದ್ಯಾರು ಹೇಳ್ಯಾರೆ" ಎಂದು ನಾಗಮಂಗಲದಿಂದ ರಾಣಿಬೆನ್ನೂರು, ಬಸರಾಳು ಮತ್ತು ಬೆಂಗಳೂರಿನ ತನಕ ಟೆಲಿಗ್ರಾಮು ಮತ್ತು ಟ್ರಂಕ್‌ಕಾಲುಗಳ ಮೂಲಕ ಎಲ್ಲಾ ಕಡೆ ಹರಡಿಬಿಟ್ಟಿತ್ತು.

* * * * *

ಮಕ್ಕಳು ದೊಡ್ಡೋರಾಗುತ್ತಾ ಬಂದವು. ಶ್ರೀಧರ ಸ್ವಲ್ಪ ಬಿಳಿಚಿಕೊಂಡೇ ಬೆಳೆದ. ರಶ್ಮಿ ಕೆಂಪುಕೆಂಪಗೆ, ಗುಂಡುಗುಂಡಗೆ ಬೆಳೆಯುತ್ತಿದ್ದಳು. ದೊಡ್ಡೋರಾಗುತ್ತಾ ಆಗುತ್ತಾ ರಶ್ಮಿ ತನ್ನನ್ನು ಆಲ್ಮೋಸ್ಟ್ ಕೊಲೆಪಾತಕಿ ಅಂದುಕೊಂಡೇ ಬೆಳೆದಳು. ನಾಗಮಂಗಲದ ಧ. ರಘೋತ್ತಮರಾಯರು ಮಾಡಿದ ಒಂದೇ ಒಂದು ಸಣ್ಣ ತಪ್ಪಿನಿಂದ ಆಕೆ ತಾನು ಶ್ರೀಧರನ ರಕ್ತ ಹೀರಿ ಬದುಕಿದಾಕೆ ಅನ್ನುವ ನಂಬಿಕೆಯನ್ನು ಬೆಳೆಸಿಕೊಂಡಿದ್ದಳು. ಇಷ್ಟಾಗಿ ರಘೋತ್ತಮರಾಯರು ಅಂತಾ ಮಾಡಬಾರದ ತಪ್ಪೇನೂ ಮಾಡಿರಲಿಲ್ಲ. ನಾಗಮಂಗಲದಲ್ಲಿ ಹೆಪ್ಪುಗಟ್ಟಿದ್ದ ಅವರ ವೈದ್ಯದ ನಡುವೆ ಅವರಿಗೆ "ಟ್ವಿನ್ ಟ್ರಾನ್ಸ್‌ಫ್ಯೂಶನ್ ಸಿಂಡ್ರೋಂ" ಅನ್ನುವ ಪದ ನೆನಪಿನಲ್ಲಿದ್ದುದೇ ದೊಡ್ಡದು. ಆದರೆ ಅದು ಒಂದು ಗಂಡು ಮತ್ತು ಹೆಣ್ಣು ಅವಳಿಗಳ ನಡುವೆ ಆಗಲಾರದು ಅನ್ನುವುದನ್ನು ಆತ ಮರೆತುಬಿಟ್ಟಿದ್ದರು. ಆದರೆ ಮತ್ತೆ ತಿದ್ದಿದರೂ ಏನೂ ಉಪಯೋಗವಿಲ್ಲವೆಂದು ತಿಳಿದು, ಸುಮ್ಮನಿದ್ದುಬಿಟ್ಟಿದ್ದರು.

ಇಷ್ಟರ ನಡುವೆ ಶ್ರೀಧರ ಎಂಟು ವರ್ಷದವನಿದ್ದಾಗ ಮಾಧವರಾಯರ ಪ್ರಕಾರ ಒಂದು ಆಗಬಾರದ್ದು ಆಗಿಹೋಯಿತು. ಒಂದು ದಿನ ಶ್ರೀಧರ ಮನೆಗೆ ಬಂದವನೇ ಜಾನಕಮ್ಮನವರಿಗೆ "ಅಮ್ಮ ನನಗೆ ಉಚ್ಚೆ ಹುಯ್ಯಕ್ಕೆ ಆಗೋದಿಲ್ಲ" ಎಂದು ಹೇಳಿದ್ದ.

ಜಾನಕಮ್ಮನವರ ಬಳಿ ಎಂಟು ವರ್ಷದ ಮಗನ ಈ ಸಮಸ್ಯೆಗೆ ಪರಿಹಾರವಿರಲಿಲ್ಲ. ಸುಮ್ಮನೆ ಒಂಚೂರು ಕೊಬ್ಬರಿ ಎಣ್ಣೆಯನ್ನು ಕೊಟ್ಟು "ಮರೀ, ಇದನ್ನು ಚೆನ್ನಾಗಿ ನೀವಿಕೋ, ಸರಿಹೋಗುತ್ತೆ" ಎಂದು ಹೇಳಿದ್ದರು. ಆದರೆ, ಶ್ರೀಧರ ಏನು ಮಾಡಿದರೂ ಅದು ಸರಿ ಹೋಗಲೇ ಇಲ್ಲ. ರಾತ್ರಿಯೆಲ್ಲಾ ಮೂತ್ರ ಮಾಡಲಾಗದೇ ಒದ್ದಾಡಲು ಹತ್ತಿದ. "ಅಮ್ಮ, ಉಚ್ಚೆ ಮಾಡಿದ್ರೆ, ಮುಂದೆ ಪೀಪೀ ತರ ಊದ್ಕೊಳ್ಳತ್ತೆ. ಪೂರಾ ಬರಲ್ಲ" ಎಂದು, ಗೋಳೋ ಎಂದು ಅಳಹತ್ತಿದ್ದ. ಜಾನಕಮ್ಮನವರಿಗೆ ಏನು ಮಾಡಲೂ ಗೊತ್ತಾಗದೇ, ತಡೆಯಲಾರದೇ ಮಾಧವರಾಯರಿಗೆ ಹೇಳಿದ್ದರು. ಮಾಧವರಾಯರು ಅಂದೇ ಸ್ಕೂಲಿನಿಂದ ಬರುತ್ತಾ ರಘೋತ್ತಮರಾಯರಿಗೆ ಮಗನನ್ನು ಕರಕೊಂಡು ಹೋಗಿ ತೋರಿಸಿದ್ದಕ್ಕೆ ಧ. ರಘೋತ್ತಮರಾಯರು ಪೂರಾ ಪರೀಕ್ಷೆ ಮಾಡಿ ಮತ್ತೆ ತಪ್ಪು ಮಾಡಬಾರದೆಂದು ಒಳಗೆ ಹೋಗಿ ತಮ್ಮ ಧನ್ವಂತ್ರೀ ವಿಶ್ವಕೋಶಗಳನ್ನು ಬಾರಿಬಾರಿ ಮಗುಚಿಹಾಕಿ, ಮಾಧವರಾಯರಿಗೆ ಶ್ರೀಧರನ ಸಮಸ್ಯೆಗೆ ಪರಿಹಾರ ಹೇಳಿದರು. "ರಾಯ್ರೇ, ಕೂಸಿಂದು ಒಂಚೂರು ಚರ್ಮ ಜಾಸ್ತಿ ಅದ. ಮೂತ್ರ ಮಾಡಿದ್ರ ಬರೀ ಅದ್ರಾಗ ತುಂಬ್ಕೊಂಡೂ ಹೊರಗೆ ಬರಾಕ್ ತ್ರಾಸಾಗ್ತಾ ಐತಿ. ಇದೇನು ಭಾರಿ ಸಮಸ್ಯೇ ಅಲ್ಲ. ಒಂದು ಸಣ್ಣ ಆಪರೇಷನ್ ಮಾಡಿದ್ರ ಎಲ್ಲಾ ಸರಿ ಹೋಯ್ತು ಅಂತ ಮಾಡ್ರಿ. ಮುಂದಿನ ತೊಗಲನ್ನು ಒಂಚೂರು ಕತ್ತರಿಸ ಬೇಕಾಗ್ತದ. ಮಾಡಿಬಿಡೋಣ, ಹೇಳ್ರೀ" ಅಂದರು. ಮಾಧವರಾಯರಿಗೆ ರಘೋತ್ತಮರಾಯರ ಮೇಲೆ ಅಪಾರ ವಿಶ್ವಾಸ. ಅದಲ್ಲದೆ, ಶ್ರೀಧರ ಒದ್ದಾಡೋದು ನೋಡೋಕೆ ಆಗದೆ, "ಸರಿ, ವೈದ್ಯರ, ಅದೇನು ಮಾಡ್ತೀರ, ಮಾಡಿಬಿಡ್ರಲ" ಅಂದು ಹೇಳಿ ಆಪರೇಷನ್ ಮಾಡಿಸಿಯೇ ಬಿಟ್ಟಿದ್ದರು.

ಆದರೆ, ಆಪರೇಷನ್ ಮಾಡಿಸಿದ ಮೇಲೆ, ಶ್ರೀಧರನಿಗೆ ಒಂದ್ನಾಲ್ಕು ದಿನ ಚಡ್ಡಿ ಹಾಕುವುದಕ್ಕೆ ಆಗಿರಲಿಲ್ಲ. ಜಾನಕಮ್ಮನವರು ಎಲ್ಲಾ ಮಾಡಲು ಶ್ರೀಧರ ದೊಡ್ಡ ಹುಡುಗನಾಗಿದ್ದ. ನಿರ್ವಾಹವಿಲ್ಲದೆ ಮಾಧವರಾಯರೇ ಒಂದು ಮುಂಡು ಪಂಚೆಯನ್ನು ಮಗನಿಗೆ ಸುತ್ತುತ್ತಿರುವಾಗ, ಆಪರೇಷನ್ ಆಗಿದ್ದ ಜಾಗ ಕಣ್ಣಿಗೆ ಬಿದ್ದುಬಿಟ್ಟಿತ್ತು. ನೋಡಿದರೆ, ಎಲ್ಲ ಬೋಳು, ಬೋಳು, ಸಾಫು ಸಪಾಟು. ನೋಡಿ ಎದೆ ಧಸಕ್ಕೆಂದಿತು, ಮಾಧವರಾಯರಿಗೆ. ಇದ್ದ ಒಬ್ಬ ಮಗನನ್ನು ಹೋಗಿ ಜಾತಿ ಕೆಡಿಸಿದರಲ್ಲ, ಈ ಧನ್ವಂತ್ರೀ ಸೂಳೇಮಗ ಎಂದು ಬಯ್ದುಕೊಂಡರು. ಜಾನಕಮ್ಮನ ಕರೆದು "ಏ, ಇವ್ಳೇ, ಆ ರಘೋತ್ತ್‌ಮರಾಯರು ಎಂತ ಮಾಡಿಕೂಡ್ಸಿದ್ರಲ್ಲೇ ನಂ ಕೂಸಿನ್ನ, ನಾವೇ ಇನ್ನೂ ಚಂಡಿಕಿ, ಉಪನಯನ ಅಂತ ಏನೂ ಮಾಡಿಲ್ಲ. ಈತ ಇದಕ್ಕ ಹೋಗಿ ತುರುಕ್ರ ಉಪನಯನ ಮಾಡಿದ್ರಲ್ಲೇ, ಹರೀ ಇನ್ನೂ ಏನು ನೋಡ್ಬೇಕೋ. ಇರೋ ಒಬ್ಬ್ ಮಗನ್ನ ಜಾತಿ ಕೆಡಿಸಿದ್ರಲ್ಲ. ಈ ಲೌಡೀಮಗಂಗೂ ಸೊಲ್ಪಾನಾದ್ರೂ ತಡ್ಕಳಾಕೆ ಶಕ್ತೀ ಇಲ್ಲ. ಒಂದೆರಡು ಬಾರಿ ಉಚ್ಚೆ ಹೊಯ್ಯಕ್ಕೆ ಆಗ್ಲಿಲ್ಲ ಅಂದರ ಯಾರು ಆಪರೇಷನ್ ಮಾಡಿಸ್ತಾರ. ಮುಖ್ಯ ತಡಕೊಳ್ಳ ಶಕ್ತೀ ಇರಬೇಕು. ನಿಂದೂ ಅತೀನ." ಎಂದು ಹೆಂಡತಿಯನ್ನು ಬಯ್ದಿದ್ದರು. ಜಾನಕಮ್ಮನವರು ಕುಮಾರಕಂಠೀರವನನ್ನು ಒಮ್ಮೆ ನೋಡಿ "ಶಿವ, ಶಿವ" ಎಂದು ನಾಲಿಗೆ

ಕಚ್ಚಿಕೊಂಡರು. ನಂತರ ಮಾಧವರಾಯರೇ ಅಳುತ್ತಿದ್ದ ಶ್ರೀಧರನನ್ನು ನೋಡಿ "ಪಾಪ, ಈ ಕೂಸಿನ್ನ ಬಯ್ದರೆ ಏನ್ಬಂತು. ಈತನ ರಕ್ತಾನೆಲ್ಲ ಹುಟ್ದಾಗೇ ಹೀರ್ಕಂಡ್ಹಳ್ಲಲ್ಲ, ಆ ಪೂತನಿ, ಅದರ ಸಲುವಾಗಿ ಇರೋ ಒಬ್ಬ ಮಗಂಗ ಏನೂ ಕುಯ್ಸಬೇಕಾಯ್ತು." ಎಂದು ಹೋಗಿ, ರಶ್ಮಿಗೆ ನಾಲ್ಕು ಏಟು ಬಿಟ್ಟೇ ಬಿಟ್ಟರು.

ಮಾಧವರಾಯರು ಹೋಗಿ ಧ. ರಘೋತ್ತಮರಾಯರನ್ನು "ಅಲ್ರೀ ವೈದ್ಯರ, ನೀವು ಇಂತಾ ಆಪರೇಷನ್ ಮಾಡ್ತೀರಿ ಅಂತ ನನಗೆ ಮೊದಲ ಹೇಳೂದಲ್ಲನೂ. ಇರೋ ಒಬ್ಬ ಮಗ ಹಿಂಗ ಸಪಾಟ ಕುಂತರ ನಂಗ ಸಂಸ್ಕಾರ ಮಾಡೋನು ಯಾರದಾರ? ಅಂಗಾರಿರಲಿ ಬಿಡಿ, ನಂ ಜನಾಂಗಾನೇ ಒಪ್ಪದಹಂಗ ಮಾಡ್ಬಿಟ್ರಲ್ರೀ. ಇನ್ನು ನಾಳಿ ಇವನ ಉಪನಯನ ಮತ್ತು ಲಗ್ನ ಇವನ್ನೆಲ್ಲಾ ಹೆಂಗ್ರೀ ಮಾಡೂದ?" ಎಂದು ದಬಾಯಿಸಿ ಬಂದಿದ್ದರು. ರಘೋತ್ತಮರಾಯರು ಇದರಿಂದ ಯಾವುದೇ ತೊಂದರೆ ಆಗೋದಿಲ್ಲ ಎಂದು ಕಷ್ಟಪಟ್ಟು ವಿವರಿಸಿ ಹೇಳಲು ಪ್ರಯತ್ನಿಸಿದ್ದರು. ಎಷ್ಟು ಅರ್ಥ ಆಯಿತೋ ಬಿಟ್ಟಿತ್ತೋ, ಒಟ್ಟು ಇನ್ನು ಏನು ಹಾರಾಡಿದರೂ ಉಪಯೋಗವಿಲ್ಲ ಎಂದು ಮಾಧವರಾಯರು ಕೊನೆಗೆ "ನಂ ಶ್ರೀಧರ ಭಾಳ ಸುಸ್ತಿನ ಮನುಷ್ಯ ಅಲ್ಲ. ಅದ್ರಿಂದ ಏನಾರ ಹಿಂಗಾಗ್ತದೇನ್ರೀ" ಎಂದು ಕೇಳಿದ್ದರು. ರಘೋತ್ತಮರಾಯರು "ಹಂಗೇನಿರ್ಲಿಕ್ಕಿಲ್ಲ ಬಿಡ್ರಿ" ಎಂದು ಒಂಚೂರು ಅನುಮಾನದಿಂದ ಹೇಳಿದ್ದರು. ರಘೋತ್ತಮರಾಯರಿಗೆ ಇತ್ತೀಚೆಗೆ ಯಾವುದನ್ನೂ ಪೂರಾ ಗ್ಯಾರಂಟಿಯಾಗಿ ಹೇಳಲು ಹೆದರಿಕೆಯಾಗುತ್ತಿತ್ತು. ಮನಸ್ಸಿನಲ್ಲಿ ಈ ಅವಳಿ ಮಕ್ಕಳ ರಕ್ತ ಪರಿಚಲನೆಯ ಬಗ್ಗೆ ತಪ್ಪು ಹೇಳಿ ತೊಂದರೆಗೆ ಸಿಕ್ಕಿಹಾಕಿಕೊಂಡಿದ್ದರು. ಆದರೆ, ಊರಲ್ಲಿ ತಮ್ಮ ಮೇಲಿದ್ದ ನಂಬಿಕೆಯನ್ನು ಉಳಿಸಿಕೊಳ್ಳಲು ತಮ್ಮ ತಪ್ಪನ್ನು ಒಪ್ಪಿಕೊಳ್ಳಲಾಗದ ಒಂದು ಸಂದಿಗ್ಧದಲ್ಲಿ ಅವರು ಸಿಕ್ಕಿ ಹಾಕಿಕೊಂಡಂತಾಗಿತ್ತು. ಆಗಾಗ್ಗೆ ಮಾಧವರಾಯರು ಒಬ್ಬರೇ ಸಿಕ್ಕಾಗ, ತಮ್ಮ ತಪ್ಪನ್ನು ಸೂಚ್ಯವಾಗಿ ಒಪ್ಪಿಕೊಳ್ಳಲು ಪ್ರಯತ್ನವನ್ನೇನೋ ಮಾಡಿದ್ದರು. ಆದರೆ, ಮಾಧವರಾಯರ ಮನಸ್ಸಿನಲ್ಲಿ ಈ ಅನುಮಾನ ಪರಿಹಾರವಾಗಲೇ ಇಲ್ಲ. ಈ "ಹಂಗೇನಿರ್ಲಿಕ್ಕಿಲ್ಲ, ಬಿಡಿ" ಅನ್ನುವ ಉತ್ತರ ಮಾಧವರಾಯರಿಗೆ ಯಾವ ಸಮಾಧಾನವನ್ನೂ ಕೊಟ್ಟಿರಲಿಲ್ಲ.

* * * * *

ಎದುರುಗಡೆ ಮನೆಯ ಸುಬ್ಬಾಶಾಸ್ತ್ರಿಗಳ ಮಗ ನಾಗೇಶ, ರಶ್ಮಿಗಿಂತ ಸುಮಾರು ನಾಲ್ಕು ವರ್ಷ ದೊಡ್ಡವನು. ನೋಡಲು ಚೆನ್ನಾಗಿದ್ದ. ತಲೆಗೂದಲನ್ನು ಎತ್ತಿ ಬಾಚುತ್ತಿದ್ದ. ಹದಿನಾಲ್ಕನೇ ವಯಸ್ಸಿಗೇ ಮೀಸೆಯನ್ನೂ ದಿನಾ ಶೇವ್ ಮಾಡುತ್ತಿದ್ದ. ಕಷ್ಟವಾದರೂ ಸರಿಯೇ, ಯಾವಾಗಲಾದರೂ ಮಂಡ್ಯಕ್ಕೆ ಹೋದಾಗ, ಅಮಿತಾಬ್ ಬಚ್ಚನ್‌ನ ಚಿತ್ರಗಳನ್ನು ಮಾತ್ರ ನೋಡುತ್ತಿದ್ದ. ಹೆಚ್ಚೆಂದರೆ, ನಾಗಮಂಗಲದ ವೆಂಕಟೇಶ್ವರಕ್ಕೆ ಒಂದೇ ದಿನಕ್ಕೆ ಬರುವ ಹಿಂದಿ ಚಿತ್ರಗಳನ್ನು ನೋಡುತ್ತಿದ್ದ. ಕದ್ದು ಸಿಗರೇಟು ಸೇದುತ್ತಾನೆಂದು ಪಕ್ಕದ ಬೀದಿಯ ಹುಡುಗರು ಹೇಳುತ್ತಿದ್ದರಂತೆ. ರಶ್ಮಿಯ ಕ್ಲಾಸಿನ ಪಂಕಜ, ಪಾರ್ವತಿ, ಲಲಿತಾಂಬಾ, ಭ್ರಮರಾಂಬರೆಲ್ಲರಿಗೂ ನಾಗೇಶ ಹೃದಯದಲ್ಲಿ ಕಿಚ್ಚು ಹಚ್ಚಿಸೋ, ಚಿಟ್ಟೆಗಳನ್ನು ಹಾರಿಸೋ ಮನ್ಮಥ.

ರಶ್ಮಿ ಮತ್ತು ಶ್ರೀಧರ ಇಬ್ಬರೂ ಹೈಸ್ಕೂಲಿಗೆ ಬಂದಾಗ ನಾಗೇಶ ಅಲ್ಲೇ ಜ್ಯೂನಿಯರ್ ಕಾಲೇಜಿನಲ್ಲಿ ಇದ್ದ ಹದಿನಾರು ಹುಡುಗರ ಜತೆ ವಿಜ್ಞಾನ ವಿಭಾಗದಲ್ಲಿ ಭರ್ತಿ ಮಾಡಿಸಿದ್ದ. ನಾಗಮಂಗಲದಲ್ಲಿ ಹೈಸ್ಕೂಲೂ ಜ್ಯೂನಿಯರ್ ಕಾಲೇಜೂ ಒಂದೇ ಕಟ್ಟಡದಲ್ಲಿದ್ದು, ಅದರಿಂದ ಲೈನು ಹೊಡೆಯುವ ಕಾಲೇಜಿನ ಹುಡುಗರಿಗೂ ಮತ್ತು ಆಗ ತಾನೇ ಲೈನು ಹೊಡೆಸಿಕೊಳ್ಳಲು ಅಭ್ಯಾಸ ಮಾಡಿಕೊಳ್ಳುತ್ತಿರುವ ಹೈಸ್ಕೂಲಿನ ಹುಡುಗಿಯರಿಗೂ ಒಂದು ರೀತಿ ಅನುಕೂಲವೇ ಆಗಿತ್ತು. ಮಾಧವರಾಯರು ಮಾತ್ರ ಇಬ್ಬರೂ ಮಕ್ಕಳಿಗೆ ಸೇರಿ ಒಂದು ಸೈಕಲ್ಲು ಕೊಡಿಸಿದ್ದರು. ಶ್ರೀಧರ ದಿನಾ ರಶ್ಮಿಯನ್ನು ಸೈಕಲ್ಲಿನಲ್ಲಿ ಡಬಲ್ ರೈಡ್ ಮಾಡಿಕೊಂಡು ಸುಮಾರು ಒಂದು ಮೈಲಿ ದೂರದಲ್ಲಿದ್ದ ಸ್ಕೂಲಿನ ತನಕ ಹೋಗಬೇಕು. ಅರ್ಧ ದಾರಿಯ ನಂತರ ಏದುಸಿರು ಬಿಡುತ್ತಿದ್ದ, ಶ್ರೀಧರ. ಎಲ್ಲದಕ್ಕಿಂತ ಇಬ್ಬರಿಗೂ ಸಂಕೋಚವಾಗುತ್ತಿದ್ದುದು ಒಬ್ಬರ ಜತೆಗೆ ಒಬ್ಬರು ಸೈಕಲ್ಲಿನಲ್ಲಿ ಹೋಗೋದು. ನಾಗಮಂಗಲದಲ್ಲಿ ಆಗಂತೂ ಯಾವ ಅಣ್ಣ ತಂಗಿಯರೂ ಒಂದೇ ಸೈಕಲ್ಲಿನಲ್ಲಿ ಕೂತು ಹೋಗುತ್ತಿರಲಿಲ್ಲ. ಆದರೆ, ಅಪ್ಪನನ್ನು ಕೇಳುವ ಧೈರ್ಯ ಇಬ್ಬರಿಗೂ ಇರಲಿಲ್ಲ. ಮೇಲಾಗಿ ಅದೇ ಜ್ಯೂನಿಯರ್ ಕಾಲೇಜಿನಲ್ಲಿ ಅಪ್ಪನೇ ಮೇಷ್ಟರೂ ಕೂಡ. ಅಪ್ಪ ಸ್ಕೂಲಿಗೆ ಹೊರಡುವ ಮುಂಚೆ ಇಬ್ಬರೂ ಮನೆಯಿಂದ ಕಣ್ಣಿಗೆ ಕಾಣಿಸದ ತಿರುವಿನ ತನಕ ಡಬಲ್ ರೈಡ್ ಮಾಡಿದಂತೆ ಮಾಡಿ, ಆಮೇಲೆ, ಶ್ರೀಧರ ಒಬ್ಬನೇ ಹೋಗುತ್ತಿದ್ದ. ರಶ್ಮಿ ಒಬ್ಬಳೇ ನಡೆದು ಹೋಗುತ್ತಿದ್ದಳು. ರಶ್ಮಿಗೂ ಸೈಕಲ್ ಹೊಡೆಯುವುದು ಬರುತ್ತಿತ್ತು. ಆದರೆ, ಒಮ್ಮೆಯೂ ಶ್ರೀಧರನನ್ನು ಹಿಂದೆ ಕೂಡಿಸ್ಕೊಂಡು ಹೋಗುವ ಪ್ರಸಂಗ ಬಂದಿರಲಿಲ್ಲ. ಹಾಗೆ ಮಾಡಿದ್ದರೆ, ಮುಂದಿನ ಗ್ರಹಚಾರಕ್ಕೆ ಇಬ್ಬರೂ ಸಿದ್ಧರಿರಲಿಲ್ಲ.

ಒಂದು ದಿನ ಕೆರೆಬೀದಿಯ ತಿರುವು ದಾಟಿ, ಗಾಣಿಗರ ಬೀದಿಯ ರೇಣುಕಪ್ಪನವರ ಹೋಟೆಲ್ಲಿನ ಮುಂದೆ ಇನ್ನೇನು ರಶ್ಮಿ ಸೈಕಲ್ಲಿನಿಂದ ಇಳಿಯಬೇಕು, ಅಷ್ಟರಲ್ಲಿ ಯಾರದೋ ಮನೆಯ ಮುಂದೆ ಬಿಸಿಲಿಗೆಂದು ಹಾಕಿದ್ದ ಒಣಮೆಣಸಿನಕಾಯಿಯ ಅಡಿಯಲ್ಲಿದ್ದ ಚಾಪೆಗೆ ಸೈಕಲ್ ಚಕ್ರ ಸಿಕ್ಕು, ಧಪ್ ಎಂದು ಹೊತ್ತಿಕೊಂಡು ಶ್ರೀಧರ ಬಿದ್ದಿದ್ದ. ಕೈಕಾಲು ತರಚಿ, ಶ್ರೀಧರನಿಗೆ ಗಾಯವಾಗಿತ್ತು. ಸೈಕಲ್ ಹಿಂದೆ ಕೂತಿದ್ದ ರಶ್ಮಿ ಟಣ್ಣನೆ ಹಾರಿ ಮೈಗೆ ಒಂದು ಸಣ್ಣ ಗಾಯವೂ ಇಲ್ಲದೆ ಓಡಿಬಂದು ಸೈಕಲ್ಲನ್ನು ಎತ್ತಿ ನಿಲ್ಲಿಸಿದ್ದಳು. ಅಲ್ಲಿಯೇ ಇದ್ದ ಗಾಣಿಗರ ಕೇಶವನ ಪುರಿಭಟ್ಟಿಯಿಂದ ಒಂದು ತಂಬಿಗೆ ನೀರು ತಂದು ಶ್ರೀಧರನ ಕೈಕಾಲನ್ನು ತೊಳೆದು "ಎಲ್ಲಾ ಸರಿಯಾಯಿತು, ಹೊರಡೋಣ" ಎನ್ನುವಂತೆ ಶ್ರೀಧರನ ಮುಖ ನೋಡಿದ್ದಳು. ಆದರೆ, ಶ್ರೀಧರನಿಗೆ ನೋವಿನಿಂದ ಏಳಲೂ ಆಗದೇ, ನಡೆಯಲೂ ಆಗದೇ ಕುಂಟತೊಡಗಿದ್ದ. ನಿರ್ವಾಹವಿಲ್ಲದೆ, ಬೈಸಿಕಲ್‌ನ ಹಿಂಭಾಗದಲ್ಲಿ ರಶ್ಮಿಯ ಹಿಂದೆ ಶ್ರೀಧರ ಕೂರಲೇ ಬೇಕಾಯಿತು. ರಶ್ಮಿಗೆ, ಸೈಕಲ್ ಸಿಕ್ಕಿದೆ ಎಂದು ಎಲ್ಲಿಲ್ಲದ ಉತ್ಸಾಹ. ರಭಸದಿಂದ ತುಳಿಯಹತ್ತಿದ್ದಳು. ಶ್ರೀಧರ ಬೀಳದಂತೆ, ಸೈಕಲ್‌ನ ಎರಡೂ ಕಡೆ ಕಾಲನ್ನು ಇಳಿಬಿಟ್ಟುಕೊಂಡು ರಶ್ಮಿ ಕೂತಿದ್ದ ಸೀಟನ್ನು ಭದ್ರವಾಗಿ ಹಿಡಕೊಂಡು ಕೂತಿದ್ದ.

ಇಷ್ಟೇ ಆಗಿದ್ದರೆ ಪರವಾಗಿಲ್ಲ. ಸ್ವಲ್ಪ ದೂರ ಹೋಗಿದ್ದಾಗ, ನಾಗೇಶ ಮತ್ತು ಇನ್ನಿತರ 'ಪೋಲಿ' ಹುಡುಗರು ಸಿಳ್ಳೆ ಹೊಡೆಯುತ್ತಾ ರಶ್ಮಿಯನ್ನು ಹಿಂದೆ ಹಾಕಿ ಸೈಕಲ್‌ನಲ್ಲಿ ಹೋದರು. ಕೆಲವರಂತೂ, ಶ್ರೀಧರನ ತಲೆ ಸವರಿಕೊಂಡೇ ಹೋದರು. ಹೈಸ್ಕೂಲು ತಲುಪುತ್ತಿದ್ದ ಹಾಗೆ, ನಾಗೇಶ "ಬೆಳದಿಂಗಳಾಗಿ ಬಾ" ಎಂದು ಶ್ರೀಧರನಿಗೊಂದು ಎಲ್ಲರ ಮುಂದೆ, ಕೆನ್ನೆಯ ಮೇಲೆ ಮುತ್ತು ಕೊಟ್ಟುಬಿಟ್ಟಿದ್ದ.

ಶ್ರೀಧರನಿಗೆ ನೋವು, ಅವಮಾನ ತಡೆಯಲಾಗದೇ ಒಬ್ಬನೇ ಹುಡುಗರ ಕಕ್ಕಸ್ಸಿಗೆ ಹೋಗಿ ಕೂತು ಆ ಗಬ್ಬುನಾತದ ಮಧ್ಯೆಯೂ ಜೋರಾಗಿ ಅತ್ತುಬಿಟ್ಟಿದ್ದ. ಸುಮಾರು, ಅರ್ಧಗಂಟೆ ಕೂತು ಅತ್ತು ಹೊರಗೆ ಬಂದ ಮೇಲೆ, ಹೊರಗೆ ನಾಗೇಶನ ಇಡೀ ಪಟಾಲಂ ಸೇರಿತ್ತು. "ಅಪ್ಪಾ, ಭೀಮಸೇನ, ತಂಗೀನೋ ಅಕ್ಕಾನೋ ಗೊತ್ತಿಲ್ಲ. ಸೈಕಲ್ಲೇನೋ ಚೆನ್ನಾಗಿ ಹೊಡೀತಾಳೆ. ಆದರೆ, ನೀನು ಹಿಂದೆ ಕೂತು ಹಾಡು ಹೇಳೋಕಾಗಲ್ಲವಲ್ಲಯ್ಯ. ನನ್ನ ಹಿಂದೆ ಕಳಿಸು. ನಾನು ಹಾಡು ಹೇಳ್ತೀನಿ" ಅಂದು ನಕ್ಕಿದ್ದ.

ಇದ್ದಕ್ಕಿದ್ದಂತೆ, ಏನಾಯಿತೋ ಏನೋ ಗೊತ್ತಿಲ್ಲ. ಅಲ್ಲಿಯವರೆಗೂ ತಡೆದಿಟ್ಟಿದ್ದನ್ನೆಲ್ಲಾ ಕಕ್ಕುವಂತೆ, ಶ್ರೀಧರ "ಸೂಳೇ ಮಗನೇ" ಅಂದದ್ದೇ ನಾಗೇಶನ ಕಪಾಳಕ್ಕೆ ಧಪ್ಪೆಂದು ಬಿಗಿದಿದ್ದ. ನಾಗೇಶ ಇದನ್ನು ನಿರೀಕ್ಷಿಸಿದ್ದಿರಲಿಲ್ಲ. ಏಕಾಏಕಿ ಆದ ಈ ಆಕ್ರಮಣದಿಂದ ನಾಗೇಶ ತತ್ತರಿಸಿಹೋಗಿದ್ದ. ಇದು ಆಗಿದ್ದು ಜ್ಯೂನಿಯರ್ ಕಾಲೇಜಿನ ಕಕ್ಕಸ್ಸಿನ ಹೊರಗೆ. ಸುತ್ತಲಿನ ಹುಡುಗರು ನಾಗೇಶನ ಈ ಸ್ಥಿತಿಯನ್ನು ನೋಡಿ "ಇದೇನ್ಗುರು, ಇದು ಹೀಗಾಗೋಯ್ತು" ಎಂದು ಅಂದು ನಕ್ಕಿದ್ದರು, ಅತ್ತಿದ್ದರು. ನಾಗೇಶ ಸಾವರಿಸಿಕೊಂಡು ತಿರುಗಿ ಶ್ರೀಧರನಿಗೆ ಹೊಡೆಯಬೇಕೆನ್ನುವಷ್ಟರಲ್ಲಿ ಶ್ರೀಧರ ಅಲ್ಲಿಂದ ಜಾರಿದ್ದ.

ಅಂದು ರಾತ್ರಿ ಶ್ರೀಧರ ರಶ್ಮಿಯ ಎರಡು ಪೆಟ್ಟಿಕೋಟುಗಳನ್ನು ಹರಿದಿದ್ದ. ಜಾನಕಮ್ಮನವರು ಕೇಳಿದ್ದಕ್ಕೆ "ನನಗೇನು ಗೊತ್ತು, ಇಲಿ ಇದ್ದರೂ ಇರಬಹುದು" ಎಂದಂದಿದ್ದ.

* * * * *

ಯಾಗ

ಇನ್ನೂ ದೊಡ್ಡೋರಾಗುತ್ತಾ ಆಗುತ್ತಾ ರಶ್ಮಿ, ಶ್ರೀಧರ ಇಬ್ಬರೂ ತಾವೇನಾಗಬೇಕೆಂದು ನಿರ್ಧರಿಸಿಬಿಟ್ಟಿದ್ದರು. ಅವರಿಬ್ಬರೂ ಹದಿನಾರು ವರ್ಷದವರಿದ್ದಾಗ, ಇಂಡಿಯಾ ದೇಶದ 'ಮನಮೋಹಕ'ವಾದ ಉದಾರೀಕರಣದ ಮತ್ತು ಪಶ್ಚಿಮದ ಸಾಮಂತರುಗಳನ್ನು ಆಕರ್ಷಿಸುವ ವ್ಯಾಪಾರ ನೀತಿಯಿಂದ ಹುಲುಮಾನವರೂ ತಪ್ಪಿಸಿಕೊಳ್ಳಲಾಗದೇ, ರಶ್ಮಿ ತಾನು ಕೇವಲ ಹುಲುಮಾನವಳಾಗಿದ್ದುದರಿಂದ ತಾನು ಏನಾದರೂ ಆದರೆ 'ಮೃದುಯಂತ್ರಿ' ಯೇ

ಆಗುವುದು ಎಂದು ನಿರ್ಧರಿಸಿದ್ದಳು. ರಶ್ಮಿ ಏನಾಗುತ್ತಾಳೋ ತಾನು ಅದಾಗಬಾರದು ಮತ್ತು ತಾನು ಹುಲುಮಾನವನಲ್ಲ ಎಂದು ಶ್ರೀಧರ ಯೋಚಿಸಿ ಎಂಟು ನಿಮಿಷಗಳ ನಂತರ ತಾನು ಧನ್ವಂತ್ರಿಯಾಗುತ್ತೇನೆ, ಎಂದು ನಿರ್ಧರಿಸಿದ್ದ. ಹದಿನಾರರ ಹೊಸ್ತಿಲಲ್ಲಿರುವ ಪಡ್ಡೆಗಳಿಗೆ ಈ ಎರಡು ಪದ ಬಿಟ್ಟರೆ ಬೇರೆ ಏನೂ ಗೊತ್ತಿರುತ್ತಿರಲಿಲ್ಲ, ಮುಂದಿನ ತಮ್ಮ ಜೀವನದ ಬಗ್ಗೆ. ಅದೂ ರಶ್ಮಿಗೆ ತಾನು ಮೃದುಯಂತ್ರಿಯಾಗಬೇಕೆನಿಸಿದ್ದ ಕಾರಣ, ತನಗಿಂತ ದೊಡ್ಡೋರೆಲ್ಲಾ ಮೃದುಯಂತ್ರಿಗಳಾಗಿದ್ದು. ತಾನು ಹದಿನೇಳು ವರ್ಷದವಳಾಗಿದ್ದಾಗ ಮೃದುಯಂತ್ರಿ, ಘನಯಂತ್ರಿ, ಗಣಕಿಗಳ ವ್ಯತ್ಯಾಸ ಗೊತ್ತಿಲ್ಲದೇ, ನಾಲ್ಕು ವರ್ಷಗಳ ನಂತರ ಕಾಲೇಜಿಂದ ಹೊರಗೆ ಬಂದ ತಕ್ಷಣ ತಿಂಗಳಿಗೆ ಐದಂಕಿಯ ಸಂಬಳ ಮತ್ತು ಟೀಎ-ಡೀಎ ಕೊಟ್ಟು ಅಮೆರಿಕಾದ ಟ್ರಿಪ್ಪು- ಇವೆರಡರ ಸೊಗಸಾದ ಕಲ್ಪನೆಗಿಂತಾ ಬೇರೆ ಕಾರಣ ಬೇಕಿರಲಿಲ್ಲ.

ಸುಬ್ಬಾಶಾಸ್ತ್ರಿಗಳ ಮಗ ನಾಗೇಶ ಮೈಸೂರಿನ ಗುರುಕುಲವೊಂದರಲ್ಲಿ ಮುಂದೆ ಮೃದುಯಂತ್ರಿಯಾಗಲು ಬೇಕಾದ ಉತ್ತಮೋತ್ತಮ ಶಿಕ್ಷಣಕ್ಕಾಗಿ ಹೋಗಿದ್ದು, ಪ್ರತಿ ಸಾರಿ ಊರಿಗೆ ಬರುವಾಗ ಒಂದೊಂದು ಆಟಿಕೆಗಳನ್ನು ತರುತ್ತಿದ್ದ. ಟೀಚೌಕವೆಂಬೋ ಹೆಸರಿನ ರಾಕ್ಷಸ ಕೈವಾರವೋ ಇನ್ನೆಂತದೋ ಜಾಮಿತಿಯ ಉಪಕರಣದಂತಿದ್ದ ಒಂದು ಆಟಿಗೆಯಿಂದ ಹಿಡಿದು, ತರತರಾವರಿ ಮೋಡುಗಳಿದ್ದ ಕ್ಯಾಲ್ಕುಲೇಟರುಗಳನ್ನೂ ದಾಟಿ, ಒಂದು 'ತೊಡೆಯಮೇಲಿಗ'ನನ್ನೂ ತಂದು ಎಲ್ಲರನ್ನೂ ಕಣ್ಣು ಪಿಳಕಿಸುವಂತೆ ಮಾಡುತ್ತಿದ್ದ. ಇದರ ಜತೆಜತೆಗೇ ಅಪ್ಪ ಸುಬ್ಬಾಶಾಸ್ತ್ರಿಗಳ ಕಣ್ಣುತಪ್ಪಿಸಿ ಮನೆಯ ಮುಂದಿನ ಕಾಂಪೌಂಡ್ ದಾಟಿ ಕದ್ದು ಸಿಗರೇಟ್ ಸೇದುವ ಹಂತವನ್ನು ದಾಟಿ, ಈಗ ಮೂರನೇ ವರ್ಷದಲ್ಲಿ, ಬರ್ಮ್ಯುಡಾ ಹಾಕಿ ಮನೆಯ ಮುಂದಿನ ಅಂಗಳದಲ್ಲೇ ಉದ್ದುದ್ದ ಸಿಗರೇಟು ಸೇದುತ್ತಿದ್ದ. ರಶ್ಮಿ ತನ್ನ ಸೀಈಟಿ ಪರೀಕ್ಷೆಗೆ ಬೆಂಗಳೂರಿನ ಕಾಲೇಜಿನವರು ವಿವರಿಸಲು ಪ್ರಯತ್ನಪಟ್ಟಿದ್ದ ಡಾರ್ವಿನ್ನನ ವಿಕಾಸವಾದ ಮತ್ತು ಮೇದೋಜೀರಕಾಂಗದ ಕಾರ್ಯಾಚರಣೆ... ಇತ್ಯಾದಿಗಳನ್ನು ಓದುತ್ತಿದ್ದಾಗ, ಅದರ ಆಕರ್ಷಣೆಯನ್ನು ತಪ್ಪಿಸಲು ಇಂಡಿಯಾ ದೇಶದ ಭವಿಷ್ಯವಿರುವುದೇ ತನ್ನಂತವರಲ್ಲಿ, ತಾನು ಮೈಸೂರಿನಲ್ಲಿ ಓದುತ್ತಾ, ಓದುತ್ತಾ ರಾತ್ರಿ ಮಾಡುವ ಕೆಲಸಗಳಲ್ಲಿ ಎಂದು ತಡವರಿಸುತ್ತಾ ಪ್ರಾರಂಭಿಸಿ ಮುಂದೆ ಬರುವಷ್ಟರಲ್ಲಿ ಒಂದು ಅತೀವವಾದ ವಿಶ್ವಾಸವನ್ನು ಈತ ಅವಳಲ್ಲಿ ಮೂಡಿಸಿ ಅವಳ ವಿಕಾಸವಾದದ ಪ್ರೇಮವನ್ನು ಕುಗ್ಗಿಸಿ, ತನ್ನ 'ತೊಡೆಮೇಲಿಗ'ನೊಂದಿಗೆ ಆಟವಾಡಲು ಬಿಟ್ಟಿದ್ದ. ರಶ್ಮಿಗೆ ನಾಗೇಶನ 'ತೊಡೆಮೇಲಿಗ'ನೊಂದಿಗೆ ಅಪಾರ ಪ್ರೇಮ ಬೆಳೆಯಿತು. ಮುಟ್ಟಿ ನೋಡಿದಳು. ತನ್ನ ತೊಡೆಯ ಮೇಲಿಟ್ಟುಕೊಂಡಳು. ಅಲ್ಲಲ್ಲಿ ಒತ್ತಿ ಇಡೀ ಪ್ರಪಂಚವನ್ನೇ ಕಂಡಳು.

ಆದರೆ, ಶ್ರೀಧರನ ವಿಚಾರಸರಣಿಗೆ ಇವ್ಯಾವುದೂ ಬೇಕಿರಲಿಲ್ಲ. ಅವನಿಗೆ "ಈ ಚಿಲ್ಲರೆ ಮೃದುಯಂತ್ರಿಗಳ" ಕೆಲಸ ಬೇಕಿರಲಿಲ್ಲ. ಚರಕ, ಶುಶ್ರುತ ಹುಟ್ಟಿದ ನಮ್ಮ ನಾಡಿನ ಪರಂಪರೆಯನ್ನು ಮುಂದುವರೆಸಿಕೊಂಡು ಹೋಗಲು, ತಾನು, ಆದರೆ ಆ ರೀತಿಯ ಧನ್ವಂತ್ರಿ ಮಾತ್ರ ಆಗುವುದು ಎಂದಿದ್ದ. "ನಾಲ್ಕು ವರ್ಷದ ನಂತರ, ಅಮೆರಿಕ ಕೊಡುವ

ಎಂಜಲು ಕಾಸಿಗೆ ಆಸೆ ಬಿದ್ದು ಹೋಗಬೇಕೆನ್ನುವ ಚಿಲ್ಲರೆ ನಾಯಿಗಳು ನೀವು" ಎಂದಿದ್ದ. ನಾನು, ಏನಾದರೂ ಮಾಡಿದರೆ, "ಇಲ್ಲೇ, ಈ ಇಂಡಿಯಾದಲ್ಲೇ" ಎಂದು ನಾಗಮಂಗಲದ ಸೌಮ್ಯಕೇಶವನ ಮುಂದೆ ರಶ್ಮಿ ಜೊತೆಗಿರಬೇಕಾದರೆ ಪ್ರಮಾಣ ಮಾಡಿದ್ದ. ಆದರೆ, ರಶ್ಮಿ ಮೃದುಯಂತ್ರಿಯಾಗಬೇಕೆನ್ನುವ ಆಕೆಯ ನಿರ್ಧಾರ ತನ್ನ ಈ ಧನ್ವಂತ್ರೀ ಯಾಗಕ್ಕೆ ನಾಂದಿ ಹಾಡುತ್ತಿದೆ ಎಂದು ಆತ ಒಪ್ಪಲು ಸಿದ್ಧನಿರಲಿಲ್ಲ. ಒಮ್ಮೊಮ್ಮೆ ತನ್ನನ್ನು ತಾನೇ ಒಂದು ವೇಳೆ ರಶ್ಮಿ ಧನ್ವಂತ್ರಿಯಾಗಿದ್ದರೆ, ತಾನೂ ಧನ್ವಂತ್ರಿಯಾಗಲು ಇಷ್ಟಪಡುತ್ತಿದ್ದೆನಾ ಎಂದು ಕೇಳಿಕೊಳ್ಳುತ್ತಿದ್ದ. ಪ್ರಶ್ನೆಯೇ ಇಲ್ಲದಿರುವಾಗ ಉತ್ತರ ಹುಡುಕುವುದು ಯಾಕೆ ಎಂದು ತಂತಾನೇ ಸುಮ್ಮನಾಗುತ್ತಿದ್ದ. ಐದೂವರೆ ವರ್ಷದ ಮೆಡಿಕಲ್ ಕಾಲೇಜು, ಮೂರು ವರ್ಷದ ಒಂದು ಪೀಜಿ ಕೋರ್ಸು ಆಮೇಲೆ ಪ್ರಾಕ್ಟೀಸು. ಕಷ್ಟ, ನಿಜ. ಆದರೆ "ವೈದ್ಯೋ ನಾರಾಯಣೋ ಹರಿಃ". ಕಷ್ಟ ಪಡುವುದು ಜೀವಗಳನ್ನು ಉಳಿಸೋದಕ್ಕೆ, ಮಶೀನುಗಳನ್ನು ಓವರಾಲ್ ಮಾಡೋದಕ್ಕಲ್ಲ, ಎಂದು ರಶ್ಮಿಯನ್ನು ನಾಗೇಶನ ಮುಂದೆ ಮತ್ತು ನಾಗೇಶನನ್ನು ರಶ್ಮಿಯ ಮುಂದೆ ಹಂಗಿಸಿದ್ದ. ಅಂತಾ ಕೆಲಸಕ್ಕೆ ನಾಲ್ಕು ವರ್ಷದ ತರಬೇತಿಯೂ ಬೇಕಿಲ್ಲ. ನಾಗೇಶ ಮೈಸೂರಿನಲ್ಲಿ ಮಾಡುತ್ತಿರುವುದು ಕಂಡಕಂಡ ಹುಡುಗಿಯರ ಹಿಂದೆ ಸುತ್ತುತ್ತಿರುವುದು, ಬೇಕಾದರೆ ಅಪೇರಾ ಟಾಕೀಸು ಮತ್ತು ಬಲ್ಲಾಳ್ ಹೋಟೆಲುಗಳ ಕೆಲಸಗಾರ ಸಾಕ್ಷಿಯೊಂದಿಗೆ ತಾನು ಅದನ್ನು ಅವನಪ್ಪ ಸುಬ್ಬಾಶಾಸ್ತ್ರಿಗಳಿಗೆ ಹೇಳಬಹುದು, ಆದರೆ, ಹೋಗಲಿ ಎಂದು ಸುಮ್ಮನೇ ಬಿಟ್ಟಿದ್ದೀನಿ. ಎಂದ.

ಮಾಧವರಾಯರಿಗೆ ಇಬ್ಬರೂ ಮಕ್ಕಳೂ ಸ್ಕೂಲಿನಲ್ಲಿ ಚೆನ್ನಾಗಿ ಓದಿಕೊಂಡು ಹೋಗುತ್ತಿರುವುದೇ ತಪ್ಪೇನೋ ಎನ್ನಿಸಿತ್ತು. ಅವರ ಆಸೆ ಶ್ರೀಧರ ಅಲ್ಲಿಯೇ ನಾಗಮಂಗಲದಲ್ಲಿ ಅಥವಾ ಹೆಚ್ಚೆಂದರೆ ಮಂಡ್ಯದಲ್ಲಿ ಬ್ಯಾಂಕ್ ಮ್ಯಾನೇಜರ್ ಆಗುವುದು. ತಾವು ಪ್ರತಿ ತಿಂಗಳ ಸಂಬಳ ತರಲು ಬೆಂಗಳೂರು ರಸ್ತೆಯಲ್ಲಿದ್ದ ಕೆನರಾ ಬ್ಯಾಂಕಿಗೆ ಹೋಗುತ್ತಿದ್ದಾಗ ಅಲ್ಲಿ ಗಾಜಿನ ರೂಮಿನಲ್ಲಿ ಹಣೆ ತುಂಬಾ ವಿಭೂತಿ ಹಚ್ಚಿಕೊಂಡು ಕೂತಿರುತ್ತಿದ್ದ ಶ್ರೀನಿವಾಸ ಶಾಸ್ತ್ರಿಗಳು ಅವರಿಗೆ ತಮ್ಮ ಭವಿಷ್ಯದ ಶ್ರೀಧರನ, ಆದರೆ 'ಅಡ್ಡಪಟ್ಟೀ' ಪ್ರತಿರೂಪವಾಗಿ ಕಂಡುಬಂದಿದ್ದರು. ಯಾವಾಗಲೂ ಬಿಳೀ ಪ್ಯಾಂಟು, ಬಿಳೀ ಶರ್ಟನ್ನು ಧರಿಸುತ್ತಿದ್ದ ಶ್ರೀನಿವಾಸ ಶಾಸ್ತ್ರಿಗಳು ತಮ್ಮ ಬಾಯಲ್ಲಿ ಪೆನ್ನಿನ ತುದಿ ಕಚ್ಚಿ ಕನ್ನಡಕ ಸರಿಸಿ, ಲೆಡ್ಜರ್ಗಳನ್ನು ನೋಡುತ್ತಾ ಸಹಿ ಹಾಕುವುದನ್ನು ತೋರಿಸಿ, ಶ್ರೀಧರನಿಗೆ ಒಂದೆರಡು ಬಾರಿ "ನೋಡು, ಅವರನ್ನೋಡು, ನೀನೂ ಅವರಂಗ ಇದ್ದರ ಸೈ, ಸಾಕ್ ಬಿಡ. ಅದೇನ್ ಮೈಸೂರಿಗ್ ಹೋಗಿ ಕಡೀತಿ" ಎಂದು ಒಂದೆರಡು ಬಾರಿ ಹೇಳಿದ್ದರೂ, ಶ್ರೀಧರ ಸುಮ್ಮನೆ ಕೇಳಿ ಸುಮ್ಮನಾಗಿದ್ದ.

ರಶ್ಮಿಯ ಬಗ್ಗೆ ಮಾಧವರಾಯರು ತಲೆ ಕೆಡಿಸಿಕೊಳ್ಳಬೇಕೆಂದು ಅನ್ನಿಸಿರಲಿಲ್ಲ. "ನೀನು ಹುಡುಗೀ ಇದೀಯ. ಮನಿ ಬಿಟ್ಟು ಹೊರಗೆ ಹೋಗೋದು ಎದಕ್ಕೆ" ಎಂದು ಮಾತ್ರ ಒಂದೆರಡು ಸಾರಿ ಹೇಳಿದ್ದರು.

* * * * *

ಒಂದು ವಿಚಿತ್ರವೆಂದರೆ, ಹುಡುಗರಿಬ್ಬರೂ ಓದುತ್ತಾ ಹೋದಂತೆ ಮಾಧವರಾಯರು ತಾವು ಹುಡುಗರ ಮೇಲೆ ತಮ್ಮ ಹತೋಟಿಯನ್ನು ಪೂರಾ ಕಳೆದುಕೊಳ್ಳುತ್ತಿದ್ದೇವೆ ಅನ್ನಿಸಿ ಮಾತಾಡುವುದನ್ನೇ ಕಡಿಮೆ ಮಾಡಿಬಿಟ್ಟಿದ್ದರು. ಬೆಳಗಿನಿಂದ ತಾವು ಸ್ಕೂಲಿಗೆ ಹೋಗುವ ತನಕ ಪೂಜೆ, ಪುನಸ್ಕಾರ, ಮಡಿ, ಭಾಗವತ, ಸುಧಾಪಾಠ ಇತ್ಯಾದಿಗಳು. ಪುರುಸೊತ್ತು ಸಿಕ್ಕಾಗಲೆಲ್ಲಾ ಜಾನಕಮ್ಮನವರನ್ನು ಮುಂದೆ ಕೂಡಿಸಿಕೊಂಡು ಭಾಗವತ ಹೇಳೋದು. ಕೆಲಸದಲ್ಲಿ ಸಹೋದ್ಯೋಗಿಗಳು "ಏನು ರಾಯರೇ, ಇಬ್ಬರೂ ಮಕ್ಕಳು ಚೆನ್ನಾಗಿ ಓದಿಕೊಂಡಿದ್ದಾರೆ. ಒಂದನ್ನ ಮೃದುಯಂತ್ರಿ, ಇನ್ನೊಂದನ್ನ ಧನ್ವಂತ್ರಿ ಮಾಡಿಸ್ತೀರೋ, ಅಥವ ಇಬ್ಬರನ್ನೂ ಧನ್ವಂತ್ರೀ ಮಾಡಿಸಿದರೆ ಅತ್ಲಾಗೆ ಒಂದು ದೊಡ್ಡ 'ಅಂಗಡೀ' ಹಾಕಿಸಿಬಿಡಬಹುದು ನೋಡಿ, ನಾಗಮಂಗಲದಲ್ಲಿ. ಆ ರಘೋತ್ತಮರಾಯರಿಗೂ ಇನ್ನೇನು ವಯಸ್ಸಾಗುತ್ತಾ ಬಂತು. ಅವ್ರಾದ ಮೇಲೆ, ನಮ್ಮವರೇ ಅಂತ ಇದ್ದರೆ ಒಳ್ಳೆಯದಲ್ಲವೇ" ಎಂದು ಸಲಹೆಗಳನ್ನಂತೂ ಕೊಡುತ್ತಿದ್ದರು. ಆದರೆ, ತಮ್ಮ ಮಕ್ಕಳಿಬ್ಬರೂ ದೊಡ್ಡವರಾಗುತ್ತಿದ್ದಾರೆ, ತಮಗಿಂತ ದೊಡ್ಡವರಾಗುತ್ತಿದ್ದಾರೆ ಎಂದು ಯಾರೂ ಹೇಳದಿದ್ದರೂ ತಾವೇ ತಿಳಕೊಂಡಿದ್ದರು, ಮಾಧವರಾಯರು. ಮಾಧವರಾಯರ ಈ ತಿಳುವಳಿಕೆ ನೇರವಾಗಿ ಗೊತ್ತಾದದ್ದು ಜಾನಕಮ್ಮನವರಿಗೆ ಮಾತ್ರ. ಮಾಧವರಾಯರ ಪೂಜೆಯ ಮೂಲಕ, ಅವರ ಹೆಚ್ಚಿದ ಮಡಿಯ ಮೂಲಕ, ಅವರ ತಣ್ಣನೆಯ ಮಡಿನೀರ ಮೂಲಕ, ಹರಿದ ಕಿವಿಗಳ ಆಹ್ನಿಕಮಾಲಿಕೆಗಳ ಮೂಲಕ, ಕಡಿಮೆಯಾದ ಕೂದಲ ಮೂಲಕ, ಇಣುಕುವ ಬರೀ ಜುಟ್ಟಿನ ಮೂಲಕ.

ಒಂದೆರಡು ಬಾರಿ ಹುಡುಗಿ ಮೃದುಯಂತ್ರಿ ಯಾಕಾಗಬೇಕು ಎಂದು ಮಾಧವರಾಯರು ಪ್ರಶ್ನಿಸುವ ಕ್ಲೀಷೆಯ ಒಂದು ವಾತಾವರಣ ಸೃಷ್ಟಿಯಾಗಬಲ್ಲ ಅವಕಾಶ ಇತ್ತು. ಆದರೆ ರಶ್ಮಿ ಈ ವಿಷಯದಲ್ಲಿ ಅಪ್ಪನಿಗಿಂತ ಒಂದು ಹೆಜ್ಜೆ ಮುಂದೆ. ಅವಳ ಉತ್ತರ-ಮುಚ್ಚಿದ ತನ್ನ ಕೋಣೆಯ ಕದದ ಮೂಲಕ, ರಾತ್ರಿ ಎರಡರ ತನಕ ಉರಿಯುತ್ತಿದ್ದ ತನ್ನ ಕೋಣೆಯ ದೀಪದ ಮೂಲಕ, ತನ್ನ ಮುಟ್ಟಿನ ದಿನಗಳನ್ನೇ ಅಮ್ಮನಿಗೆ ಹೇಳದಿರುವ ಮೂಲಕ, ಅಪ್ಪ ಅಮ್ಮನನ್ನು ಹೆದರಿಸಿದಾಗ ಸುಮ್ಮನೆ ಅಪ್ಪನನ್ನು ದಿಟ್ಟಿಸಿ ನೋಡುವ ಮೂಲಕ, ಬರೆಯುವ ಕವನಗಳ ಮೂಲಕ, ಎಲ್ಲಕ್ಕಿಂತ ಹೆಚ್ಚಾಗಿ ಮೌನದ ಮೂಲಕ ನಿಭಾಯಿಸಿದ್ದಳು. ತನ್ನ ಹುಟ್ಟಿನ ಬಗೆಗಿದ್ದ ಆಕೆಯ ಪಾಪಪ್ರಜ್ಞೆ ಒಂದೊಂದು ಸಾರಿ 'ತಾನೇನು ಶ್ರೀಧರನಿಗಿಂತ ಕಡಿಮೆ' ಅನ್ನುವ ರಕ್ಷಣೆಯ ರೂಪದಲ್ಲಿ ಕೆಲಸ ಮಾಡುತ್ತಿತ್ತೇನೋ, ತನ್ನ ಕೋಣೆಯ ಏಕಾಕಿತನ ಮತ್ತು ಮೌನದಿಂದ ತನಗೆ ಬೇಕಾದ್ದನ್ನು ತಾನು ಗಳಿಸಿಕೊಳ್ಳುವುದನ್ನು ಬಹಳ ಚಿಕ್ಕವಳಾಗಿದ್ದಾಗಿನಿಂದ ಕಲಿತಿದ್ದಳು. ತನ್ನ ಮಾರ್ಕ್ಸ್ ಕಾರ್ಡು ಮತ್ತು ಸೀಈಟಿ ಫಲಿತಾಂಶ ಬಂದ ಮೇಲೆ, ಸೀದಾ ತನ್ನ ಆಸೆಗೆ, ಆಕಾಂಕ್ಷೆಗೆ ಅಪ್ಪನ ವಿರೋಧವಿರಬಹುದು ಎಂಬ ಒಂದು ಸಾಧ್ಯತೆಯನ್ನೂ ಲೆಕ್ಕಿಸಿರಲಿಲ್ಲ. ಹುಡುಗಿಯರು ಇಂತದ್ದು ಮಾಡಬಾರದೆಂದು ನೇರವಾಗಿ ಹೇಳಲಾಗದೆ, ಮಾಧವರಾಯರು "ನಿನ್ನ ಬುದ್ಧಿವಂತಿಕೆಗೆ ಎಂತೆಂತದೋ ಯಾಕೆ ಓದಬೇಕು. ನಿನಗೆ

ಬಂದಿರೋ ಮಾರ್ಕ್ಸಿಗೆ ಎಲ್ಲಿ ಬೇಕಾದರೂ, ಏನು ಬೇಕಾದರೂ ಸಿಗುತ್ತದೆ" ಎಂದಿದ್ದರು. ರಶ್ಮಿ ಸುಮ್ಮನೆ ನಕ್ಕು ತನ್ನ ಕೌನ್ಸೆಲಿಂಗಿನ ತಾರೀಖನ್ನು ಹೇಳಿದ್ದಳು. ಮಾಧವರಾಯರು ಇವಳಿಗೆ ಏನಾಗಬಾರದೆಂದು ಮಾತ್ರ ಹೇಳಬೇಕೆಂದುಕೊಂಡಿದ್ದರು, ಆದರೆ, ಯಾಕೆ ಮತ್ತು ಏನಾಗಬೇಕು ಅನ್ನುವ ಪ್ರಶ್ನೆ ಬಂದರೆ ಅದಕ್ಕೆ ಸರಿಯಾದ ಉತ್ತರ ತನ್ನಲ್ಲೂ ಇಲ್ಲ ಮತ್ತು ನಾಗಮಂಗಲದಲ್ಲಿಯೂ ಇಲ್ಲ ಎಂದು ತಾವೇ ಗಮನಿಸಿಕೊಂಡು ಸುಮ್ಮನೆ ಕೌನ್ಸೆಲಿಂಗಿನಲ್ಲಿ ಅವಳಿಗೆ ಬೇಕಾದ ಕಡೆ ಹೋಗಿ ಸೇರಿಸಿ ಬಂದಿದ್ದರು.

ನಾಗೇಶ ಮೈಸೂರಿನ ಗುರುಕುಲದಲ್ಲಿ ತನ್ನ ವಿದ್ಯಾಭ್ಯಾಸ ಮುಗಿಸಿ ಮುಂದೆ ಅಮೆರಿಕಾಕ್ಕೆ ಹಾರಬೇಕಾದರೆ, ರಶ್ಮಿ ತನ್ನ ವಿಕಾಸವಾದವನ್ನು ಮರೆತು ಟೀ ಚೌಕವನ್ನು ಹಿಡಿಯಲು ಸಿದ್ಧವಾಗಿದ್ದಳು. ನಾಗೇಶ ತನ್ನ ಗುರುತಿಗಾಗಿ ತೊಡೆಯ ಮೇಲಿನವನ ಸಾರವನ್ನೆಲ್ಲಾ ಒಂದು ಚಚ್ಚೌಕದ ಮಿನಿಯೇಚರಿನಲ್ಲಿ ಹಾಕಿಕೊಟ್ಟು "ಇದು ನಿನಗೆ ಮುಂದಕ್ಕೆ ಉಪಯೋಗಕ್ಕೆ ಬಂದೀತು" ಎಂದು ಹೇಳಿ, "ನಾಲ್ಕು ವರ್ಷದ ನಂತರ ಅಮೆರಿಕಾದಲ್ಲಿ ನೋಡುತ್ತೇನೆ" ಎಂದು ಹೇಳಿ ಹೋಗಿದ್ದ.

ಶ್ರೀಧರ ತನ್ನ ಪಾಡಿಗೆ ತಾನು ಎಂಟು ನಿಮಿಷಗಳ ನಂತರ ಧನ್ವಂತ್ರೀ ಗುರುಕುಲವನ್ನು ಸೇರಿದ್ದ.

* * * * *

ಕಾಡಿದ 'ಕಸ'

ಈ ಹೊಕ್ಕುಳ ಬಳ್ಳಿಗಳಿಂದ ರಕ್ತ, ಗಂಡು ಹೆಣ್ಣು ಅವಳಿಗಳಿಗೆ ಸಂಚಲಿಸುವುದಿಲ್ಲ ಅನ್ನುವುದು ಶ್ರೀಧರನಿಗೆ ಗೊತ್ತಾದದ್ದು ಆತ ಧನ್ವಂತ್ರೀ ಗುರುಕುಲದ ಮೊದಲ ವರ್ಷದ ಫಿಸಿಯಾಲಜಿ ಕ್ಲಾಸಿನಲ್ಲಿದ್ದಾಗ. ಆದರೆ, ಧನ್ವಂತ್ರಿ ರಘೋತ್ತಮರಾಯರು ಮಾಡಿದ್ದ ತಪ್ಪನ್ನು ಆತ ತಿದ್ದಲು ಹೋಗಲಿಲ್ಲ. ಬದಲಿಗೆ, ತಾನು ಕಲಿತ ಪಾಠವನ್ನು ಅದರ ಅರ್ಥವನ್ನು ಇನ್ನೂ ಸೊಗಸಾಗಿ ವರ್ಣಿಸಿ ಹೇಳಿದ್ದ. ರಶ್ಮಿಗೆ ಈ ವೈದ್ಯಕೀಯ ಸೂಕ್ಷ್ಮಗಳು ಅರ್ಥವಾಗದೆಂದುಕೊಂಡಿದ್ದ. ರಶ್ಮಿ ನಕ್ಕು ಸುಮ್ಮನಾಗಬಹುದೆನ್ನಿಸಿದರೂ ನಕ್ಕಿರಲಿಲ್ಲ. ತಾನು ಧನ್ವಂತ್ರಿ ಗುರುಕುಲಕ್ಕೆ ಸೇರದಿದ್ದುದನ್ನು ನೆನೆಸಿಕೊಂಡು ಮುಂದೆ ಸಂತೋಷಪಟ್ಟಿದ್ದಳು. ಆಕೆ ಯಾವ ರೀತಿಯೂ ಪ್ರತಿಕ್ರಿಯಿಸದಿದ್ದುದನ್ನು ನೋಡಿ ರಶ್ಮಿಗೆ "ಕಸ"ದ ರಹಸ್ಯ ಗೊತ್ತಾಗಿಬಿಟ್ಟಿತೇನೋ ಎಂದು ಸ್ವಲ್ಪ ಹೆದರಿದ್ದ. ಹಾಗೆ ಗೊತ್ತಾದಲ್ಲಿ ತನ್ನ ಗುರುಕುಲದ ಮೊದಲ ವರ್ಷದ ಮುಗ್ಧತೆ ಹಾಗೂ ಬೆಪ್ಪುತನವೆಂಬೋ ಅಜ್ಞಾನವನ್ನು ತನ್ನ ರಕ್ಷಣೆಗಾಗಿ ಕಾದಿಟ್ಟುಕೊಳ್ಳಬಹುದು ಎಂದು ಬಹಳ ಬಾರಿ ಎಣಿಸಿದ್ದ. ಅವಳಿಯಿಂದ ಆದ ಜವಳಿಯ ರಕ್ತ ಪರಿಚಲನೆಯ ರಶ್ಮಿಯ ಅನೂಹ್ಯ ಕಲ್ಪನೆ ಮತ್ತು ಅದರ ಪಾಪಪ್ರಜ್ಞೆ ಶ್ರೀಧರನಿಗೆ

ಅವಶ್ಯವಾಗಿತ್ತು. ಅದನ್ನು ಮನಗಂಡಿದ್ದಳೋ ಏನೋ ರಶ್ಮಿ ಮೌನದಿಂದ ಮಾತ್ರ ಎಲ್ಲಕ್ಕೂ ಉತ್ತರಿಸುತ್ತಿದ್ದಳು. ಅವಳನ್ನು ಈ ಕಸ ಕಾಡಿತ್ತೋ ಇಲ್ಲವೋ ಅನ್ನುವುದೂ ಶ್ರೀಧರನಿಗೆ ಒಗಟೇ ಆಗಿತ್ತು.

ಶ್ರೀಧರ ಮೈಸೂರಿನ ಗುರುಕುಲದಲ್ಲಿ ಅನಾಟಮಿ ಕ್ಲಾಸಿನ ಹೆಣಗಳನ್ನು ಚಕಚಕನೆ ಕೊಯ್ದು ಮುಗಿಸಿ, ಜೀವಂತ ದೇಹಗಳ ಬೀಪಿ ನೋಡುವುದನ್ನು ಕಲಿಯುತ್ತಿರಬೇಕಾದರೆ, ಬೆಂಗಳೂರು ನಗರದ ಫಳಫಳ ಎಂದು ಹೊಳೆಯುವ ಗಾಜಿನ ಕಿಟಕಿಗಳ ಕಟ್ಟಡಗಳಲ್ಲಿನ ಮೂವತ್ತೈದರ ಮೃದುಯಂತ್ರಿ ಮುದುಕರು, ರಶ್ಮಿಯಂತವರ ಗುರುಕುಲಕ್ಕೇ ಬಂದು ಇಂತವರ ಮುಂದೆರಡು ವರ್ಷಗಳ ನಂತರದ ಜೀವನ ಹೇಗಿರಬಹುದೆಂಬ ಸುಂದರ ಕಲ್ಪನೆಯನ್ನು ಸಂದರ್ಶನವೆಂಬ ಸಮಾಗಮದಲ್ಲಿ ಕೊಟ್ಟಿದ್ದರು. ತಿಂಗಳಿಗೆ ಐದಂಕಿಯ ಸಂಬಳ, ಮೊದಲೊಂದೆರಡು ತಿಂಗಳ ತರಬೇತಿಯ ನಂತರ ಹೆಚ್ಚಿನ ತರಬೇತಿಗೆ ಅಮೆರಿಕಾ ಪ್ರಯಾಣ, ಅಲ್ಲಿಯೂ ಇಲ್ಲಿಯೂ ಸಂಬಳ... ಇದು ಪರ್ವಕಾಲ, ಅಂದುಕೊಂಡಿದ್ದಳು, ರಶ್ಮಿ. ಇನ್ನೊಂದು ಬಾರಿ ನಕ್ಕು ಅಂದುಕೊಂಡಿದ್ದಳು "ಶ್ರೀಧರನ ಪ್ರಕಾರ ಈಗ ಆಗುತ್ತಿರುವುದು ಅವಳಿಯಿಂದ ಜವಳಿಗೆ ರಕ್ತ ಪರಿಚಲನೆ".

ಕುತ್ತಿಗೆಗೊಂದು ಸ್ಟೆತೋಸ್ಕೋಪು ಹಾಕಿ, ಒಂದು ಬಿಳೀ ಕಾಟನ್ ಕೋಟು ಮತ್ತೊಂದು ಜತೆ ಶೂಗಳಿಂದ ಮಾತ್ರ ಧನ್ವಂತ್ರಿಯೆಂದು ಪರಿಚಯಿಸಿಕೊಳ್ಳಬಲ್ಲ, ಇನ್ನೂ ಪೂರಾ ಧನ್ವಂತ್ರಿಯಾಗಿಲ್ಲದ ಶ್ರೀಧರ ಅಪ್ಪ ಕೊಟ್ಟ ತಿಂಗಳ 'ಕೋಟಾ'ದಿಂದ ಆಚೆ ಬೀದಿಯ ಪಬ್ಬುಗಳಲ್ಲಿ ಕದ್ದು ಬಿಯರ್ ಕುಡಿಯುತ್ತಿರಬೇಕಾದರೆ, ಇಲ್ಲಿ ರಶ್ಮಿಗೆ ತಿಂಗಳಿಗೆ ಐದಂಕಿಯ ಸಂಬಳ ಸಿಗುವ ಕೆಲಸ ಗೊತ್ತಾಗಿತ್ತು. ತನ್ನ ಮೊದಲ ತಿಂಗಳ ಸಂಬಳದಲ್ಲೇ ಒಂದು ದ್ವಿಚಕ್ರಿಯನ್ನು ಕೊಳ್ಳುವ ಸಾಧ್ಯತೆಯಿದ್ದ ಆಕೆಯ ಮೋಜುಗಾರಿಕೆಯನ್ನು ನೆನೆಯುವುದರ ಬದಲು, ತನ್ನ ಮೈಸೂರಿನ ಮೊಬಿಲಿಟಿಗೆ ರೂಂಮೇಟಿನ ಹಳೆಯ ಲ್ಯಾಮ್ರೆಟಾದ ಪಿಲಿಯನ್ನನ್ನು ನಂಬಿದ್ದ ಶ್ರೀಧರ ತನ್ನ ಹುಟ್ಟಿನ ಇನ್ನೊಂದು ಆಯಾಮವನ್ನು... ನಿಜವಾದ ಆಯಾಮವನ್ನು ನೆನೆಸಿಕೊಂಡ. ತಾನು ಈ ಜಗತ್ತಿಗೆ ಬರಬರುತ್ತಲೇ ಮುಕಳಿಯನ್ನು ತೋರಿಸಿಕೊಂಡೇ ಬಂದಿರುವಾತ. ಈ ಮೃದುಯಂತ್ರಿಗಳ ಆರ್ಭಟಕ್ಕೆ ಕುಸಿದು ಬೀಳುವಂತದಲ್ಲ, ತನ್ನ ಧನ್ವಂತರೀ ಯಾಗ. ತನ್ನಂತವರು ಜೀವರಕ್ಷಕರು. ಎಲ್ಲಕ್ಕಿಂತ ಮುಖ್ಯವಾದ ಕೆಲಸದ ತೃಪ್ತಿ ತನ್ನಲ್ಲಿದೆ, ಅಂದುಕೊಂಡು ಒಂದಿಷ್ಟು ನೊಬಿಲಿಟಿಯನ್ನು ತನ್ನ ವಿಚಾರಕ್ಕೆ ಹಚ್ಚಿ ಅದರಿಂದ ಧನ್ಯತೆಯನ್ನು ಹೊಂದಲು ಪ್ರಯತ್ನಿಸಿದ. ಆದರೆ, ಆ ಧನ್ಯತೆ ತಾನು ಇನ್ನೊಂದು ಹತ್ತು ವರ್ಷವಾದ ಮೇಲಾದರೂ ಒಂದೆರಡು ಕಾರನ್ನಿಟ್ಟುಕೊಂಡು ಓಡಾಡಬಹುದು ಅನ್ನುವ ಒಂದು ಪುಳಕದಿಂದ ಮಾತ್ರ ಬರುತ್ತಿತ್ತು. ಆಗಾಗ್ಗೆ "ಛೆ! ನಾನೂ ಮೃದುಯಂತ್ರಿಯಾಗಿದ್ದರೆ... ಇಷ್ಟು ಹೊತ್ತಿಗೆ" ಎನ್ನುವ ಭಾವನೆಗಳನ್ನು ಬರೀ ಸುಳ್ಳೆಂದು ತಡವರಿಸುತ್ತಾ ತಳ್ಳಿಹಾಕುತ್ತಿದ್ದ.

ರಶ್ಮಿಗೆ ಇಪ್ಪತ್ತೊಂದಾದಾಗ ಗುರುಕುಲದಿಂದ "ಹಾರುವ ಬಣ್ಣ"ಗಳಿಂದ ಹೊರಬಂದಿದ್ದಳು. ಗುರುಕುಲದ ಮೂರು ಚಿನ್ನದ ಪದಕಗಳು, ಗುರುಕೃಪೆ ಮತ್ತು ಮುಂದೆ

ಇರಬಹುದಾದ ಸಾಧ್ಯತೆಗಳನ್ನು ನೆನೆಸಿಕೊಂಡು ಖುಷಿಪಟ್ಟುಕೊಂಡಿದ್ದಳು. ತನ್ನ ಕರಿಯ ವಕೀಲಿ ಗೌನು ಮತ್ತು ತಲೆಗೆ ಚಚ್ಚೌಕಾಕಾರದ ಕರಿಯ ಟೊಪ್ಪಿಯನ್ನು ಹಾಕಿಕೊಂಡು ಸರ್ಟಿಫಿಕೇಟನ್ನು ಇಸಕೊಳ್ಳುವುದನ್ನು ನೋಡಲು ಶ್ರೀಧರ ಬರಬೇಕೆಂಬುದು, ಶ್ರೀಧರನಿಗೆ ತನ್ನ ಮುಕಳೀಮುಖ ಹುಟ್ಟನ್ನು ಇನ್ನೊಮ್ಮೆ ನೆನಪಿಸುವ ಚರ್ಯೆಯಾಗದೆ, ಅವಳೀಸಹಜ ಪ್ರೀತಿ ಮಾತ್ರವಾಗಿರಬೇಕೆಂದು ಬಹಳ ಸೂಕ್ಷ್ಮವಾಗಿ ಆ ಸಮಾರಂಭಕ್ಕೆ ಆಹ್ವಾನಿಸಿದ್ದಳು. ತನ್ನ ತೋರ್ಪಡೆ, ಕೀಳರಿಮೆಯನ್ನು ಮುಚ್ಚಲು ಉಪಯೋಗಿಸುತ್ತಿರುವ ತನ್ನ ಹೆಣ್ಣುತನ, ತಾನೇನಾಗಬಾರದೆಂದುಕೊಂಡಿದ್ದನೋ ಅದು ಮಾತ್ರ ಆಗಿ ಅಥವಾ ಆಗಲು ಹೆಣಗುತ್ತಿರುವ ಶ್ರೀಧರನ ಅಸಡ್ಡೆಗಳ ನಡುವೆಯೂ ಶ್ರೀಧರ ತನ್ನ ಆ 'ದೊಡ್ಡ ದಿನ'ಕ್ಕೆ ಬರಬೇಕೆಂಬುದು ಅವಳಿಷ್ಟವಾಗಿತ್ತು.

ಆದರೆ, ಶ್ರೀಧರ ಬಹಳ ಸರಳವಾಗಿ, ನಯವಾಗಿ ಇಲ್ಲ ಅಂದಿದ್ದ. "ನನಗೆ ಮೆಡಿಸಿನ್ ವಿಭಾಗದ ಕ್ಲಿನಿಕಲ್ಸ್ ಇರುವುದರಿಂದ ಅದನ್ನು ತಪ್ಪಿಸಲು ಸಾಧ್ಯವಿಲ್ಲ. ಪ್ರತಿ ಬಾರಿ ನಿನ್ನ ಇಂತಹ ದೊಡ್ಡ ದಿನಗಳನ್ನು ತಪ್ಪಿಸಲಾರದಂತಹ ಮೃದುಯಂತ್ರಿ ಅಥವಾ ಇನ್ನೆಂತದೋ ಯಂತ್ರಿ ನಾನಾಗಿದ್ದರೂ ಪರವಾಗಿಲ್ಲವೆಂದು ನಾನು ಈಗ ಸಾವಿರ ಬಾರಿ ಅಂದುಕೊಳ್ಳಬಲ್ಲೆ. ಆದರೆ, ಧನ್ವಂತ್ರಿಯಾದ ಮೇಲೆ, ರಾತ್ರಿ, ವಾರಾಂತ್ಯಗಳನ್ನು ಸುಖಿಸೋಷ್ಟು ಸುಂದರ ಜೀವನ ಶೈಲಿ ಸಿಗೋಲ್ಲ. ಸಾರಿ, ನಿನಗೆ ಒಳ್ಳೆಯದಾಗಲಿ" ಎಂದು ಒಂದು ಕಾರ್ಡ್ ಹಾಕಿದ್ದ.

ಕಳಿಸಿಯಾದ ಮೇಲೆ ಕೂತು ಯೋಚಿಸಿದ್ದ. ಪುಟ್ಟಲಂಗ ತೊಟ್ಟು ಕುಂಟೇಬಿಲ್ಲೆಯಾಡುತ್ತಿದ್ದಾಗ, ತನ್ನ ಸೈಕಲ್ಲಿಂದ ತಾನು ಬೀಳಿಸಿ ತರಚಿಸಿದ ರಶ್ಮಿ, ತಾನು ಸೈಕಲ್ಲಿಂದ ಬಿದ್ದಾಗ ತನ್ನನ್ನು ತನ್ನ ಹಿಂದೆ ಕೂರಿಸಿಕೊಂಡು ಹೋದ ಪೋರಿ, ಸ್ಪರ್ಧೆಯಂತೆ ನ್ಯೂಟನ್ನಿನ ಚಲನೆಯ ಮೂರೂ ನಿಯಮಗಳನ್ನೂ ಸೂರು ಹಾರುವಂತೆ ತನಗಿಂತ ಬೇಗ ಉರು ಹೊಡೆದಾಕೆ, ಖೋ ಖೋ ಆಡುವಾಗ ಬಿದ್ದು ಮಂಡಿ ಊದಿದಾಗ ಮೇಷ್ಟರು 'ಶ್ರೀಧರಾ, ಕರೆದುಕೊಂಡು ಹೋಗು' ಎಂದಾಗಲೂ "ಛೀ, ಇಷ್ಟು ಜನಗಳ ಮುಂದೆ ಹುಡುಗಿಯರನ್ನು ಮುಟ್ತಾರಾ" ಎಂದುಕೊಂಡು ಅಮ್ಮನನ್ನು ಕರೆಯಲು ಮನೆಗೆ ಹೋದಾಗ, ಬಿಕ್ಕಿಬಿಕ್ಕಿ ಅತ್ತ ತನ್ನ ಎಂಟು ನಿಮಿಷಗಳ ದೊಡ್ಡ ಅಕ್ಕನ ಬಹು ದೊಡ್ಡ ದಿನ ಇವತ್ತು. ನೊರೆನೊರೆಯಾಗಿ ಮಾತಾಡಿ ಎಲ್ಲ ಮಾಡುತ್ತೇವೆ ಅಂದು ಬಾಯಿಯಲ್ಲಿ ಮಾತ್ರ ಹೇಳಿ, ಮದುವೆಯನ್ನು ಮಾತ್ರ ಮಾಡಿಕೊಳ್ಳುವ ಮತ್ತು ಮಾತುಮಾತಿಗೆ ತಾವು ಏನನ್ನು ಯಾಕೆ ಮಾಡಬಾರದು ಅನ್ನುವುದಕ್ಕೆ ಅಬಲ ಲಿಂಗದ ಕ್ಲೀಷೆಯ ಕಾರಣಗಳನ್ನು ಕೊಡುವ ಇತರ ಹುಡುಗಿಯರಂತೆ ಅಲ್ಲ ಈ ರಶ್ಮಿ ಎಂದು ಯಾವತ್ತೋ ಅನ್ನಿಸಿತ್ತು.

ಒಂದು ನಿಮಿಷ ಸಮಾರಂಭಕ್ಕೆ ಹೋಗಿಬಂದುಬಿಡಲೇ ಅನ್ನಿಸಿತು. ನಂತರ ಇನ್ನೊಮ್ಮೆ ಶಾಂತಮನಸ್ಸಿನಿಂದ ಕ್ಯಾಂಟೀನಿನ ಇನ್ನೊಂದು ಕೇಟೀಯ ಕಪ್ಪು ಹಿಡಿದು ಯೋಚಿಸಿದ. ಆಗನ್ನಿಸಿತು ಆತನಿಗೆ– ಅದೇ ಕಾರಣಗಳಿಂದಲೇ ತಾನು ಆ ಸಮಾರಂಭಕ್ಕೆ ಹೋಗುತ್ತಿಲ್ಲ. ರಶ್ಮಿ ಸಾಮಾನ್ಯ ಹುಡುಗಿಯಂತಿದ್ದರೆ ತಾನೂ ಸಾಮಾನ್ಯ ಹುಡುಗನಂತಲೇ

ಇರುತ್ತಿದ್ದೆ, ಅಂದುಕೊಂಡ. ಎಷ್ಟೇ ಪ್ರಾಮಾಣಿಕವಾಗಿ ಯೋಚಿಸಿದರೂ, ಇನ್ನು ಆರು ತಿಂಗಳ ನಂತರ ಕೊನೆಯ ವರ್ಷ ಪಾಸಾದಲ್ಲಿ ತನ್ನ ಹೌಸ್ ಸರ್ಜನ್ಸಿಯ ಎರಡು ಸಾವಿರದಿನ್ನೂರರ ಸಂಬಳ, ನಂತರ ಪೀಜಿ ಮಾಡಬೇಕಾದ ಅನಿವಾರ್ಯತೆ ಮತ್ತು ಆ ಮೂರು ವರ್ಷಗಳಲ್ಲಿ ಸಿಗುವ ವರ್ಷಕ್ಕಿನ್ನೂರರ ಇಂಕ್ರಿಮೆಂಟುಗಳು, ಕನಿಷ್ಠ ಇನ್‌ಫ್ಲೇಶನ್ನನ್ನು ಲೆಕ್ಕಕ್ಕಿಟ್ಟರೂ, ರಶ್ಮಿ ಅಮೆರಿಕಾಕ್ಕೆ ಹೋಗದಿದ್ದರೂ ಆಕೆಯ ಬ್ಯಾಂಕಿನಲ್ಲಿ ಉಳಿಯುವ ಬ್ಯಾಲೆನ್ಸು– ಇವುಗಳಷ್ಟೇ ತನ್ನನ್ನು ಸಮಾರಂಭಕ್ಕೆ ಹೋಗದೇ ಉಳಿಸಿದ್ದು, ಎಂದು ಮನಸ್ಸು ಒಪ್ಪಿಕೊಳ್ಳಲಿಲ್ಲ. ಯೋಚನೆ ಜಾಸ್ತಿಯಾಗುತ್ತಿದ್ದ ಹಾಗೆ ತನ್ನಂತಾನೇ ಘಳಕ್ಕೆಂದು ಬಂದ ಕಣ್ಣೀರಿಗೆ ತನ್ನ ಲ್ಯಾಕ್ರಿಮಲ್ ಗ್ರಂಥಿಯ ನಾಳ ಸರಿಯಾಗಿ ಕೆಲಸ ಮಾಡುತ್ತಿಲ್ಲವೆಂದು ವೈದ್ಯಕೀಯವಾಗಿ ಸಮರ್ಥಿಸಿಕೊಂಡ.

ನಾಗೇಶ ಹೋಗಿದ್ದನಂತೆ, ಕಾನ್ವೊಕೇಶನ್ನಿಗೆ. ರಶ್ಮಿ ಒಂದೆರಡು ಫೋಟೋಗಳನ್ನು ಶ್ರೀಧರನಿಗೆ ಕಳಿಸಿದ್ದಳು. ಒಂದು ವಾರದ ರಜೆಗೆ ಅಪ್ಪ ಅಮ್ಮನನ್ನು ನೋಡಲು ಅಮೆರಿಕಾದಿಂದ ಬಂದ ನಾಗೇಶ ಬಿಡುವು ಮಾಡಿಕೊಂಡು, ರಶ್ಮಿಯನ್ನು ಕರಿಯ ಕೋಟಿನಲ್ಲಿ ನೋಡಲು ಹೋಗಿದ್ದಾನೆ, ತಾನು ಹೋಗಿಲ್ಲ. ಫೋಟೊ ನೋಡಿದ, ಶ್ರೀಧರ. ನಾಗೇಶ ತಾನು ನೋಡಿದ್ದಕ್ಕಿಂತಲೂ ಊದಿಕೊಂಡಿದ್ದಾನೆ, ಅನ್ನಿಸಿತು. ಬೋಳೀಮಗ ಬರೀ ಬಿಯರ್ ಕುಡಿಯಬಹುದು, ನೋಡಿದ ತಕ್ಷಣ ಹೇಳಬಹುದು, ಅದು ಬರೀ ಕೊಬ್ಬು, ಮಾಂಸವಲ್ಲ ಅಂತ.

ನಾಗೇಶ ರಶ್ಮಿಗೆ ತನಗೆ ಬೇಕಾದ್ದಕ್ಕಿಂತ ಹತ್ತಿರವಾಗುತ್ತಿದ್ದಾನೆ, ಅಂದುಕೊಂಡ. ಆತ ಸ್ಯಾನ್‌ಹೋಸೆಯ ಒಂದು ಮೃದುಯಂತ್ರಿ 'ಇನ್‌ಕ್'ನಲ್ಲಿ ಕೆಲಸ ಮಾಡುತ್ತಿದ್ದಾನಂತೆ. ಶ್ರೀಧರನಿಗಿಂತಾ ನಾಲ್ಕೇ ವರ್ಷ ದೊಡ್ಡಾತ ಆತ. ಎರಡು ಬಾರಿ ಅಮೆರಿಕಾಕ್ಕೆ ಹೋಗಿದ್ದ. ಓದುತ್ತಿದ್ದಾಗಲೇ ಆತನ ತೊಡೆಯಮೇಲಿಗ ಅಲ್ಲಾವುದ್ದೀನನ ಅದ್ಭುತ ದೀಪದಂತೆ ಬೆರಳ ತುದಿಯಲ್ಲಿ ಪ್ರಪಂಚವನ್ನು ತೋರಿಸುತ್ತಲೇ ರಶ್ಮಿಯನ್ನು ಬಲೆಗೆ ಹಾಕಿಕೊಳ್ಳುತ್ತಿದ್ದಾನೆಂದು ಶ್ರೀಧರ ಅನುಮಾನಿಸಿದ್ದ.

ಮಂಡಿ ಊದಿಸಿಕೊಂಡು ಬಿದ್ದ ಹುಡುಗಿಗೆ ಹೆಗಲು ಕೊಟ್ಟು ಮನೆಗೆ ಕರಕೊಂಡು ಬರಲು ಅಡ್ಡವಾದ ಗಂಡಸುತನ ಮತ್ತು ಪುಟ್ಟತಮ್ಮನ ಜವಾಬ್ದಾರಿ ಈಗ ಆಕೆ ನಾಗೇಶನ ಜತೆ ಇರುವುದನ್ನು ನೋಡಿ ಇದ್ದಕ್ಕಿದ್ದಂತೆ ಜಾಗೃತವಾಗುವುದನ್ನು ನೋಡಿ ಆತನಿಗೇ ಆಶ್ಚರ್ಯವಾಗುತ್ತಿತ್ತು. ಅದನ್ನು ತಪ್ಪಿಸಲಾದರೂ ತಾನು ಕಾನ್ವೊಕೇಶನ್ನಿಗೆ ಹೋಗಬೇಕಿತ್ತು ಅಂತಂದುಕೊಂಡ.

ರಶ್ಮಿ ಮುಂದಿನ ಎಂಟು ತಿಂಗಳಲ್ಲಿ ಅಮೆರಿಕಾದ ಮರಳಕಣಿವೆಯ 'ಇನ್‌ಕ್' ಒಂದಕ್ಕೆ ನೇರವಾಗಿ ಕೆಲಸಕ್ಕೆ ಹೋದಳು.

* * * * *

ಪಶ್ಚಿಮವಾಹಿನಿ

ತಾನು ತಿಳಿದಷ್ಟು ಸುಲಭವಿರಲಿಲ್ಲ, ಧನ್ವಂತ್ರೀಯಾಗ. ಮೊದಲ ವರ್ಷದಲ್ಲಿ ಅನಾಟಮಿಯ ಕ್ಲಾಸಿನ ಹೆಣಗಳನ್ನು ಕುಯ್ದಷ್ಟೇ ಸುಲಭವಾಗಿ, ಹೃದಯದ ಮರ್ಮರಗಳನ್ನೂ, ಶ್ವಾಸಕೋಶಗಳ 'Sibilant, sonoros' ಸಂಗೀತಗಳನ್ನೂ ಕಲಿತುಬಿಡುತ್ತೇನೆ ಅಂದುಕೊಂಡಿದ್ದ. ಯಾವ ಸೀಟೀ ಸ್ಕ್ಯಾನುಗಳೂ, ಅಲ್ಟ್ರಾಸೌಂಡುಗಳೂ ಇಲ್ಲದೇ ಬರೀ ಎರಡು ಸ್ಟೆತೋಸ್ಕೋಪಿನ ಮಧ್ಯದಲ್ಲಿರುವ ತಲೆಯಿಂದಲೇ ತನ್ನ ಮುಂದಿರುವ, ಹಿಂದಿರುವ ಮತ್ತು ಅವರ ಪಕ್ಕಕ್ಕಿರುವ ರೋಗಿಗಳ ಹೃದಯಗಳ ಕವಾಟಗಳ ಕುಗ್ಗುವಿಕೆ, ಹಿಂಚಲನೆಗಳನ್ನೂ, ಸ್ಯಾನಿಟೇರಿಯಂದಲ್ಲಿರುವ ಶ್ವಾಸಕೋಶಗಳ 'ಕ್ಯಾವಿಟಿ'ಗಳನ್ನೂ ಕಂಡುಹಿಡಿದುಬಿಡುತ್ತೇನೆ ಎಂದುಕೊಂಡಿದ್ದ. ನೋಡ ನೋಡುತ್ತಿದ್ದಂತೆ ಕಡೆಯ ವರ್ಷ ಬಂದೇಬಿಟ್ಟಿತು. ಕೊನೆಯ ವರ್ಷದ ಕ್ಲಿನಿಕಲ್ ಪರೀಕ್ಷೆಯಲ್ಲಿ ತನಗೆ 'ಮೈನ್ ಕೇಸ್' ಆಗಿದ್ದ ಕುಡಿದು ಕರಕಲಾಗಿದ್ದ ಯಕೃತ್ತಿನ ರೋಗಿಯೊಬ್ಬನ ಹಳದೀ ಕಣ್ಣುಗಳು, ಎದೆಯ ಮೇಲಿದ್ದ ರಕ್ತನಾಳಗಳ ಜೇಡರಬಲೆ, ಗಂಡುಮೊಲೆಗಳು, ಉಬ್ಬಿದ ಹೊಟ್ಟೆ, ಕುಗ್ಗಿದ ವೃಷಣ, ನಡುಗುವ ಕೈ ಮತ್ತು ದಿನಕ್ಕೆ ರಾತ್ರಿ ಮತ್ತು ರಾತ್ರಿಗೆ ದಿನವೆನ್ನುವ ಆತನ ವಿಹ್ವಲ ಕಲ್ಪನಾರೂಪಕಗಳು ಎಲ್ಲವನ್ನೂ ನಲವತ್ತೈದು ನಿಮಿಷದಲ್ಲಿ ನೋಡಿ, ಗ್ರಹಿಸಿ, ಪಟ್ಟಿಮಾಡಿ ಇಂತ 'ಕ್ಲಾಸಿಕ್ ಕೇಸು' ಸಿಗುವ ಮೈಸೂರಿನ ಗುರುಕುಲಕ್ಕೇ ಜೈ ಎಂದು, ಕರಕಲು ಯಕೃತ್ 'ಸಿರೋಸಿಸ್'ನ ಹದಿನೆಂಟೂ ಸೈನುಗಳನ್ನೂ ಉರು ಹೊಡೆದಿದ್ದು, ಅವಷ್ಟೂ ಈ ಸೀಕಲು ಯಕೃತ್ತಿನವನಲ್ಲಿ ಇದ್ದದ್ದನ್ನು ಖಾತ್ರಿ ಪಡಿಸಿಕೊಂಡು 'ಭಲೆ ಶ್ರೀಧರ' ಎಂದು ತನ್ನ ಬೆನ್ನನ್ನೊಮ್ಮೆ ತಾನೇ ತಟ್ಟಿಕೊಂಡು ಅಲ್ಲಿಗೆ ಬಂದಿದ್ದ ಹೊರರಾಜ್ಯದ ಹೈದರಾಬಾದೀ ಪರೀಕ್ಷಕನನ್ನು ಇದಿರುನೋಡುತ್ತಿದ್ದ.

ಹಿಂದಿನ ರಾತ್ರಿ ಆ ಕರಕಲು ಯಕೃತ್ತಿನ ರೋಗಿ ಎಷ್ಟು ಪಾಕೀಟು ಕುಡಿದಿದ್ದನೋ ಅಷ್ಟೇ ಸ್ಕಾಚು ಕುಡಿದಿದ್ದ ಆ ಹೈದರಾಬಾದಿ ಪರೀಕ್ಷಕ ಹ್ಯಾಂಗೋವರಿನಿಂದ ಹೊರಬರಲು ಎರಡು ಕೇಟೀ ಕುಡಿದು, ಹೊರಗೆ ಹೋಗಿ ಇನ್ನೊಂದು ಸಿಗರೇಟು ಎಳೆದು ತಲೆಯನ್ನು ಹಗುರ ಮಾಡಿಕೊಂಡು "ಏಮ್ರಾ, ನೀ ಕೇಸೆಂತ" ಎಂದಾಗ ಶ್ರೀಧರ 'Cirhosis of liver with liver cell failure: Grade 2 Hepatic Encephalopathy' ಎಂದಾಗ ಆ ಹೈದರಾಬಾದಿ ಜಾಸ್ತಿ ತಲೆ ಕೆಡಿಸಿಕೊಳ್ಳದೇ ಶ್ರೀಧರನನ್ನು ಒಮ್ಮೆ ಉಡಾಫೆ ಅನ್ನುವ ದೃಷ್ಟಿಯಿಂದ ನೋಡಿ, 'ಈ ನಿನ್ನ ಕೇಸಿಗೆ ಕುತ್ತಿಗೆಯ ರಕ್ತನಾಳಗಳ್ಯಾಕೆ ಉಬ್ಬಿವೆ?' ಎಂದು ಕೇಳಿದ್ದ. ಉಬ್ಬಿದ ಕುತ್ತಿಗೆಯ ರಕ್ತನಾಳಗಳು ಕರಕಲು ಯಕೃತ್ತಿನ ಹದಿನೆಂಟು ಸೈನುಗಳೊಳಗೆ ಬಂದಿಲ್ಲವಾದ್ದರಿಂದ ಶ್ರೀಧರ ಅದನ್ನು ನೋಡಲು ಮರೆತಿದ್ದ. ದುಸರಾ ಮಾತಾಡದೇ ಆ ಹೈದರಾಬಾದಿ ಪರೀಕ್ಷಕ ಶ್ರೀಧರನನ್ನು ಏನೂ ಕೇಳದೇ ಮುಂದೆ ಹೋಗಿದ್ದ. ಮೇಲಿನಿಂದ ಕೆಳತನಕ ರೋಗಿಯ ತಲೆಬುಡ ಮಾಡಿ ನೋಡಿದ್ದ ಶ್ರೀಧರನ ವೈದ್ಯಕಲೆ ಮೂರುಕಾಸಿಗೂ ಬಾರದೇ ಹೋಯಿತು. ಆ ಕೇಸು ತನ್ನ ಕೈಗಳನ್ನು ಮುಂದೆ

ಇಟ್ಟುಕೊಂಡು ನಡುಗುತ್ತಿರುವಾಗಲೇ ಶ್ರೀಧರ ತನ್ನ ಕೊನೆಯ ವರ್ಷ ಫೇಲಾಗಿ ಗುರುಕುಲದ ರೂಮಿನಲ್ಲಿ ಆರು ತಿಂಗಳು ಸುಮ್ಮನೇ ಕೂತಿದ್ದ. ಎಷ್ಟೇ ಕಷ್ಟಪಟ್ಟು ಧನ್ವಂತ್ರೀ ವಿಶ್ವಕೋಶಗಳನ್ನು ತಿರುವಿಹಾಕಿದರೂ ಕರಕಲು ಯಕೃತ್ತಿನವನಿಗೆ ಕುತ್ತಿಗೆಯ ರಕ್ತನಾಳಗಳು ಉಬ್ಬಿರುತ್ತವೆ ಎಂದು ಎಲ್ಲೂ ಕಾಣಸಿಗದೆ ಶ್ರೀಧರ ಸಿಟ್ಟು ಮಾಡಿಕೊಂಡ.

ಶ್ರೀಧರ ಫೇಲಾದ ಸುದ್ದಿ ಕೇಳಿ, ಅಪ್ಪನಿಗೆ 'ಡೋಂಟ್ ವರಿ' ಎಂದು ಎರಡೇ ಪದದ ಉತ್ತರ ಹೇಳಿದ್ದಳು, ರಶ್ಮಿ. ಅವಳಾಗಲೇ ಅಮೆರಿಕದ ಕಣಿವೆಯೊಂದರ ಯಾವುದೋ ಇನ್‌ಕ್‌ನಲ್ಲಿ ಡಾಲರುಗಳನ್ನು ಮೂವತ್ತೇಳರಿಂದ ಗುಣಿಸುತ್ತಿದ್ದಳು. ಆರು ತಿಂಗಳು x ಸಾವಿರ ಡಿವೈಡೆಡ್ ಬೈ ಮೂವತ್ತೇಳು = ಪ್ಚ್, ಪ್ಚ್ ಎಂದು ಅವಳಿಗನಿಸುತ್ತಿತ್ತು.

ಮುಂದಾರು ತಿಂಗಳಲ್ಲಿ ಶ್ರೀಧರ ಈ ತರದ ಕೊಲ್ಯಾಟರಲ್ ಡ್ಯಾಮೇಜನ್ನು ಕಡಿಮೆ ಮಾಡಿಕೊಳ್ಳುವುದು ಹೇಗೆ ಎಂಬುದನ್ನು ಕಲಿತ. ಹೃದಯದ ಖಾಯಿಲೆಯಿದ್ದವರಿಗೆ ಕಣ್ಣಿನ ರೆಪ್ಪೆಯನ್ನು ನೋಡುವುದು, ಎರಡೂ ಶ್ವಾಸಕೋಶಗಳು ಕರಗಿ ಒಂದು ಪಾತ್ರೆಯಂತಾದವನಿಗೆ ತುಟಿಯ ಬಣ್ಣ ಬಿಳಿಚಿಕೊಂಡಿದೆಯೋ ಅಥವಾ ನೀಲಿಗಟ್ಟಿದೆಯೋ ನೋಡುವುದು, ಇತ್ಯಾದಿ. ಯಾರು ಏನೇ ಮಾಡಿದರೂ ತನ್ನ ಹೆಸರಿನ ಮುಂದೆ ನಾಲ್ಕಕ್ಷರ ಹಾಕಿಕೊಳ್ಳುವುದಕ್ಕೆ ಏನು ಬೇಕೋ ಎಲ್ಲವನ್ನೂ ಮಾಡಲು ತಯಾರಾಗಿ ನಿಂತಿದ್ದ. ಈ ಆರು ತಿಂಗಳು ಆತ ಕಳೆದದ್ದು ಬಹುತೇಕ ಗುರುಕುಲದ ಲೈಬ್ರರಿಯಲ್ಲಿ ಅಥವಾ ಆಸ್ಪತ್ರೆಯೆಂಬ ಪಾಳಯದಲ್ಲಿ. ಅವನ ಈ ಯಾಗ ದಂಡವಾಗಲಿಲ್ಲ. ಈ ಬಾರಿ ಅದೇ ಹೈದರಾಬಾದಿ ಪರೀಕ್ಷಕ ಬರುತ್ತಾನೆಂದುಕೊಂಡಿದ್ದ. ಆದರೆ, ಹಿಂದಿದ್ದ ಸ್ಥಳೀಯ ಪ್ರೊಫೆಸರರ 'ಛೆ! ಶ್ರೀಧರನಂತ ಹುಡುಗ ಫೇಲಾಗಬಾರದಾಗಿತ್ತು' ಅನ್ನುವ ಕರುಣೆಯ ಅಂಶವೂ ಸೇರಿ, 'ಒಂದು ಸುಲಭದ ಕೇಸು ಕೊಡಪ್ಪಾ ಆ ಹುಡುಗನಿಗೆ' ಎಂದು ತಮ್ಮ ಚೇಲಾಗಳಿಗೆ ಶಿಫಾರಸೂ ಮಾಡಿದ್ದರು. ಶ್ರೀಧರನಿಗೆ ಸಿಕ್ಕಿದ್ದ ಈ ಬಾರಿಯ ಕೇಸು ದುರ್ಬಲವಾದ ಹೃದಯದ್ದು. ಬೀಟಲುಗಳ ಬ್ಯಾಂಡನ್ನೂ ನಾಚಿಸುವಂತೆ ಬಡಕೊಳ್ಳುತ್ತಿದ್ದ ಕೇಸಿನ ಹೃದಯದ ಬಡಿತ ಮತ್ತು ಮರ್ಮರಗಳನ್ನು ಗುರುತು ಮಾಡಿಕೊಂಡು ಶ್ರೀಧರ ದಾಳಿಯನ್ನೆದುರಿಸಲು ಸಿದ್ಧವಾದ. ಆದರೆ, ಈ ಬಾರಿ ಬಂದಿದ್ದ ಗುಂತಕಲ್ಲಿನ ಇನ್ನೊಬ್ಬ ಪರೀಕ್ಷಕ, ಶ್ರೀಧರ 'ಮಲ್ಟಿವಾಲ್ವ್ಯುಲರ್ ಹಾರ್ಟ್ ಡಿಸೀಸ್' ಎಂದು ಶುರುಮಾಡುತ್ತಿದ್ದಾಗಲೇ, ಆ ಡಯಾಗ್ನೊಸಿಸ್‌ಗೊಮ್ಮೆ ಆಕಳಿಸಿ 'ನೀ ಅಯ್ಯ ನಾಕಂತ ಚೆಪ್ಪಿನ್ನಾರು' ಅನ್ನುತ್ತಾ ಪಾಸ್ ಮಾಡಿಯೇ ಬಿಟ್ಟರು. ಇಷ್ಟು ಸುಲಭವಾಗಿ ಪಾಸಾಗುತ್ತಿರುವುದನ್ನು ಕಂಡು ತಾನು ಫೇಲಾಗಿದ್ದು ಮತ್ತು ಧನ್ವಂತ್ರೀ ಪುಸ್ತಕಗಳನ್ನು ಅರೆದು ಕುಡಿದಿದ್ದ ತನ್ನ ಕಳೆದ ಆರು ತಿಂಗಳುಗಳ ಶ್ರಮ ಪೂರಕ್ಕೆ ಪೂರ ದಂಡ ಅನ್ನಿಸಿತ್ತು, ಶ್ರೀಧರನಿಗೆ. ಆದರೆ, ಈ ಆಂಟಿಕ್ಲೈಮ್ಯಾಕ್ಸಿನಿಂದ ನೊಂದುಕೊಂಡು ಕೂತಿರುವಷ್ಟು ಪುರುಸೊತ್ತಿರಲಿಲ್ಲ. ಗುರುಗಳಿಗೊಂದು ದೀರ್ಘದಂಡ ಪ್ರಣಾಮ ಮಾಡಿ, ಕಣ್ಣೊರಸಿಕೊಂಡು ಮೊಟ್ಟಮೊದಲ ಬಾರಿ ರಶ್ಮಿಗೆ ಫೋನು ಹಚ್ಚಿದ್ದ, ಗುರುಕುಲದಲ್ಲಿದ್ದ ಒಂದೇ ಒಂದು ಟೆಲಿಫೋನಿನಿಂದ.

"ಪಾಸಾಯ್ತು" ಎಂದಿದ್ದ, ಹಲೋ ಕೂಡ ಅನ್ನದೇ.

"ವಾವ್" ಎಂದಳು ರಶ್ಮಿ "ನನಗೆ ತುಂಬಾ ಖುಷಿಯಾಗಿದೆ" ಅಂದಳು.

"ನಾನು ಕಾನ್ವೋಕೇಶನ್ನಿಗೆ ಹೋಗುವುದಿಲ್ಲ. ಹಾಜರಾಗದಿದ್ದರೂ ಡಿಗ್ರೀ ಸರ್ಟಿಫಿಕೇಟ್ ಕಳಿಸುತ್ತಾರೆ" ಎಂದ.

"ಹೋಗಿ ಬಾ, ನನಗಂತೂ ಬರಲಾಗುವುದಿಲ್ಲ"

"ಇಲ್ಲ"

"ಸರಿ"

"ರಶ್ಮಿ, ಥ್ಯಾಂಕ್ಸ್" ಅಂದ.

"ಯಾಕೋ, ಅಳುತ್ತಿದ್ದೀಯಾ?" ಕೇಳಿದಳು.

"ಅಳೋಂತದೇನಾಗಿದೆ" ಅಂದ. ಸತ್ಯವನ್ನು ಫೋನು ಸೋಸುವುದಿಲ್ಲ ಅಂದುಕೊಂಡ, ಜೇಬಿನಿಂದ ಕರ್ಚೀಫು ತೆಗೆಯುತ್ತಾ.

"ಸರೀ. ಇಡಲಾ" ಎಂದು ಫೋನಿಟ್ಟಳು, ರಶ್ಮಿ.

* * * * *

ಆದರೆ, ತನ್ನ ಧನ್ವಂತ್ರೀಯಾಗ ಇಲ್ಲಿಗೇ ಮುಗಿಯುವುದಿಲ್ಲ ಎಂದು ಆತನಿಗೆ ಗೊತ್ತಿತ್ತು. ಈಗ ಹೆಸರಿನ ಮುಂದೆ ನಾಲ್ಕಕ್ಷರ ಬಂದ ಮೇಲೆ ಗುರುಕುಲದ 'ಅಪ್ರೆಂಟಿಸ್‌ಶಿಪ್' ಮಾಡುತ್ತಿರಬೇಕಾದರೆ, ಯಾವ ಅಂಗವನ್ನು ಪರೀಕ್ಷಿಸುವ ಸ್ಪೆಷಲಿಸ್ಟಾದರೆ ಇನ್ನು ಮೂರು ವರ್ಷಗಳ ನಂತರ ಅತಿಹೆಚ್ಚು ದುಡ್ಡು ಮಾಡಬಹುದು ಅಥವಾ ಔಷಧಿ ಕಂಪೆನಿಯ ಹೆಸರಲ್ಲಿ ಯುರೋಪಿಗೆ ಹೋಗಬಹುದು ಎಂದು ಲೆಕ್ಕ ಹಾಕುತ್ತಿದ್ದ. ಆದರೆ, ಅವನಿಗೆ ಮೊದಲಿಂದಾ ಒಂದು ನಂಬಿಕೆ- ದುಡ್ಡು ಮಾಡುವ ಸ್ಪೆಷಾಲಿಟಿಗಳ್ಯಾವುದೂ ಜೀವ ಉಳಿಸುವ ಕಲೆಗಳಲ್ಲ ಎಂದು. ಪೊರೆ ಬಂದ ಕಣ್ಣುಗಳ ಪೊರೆ ಕಿತ್ತು ಬರೀ ಅರ್ಧ ಇಂಚು ದಪ್ಪ ಗಾಜುಗಳ ಹಿಂದಿರುವ ಖಾಲಿ ಮುದಿಕಣ್ಣುಗಳನ್ನು ನೋಡಲೆ? ಮಕ್ಕಳ ಟಾನ್ಸಿಲ್ ಅನ್ನೋ ದಂಡಪಿಂಡವನ್ನು ಕಿತ್ತು ಹಾಕುತ್ತಾ, ಸೊಟ್ಟ ಮೂಗನ್ನು ಸರಿ ಮಾಡುವ ಕಿವಿ, ಮೂಗು, ಗಂಟಲಿನ ತಜ್ಞನಾಗಲೆ? ಜೀರ್ಣಾಂಗವ್ಯೂಹದ ಯಾವ ಕೋಶ ರಕ್ತ ಒಸರುತ್ತಿದೆ ಎಂದು ಟ್ಯೂಬು ಹಾಕಿ ನೋಡಲೆ? ಊರಾಚೆ ಹೋದ ಹುಡುಗರ ಹುಣ್ಣನ್ನು ಹೋಗಿಸೋ ಲೈಂಗಿಕ ತಜ್ಞನಾಗಲೆ? ಹೀಗೇ ಮೇಲಿನಿಂದ ಕೆಳತನಕ ಬಂದಾಗ ಅವನ ನಂಬಿಕೆ ಬಲವಾಗುತ್ತಾ ಬಂದಿತು. ದುಡ್ಡು ಮಾಡುವ ತಜ್ಞರು ಧನ್ವಂತ್ರಿಗಳೇ ಅಲ್ಲ ಎಂದು. ಅವರ ಹೆಸರಿನ ಮುಂದೆ ನಾಲ್ಕಕ್ಷರದ ಜತೆಗೆ ಇನ್ನೊಂದೆರಡಕ್ಷರವೇನೋ ಇದೆ. ಆದರೆ, ಅವರ ದೃಷ್ಟಿ ಬಹಳ ಸಂಕುಚಿತ. ಕಣ್ಣಿಗಿಂತ ಒಂದಡಿ ಕೆಳಗಿರುವ ಹೃದಯ ಚಿತ್ರವಿಚಿತ್ರವಾಗಿ ಬಡಿದುಕೊಳ್ಳುತ್ತಿದ್ದರೂ ಅದರ ತಹಬಂದಿಗೆ ಏನು ಮಾಡಬೇಕೆಂದು ಗೊತ್ತಿಲ್ಲದ ಕಣ್ಣಿನ ಡಾಕ್ಟರು. ಕುತ್ತಿಗೆಯ ಕೆಳಗಿನದೇನೂ ಕಾಣದ ಕಿವಿ, ಮೂಗು, ಗಂಟಲು ತಜ್ಞ, ಹೃದಯದ

ಕೊಬ್ಬಿನ ಗಡ್ಡೆಯನ್ನು ಬಿಟ್ಟು ಬೇರೇನೂ ಕಾಣದ 'ಹಸ್ತಕ್ಷೇಪೀ ಹೃದಯ ತಜ್ಞರುಗಳು'. ರೋಗಿಯ ಒಂದೊಂದೇ ಅಂಗವನ್ನು ತನ್ನ ಕಾರ್ಯಕ್ಷೇತ್ರ ಎಂದು ತಿಳಿದುಕೊಂಡಿರುವವರ್‍ಯಾರೂ 'ಹೋಲಿಸ್ಟಿಕ್'ರಲ್ಲ ಎಂದು ತನ್ನ ಹಾಗೂ ತನ್ನ ಸ್ನೇಹಿತರ ಜತೆಗೆ ವಾದಿಸಿದ್ದ. ಆದ್ದರಿಂದ 'ಜನರಲ್ ಮೆಡಿಸಿನ್' ತನ್ನ ಕ್ಷೇತ್ರ. ಇಡೀ ಶರೀರವನ್ನು ಒಟ್ಟಾರೆ ನೋಡುವ, ತನ್ನಂತಾ ಜಾಣ ಧನ್ವಂತ್ರಿಗಳಿಗೆ ಹೇಳಿಮಾಡಿಸಿದ ಪರಿಣಿತಿ ಎಂದನಿಸಿತ್ತು.

ಏನು ಮಾಡುವುದಕ್ಕೂ ಶ್ರೀಧರ ತನ್ನ ಗುರುಕುಲಾನಂತರದ ಪೀಜೀ ಪ್ರವೇಶ ಪರೀಕ್ಷೆಗಳನ್ನು ಪಾಸು ಮಾಡಬೇಕಿತ್ತು. ಐಚ್ಛಿಕ ವಿಷಯಗಳಲ್ಲಿ ಜನರಲ್ ಮೆಡಿಸಿನ್ನೇ ಸಿಗಬೇಕಾದರೆ, ಇಡೀ ರಾಜ್ಯದಲ್ಲಿ ಇಪ್ಪತ್ತರ ರ್‍ಯಾಂಕಿನೊಳಗೆ ಬರಬೇಕಾಗಿತ್ತು. ಮಾಧವರಾಯರ ಅಂಗಾರ ಮತ್ತು ಮಾಸ್ತರರ ಕೆಲಸ ಇವೆರಡೂ ಶ್ರೀಧರನಿಗೆ ಯಾವ ಅನುಕೂಲವನ್ನೂ ಮಾಡಿರಲಿಲ್ಲ. ಆದರೆ, ಮಾಧವರಾಯರಿಗೆ ರಿಟೈರಾಗಿದ್ದ ಪಕ್ಷದಲ್ಲಿ ಅಥವಾ ಕೆಲಸವೇ ಇಲ್ಲದಿದ್ದಲ್ಲಿ ಶ್ರೀಧರ ಮೀಸಲಾತಿಯಲ್ಲಿ ಒಂದೇ ಒಂದು ಮೆಟ್ಟಿಲು ಹಿಂದೆ ಹೋಗುವ ಅವಕಾಶವಾದರೂ ಇರುತ್ತಿತ್ತು. ಆದರೆ, ಇವ್ಯಾವುವೂ ಸದ್ಯಕ್ಕೆ ಆಗುವ ಸಂಭವವಿರಲಿಲ್ಲ.

ಸರಿ, ಶ್ರೀಧರ ಮತ್ತೆ ಲೈಬ್ರರಿ ಸೇರಿದ. ಹ್ಯಾರಿಯಮಗ, ಡೇವಿಡ್ಸನ್, ಇತರೇ ಮಕ್ಕಳ ಗ್ರಂಥಗಳಲ್ಲಿ ತನ್ನನ್ನೇ ತೊಡಗಿಸಿಕೊಂಡ.

* * * * *

ಒಂದು ದಿನ ಇದ್ದಕ್ಕಿದ್ದಂತೆ ಗುರುಕುಲಕ್ಕೆ ಮಾಧವರಾಯರು ನಾಗಮಂಗಲದಿಂದ ಹೊರಟುಬಂದಿದ್ದರು. ಎಂದೆಂದೂ ಬರದ ಅಪ್ಪ, ಇಂದು ಹೇಳದೇ ಕೇಳದೇ ಬಂದದ್ದು ಶ್ರೀಧರನಿಗೆ ತಡಬಡಾಯಿಸುವಂತೆ ಮಾಡಿತ್ತು. ಹಣೆಯ ಮೇಲೆ ದೊಡ್ಡ ಅಂಗಾರ, ಜುಬ್ಬ, ಕಚ್ಚೆಪಂಚೆ ಮತ್ತು ಕೊರಳಿಗೆ ಒಂದು ತುಳಸೀಮಾಲೆ ಇವುಗಳನ್ನು ನೋಡಿ ಹುಡುಗರೆಲ್ಲರೂ ಯಾವುದೋ ಮಠದ ಸ್ವಾಮಿಗಳೇ ಬಂದಿದ್ದಾರೆ ಎಂದುಕೊಂಡರು. 'ಗೋವಿಂದಾ, ಶ್ರೀಹರೀ' ಎಂದು ಎಲ್ಲರನ್ನೂ ಕನ್‌ಫ್ಯೂಸ್ ಮಾಡಿಸಿ ಶ್ರೀಧರನ ರೂಮೆಲ್ಲಿದೆ ಎಂದು ಹುಡುಕಿ, ಬಾಗಿಲು ತಟ್ಟಿದಾಗ ಶ್ರೀಧರ ಗಡಿಬಿಡಿಯಿಂದ ಆದಷ್ಟು ರೂಮನ್ನು ಒಂದು ತಹಬಂದಿಗೆ ತಂದು ಅಪ್ಪನನ್ನು ರೂಮಿನೊಳಗೆ ಕರೆತಂದಿದ್ದ. ಗೋಡೆಯ ಮೇಲಿದ್ದ ಸಮ್ಯಾಂತಾ ಫ್ಲಾಕ್ಸ್, ಮಡಾನಾಗಳ ಮಾನ ಮುಚ್ಚುತ್ತಾ ಅವರಿಗೊರಗಿ ನಿಂತ. ಪಕ್ಕದಲ್ಲಿದ್ದ ಸಿಲ್ವೆಸ್ಟರ್ ಸ್ಟಲೋನ್ ಮತ್ತು ಅವನ ಮೇಲೇ ಇದ್ದ ಸ್ವಾಮಿ ವಿವೇಕಾನಂದರನ್ನೂ ಒಮ್ಮೆ ನೋಡಿ ಮತ್ತೊಮ್ಮೆ 'ಗೋವಿಂದಾ ಶ್ರೀಹರೀ' ಅಂದರು.

"ಊಟ ಮಾಡಿದ್ದೀರಾ" ಎಂದ, ಶ್ರೀಧರ ಏನು ಮಾತಾಡಬೇಕೆಂದು ಗೊತ್ತಾಗದೇ.

"ಉಂಡ್‌ಹಂಗಾತಪ ನಿನ್ನೋಡಿ. ನನ್ನಿಷ್ಯ ಬಿಡು. ನಿಂದೇನು ವಿಚಾರ ಮಾಡಿದೀ" ಎಂದು ನೇರಕ್ಕೆ ವಿಚಾರಕ್ಕೇ ಬಂದರು ಮಾಧವರಾಯರು, ಬೆವರೊರಸಿಕೊಳ್ಳುತ್ತಾ.

"ನಂದೆಂತಾ ವಿಚಾರ ಮಾಡೋದಿದೆ" ತಬ್ಬಿಬ್ಬಾಗಿ ಕೇಳಿದ, ಶ್ರೀಧರ.

"ಅಲ್ಲೋ ಮಗನ. ನಾ ಭಾರಿ ವಿಚಾರ ಮಾಡೀನಪ್ಪ. ಅಲ್ಲಿ ನಿನ್ನಕ್ಕ ರಶ್ಮಿ ಯಾವ್ದೋ ಮ್ಲೇಚ್ಛರ ದೇಶಕ್ಕ ಹೋಗಿ ಸಂಪಾದನಿ ಮಾಡತಾ ಐದಾಳಲಪ. ಪ್ರತೀ ತಿಂಗಳ ಇಂತಿಷ್ಟು ಅಂತ ರೊಕ್ಕ ಕಳಿಸ್ತಾಳ. ಇಲ್ಲಿ ನೀ ನಿನ್ನ ಧನ್ವಂತ್ರಿ ಪರೀಕ್ಷ್ಯಾಗ ನಪಾಸಾಗಿದ್ದೂ ಅಲ್ಲದ, ಈಗ ಯಾವುದೋ ಇನ್ನೂ ಮೂರು ವರ್ಷಾದ್ದು ಪೀಜೀ ಮಾಡ್ತೀನಿ ಅಂತ ಅನ್ನೂಕ ಹತೀಯಲ್ಲಪ. ಹಂಗೆಂಗಾಗ್ತದೋ ತಮ್ಮಾ. ನೀ ಹೀಂಗ ಪರೀಕ್ಷ ತೊಗೋತಾ ಕೂತ್ರೆ ನಾ ಏನ ಮಾಡುದ. ಅಲ್ಲದೇ ಹುಡ್ಗೀ ರೊಕ್ಕದಾಗ ಬಾಳುವೆ ಮಾಡಂತದೇನಾಗಿಲ್ಲಪ ನಂಗ. ಆಕೀ ಏನ, ಕಳಿಸ್ತಾಳ. ಹಂಗಂತ ನಾವು ಕೇಳಕಾಗ್ತದನ? ಅದಕ್ಕ ನಾ ಒಂದು ವಿಚಾರ ಮಾಡಿದೀನಿ. ನೀ ಸುಮ್ಗ ನಮ್ಮಾತ ಕೇಳು. ಅದಕ್ಕ ಮಾಡೂದೆಲ್ಲ ಬಿಟ್ಟು ಇಲ್ಲೀ ತನಕ ಬಂದೀವಿ. ತಿಳಿತನು" ಅಂದರು.

ಸುಮ್ಮನೇ ತಲೆಯಾಡಿಸಿದ, ಶ್ರೀಧರ.

"ನೋಡು ನಾ ಹಿಂಗಂತೀನಂತ ನೀ ಭಿಡೆ ಮಾಡ್ಕಬಡ. ನಂಪಾಸ ಒಂದಿಷ್ಟು ರೊಕ್ಕಾ ಐದಾವು. ನಿನಗಲ್ಲದ ಇನ್ಯಾರಿಗ್ ಕೊಡಾದು. ರಶ್ಮೀನ ನಮಗ್ ಕೊಡೂ ಹಂಗಿದಾಳ. ನಿನಗೆಷ್ಟು ಬೇಕು ಅಷ್ಟು ತಗಾ. ನಡೀ ನೀನೂ ಆ ಮ್ಲೇಚ್ಛರ ದೇಶಕ್ಕ. ನಂಧರ್ಮ ಕರ್ಮ ಹಾಳಾದ್ರೂ ಪರ್ವಾಗಿಲ್ಲೋ ತಮ್ಮ. ನೀ ಹಿಂಗೆ ಕೆಟ್ಟ ಕೆಟ್ಟ ಹುಡ್ಗೀರ ನಡೂ ಕೂತು ದಪ್ಪ ದಪ್ಪ ಪುಸ್ತಕ ಓದೂದ ನೋಡಿ ಸಹಿಸಲಾರೆ. ನನ್ ಸಾಯೂ ಸಮಯಕ್ಕ ನೀ ಇಲ್ಲಿಗೆ ಬಂದರೆ ಆತು. ನೀ ದೊಡ್ಡ ಧನ್ವಂತ್ರೀ ತಗಾ. ಇನ್ನೇನೊಗ್ತಾಗಂಗಿಲ್ದೆದ್ರೂ ಸಾಯೂದಂತು ಗೊತ್ತಾಗ್ತದೋ ಇಲ್ಲ, ನಿನಗ. ನೀ ಈ ಕಡೆ ಬಂದ ತಕ್ಷಣ ಮನೀಗ ಬಂದವನ, ಒಂದು ತಲ್ನೀರ್ ಹಾಕ್ಕೊಂಡು ಜನಿವಾರ ಬದಲಿಸ್ಕೊಂಡು ಒಂದಿಷ್ಟು ಪಂಚಗವ್ಯ ತಗಂಡರೆ ಎಲ್ಲ ಮುಗೀತಂತ ತಿಳ್ಕ. ನನ್ನತ್ರ ಇರೋ ರೊಕ್ಕದಾಗ ನೀ ಅಮೆರಿಕಕ್ಕೋ ಲಂಡನ್ನಿಗೋ ಎಲ್ಲಾರ ಹೋಗೋ ಖರ್ಚನ್ನ ತೂಗಿಸ್ತೀನಪ. ಅಲ್ಲಿಗೆ ಹೋದ ಮೇಲೆ, ನಿಂದ ನೀ ನೋಡಕೋಬೇಕ ನೋಡ" ಎಂದರು, ಒಂದೇ ಏಟಿಗೆ.

ಶ್ರೀಧರನಿಗೆ ಆ ಹೈದರಾಬಾದಿ ಪರೀಕ್ಷಕನ ಮೇಲೆ ತುಂಬಾ ಸಿಟ್ಟು ಬಂದಿತ್ತು. ತಾನು ಒಂದೇ ಬಾರಿಗೆ ಪರೀಕ್ಷೆ ಪಾಸಾಗಿದ್ದರೆ, ಅಪ್ಪ ಇವತ್ತು ಆಟೋದಲ್ಲಿ ತನ್ನ ರೂಮಿಗೆ ಬರಬೇಕಾಗಿತ್ತಾ? ಈ ಮಾತುಗಳನ್ನು ಹೇಳುತ್ತಿದ್ದರಾ? ರಶ್ಮೀನ ಅಮೆರಿಕಾಕ್ಕೆ ಕಳುಹಿಸಬೇಕಾದರೆ ಅಷ್ಟು ಹಾರಾಡಿದ ಅಪ್ಪ ಈಗ ತಮ್ಮ ಜಾತಿ ಬಿಟ್ಟು ನನ್ನನ್ನು ದೇಶಾಂತರ ಹೋಗು ಅನ್ನುತ್ತಿದ್ದಾರೆ ಅಂದರೆ, ಅವರಿಗೆ ತನ್ನ ಮೇಲೆ ಯಃಕಶ್ಚಿತ್ ನಂಬಿಕೆಯಿಲ್ಲ. ತಾನು ಹೀಗೇ ಯಶಸ್ಸೆಂಬ ಪದಕ್ಕೆ ಹುಡುಕಾಡಿ ಬಿಡಬಹುದಾದ ಚಿಲ್ಲರೆ ಎಂದುಕೊಂಡುಬಿಟ್ಟಿದ್ದಾರೆ. ಏನು ಮಾಡಿದರೂ ಅಪ್ಪನ ದುಡ್ಡಂತೂ ಬೇಡ. ಅದೂ ರಶ್ಮಿಯಿರೋ ಅಮೆರಿಕಕ್ಕಂತೂ ಹೋಗಲಾರೆ, ಅಂದುಕೊಂಡ.

"ಅಪ್ಪ, ನಾ ಏನ ಮಾಡಬೇಕಂತ ನನಗೆ ದೊಡ್ಡ ಪ್ಲಾನಿದೆ. ಮಾಡಕೋತೀನಿ. ದುಡ್ಡು ಮಾಡೂದು ಸ್ವಲ್ಪ ತಡ ಆಗಬಹುದು. ಆದರೆ, ನನ್ನ ಮಟ್ಟಿಗೆ ನಾನು ನೋಡಕೊಳೋದು ಏನು ಅಷ್ಟು ಕಷ್ಟ ಇಲ್ಲಪ್ಪ" ಎಂದ.

ಮಾಧವರಾಯರು ಒಮ್ಮೆ ಮೇಲೆ ನೋಡಿದರು. ಅಲ್ಲೇ ಮೂಲೆಯಲ್ಲಿ ಇಟ್ಟಿದ್ದ ಹೂಜಿಯಿಂದ ನೀರು ಕುಡಿದರು. ಸುಮ್ಮನೆ ಮಗನನ್ನು ದಿಟ್ಟಿಸಿ ನೋಡಿದರು. ಶ್ರೀಧರನೂ ಅಪ್ಪನ ಈ ವಿಚಿತ್ರ ವರ್ತನೆಯಿಂದ ಏನು ಮಾಡಬೇಕೆಂದು ಗೊತ್ತಾಗದೇ ಸುಮ್ಮನೇ ನಿಂತ. ಮಾಧವರಾಯರು ಏನೋ ನಿರ್ಧರಿಸಿದಂತೆ ತಮ್ಮ ಹಳೆಯ ಖಾಕಿ ಚೀಲದಿಂದ ಒಂದಿಷ್ಟು ಕಾಗದಗಳನ್ನು ತೆಗೆದರು.

ತನ್ನನ್ನು ತಾನೇ ಹೃದಯತಜ್ಞ ಎಂದು ಕರೆದುಕೊಳ್ಳುತ್ತಿರೋ ಯಾವುದೋ ಒಬ್ಬ ಧನ್ವಂತ್ರಿ ಮಾಧವರಾಯರಿಗೆ ಮಾಡಿದ ಪರೀಕ್ಷೆಯ ವಿವರಗಳಿದ್ದವು, ಆ ಚೀಲದಲ್ಲಿ. ಒಂದು ಇಸಿಜಿ, ಕೊಲೆಸ್ಟರಾಲು ಇನ್ನಿತರ ಐವತ್ತೂವರೆ ವರ್ಷದವರಿಗೆ ಮಾಡಲೇಬೇಕೆಂದು ಧನ್ವಂತ್ರಿಗಳು ತಿಳಕೊಂಡಿದ್ದ ಎಲ್ಲ ಪರೀಕ್ಷೆಗಳನ್ನೇ ಆ ಹೃದಯತಜ್ಞನೂ ಮಾಡಿದ್ದ. ಮಾಧವರಾಯರು ಶ್ರೀಧರನ ಮುಂದೆ ಎಲ್ಲವನ್ನೂ ಇಟ್ಟು "ನೋಡಪಾ, ಧನ್ವಂತ್ರೀ ಇದೀ ನೀನು. ಎರಡು ತಿಂಗಳ ಹಿಂದ ನನಗ ಒಂಚೂರು ಮೈಬೆವರಿದ ಹಂಗಾತು. ತಕ್ಷಣ ಮೈಸೂರಿಗೆ ಬಂದೇನೋ ಬಂದನಾ ಖರೆ. ಬಂದವನಾ... ಈ ಟೆಸ್ಟುಗಳನ್ನೆಲ್ಲ ಮಾಡಿಸ್ಕೊಂಡು ಹೋಗಿದ್ದೆ. ಒಲಂಪಿಯಾ ಟಾಕೀಜದಲ, ಅದರ ಮುಂದೆ ಇವರ ಶಾಪದೆ. ಇಷ್ಟುದ್ದಾ ಬೋರ್ಡೂ ಅದೆ. ಎಲ್ಲೆಲ್ಲೋ ಹೊರಗೆಲ್ಲಾ ಹೋಗಿ ಬಂದಾರಂತ. ಹೃದಯದ ರೋಗಗಳಲ್ಲಂತೂ ಸ್ಪೆಷಲಿಸ್ಟ್ ಅಂತ. ಈ ಎಲ್ಲ ಟೆಸ್ಟುಗಳನ್ನೂ ನೋಡಿ, ಸ್ವಲ್ಪ ತೊಂದರಿ ಇದ್ದ ಹಂಗ ಅದ, ಆದ್ರೆ, ವಿಚಾರ ಮಾಡಬೇಡ್ರಿ, ಎಲ್ಲ ಗುಳಿಗಿಯಿಂದಲೇ ಸರಿಹೋಗ್ತದ, ಅಂತ ಹೇಳಿ, ಈ ಗುಳಿಗೀಗಳನ್ನ ಬರ್ದುಕೊಟ್ಟಾನ. ಆದರೆ, ಈ ಕಳೆದ ಹದಿನೈದು ದಿನದಾಗ ಮತ್ತ ಮೈಬೆವರು ಒಂದ್ನಾಕ ದಪ ಬಂದಿತ್ತಪ. ಆಗಾಗ ಒಂಸೊಲ್ಪ ಎದಿ ಒತ್ತಿದಂಗ ಆಗ್ತದ. ಅದ್ಕೇ ಹೆಂಗೂ ನೀ ಧನ್ವಂತ್ರೀ ಆಗ್ತಾ ಐದಿಯಲ, ನಿನ್ನೇ ಕೇಳಿಕೊಂಡು ಹೋಗಾನಂತ ಬಂದೆ." ಅಂದರು. ಅವರ ಮುಖದಲ್ಲಿ ಆತಂಕ ಎದ್ದು ಕಾಣುತ್ತಿತ್ತು.

ಶ್ರೀಧರ ಸುಮ್ಮನೆ ಇಸಿಜಿ ನೋಡಿದ. ರಕ್ತದ ಟೆಸ್ಟುಗಳ ರಿಪೋರ್ಟನ್ನೂ ನೋಡಿದ. ರಕ್ತದ ರಿಪೋರ್ಟುಗಳು ಇಸಿಜಿ ನೋಡುವುದಕ್ಕಿಂತ ಸುಲಭ ಅನ್ನಿಸಿತು. ಯಾವ್ಯಾವ ನಂಬರುಗಳು ಜಾಸ್ತಿಯಿವೆ ಅನ್ನೋದನ್ನು ಬ್ರಾಕೆಟ್ಟಿನಲ್ಲಿ ಬರೆದುಬಿಟ್ಟಿದ್ದರು. ಇಸಿಜಿಯನ್ನು ಉದ್ದಕ್ಕೂ ನೋಡಿದ. ಬರೀ ನಾಲ್ಕಕ್ಷರದ ಧನ್ವಂತ್ರೀ ಡಿಗ್ರಿಯವರಿಗೆ ಈ ಇಸಿಜಿಯ ಪ್ರಾಥಮಿಕ ಜ್ಞಾನವನ್ನೂ ಕಲಿಸದ ಧನ್ವಂತ್ರೀ ಗುರುಕುಲದ ಮೇಲೆ ಬಹಳ ಸಿಟ್ಟು ಬಂತು. ಆದರೆ, ಈ ತನ್ನ ಯಾಗ ಅಪ್ಪನ ಇಸಿಜಿ ಓದದೇ ಇರುವುದರಿಂದ ಹತಾತ್ಮವಾಗಬಾರದೆಂದು ಇಸಿಜಿಯನ್ನು ಮತ್ತೆ ತಿರುಗಿಸಿ, ತಿರುಗಿಸಿ ನೋಡಿದ.

ಅಪ್ಪನನ್ನು ನೋಡಿ "ಏನೆಂದರು, ಅವರು?" ಎಂದು ಅಪ್ಪನನ್ನೇ ಕೇಳಿದ.

"ಹೇಳಿದ್ನಲಪ. ಸದ್ಯಕ್ಕ ಏನೂ ಆತಂಕ ಇಲ್ಲ ಅಂದರು"

"ಮತ್ತಿನ್ಯಾಕೆ ಹೆದರ್ತೀರಾ? ಏನೂ ತೊಂದರೆಯಿರೋಲ್ಲ"

"ಹಂಗಲ್ಲಪ, ನೀ ಒಂದೇ ಒಂದು ದಪ ಹೇಳಿದ್ರ ಸುಸೂತ್ರ ನೋಡು. ನನಗ ನೆಮ್ಮದಿ"

"ನೀ ಸುಮ್ನೇ ಹೆದರ್ತೀಯಪ. ಎಲ್ಲ ಸರೀ ಇರುತ್ತೆ"

"ನೋಡಪ ಶ್ರೀಧರ. ನಂಪಾಸ ಒಂದೈವತ್ತು ಸಾವಿರ ರೊಕ್ಕ ಐದಾವು. ಖರೇ ಹೇಳ್ತೀನಿ. ರಶ್ಮಿ ಲಗ್ನಕ್ಕಂತ ಇಟ್ಟಿದ್ದು. ನಿಮ್ಮಮ್ಮ ಎಂದೂ ಅದರ ಬಗ್ಗ ತಲೀ ಕೂಡ ಕೆಡಿಸೂದಿಲ್ಲ. ನಾ ಈ ರೊಕ್ಕದಾಗ ಬೇಖಾದ್ ಮಾಡ್ತೌದು. ಆಕೀಗ ಯೋಚ್ನೀ ಇರಲ್ಲ. ಈಗ ರಶ್ಮೀದು ಏನು ವಿಚಾರ ಮಾಡೊದಿಲ್ಲ ತಗೊ, ಅವಳ ಲಗ್ನ ಆಕೀನ ಮಾಡ್ಕೋತಾಳ ಬೇಕಾರ ಇನ್ನೂ ಇಬ್ಬರ ಲಗ್ನ ಮಾಡಿಸೋ ಅಷ್ಟು ರೊಕ್ಕಾ ಐತಿ ಅವಳ ಪಾಸ. ಈಗ ಆ ರೊಕ್ಕ ನಿಮ್ಮಿಬ್ಬರಲ್ಲಿ ಯಾರಿಗಾದರೂ ಒಬ್ರಿಗೆ ಉಪಯೋಗಕ್ ಬಂದ್ರೂ ಸರೀ ತಗಾ. ನನ್ನ ಆರೋಗ್ಯದ ಸಲುವಾಗಿ, ಕಾಯಿಲೆಯ ಸಲುವಾಗಿ ಉಪಯೋಗಿಸಿಕೊಳ್ಳೋ ಹಾಗಾಗದಿದ್ರ ಸಾಕು, ನೋಡಪ. ರಶ್ಮೀ ತನ್ನ ಕಾಲ ಮೇಲ ತಾನು ನಿಂತ್ಕಳ ಹಂಗಾದ ಮೇಲೆ, ನಿನ್ನುಪಯೋಗಕ್ಕ ಬರತ್ತಂತ ಇಟ್ಟಿದ್ದೆ. ನೀ ನಪಾಸಾದಾಗಲ ನಿನ್ನ ಹತ್ರ ಮಾತಾಡ್ಬೇಕು ಅಂತ ಮಾಡಿದ್ದೆ. ಆದರೆ ಸಮಯ, ಸಂದರ್ಭ ಒದಗಿ ಬಂದಿರಲಿಲ್ಲ, ತಗೋ. ಈಗ ನೀನು ಇನ್ನೂ ಪೀಜೀ ಗೀಜೀ ಅಂದಾಗ, ಇದ್ದು ಹತ್ತಂಗಿಲ್ಲ, ಹರಿಯಂಗಿಲ್ಲ ಅಂದ್ಕಂಡು ನಿಂಗೆ ರೊಕ್ಕದ ವಿಷ್ಯ ಮಾತಾಡಣ್ ಅಂದ್ಕೊಂಡಾಗ, ಇದ್ದಕ್ಕಿದ್ದಂಗೆ ಈ ಮೈಬೆವರಿ, ಎಲ್ಲಿ ಈ ರೊಕ್ಕಾನೆಲ್ಲ ನನ್ನ ಆರೋಗ್ಯಕ್ಕ ಉಪಯೋಗಿಸಬೇಕಾಗ್ತದೋ ಅಂತ ದಿಗಿಲಾತು. ಈಗ ನನ್ನ ಆರೋಗ್ಯ, ಅನಾರೋಗ್ಯ ಎಲ್ಲ ನಿನಗ ಬಿಡ್ತೀನಪ. ನೀ ಧನ್ವಂತ್ರೀ ಇದಿ. ನಿನ್ಗ ಇವತ್ತಲ್ಲ ನಾಳಿ ರೊಕ್ಕ ಸಿಕ್ಕೇ ಸಿಗ್ತದ. ಆದರ ನನಗ, ನನ್ನ ಆರೋಗ್ಯಕ್ಕ ಅದರ ಅವಶ್ಯಕತಿ ಇಂದಿಲ್ಲ ಅಂತ ನೀ ಹೇಳಿದ್ರ ಇವತ್ತು ಅದನ್ನ ನೀ ಉಪಯೋಗಿಸಿಕೋಬೌದಪ. ನೀ ಅಮೆರಿಕಕ್ಕಾರ ಹೋಗು. ಲಂಡನ್ನಿಗಾರ ಹೋಗು. ಒಟ್ಟು ನಿನ ಜೀವನ ಸುಸೂತ್ರವಾಗಿ ನಡೇದುಹೋದ್ರ ಸರಿ ನೋಡ. ನೀ ನನ ಆರೋಗ್ಯ ಏನೂ ಪರವಾ ಇಲ್ಲ ಅಂತ ಒಂದ್ಮಾತು ಹೇಳಿದರ ನಾ ನೆಮ್ದಿಯಿಂದ ನಾಗಮಂಗಲಕ್ಕ ಹೋಗ್ತೀನಿ." ಅಂದರು.

ಒಳ್ಳೆಯ ಸಂದಿಗ್ಧ ಅನ್ನಿಸಿತು, ಶ್ರೀಧರನಿಗೆ. ಅಪ್ಪನಿಗೆ ಮೈಬೆವರಿದ್ದು ಅವರಿಗೆ ಮೈನಡುಕವನ್ನೇನೋ ತರಿಸಿತ್ತು. ಅದಕ್ಕೆ ಹೋಗಿ ಟೆಸ್ಟುಗಳನ್ನು ಮಾಡಿಸಿಕೊಂಡು ಬರಬೇಕಾದರೆ, ತನ್ನನ್ನು ಒಂದು ಮಾತೂ ಕೇಳಲಿಲ್ಲ. ಅದಕ್ಕೆ ತನ್ನ ಒಪ್ಪಿಗೆ, ಅಭಿಪ್ರಾಯಗಳೇನೂ ಬೇಕಾಗಿರಲಿಲ್ಲ. ಯಾರೋ ಎಲ್ಲ ಸರಿಯಾಗಿದೆ, ಎಂದು ಹೇಳಿದ್ದನ್ನು, ಸರಿಯೋ ತಪ್ಪೋ ಎಂದು ಕೇಳಲು ಮಾತ್ರ ತನ್ನ ಹತ್ತಿರ ಬಂದಿದ್ದಾರೆ. ಅಲ್ಲದೇ, ರಶ್ಮಿಯ ಮದುವೆ ಅಥವಾ ಅಪ್ಪನ ಅಕಸ್ಮಾತ್ ಚಿಕಿತ್ಸೆಗೆ ಬೇಕಾಗಿದ್ದ ತುರ್ತು ಹಣ, ಈಗ ಎರಡರ ಅವಶ್ಯಕತೆಯೂ ಇಲ್ಲದಿದ್ದರೆ ತನ್ನ ಜೀವನವನ್ನು ರೂಪಿಸುವುದಕ್ಕೆ ಉಪಯೋಗ–

ವಾಗಬಹುದು. ಅದೂ ಅಪ್ಪ ತನ್ನನ್ನು ಅಮೆರಿಕಾಕ್ಕೆ ಕಳುಹಿಸಲು ಸಿದ್ಧವಾಗಿದ್ದಾರೆ. ರಶ್ಮಿಗಂತೂ ಈಗ ಹಣದ ಅವಶ್ಯಕತೆಯಿಲ್ಲ. ಅಪ್ಪನಿಗೆ ಇದೆಯೋ ಇಲ್ಲವೋ ಅನ್ನುವುದನ್ನು ಹೇಳುವ ದೊಡ್ಡ ಜವಾಬ್ದಾರಿ ತನ್ನದು. ಅಂದರೆ, ತನ್ನ ಒಂದು ತಪ್ಪು ಅಥವಾ ಅಮೆರಿಕಾಕ್ಕೆ ಹೋಗಬೇಕೆಂಬ ಆಶೆ, ಅಪ್ಪನ ಪ್ರಾಣ ತೆಗೆಯಬಹುದು.

ಛೇ! ತನಗೆ ಇಸಿಜಿ ಸರಿಯಾಗಿ ನೋಡುವುದಕ್ಕೆ ಬಂದಿದ್ದರೆ.

ಅವನ ಯೋಚನೆಯನ್ನು ತಿಳಿದವರಂತೆ ಮಾಧವರಾಯರು "ನಿನಗೆ ಗೊತ್ತಾಗದಿದ್ದರೆ, ನಿಮ್ಮ ಗುರುಗಳನ್ನು ಯಾರಾದರೂ ಕೇಳಬಹುದಲ್ಲ" ಎಂದರು.

ಶ್ರೀಧರ ಒಂದು ನಿಮಿಷ ಯೋಚಿಸಿದ. ನಂತರ ಏನೋ ನಿರ್ಧಾರಕ್ಕೆ ಬಂದವನಂತೆ, ಗೋಡೆಯ ಸಮ್ಯಾಂತಾ ಫ್ಲಾಕ್ಸ್ ಹಾಗೂ ಮಡಾನಾಳನ್ನು ಬಿಟ್ಟು ಅಪ್ಪನ ಹತ್ತಿರ ಬಂದ. ಆ ಎಲ್ಲ ಇಸಿಜಿ ಇನ್ನಿತರ ರಿಪೋರ್ಟುಗಳನ್ನೂ ತೆಗೆದುಕೊಂಡು ಸೀದಾ ತನ್ನ ಮೇಜಿನ ಡ್ರಾದೊಳಗಿಟ್ಟ. ಅಪ್ಪನಿಗೆ "ಸರಿ, ನಾ ಗೊತ್ತಿದ್ದೋರ ಹತ್ತಿರ ಕೇಳ್ತೀನಿ. ಯಾಕಂದ್ರೆ ನಾ ಏನು ಹೇಳಿದರೂ ನಿಮ್ಗೆ ನಂಬಿಕೇ ಬರೋಲ್ಲ" ಅಂದ.

"ಹಂಗಲ್ಲಪ, ಶ್ರೀಧರ" ಎಂದು ಏನೋ ಹೇಳಲು ಹೋದರು, ಮಾಧವರಾಯರು.

"ಇರಲಿ ಬಿಡಿ ಅಪ್ಪ. ಬೇರೆ ಯಾರಾದ್ರೂ ಹಂಗೇ ಮಾಡ್ತಾ ಇದ್ದರು. ಇದು ಜೀವನ ಮರಣದ ಪ್ರಶ್ನೆ ನೋಡಿ" ಎಂತಂದು ತನ್ನ ಬಿಳಿಯ ಕೋಟು ಮತ್ತು ಸ್ಟೆತೋಸ್ಕೋಪುಗಳನ್ನು ತೆಗೆದುಕೊಂಡ, ಕೈಯಲ್ಲಿ.

ಮಾಧವರಾಯರು ಏನೂ ಹೇಳಲು ಗೊತ್ತಾಗದೇ ಸೀದಾ ವಾಪಸ್ಸು ನಾಗಮಂಗಲಕ್ಕೆ ಬಂದರು.

* * * * *

ಪೀಜೀ ಪ್ರವೇಶ ಪರೀಕ್ಷೆ ಸಮೀಪವಾಗುತ್ತಿತ್ತು. ಕಳೆದ ಆರು ತಿಂಗಳು, ಬರೇ ಕರಿಬಿಳಿ ಪುಸ್ತಕದ ಮಧ್ಯೆ ಕಳೆದುಹೋಗಿದ್ದ, ಶ್ರೀಧರ. ಇಂತಾ ಪುಸ್ತಕದಲ್ಲಿ, ಇಷ್ಟನೇ ಸಾಲಿನಲ್ಲಿ ಇಷ್ಟನೇ ಪದವಿದೆ ಎಂದು ಹೇಳುವಷ್ಟು ಓದಿಕೊಂಡಿದ್ದ ಶ್ರೀಧರ ಆತ್ಮವಿಶ್ವಾಸದಿಂದ ಬೀಗುತ್ತಿದ್ದ. ಈ ಬಾರಿಯ ಪರೀಕ್ಷೆಯಲ್ಲಿ ಸೀಟು ಸಿಕ್ಕಿಬಿಟ್ಟರೆ ಸಾಕು, ಮುಂದೆ ಯೋಚನೆ ಮಾಡಬೇಕಾದದ್ದೇನೂ ಇಲ್ಲ, ಈ ಅಮೆರಿಕ ಪಮೆರಿಕ ಎಲ್ಲ ರಶ್ಮಿ, ನಾಗೇಶನಂತಹ ಪುಕ್ಕ ಪಲಾಯನವಾದಿಗಳಿಗೆ ಮಾತ್ರ. ಅಪ್ಪ, ಅವರ ದುಡ್ಡನ್ನು ತಮ್ಮ ಕರೋನರಿಗಳನ್ನು ಸ್ವಚ್ಛಗೊಳಿಸಲು ಇಟ್ಟುಕೊಳ್ಳಲಿ, ಬೇಕಾದರೆ. ಒಟ್ಟು ತಾನು ತನ್ನ ಈ ಯಾಗದಲ್ಲಿ ಗೆಲ್ಲಬೇಕಾಗಿದ್ದು ಅವನಿಗೆ ಅನಿವಾರ್ಯವಾಗಿತ್ತು. ನಂತರ ಆಕಾಶವೇ ಮಿತಿ ಅಂದುಕೊಂಡ.

ಆದರೆ, ಈ ಬರೀ ದಪ್ಪ ದಪ್ಪ ಪುಸ್ತಕಗಳನ್ನು ಓದುವುದರಿಂದ ತಾನು ಹೆಸರಿನ ಮುಂದೆ ನಾಲ್ಕಕ್ಷರದ ಜತೆಗೆ ಇನ್ನೂ ಎರಡಕ್ಷರ ಹಾಕಿಕೊಳ್ಳುತ್ತೇನೆನ್ನುವ ಯೋಚನೆ, ಕೊಂಚದರಲ್ಲಿ ಕೈಕೊಟ್ಟುಬಿಟ್ಟಿತು.

ಇಡೀ ಕರ್ನಾಟಕಕ್ಕೇ ಒಂದೇ ದಿನ ಪೀಜೀ ಪ್ರವೇಶ ಪರೀಕ್ಷೆ. ಮೈಸೂರಿನಲ್ಲಿ ಶ್ರೀಧರ ಮಾರನೆಯ ದಿನದ ರೌಂಡಪ್ಪಿಗೆ ಸಿದ್ಧನಾಗುತ್ತಿದ್ದಾಗ, ಬೆಂಗಳೂರು ಮಹಾನಗರಿಯಲ್ಲಿ ಒಂದು ಚಮತ್ಕಾರ ನಡೆಯಿತು. ಬೆಂಗಳೂರಿನ ಗುರುಕುಲ ಮತ್ತು ಮಿಂಟೋ ಆಸ್ಪತ್ರೆಯ ನಡುವಿನ ಫುಟ್‌ಪಾತಿನಲ್ಲಿ ಸಂಜೆಪತ್ರಿಕೆಯನ್ನು ಮಾರುತ್ತಿದ್ದ ಹುಡುಗನೊಬ್ಬ ಮಾರನೆಯ ದಿನದ ಪೀಜೀ ಪ್ರವೇಶ ಪರೀಕ್ಷೆಯ ಪ್ರಶ್ನೆಪತ್ರಿಕೆಯನ್ನೂ ಮತ್ತು ಅದರ ಗಣಕೀಕೃತ ಉತ್ತರಪತ್ರಿಕೆಯನ್ನೂ ಸಂಜೆಪತ್ರಿಕೆಯ ಜತೆಗೆ ಮಾರುತ್ತಿದ್ದ. ಸಿಗ್ನಲ್‌ನಲ್ಲಿ ನಿಂತಿದ್ದ ಕಾರುಗಳನ್ನೆಲ್ಲಾ ನಿಲ್ಲಿಸಿ "ನಾಳೆ ಪರೀಕ್ಸೆಗೆ ಇಂದೇ ಉತ್ರ" ಅನ್ನೋದು ಅವನ ಯುಎಸ್ಪಿ. ಆದರೆ, ಕಾರಲ್ಲಿ ಹೋಗುವರ‍್ಯಾರಿಗೂ ಈ ಪ್ರಶ್ನೆಪತ್ರಿಕೆಯ ಅವಶ್ಯಕತೆಯಿಲ್ಲ ಅನ್ನೋದು ಆ ಹುಡುಗನಿಗೆ ಗೊತ್ತಿರಲಿಲ್ಲ. ಅವನಿಗೆ ಈ ಪತ್ರಿಕೆ ಏಜೆಂಟು ಕೊಟ್ಟಿದ್ದು ಕೇವಲ ಹತ್ತು ಪ್ರತಿಗಳು. ಒಂದು ಪ್ರಶ್ನೆ ಮತ್ತು ಉತ್ತರ ಪತ್ರಿಕೆಯ ಜೋಡಿಗೆ, ಎರಡೂವರೆ ಸಾವಿರ ರೂಪಾಯಿ. ಬರೀ ಪ್ರಶ್ನೆಪತ್ರಿಕೆ ಬೇಕಾದರೆ, ಒಂದೂವರೆ ಸಾವಿರ. ಬರೀ ಉತ್ತರಪತ್ರಿಕೆಯಾದರೆ ಒಂದು ಸಾವಿರ. ಆದರೆ, ಈ ಪ್ರಶ್ನೆಪತ್ರಿಕೆಯ ಅನುಕ್ರಮ ಮತ್ತು ಉತ್ತರಗಳ ಅನುಕ್ರಮ ತಾಳೆಯಾಗುತ್ತದೆಯಾ ಅಂತ ನೋಡಬೇಕಾದರೆ, ಎರಡೂ ತಗಂಡ್ರೆ ಕ್ಷೇಮ. ಆದರೆ, ನಿಂಖುಷಿ, ಬೇಕಾದ್ದು ಕೊಡ್ತೀವಿ ಅಂತಿದ್ದ ಆ ಹುಡುಗ. ಓದಿ ಓದಿ ಸುಸ್ತಾಗಿದ್ದ ಬೆಂಗಳೂರಿನ ಗುರುಕುಲದ ಹುಡುಗರು, ಕಾಫಿ ಕುಡಿಯಲೆಂದು ರಸ್ತೆಯಲ್ಲಿ ಬರುತ್ತಿದ್ದಾಗ, ಫುಟ್‌ಪಾತಿನ ಮೇಲಿದ್ದ ನಾಳಿನ ಪ್ರಶ್ನೆಪತ್ರಿಕೆ, ಉತ್ತರಪತ್ರಿಕೆಗಳನ್ನು ನೋಡಿ ತಡಬಡಾಯಿಸಿಹೋದರು. ಆದರೆ, ಯಾರ ಹತ್ತಿರವೂ ಎರಡೂವರೆ ಸಾವಿರ ರೂಪಾಯಿ 'ಕ್ಯಾಶ್' ಇಲ್ಲದಿದ್ದಾಗ ಹೇಗೋ ಮಾಡಿ, ಪ್ರಕಾಶ ಹೋಟೆಲ್ಲಿನ ಮ್ಯಾನೇಜರ‍್ರು, ಪರ್ಣಕುಟಿಯ ಧೋಬಿ, ಇನ್ನಿತರ ದುಡ್ಡಿರೋರಿಂದ ಚಂದಾ ಎತ್ತಿ ಎರಡೂವರೆ ಸಾವಿರ ರೂಪಾಯಿ ಹೊಂದಿಸಿದರು. ಆದರೆ ಸಂಜೆ ಪತ್ರಿಕೆಯ ಹುಡುಗ ಬಹಳ ಹಟವಾದಿ. ಹತ್ತೂ ಪ್ರತಿಗಳನ್ನು ಕೊಂಡರೆ ಈ ಡೀಲು. ಪ್ರತಿಯೊಂದು ಉತ್ತರಪತ್ರಿಕೆಗಳಲ್ಲೂ ಒಂದೊಂದು ಬ್ಯಾಚು ಉತ್ತರಗಳು ಮಾತ್ರ ಸರಿ ಇರಬಹುದು. ಅದರಲ್ಲಿ ಸರಿಯಾದ ಉತ್ತರಗಳನ್ನು ಆರಿಸಿಕೊಳ್ಳುವುದು ಭಾವೀ ಎರಡಕ್ಷರದ ಧನ್ವಂತ್ರಿಗಳಾಗುತ್ತಿರುವ ನಿಮ್ಮಗಳ ಜವಾಬ್ದಾರಿ ಅಂದ. ಪ್ರತಿಯೊಂದು ಬ್ಯಾಚಿನಲ್ಲಿಯೂ ಬೇರೆ ಬೇರೆ ಸರಿಯುತ್ತರಗಳಿದ್ದರೆ ಹೇಗೆ ನಾವು ಈಗ ಅದನ್ನು ಹುಡುಕುವುದು ಎಂದು ಕೇಳಿದಾಗ, "ನಮಗೇನು ಗೊತ್ತು ಸ್ವಾಮಿ? ನಾವೇನಿದ್ರೂ ಪೇಪರ್ನೋರು" ಎಂದು ಆಕಾಶ ನೋಡಿಬಿಟ್ಟ. "ಬೇಕಾದರೆ, ಸ್ಯಾಂಪಲ್ ನೋಡಿಕೊಳ್ಳಿ" ಎಂದು ಎರಡು ನಿಮಿಷ ಪ್ರಶ್ನೆ ಹಾಗೂ ಉತ್ತರಪತ್ರಿಕೆಗಳನ್ನು ಪ್ರಕಾಶ್ ಹೋಟೆಲ್ಲಿನ ಕಟ್ಟೆಯ ಮೇಲೆ ಕೂಡಿಸಿ ಓದಿ ಎಂದು ಕೊಟ್ಟ.

'ಸ್ಯಾಂಪಲ್' ನೋಡಿದ ತಕ್ಷಣವೇ ನಾಲ್ಕಾರು ಫೋನುಕಾಲುಗಳ ವಿನಿಮಯದ ನಂತರ ಹತ್ತೂ ಪ್ರಶ್ನೆಪತ್ರಿಕೆ ಹಾಗೂ ಉತ್ತರಪತ್ರಿಕೆಗಳ ಪ್ರತಿಗಳೂ ಮಾರಾಟವಾದವು. ಹತ್ತೂ ಪ್ರತಿ ಕೊಂಡ ಮೇಲೆ ಐನೂರು ರೂಪಾಯಿಯ ಡಿಸ್ಕೌಂಟ್ ಕೊಟ್ಟ ಸಂಜೆಪತ್ರಿಕೆಯ ಹುಡುಗ. ಇಪ್ಪತ್ನಾಲ್ಕೂವರೆ ಸಾವಿರ ರೂಪಾಯಿಗಳು ಕಿರಿಯ ಧನ್ವಂತ್ರಿಗಳಿಗೆ ತುಂಬಾ

ದೊಡ್ಡ ಮೊತ್ತವೇ. ಆದರೆ, ಆ ಪ್ರಕಾಶ್ ಕೆಫೆಯ ಹಿಂಭಾಗದಲ್ಲಿದ್ದ ಇಪ್ಪತ್ತೂ ಜನ ಹಂಚಿಕೊಂಡಿದ್ದರಿಂದ ಒಬ್ಬೊಬ್ಬರಿಗೆ ಎರಡು ಸಾವಿರಕ್ಕಿಂತ ಕೊಂಚ ಕಮ್ಮಿ ಖರ್ಚು ಬರುತ್ತಿತ್ತು. ಇನ್ನೂ ಒಂದಿಷ್ಟು ಜನ ತಮಗೆ ಗುರುತಿದ್ದವರಿಗೆ ತಮಗೆ ದೊರೆತಿದ್ದ ಪ್ರಶ್ನೆಪತ್ರಿಕೆಗಳನ್ನು ಹಂಚಬೇಕೇ ಇಲ್ಲವೇ ಎನ್ನುವ ಜಿಜ್ಞಾಸೆಗೆ ಬಿದ್ದರು, ಹುಡುಗರು. ನಂತರದ ಐದು ನಿಮಿಷದಲ್ಲಿ ಇನ್ನೂ ಯೋಚಿಸಿ, ತಮ್ಮ ಮುಂದಿನ ಜೀವನಕ್ಕೆ ತಾವು ತೆರುತ್ತಿರುವ ಬೆಲೆ ಕೇವಲ ಎರಡು ಸಾವಿರ ಎಂದೆನಿಸಿ, ಈ ನಾಲ್ಕಕ್ಷರದ ಧನ್ವಂತ್ರಿಗಳು ಎರಡಕ್ಷರಕ್ಕಿಳಿಯುವುದಕ್ಕೆ ಈ ಎರಡು ಸಾವಿರ ಬಹಳ ಕಮ್ಮಿ ಎಂದೆನಿಸಿತು. ಮತ್ತು ಹಾಗೆ ಪರೀಕ್ಷೆಯ ಹಿಂದಿನ ದಿನ ಕೈಸಿಕ್ಕ ಪ್ರಶ್ನೆ ಪತ್ರಿಕೆಯನ್ನು ಹಂಚಿಕೊಳ್ಳುವುದು ಮೂರ್ಖತನ ಮತ್ತು ತುಂಬಾ ಅಪಾಯಕಾರಿ ಕೆಲಸ ಎಂದೆನಿಸಿ ಸುಮ್ಮನಾದರು.

ಆದರೆ, ಸಂಜೆಪತ್ರಿಕೆಗಳು ಆನಂದರಾವ ಸರ್ಕಲ್, ನವರಂಗ್ ಟಾಕೀಸು, ರಾಮಕೃಷ್ಣಾಶ್ರಮ, ಬನಶಂಕರಿ, ನಾಕನೇ ಬ್ಲಾಕು, ಸಾರಕ್ಕಿ, ಹೊಸಕೆರೆಹಳ್ಳಿ, ಇತರೇ ಏರಿಯಾಗಳ ಸರ್ಕಲ್‌ಗಳಲ್ಲಿ ಮಾರಾಟಕ್ಕಿದ್ದವು ಎನ್ನುವುದು ಹುಡುಗರಿಗೆ ಗೊತ್ತಿರಲಿಲ್ಲ. ಬೆಂಗಳೂರಿನ ಧನ್ವಂತ್ರೀ ಗುರುಕುಲಗಳಿರುವ ಎಲ್ಲೆಡೆಯಲ್ಲೂ ಸಂಜೆಪತ್ರಿಕೆಯ ವ್ಯಾಪಾರ ಬಹಳ ಚೆನ್ನಾಗಿ ಆಯಿತು. ಆದರೆ, ಸಂಜೆಪತ್ರಿಕೆಯ ಒಬ್ಬ ಹುಡುಗನ ವ್ಯವಹಾರ ಇನ್ನೊಬ್ಬ ಹುಡುಗನಿಗೆ ಗೊತ್ತಿರಲಿಲ್ಲ. ಇದು ದೊಡ್ಡ ಆಶ್ಚರ್ಯ. ಇನ್ನೊಂದು ದೊಡ್ಡ ಆಶ್ಚರ್ಯ-ವೆಂದರೆ ಮೈಸೂರು, ಹುಬ್ಬಳ್ಳಿ, ಬಳ್ಳಾರಿ, ದಾವಣಗೆರೆ, ಮಣಿಪಾಲ, ಮಂಗಳೂರು, ಬೆಳಗಾಮ್, ಗುಲಬರ್ಗಾ, ಇನ್ನಿತರ ಗುರುಕುಲಗಳಿಗೆ ಈ ಸುದ್ದಿ ತಲುಪಲೇ ಇಲ್ಲ.

ಉನ್ನತ ಶಿಕ್ಷಣ ಮಂತ್ರಿಯ ಡ್ರೈವರ್ ಮಾರನೆಯ ದಿನ ಕೆಲಸ ಬಿಟ್ಟಿದ್ದ. ಇನ್ನೆರಡು ದಿನ ಆದ ನಂತರ ಶ್ರೀರಾಮಪುರದ ಮಾರ್ಕೆಟ್ಟಲ್ಲಿ ಆತನ ಹೆಣ ಸಿಕ್ಕಿತ್ತು. ಮಂತ್ರಿಮಹೋದಯರು, ಟೀವಿಯಲ್ಲಿ ಛೇ ಛೇ ಎಂದರು. "ಆತ ಸೊಗಸಾದ ಡ್ರೈವರು, ಆದರೆ ಈ ಕಾಂಟೆಸಾ ಮಾತ್ರ ಡ್ರೈವ್ ಮಾಡಲು ಆತನಿಗೆ ಬರುತ್ತಿರಲಿಲ್ಲ. ಆದ್ದರಿಂದ ನಾನೇ ಕೆಲಸದಿಂದ ತೆಗೆದಿದ್ದೆ, ಬೇರೆ ಕಡೆ ನಾನೇ ಕೆಲಸ ಕೊಡಿಸುತ್ತಿದ್ದೆ, ಅಷ್ಟರಲ್ಲಿ ಹೀಗೆ ಮಾಡಿಕೊಂಡುಬಿಟ್ಟ." ಎಂದು ಕಪ್ಪು ಬಿಳುಪು ಟೀವಿಯಲ್ಲಿ ಸಂದರ್ಶನ ಕೊಟ್ಟಿದ್ದರು, ಮಂತ್ರಿಗಳು.

ಪ್ರವೇಶ ಪರೀಕ್ಷೆ ನಿರಾತಂಕವಾಗಿ ನಡೆದುಹೋಯಿತು.

ಮೂರು ತಿಂಗಳ ನಂತರ ಫಲಿತಾಂಶ ಬಂದಾಗ ಮೊದಲ ನೂರು ರ್‍ಯಾಂಕುಗಳೂ ಬೆಂಗಳೂರಿನ ಕಿರಿಯ ಧನ್ವಂತ್ರಿಗಳಿಗೇ ಬಂದಿದ್ದವು. ಮೊದಲ ರ್‍ಯಾಂಕು ಬಂದವನಿಗೆ ಸಿಕ್ಕ ಅಂಕ ಇನ್ನೂರಕ್ಕೆ ನೂರ ತೊಂಭತ್ತೆಂಟು. ನೂರನೆಯ ರ್‍ಯಾಂಕಿನವಳಿಗೆ ನೂರ ಎಪ್ಪತ್ತೆರಡು. ಶ್ರೀಧರ ನೂರ ಒಂದನೆಯ ರ್‍ಯಾಂಕು ಬಂದಿದ್ದ. ಆದರೆ, ಅವನಿಗೆ ಬಂದಿದ್ದು ನೂರ ಮೂವತ್ತು ಅಂಕಗಳು. ಇದುವರೆಗೂ ರಾಜ್ಯದ ಪೀಜೀ ಪ್ರವೇಶಪರೀಕ್ಷೆಯ ಚರಿತ್ರೆಯಲ್ಲೇ ಶೇ ೬೦ಕ್ಕಿಂತಾ ಹೆಚ್ಚು ಯಾರೂ ತೆಗೆದಿರಲಿಲ್ಲ. ಇದು ಒಂದು ಹೊಸಾ ದಾಖಲೆ, ಎಂದು

ಮೊದಲ ರ್‍ಯಾಂಕು ಬಂದವನನ್ನು ಮತ್ತೆ ಕಪ್ಪು ಬಿಳುಪಿನ ದೂರದರ್ಶನದವರು ಸಂದರ್ಶಿಸಿದರು. ಬೆಂಗಳೂರಿಗೂ, ಬೆಂಗಳೂರಿನ ಹೊರಗಿನವರಿಗೂ ಇರುವ ಶಿಕ್ಷಣದಲ್ಲಿನ ಕಂದರ, ಗ್ಯಾಪ್ ಬಗ್ಗೆ ಸದನದಲ್ಲಿ ಬಿರುಸಿನ ಚರ್ಚೆಗಳಾದವು. ಪ್ರಶ್ನೆಪತ್ರಿಕೆ ಬಹಿರಂಗವಾಗಿಲ್ಲ ಎಂದು ಹೇಗೆ ಹೇಳುತ್ತೀರಿ ಎಂದು ಗಲಾಟೆಯಾಯಿತು. ಸಂಜೆಪತ್ರಿಕೆಯಲ್ಲಿ ಒಂದು ಸಂಪಾದಕೀಯವೂ ಪ್ರಕಟವಾಯಿತು. ಇಡೀ ಪ್ರವೇಶಪರೀಕ್ಷೆಯ ಪ್ರಕ್ರಿಯೆ, ಅದರ ಮಿತಿಗಳನ್ನು ಕುರಿತು ಸಂಶೋಧನೆ ಮಾಡಿ ಬೆಂಗಳೂರು ಧನ್ವಂತ್ರೀ ಮಹಾವಿದ್ಯಾಲಯದ ಪ್ರಾಚಾರ್ಯರ ಸಂದರ್ಶನ ಮಾಡಿ ಒಂದು ಲೇಖನವನ್ನೂ ಪ್ರಕಟಿಸಿದ್ದರು. ಮತ್ತೆ ಸಂಜೆಪತ್ರಿಕೆ ಆನಂದರಾವ್ ಸರ್ಕಲ್ಲಿನಿಂದ ಬನಶಂಕರಿಯವರೆಗೆ ಎಲ್ಲೆಲ್ಲೂ ಬಿರುಸಿನಿಂದ ಖರ್ಚಾಯಿತು.

ಶ್ರೀಧರನಿಗೆ ಬಳ್ಳಾರಿಯ ಸರ್ಕಾರಿ ಗುರುಕುಲದಲ್ಲಿ D.A. ಅರಿವಳಿಕೆ ವಿಭಾಗದಲ್ಲಿ ಡಿಪ್ಲೊಮಾಕ್ಕೆ ಸೀಟು ದೊರೆಯಿತು.

ಅಷ್ಟರಲ್ಲಿ ಅವನು ಇಸಿಜಿ ಸರಿಯಾಗಿ ನೋಡುವುದನ್ನು ಕಲಿತಿದ್ದ ಮತ್ತು ಮೈಸೂರಿನ ಧನ್ವಂತ್ರೀ ಗುರುಕುಲದ ಶ್ರೀಶ್ರೀಶ್ರೀಗಳಿಗೆ ಅಪ್ಪನ ಇಸಿಜಿ ತೋರಿಸಿ 'ಸದ್ಯಕ್ಕೆ ಏನೂ ತೊಂದರೆಯಿಲ್ಲ' ಎಂದು ಅವರು ಹೇಳಿದ್ದು ಕೇಳಿ ಅದನ್ನು ಅಪ್ಪನಿಗೆ ಹೇಳಲು ನಾಗಮಂಗಲಕ್ಕೆ ಹೋಗಿದ್ದ.

ನಾಗಮಂಗಲದ ಕೊಳದಬೀದಿ ದಾಟಿ, ಅಶ್ವತ್ಥಕಟ್ಟೆಯ ಮೇಲೆ ಕೂತು ಅಪ್ಪನ ಜತೆ ತಾನು ಅಮೆರಿಕಾಕ್ಕೆ ಹೋಗುವ ಅವಶ್ಯಕತೆ ಮತ್ತು ತೊಂದರೆಗಳನ್ನು ಕೂಲಂಕಷವಾಗಿ ಚರ್ಚಿಸಿದ. ತನಗೆ ಈಗ ಸಿಕ್ಕಿರುವ ಅರಿವಳಿಕೆ ಶಾಸ್ತ್ರ ಮತ್ತು ಬಳ್ಳಾರಿಯ ಬಗ್ಗೆ ಚಿತ್ರಕವಾಗಿ ಹೇಳಿದ. ಬಳ್ಳಾರಿಯ ನಲವತ್ತೆರಡೂ ಡಿಗ್ರಿಗಳು ಒಂದೊಂದಾಗಿ ಮಾಧವರಾಯರನ್ನು ಬೆಚ್ಚಗಾಗಿಸುತ್ತಿತ್ತು. ಅರಿವಳಿಕೆ ತಜ್ಞರುಗಳು ಎಚ್ಚರವಾಗಿದ್ದ ರೋಗಿಗಳನ್ನು ನೋಡುವುದೇ ಇಲ್ಲವೆಂದೂ ಮತ್ತು ಹಾಗಾಗುವುದರಿಂದ ವೃತ್ತಿ ತೃಪ್ತಿಯಿಲ್ಲದೇ ಧನ್ವಂತ್ರಿಗಳಲ್ಲಿ ಅತಿಹೆಚ್ಚು ಆತ್ಮಹತ್ಯೆ ಮಾಡಿಕೊಳ್ಳುವವರಲ್ಲಿ ನಂಬರ್ ಒಂದು ಈ ಅರಿವಳಿಕೆ ತಜ್ಞರೇ ಎಂದು ವಿವರಿಸಿ ಹೇಳಿದ.

ರಶ್ಮಿಯೂ ಒಂದು ದೊಡ್ಡ ಕಾಗದ ಬರೆದಿದ್ದಳು, ಮಾಧವರಾಯರಿಗೆ. ಅದು ತೀರ ಖಾಸಗೀ ಎಂದು ಮಾಧವರಾಯರು ಅದರಲ್ಲಿದ್ದ ವಿಷಯವನ್ನು ಶ್ರೀಧರನಿಗೆ ಹೇಳಲಿಲ್ಲ.

ಶ್ರೀಧರ, ಮಾಧವರಾಯರು ಇಬ್ಬರೂ ಸೇರಿ ಈಗ ಸದ್ಯಕ್ಕೆ ಮಾಧವರಾಯರ ಆರೋಗ್ಯಕ್ಕೆ ತೊಂದರೆಯಿಲ್ಲ ಎಂದು ನಿರ್ಧರಿಸಿದರು.

* * * * *

ಲಕ್ಕಿ ಅಲಿ ಮತ್ತು ಆತನ ಗ್ವಾಂಟಾನಮೋ ಬೇ ಚಿಪ್ಪುಗಳು

"ಡೆತ್ ಟು ಅಮೆರಿಕ" "ಜೀಹಾದ್ ಜಿಂದಾಬಾದ್" ಎಂದು ಕೂಗುತ್ತಿದ್ದ ಅಲಿಯನ್ನು ಆಂಬುಲೆನ್ಸಿನಲ್ಲಿ ಹಾಕಿಕೊಂಡು ಬಂದಿದ್ದರು, ಪ್ರಾಣಪಾಲಕರು. ಈ ಬೀದಿಯ ಮೇಲೆ ಕುಡಿದು ಬಿದ್ದಿರುವವರನ್ನು ಪಾಳಯಕ್ಕೆ ಕರೆದುಕೊಂಡು ಬರುವ ಪ್ರಾಣಪಾಲಕರ ನಿಯಮಾವಳಿಗಳ ಬಗ್ಗೆ ಆಶ್ಚರ್ಯವಾಗುತ್ತಿತ್ತು, ಶ್ರೀಧರನಿಗೆ. ಮೈಸೂರಿನ ಗುರುಕುಲದಲ್ಲಿದ್ದಾಗ ಬೀದಿಯ ಮೇಲಿನ, ಬೈದಾಡಿ, ಬಿದ್ದಾಡಿ, ಒದ್ದಾಡುವ, ಬಾಯಿ ಮುಂದಿನ ಕುಡುಕರನ್ನು ಹಿಡಿದು, ಒಂದು ಬಲೂನು ಊದಿಸಿ, ಆ ಬಲೂನನ್ನು ಒಬ್ಬ ಪಾಪಿ ಪೋಲಿಸ್ ಪೇದೆಯ ಮೂಗಿನ ಮುಂದೆ ಟುಸ್ಸೆನ್ನಿಸಿ ಆತನ ಆಘ್ರಾಣಶಕ್ತಿಯ ಸಾಪೇಕ್ಷತೆಯ ಮೇಲೆ ಕುಡುಕನ ಕುಡಿತದ ಶಕ್ತಿ ನಿಶ್ಚಯವಾಗುತ್ತಿದ್ದುದನ್ನು ಶ್ರೀಧರ ನೆನಪಿಸಿಕೊಂಡ. ಮುಕ್ಕಾಲುವಾಸಿ ಬಾಯಿ ಮುಂದಿನ ಕುಡುಕರು ಪೇದೆಗಳಿಗೋ ಇನ್ಸ್‌ಪೆಕ್ಟರ್‌ಗಳಿಗೋ ಬಯ್ದು ಯಾವುದಾದರೂ ಒಂದು ಸೆಕ್ಷನ್ನುಗಳ ಪ್ರಕಾರ ತಪ್ಪಿತಸ್ಥರಾಗಿರುತ್ತಲೇ ಇರುತ್ತಿದ್ದರು. ಆದರೆ, ಇಲ್ಲಿ ಬೀದಿಯ ಕಲ್ಲಿನ ಖುರ್ಚಿಗಳ ಮೇಲೆ ಯಾರೋ ಕುಡಿದು ಮಲಗಿದ್ದರೂ ಅವನನ್ನು ನಿಷ್ಠೆಯಿಂದ ಪ್ರಾಣಪಾಲಕರು ತಮ್ಮ ವಾಹನಕ್ಕೇರಿಸಿಕೊಂಡು ಪಾಳಯಕ್ಕೆ ಕರೆತರುತ್ತಿದ್ದರು. ಕಾರಣ ಬಹಳ ಸರಳ. "ಎಮರ್ಜೆನ್ಸಿ" ಕುಡುಕನಿಗೆಂತಾ ಎಮರ್ಜೆನ್ಸಿ ಎಂದು ಇವನಿಗಿವನೇ ಕೇಳಿಕೊಂಡಾಗ ಬಂದಿದ್ದ ಉತ್ತರ ಪ್ರಶ್ನೆಯ ರೂಪದಲ್ಲೇ ಇತ್ತು, ಮೊಲೆ ಕುಣಿಸಿದ ಸುಂದರಿ ಪ್ರಾಣಪಾಲಕಿಯಿಂದ, ಬುಲ್ಗಾನಿನ್ ಗಡ್ಡದ, ಪೋನಿಟೈಲಿನ ಧನ್ವಂತ್ರಿಯಿಂದ– "ಬಿದ್ದು ತಲೆ ಒಡೆದುಕೊಂಡರೆ? ಥಂಡಿಯಾಗಿ ನ್ಯುಮೋನಿಯಾ ಆದರೆ? ರಕ್ತದಲ್ಲಿನ ಲವಣಗಳೆಲ್ಲಾ ಏರುಪೇರಾಗಿಬಿಟ್ಟರೆ?" ಪಾಪ, ಎಂಥ ಕಾಳಜಿ. ಸರ್ಕಾರ ಕೊಡುವ ದುಡ್ಡಿನಲ್ಲಿ ಕುಡಿದು ತಣ್ಣಗೆ ರಸ್ತೆಯಲ್ಲಿ ಮಲಗಿರುವ ಅಲಿಗೆ ಇಲ್ಲದಿರುವ ಕಾಯಿಲೆ ಹುಡುಕಲು ಸಾವಿರಾರು ಡಾಲರುಗಳ ಖರ್ಚು. ಇರಲಿ, ಯಾರಪ್ಪನ ಮನೆಯ ದುಡ್ಡು?

ಅಲಿ, ಹೆಸರು ಲಕ್ಕಿ ಅಲಿ. ಮೂಲ ಹೆಸರು ಏನೋ ಯಾರಿಗೂ ಗೊತ್ತಿರಲಿಲ್ಲ. ಆದರೆ, ಪಾಳಯದ ಪ್ರಾಣಪಾಲಕರು ಮತ್ತು ಧನ್ವಂತ್ರಿಗಳಿಗೆ ಈತ ಗೊತ್ತಿರುವುದು ಈ ಹೆಸರಿನಿಂದ. ಇಂಡಿಯಾ ದೇಶದ ಸುಮಾರಾದ ಪ್ರಸಿದ್ಧನಾದ ಸಿನೆಮಾ ಹಾಡುಗಾರನ ಹೆಸರನ್ನು ಅವರಪ್ಪ ಇಟ್ಟಿರಬಹುದೆಂದುಕೊಂಡರೆ ಇವನಿಗೂ ಆ ಸಿನೆಮಾ ಹಾಡುಗಾರನಿಗೂ ಸುಮಾರು ಒಂದೇ ವಯಸ್ಸು. ಒಮ್ಮೆ ರಕ್ತದ ಸೋಮರಸದ ಮಟ್ಟ ಕಾನೂನಿನ ಮಿತಿಗಿಂತಲೂ ದುಪ್ಪಟ್ಟಾದಾಗ ಈ ಲಕ್ಕಿ ಅಲಿ ಹೇಳಿದ್ದ "ತನ್ನ ಹೆಸರಷ್ಟೇ ಅದೃಷ್ಟವಂತ ತಾನಾಗಿದ್ದಕ್ಕೆ ತನಗೆ ಲಕ್ಕಿಅಲಿ ಎಂದು ಅವನಮ್ಮೀಜಾನ್ ಹೆಸರಿಟ್ಟಿದ್ದು" ಎಂದು. ಮಾತೆತ್ತಿದರೆ "ಅಮೆರಿಕಾಕ್ಕೆ ಸಾವು" ಎನ್ನುತ್ತಿದ್ದವನನ್ನು "ಅಮ್ರಿಕ ಸರ್ಕಾರ್ ಊರಿಂದ ಮಾಯಾ ಮಾಡಿ, ಗ್ವಾಂಟಾನಮೋ ಬೇ–ಗೆ ಕರಕೊಂಡು ಹೋಗಿ ತಲೇಲಿ ಕಂಪ್ಯೂಟರ್ ಚಿಪ್ಪುಗಳನ್ನಿಟ್ಟಿದ್ದಾರೆ" ಎಂದು ಹೇಳಿಕೊಂಡು ತಿರುಗುತ್ತಿದ್ದ, ಅಲಿ. ಮೂರು

ನಾಲ್ಕು ಹಂತಗಳಲ್ಲಿ ಅಲಿಗೆ ಯದ್ವಾತದ್ವಾ ವೈದ್ಯಕೀಯ ಪರೀಕ್ಷೆಗಳಾಗಿ ಆತನನ್ನು ವಿಧ್ಯುಕ್ತವಾಗಿ "ಅರೆಹುಚ್ಚ" ಎಂದು ಸರಕಾರಿ ಸೈಕಿಯಾಟ್ರಿಸ್ಟುಗಳು ನಿರ್ಧರಿಸಿದ್ದರು. ಸ್ಕಿಝೋ ಅಫೆಕ್ಟಿವ್ ಡಿಸಾರ್ಡರ್‌ನ ವಿಸ್ತೃತಿಯಿಂದ ಈತನಿಗೆ ಆತ್ಮಹತ್ಯೆ ಮತ್ತು ಇತರರನ್ನು ಕೊಲ್ಲುವ ಜರೂರು ಸಿಕ್ಕಾಪಟ್ಟೆ ಜಾಸ್ತಿಯಾಗಿದೆ ಎಂದು ಆತನನ್ನು ಪಾಳಯದ ಹತ್ತಿರ ಯಾವುದೋ ಒಂದು ದೊಡ್ಡ ತೂತಂತಿದ್ದ ಜೈಲೆಂಬೋ ಇನ್ನೊಂದು ಪಾಳಯದಲ್ಲಿ ವರ್ಷಾನುಗಟ್ಟಲೇ ಕೊಳೆಹಾಕಿದ ಮೇಲೆ ಇದ್ದಕ್ಕಿದ್ದ ಹಾಗೆ ಒಬ್ಬ ಜೀನಿಯಸ್ ಲಾಯರಿನ ಕೈಚಳಕದಿಂದ ಬಿಡುಗಡೆಯಾಗಿದ್ದನಂತೆ. ಇವೆಲ್ಲವೂ ಶ್ರೀಧರನಿಗೆ ಗೊತ್ತಾಗಿದ್ದುದು ಅಲಿ ಇಪ್ಪತ್ತಾರು, ಇಪ್ಪತ್ತೇಳು ಹಾಗೂ ಇಪ್ಪತ್ತೆಂಟನೇ ಬಾರಿ ಪಾಳಯಕ್ಕೆ ಬಂದಾಗ. ಆತನ ಎಕ್ಸ್–ರೇ ಫೋಲ್ಡರು ಹಾಗೂ ಇನ್ನಿತರ ವೈದ್ಯಕೀಯ ದಾಖಲೆಗಳು ವಿಶ್ವಕೋಶದಷ್ಟೇ ದಪ್ಪಕ್ಕಿದ್ದುದು ಕಂಡು ಶ್ರೀಧರ ಕಕ್ಕಾಬಿಕ್ಕಿಯಾಗಿದ್ದು, ಕುತೂಹಲದಿಂದ ಒಳಗೇನಿದೆ ಎಂದು ನೋಡಲು, ಆತನಿಗೆ ಸಿಕ್ಕಿದ್ದು ಕರೀ ಬಿಳೀ ಮಿದುಳಿನ ಸೀಟೀ ಸ್ಕ್ಯಾನುಗಳು. ಆತ ಪ್ರತಿ ಬಾರಿ ಕುಡಿದು ಜ್ಞಾನ ತಪ್ಪಿದಾಗಲೂ ತಲೆಯನ್ನು ಸ್ಕಾನ್ ಮಾಡಿದ್ದರು. ಆತನ ಫೋಲ್ಡರಿನಲ್ಲಿ ಒಟ್ಟು ಎಂಬತ್ತಾರು ಸೀಟಿ ಸ್ಕಾನುಗಳಿದ್ದವು, ಕಳೆದ ವರ್ಷದಲ್ಲಿ ಮಾಡಿದ್ದು. ಅಂದರೆ, ಪ್ರತಿ ಮೂರು ದಿನಕ್ಕೊಮ್ಮೆ ಆತನ ತಲೆ ಸರಿ ಇದೆಯೋ ಇಲ್ಲವೋ ಅನ್ನುವುದನ್ನು ನೋಡುವುದಕ್ಕೊಂದು ಸ್ಕಾನ್. ಕೇಳಿದಾಗ ಆ ತುಂಬುಮೊಲೆಯ ಸುಂದರಿ ಒಂದೊಂದನ್ನೂ ಬೇರೆಬೇರೆ ಲಯದಲ್ಲಿ ಕುಣಿಸಿ "ಕುಡಿದು ಜ್ಞಾನ ತಪ್ಪಿದಾಗ ತಲೆಯೊಳಗಿನ ಪೆಟ್ಟನ್ನು ನಿರ್ಧರಿಸುವುದು ಕಷ್ಟ. ಮೇಲಾಗಿ, ಇಂತವರೇ ಸಾಕು ನಮ್ಮಗಳನ್ನು ಬೀದಿಗೆಳೆಯಲು" ಎಂದಿದ್ದಳು.

ಈಗ ಅಲಿಯ ಕೆಲಸ ಎರಡೇ. ಬೆಳಗಿನಿಂದ ರಾತ್ರಿಯವರೆಗೆ ಕುಡಿಯುವುದು. ರಾತ್ರಿ ಬೀದಿಯ ಮೇಲೆ ಬಂದು "ಜೀಹಾದ್‌ಗೆ ಜಯ" ಎಂದು ಕೂಗುವುದು. ಪ್ರಾಣಪಾಲಕರ ಕಿವಿಗೆ ಆತನ ಕೂಗು ಕೇಳಿಸಿದರೆ, ಸೀದ ಪಾಳಯಕ್ಕೆ ಸಾಗಿಸಲ್ಪಟ್ಟು, ಒಂದಷ್ಟು ಪರೀಕ್ಷೆಗಳಾದ ನಂತರ, ಇದು ರಕ್ತದ ಆಲ್ಕೋಹಾಲಿನ ಮಟ್ಟ ನಾನೂರಕ್ಕೆ ಏರಿರುವುದರ ಪ್ರಭಾವ ಎಂದು ಧನ್ವಂತ್ರಿಗಳು ನಿರ್ಧರಿಸಿದ ಮೇಲೆ, ರಾತ್ರಿಯೆಲ್ಲಾ ಮಲಗಿದ್ದು ಬೆಳಿಗ್ಗೆ ಪಾಳಯದವರನ್ನೆಲ್ಲಾ ಬಯ್ದು ಮನೆಗೆ ಹೋಗುವುದು. ಹೀಗೆ, ವೃತ್ತ ತಿರುತಿರುಗಿ ವಾಪಸಾಗುತ್ತಿತ್ತು. ರೇಗನ್‌ಗೆ ಗುಂಡು ಹೊಡೆದವನಷ್ಟು ಈತ ಅಪಾಯಕಾರಿಯಲ್ಲ ಎಂದು ಬಹಳ ಪರೀಕ್ಷೆಗಳಾದ ಮೇಲೆ ಪಾಳಯದ ಧನ್ವಂತ್ರಿಗಳು ನಿರ್ಧರಿಸಿದ್ದರು.

"ನಾವು ಗೆದ್ದೇ ಗೆಲ್ಲುತ್ತೇವೆ. ಇದು ಧರ್ಮಯುದ್ಧ. ನೀವು ಪ್ರಪಂಚಾನ ಹಾಳು ಮಾಡುತ್ತಾ ಇದ್ದೀರ, ಸೂಳೆಮಕ್ಕಳಾ. ಮೇಲೆ ಕೆಳಗಿಲ್ಲದ ಹುಡುಗಿಯರನ್ನು ನಿಮ್ಮ ಸೆಟೆಲೈಟುಗಳಿಂದ ಎಲ್ಲ ಕಡೆ ತೋರಿಸಿ ನಮ್ಮಗಳ ತಲೆ ಕೆಡಿಸುತ್ತಿದ್ದೀರ. ನಾವು ಗೆದ್ದೇ ಗೆಲ್ಲುತ್ತೇವೆ. ಅಮೆರಿಕಾ ಸಾಯಲಿ" ಕೂಗುತ್ತಿದ್ದ, ಅಲಿ.

"ಮೆಲ್ಲಗೆ, ಹೀರೋ. ಅಮೆರಿಕಾವನ್ನು ಕೊಲ್ಲುವುದು ಆಮೇಲೆ. ಮೊದಲು ನಿನ್ನ ಉಳಿಸಿಕೊಳ್ಳೋದನ್ನು ಕಲ್ತುಕೋ. ಇನ್ನೊಂದು ಸ್ವಲ್ಪ ಜಾಸ್ತಿ ಕುಡಿದರೆ ಅಡ್ಡಡ್ಡ

ಓಡಾಡುತ್ತೀಯ ಅಷ್ಟೆ" ಶ್ರೀಧರ ಪ್ರಾಣಪಾಲಕರಿಂದ ಇವತ್ತಿನ ಲಕ್ಕಿಅಲಿಯ ಕತೆ ಕೇಳಿ, ಆತ ಮಲಗಿದ್ದ ಗಾಲಿಮಂಚವನ್ನು ತಳ್ಳುತ್ತಾ ಹೇಳಿದ.

"ಯಾರೋ ನೀನು. ಯಾರು, ಯಾರು ನೀನು? ಭೂಮಂಡಲದ ಮಧ್ಯದಿಂದ ಒಬ್ಬ ದೊಡ್ಡ ಮನುಷ್ಯ, ಕೊಂಬಿರೋ ಬಿಳೀ ಕುದುರೆಯ ಮೇಲೆ ಬರ್ತಾನೆ. ಗಾಳಿಯಲ್ಲಿ ಹಾರಾಡೋ ಬಿಳೀ ಕುದುರೆಯ ಮೇಲೆ ಖಡ್ಗದಿಂದ ಎಲ್ಲ ಚಕಚಕನೆ ಕೆಂಪು ತಲೆಗಳನ್ನು ಕತ್ತರಿಸ್ತಾನೆ. ಆಗ ಪ್ರಳಯ ಆಗುತ್ತೆ. ನಿಮ್ಮ ಬಂಗಲೆಗಳು ಉದುರುತ್ತವೆ. ಶ್.... ಶ್.... ಸ್ಟಾಕು ಗೊತ್ತಾ, ಸ್ಟಾಕು. ಈ ಕೆಂಪು ಬಣ್ಣದ ಸ್ಟಾಕುಗಳೆಲ್ಲ ಬೀಳ್ತಾವೆ. ಬರೇ ಚಕ್ರದ ಮೇಲೆ ನಿಂತಿರೋ ನಿಮ್ಮ ಸಾಮ್ರಾಜ್ಯ ಕುಸಿದು ಬೀಳುತ್ತೆ. ಅಮೆರಿಕಾಕ್ಕೆ ಸಾವು" ಎಂದು ಮತ್ತೆ ಕೂಗಿದ.

ಆತನ ಕೈಕಾಲುಗಳನ್ನು ಮೃದುವಾದ ಬೇಡಿಗಳಿಂದ ಬಂಧಿಸಿ ಕೈನ ರಕ್ತನಾಳಗಳೊಳಗೆ ಹ್ಯಾಲೋಪೆರಿಡಾಲ್ ಅನ್ನುವ ದಿವ್ಯೌಷಧ ಸೇರಿದಾಗ ಹಾಗೆಯೇ ಮಂಚಕ್ಕೊರಗಿದ.

"ಅಮೆರಿಕಾದ ಮಿಲಿಟರಿಯವರು ಗ್ವಾಂಟಾನಮೋ ಬೇ–ಗೆ ಇವನನ್ನು ಕರಕೊಂಡು ಹೋಗಿ ಇವನ ತಲೆಯಲ್ಲಿ ಒಂದು 'ಚಿಪ್' ಇಟ್ಟಿದ್ದಾರಂತೆ. ಹಾಗೆ ಇಟ್ಟಿದ್ದರೆ, ನಾವು ಮಾಡಿರುವ ಒಂದಿನ್ನೂರು ಸೀಟೀ ಸ್ಕ್ಯಾನುಗಳಲ್ಲಿ ಒಂದರಲ್ಲಾದರೂ ಅದು ಕಾಣಿಸಬಾರದೇ" ಎಂದು ನಗುತ್ತಾ ಇನ್ನೊಂದು ಜೀವರಕ್ಷಣೆಗಂತ ಹೊರಟರು, ಜೀವರಕ್ಷಕರು.

* * * * *

ಪಾಳಯದಲ್ಲಿ ಇನ್ನೊಂದು ದಿನ

"ಇದು ನನ್ನ ಇವತ್ತಿನ ಎಂಟನೆಯ ಅಡ್ಮಿಷನ್ನು" ಇಡೀ ಜಗತ್ತಿನ ದುಃಖವೆಲ್ಲಾ ತನ್ನದಾಗಿರುವಾಗ ತನ್ನಷ್ಟೇ ದುಃಖಿಯನ್ನು ಹುಡುಕಬೇಕೆಂದು ಹೊರಟಿದ್ದ, ಅಖ್ತರ್.

ಅಖ್ತರ್ ಪಾಕಿಸ್ತಾನದವ. ಆತ ಕರಾಚಿಯ ಡಾನ್ ಮೆಡಿಕಲ್ ಸೆಂಟರಿನಲ್ಲಿ ತನ್ನ ಪೂರ್ವ ಗುರುಕುಲಾಭ್ಯಾಸ ಮಾಡಿದ್ದು. ಅಮೆರಿಕಾಕ್ಕೆ ಬಂದರೂ ತನ್ನ ಕರಾಚಿಯ ಡಾನ್ ಮೆಡಿಕಲ್ ಸೆಂಟರಿನಂತಹ ಪಾಳಯ ಇಡೀ ಅಮೆರಿಕಾದಲ್ಲೇ ಇಲ್ಲ ಎಂದು ನಂಬಿರುವಾತ. ಪಾಕಿಸ್ತಾನಿಗಳಿಗೆ ಬರುವ ರೋಗ ಇಡೀ ಅಮೆರಿಕಾದಲ್ಲ್ಯಾಕೆ, ವಿಶ್ವದಲ್ಲೆಲ್ಲೂ ಬರುವುದಿಲ್ಲ ಎಂದು ಶ್ರೀಧರನಿಗೆ ಆಗಾಗ್ಗೆ ಹೇಳಿ "ಬಾ ನೋಡು ನಮ್ಮ ಮೈಸೂರಿನ ಗುರುಕುಲವನ್ನು ಮತ್ತು ಅದಕ್ಕಂಟಿದ ಪಾಳಯವನ್ನು" ಅಂತ ಬಯ್ಯಿಸಿಕೊಂಡಿದ್ದ.

ಅಖ್ತರನಿಗೆ ಶ್ರೀಧರನಿಗಿಲ್ಲದ ಒಂದು ಅನುಕೂಲವಿತ್ತೆಂದರೆ, ಆತ ಅಮೆರಿಕದ ಪೌರನಾಗಿದ್ದು. ಆತನ ತಂದೆ, ಅಖ್ತರನಮ್ಮ ಬಸುರಿಯಾಗಿದ್ದಾಗ ಯಾವುದೋ ಕೆಲಸದ ಮೇಲೆ ಅಮೆರಿಕಾಕ್ಕೆ ಬಂದಿದ್ದು, ಕೆಲಸದ ಮೇಲೆ ಕೆಲಸ ಜಾಸ್ತಿಯಾಗಿ ಅಖ್ತರ ಹುಟ್ಟುವ

ತನಕವೂ ಅಮೆರಿಕಾದಲ್ಲಿಯೇ ಇದ್ದಿದ್ದು ಕೇವಲ ಕಾಕತಾಳೀಯವೆಂದೂ, ತಾನೂ ಪಕ್ಕಾ ಪಾಕಿಸ್ತಾನಿಯೆಂದೂ ಅಖ್ತರ್ ಆಗಾಗ್ಗೆ ಹೇಳುತ್ತಿದ್ದ. ಆತನಿಗೆ ಮತ್ತೊಂದು ಅವಕಾಶವೇನಾದರೂ ಸಿಕ್ಕರೆ ವಾಪಸ್ಸು ಪಾಕಿಸ್ತಾನಕ್ಕೆ ಹೊರಟು ಹೋಗುತ್ತೇನೆಂದು ಹೆದರಿಸುತ್ತಿದ್ದ. ಭಾರತ ಪಾಕಿಸ್ತಾನದ ಕ್ರಿಕೆಟ್ ಮ್ಯಾಚ್ ಇದ್ದಾಗ ಮ್ಯಾಚಿಗೆ ಆರು ಬಾರಿ ಮತ್ತು ಇಂಜಿ ಹೊಡೆದ ಬೌಂಡರಿಗೊಂದರಂತೆ ನಮಾಜು ಮಾಡುತ್ತಿದ್ದ. ಆದರೆ, ಈ ಪಾಳಯದಲ್ಲಿ ಇಂಟರ್ನ್‌ಗಳು ಸಂದರ್ಶನ ಕೋರಿ ಪ್ರತಿಯೊಂದು ಕಡೆ ಫೋನು ಮಾಡಬೇಕಾದರೂ "ನನ್ನ ಹೆಸರು ಜಮೀಲ್ ಅಖ್ತರ್, ನಾನು ಅಮೆರಿಕನ್ ಸಿಟಿಜ಼ನ್" ಅಂತಲೇ ಪರಿಚಯಿಸಿಕೊಳ್ಳುತ್ತಿದ್ದನಂತೆ.

ಆದರೆ, ಆತ ಹುಟ್ಟಿನಿಂದ ಮಾತ್ರ ಅಮೆರಿಕನ್ ಎಂದು ಯಾರೂ ಅವನ 'ಇಶ್ಟೋರಿ' ಕೇಳಿದರೂ ಹೇಳಿಬಿಡಬಹುದಾಗಿತ್ತು. ದಿನಕ್ಕೆ ಮೂರು ಬಾರಿ ನಮಾಜು ಮಾಡಿ ಶುಕ್ರವಾರ ಕಣ್ಣಿಗೆ ಕಾಡಿಗೆಯಿಟ್ಟು, ಪಾಳಯದ ಸಲಿಂಗಿ ರೋಗಿಗಳಿಗೆ ರೋಮಾಂಚನವನ್ನೂ, ಕೆಫೆಟೇರಿಯಾದಲ್ಲಿ 'ಹಲಾಲ್' ಮಾಂಸವನ್ನು ಕೇಳಿ, ಅಲ್ಲಿನ ಅಡುಗೆಯವರಿಗೆ ಕೆಂಡದಂತಾ ಸಿಟ್ಟನ್ನೂ ಏಕಕಾಲದಲ್ಲಿ ತರಿಸಿದವ. ಆದರೆ, ಇಷ್ಟಾದರೂ ಆತ ಇಲ್ಲಿ ಪಾಳಯದಲ್ಲಿ ಉನ್ನತ ವ್ಯಾಸಂಗ ಮುಗಿಸಿ ವಾಪಸ್ಸು ಕರಾಚಿಗೆ ಹೋಗುತ್ತಾನೆಂಬುದರ ಬಗ್ಗೆ ಯಾರಿಗೂ ನಂಬಿಕೆಯಿರಲಿಲ್ಲ.

ಶ್ರೀಧರ ಒಮ್ಮೆ ಅವನನ್ನು ನೋಡಿದ. ಕಣ್ಣುಗಳೆರಡೂ ಕೆಂಡದುಂಡೆಗಳಂತಾಗಿದ್ದವು. ಮುಖದ ಮೇಲಿನ ಗಡ್ಡ ಇನ್ನು ಕೆಲವೇ ಗಂಟೆಗಳಲ್ಲಿ ತನಗೆ ಇಪ್ಪತ್ನಾಲ್ಕು ಗಂಟೆಗಳಾಗುತ್ತವೆ ಎಂದು ಹೇಳಿಕೊಳ್ಳುತ್ತಿತ್ತು. ನೀಲಿ ಬಣ್ಣದ ಆಸ್ಪತ್ರೆಯ ಸ್ಕ್ರಬ್ಸು, ಸೊಂಟಕ್ಕೆ ಕಟ್ಟಿದ ಫ್ಯಾನಿ ಪ್ಯಾಕಲ್ಲಿ ರೋಗಿಯನ್ನು ಯಾರೊಬ್ಬ ಹಿರಿಯ ಧನ್ವಂತ್ರಿಯ ಸಹಾಯವಿಲ್ಲದೆ ಉಳಿಸಲು ಬೇಕಾಗಿರುವ ಕೈಪಿಡಿಗಳು, ಬಿಳಿಕೋಟಿನ ಪ್ರತಿ ಜೇಬುಗಳಲ್ಲಿ ತಾನು ನೋಡಿಕೊಳ್ಳುತ್ತಿರುವ ರೋಗಿಗಳ ತಿನ್ನುವ ಊಟದಿಂದ ಹಿಡಿದು ಜೀವ ಹಿಡಿದುಕೊಂಡಿರಲು ಬೇಕಾಗಿರುವ ಮಾತ್ರೆಗಳ ಪಟ್ಟಿಯ ತನಕ ಸಕಲ ಜಾತಕವನ್ನೇ ಬರೆದುಕೊಂಡಿರುವ ಸಣ್ಣಸಣ್ಣ ಕಾರ್ಡುಗಳು, ಕೈಯಲ್ಲೊಂದು ಯಾವುದೋ ಔಷಧ ಕಂಪೆನಿಯವರು ಕೊಟ್ಟಿರುವ ಪ್ಲಾಸ್ಟಿಕ್ ಅಥವಾ ಫೈಬರ್‌ನ ಪ್ಯಾಡು, ಮೇಲಿನ ಜೇಬಿನ ತುಂಬಾ ವಿಧವಿಧವಾದ ಪೆನ್ನುಗಳು– ನೋಡಿದ ತಕ್ಷಣ ಈ ಅಮೆರಿಕಾದೇಶದ ಬೆಲೆಬಾಳುವ, ಬೆಲೆಬಾಳದ ಎಲ್ಲ ಜೀವಗಳನ್ನೂ ಉಳಿಸಲು ತಯಾರಾಗುತ್ತಿರುವ ಇಂಟರ್ನ್. ಮೆಡಿಕಲ್ ವಿದ್ಯಾರ್ಥಿಗಿಂತ ಆರಿಂಚು ಕೋಟು ಉದ್ದವಿರುವ ಅರ್ಹತೆ ಹೊಂದಿರುವವ, ಅಗತ್ಯವಿದ್ದಲ್ಲಿ ಜೇಮ್ಸುಬಾಂಡಿನಂತೆ ಕೊಲ್ಲಲು ಲೈಸೆನ್ಸಿರುವವ, ಎಂದು ಹೇಳಿಬಿಡಬಹುದಾಗಿತ್ತು.

"ಏನಂತಾಳೆ, ನಿಮ್ಮ ಮಹಾತಾಯಿ ರೆಸಿಡೆಂಟು ಆರತಿ" ನಗುತ್ತಾ ಕೇಳಿದ, ಶ್ರೀಧರ.

"ರೂಮಲ್ಲಿ ಕೂತು, ಯಾವನದೋ ಕಫ಼ ಪರೀಕ್ಷೆ ಮಾಡಿದ್ಯಾ, ಇನ್ಯಾವನೋ ಉಚ್ಚೆ ಹೊಯ್ದನಾ ಅಂತ ಕೇಳ್ತಾ ಕೂತಿದಾಳೆ. ಈಗ ಅವಳು ಆಫ಼ೀಸಿಯಲಿ ಹೆರಿಗೆಗೆ ಸಿದ್ಧವಾಗಿ

ಕೂತಿದ್ದಾಳೆ. ಮೂವತ್ತೆಂಟು ವಾರವಾಯ್ತಂತೆ. ನನ್ನ ಕರ್ಮ ಈ ನಾಲ್ಕು ವಾರದ ನನ್ನ ರೊಟೇಶನ್ ಅವಳ ಕೈಕೆಳಗೆ ಬಿದ್ದಿದೆ. ಆಕೆ ತನ್ನ ಎರಡು ಕಾಲು, ಹೊಟ್ಟೆ ಮತ್ತು ಎಲ್ಲಾ ಡಬಲ್ ಸೈಝಾಗಿರೋ ಪ್ರತಿಯೊಂದು ಅಂಗಗಳನ್ನೂ ಒಂದೊಂದಾಗಿ ಎತ್ತಿ ಮಂಚದಿಂದ ಹೊರಬರಬೇಕಾದರೆ ಮುಕ್ಕಾಲು ಗಂಟೆ ಹಿಡಿಯುತ್ತೆ. ಅದರ ಬದಲು ನನ್ನ ಕೆಲಸ ನಾನೇ ಮಾಡೋದು ಸರಿ ಅನ್ನಿಸುತ್ತೆ" ಎಂದ, ಇನ್ನೇನು ಅಳುತ್ತಾ. "ಅದು ಸರಿ, ಈ ಹುಡುಗಿ ರೆಸಿಡೆಂಟುಗಳು ಈ ಮೂರು ವರ್ಷದ ರೆಸಿಡೆನ್ಸಿಯಲ್ಲಿಯೇ ಏಕೆ ಬಸುರಿಯರಾಗುತ್ತಾರೆ?" ಕೇಳಿದ ಅಖ್ತರ್.

"ಕಾರಣ ಬಹಳ ಸರಳ. ಇಪ್ಪತ್ತೆರಡಕ್ಕೆ ಧನ್ವಂತರೀ ಗುರುಕುಲ ಮುಗಿಯುತ್ತೆ. ಅಮೆರಿಕಕ್ಕೆ ಬರಬೇಕಾದರೆ, ಒಬ್ಬ ಮೃದುಯಂತ್ರಿ ಗಂಡ. ಇಲ್ಲಿಗೆ ಬಂದ ಮೇಲೆ ಇನ್ನೊಂದೆರಡು ವರ್ಷ ಪರೀಕ್ಷೆಗಳಿಗೆ ತಯಾರಿ. ನಂತರ ಮೂರು ವರ್ಷದ ರೆಸಿಡೆನ್ಸಿಯೆನ್ನೋ ವನವಾಸ. ಅದು ಮುಗಿಯೋ ತನಕ ಕಾದರೆ, ಪಕ್ಕದ ಕೂದಲುಗಳೆಲ್ಲಾ ಒಂಚೂರು ಬೆಳ್ಳಗಾಗಿರುತ್ತದಷ್ಟೆ. ಮೆಲ್ಲಗೆ ಮಾತಾಡು ಮಾರಾಯ. ನೀನು ಪಾಕಿಸ್ತಾನಿ ಮತ್ತು ಆಕೆ ಆಂಧ್ರದ ಹುಡುಗಿ. ಬಹಳಷ್ಟು ವಿಷಯಗಳು ಇಲ್ಲಿ ಒಂದಕ್ಕೊಂದು ತಾಳೆ ಹೊಂದೋದಿಲ್ಲ, ಗೊತ್ತಲ್ಲ" ಅಂದ. "ಏನು, ಎಲ್ಲಾ ಸಾಯದೆ ಬದುಕುತ್ತಿರುವವರೋ, ನಿನ್ನ ರೋಗಿಗಳು?" ಕೇಳಿದ.

"ಅದೇ ಸುಡುಗಾಡು. ಈ ನರ್ಸಿಂಗ್ ಹೋಮ್ ಅನ್ನೋ ಆಶ್ರಮಗಳಿರುವವರೆಗೆ ನಮ್ಮ ಪಾಳಯಗಳಿಗೆ ರೋಗಿಗಳಿಗೇನು ಕೊರತೆಯಿಲ್ಲ, ಬಿಡು. ಮಿಸೆಸ್ ಬೆನೆಟ್ ನಾಲ್ಕು ಸಾರಿ ಕೆಮ್ಮಿದಳಂತೆ. ಯಾರೋ ಹೊಸಾ ನರ್ಸು ಟೆಂಪರೇಚರ್ ನೋಡಿ, 'ನೂರಾ ಒಂದು' ಅಂತ ರೆಕಾರ್ಡು ಮಾಡಿದಳು. ಸರಿ, ಇನ್ನೊಬ್ಬಳು ಹೆದರಿ ಮಿಸೆಸ್ ಬೆನೆಟ್‌ನ ಮಗಳಿಗೆ ಫೋನು ಮಾಡಿದಳಂತೆ. ಆಕೆ ಇರುವುದು ದೂರದ ಓಕ್ಲಾಹೋಮಾದಲ್ಲಿ. ತಾನು ತನ್ನ ಕೆಲಸ ಬಿಟ್ಟು ಬರಲಾರದ ಪಾಪಪ್ರಜ್ಞೆಯನ್ನು ಮುಚ್ಚಿಕೊಳ್ಳೋಕೆ "ನನ್ನ ಅಮ್ಮನ್ನ ಈಗಲೇ ಪಾಳಯಕ್ಕೆ ಕಳಿಸಿ" ಅಂತ ಕಿರಿಚಾಡಿದಳಂತೆ. ಆ ಎಮರ್ಜೆನ್ಸಿ ಡಿಪಾರ್ಟ್‌ಮೆಂಟಿನ ಜಗಲಿಯ ಧನ್ವಂತ್ರಿ ಇವಳ ನೂರಾ ಒಂದರ ಜ್ವರ ಎಲ್ಲಿಂದ ಬರುತ್ತಿರಬಹುದು ಅನ್ನುವುದನ್ನು ಪತ್ತೆ ಹಚ್ಚುವುದಕ್ಕೆ ಸೂರ್ಯನ ಕೆಳಗಿರೋ ಎಲ್ಲ ಟೆಸ್ಟುಗಳನ್ನೂ ಮಾಡಿದ್ದನಂತೆ. ಎಲ್ಲೋ ಉಚ್ಚೆಯಲ್ಲಿ ಒಂದು ನಾಲ್ಕು ಬ್ಯಾಕ್ಟೀರಿಯಾ ಇದ್ದೇ ಇರುತ್ತೆ. ಆದರೆ, ಇಲ್ಲಿ ಸಮೀಕರಣ ನೋಡು, ಆಶ್ರಮದಲ್ಲಿ ಜ್ವರ+ ಉಚ್ಚೆಯಲ್ಲಿ ಬ್ಯಾಕ್ಟೀರಿಯಾ= ಪಾಳಯಕ್ಕೆ ಭರ್ತಿ. ಸರ್ಕಾರಿ ದುಡ್ಡು, ಯಾವೋಳ್ದೋ ಜಾತ್ರೆ. ಅಲ್ಲಿ ಓಕ್ಲಾಹೋಮಾದಲ್ಲಿ ಮಗಳು ಈ ವಾರಾಂತ್ಯಕ್ಕೆ ವಾಟರ್ ರ್‍ಯಾಫ್ಟಿಂಗ್ ಹೋಗ್ತಾಳಂತೆ. ಅಮ್ಮಂಗೂ ಸುಖ, ಮಗಳಿಗೂ ಸುಖ. ಆಶ್ರಮದ ನರ್ಸಿಗೂ ಸುಖ."

"ಹೋಗ್ಲಿ ಬಿಡು, ಈಗ ಹೇಗಿದಾಳೆ, ಮಿಸೆಸ್ ಬೆನೆಟ್?"

"ಹಾಡು ಹೇಳ್ತಾ ಇದಾಳೆ, ಮಂಚದ ಮೇಲೆ ಕೂತುಕೊಂಡು"

"ಅದನ್ನು 'ಇರಿಟಬಲಿಟಿ, ಪ್ಯಾರನೋಯ' ಅಂತ ಹೇಳಿ ಸೈಕಿಯಾಟ್ರಿಗೆ ಕನ್ಸಲ್ಟ್ ಮಾಡು. ನಿನ್ನ ಅದೃಷ್ಟ ಸರಿಯಾಗಿದ್ರೆ, ಅವಳನ್ನು ಸೈಕಿಯಾಟ್ರಿ ವಾರ್ಡಿಗೆ ಅಡ್ಮಿಟ್ ಮಾಡಿದರೆ, ನಿನ್ನ ಕೆಲಸ ಎಷ್ಟೋ ಹಗುರ" ಎಂದ ಶ್ರೀಧರ.

"ಆದರೆ, ಅವಳು ಯಾವಾಗ್ಲೂ ಹಾಡ್ತಾಳಂತೆ, ಆಶ್ರಮದಲ್ಲೂ"

"ಒಂದು ಹೇಳ್ತೀನಿ, ನೋಡು. ಆಕೆ ಅಲ್ಲಿ ಯಾವ ಹಾಡು ಹೇಳ್ತಿದ್ಲು ಕೇಳು. ಅದೇ ಹಾಡನ್ನು ಇಲ್ಲೇ ಹಾಡ್ತಿದ್ರೆ, ನಿನ್ನ ಹಣೇಬರಹ, ಏನೂ ಮಾಡೋಕಾಗೊಲ್ಲ. ಆದರೆ, ಆಶ್ರಮದಲ್ಲಿ "ಗಾನ್ ವಿತ್ ದ ವಿಂಡ್" ಹೇಳುತ್ತಾ ಇಲ್ಲಿ "ಸೌಂಡ್ ಆಫ್ ಮ್ಯೂಸಿಕ್" ಹೇಳಿದರೆ, ಅದು ಅವಳ ಮಾನಸಿಕ ಸ್ಥಿತಿಯಲ್ಲಿ ಬದಲಾವಣೆ ಅಂತ ಹೇಳಬಹುದು, ಯಾವುದಾದರೂ ಸೈಕಿಯಾಟ್ರಿಸ್ಟ್‌ನ ಹಿಡಿ. ಸರಿಯಾದ ಸಮಯ ಈಗಲೇ ನೋಡು. ಬೆಳಿಗ್ಗೆ ನಾಕಕ್ಕೆ, ಎಲ್ಲ ದೊಡ್ಡ ಧನ್ವಂತ್ರಿಗಳೂ ಮಲಗಿರುತ್ತಾರೆ. ನನ್ನ ನಿನ್ನ ಹಾಗಿರೋ ಅಡ್ನಾಡಿ ಇಂಟರ್ನ್‌ಗಳು ಮಾತ್ರ ಈ ಸಮಯದಲ್ಲಿ ಸಿಗೋದು. ಬಂದು ಮಾತಾಡಿಸಿಕೊಂಡು ಹೋಗಲಿ. ಸ್ವಲ್ಪ ಜೋರಾಗಿ, ಇದು ನಂದಲ್ಲ ಕೇಸು ನಿಂದು ಅಂತ ಜೋರು ಮಾಡು. ತಗಂಡೇ ತಗೋತಾನೆ. ಆಮೇಲೆ ಸೈಕಿಯಾಟ್ರಿ ವಾರ್ಡಿಗೆ ಹೋದ ಮೇಲೆ ಬೆನೆಟ್‌ಗೆ ಜ್ವರ ಬಾರದಿರಲಪ್ಪ ಅಂತ ಅಲ್ಲಾನ ಕೇಳಿಕೋ." ಎಂದ ಶ್ರೀಧರ.

"ನೀನು ಜೀನಿಯಸ್ ಕಣಯ್ಯ, ಏನು ಘೂಗೆಯ ಕೆಳಗೆ ಕೆಲಸ ಮಾಡಿದ್ಯಾ" ಎಂದು ನಕ್ಕ, ಅಖ್ತರ್.

ಶ್ರೀಧರನೂ ನಕ್ಕ.

* * * * *

ರಾಘವೇಂದ್ರ ಘೂಗೆ

ಊರು– ಮುಂಬಯಿ

ವೃತ್ತಿ– ಸೆಕ್ಸ್ ಮಶೀನಿಸ್ಟ್

ಪ್ರವೃತ್ತಿ– ವೈದ್ಯಕೀಯ

ನಂಬಿಕೆ– ಜಗತ್ತಿನಲ್ಲಿ ಯಾರೂ ರೋಗಿಗಳಿಲ್ಲ

ಅತಿ ಕೆಟ್ಟವರು– ಧನ್ವಂತ್ರಿಗಳು

ಜನಪ್ರಿಯ ವಾಕ್ಯ– ಲೈಫ್ ಇಸ್ ಅ ಬಿಚ್

ವಿರೋಧಾಭಾಸ– ವೃತ್ತಿಯಿಂದ ಖುಷಿ, ಪ್ರವೃತ್ತಿಯಿಂದ ಹಣ

ಒಂದು ದಿನದ ಮಟ್ಟಿಗೆ ಪಾಳಯದ ಪಾಳಯಗಾರನಾದಲ್ಲಿ– ಪಾಳಯದ ಎಂಭತ್ತೈದರ ನಂತರದ ರೋಗಿಗಳನ್ನೆಲ್ಲಾ ಅವರೆಲ್ಲಾ ಮಾತ್ರೆಗಳನ್ನೂ ಕಸಿದುಕೊಂಡು ವಾಪಸ್ಸು ಆಶ್ರಮಕ್ಕೆ ಕಳಿಸುವುದು.

ಇದು ಅವನ ಅಪಾರ್ಟ್ಮೆಂಟಿನಲ್ಲಿ ಅವನ ದೊಡ್ಡ ಪೋಸ್ಟರಿನ ಮೇಲೆ ಬರಕೊಂಡ ಒಕ್ಕಣಿಕೆ. ಸ್ಟಾರ್ಡಸ್ಟೋ ಅಥವಾ ಪ್ಲೇಬಾಯ್‌ಗಳ ಮಧ್ಯೆ ಹರಡಿರುವ ಚಿತ್ರದಂತೆ ತನ್ನ ಬೈಸೆಪ್ಪು, ಟ್ರೈಸೆಪ್ಪುಗಳನ್ನೂ ತೋರಿಸುತ್ತಿರೋ ಒಂದು ಚಿತ್ರವನ್ನು ಬ್ಲೋ ಅಪ್ ಮಾಡಿಸಿ ಹಾಕಿದ್ದ. ಸಣ್ಣ ಹೋತದ ಗಡ್ಡ, ಉದ್ದ ಕೂದಲು, ಕಿವಿಗೊಂದು ಸಣ್ಣ ಹರಳು. ಪಕ್ಕದಲ್ಲಿ ಪರಿಚಯದ ಈ ತುಂಡು ತುಂಡು ವಾಕ್ಯಗಳು.

"ಈ ಪಾಳಯದಲ್ಲಿ ಮೊದಲ ವರ್ಷ ದಿನಕ್ಕೆ ಒಂದೆರಡು ಗಂಟೆಯಾದರೂ ನಿದ್ದೆ ಮಾಡಬೇಕು. ಪ್ರತಿ ಎರಡು ವಾರಾಂತ್ಯಕ್ಕೊಂದು ಹುಡುಗಿಯನ್ನು ನೋಡಬೇಕು ಅನ್ನೋ ಆಸೆಗಳೇನಾದರೂ ಇದ್ದಲ್ಲಿ ಆದಷ್ಟೂ ಪಾಳಯದಿಂದ ರೋಗಿಗಳನ್ನು ಹೊರಗಿಡು. ಅಮೆರಿಕಾದಲ್ಲಿ ಯಾರೂ ರೋಗಿಗಳಲ್ಲ. ಇವೆಲ್ಲ ನಮ್ಮ ಕೆಲಸ ಉಳಿಸಿಕೊಳ್ಳೋಕೆ ನಾವೇ ಹುಟ್ಟಿಸಿಕೊಂಡಿರೋ ರೋಗಗಳು." ಎಂದು ಶ್ರೀಧರ ಇತ್ಯಾದಿಗಳಿಗೆ ತನ್ನ ರೆಸಿಡೆಂಟಿನ ಭಾಷಣ ಬಿಗಿದಿದ್ದ.

"ಎಂಭತ್ತೈದರ ನಂತರದವರಿಗೆ ಆದಷ್ಟೂ ಏನೂ ನಿಮ್ಮ ವೈದ್ಯಕೀಯ ಸ್ಕಿಲ್ಲುಗಳನ್ನೂ ನಿಮ್ಮ ಕೈಚಳಕಗಳನ್ನೂ ತೋರಿಸದಿರುವುದನ್ನು ಕಲಿತುಕೊಳ್ಳಿ. ನಮ್ಮ ಹಣೆಯಬರಹ. ಈ ಎಮರ್ಜೆನ್ಸಿ ಅನ್ನುವ ಜಗಲಿಗಳಿರುವವರೆಗೆ ನಾವು ಅಡ್ಮಿಟ್ ಮಾಡ್ಕೊಳ್ಳಲೇ ಬೇಕಾಗುತ್ತದೆ. ಗರಿಷ್ಟ ಎರಡು ದಿನ ಅಷ್ಟೇ. ಉಚ್ಚೆಯಲ್ಲಿ ಎರಡು ಬ್ಯಾಕ್ಟೀರಿಯಾ ಕಂಡರೆ, ಎಕ್ಸ್-ರೇಯಲ್ಲಿ ಒಂದು ನ್ಯುಮೋನಿಯಾದ ತರಹದ ಒಂದು ನೆರಳು ಕಂಡರೆ, ಒಂದಿಷ್ಟು ಕ್ರಿಮಿನಾಶಕ ಜ್ಯೂಸನ್ನು ಕೈನ ರಕ್ತನಾಳಕ್ಕೆ ಏರಿಸಿ, ಎರಡು ದಿನ ನಮ್ಮ ಪಾಳಯದ ಐದು ಸಾವಿರ ಡಾಲರಿನ ಹಾಸಿಗೆಯಲ್ಲಿ ಮಲಗಿ ಹೋಗಲು ಬಿಡಿಯಷ್ಟೇ. ಜಾಸ್ತಿ ಏನೂ ಮಾಡಲು ಹೋಗಬೇಡಿ" ಎಂದಿದ್ದ.

"ಅಂದರೆ" ಅರ್ಥವಾಗದೇ ಕೇಳಿದ್ದ, ಶ್ರೀಧರ.

"ನನ್ನ ಜತೆ ಕೆಲಸ ಮಾಡಬೇಕಾದರೆ ಕೆಲವು ನಿಯಮಗಳನ್ನು ಪಾಲಿಸಬೇಕಾಗುತ್ತದೆ. ಎಂಭತ್ತೈದು ವರ್ಷ ದಾಟಿದವನಿಗೆ ಬದುಕುವುದಕ್ಕೆ ಏನು ಬೇಕೋ ಅದು ಮಾತ್ರ ಇರಲಿ. ಒಂಚೂರು ಬೀಪಿ ಜಾಸ್ತಿ ಇದ್ದರೆ ಅವನ ತಲೆಯಲ್ಲಿನ ರಕ್ತನಾಳಗಳೇನೂ ಪಟ್ಟೆನ್ನುವುದಿಲ್ಲ. ಇವೆಲ್ಲ ಜಾಗತಿಕ ಮಟ್ಟದ ಸಂಶೋಧನೆಗಳಲ್ಲಿ ಮಾತ್ರ ಆಗುವುದು. ನಮ್ಮ ಪಾಳಯದ ಮತ್ತು ಆಶ್ರಮದ ಎಂಭತ್ತೈದಿಗರು ಬಹಳ ಗಟ್ಟಿ. ತೀರ ಹೆಚ್ಚಾಗಿ ಅಥವಾ ಕಡಿಮೆಯಾಗಿ ಆ ಮುದುಕ ಕಣ್ಣುಕಣ್ಣು ಬಿಟ್ಟರೆ ಮಾತ್ರ ಏನಾದರೂ ಮಾತ್ರೆ ಕೊಡಿ. ನಿಮಗೆ ತುಂಬಾ ಒತ್ತಡ ಬರುತ್ತೆ. ಆದರೆ, ನೀವು ಇಲ್ಲ ಅನ್ನಿ.... ಮರ್ಫಿಯ ನಿಯಮ ಗೊತ್ತಲ್ಲ"

"ಗೊತ್ತು" ಎಂದಿದ್ದ, ಇನ್ನೊಬ್ಬ ಲೆಬನಾನಿನ ಇಂಟರ್ನ್.

"ಏನು?"

"If things show...."

"ಅದಲ್ಲ, ನಮ್ಮ ದೇಶದಲ್ಲಿ ಹೇಳ್ತಾರೆ. ಸರಳವಾಗಿ.... ಮಾಡಬಾರದ್ದು ಮಾಡಿದರೆ, ಆಗಬಾರದ್ದು ಆಗುತ್ತೇಂತ. ಸುಮ್ಮನೆ ಹೇಳ್ತೀನಿ, ಹತ್ತು ಡಾಲರ್ ಮಾತ್ರೆಯಿಂದ ಸರಿ ಮಾಡ್ಬೇಕಾಗಿರೋ ಕಾಯಿಲೇನ ಒಂದಿಪ್ಪತ್ತೈದು ಸಾವಿರ ಡಾಲರುಗಳ ತನಕ ಬೆಳೆಸೋಕೆ ಹೋಗ್ಬೇಡಿ..."

ಸುಮ್ಮನೆ ಒಂದು ಬಾರಿ ಅವನತ್ತ ತಿರುಗಿ ನೋಡಿದ, ಘೂಗೆ...

ಮುಂಬಯಿಯಲ್ಲಿ ಹುಟ್ಟಿ, ಅಲ್ಲೇ ಬೆಳೆದಿದ್ದ ಘೂಗೆ ಈಗ ಎರಡು ವರ್ಷದ ಕೆಳಗೆ ಅಮೆರಿಕಾಕ್ಕೆ ಬಂದು ಇಲ್ಲಿ ಧನ್ವಂತ್ರಿಯಾಗಲು ತಯಾರಿ ತೆಗೆದುಕೊಳ್ಳುತ್ತಿರುವ ರಸಿಕ. ವಯಸ್ಸು ಇಪ್ಪತ್ತೇಳೆಂದು ಹೇಳಿಕೊಳ್ಳುವ ಮೂವತ್ತರ ಆಸುಪಾಸಲ್ಲಿರುವವ. ಬೆಳಗಿನ ಪಾಳಯದ ಕೆಲಸವನ್ನು ಪ್ರವೃತ್ತಿಯೆಂದೂ, ರಾತ್ರಿ ಬಿಡುವಿದ್ದು, ರೋಗಿಯನ್ನು ನೋಡದೇ ಇದ್ದಾಗ ಮಾಡುವ ಇತರೇ ತನ್ನ ರಸಿಕ ಕೆಲಸಗಳನ್ನು ವೃತ್ತಿಯೆಂದೂ ಬಹಳ ಜಂಭದಿಂದ ಹೇಳಿಕೊಳ್ಳುತ್ತಿದ್ದ. ಒಮ್ಮೆ 'ವೃತ್ತಿ'ಯ ಮೇಲೆ ರಾತ್ರಿ ಯಾವುದೋ ಸೀಕಡೀ ಬಾರಿನಲ್ಲಿ ಸಿಕ್ಕ ತನ್ನ ತೂಕಕ್ಕಿಂತ ಹೆಚ್ಚಿನ ಮೇಕಪ್ಪನ್ನು ತೊಟ್ಟ ಎರಡು ಸ್ಕಾಚಿನ ಗೆಳತಿಯನ್ನು ಆಕೆಯ ಮನೆಯ ತನಕ ಬಿಟ್ಟುಬರಲು ಹೋಗಿ, ರಾತ್ರಿ ಅಲ್ಲಿಯೇ ಮಲಗಲು ಉದಾರವಾಗಿ ಒಪ್ಪಿದ್ದನಂತೆ. ರಾತ್ರಿಯ ಕೆಲಸ ಎಷ್ಟು ಭರವಾಗಿ ನಡೆದಿತ್ತೆಂದರೆ, ಈತ ಎಲ್ಲೋ ತಡವುತ್ತಾ ಒತ್ತಿದ ಭರಕ್ಕೆ ಆಕೆಯ ಮೊಲೆಯ ಸಿಲಿಕಾನು ಒಡೆದು, ಮೂಗು ಇವನ ಕೈಗೆ ಬಂದಿತಂತೆ. ಇದರ ಸತ್ಯಾಸತ್ಯತೆಯನ್ನು ಯಾರೂ ಕಂಡವರಿರಲಿಲ್ಲ. ಎಲ್ಲಾ ಬಾಯಿಮಾತಷ್ಟೇ. ಮಾರನೆಯ ದಿನ ಇವನ ಇಪ್ಪತ್ನಾಲ್ಕು ಘಂಟೆ "ಹಾಬಿ"ಯಿದ್ದಾಗ ಆಕೆಯನ್ನು 'ತುರ್ತು ಜಗಲೀ ಧನ್ವಂತ್ರಿ'ಗೆ ತನ್ನ ಸ್ನೇಹಿತೆಯೆಂದು ಪರಿಚಯಿಸಿ, ಏನಾದರೂ 'ಶಾರ್ಟ್‌ಕಟ್ಟಿ'ನಲ್ಲಿ ಆಕೆಯ ಮೂಗನ್ನೂ, ಮೊಲೆಯನ್ನೂ ಸರಿಪಡಿಸಲಾಗುತ್ತದಾ ಎಂದು ಕೇಳಿದನಂತೆ. ಆ ಧನ್ವಂತ್ರಿ ಹೆದರಿ ಸೀದಾ ಒಬ್ಬ ಪ್ಲಾಸ್ಟಿಕ್ ಧನ್ವಂತ್ರಿಗೆ ಬೆಳಿಗ್ಗೆ ಬೆಳಿಗ್ಗೆ ಫೋನು ಮಾಡಿ, ಮೂಗು ಮೊಲೆ ಹರಿದ ಈ ಬೀದಿ ಸುಂದರಿ ಹಾಗೂ ಈ ಕಂದುಬಣ್ಣದ 'ಫಾರಿನ್ ಡ್ಯೂಡ್'ನ 'ಎಮರ್ಜೆನ್ಸಿ'ಯ ಬಗ್ಗೆ ಹೇಳಿದನಂತೆ. ತಕ್ಷಣ ಸೀದಾ ಘೂಗೆಯ ಮೇಲಿನವರಿಗೆ ಒಂದು ರಿಪೋರ್ಟು ಹೋಗಿದ್ದು ನಂತರ ಮೇಲಿನವರು ಘೂಗೆಗೆ ತುಂಬಾ ನಿಷ್ಠುರವಾಗಿ ವಾಪಸ್ಸು ಇಂಡಿಯಾಕ್ಕೆ ಅವನಿಗೆ ಟಿಕೀಟು ಕೊಟ್ಟು ಕಳಿಸುವ ತನಕ ವಿಷಯ ಹೋಗಿದ್ದು, ನಂತರ ಇನ್ನೊಂದು ಮೀಟಿಂಗಿನ ನಂತರ ಇರಲಿ ಒಂದು ಅವಕಾಶ ಕೊಡೋಣ ಎಂದು ಸುಮ್ಮನಾಗಿ, ಈಗ ಘೂಗೆಯನ್ನು ಇದೇ ಪಾಳಯದಲ್ಲಿ ಉಳಿಸಿಕೊಂಡಿರುವುದು– ಘೂಗೆಗೆ ಈ ಧನ್ವಂತ್ರೀ ವ್ಯವಸ್ಥೆಯ ಬಗ್ಗೆ ಸಿಟ್ಟಿನ ಮೂಲ ಕಾರಣ ಎಂಬುದು ಪಾಳಯದ ಗಾಳಿಸುದ್ದಿ. ಪರೋಕ್ಷವಾಗಿ ಈ ವಿಷಯದ ಬಗ್ಗೆ ಯಾರಾದರೂ ವಿಚಾರಿಸಿದಾಗ, ಇಲ್ಲವೆನ್ನುತ್ತಿರಲಿಲ್ಲ, ಘೂಗೆ.

"ಎಂಭತ್ತೈದಕ್ಕಿಂತ ಇನ್ನೆಷ್ಟು ಆಯಸ್ಸು ಕೊಡ್ತೀರಾ ನೀವು? ನನಗೆ ಎಂಭತ್ತೈದಾದಾಗ ನಾನು ಯೋಚನೆ ಮಾಡೋದು ಒಂದೇ. ಏನು ಗೊತ್ತಾ? ಬಿದ್ದು ಯಾವ ಮೂಳೇನೂ ಮುರ್ಕೋಬಾರದು ಅಷ್ಟೇ. ಅವರುಗಳನ್ನು ಕೆಲಸದಲ್ಲಿಡೋದು ಮೂಳೆಗಳು ಮಾತ್ರ.

ತೊಡೆಯ ಮೂಳೆ ಮುರಿಯದಂತೆ ನೋಡಿಕೊಳ್ಳೋದು ಈ ಆಶ್ರಮಗಳ ಮತ್ತು ಮೊದಲ ವರ್ಷದ ನಿಮ್ಮಗಳ ಬಹಳ ಮುಖ್ಯ ಕೆಲಸ, ತಿಳಕೊಳ್ಳಿ..."

"ಹೃದಯಾಘಾತ ಆದರೆ?"

"ಎಂಭತ್ತೈದರ ರೀತಿ ಕಾಣುವ ಎಂಭತ್ತೈದರವನಿಗೆ ಹೃದಯಾಘಾತವಾದಲ್ಲಿ ಅವನ ಜತೆಯಲ್ಲಿ ಮತ್ತು ಅವನ ಮನೆಯವರ ಜತೆಯಲ್ಲೂ 'ದೇವರೇ ಅವನನ್ನು ಕಾಪಾಡಪ್ಪ' ಎಂದು ನಾವು ಪ್ರಾರ್ಥಿಸೋದು. ಬರೇ ಅರವತ್ತರ ತರ ಕಾಣೋ ಎಂಭತ್ತೈದರವನಿಗೆ ಹೃದಯಾಘಾತ ಆದಲ್ಲಿ ಜೀವ ಉಳಿಸೋಕೆ "ಪ್ರಯತ್ನಿಸೋದು". ಆದರೆ, ಒಂದು ತಿಳ್ಕೊಳ್ಳಿ... ಈ ಆಶ್ರಮಗಳಿರೋ ತನಕ, ಒಂದಿಪ್ಪತ್ನಾಲ್ಕು ಮಾತ್ರೆಗಳ ಮೇಲೆ ಈ ಎಂಭತ್ತು, ತೊಂಭತ್ತರ ಜೀವ ತೂಗಾಡುತ್ತಲೇ ಇರುತ್ತದೆ. ಅಂತ ಜೀವಗಳು ಹೋಗೋದು ತುಂಬಾ ಕಷ್ಟ. ಸಾಯೋದೇನಿದ್ರೂ ನಲವತ್ತರ ನಿಜವಾದ ರೋಗಿಗಳು... ಯಾಕಂದರೆ, ಅವರಿಗೆ ಬರೋದು ನಿಜವಾದ ರೋಗಗಳು... ಈ ಬೀಪಿ, ಡಯಾಬಿಟೀಸ್ ಅನ್ನೋ ವಯಸ್ಸಾಗುವ ಕ್ರಿಯೆಗಳಲ್ಲ."

ಈತ ಈ ರೀತಿಯ ಘಟ್ಟನ್ನೋ ಮಾತುಗಳಾಡಿಕೊಂಡಿರೋ ಈತನನ್ನು 'ಯಂಗ್ ಟರ್ಕ್' ಎಂದು ಯಾಕೆ ಕರೆಯುತ್ತಾರೆಂದು ಬಹಳ ಹೊತ್ತು ಯೋಚಿಸಬೇಕಾಗಲಿಲ್ಲ ಶ್ರೀಧರನಿಗೆ. ಆದರೆ, ಇಪ್ಪತ್ತೈದರಿಂದ ಮೂವತ್ತು ಮಾತ್ರೆಗಳನ್ನು ದಿನಾ ನುಂಗಿಕೊಂಡು ಒಂದು ಚಟಾಕು ಊಟಕ್ಕಷ್ಟೇ ಹೊಟ್ಟೆಯಲ್ಲಿ ಜಾಗವಿದ್ದ ಆಶ್ರಮದ ಅಷ್ಟದಶಕಿಗಳನ್ನು ನೋಡಿದಾಗ ಘೂಗೆಯ ಸಿನಿಕತನಕ್ಕೆ ನಿಜವಾಗಿ ಕಾರಣ ಹುಡುಕಬೇಕೆಂದೇನೂ ಅನ್ನಿಸಿರಲಿಲ್ಲ. ಹೃದಯ ದುರ್ಬಲವಾಗಿದ್ದಾಗ ಅದರ ಗೋಡೆಗಳನ್ನು ಬಲವಂತವಾಗಿ ಶಕ್ತಿಮಾನಿಸಿ, ಪಂಪುಮಾಡಿಸಲು ಒಂದು ಗುಳಿಗೆ, ಆ ಗುಳಿಗೆಯ ಅಡ್ಡ ಪರಿಣಾಮ ತಡೆಗಟ್ಟಲು ಇನ್ನೊಂದು ಗುಳಿಗೆ, ಎರಡೂ ಸೇರಿ ಮೂತ್ರ ಹಾಗೂ ಮಲಕಟ್ಟಿದ್ದನ್ನು ಸರಿ ಮಾಡಲು ಮತ್ತು ಮುಂದೆ ಹಾಗಾಗದಿರಲು ಇನ್ನೊಂದು ಗುಳಿಗೆ, ನಿದ್ರೆ ಬರಲೊಂದು, ರಾತ್ರಿ ಕನಸು ಬೀಳದಿರಲೊಂದು, ಎರಡೂ ಸೇರಿ ಬೆಳಗ್ಗಿನ ಹೊತ್ತು ನಿದ್ರೆ ಬಂದರೆ, ಅದನ್ನು ತಡೆಗಟ್ಟಲು ಇನ್ನೊಂದು... ಹೀಗೆ ಎಲ್ಲ ಸೇರಿ ತಲೆ ತಿರುಗಿ ಬಿದ್ದರೂ ಮೂಳೆ ಮುರಿಯದಿರಲು, ಮೂಳೆ ಗಟ್ಟಿಯಾಗಿರಲು... ತಲೆಯ ರಕ್ತನಾಳಗಳು ಗಟ್ಟಿಯಾಗಿರಲು... ಹೀಗೆ ಒಂದು ಜೀವ ಒಂದು ನೂಲಿನೆಳೆಯಲ್ಲಿ ನೇತಾಡುತ್ತ ಇದ್ದರೂ ಅದು ನೇತಾಡುತ್ತಲೇ ಇರಲು ಈ ಗುಳಿಗೆಗಳು.

ಒಮ್ಮೆ ಮಿಸೆಸ್ ಬೆನೆಟ್ ಪಾಳಯಕ್ಕೆ ಹೊಸಾ ಹಾಡು ಹೇಳುತ್ತಾ ಬಂದು ಭರ್ತಿಯಾಗಿದ್ದಳು. ಘೂಗೆ ಮಾಡಿದ್ದ ಕೆಲಸ ಒಂದೇ. ಆಕೆಯ ಎಲ್ಲಾ ಗುಳಿಗೆಗಳನ್ನೂ ನಿಲ್ಲಿಸಿದ್ದು. ವಾಪಸ್ಸು ಆಶ್ರಮಕ್ಕೆ ಹೋಗಬೇಕಾದರೆ ಓಡಾಡುತ್ತಾ, ಮಾತಾಡುತ್ತಾ ಹೋಗಿದ್ದಳು. ಮತ್ತೆ ಮೂರೇ ದಿನಕ್ಕೆ ಎಲ್ಲ ಮಾತ್ರೆಗಳೊಂದಿಗೆ ಹೊಸಾ ಹಾಡನ್ನು ಹೇಳುತ್ತಾ ಬಂದಿದ್ದಳು. ಬರೀ ಹಾಡಲ್ಲ, ಹಾಡಿನ ಜತೆಗೆ ಪಾಳಯದ ಗೌನನ್ನು ಬಿಚ್ಚಿ ಕಾರಿಡಾರಿನ ಮಧ್ಯೆ ನಗ್ನಳಾಗಿ ನರ್ತಿಸುತ್ತಾ ಬಂದಿದ್ದಳು.

"ಬಾಸ್ಟರ್ಡ್ಸ್..." ಘೂಗೆ ಬಯ್ದಿದ್ದ... ಪ್ರತಿ ರೋಗಿಗೆ ಒಬ್ಬ 'ನಮ್ಮ ಧನ್ವಂತ್ರಿ' ಇರ್ತಾನೆ. ಈ ರೋಗಿಗಳನ್ನು ಅವರವರ ಕ್ಲಿನಿಕ್ಕೆಂಬೋ ವರ್ಕ್‌ಶಾಪಿನಲ್ಲಿ ನೋಡೋ ಧನ್ವಂತ್ರಿಗಳಿಗೆ ಘೂಗೆ "ನಮ್ಮ ಧನ್ವಂತ್ರಿ" ಅನ್ನುತ್ತಿದ್ದ. ಇಂಡಿಯಾದಲ್ಲಿದ್ದಂತೆ ಪ್ರತೀ ರೋಗಿಗಳ 'ನಮ್ಮ ಧನ್ವಂತ್ರಿ'ಗಳು ರೋಗಿ ಪಾಳಯಕ್ಕೆ ಭರ್ತಿಯಾದ ನಂತರ 'ಅವರ ಧನ್ವಂತ್ರಿ'ಯಾಗದಿರುವುದು ಶ್ರೀಧರನಿಗೆ ಮೊದಮೊದಲು ಕೊಂಚ ಆಶ್ಚರ್ಯವನ್ನುಂಟು-ಮಾಡಿತ್ತು. "ಅವರುಗಳು ಒಂದು ರೀತಿ ಕಾರಿನ ಸರ್ವಿಸ್ ಟೆಕ್ನಿಶಿಯನ್ ಇದ್ದ ಹಾಗೆ. ಈ ಟೆಕ್ನಿಶಿಯನ್‌ಗಳ ಕೆಲಸ- ಕಾರು ಓಡುತ್ತಿರಬೇಕು ಆದರೆ, ಪೂರಾ ರಿಪೇರಿ ಆಗಿರಬಾರದು. ಅಂದರೆ, ಹೃದಯ, ಕಿಡ್ನಿ, ಲಿವರ್ ಮುಂತಾದುವುಗಳೆಲ್ಲಾ ಕೆಲಸ ಮಾಡ್ತಾ ಇದ್ದು, ಈ ಎಲ್ಲದರ ಸೈಡ್ ಎಫೆಕ್ಟ್ ಆಗಿ ಮೈ ಮೇಲಿನ ಬಟ್ಟೆ ಬಿಚ್ಚುವ ತನಕ ಮಾತ್ರ ತಲೆಕೆಟ್ಟರೆ!.... ನೇರ ಪಾಳಯಕ್ಕೆ ಭರ್ತಿ."

ವೃದ್ಧಾಶ್ರಮದ ಪರಿಚಾರಿಕೆಯರಿಗೆ ಮೂರು ದಿನ ಉಚ್ಚೆ ಕಕ್ಕ ಬಳಿಯದಿರುವುದರ ಖುಷಿ. ಬೆನೆಟ್‌ನ ಮಗಳಿಗೆ ಇನ್ನೊಂದು ವಾರಾಂತ್ಯದಲ್ಲಿ ಆಶ್ರಮದ ಫೋನಿಲ್ಲದಿರುವುದರ ಖುಷಿ. 'ನಮ್ಮ ಧನ್ವಂತ್ರಿ'ಗೆ ಪಾಳಯದ ಸೆನ್ಸಸ್ಸನ್ನು ಏರಿಸಿದ ಖುಷಿ. ಪಾಳಯದ ಅಕೌಂಟೆಂಟಿಗೆ ಪ್ರತಿ ಕ್ವಾರ್ಟರಿನಲ್ಲಿ ಪಾಳಯದ ಆಯ-ವ್ಯಯಗಳಲ್ಲಿ ಮೊದಲದರ ಬಗ್ಗೆ ಖುಷಿ. ಪಾಳಯದ ಸಮಾಜ ಸೇವಕಿಗೆ ಮತ್ತೆ ಮಿಸೆಸ್ ಬೆನೆಟ್ ಯಾಕೆ ಹೀಗಾದಳು ಎನ್ನುವುದನ್ನು ಪತ್ತೆ ಮಾಡುವ ಪತ್ತೇದಾರಿ ಕೆಲಸದ ಜತೆಗೆ ಹೆಚ್ಚಿದ ತನ್ನ ಕೆಲಸದ ಭದ್ರತೆಯ ಖುಷಿ. ಒಟ್ಟು ಪಾಳಯದಲ್ಲಿ ಹಬ್ಬ.

ಬಡವಾದದ್ದು ಘೂಗೆ ಮತ್ತು ಅವನ ಗ್ಯಾಂಗು ಮಾತ್ರ. ಅವರುಗಳು, ಈ ಕೆಟ್ಟ ದೇಹಗಳನ್ನು ರಿಪೇರಿಮಾಡಿ, 'ನಮ್ಮ ಧನ್ವಂತ್ರಿ'ಗಳಿಗೆ ಒಂದೆರಡು ಫೋನುಕಾಲು ಮಾಡಿ, ಇಂತಿಂತಾ ಕಾರಣದಿಂದ ನಿಮ್ಮ ಇಂತಾ ರೋಗಿ, ಇಂತಾ ಹಾಸಿಗೆಯಲ್ಲಿ ಇಷ್ಟು ಹೊತ್ತು ಸುಖವಾಗಿ ಮಲಗಿದ್ದ. ಈಗ ಇಂತಾ ಗುಳಿಗೆಗಳನ್ನು ಸೇರಿಸಿದ್ದೇವೆ, ಮತ್ತು ಇಂತಾ ಗುಳಿಗೆಗಳನ್ನು ಬದಲಾಯಿಸಿದ್ದೇವೆ ಎಂದು ವಿನೀತರಾಗಿ ರಿಪೋರ್ಟು ಕೊಟ್ಟಾಕ್ಷಣ, ಆ 'ನಮ್ಮ ಧನ್ವಂತ್ರಿ' 'ಓಕೆ.. ಓಕೆ' ಮಾಡಿದ ಮೇಲೆ, ಮತ್ತೆ ಪಾಳಯ ಬಿಟ್ಟು ವೃದ್ಧಾಶ್ರಮ ಸೇರಿಕೊಳ್ಳುತ್ತಿದ್ದರು. ಘೂಗೆ ಮತ್ತು ಗ್ಯಾಂಗಿಗೆ ಈ ಅಷ್ಟದಶಕಿಗಳು ನಾಲ್ಕು ದಿನವಿದ್ದರೂ ಅಷ್ಟೇ ಸಂಬಳ, ನಲವತ್ತು ದಿನವಿದ್ದರೂ ಅಷ್ಟೇ ಸಂಬಳ- ಯಾಕೆಂದರೆ ಅವರು ಕಿರಿಯ ಮತ್ತು ಕಿರಿಕಿರಿಯ ಧನ್ವಂತ್ರಿಗಳು. ಆದರೆ, ಈ ಅಷ್ಟದಶಕಿಗಳ ಕರುಳಿನಿಂದ ಜಿನುಗುವ ಒಂದೊಂದು ರಕ್ತದ ಹನಿಗೂ, ಮುಚ್ಚುತ್ತಿರುವ ಕರೋನರಿಗಳ ಪ್ರತಿ ಮಿಲಿಮೀಟರ್ರೂ 'ನಮ್ಮ ಧನ್ವಂತ್ರಿ'ಗಳು ಕಾರು ಬದಲಿಸಬಹುದು, ಬಹಾಮಸ್‌ಗೆ ಪ್ರವಾಸ ಹೋಗಬಹುದು.

ಗೌನು ಬಿಚ್ಚೆಸೆಯುವ ಕಾರಣ ಯಾಕಿರಬಹುದೆಂದು ಪರೀಕ್ಷಿಸಲು ಹೀಮೋಗ್ಲೋಬೀನ್ ಕಮ್ಮಿಯಿರಬಹುದೇನೋ ಎಂದು ಪರೀಕ್ಷಿಸಲು, ಮತ್ತು ಈ ಹೀಮೋಗ್ಲೋಬೀನ್ ಕಮ್ಮಿಯಾಗಲು ಮಿಸೆಸ್ ಬೆನೆಟ್ ತನ್ನ ಜೀರ್ಣಾಂಗ ವ್ಯೂಹದ ಎಲ್ಲೋ ಒಂದು ಕಡೆ ರಕ್ತವನ್ನು ಸ್ರವಿಸುತ್ತಲೇ ಇರಬಹುದು ಎಂದು ಆಕೆಯ ಮಲರಂಧ್ರದ

ಬಿಸಿಯನ್ನು ಮತ್ತು ಕೈನ ಗ್ಲೌವಿಗೆ ಹತ್ತಿದ ಬಿಸಿ ಮಲದಲ್ಲಿ ರಕ್ತದ ತುಣುಕೇನಾದರೂ ಇರಬಹುದೇನೋ ಎಂದು ಪರೀಕ್ಷಿಸಲು ಘೂಗೆ ತಯಾರಾಗುತ್ತಿದ್ದಾಗ, ಇದ್ದಕ್ಕಿದ್ದಂತೆ ಸ್ಕಡ್ ಕ್ಷಿಪಣಿಯಂತೆ ಸ್ಫೋಟಗೊಂಡ ಬೆನೆಟ್‌ಳ ಹಿಂಭಾಗ ಮತ್ತು ಸ್ಫೋಟಾನಂತರದ ಅವಶೇಷಗಳು ಪಾಳಯದ ಐದು ಸಾವಿರ ಡಾಲರಿನ ಹಾಸಿಗೆ ಮತ್ತು ಘೂಗೆಯ ಅಂಗಾಂಗಗಳನ್ನು ಅಭಿಷೇಕ ಮಾಡಿದಾಗ, ಮತ್ತೆ ಮಿಸೆಸ್ ಬೆನೆಟ್‌ಳನ್ನು ಈ ಸ್ಥಿತಿಗೆ ತಂದದ್ದು ಆಕೆಯ 'ನಮ್ಮ ಧನ್ವಂತ್ರಿ' ಮಾತ್ರ ಎಂದು ಘೂಗೆ ನಂಬದಿರಲು ಕಾರಣವಿಲ್ಲದಿರಲಿಲ್ಲ.

"ಕರೆಯಿರೋ, ಆ ಬೋಳೀಮಗನ್ನ. ಮನೆಯಲ್ಲಿ ಹೆಂಡತಿಯ ತೊಡೆಯ ಬಿಸಿಯನ್ನು ಅನುಭವಿಸುತ್ತಾ ಮಲಗಿದ್ದಾನೆ. ನಾವಿಲ್ಲಿ ಕಕ್ಕಸ್ಸಲ್ಲಿ ಸ್ನಾನ ಮಾಡಿಸಿಕೋಬೇಕು" ಎಂದು ಘೂಗೆ ತನ್ನ ಕೋಟನ್ನು ಬಿಚ್ಚಿ ಬಿಸಾಕಿ ಪಾಳಯದ ಸ್ನಾನದ ಮನೆಯಲ್ಲಿದ್ದ ಗಾಲಿಖುರ್ಚಿಯನ್ನು ಸರಿಸಿ ಸ್ನಾನಕ್ಕೆಂದು ಇಳಿದಾಗ, ಪಾಳಯದ ಪರಿಚಾರಿಕೆಯೆಲ್ಲರೂ "ಯೇ... ಘೂಗೆಗೆ ಇನ್ನೊಂದು ಮಾಘಸ್ನಾನ" ಎಂದು ಚಪ್ಪಾಳೆ ತಟ್ಟಿಕೊಂಡು ಕೂಗುತ್ತಿದ್ದಾಗ, ಘೂಗೆ ಇನ್ನೇನು ಮಿಸೆಸ್ ಬೆನೆಟ್‌ಳನ್ನು ಕೊಂದೇ ಬಿಡುತ್ತಾನೇನೋ ಎಂದನಿಸಿತ್ತು.

* * * * *

ಒಂದೆರಡು ಕವನಗಳು

ಹೊಕ್ಕುಳ ಬಳ್ಳಿಗಳಿಂದ ರಕ್ತ ಗಂಡು ಹೆಣ್ಣು ಅವಳಿಗಳಿಗೆ ಸಂಚಲಿಸುವುದಿಲ್ಲ ಅನ್ನುವುದು ಶ್ರೀಧರನಿಗೆ ಗೊತ್ತಾದದ್ದು ರಶ್ಮಿಗೆ ಗೊತ್ತಾದದ್ದೂ ಹೆಚ್ಚು ಕಡಿಮೆ ಒಂದೇ ವೇಳೆಯಲ್ಲಿ. ಶ್ರೀಧರ ತನ್ನ ಧನ್ವಂತ್ರೀ ಗುರುಕುಲದ ದಪ್ಪದಪ್ಪ ಪುಸ್ತಕಗಳಿಂದ ಮಾತ್ರ ಇಂಥ ರಹಸ್ಯಗಳನ್ನು ಭೇದಿಸಲು ಸಾಧ್ಯ ಎಂದುಕೊಂಡಿದ್ದ. ಆದರೆ, ಒಬ್ಬ ಕೇವಲ ಮೃದುಯಂತ್ರಿಗೆ ಇಂಥ ವೈದ್ಯಸೂಕ್ಷ್ಮಗಳು ತಿಳಿಯಬಹುದೆಂಬ ಕಲ್ಪನೆಯೂ ಆತನಿಗಿರಲಿಲ್ಲ. ರಶ್ಮಿಗೆ ಈ ಕಸಗಳ ರಕ್ತ ಕದಿಯುವಿಕೆ ಅಸಾಧ್ಯ ಎಂದು ಗೊತ್ತಾದಾಗ, ಶ್ರೀಧರ ತನಗೆ ಹೇಳುತ್ತಾನೇನೋ ಎಂದು ತಿಳಿದಿದ್ದಳು. ಆತ ಏನೂ ಹೇಳದೇ ಇದ್ದಾಗ ಸುಮ್ಮನಿದ್ದಳು. ಶ್ರೀಧರನನ್ನು ಸೂಕ್ಷ್ಮವಾಗಿ ಕೇಳುವ ಪ್ರಯತ್ನ ಮಾಡಿದ್ದಳು. ಆದರೆ, ಆತ ಏನೂ ಹೇಳಿರಲಿಲ್ಲ. ಬದಲಿಗೆ 'ಟ್ವಿನ್ ಟ್ರಾನ್ಸ್‌ಫ್ಯೂಷನ್ ಸಿಂಡ್ರೋಮ್' ಅನ್ನು ಇನ್ನೂ ಚಿತ್ರಕವಾಗಿ ವರ್ಣಿಸಿ ಹೇಳಿದ್ದ.

ರಶ್ಮಿಗೆ ವಿಷಯ ತಿಳಿದ ಮೊದಮೊದಲು ತನ್ನ ಹುಟ್ಟಿನ ವೈಚಿತ್ರ್ಯವನ್ನು ಏನೋ ಅತಿರೇಕವೆಂದು ತಿಳಕೊಳ್ಳುವ ಹಾಗೆ ಮಾಡಿದ ನಾಗಮಂಗಲದ ಧ. ರಘೋತ್ತಮರಾಯರು ಮತ್ತು ಅವರ ಶ್ರೀಮತಿಯವರ ಮಾತನ್ನು ನಂಬಿದ ತನ್ನ ಮನೆಯವರ ಮೇಲಿನ ಸಿಟ್ಟು ಮೌನದಲ್ಲಿಯೇ ಹೆಪ್ಪುಗಟ್ಟಿದ್ದು, ಬಹಳವೆಂದರೆ ಚಿಕ್ಕ ಚಿಕ್ಕ

ಪದ್ಯಗಳ ಮೂಲಕ ಕಾಗದಕ್ಕೆ ರವಾನೆಯಾಗುತ್ತಿತ್ತು. ಯಾಕೋ ಏನೋ ಗೊತ್ತಿಲ್ಲ, ಈ ಸಿಟ್ಟೂ ಕವನಗಳ ಮೂಲಕ ಪ್ರಕಟವಾಗಲು ಆಕೆಯ ಗುರುಕುಲದ ಗೋಡೆಯ ಸಾಪ್ತಾಹಿಕದ ಮೂರನೆಯ ಸಂಚಿಕೆಯ ತನಕ ಕಾಯಬೇಕಾಯಿತು.

ಹೊರಗೆ ಬಿಳೀ ಮೌನ

ಒಳಗೆ ಬಣ್ಣವಿಲ್ಲದ ಮೌನ

ಹಾಸಿಗೆಯ ಕಿರುಗುಟ್ಟುವಿಕೆಯಲ್ಲಿ

ಸಪ್ಪೆಯಾದ ಹೌದೋ ಅಲ್ಲದ ಸುಖದ

ನರಳುವಿಕೆಯೂ ಮೌನ.

ಕಂದನ ಅಳುವಿನಲ್ಲಿ

ಲೇಬರಿನ ಲೇಬರೂ

ಕಸ ಬಂದಾಕ್ಷಣ, ಸ್ರಾವ ನಿಂತೊಡನೆ
ಮೌನ

ಹೆಚ್ಚು ಮಾತಾಡಿದಿರೆಂದು ಹಚ್ಚಿದ

ತುಟಿಯ ರಂಗಳಿಸದಿರಲೆಂದು

ಹೆಚ್ಚು ನಕ್ಕರೆ ಹಲ್ಲಿಗೆ ಬಣ್ಣ

ಹತ್ತೀತೆಂದು ಹೆದರಿ ಬರೀ ರಂಗು

ಕಾಣುವಂತೆ ಕೂತದ್ದು,

ಅದಕ್ಕೆ ತುಟಿಹಚ್ಚಿದಾಗ ಗಡಸು ತುಟಿ

ರಂಗಾಗಿ, ಲಿಂಗ ಗೊಂದಲವಾಗಬಹುದೆಂದು

ರಿಫ್ಲೆಕ್ಸಿನಂತೆ ತಂತಾನೆ ಒಳಸರಿದ ಚಂದ ತುಟಿಗಳು

ಇರುವುದೇ ಮುಚ್ಚಿರುವುದಕ್ಕೆ...

ಹುಡುಗಿಯರ ಗುಸುಗುಸು ಹಾಗೂ ಹುಡುಗರ 'ಸರಿ ಮಂದಿಗೆ ಇನ್ನೊಬ್ಬಳೀಕೆ' ಅನ್ನುವ ಮೂಗು ಮುರಿಯುವಿಕೆಯ ಉತ್ತರ, ಪ್ರತಿಕ್ರಿಯೆಗಳಿಗೆ ಸಿಟ್ಟೋ ಅಥವಾ ಇನ್ನೇನೋ ಗೊತ್ತಿಲ್ಲ, ಮುಂದಿನ ಕವನ ಗುರುಕುಲದ ಕವನ ಸ್ಪರ್ಧೆಯಲ್ಲಿ ಬಹುಮಾನ ತೆಗೆದುಕೊಳ್ಳುವವರೆಗೂ ಹೋಗಿತ್ತು ಅನ್ನುವ ಗುಸುಗುಸು ಮಾತ್ರ ಇವಳಿಗೆ ಕೇಳಿತ್ತು. ಇವಳಿಗೆ ಯಾವುದೇ ಬಹುಮಾನವೂ ಬಂದಿರಲಿಲ್ಲ.

ಶಿಶ್ನನ್ನ...
ಶಿಷ್ಯನ್ನಲ್ಲ
ಶಿಶ್ಯನ್ನ..
ಹದಿಮೂರು ಹದಿನಾಲ್ಕರ ತನಕ
ರಕ್ತದ ಜರಡಿಯ
ಕೆಳಗಿನ ನಳಿಕೆಯಷ್ಟೇಯಲ್ಲೋ ನೀನು..
ಆಮೇಲೇನಾಯಿತು ನಿನಗೆ
ಒಂಚೂರು ಬೆಳೆದಾಕ್ಷಣ
ಟೋಪಿ ಹಿಂಸರಿಸಿ
ವಾಕರಿಸುವ ತನಕ
ನಿನ್ನ ಸಿಗಿಸಿಕೊಂಡಾಡುವ ಗುರು ಅನ್ನೋ
ಪೆಕರನ ಮುಮ್ಮೆದುಳು ಹಿಮ್ಮೆದುಳುಗಳ
ಕಪಿಯ ಹೆಂಡ.
ನಮಗಿಲ್ಲ ನೀನು ಬಿಡು, ಬೇಕೂ ಇಲ್ಲ,
ಎಲ್ಲೋ ಇದ್ದೆಯಂತೆ ಭ್ರೂಣವಾಗಿದ್ದಾಗ
ನಿನ್ನೊಂದರಿಂದ ನಮ್ಮ ತಲೆ
ತಿರುಗುವುದರ ತಪ್ಪಿಸಲು
ಆ ಪ್ರಕೃತಿ ನಿನ್ನ
ರಿಡಂಡಂಟ್ ಮಾಡಿಸಿದರೂ, ಉದ್ರೇಕಕ್ಕೆ
ಅನಿವಾರ್ಯವೆನ್ನಿಸಿದ ಆ ಕಾಮಣ್ಣನಿಗೆ
ನೂರು ಶಾಪ.
ಹೆಸರು ಹೇಳಲಾರೆ, ಪೂರ ಬಯ್ಯಲೂ ನಿನ್ನ
ಕೆಟ್ಟ ಸೆನ್ಸಾರಿನ ಭಯ.
ಆದ್ದರಿಂದ ಮಧ್ಯದ 'ಯ' ಒತ್ತು ಕಳಕೊಂಡು
ಒಂಚೂರು ವ್ಯಾಕರಣ ಅನುಸರಿಸಿಕೋ, ಬಯ್ಗಳವ
ಸರಿಯಾಗಿ ಕೇಳಿಸಿಕೊಳ್ಳಲು.
ಶಿಶ್ನನ್ನ.....

ಮನಸ್ಸಿನ ಸಿಟ್ಟೆಲ್ಲವೂ ಕಾಗದದ ಮೇಲೆ ಮಾತ್ರ ಉಕ್ಕಿ ಹರಿಯುತ್ತಿದ್ದುದನ್ನು ತಪ್ಪಿಸಲೆಂದೇ ತಾನು ಮೃದುಯಂತ್ರಿಯಾಗಿದ್ದೇನೋ ಎಂದು ಬಹಳ ಬಾರಿ ಅನ್ನಿಸಿತ್ತು, ಆಕೆಗೆ. ಆದರೆ, ಗೋಡೆಯ ಮೇಲೆ ಮತ್ತು ಯಾವುದೋ ಇನ್ನೊಂದಿಷ್ಟು ಪತ್ರಿಕೆಗಳಲ್ಲಿ ಮಾತ್ರ ಗೋಳು ಹೇಳಿಕೊಳ್ಳುವ ಕವಯತ್ರಿ ಮಾತ್ರ ತಾನಾಗದೇ ಇರುವುದಕ್ಕೆ ಆಗಾಗ ತನಗೇ ಹೆಮ್ಮೆಯೆಂದೆನಿಸಿತ್ತು.

ಅಂದು ತನ್ನ ಕೆಲಸ ಮುಗಿದಿತ್ತು. ತನ್ನ ಕವನಗಳನ್ನು, ಎಂಟು ವರ್ಷಗಳ ಹಿಂದೆ ಬರೆದ ಕವನಗಳನ್ನು ಈಗ ಓದಿದ ಮೇಲೆ ಒಮ್ಮೆ ಕಿರುನಗೆ ತುಟಿಯ ಮೇಲೆ ಹಾದು ಹೋಯಿತು. ಮನೆಗೆ ಹೋಗುವ ಮುನ್ನ ನಾಗೇಶನಿಗೆ ಒಂದು ಫೋನು ಮಾಡಿದ್ದಳು. ನಾಗೇಶ ಅಂದಿದ್ದ "ಇವತ್ತು ಸಂಜೆ ರಾಕೆಟ್‌ಬಾಲ್ ಆಡಲು ಹೋಗ್ತಾ ಇದೀನಿ. ಮತ್ತೆ ನಾಳೆ ಸಿಗುವಾ".

ನಾಗೇಶನೂ ಇದ್ದಕ್ಕಿದ್ದ ಹಾಗೆ ತನ್ನನ್ನು ಉಪೇಕ್ಷಿಸುತ್ತಿಲ್ಲವಾ ಎಂದು ತನ್ನನ್ನೇ ಕೇಳಿಕೊಂಡಳು. ಅದಕ್ಕಿಂತ ಮುಂಚೆ ತಾನು ನಾಗೇಶ ಹೀಗೆ ಇಲ್ಲಿ ಬಂದು ಪರಸ್ಪರ 'ಲವ್ ಇಂಟರೆಸ್ಟ್'ಗಳಾದುದು ಕೇವಲ ಕಾಕತಾಳೀಯ ಎಂದುಕೊಂಡಿದ್ದಳು.

ತನ್ನ ಜೀವನದಲ್ಲಿ ಗಂಡಸಿರಲೇಬೇಕಾ ಎನ್ನುವ ಪ್ರಶ್ನೆಗೆ ಹೌದು, ಅಥವಾ ಇಲ್ಲ ಅನ್ನುವ ಉತ್ತರ ಹೊಳೆದಿರಲಿಲ್ಲ ಆಕೆಗೆ. ತಾನು ಅಮೆರಿಕಾಕ್ಕೆ ಬಂದ ಮೂರೇ ತಿಂಗಳಲ್ಲೇ ನಾಗೇಶನಿದ್ದ ಊರಲ್ಲೇ ತನಗೂ ಅಷ್ಟೇನೂ ಸುಖವಿಲ್ಲದ, ರಿಟೈರ್‌ಮೆಂಟ್ ಪ್ಲಾನಿಲ್ಲದ, ಹಾಗೂ ಬೇರೆಡೆಗಿಂತ ಕಡಿಮೆ ಸಂಬಳ ಸಿಗುವ ಕೆಲಸ ತೆಗೆದುಕೊಂಡಾಗ ತನ್ನ ಈ ಪ್ರಶ್ನೆಗೆ ಕೊಂಚ ಉತ್ತರ ಸಿಕ್ಕಂತಾಗಿತ್ತು. ಆದರೆ, ಈ ನಾಗೇಶ ಜೊತೆಗಿರುವುದು ತನ್ನನ್ನು ಇನ್ನೂ ಗಟ್ಟಿ ಮಾಡುತ್ತಿದೆ ಅನ್ನಿಸಿತ್ತು. ಹಾಗನಿಸಿದಾಗ ಸಂಕಟವಾಗುತ್ತಿತ್ತು.

ತಾನು, ತನ್ನ ಕವನಗಳು ಸ್ತ್ರೀವಾದಿಯೇ ಎಂದು ಕೇಳಿಕೊಂಡಳು. ತನ್ನ ಸ್ತ್ರೀವಾದಿ ಅನ್ನುವ ಪದದ ವಿವರಣೆ ಹೆಂಗಸರಿಗಿಂತ ಹೆಚ್ಚು ನಾಗೇಶನಂತ ಗಂಡಸರಿಗೇ ಗೊತ್ತಿರುತ್ತದೆ ಅನ್ನಿಸಿತು. ಬೆಳಿಗ್ಗೆ ಗಂಡನಿಗೆ ತಿಂಡಿ ತಂದುಕೊಡುವುದನ್ನು, ರಾತ್ರಿ ಮಲಗುವ ಮುನ್ನ ಕಾಲೊತ್ತುವುದನ್ನು ಶೋಷಣೆ ಎಂದು ಹೇಳಿಕೊಳ್ಳುವ ಹೆಣ್ಣುಗಳಿಗಿಂತ ತಾನು ಹೇಗೆ ಬೇರೆ ಎಂದು ಕೆಲವೊಮ್ಮೆ ಅರ್ಥವಾಗುತ್ತಿರಲಿಲ್ಲ. ಆದರೆ, ನಾಗೇಶ ಇದನ್ನು ಬಹಳ ಸರಳವಾಗಿ ಯಾವ ಮುಲಾಜೂ ಇಲ್ಲದೆ ಹೇಳಿಬಿಡುತ್ತಿದ್ದ, ಮನೆಗೆ ಬಂದು ತನ್ನ ಕಾಫಿಯನ್ನು ತಾನೇ ಮಾಡಿಕೊಂಡು ಕುಡಿದು ಲೋಟವನ್ನು ತೊಳೆದಿಟ್ಟಾದ ಮೇಲೆ. "ಇದೇ ಕೆಲಸವನ್ನು ನಾನು ಊರಲ್ಲಿ ಮಾಡಿದ್ದರೆ, ನಿಮ್ಮ ಸ್ತ್ರೀವಾದಿಗಳೆಲ್ಲಾ ನನ್ನ ಮೇಲೆ ಆದರ್ಶ ಪುರುಷನೆನ್ನುವ ಹಾಗೆ "ಪ್ರಿಯಾ, ಎಲ್ಲರೂ ನಿನ್ನ ಹಾಗೇಕಿಲ್ಲ" ಎಂದು ಕವನಗಳನ್ನು ಬರೆಯುತ್ತಿದ್ದರು. ಆದರೆ, ಇಲ್ಲಿ ನೀನು ನನ್ನ ಹೆಂಡತಿಯೂ ಅಲ್ಲ. ಕಡೆಯ ಪಕ್ಷ ಮನೆಗೆ ಬಂದ ಅತಿಥಿ ಅಂತಲೂ ತಿಳಕೊಂಡು ಒಂದು ಲೋಟ ಕಾಫಿ ಕೂಡ ಮಾಡಿ ಕೊಡುವುದಿಲ್ಲ, ನೀನು. ಹಾಗೆ ನಾನು ಅಪೇಕ್ಷಿಸುವುದೂ ಶೋಷಣೆ ಅಲ್ವಾ" ಎಂದು ಕಣ್ಣು ಹೊಡೆದಿದ್ದ.

ನಾಗೇಶನ ಒರಟುತನ, ಸರ್ಕಾಸಮ್ ಎಲ್ಲವೂ ಇಷ್ಟವಾಗುತ್ತಿದ್ದ ದಿನಗಳೆಷ್ಟಿದ್ದವು, ಒಂದು ಕಾಲದಲ್ಲಿ. ಈಗಲೂ ಇಷ್ಟವಿಲ್ಲವೆಂದೇನಿಲ್ಲ. ಆದರೆ ಬರಬರುತ್ತಾ ನಾಗೇಶ ಯಾಕೋ ಮೊದಲ ರೀತಿಯಿಲ್ಲ, ಬದಲಾಗುತ್ತಿದ್ದಾನೆ ಅನ್ನಿಸಿತ್ತು. ತಾನು ನಾಗೇಶನ ಸ್ನೇಹವನ್ನು ಬಯಸಿದ್ದು ಫ್ರಾಯ್ಡನ ಯಾವುದೋ ನಿಯಮದಂತೆ ಶ್ರೀಧರನ ಅಸ್ವೀಕೃತಿಯ ನಂತರ. ಆದರೆ ತಾನು ಮಾಡುವ ಪ್ರತಿಯೊಂದು ಕೆಲಸಕ್ಕೆ ಶ್ರೀಧರನ ಅಪ್ರೂವಲ್ ಬಯಸಿದ್ದು ಯಾಕೆ? ತನಗಿಂತ ಎಂಟು ನಿಮಿಷ ಚಿಕ್ಕವನಾದ ಆತ ಮುಂದೊಂದು ದಿನ ತನಗಿಂತ ಈ ಸಮಾಜದಲ್ಲಿ ಬಹಳ ದೊಡ್ಡ ಮನುಷ್ಯನಾಗಬಹುದೆಂಬ ಭಯವೆ? ಆದರೆ, ಇಲ್ಲಿಯವರೆಗೆ ಶ್ರೀಧರ ಅಂತಹ ಮಹತ್ವಾಕಾಂಕ್ಷೆಯನ್ನೇನೂ ತೋರಿಸಿಲ್ಲ. ಬಹಳ ಎಂದರೆ, ತನ್ನ ರೆಸಿಡೆನ್ಸಿ ಮುಗಿಸಿ ಹೆಚ್ಚೆಂದರೆ ಒಬ್ಬ ಮಾಮೂಲಿ ಧನ್ವಂತ್ರಿಯಾಗಬಹುದು. ಹಾಗೆ ಆದಲ್ಲಿ ತನಗಿಂತ ಒಂದು ಮೂವತ್ತರಿಂದ ನಲವತ್ತು ಸಾವಿರ ಡಾಲರ್ ಸಂಬಳ ಜಾಸ್ತಿ ತೆಗೆದುಕೊಳ್ಳಬಹುದು. ಇದು ತನ್ನ ಅಸ್ತಿತ್ವಕ್ಕೆ ಅಭದ್ರತೆಯನ್ನುಂಟುಮಾಡಬಹುದು ಎಂದು ಅನಿಸಿತ್ತೋ, ಬಿಟ್ಟಿತ್ತೋ ಗೊತ್ತಾಗಲಿಲ್ಲ. ಆದರೆ, ಫೋನಿನಲ್ಲಿ ಸಿಗದಷ್ಟು ಬಿಜಿಯಾಗುವ ಮಟ್ಟಿಗೆ ತನ್ನ ಅಭದ್ರತೆಯನ್ನು ಶ್ರೀಧರ ತೋರಿಸುತ್ತಿರುವಾಗ ಈಕೆ ತಾನು ತನ್ನನ್ನು ಆತನಿಗಿಂತ ಗಟ್ಟಿ ಎನ್ನುವುದನ್ನು ತೋರಿಸಲು ಇನ್ನೊಂದು ಗಂಡಿನ ಅವಶ್ಯಕತೆಯನ್ನು ಬಯಸಿದ್ದಳು. ಇದು ತನ್ನ ಅಭದ್ರತೆಯೋ, ಅವಶ್ಯಕತೆಯೋ ಅಥವಾ ತೀಟೆಯೋ ಯೋಚಿಸಲು ಸಮಯವಾಗಿರಲಿಲ್ಲ.

ಈ ಇನ್‌ಕ್‌ಗಳ ಕಣಿವೆಯಲ್ಲಿ ಆಕೆಗೆ ಗೊತ್ತಿದ್ದ ಹಪಾಪಿ ಮುಖ ನಾಗೇಶನದು. ಮೇಲಾಗಿ ಚಿಕ್ಕಂದಿನ ಗೆಳೆಯ ಎಂಬ ಒಂದು ಮೃದು ಅಂಶ ಕೂಡ ಇಲ್ಲಿ ಕೆಲಸ ಮಾಡಿತ್ತು. ಈ ಡೇಟಿಂಗ್‌ನ ಮೊದಲ ದಿನಗಳಲ್ಲಿ ಆತ ಪ್ರೋತ್ಸಾಹಪೂರ್ವಕವಾಗಿ ಉತ್ತೇಜಿಸುತ್ತಾ "ನೀನು ಯಾಕೆ ನಿನ್ನ ಕವನಗಳನ್ನು ಪ್ರಕಟಿಸಬಾರದು" ಎಂದು ಕೇಳಿದ್ದ. ತನ್ನ ಮನಸ್ಸಿನ ಹತಾಶೆಗಳನ್ನು, ಅದೂ ಗಂಡಸರ ಮೇಲಿನ ಹತಾಶೆಗಳನ್ನು ಕಕ್ಕಿದ್ದು, ಒಂದು ಸಂಕಲನವಾಗಬಹುದೆಂದು ಆಕೆ ಎಂದೂ ಎಣಿಸಿರಲಿಲ್ಲ. ನಾಗೇಶ ಮಾತ್ರ ಓದಿ ಇವನ್ನು ಅರ್ಥ ಮಾಡಿಕೊಳ್ಳುವ ಸಂವೇದನೆ ಇಟ್ಟುಕೊಂಡಿರುವವನು ಎಂದು ತಿಳಕೊಂಡಿದ್ದಳು. ಆದರೆ, ಈಗ ಈತ ಇದನ್ನು ಪ್ರಕಟಮಾಡು ಎಂದು ಒತ್ತಾಯಿಸುತ್ತಿದ್ದಾಗ, ಇದು ಮಿಥುನದ ನಂತರದ ಮೊದಲ ಸಿಗರೇಟ್‌ನ ನಂತರ ಬರುವ "ಹನಿ, ಇಟ್ ವಾಸ್ ಸೊ ಗುಡ್" "ಯು ಆರ್ ಸೋಓಓಓ ಬ್ಯೂಟಿಫುಲ್"ಗಳ ಮುಂದಿನ ಅಥವಾ ಹಿಂದಿನ ವಾಕ್ಯವೋ ಅಥವಾ ಮನಃಪೂರ್ವಕವಾಗಿ ಬಂದದ್ದೋ ಗೊತ್ತಾಗದೇ ಒದ್ದಾಡಿದ್ದಳು. ಕಣ್ಣಲ್ಲಿ ಕಣ್ಣಿಟ್ಟು ನೋಡಿದಾಗ "ರಿಯಲಿ, ಐ ಮೀನ್ ಇಟ್, ನಿಜವಾಗಿ" ಎಂದಾಗ ಇದನ್ನು ಹೇಳಿದ್ದು ಕಟುದೇಹವೋ ಅಥವಾ ಕವಿಮನಸ್ಸೋ ತಿಳಿಯದೇ ಗೊಂದಲಗೊಂಡಿದ್ದಳು.

ಮುಂಚೆ ಸುಮ್ಮನೆ ಮಾತಿಗೆ ಹೇಳಿದನೆಂದು ತಿಳಿದರೂ ಈ ವಿಷಯವನ್ನು ತಲೆಯಿಂದ ತೆಗೆಯಲಾಗಲಿಲ್ಲ, ರಶ್ಮಿಗೆ. ಸುಮ್ಮನೆ ಇರಲಾಗದೇ ತನ್ನ ಕವನಗಳನ್ನು ಪ್ರಕಟಮಾಡಲು ಯಾರಾದರೂ ಪ್ರಕಾಶಕರನ್ನು ಪತ್ತೆ ಮಾಡಬೇಕೆಂದು ಸ್ವಲ್ಪ ಪ್ರಯತ್ನ

ಪಡಬೇಕೆಂದುಕೊಂಡಳು. ಎಲ್ಲಿಂದ ಆರಂಭಿಸಬೇಕೆಂದು ಗೊತ್ತಾಗದೇ ತೊಡೆಮೇಲಿಗನಲ್ಲಿ 'ಕನ್ನಡ ಪಬ್ಲಿಷರ್ಸ್' ಎಂದು ಗೂಗಲಿಸಿದಳು. ಮೂವತ್ತು ಸಾವಿರದ ಏಳು ನೂರ ಇಪ್ಪತ್ನಾಲ್ಕು ಸೈಟೇಶನ್‌ಗಳು ಬಂದವು. ತಲೆಕೆಟ್ಟು, "ಕನ್ನಡದ ಫೆಮಿನಿಸ್ಟ್ ಬರಹಗಾರ್ತಿಯರು" ಎಂದು ಟೈಪಿಸಿದಾಗ ಕಾಣಿಸಿದ ಮೊಟ್ಟಮೊದಲ ಬರಹಗಾರ್ತಿ ತನ್ನ ಬಯೋಡಾಟವನ್ನೂ ಅಂತರ್ಜಾಲದಲ್ಲಿ ಹಾಕಿದ್ದಳು. ರಾಜ್ಯ ಸಾಹಿತ್ಯ ಮತ್ತು ಕೇಂದ್ರ ಸಾಹಿತ್ಯ ಅಕೆಡಮಿ ಪ್ರಶಸ್ತಿಗಳು ಸ್ವಲ್ಪದರಲ್ಲೇ ಕೈತಪ್ಪಿದ್ದವೆಂದೂ, ಮುಂದಿನ ಬಾರಿ ಜ್ಞಾನಪೀಠಕ್ಕೆ ಇವಳ ಹೆಸರು ನೋಂದಿತವಾಗಬಹುದೆಂದು ಆಪ್ತವಲಯದಲ್ಲಿ ಗುಸುಗುಸು ಇದೆ ಅನ್ನುವುದನ್ನು ಪಿ. ಎಸ್. ಆಗಿ ಬರಕೊಂಡಿದ್ದಳು. ಕಬೀರ್ ಸಮ್ಮಾನ್ ಪ್ರಶಸ್ತಿಯು, ಅವಳ ಕವನಗಳಿಗೆ ತೀರ ಪ್ರಾದೇಶಿಕತೆಯ ಸೊಗಡಿರುವ ಕಾರಣಗಳಿಂದ ಸಿಕ್ಕಲಾರದೆಂದಿದ್ದಳು. ಕುತೂಹಲದಿಂದ ಆಕೆಯ ಬಯೋಡಾಟವನ್ನು ಮತ್ತಷ್ಟು ಪರಿಶೀಲಿಸಿದಾಗ ಆಕೆಗೆ ಗೊತ್ತಾದದ್ದು ಆಕೆ ಬರೆದದ್ದು ಹೋದ ವರ್ಷದ ಬೆಸ್ಟ್ ಸೆಲ್ಲರ್ "ಪುರುಷಸೂಕ್ತ" ಎನ್ನುವ ಕವನ ಸಂಕಲನವೆಂದೂ, ಈ ವರ್ಷ ಆಕೆ ಬರೆಯುತ್ತಿರುವ ಕವನ ಸಂಕಲನದ ಹೆಸರು "ಪುರುಷ, ಸೂಕ್ತ?" ಎಂದೂ ಗೊತ್ತಾಯಿತು. ಕಕ್ಕಾಬಿಕ್ಕಿಯಾದಮೇಲೆ ರಶ್ಮಿ ಈ ಕವಯತ್ರಿಯ ಸಹಾಯವನ್ನು ತನ್ನ ಪುಸ್ತಕ ಪ್ರಕಾಶನಕ್ಕೆ ತೆಗೆದುಕೊಳ್ಳಬೇಕೋ ಬೇಡವೋ ಎಂದು ಯೋಚನೆ ಮಾಡಲು ಶುರುಮಾಡಿದ್ದಳು.

ನಾಗೇಶ ಹೇಳಿದ್ದ "ಈಕೆಯ ಕವನಗಳಿಗೂ ಮತ್ತು ನಿನ್ನ ಕವನಗಳಿಗೂ ಬಹಳ ಹೋಲಿಕೆಯಿವೆ. ನೀನು, ನಿನ್ನ ಒಂದೆರಡು ಕವನಗಳನ್ನು ಈಕೆಗೆ ಕಳಿಸು, ನಂತರ ನೋಡೋಣ" ಅಂದಿದ್ದ.

ಸರಿ, ರಶ್ಮಿ ತನ್ನ ಒಟ್ಟೂ ಸಾಹಿತ್ಯವನ್ನು ಪ್ರತಿನಿಧಿಸುವ ಒಂದೆರಡು ಕವನಗಳನ್ನು ಈ ಜನಪ್ರಿಯ ಸಾಹಿತಿಣಿಗೆ ಕಳಿಸಿದಳು. ಒಂದೆರಡು ತಿಂಗಳ ನಂತರ ಆಕೆಯಿಂದ ಒಂದು ಉತ್ತರ ಬಂತು. "ಗಂಡಸರನ್ನು ಕಂಡರೆ ಹೆದರಿಕೆ ಇಲ್ಲವೇ ದ್ವೇಷ, ಬಯ್ಯುವುದು ಇಲ್ಲವೇ ಬೇಡಿಕೊಳ್ಳುವುದು– ಇವನ್ನೇ ಸ್ತ್ರೀವಾದಿಗಳು ಮಾಡುವುದು ಎಂದು ತಿಳಕೊಂಡಿರೋ ಬಹಳ ಹೆಂಗಸರಂತೇ ನೀನೂ ಕೂಡ ಅನ್ನೋದನ್ನು ಈ ನಿನ್ನ ಎರಡು ಕವನಗಳೇ ಹೇಳ್ತಾವೆ. ನಿನ್ನ ಮನಸ್ಸಲ್ಲಿರೋದನ್ನು ಹೇಳು. ಸಕಾರಣವಾಗಿ ದ್ವೇಷಿಸಿ ಬರೆ. ಆದರೆ, ಸುಮ್ಮನೆ ಅವರ ಎಕ್ಸ್‌ಕ್ಲೂಸಿವ್ ಅಂಗಾಂಗಗಳನ್ನು ಬಯ್ಯುತ್ತಾ ಹೋದರೆ ಅದು ಕವನವಾಗುವುದಿಲ್ಲ." ಎಂದು ಬುದ್ಧಿ ಹೇಳಿದ್ದಳು. ನಂತರ ತನ್ನ ಮುಂದಿನ ಸಂಕಲನವಾದ "ಪುರುಷ, ಸೂಕ್ತ?"ದಿಂದ ಒಂದೆರಡು ಸಾಲುಗಳನ್ನು ಕಳಿಸಿದ್ದಳು.

ಯಸ್ ಎಂದು ಕಿರುಚಿಸದೆ
ಮ್ ಎಂದು ಮುಲುಗಿಸದೆ
ಮಂಚವ ಕಿರುಗುಟ್ಟಿಸದೆ
ಹಣೆಯಲಿ ಬೆವರಿಳಿಸದೆ

ತೊಡೆಯ ತೇವ ಮಾಡದೆ
ಪಕ್ಕೆನೋವ ತರಿಸದೆ
ಹಾ ಹೂ ಅನ್ನುವಷ್ಟರಲ್ಲೇ
ತಿರುಗಿ ಪುಸ್ತಕ ಓದುವ
ನಿನಗೆ
ನನ್ನ ನೆನಪೆಲ್ಲಾಗಬೇಕು ಗೆಳೆಯಾ
ನಾನು ಅತ್ತುಬಿಡಬಹುದೆಂಬ
ಅತ್ತಾಗ ಬೀರುವ ನಿನ್ನ ಹುಮ್ಮೂ, ಹಮ್ಮೂ
...ಬರೇ ನಿನ್ನ ಭಯ.

ಸಾಲುಗಳನ್ನು ಓದಿದ ಮೇಲೆ, ಮತ್ತೇನೂ ಮಾತಾಡಲಿಲ್ಲ, ರಶ್ಮಿ. ನಾಗೇಶ ನಕ್ಕ "ನಿನಗೆ ಟೆರಾಂಟಿನೋನ ಹೆಣ್ಣಪರಾವತಾರ ಸಿಕ್ಕಿದ ಹಾಗೆ ಕಾಣುತ್ತದೆ. ಇದು 'ಕಿಲ್ ಬಿಲ್'ನ ಮೂರನೆಯ ಅಧ್ಯಾಯ. ಈಕೆ ಏನಾದರೂ ಮೂರನೆಯ ಕವನ ಸಂಕಲನ ಬರೆದರೆ, ಅದಕ್ಕೆ "ಪುರುಷ–ರಕ್ತಸಿಕ್ತ" ಎಂದು ಹೆಸರಿಡಬಹುದು" ಎಂದು ನಕ್ಕ.

ರಶ್ಮಿಗೆ ತನ್ನ ಕವನ ಸಂಕಲನಗಳನ್ನು ಒಬ್ಬ ಸ್ತ್ರೀವಾದಿಯಿಂದ ಪ್ರಕಟಿಸಬೇಕೆಂಬ ಆಸೆ ಸದ್ಯಕ್ಕೆ ಮುರಿದಿತ್ತು.

* * * * *

ಉದ್ಯೋಗಪರ್ವ

ನಾಗೇಶನ 'ಮೃದುಯಂತ್ರಿ ಇನ್‌ಕ್' ಕಣಿವೆಯಲ್ಲಿದ್ದ ಒಂದು ಶುರುವಾತಿನ ಇನ್‌ಕ್. ನಾಗೇಶ ಬೆಂಗಳೂರಿನಿಂದ ಕಣಿವೆಗೆ ಬಂದಾಗ ಯಾವುದೋ ಫಾರ್ಚೂನ್ ೫೦೦ ಕಂಪೆನಿಯೊಂದಕ್ಕೇ ದುಡಿಯಲು ಬಂದಿದ್ದ. ದೊಡ್ಡ ದೊಡ್ಡ ಕಂಪೆನಿಗಳು ಕೊಡುವ ಸುಮಾರಾದ ಸಂಬಳ, ಹಾಕಿಕೊಳ್ಳೋ ಪೋಲೋ ಟೀ ಷರ್ಟು ಮತ್ತು ನೀಲಿ ಜೀನ್ಸಿನ ಜತೆಗೊಂದು ತನ್ನದೇ ಚಿತ್ರವಿರುವ ಒಂದು ಚಚ್ಚೌಕವೊಂದನ್ನು ಕುತ್ತಿಗೆಗೆ ಹಾಕಿಕೊಂಡೇ ಇಡೀ ಬೇ ಏರಿಯಾವನ್ನು ತನ್ನ ಅಮೆರಿಕನ್ 'ಫೋರ್ಡ್' ನಲ್ಲಿ ತಿರುತಿರುಗಿ ಸವೆಸಿದ್ದ. ಆನ್ ಕಾಲೆಂದು ಹೇಳಿಕೊಂಡು ಸೊಂಟದ ಬೆಲ್ಟಿಗೊಂದು ಬೀಪರನ್ನೂ, ಮತ್ತೊಂದು ಕಿಣಿಕಿಣಿಗುಡುವ ಸೆಲ್‌ಫೋನನ್ನೂ ಸಿಕ್ಕಿಸಿ, ಕಾಲ್ ಬಂದಾಗ ಅಲ್ಲೇ ದೇಸೀ ವಿಡಿಯೋ ಅಂಗಡಿಯಲ್ಲಿ ತನ್ನ ತೊಡೆಮೇಲಿಗನನ್ನು ತೆರೆದು ತನ್ನ ಕಂಪೆನಿಗೆ ಬಂದ ಸಕಲ ತೊಂದರೆಗಳನ್ನೂ ನಿವಾರಿಸಿಕೊಂಡು, ಪಕ್ಕದ ಬರ್ಗರುಗಳ ಜಾಯಿಂಟುಗಳಲ್ಲಿ ಸಿಲಿಕಾನು ಚುಚ್ಚಿಸಿಕೊಂಡ ಮೊಲೆಗಳು ಮತ್ತು ಕೂದಲಿಲ್ಲದ ಹುಬ್ಬುಗಳಿದ್ದ ಬಣ್ಣಬಣ್ಣದ ಕೂದಲಿದ್ದ

ಸುಂದರಿಯರನ್ನು ನೋಡಿಕೊಂಡು, ಕ್ರಿಸ್‌ಮಸ್ ಪಾರ್ಟಿಯಲ್ಲಿ ಮನಬಂದಂತೆ ಕುಡಿದು, ಡ್ಯಾನ್ಸ್ ಮಾಡಿ, ಫ಼ಾರ್ಚೂನಿನವರು ಕೊಡುವ ಅಷ್ಟೇನೂ ಫ಼ಾರ್ಚೂನಿಲ್ಲದ ತನ್ನ ಬೋನಸ್ಸಿನ ಚೆಕ್ಕನ್ನು ಮುಟ್ಟಿಮುಟ್ಟಿ ನೋಡಿ ಸಂತೋಷವಾಗಿದ್ದುಬಿಟ್ಟಿದ್ದ.

ಅಷ್ಟರಲ್ಲಿ, ಕಣಿವೆಯಲ್ಲಿ ಆರಂಭವಾಗಿದ್ದು 'ರೆಡ್ಡಿ ಮೃದುಯಂತ್ರಿ ಇನ್‌ಕ್'. ಕಂಪೆನಿಯಲ್ಲಿದ್ದುದು ಕೇವಲ ಇಪ್ಪತ್ತು ಜನ. ಕಂಪೆನಿ ಸಣ್ಣದಾದಷ್ಟೂ ಸಂಪಾದನೆ ಜಾಸ್ತಿ ಎಂದು ಭಾವಿಸಿದ್ದ ಪರ್ವಕಾಲವದು. ಕಂಪೆನಿ ಸಣ್ಣದಾಗಿದ್ದಿರಬಹುದು. ಆದರೆ, ಎಲ್ಲರೂ ಕಷ್ಟಪಟ್ಟರೆ ಹೇಗೆ ಇಪ್ಪತ್ತಿದ್ದುದು, ಇನ್ನೂರು ಹಾಗೂ ಎರಡು ಸಾವಿರದವರೆಗೆ ಬೆಳೆಯಬಹುದೆನ್ನುವುದನ್ನು ಪವರ್‌ಪಾಯಿಂಟಿನ ಮೂಲಕ ಪ್ರಮಾಣಿಸಿ ತೋರಿಸಿದ್ದ, ಡ್ಯಾನ್ ದಾಮೋದರ. ಜತೆಗೆ ಪಕ್ಕದಲ್ಲಿ ಇದ್ದ ಪೆದ್ದ ರೆಡ್ಡಿಗಾರು ಎದ್ದು ನಿಂತು ಚಪ್ಪಾಳೆ ಹೊಡೆದಿದ್ದರು. ಇರುವ ನಾಲ್ಕು ಹೆಸರಿದ್ದ ಹುದ್ದೆಯಲ್ಲಿ ಡ್ಯಾನ್ ದಾಮೋದರ ಸಿಇಒ. ಇನ್ನೊಬ್ಬ ಜನರಲ್ ಮ್ಯಾನೇಜರ್ ಮತ್ತು ಮತ್ತೊಬ್ಬ ಎಕ್ಸಿಕ್ಯುಟಿವ್ ಡೈರೆಕ್ಟರ್. ನಾಗೇಶನಿಗುಳಿದಿದ್ದು ಟೆಕ್ನಿಕಲ್ ಡೈರೆಕ್ಟರ್ ಅನ್ನುವ ಬಿರುದು. ಪೆದ್ದರೆಡ್ಡಿಗಾರು ಚೀಫ಼್ ಅಡ್ವೈಸರು. ನಾಗೇಶ ಬಹಳ ಖುಷಿಖುಷಿಯಾಗಿ ತನ್ನ ಬದಲಾದ ಕತ್ತಿನ ಬೆಲ್ಟಿಗೆ ನೇತುಬಿಟ್ಟಿದ್ದ ಚಚ್ಚೌಕದಲ್ಲಿದ್ದ ತನ್ನ ಬಿರುದನ್ನು ರಶ್ಮಿಗೆ ತೋರಿಸಿದ್ದ. ರಾತ್ರಿ ಹಾಸಿಗೆಯಲ್ಲಿ ಬೆತ್ತಲಾಗಿದ್ದಾಗಲೂ ಬಿಚ್ಚಿರಲಿಲ್ಲ. ಹಾಸಿಗೆಯಲ್ಲಿದ್ದಾಗ ಬಿರುದುಬಾವಲಿಗಳು ಹೇಗೆ ಪ್ರಸ್ತುತ ಎಂದು ರಶ್ಮಿ ಅಚ್ಚರಿಪಡುತ್ತಿದ್ದಳು.

ತನ್ನ ಡ್ರೆಸ್ ಶರ್ಟಿನ ಜತೆಗೆ ಟೈ ಇದ್ದಾಗ ಅದರ ಜತೆಗಿದ್ದ ಈ ಕುತ್ತಿಗೆಯ ಬೆಲ್ಟನ್ನೂ ಮತ್ತು ಅದರಿಂದ ನೇತುಬಿದ್ದಿದ್ದ ಚೌಕವನ್ನೂ ಸರಿಮಾಡಿಕೊಳ್ಳುತ್ತಾ ನಾಗೇಶ 'ಮೃದುಯಂತ್ರಿ ಇನ್‌ಕ್' ನ ಉದ್ಘಾಟನೆಯ ನಂತರ ಒಂದಿನ ತನ್ನ ಕೆಲಸದ ವಿವರಗಳನ್ನು ಡ್ಯಾನ್ ದಾಮೋದರನ ಬಳಿ ಕೇಳಿದ್ದ. ಒಂದೇ ಮಾತಿಗೆ ಹೇಳಿದ್ದ ಡ್ಯಾನ್ ದಾಮೋದರ 'ಕಾಳೀನ ಬೋಳೀ ಮಾಡೋದು, ಬೋಳೀನ ಕಾಳೀ ಮಾಡೋದು'. ಒಂದು ಕ್ಷಣ ಅವಾಕ್ಕಾದ ನಾಗೇಶ ಉಗುಳು ನುಂಗಿದ. ಡ್ಯಾನ್ ದಾಮೋದರ ತಮಾಷೆ ಮಾಡುತ್ತಿರಬಹುದೆಂದು ಒಮ್ಮೆ 'ಹ ಹ ಹ' ಎಂದು ನಕ್ಕ. ಡ್ಯಾನ್ ದಾಮೋದರ ತನ್ನ ಪಾಡಿಗೆ ತಾನು ತನ್ನ 'ತೊಡೆಮೇಲಿಗ'ನ ಮೇಲೆ ಹೊಸದಾಗಿ ಇಳಿಸಿಕೊಂಡಿದ್ದ ಪವನ ಕಲ್ಯಾಣನ ಹೊಸ ಚಿತ್ರವನ್ನು ನೋಡುವುದರಲ್ಲಿ ಮಗ್ನನಾಗಿದ್ದ. ನಾಗೇಶ ಇದು ಯಾಕೋ ತಾನೆಣಿಸಿದಂತೆ ಹೋಗುತ್ತಿಲ್ಲ ಎಂದು ತಿಳಿದು ಇನ್ನೊಮ್ಮೆ ತನ್ನ ಗಂಟಲು ಸರಿಮಾಡಿಕೊಂಡು ಸಿಕ್ವೆಲ್ ಸರ್ವರ್ ಬಗ್ಗೆ ತನಗೆ ಗೊತ್ತಿದ್ದನ್ನು ಹೇಳಿದ. ತನ್ನ ರೆಸ್ಯುಮೆಯಲ್ಲಿ ತಾನು ಕಲಿತಿರುವ ತಂತ್ರಾಂಶಗಳು, ಅದರಿಂದ ಈ ಕಂಪೆನಿಗೆ ತಾನು ಹೇಗೆ ಉಪಯೋಗಕಾರಿಯಾಗಬಲ್ಲೆ ಎಂದು ಉದ್ದಕ್ಕೂ ಹೇಳಿದ. ಅಪ್ಲಿಕೇಶನ್ ಸಾಫ಼್ಟ್ವೇರ್, ಸಿಸ್ಟಮ್ ಡಿಸೈನಿಂಗ್, ಡೇಟಾ ಇಂಟರ್ಫ಼ೇಸ್, ಫ಼ೈರ್‌ವಾಲ್ ಕ್ರಾಕಿಂಗ್, ಎನ್‌ಕ್ರಿಪ್ಶನ್ ಕೋಡಿಂಗ್.... ಹೀಗೇ ಏನೇನೋ ಹೇಳಿದ. ಕೇಳುವಷ್ಟು ಕೇಳಿಯಾದ ಮೇಲೆ ಡ್ಯಾನ್ ದಾಮೋದರ ಹೇಳಿದ್ದ "ನೋಡಯ್ಯ ನಾಗೇಶ, ಈ ಎಸ್ಕ್ಯುಎಲ್ಲು, ಲೈನಕ್ಸು, ಯುನಿಕ್ಸುಗಳು

ನನಗೆ ಬರೇ ಅಕ್ಷರಗಳು ಮಾತ್ರ. ನೀನು ಕೂತುಕೊಂಡು ಕೆಲಸ ಮಾಡೋದು ಇಲ್ಲಿ ಕಣಿವೆಯ 'ರೆಡ್ಡಿ ಇನ್‌ಕ್'ನಲ್ಲಿ. ಆದರೆ, ನೀನು ಮಾಡೋ ಕೆಲಸ ಯಾವುದೂ ನನ್ನದಲ್ಲ. ನಿನ್ನ ಕೆಲಸಕ್ಕೆ ಗಂಟೆಗೆ ಮೂವತ್ತು ಡಾಲರನ್ನು ನಾ ನಿನಗೆ ಕೊಡ್ತೀನಿ. ನನಗೆ ಪಿಟ್ಸ್‌ಬರ್ಗ್‌ನಲ್ಲಿರುವ ಧಣಿ ಎಪ್ಪತ್ತು ಡಾಲರ್ ಕೊಡ್ತಾನೆ. ಉಳಿದ ನಲವತ್ತು ಡಾಲರ್ರು ನಿನ್ನ ರಕ್ಷಣೆಗೇ. ನಾಳೆ ನೀನು ನಿನ್ನ ಅತೀ ಬುದ್ಧಿವಂತಿಕೆಯಿಂದ ಬೇಗ ಪ್ರಾಜೆಕ್ಟನ್ನು ಮುಗಿಸಿ ಕೆಲಸ ಕಳೆದುಕೊಂಡರೆ, ನಾನು ನಿನಗೆ ಇನ್ನೊಬ್ಬ ಧಣಿಯನ್ನು ಹುಡುಕುವ ತನಕ, ನಿನ್ನ ಊಟ ತಿಂಡಿ ಖರ್ಚು ಪೂರೈಸಬೇಕಲ್ಲ. ಒಂದು ತಿಳಕೋ, ಈ ಧಣಿಗಳು ಬಹಳ ಬುದ್ಧಿವಂತರಾಗ್ತಾ ಇದ್ದಾರೆ. ಮೊದಮೊದಲು ತಾವೆಲ್ಲಿದ್ದರೋ ಅಲ್ಲಿಗೆ ಕೆಲಸಗಾರರನ್ನು ಕರೆಸ್ತಾ ಇದ್ದರು. ಅವರಿಗೆ ಅಂತ ಒಂದು ಬಿಲ್ಡಿಂಗಿತ್ತು. ಈಗ ಎಲ್ಲಿಂದಾನಾದರೂ ಪರವಾಗಿಲ್ಲ. ಒಟ್ಟು ಕೆಲಸ ಆದರೆ ಸಾಕು. ಖರ್ಚು ಕಡಿಮೆ ಆಗುತ್ತಂದರೆ, ಟಿಂಬಕ್ಟೂವಲ್ಲೂ 'ರೆಡ್ಡಿ ಇನ್‌ಕ್' ಮಾಡಬಹುದು, ಗೊತ್ತಾ. ಇನ್ನೂ ಒಂದು ತಿಳಕೋ. ನೀನು ದಿನಕ್ಕೆ ಎಷ್ಟೇ ಕೆಲಸ ಮಾಡಿದರೂ ನಿನಗೆ ಸಿಗುವುದು ಎಂಟೇ ಗಂಟೆಯ ಸಂಬಳ. ನನಗೆ ಹಲವಾರು ಧಣಿಗಳಿದ್ದಾರೆ. ಆದರೆ, ನಿನಗೆ ನಾನು ಮಾತ್ರ ಧಣಿ. ಆದ್ದರಿಂದ ಇದೇ ಕಣಿವೆಯಲ್ಲಿ ನಿನಗೊಂದು ನೆಲೆ ಅನ್ನೋದು ಸಿಗುವತನಕ ನೀನು ತೀರ ಸಾಧಾರಣವಾದ್ದನ್ನು ಮಾತ್ರ ಮಾಡು. ತುಂಬಾ ಬುದ್ಧಿವಂತನಾಗೋಕೆ ಹೋಗಬೇಡ. ನಮಗೆ ಆಟದಲ್ಲಿರೋದು ಮುಖ್ಯ.... ನೀನು ಎಷ್ಟೇ ರನ್ನು ಹೊಡೆದರೂ ಎಷ್ಟು ವರ್ಷಗಳ ತನಕ ಆಟ ಆಡ್ತೀಯಾ ಅನ್ನೋದೇ ನೀನು ಸಚಿನ್ ತೆಂಡೂಲ್ಕರ್ ಹೌದೋ ಅಲ್ಲವೋ ಅನ್ನುವುದನ್ನು ನಿರ್ಧರಿಸುವುದು." ಎಂದು ಹೇಳಿದ್ದ. ನಾಗೇಶನಿಗೆ ತನ್ನ ರೆಸ್ಯೂಮೆ ಡ್ಯಾನ್ ದಾಮೋದರ ಹೇಳಿದ ಬರೀ ಅಕ್ಷರಗಳಾಗಿ ಮಾತ್ರ ಕಂಡವು.

"ಸರಿ, ಈಗ ಸದ್ಯಕ್ಕೆ ನನ್ನ ಕೆಲಸ"

"ನಮ್ಮಪ್ಪನ್ನ ಕೇಳ್ತೀನಿ" ಅಂದ ಡ್ಯಾನ್ ದಾಮೋದರ.

ಅವತ್ತು ಅವನು ರಶ್ಮಿಯ ಜತೆ ಮಲಗಿದಾಗ ಕುತ್ತಿಗೆಯ ಬೆಲ್ಟನ್ನು ತೆಗೆದು ಮಲಗಿದ್ದ.

* * * * *

ಡ್ಯಾನ್ ದಾಮೋದರ ಹೈದರಾಬಾದಿ. ಅವನ ಹೆಸರು ದಾಮೋದರ ರೆಡ್ಡಿಯಂತೆ, ಎರಡು ವರ್ಷಗಳ ಕೆಳಗೆ. ಐದು ವರ್ಷದ ಹಿಂದೆ ಬಂಜಾರಾ ಹಿಲ್ಸ್‌ನಲ್ಲಿ ಚಿರಂಜೀವಿಯ ತಮ್ಮ ಪವನ ಕಲ್ಯಾಣನ ಚಿತ್ರಗಳನ್ನು ನೋಡಿಕೊಂಡು ಬೆಳಗ್ಗಿನಿಂದ ಸಂಜೆಯ ತನಕ ಕಾಲ ಕಳೆಯುತ್ತಿದ್ದನಂತೆ. ಬಿಡುವಾದಲ್ಲಿ ಅವರಪ್ಪ ಅವನಿಗೆ ಹಾಕಿಕೊಟ್ಟಿದ್ದ ವಿಎಚ್‌ಎಸ್ ಅಂಗಡಿಯನ್ನು ಸಂಪೂರ್ಣ ಬದಲಾಯಿಸಿ, ಬರೀ ಡಿವಿಡಿ ಮತ್ತು ವಿಸಿಡಿಗಳಿಂದ ಹೇಗೆ ತುಂಬಿಸುವುದು ಎಂದು ಯೋಚನೆ ಮಾಡುತ್ತಿದ್ದ. ಚಿರಂಜೀವಿಯ ತಮ್ಮ ಪವನ ಕಲ್ಯಾಣ ಮತ್ತು ಜ್ಯೂನಿಯರ್ ಎನ್‌ಟೀಆರಿನ ಇನ್ನೂ ಬಿಡುಗಡೆಯಾಗದ ಚಿತ್ರಗಳ ವಿಸಿಡಿಗಳು ದಾಮೋದರ ರೆಡ್ಡಿಗಾರ ಹತ್ತಿರ ಸಿಗುತ್ತಿದ್ದವು ಎಂದು ಚಿರಂಜೀವಿಗೂ ಮತ್ತು ಎನ್‌ಟೀಆರ್‌ನ

ಮಗನಿಗೂ ಒಟ್ಟಿಗೇ ಗೊತ್ತಾಗಿದ್ದೂ, ಯಾರೋ ಅಜ್ಞಾತ ಪೋಲಿ ಹುಡುಗರು 'ರೆಡ್ಡಿಗಾರು ಚಿತ್ರಾಲು' ಅನ್ನುವ ಅಬಿಡ್ಸ್‌ನ ವಿಡಿಯೋ ಅಂಗಡಿಯನ್ನು ನೆಲಸಮ ಮಾಡಿದ್ದೂ ಕೇವಲ ಕಾಕತಾಳೀಯವೆಂದು ಆಂಧ್ರ ಪೋಲಿಸರು ದಾಖಲೆ ಮಾಡಿಕೊಂಡಿದ್ದರು. ದಾಮೋದರ ರೆಡ್ಡಿಗೆ ಒಂದು ದಿನ ಬಂಜಾರ ಹಿಲ್ಸಿನ ಜೈಲಿನಲ್ಲಿ ಹವಾಯಿ ಚಪ್ಪಲಿ ಹಾಕಿ ಕುಳ್ಳಿರಿಸಿ, ಮಾರನೆಯ ದಿನ ದಾಮೋದರ ರೆಡ್ಡಿಯ ಅಪ್ಪ "ಏಮ್ಮೈನ ಚೇಯಂಡಿ" ಎಂದು ಹೊಸಾ ಸಾಮ್ಸೊನೈಟಿನೊಂದಿಗೆ ಬಂದಾಗಲೇ, "ಏಮೇಮೋ ಚೇಸಿನ್ನಾರು ನೀ ಬಾಬೋಯ್" ಎಂದು ಎಚ್ಚರಿಸಿ, ಹೇಗೆ ಅವನ ಅಂಗಡಿಯಲ್ಲಿ ಎಂಟು ವಿಸಿಡಿ ರೆಕಾರ್ಡರ್‌ಗ್ಗಳು, ಮೂರು ಹ್ಯಾಂಡಿಕ್ಯಾಮುಗಳು, ಮತ್ತು ಇಪ್ಪತ್ತು ಸೀಡಿ ಸುಡುವ ಯಂತ್ರಗಳು ಸಿಕ್ಕಿದ್ದವು ಎಂದು ಅಪ್ಪಗಾರಿಕಿ ಬಣ್ಣಿಸಿ ಹೇಳಿದ್ದ, ಬಂಜಾರ ಹಿಲ್ಸಿನ ಸಬ್-ಇನ್‌ಸ್ಪೆಕ್ಟರ್. ಪ್ರತಿಯೊಂದು ವಿಸಿಡಿಯನ್ನೂ ತೆರೆದ ಪಕ್ಷದಲ್ಲಿ ಏನೇನೋ ಸಿಗಬಹುದು ಎಂದು ಅಪ್ಪನ ಮುಂದೆ ಹೆದರಿಸಿದಾಗಲೇ ಪೆದ್ದರೆಡ್ಡಿಗಾರು, ದಾಮೋದರನನ್ನು ಅಮೆರಿಕಾಕ್ಕೆ ತಮ್ಮ ದಂಧೆಯಲ್ಲಿ ಮಗನನ್ನೂ ತೊಡಗಿಸಿಕೊಳ್ಳುವ ಯೋಚನೆ ಮಾಡಿದ್ದು.

ಮೂಲತಃ ಪೆದ್ದರೆಡ್ಡಿಗಾರು 'ಹೆಡ್ ಹಂಟರ್'. ಈ ವಿಡಿಯೋ ಅಂಗಡಿ ಭಾರ್ಯಾಪೇರಲ್ಲಿ ಇದ್ದದ್ದು. ಹಿಂದೆ, ಚೆನ್ನೈ ಮದ್ರಾಸಾಗಿದ್ದಾಗ, ಅಲ್ಲಿನ ದೂತಾವಾಸದಲ್ಲಿ ಬೆಳಿಗ್ಗೆ ಐದು ಗಂಟೆಗೆ ಹೈದರಾಬಾದಿನಿಂದ ಬರುವ ಬಸ್ಸಿನಲ್ಲಿ ಇಪ್ಪತ್ತು ಶೇಕಡಾ ಜಾಗ ಪೆದ್ದರೆಡ್ಡಿಗಾರ ಹುಡುಗರುಗಳಿಗೆ ಕಾದಿರಿಸಲಾಗಿತ್ತು. ಫಸ್ಟ್ ಶೋ ನಾಗಾರ್ಜುನನ ಸಿನೆಮಾ ನೋಡಿ, "ಇದಿ ವಾಟ್ ವುಮೆನ್ ವಾಂಟ್ ದಿ ರಿಮೇಕು ರಾ. ಏಮ್ ಚೇಸಿನ್ನಾರ ಬಾಬು. ಆ ಒಕೇ ಒಕ ಡ್ಯಾನ್ಸಿಕಿ ನಾ ಡಬ್ಬು ಫುಲ್ಲು ಇಚ್ಚೇಸಾನು" ಎಂದು ಗಂಭೀರವಾಗಿ ಚಿಂತಿಸುವ ಹುಡುಗರಿಗೆ ಅಲ್ಲೇ ದೂತಾವಾಸದ ಪಕ್ಕದಲ್ಲಿದ್ದ ದಾಸಪ್ರಕಾಶದಲ್ಲಿ ಮುಖ ಕೆರೆದು, ತೊಳಿಸಿ ಎಲ್ಲರಿಗೂ ಒಂದೊಂದು 'ವ್ಯಾನ್ ಹ್ಯೂಸೆನ್' ಶರ್ಟನ್ನೂ ಮತ್ತು ಟೈಯನ್ನೂ ಕಟ್ಟಿ, ಮಿರಮಿರ ಎನ್ನುವಂತೆ ಶೂ ಪಾಲೀಶ್ ಹೊಡೆಸಿ ಮೂರು ವರ್ಷದ ಡಿಗ್ರಿಗೆ ನಾಕು ವರ್ಷದ ಅನುಭವ ಸೇರಿದರೆ, ನಾಕು ವರ್ಷದ ಡಿಗ್ರಿಯಿದ್ದಂತೆ ಎಂದು ಹೇಳಿ ಸರ್ಟಿಫಿಕೇಟುಗಳನ್ನು ಸೃಷ್ಟಿಸಿ, ಡೇಟಾಬೇಸ್, ಇಂಟರ್‌ಫೇಸ್, ಅಲ್ಗಾರ್ದಮಿಕ್ ಲಾಜಿಕ್ ಇನ್ನೂ ಇನ್ನಿತರ ಪದಗಳನ್ನು ಸೇರಿಸಿಟ್ಟಿದ್ದ ಆ ಹುಡುಗರ ರೆಸ್ಯುಮಿಯನ್ನು ಗರಿಗರಿಯಾದ ಪ್ಯಾಪರಲ್ಲಿ ಜೆರಾಕ್ಸ್ ತೆಗೆದು, ಪ್ಯಾಪರನ್ನು ಪೇಪರ್ ಎಂದು ಇಂಗ್ಲಿಷಲ್ಲಿ ಹೇಗೆ ಹೇಳಬೇಕೆಂದು ಕಲಿಸಿ ಹೇಗೋ ವೀಸಾ ಹಿಡಿದ ಈ ಧಿಡೀರ್ ಮೃದುಯಂತ್ರಿಗಳನ್ನು ಅಮೆರಿಕಾಕ್ಕೆ ಕಳಿಸುತ್ತಿದ್ದರು. ಹಾಗೆ ಹೋದವರು ನ್ಯೂಜರ್ಸಿಯ ಒಂದು ಮನೆಯಲ್ಲಿ ಒಂದು ರೂಮಿಗೆ ಎಂಟು ಜನರಂತೆ ಒಂದೆರಡು ತಿಂಗಳು ಕಾಲ ಕಳೆದಾದ ಮೇಲೆ ಯಾವುದೋ ಕಂಪೆನಿಯ ಲೆಕ್ಕ ನೋಡಿಕೊಳ್ಳುವ ಕೆಲಸಕ್ಕೆ 'ಡೇಟಬೇಸ್ ಮೈನ್‌ಟೆನೆನ್ಸ್' ಎಂದಂದುಕೊಂಡು, ಗಂಟೆಗಿಷ್ಟೆಂದು ಡಾಲರ್ ಎಣಿಸಿ ತಂಪಾಡಿಗೆ ತಾವು ಸುಖವಾಗಿದ್ದರು.

ಪೆದ್ದರೆಡ್ಡಿಗಾರು ತಮ್ಮ ಕೂಸು ದಾಮೋದರರೆಡ್ಡಿಯ 'ವಿಡಿಯೋ ಹಗರಣ' ಆದಮೇಲೆ, ಆತ ಹೈದರಾಬಾದಿನಲ್ಲಿರಲು ಯಾವ ರೀತಿಯಲ್ಲೂ ನಾಲಾಯಕ್ಕು ಎಂದು

ನಿರ್ಧರಿಸಿದ್ದರು. ಮತ್ತೆ, ವರ್ಷದಲ್ಲಿ ನಾಲ್ಕು ತಿಂಗಳು ಮಾತ್ರ ಹೈದರಾಬಾದಿನಲ್ಲಿ ಇರುತ್ತಿದ್ದ ಅವರಿಗೆ ಚಿನ್ನಬಾಬುಕಿ ಇಂದು ಅಮೆರಿಕಾಲೋ ಭವಿಷ್ಯ ತೋರಿಸುವುದು ತುರ್ತಿನ ಕರ್ತವ್ಯದಲ್ಲೊಂದಾಗಿತ್ತು. ಈ ಬೇರೆ ಬೇರೆ ಧಣಿಗಳು ಕೊಡುವ ನಾಗಾರ್ಜುನನ ಅಭಿಮಾನಿಗಳ ದಿನಗೂಲಿಯನ್ನು ಅವರವರಿಗೆ ಕೊಟ್ಟು ಉಳಿದದ್ದನ್ನು ತಾವು ಇಟ್ಟುಕೊಂಡರೂ 'ಲಾಸ್ ಗೆಟಾಸ್'ನಲ್ಲಿ ಬಂಗಲೆಯನ್ನು ಕೊಳ್ಳುವಷ್ಟು ಮಾತ್ರ ಆಸ್ತಿ ಮಾಡಬಹುದಾಗಿತ್ತು. ಆದರೆ, ಪೆದ್ದರೆಡ್ಡಿಗಾರಿಕಿ ಇದಕ್ಕಿಂತ ಮುಖ್ಯ ತನ್ನ ಮಗನನ್ನು ಈ ನಕಲಿ ವಿಸಿಡಿ ಮಾಡೋ ಕೆಲಸದಿಂದ ಬಿಡಿಸಿ ಒಬ್ಬ ಜಂಟಲ್‌ಮನ್ನನ್ನಾಗಿ ಮಾಡಬೇಕಾಗಿತ್ತು. ಮತ್ತು ತಾವು ಉಳಿದಿರೋ ಆಯಸ್ಸಿನಲ್ಲಿ ಭಾರತದಲ್ಲಿ ಏನಾದರೂ ಮಾಡಬೇಕಾಗಿದ್ದರೆ, ಇಲ್ಲಿ ಅಮೆರಿಕಾದಲ್ಲಿ ತಮ್ಮವನೇ ಒಬ್ಬ ಇದ್ದರೆ ಒಳ್ಳೆಯದು ಎಂದು ಅವರು ತಿಳಿದಿದ್ದರು. ಆದರೆ, ಈ ಉಪ್ಪೋಪ್ಪೋಪ್ಪ ಗುತ್ತಿಗೆದಾರರುಗಳಲ್ಲಿ ಒಂದು ಪೋ ಹೋದರೂ ವರ್ಷಕ್ಕೆ ಮಿಲಿಯಗಟ್ಟಲೆ ಡಾಲರ್‌ಗಳನ್ನು ಉಳಿಸಿಬಿಡಬಹುದೆಂಬುದು ಅವರ ಎಲ್ಲ ಯೋಚನೆಗಳ ಮೂಲವಾಗಿತ್ತು.

ಇದೇ ಲಹರಿಯಲ್ಲಿ ಕಣಿವೆಯಲ್ಲಿ ಶುರುವಾಗಿದ್ದು 'ರೆಡ್ಡಿ ಮೃದುಯಂತ್ರಿ. ಇನ್‌ಕ್'. ದಾಮೋದರ, ಡ್ಯಾನ್ ದಾಮೋದರ ಆಗಿ ಅಮೆರಿಕಾಕ್ಕೆ ಬಂದ ನಂತರ ಪೈನ್ ಮರದ ಮೇಲೆ ಕೆಂಪು ಅಕ್ಷರಗಳಿಂದ ಬರೆದು, ಕೆಲವು ಕನ್ನಡಿಗಳಿರುವ ಕಿಟಕಿ ಗೋಡೆಗಳ ಆಯುತಾಕಾರದ ಕಟ್ಟಡದಲ್ಲಿ ಲಿವರ್ಮೋರಿನ ದೇವಸ್ಥಾನದ ಅರ್ಚಕರ ಪೂಜೆಯೊಂದಿಗೆ ಶುರುವಾಗೇ ಬಿಟ್ಟಿತ್ತು.. ಆದರೆ, ದಾಮೋದರ ಅಮೆರಿಕಾಕ್ಕೆ ಬರುವುದಕ್ಕೆ ಎರಡು ವರ್ಷ ಸಮಯ ತೆಗೆದುಕೊಂಡಿದ್ದ. ಆತ ಈ ಹೊಸ ಹೊಸ 'ಭಾಷೆ'ಗಳನ್ನು ಕಲಿತಿದ್ದಲ್ಲದೇ ತನ್ನ ಹೆಸರನ್ನು ತನ್ನ ಪ್ರತಿಯೊಂದು ಸರ್ಟಿಫ಼ಿಕೇಟುಗಳ ಮೇಲೆಯೂ 'ಡ್ಯಾನ್ ದಾಮೋದರ' ಎಂದು ಬದಲಾಯಿಸಲು ಆ ಎರಡು ವರ್ಷದ ಮುಖ್ಯವಾದ ಕಾಲವನ್ನು ವ್ಯಯಿಸಿದ್ದ. ರೆಡ್ಡಿಗಾರು ಅವನಿಗೆ ಹೇಳಿದ್ದರು. "ನೀ ವಿಸಿಡಿ ಬರ್ನ್ ಚೇಸಿನಕಿಂತ ಏಮ್ ಡಿಫ಼ರೆನ್ಸ್ ಲೇದು ಈ ಪನಿ. ಮೈನ್ ಡಿಫ಼ರೆನ್ಸ್ ಡಿಸ್ಟ್ರಿಬ್ಯೂಷನ್‌ದಿ. ಎವರಿಕಿ, ಎಕ್ಕಡಕಿ ಎನ್ನಿ ಕಾವಲ ಐನ ಚೆಲಿಸಾಲ. ತರುವಾತ ಚಾಲ ಸುಲಭಮು. ಕಾಪಿ ಎನ್ನಿ ಚೇಸ್ತೈನ ಪರವಾ ಲೇದು. ವರ್ಕ್ ಚೇಯಾಲ. ಮ್ಯಾಲ ಲ್ಯಾಬಲ್ ಚಾಲ ಬಾಗುನ್ನಾಲಿ. ಅಂದರಿಕಿ ಒಕೇ ಕೆಲಸಮು. ನೀದಿ ಕೊಂಚ ಡಿಫ಼ರೆಂಟು. " ಎಂದಿದ್ದರು. ಡ್ಯಾನ್ ದಾಮೋದರ 'ರೆಡ್ಡಿ ಮೃದುಯಂತ್ರಿ ಇನ್‌ಕ್'ನ ಸಿಇಒ ಆಗಿದ್ದ.

ಆದರೆ 'ಕಾಳೀನ ಬೋಳಿ ಮಾಡೋ ಕೆಲಸ'ದಲ್ಲಿ ನಾಗೇಶ ಹೆಚ್ಚುಹೆಚ್ಚು ರಾತ್ರಿಗಳನ್ನು ರಶ್ಮಿಯ ಮನೆಯಿಂದ ಹೊರಗೆ ಕಳೆದ.

* * * * *

ದನದ ಕೆಲಸ, ಲೆವಿಂಸ್ಕಿ ಮತ್ತು ಸಂಬಂಧಗಳು

ಚೀನಾದ ಹುಡುಗರಿಂದ ಶೂಲೇಸುಗಳನ್ನು ತಯಾರು ಮಾಡುತ್ತಿರುವ ವ್ಯಾಪಾರದಲ್ಲಿ ಲಾಭ ಜಾಸ್ತಿಯಿದೆ ಎಂದು ತಿಳಿದ ಅನೇಕ ಬಂಡವಾಳಶಾಹಿಗಳು ಇದೇ ತಂತ್ರವನ್ನು ಇನ್ನೊಂದಿಷ್ಟು ವಿಸ್ತರಿಸಿ ಅದನ್ನು ಯಂತ್ರಿಗಳಿಗೂ ಅನ್ವಯಿಸಿದಾಗ "ಔಟ್‌ಸೋರ್ಸಿಂಗ್" ಎಂಬ ಹೊಸಾ ಪ್ರತ್ಯಯ ಆರಂಭವಾಗಿತ್ತು. ಜಗತ್ತಿನ ಎಲ್ಲೆಡೆಯಿಂದ ಹೊರಟ ಫೋನ್ ಕಾಲುಗಳೂ ಈಗ ಭಾರತ ಮುಖೇನವಾಗಿಯೇ ಸೋಸಿ ಬೇಕಾದರೆ ಮಾತ್ರ ಅಮೆರಿಕಾಕ್ಕೆ ಬರುತ್ತಿತ್ತು. ನಾಗೇಶ ಒಮ್ಮೆ 'ರೆಡ್ಡಿ ಇನ್‌ಕ್'ನಿಂದ ಏನೋ ಕೊಳ್ಳಲೆಂದು ಎಲ್ಲಿಗೋ ಫೋನು ಮಾಡಿ ಕ್ರೆಡಿಟ್ ಕಾರ್ಡಿನ ನಂಬರನ್ನು ಕೊಟ್ಟಾಗ ಫೋನು ಮಾಡಿದಾಗ ಅದು ಜಯನಗರದ ಯಾವುದೋ ಕಾಲ್‌ಸೆಂಟರಿಗೆ ಹೋಗಿತ್ತೆಂದು ಹಿಂದೆ ಬರುತ್ತಿದ್ದ 'ಉದಯ ವಾರ್ತೆ'ಗಳ ಹಿನ್ನೆಲೆ ಸಂಗೀತದಿಂದ ಕಂಡುಹಿಡಿದಿದ್ದ. ಎದುರೊಂದು ಕಂಪ್ಯೂಟರ್ ಮತ್ತು ಆ ಕ್ಕೆ ಆಯ್ ಅನ್ನುವ Accent ಇದ್ದರೆ ಸಾಕು, ಈ ಔಟ್ ಹೌಸುಗಳನ್ನು ಶುರುಮಾಡಲು, ಎಂಬುದನ್ನು ಅರಿತಿದ್ದ ವ್ಯವಸ್ಥಿತ ವ್ಯವಹಾರಸ್ಥರೂ ಈ ದಂಧೆಗಿಳಿದ ಮೇಲೆ ಮರಳ ಕಣಿವೆಯ ಸ್ಟಾಕುಗಳು ಸೋಲಹತ್ತಿದವು. ನಾಗೇಶನಂತಹ ಹುಡುಗರ ಹೊಟ್ಟೆಯ ಸುತ್ತಳತೆಗಳು ತಾನಾಗೇ ಕಡಿಮೆಯಾದವು. ಮನೆ ಕಟ್ಟಲು ಮಾಡಿದ ಸಾಲ ತೀರಿಸಲು ಯಂತ್ರಿಗಳ ಹೆಂಡತಿಯರೆಲ್ಲರೂ ಬ್ಯಾಂಕುಗಳಲ್ಲಿಯೋ ಅಥವಾ ಸಮಾಜಸೇವಕರಾಗಿಯೋ ಕೆಲಸ ಮಾಡಲು ಆರಂಭಿಸಿದ್ದರು. ಲೆಕ್ಸಸ್ಸುಗಳು ಟರ್ಸೆಲ್ಲುಗಳಾದವು. "ಬಸ್ಸುಗಟ್ಟಲೇ ಜನ ಬೆಂಗಳೂರಿಗೆ ವಾಪಸ್ಸು" ಎಂದು ಅಂತರ್ಜಾಲದಲ್ಲಿ ಪ್ರಕಟವಾದ ಕನ್ನಡ ಪತ್ರಿಕೆಗಳ ತಲೆಬರಹವನ್ನೋದಿ ಊರೂರಿನ ಕೆಫೆಗಳಲ್ಲಿ ಆಬಾಲವೃದ್ಧರಾದಿಯಾಗಿ ಎಲ್ಲರೂ ಓದಿ ಅತ್ತರು, ಕೆಲವರು ನಕ್ಕರು. ಇನ್ನೂ ಕೆಲವರು ಗಹಗಹಿಸಿ ನಕ್ಕರು. ಇಂತಹವುಗಳಿಂದ ಇಂಡಿಯಾ ದೇಶದ ಎಕಾನಮಿಗೇನು ತೊಂದರೆಯಿಲ್ಲ ಎಂದು ಮೂರ್ತಿಗಳು, ಜೀಗಳು ಧೈರ್ಯ ತುಂಬಿದ ಮೇಲೆ ಅಲ್ಲಿನ ಕೆಲಸಗಾರರು "ಹಮ್ ಹೋಂಗೇ ಕಾಮ್‌ಯಾಬ್" ಎಂದು ಸ್ವತಂತ್ರ ದಿನಾಚರಣೆಯ ಪ್ರಭಾತಫೇರಿಯ ನಂತರ ಮತ್ತೊಮ್ಮೆ ಪಾಳಿಹಚ್ಚಿದರು.

ಇದರ ನೇರ ಪರಿಣಾಮವಾದದ್ದು ನಾಗೇಶನ ಕೆಲಸಕ್ಕೆ. ಅವನೇನೇ ಮಾಡಿದರೂ ಅದು ನಿಲ್ಲಲಿಲ್ಲ. ಅದು ಅವನನ್ನು ಬಿಟ್ಟಿತು. ಡ್ಯಾನ್ ದಾಮೋದರನ ಪೆದ್ದ ರೆಡ್ಡಿಗಾರು ಇದೇ ಪಿಟ್ಸ್‌ಬರ್ಗಿನ ಕಂಪೆನಿಯ ಗಂಟೆಯ ಸಂಬಳವನ್ನು ಹೈದರಾಬಾದಿನ ಹುಡುಗರಿಗೇ ಕೊಟ್ಟಲ್ಲಿ ಒಬ್ಬನ ಸಂಬಳಕ್ಕೆ ನಾಲ್ಕು ಜನರನ್ನು ಸಾಕಬಹುದು ಎಂಬುದನ್ನು ಬಹಳ ಬೇಗ ಕಂಡುಕೊಂಡಿದ್ದರು. ನಾಗೇಶನ ಕೆಲಸ ಅವನೆಷ್ಟು ಕಾಳಿಯರನ್ನು ಬೋಳಿ ಮಾಡಿದರೂ ಅವನನ್ನು ನೆಚ್ಚಿಕೊಳ್ಳದೇ ನೇರ ಹೈದರಾಬಾದಿಗೇ ಹೋಯಿತು. ಆ ಕೆಲಸದ ಹೊಸ ಕೆಲಸಗಾರ ಈತನಿಗಿಂತ ಹತ್ತನೇ ಒಂದರಷ್ಟು ಸಂಬಳಕ್ಕೇ ಖುಷಿಪಡುತ್ತಿದ್ದ ಮತ್ತು ನಾಗೇಶನಿಗಿದ್ದಂತೆ ನಾಕುನೂರರ ನಂತರದ ಬೆಸಸಂಖ್ಯೆಯ ನಿವೃತ್ತಿಯ

ಯೋಜನೆಗಳೇನೂ ಆತನಿಗೆ ಬೇಕಾಗಿರಲಿಲ್ಲ. ನಾಗೇಶ ಡ್ಯಾನ್ ದಾಮೋದರನಿಗೆ ಹೇಳಿದ 'ಬೇಕಿದ್ದರೆ ಪಿಟ್ಸಬರ್ಗಿಗೇ ಹೋಗುತ್ತೇನೆ, ಕೆಲಸದಿಂದ ತೆಗೆಯಬೇಡ'ಎಂದಿದ್ದ. ಡ್ಯಾನ್ ದಾಮೋದರ 'ಬೇಕಾದರೆ ಹೈದರಾಬಾದಿಗೆ ಕಳಿಸುತ್ತೇನೆ. ಇದೇ ಕೆಲಸ, ಅಲ್ಲಿ ಅಬಿಡ್ಸನಲ್ಲಿ ಅಪಾರ್ಟ್ಮೆಂಟು. ಓಡಾಡೋಕೆ ಕಾರು. ಇಲ್ಲಿ ನಿನ್ನ ಪಾತ್ರೆ ನೀನು ತೊಳಕೋತಿಯಲ್ಲಾ, ಹಾಗೇನೂ ಮಾಡಬೇಕಿಲ್ಲ, ಡ್ರೈವರು, ಆಳು ಎಲ್ಲಾ ಇರ್ತಾರೆ. ಯೋಚನೆ ಮಾಡು. ಇಷ್ಟಕ್ಕೂ ನಿನಗೆ ನಿಜವಾಗಿಯೂ ಅಮೆರಿಕಾದಲ್ಲೇ ಇರಬೇಕು ಅಂತಿದ್ದರೆ ಇನ್ನು ನಾಲ್ಕು ತಿಂಗಳು ಹೇಗೋ ಅನುಸರಿಸಿಕೋ. ಒಂದು ಕೆಲಸ ಹುಡುಕುವಾ. ಈಗ ಸದ್ಯಕ್ಕೆ ಕೆಲಸದ ಜರೂರು ಇದ್ದರೆ, ನನ್ನ ಹತ್ತಿರ ಇರೋದು ಒಂದೇ ಒಂದು ಪ್ರಾಜೆಕ್ಟು. ಬೇಕಾದರೆ ಮಾತಾಡುತ್ತೇನೆ' ಅಂದ.

* * * *

ವಿಸ್ಕಾನ್ಸಿನ್ ರಾಜ್ಯದ ಉತ್ತರ ಮೂಲೆಯಲ್ಲಿ ಫಿಲಿಪ್ಸ್ ಅನ್ನೋ ಒಂದು ಊರಿನಲ್ಲಿ ಒಂದು ಡೈರಿ ಫಾರ್ಮಿತ್ತು. ಊರಿನ ಜನಸಂಖ್ಯೆ ಸಾವಿರದ ಇನ್ನೂರು. ಇಡೀ ಉತ್ತರ ವಿಸ್ಕಾನ್ಸಿನ್ನಿನ ಪ್ರಾಂತ್ಯದಲ್ಲಿಯೇ ಮೊದಲ ಬಾರಿಗೆ ಗಣಕೀಕೃತ ದನದ ಫಾರ್ಮ್ ಮತ್ತು ಪಶುತಳಿ ಸಂರಕ್ಷಣಾ ಕೇಂದ್ರ ಎನ್ನುವ ಖ್ಯಾತಿಗೆ ಅದು ಪಾತ್ರವಾಗಿತ್ತು. ಫಿಲಿಪ್ಸ್ ಎನ್ನೋ ಊರಿನ ಮೇಯರ್, ತನ್ನ ಎರಡು ಕೆಲಸಗಳಾದ ಊರಿನ ಒಬ್ಬನೇ ಪೋಲೀಸು ಮತ್ತು ಪ್ಲಂಬರುಗಳ ಜವಾಬ್ದಾರಿಯಿಂದ ಬಿಡುವು ಮಾಡಿಕೊಂಡು ಬಂದು ಕಂಪ್ಯೂಟರಿನ ಮೌಸಿನ ಮೇಲೆ ಕೈಯಿಟ್ಟು ಫಾರ್ಮನ್ನು ಗಣಕೀಕೃತ ಮಾಡಿದ್ದ. ಅತಿ ಹತ್ತಿರದ ವಾಲ್ಮಾರ್ಟು ನಲವತ್ತು ಮೈಲಿ ದೂರವಿದೆ, ಊರಲ್ಲಿ ಒಂದು ಚರ್ಚು, ಎರಡು ಸ್ಥಳೀಯ ರೆಸ್ಟುರೆಂಟುಗಳು ಮತ್ತು ಒಂದು ಬಾರ್ ಇಷ್ಟು ಬಿಟ್ಟರೆ ಬೇರೆ ಏನೂ ಇಲ್ಲ, ಊರಿನ ಹದಿಹರೆಯದ ಮಕ್ಕಳಿಗೆ ಬೇರೆ ಏನೂ ಮನರಂಜನೆಯೇ ಇಲ್ಲದೇ ಬರೀ ಮರಿವಾನ ಸೇದುವುದು, ಸಿಕ್ಕಸಿಕ್ಕವರ ಜತೆ ಮಲಗುವುದು ಮಾಡಿ, ಊರ ಹದಿನೆಂಟರ ಹೆಣ್ಣುಮಕ್ಕಳೆಲ್ಲಾ ತಾಯಂದಿರುಗಳಾಗಿ, ಮೂವತ್ತೈದಕ್ಕೆಲ್ಲಾ ಅಜ್ಜಿಯಂದಿರಾಗಿಬಿಟ್ಟಿದ್ದಾರೆ, ಎಂದೆಲ್ಲ ಡ್ಯಾನ್ ದಾಮೋದರ ನಾಗೇಶನನ್ನು ಎಚ್ಚರಿಸಿದ್ದ. ನಾಗೇಶ ಅಲ್ಲಿಗೆ ಡ್ರೈವ್ ಮಾಡಿಕೊಂಡು ಬರುವಾಗಲೇ ತನ್ನ ಮೊಬೈಲು ಸುಮಾರು ಮೂವತ್ತು ಮೈಲಿ ದೂರವೇ ಸರ್ವಿಸ್ ಕಳಕೊಂಡದ್ದನ್ನು ನೋಡಿಯೇ ಒಂದೆರಡು ಕ್ಷಣ ತಾನಿಲ್ಲಿಗೆ ಕೆಲಸಕ್ಕೆ ಒಪ್ಪಿಕೊಂಡಿದ್ದು ಸರಿಯೇ ಎಂದು ಯೋಚಿಸಿದ್ದ. ಕಾರಿಗೆ ಪೆಟ್ರೋಲು ತುಂಬಿಸುವಾಗ ಅಲ್ಲಿದ್ದ ಹೆಚ್ಚೂ ಕಡಿಮೆ ತನ್ನಷ್ಟೇ ವಯಸ್ಸಾದ ಹೆಂಗಸು ತನ್ನ ಮಗಳು, ಮೊಮ್ಮಕ್ಕಳನ್ನು ಕರಕೊಂಡು ಹೋಗುತ್ತಿದ್ದುದು ನೋಡಿ ಆಕಾಶ ನೋಡಿದ. ಅವರುಗಳು ಅಜ್ಜಿ, ಮಗಳು, ಮೊಮ್ಮಕ್ಕಳು ಎಂದು ಆತನಿಗೆ ಗೊತ್ತಾದದ್ದೂ ಅವರುಗಳೇ ಒಬ್ಬರನ್ನೊಬ್ಬರು 'ಗ್ರಾಮಾ, ಹನಿ, ಸ್ವೀಟಿ' ಎಂದು ಕರಕೊಂಡ ಮೇಲೆಯೇ.

ಕಷ್ಟಪಟ್ಟು ಡ್ಯಾನ್ ದಾಮೋದರ ಕೊಟ್ಟ ವಿಳಾಸವನ್ನು ಹುಡುಕುತ್ತಾ ಹೋದಾಗ ಒಂದು ಹಳೆಯ ಮನೆಯ ಮುಂದೆ ಬಂದು ನಿಂತ. ಮನೆಯ ಮುಂದೆ ಒಂದೆರಡು ಹಳೆಯ ಟ್ರಕ್ಕುಗಳು ನಿಂತಿದ್ದವು. ಪಕ್ಕದಲ್ಲಿ ಎಂತೆಂತದೋ ಹಳೆಯ ಮಶೀನಿನ ಉಪಕರಣಗಳು, ಪಕ್ಕದಲ್ಲಿ ಒಂದು ಸಣ್ಣ ಸರೋವರ. ಆ ಸರೋವರಕ್ಕಂಟಿದಂತೇ ಇದ್ದ ಇನ್ನೊಂದು ಕ್ಯಾಬಿನ್ನಿನ ಮುಂದೆ ನಾಲ್ಕು ಕುದುರೆಗಳು ಮತ್ತು ಎರಡು ಜಿಂಕೆಗಳು ಕಾಣಿಸಿದವು. ನಾಗೇಶನಿಗೆ ಹಾಲಿವುಡ್ಡಿನ 'ಇಂಡಿಯಾನಾ ಜೋನ್ಸ್'ನ ಸೆಟ್ಟಿನಲ್ಲಿದ್ದ ಹಾಗೆ ಅನ್ನಿಸಿತು. ಮನೆಯ ಕರೆಗಂಟೆಯನ್ನು ಕಿಣಿಕಿಣಿಗುಟ್ಟಿಸಿದ. ಒಬ್ಬಾತ ಬಂದು, ತಾನೇ ಈ ಕಂಪೆನಿಯ ಬಾಸ್ ಅಂದರೆ ಸೀಈಓ ಅಂತಾರಲ್ಲ, ಹಾಗೆ ಎಂದು ಪರಿಚಯ ಮಾಡಿಕೊಂಡ. ನಾಗೇಶ 'ಹೆಹೆಹೆ' ಎಂದು ನಕ್ಕ.

ನಾಗೇಶನ ಬಣ್ಣವನ್ನೇ ನೋಡದ ಡ್ಯೆರಿ ಫಾರ್ಮಿನ ಬಾಸ್, "ಯಾವ ದೇಶದವ" ಎಂದ, ತನ್ನ ಸಸ್ಪೆಂಡರುಗಳನ್ನು ಸರಿಮಾಡಿಕೊಳ್ಳುತ್ತಾ.

"ಈಗ ಇಲ್ಲಿಯವನೇ, ಹುಟ್ಟಿದ್ದು ಇಂಡಿಯಾದಲ್ಲಿ" ಅಂದ.

ಬಾಸಿಗೆ ಸ್ವಲ್ಪ ತಲೆಕೆಟ್ಟಂತಾಗಿ "ಅಂದರೆ, ನೀನು ಇಂಡಿಯನ್ನು"

"ಹೌದು"

"ಯಾವ ಬುಡಕಟ್ಟು, ಪಂಗಡ" ಅಂದ.

ನಾಗೇಶನಿಗೆ ಒಂದು ಕ್ಷಣ ಸಾವರಿಸಿಕೊಳ್ಳುವಂತಾಯಿತು. "ಬಬ್ಬರಕಮ್ಮೆ ಅನ್ನಲೋ, ಕರ್ನಾಟಕ ಅನ್ನಲೋ" ಗೊತ್ತಾಗಲಿಲ್ಲ.

ಇನ್ನೊಮ್ಮೆ ಅವನ ಮುಖ ನೋಡಿದ.

"ನಿನ್ನ ಜನದ ಮೇಲೆ ನನ್ನ ಅನುಕಂಪವುಂಟು, ಬ್ರದರ್. ಬಿಳೀ ಮನುಷ್ಯ ಇಲ್ಲಿಗೆ ಬಂದಾಗ ನಿಮ್ಮಿಂದ ಇಡೀ ದೇಶವನ್ನೇ ಕಸಿದುಕೊಂಡಿದ್ದೂ ಅಲ್ಲದೇ, ಅಂದು ನಿಮ್ಮಗಳಿಗೆಲ್ಲಾ ಕೈಕೊಟ್ಟು ಟರ್ಕಿ ಹಂಚಿಕೊಂಡು ಈಗ ಥ್ಯಾಂಕ್ಸ್ ಗಿವಿಂಗ್ ಮಾಡಿ ವೈನು ಕುಡಿದು, ನಿಮಗೆ ಥ್ಯಾಂಕ್ಸ್ ಹೇಳುತ್ತಾರಲ್ಲ, ನಾನು ಅಂತಹವನಲ್ಲ. ನನಗೆ ನೀವು ಪಟ್ಟ ಕಷ್ಟ ಅರ್ಥವಾಗುತ್ತೆ. ಈಗ ನಿಮಗೆ ಕಸೀನೋ ವ್ಯಾಪಾರ ಅಥವಾ ಬಡತನ ಬಿಟ್ಟರೆ ಬೇರೆ ಏನೂ ಇಲ್ಲ ಅಂದುಕೊಂಡಿದ್ದೆ. ಅದು ಹೇಗೆ, ನೀನು ಕಂಪ್ಯೂಟರನ್ನು ಕಲಿತೆ. ಯೋಚನೆ ಮಾಡಬೇಡ. ನನಗೆ ನೀನು ಬೇರೆ ಅಲ್ಲ, ನಾನು ಬೇರೆ ಅಲ್ಲ." ಎಂದು ತಬ್ಬಿಕೊಂಡ.

ನಾಗೇಶನಿಗೆ ಇವ ತನ್ನನ್ನು ಎಂಥ ಇಂಡಿಯನ್ ಅಂದು ತಿಳಕೊಂಡಿದ್ದಾನೆ ಎಂದು ಈಗ ಅರ್ಥವಾಯಿತು. ತನ್ನ ಬಾಸನ್ನೊಮ್ಮೆ ನೋಡಿದ. ಸುಮಾರು ಮುನ್ನೂರ ಐವತ್ತು ಪೌಂಡಿರಬೇಕು. ಒಂದು ಬೇಸ್‌ಬಾಲ್ ಕ್ಯಾಪನ್ನು ಹಾಕಿದ್ದ. ಹಳದೀ ಹಲ್ಲುಗಳು ಅಲ್ಲಲ್ಲಿ ಪಾಚಿಕಟ್ಟಿದ್ದವು. ಬಾಯಲ್ಲಿ ಒಂದು ಕಡ್ಡಿಯನ್ನು ಕಚ್ಚಿಕೊಂಡಿದ್ದ. ದಪ್ಪವಾದ ಖಾಕಿ ಪ್ಯಾಂಟು, ಮುಖವನ್ನಿಡೀ ಆವರಿಸಿದ್ದ ಬಿಳಿಯ ಮೀಸೆ, ತಲೆಯ ಬೇಸ್‌ಬಾಲ್ ಟೋಪಿಯ

ಹಿಂದಿನಿಂದ ಇಳಿದುಬಿದ್ದಿದ್ದ ಜೊಂಪೆ ಕೂದಲು, ಕಾಲಿಗೆ ಹಾಕಿದ್ದ ಸುಮಾರು ಐದು ಅಥವಾ ಹತ್ತು ಕಿಲೋ ಇದ್ದ ಬೂಟುಗಳು.

"ನಿನಗೆ ನಿನ್ನ ಕೆಲಸದ ಬಗ್ಗೆ ಎಲ್ಲಾ ಗೊತ್ತಾ?"

"ಸುಮಾರು" ಅಂದ, ನಾಗೇಶ.

"ಹಾಗೆಲ್ಲ ಹೇಳೋ ಹಾಗಿಲ್ಲ. ನಿನಗೆ ಎಲ್ಲಾ ಗೊತ್ತಿರಬೇಕು. ಯಾಕೆಂದರೆ, ನನಗೆ ಇದರ ಬಗ್ಗೆ ಏನೇನೂ ಗೊತ್ತಿಲ್ಲ. ಈಗ ಎಲ್ಲಾ ಬದಲಾವಣೆಯಾಗಿದೆ. ನಾವಿದ್ದಾಗ ಹೀಗಿರಲಿಲ್ಲ. ಈಗ ನೋಡು, ದನದ ಹಾಲನ್ನು ಕರೆಯೋಕೂ ಮಶೀನು. ನನ್ನ ಫಾರ್ಮಿನಲ್ಲಿ ಒಟ್ಟು ನಾನೂರ ಐವತ್ತು ದನಗಳಿದಾವೆ. ನನಗೆ ಒಟ್ಟು ಆರು ಜನ ಮಕ್ಕಳು, ಪ್ರತಿಯೊಬ್ಬರಿಗೂ ಇನ್ನಾರು ಜನ. ನನ್ನ ನಾಲ್ಕು ಜನ ಮೊಮ್ಮಕ್ಕಳಿಗೆ ಮಕ್ಕಳಾಗಿವೆ. ನಮ್ಮ ಕುಟುಂಬದಲ್ಲಿ ಯಾರೂ ಈ ವ್ಯಾಪಾರವನ್ನು ಬಿಟ್ಟು ಬೇರೆ ಏನನ್ನೂ ಇದುವರೆಗೆ ಮಾಡಿಲ್ಲ. ಮೊಮ್ಮಗ ಮಾರ್ವಿನ್ ನಮ್ಮ ವ್ಯವಹಾರದಲ್ಲಿ ಈ ಗಣಕ ಗಿಣಕ ತಂದರೆ, ದಾಖಲೆ ಇಡುವುದು, ಬರೆಯುವುದು ಸುಲಭ ಅಂದಿದ್ದ. ಹಾಗಾಗಿ, ಮಿಲ್‌ವಾಕಿಯಿಂದ ಬಂದು ಜನ ಎಲ್ಲಾ ವೈರ್ ಮಾಡಿ ಹೋಗಿದ್ದಾರೆ. ಆದರೆ, ಅದನ್ನು ನಡೆಸಲು ಜನ ಬೇಕು ಅಷ್ಟೆ. ಈಗ ನನ್ನ ಫಾರ್ಮನ್ನು ನೋಡುತ್ತೀಯ" ಅಂದು ಅವನು ಹೂ ಅನ್ನುವ ಮುಂಚೆಯೇ ತನ್ನ ಒಂದು ದೊಡ್ಡ ಟ್ರಕ್ಕನ್ನು ತಂದು ನಿಲ್ಲಿಸಿ "ಬಾ ಒಳಗೆ ಕೂತುಕೋ" ಅಂದ. ನಾಗೇಶ ಸುಮ್ಮನೇ ಒಳಗೆ ಹೋಗಿ ಕೂತ. ಮತ್ತೆ ಬಾಸೇ ಮಾತು ಮುಂದುವರೆಸಿದ. "ದನಗಳೇ ನಮ್ಮ ಸಂಪತ್ತು. ಇಡೀ ಉತ್ತರ ವಿಸ್ಕಾನ್ಸಿನ್ನಿನ ಹಾಲಿನ ಉತ್ಪಾದನೆಯಲ್ಲಿ ನಮ್ಮ ಫಾರ್ಮಿನದೇ ಶೇಕಡಾ ಮೂವತ್ತರಷ್ಟು ಕೊಡುಗೆಯಿದೆ. ಮತ್ತು ಉಳಿದದ್ದು ಗಿಣ್ಣು. ನಿನಗೆ ಗೊತ್ತಿರಬಹುದು, ನಮಗೆ ಅಂದರೆ ಇಲ್ಲಿಯವರಿಗೆ ಗಿಣ್ಣೆಂದರೆ ಇಷ್ಟ. ನಾನಾ ತರದ ಗಿಣ್ಣುಗಳನ್ನು ಮಾಡ್ತಾರೆ. ನಾವು ಮಾಡೋದು ಕೇವಲ ಹಾಲು, ಸ್ವಲ್ಪ ಮಟ್ಟಿಗೆ ಗಿಣ್ಣು ಮತ್ತು ದನದ ಮಾಂಸ." ಅಂದ.

ನಾಗೇಶ ಸುಮ್ಮನೆ ಕೇಳಿಸಿಕೊಳ್ಳುತ್ತಿದ್ದ. ಒಂದು ಹಳೆಯ ಬಟ್ಟೆಯಲ್ಲಿ ಹೊಲಿದ ಟ್ರಕ್ಕಿನ ಸೀಟಿನ ಮೇಲೆ ಮುದುರಿಕೊಂಡು ಕೂತಿದ್ದ. ನಾನಾತರದ ವಾಸನೆಗಳು, ತಾನು ಕೂತ ಸೀಟಿನ ಪಕ್ಕದಲ್ಲಿಯೇ ಒಂದೆರಡು ಮೀನು ಹಿಡಿಯುವ ಗಾಳಗಳು, ಅರ್ಧ ಕುಡಿದ ಬಿಯರಿನ ಕ್ಯಾನುಗಳು, ಹೊಗೆಸೊಪ್ಪಿನ ಪಾಕೀಟುಗಳು, ಕರೆಗಟ್ಟಿದ್ದ ಲೋಟಗಳು. ಹಿಂದೆ ತಿರುಗಿಯೊಮ್ಮೆ ನೋಡಿದ. ಯಾವುದೋ ಸತ್ತ ಪ್ರಾಣಿಯ ವಾಸನೆ ಬಂತು. ತಿರುಗಿ ಕೂತ. ಮತ್ತೆ ಹಿಂದೆ ತಿರುಗುವ ಧೈರ್ಯವಾಗಲಿಲ್ಲ.

ಮೈಲಿಗಟ್ಟಲೆ ಖಾಲಿಯಿದ್ದ ಬೋಳು ಬೋಳು ಭೂಮಿ. ಮಧ್ಯ ಟ್ರಕ್ಕು ಮೇಲೆ ಕೆಳಗೆ ಕುಪ್ಪಳಿಸಿಕೊಂಡು ಹೋಗುತ್ತಿತ್ತು. ನಾಗೇಶನೂ ಅದರ ಜೊತೆ ಕುಪ್ಪಳಿಸುತ್ತಿದ್ದ. ಕುಪ್ಪಳಿಸುತ್ತಲೇ ಪಕ್ಕದ ಬಾಸನ್ನು ಮತ್ತೊಮ್ಮೆ ನೋಡಿದ, ತಾನು ಚಿಕ್ಕಂದಿನಲ್ಲಿ ನೋಡುತ್ತಿದ್ದ ನಾಟಕದ ಹಿರಣ್ಯಕಶಿಪು ನೆನಪಾದ. ಸುಮಾರು ಅರ್ಧಗಂಟೆ ಪ್ರಯಾಣ ಮಾಡಿದ ಮೇಲೆ, ಒಂದು ದೊಡ್ಡ ಗೋಡೌನಿನಂತಿದ್ದ ಮನೆಯ ಮುಂದೆ ಟ್ರಕ್ಕನ್ನು ನಿಲ್ಲಿಸಿದ.

"ಇಲ್ಲಿಯೇ ನಿನ್ನ ಕೆಲಸ" ಎಂದ.

ನಾಗೇಶನಿಗೆ ಇನ್ನೂ ಅರ್ಥವಾಗದೇ ಇದ್ದುದೇನೆಂದರೆ, ಈ ದನದ ಫ಼ಾರ್ಮಲ್ಲಿ ತನಗೇನು ಕೆಲಸ ಎಂದು. ಡ್ಯಾನ್ ದಾಮೋದರ ಇಲ್ಲಿಗೆ ಯಾಕೆ ತನ್ನನ್ನು ಕಳಿಸಿದ? ಕಗ್ಗಾಡಿನಲ್ಲಿ ತಾನು ಎಂಥ ಸಪೋರ್ಟು ಕೊಡಬಲ್ಲೆ? ತಲೆಕೆಟ್ಟಂತಾಯಿತು. ವಾಪಸ್ಸು ಹೋಗುವ ಹಾಗೂ ಇರಲಿಲ್ಲ. ಕೆಳಗಿಳಿದು ಒಳಗೆ ಹೋದ.

ಅದೊಂದು ಕಸಾಯಿಖಾನೆ. ದನಗಳ ತರತರಾವರಿ ಮಾಂಸದ ತುಂಡುಗಳನ್ನು ಕತ್ತರಿಸುತ್ತಾ ನಿಂತಿದ್ದರು. ಸುಮಾರು ನಾಲ್ಕು ಏರೋಪ್ಲೇನನ್ನು ನಿಲ್ಲಿಸುವಷ್ಟು ದೊಡ್ಡದಾದ ಹಾಲಿನಲ್ಲಿ ಮನುಷ್ಯರೆಲ್ಲಾ ಬಹಳ ಚಿಕ್ಕವರಾಗಿ ಕಂಡರು. ಎಲ್ಲರೂ ಬಾಹ್ಯಾಕಾಶ ವಿಜ್ಞಾನಿಗಳಂತೆ ತಲೆಗೊಂದು ಪ್ಲಾಸ್ಟಿಕ್ ಮಾಸ್ಕನ್ನು ಕಟ್ಟಿಕೊಂಡು ಮೈಯಿಡೀ ಕಾಣದಂತೆ ಬಿಳಿಯ ಓವರಾಲುಗಳನ್ನು ತೊಟ್ಟಿದ್ದರು. ಪ್ರತಿಯೊಂದು ಮಾಂಸದ ತುಂಡುಗಳನ್ನೂ ವಿಧವಿಧ ಆಕಾರಗಳಲ್ಲಿ ಕತ್ತರಿಸಿ, ಪ್ಲಾಸ್ಟಿಕ್ ಕವರಿನಲ್ಲಿ ಪ್ಯಾಕು ಮಾಡಿ ಬೇರೆಬೇರೆ ಸೈಜಿನ ತುಂಡುಗಳನ್ನು ಬೇರೆಬೇರೆ ಡಬ್ಬಗಳಲ್ಲಿ ಪ್ಯಾಕು ಮಾಡಿ ಇಡಲಾಗುತ್ತಿತ್ತು. ಇಡೀ ಗೋಡೌನು ಶೈತ್ಯೀಕರಿಸಿದ್ದು, ನಾಗೇಶನಿಗೆ ಮೂಗು, ಉಸಿರು ಎರಡೂ ಕಟ್ಟಿದಂತಾಗಿತ್ತು. ಸುಮಾರು ಐವತ್ತು ಜನ ಕೆಲಸಗಾರರಿದ್ದರು.

"ಯೋ" ಎಂದ, ಬಾಸು.

ಒಂದು ಟೈ ಕಟ್ಟಿಕೊಂಡಿದ್ದ ಹಲ್ಲು ನೀಟಾಗಿದ್ದ ಮೊಮ್ಮಗ ಬಂದು 'ಹಾಯ್' ಎಂದ.

"ಮಾರ್ವಿನ್, ನನ್ನ ಮೊಮ್ಮಗ. ಮೊನ್ನೆ ಮೊನ್ನೆ ಗ್ರಾಜುಯೇಟಾಗಿದ್ದು, ಈಗ ಇಲ್ಲೇ ಟೆಕ್ನಿಕಲ್ ಕಾಲೇಜಲ್ಲಿ ಕಂಪ್ಯೂಟರ್ ಕಲಿತಿದ್ದಾನೆ. ನಮ್ಮ ಇಡೀ ವ್ಯವಹಾರವನ್ನು ಕಂಪ್ಯೂಟರೈಜ್ ಮಾಡಬೇಕೆಂದಿದ್ದು, ಇವನದೇ ಯೋಚನೆ. ಮಾರ್ವಿನ್ ಇಲ್ಲಿಂದ ನಿನಗೆ ಪೂರ ಎಲ್ಲಾ ತಿಳಿಸುತ್ತಾನೆ." ಎಂದು ತಾನು ತನ್ನ ಪಾಡಿಗೆ ತನ್ನ ಟ್ರಕ್ಕನ್ನು ತೆಗೆದುಕೊಂಡು ಹೋದ.

ಮಾರ್ವಿನ್ ಗ್ರಾಜುಯೇಟಾಗಿದ್ದುದು ಹೈಸ್ಕೂಲಿನಿಂದ. ಆತ ಅಲ್ಲೇ ಟೆಕ್ನಿಕಲ್ ಕಾಲೇಜಿಗೆ ಹೋಗಿದ್ದು, ಸಾವಿರದಿನ್ನೂರು ಜನ ಊರಿರುವ ಫ಼ಿಲಿಪ್ಸಿನ ಟೆಕ್ನಿಕಲ್ ಕಾಲೇಜಿನಲ್ಲಿ. ಅದೊಂತರಾ ಡಿಪ್ಲೊಮಾ ಇದ್ದ ಹಾಗೆ ಎಂದು ನಂತರ ಗೊತ್ತಾಗಿತ್ತು, ನಾಗೇಶನಿಗೆ. ಮಾರ್ವಿನ್ನಿಗೆ ರೇಸ್ ಕಾರುಗಳೆಂದರೆ ಇಷ್ಟ ಮತ್ತು ಜಿಂಕೆಗಳ ಬೇಟೆ. "ಜಿಂಕೆ ಬೇಟೆಯಾಡಿದ್ದೀಯಾ" ಎಂದು ಕೇಳಿದ. ನಾಗೇಶ "ಇಲ್ಲ" ಎಂದ. "ಕಲಿತುಕೋಬೇಕಾಗುತ್ತೆ, ಇಲ್ಲಿದ್ದರೆ. ಯಾಕೆಂದರೆ, ನಿನಗೆ ಇಲ್ಲಿ ಬೇರೆ ಏನೂ ಮಾಡುವುದಕ್ಕೆ ಇಲ್ಲ" ಎಂದ. ತಾನು ಕೆಲಸ ಮಾಡುವ ಜಾಗವನ್ನು ತೋರಿಸಿ "ನಮ್ಮ ತಾತ ಹೊಸದೊಂದು ಪ್ಯಾಕೇಜಿಂಗ್ ಲೈನನ್ನು ಶುರುಮಾಡಿದ್ದಾರೆ. ಇಡೀ ದೇಶಕ್ಕೆ ನಾವು ಇಲ್ಲಿಂದ ವಿತರಿಸಬೇಕು. ನಿನ್ನ ಕೆಲಸ ಇನ್‌ವೆಂಟರಿಯ ಡೇಟಬೇಸನ್ನು ನೋಡಿಕೊಳ್ಳುವುದು. ನಿನ್ನನ್ನು ನಾವು ಯಾಕೆ ಕೆಲಸಕ್ಕೆ ತೆಗೆದುಕೊಂಡೆವೆಂದರೆ,

ಬೇರೆಯವರಿಗಿಂತ ನಿನ್ನ ಗುತ್ತಿಗೆಯ ಕಂಪೆನಿ ನಮಗೆ ಕೆಲಸಗಾರರನ್ನು ಅಗ್ಗದ ದರದಲ್ಲಿ ಕಳಿಸಿಕೊಡುತ್ತದೆ" ಎಂದ, ನೇರವಾಗಿ. ನಾಗೇಶ ಏನೂ ಹೇಳಲಿಲ್ಲ.

ತಾನು ಎಷ್ಟೇ ಆಕರ್ಷಕವಾಗಿ ಕೆಲಸ ಮಾಡಬೇಕೆಂದುಕೊಂಡರೂ ಕೆಲಸ ಹತ್ತು ನಿಮಿಷದ ಮೇಲೆ ಸಾಗುತ್ತಿರಲಿಲ್ಲ. ಗಂಟೆಗೆ ಮೂರು ಬಾರಿ ಬಾತ್‌ರೂಮಿಗೆ ಹೋಗುತ್ತಿದ್ದ. ಅಲ್ಲಿ 'ಲಿನಕ್ಸ್ ಮ್ಯಾನುಯಲ್' ಹಿಡಕೊಂಡು ಕೂತಿರುತ್ತಿದ್ದ.

ಅವನ ವಾಸಕ್ಕೆ ಅಲ್ಲೇ ಇದ್ದ ಒಂದು ಕ್ಯಾಬಿನ್ ಕೊಡಲಾಯಿತು. ಇವನ ರೂಂಮೇಟುಗಳಾಗಿ ಡ್ಯಾನ್ ದಾಮೋದರ ಹಿಂದಿನ ತಿಂಗಳು ಕಳಿಸಿದ್ದ ಪೆರುಮಾಳ ಮತ್ತು ಅರಸು ಎಂಬ ಇಬ್ಬರು ತಮಿಳರಿದ್ದರು. ಆ ಡೈರಿಯ ಫಾರ್ಮಿನ ಬಾಸು ತಮ್ಮನ್ನು ಆಫ್ರಿಕಾದವರು ಎಂದು ತಿಳಕೊಂಡಿದ್ದ ಎಂದು ಪೆರುಮಾಳು ಮತ್ತು ಅರಸು ಹೇಳಿದ್ದರು. ಬೆಳಿಗ್ಗೆ ಎದ್ದ ತಕ್ಷಣ ಎಲ್ಲ ಮಸಾಲೆಗಳನ್ನೂ ಸೇರಿಸಿ ಅಡುಗೆ ಮಾಡುತ್ತಿದ್ದರು. ಕಷ್ಟಪಟ್ಟು ಸಿಕ್ಕ ಬ್ರಾಡ್‌ಬ್ಯಾಂಡ್ ಕನೆಕ್ಷನ್ನಿನಲ್ಲಿ ತಮಿಳು ಹಾಡುಗಳನ್ನು ಕೇಳಲು ಪ್ರಯತ್ನಿಸಿ ಸೋಲುತ್ತಿದ್ದರು. ಇವರ ಕ್ಯಾಬಿನ್ನಿನ ಪಕ್ಕ ಮೈ ತುಂಬಾ ಹಚ್ಚೆ ಹಾಕಿಕೊಂಡ ಇಬ್ಬರು ಟ್ರಕ್ಕು ಡ್ರೈವರುಗಳೋ ಅಥವಾ ಮೆಕ್ಯಾನಿಕ್ಕುಗಳೋ ಗೊತ್ತಿಲ್ಲ, ರಾತ್ರಿಯಿಡೀ ಕಿವಿಗಡಚಿಕ್ಕುವ ಸಂಗೀತ ಮತ್ತು ದೊಡ್ಡ ದೊಡ್ಡ ಮಶೀನುಗಳನ್ನು ಚಾಲೂ ಮಾಡಿ ಕೆಲಸ ಮಾಡುತ್ತಾ ಇದ್ದರು. ಹಿಂದಿದ್ದ ಗ್ರಿಲ್ಲಿನಲ್ಲಿ ಎಲ್ಲವನ್ನೂ ಬೇಯಿಸುತ್ತಾ ಬಿಯರು ಕುಡಿಯುತ್ತಿದ್ದರು. ಆಗಾಗ ಮಾರ್ವಿನ್ ಅಲ್ಲಿಗೆ ಬಂದು ಎಲ್ಲರ ಯೋಗಕ್ಷೇಮ ವಿಚಾರಿಸಿಕೊಂಡು ಹೋಗುತ್ತಿದ್ದ. ಆ ತಮಿಳರಿಬ್ಬರು ತಮಗೆ ಒಂದು ಕೆಲಸ ಕೊಡಿಸಿದ ಡ್ಯಾನ್ ದಾಮೋದರನಿಗೆ ಋಣಿಯಾಗಿದ್ದರು. ತಮಗೆ ಹಸಿರು ಕಾರ್ಡು ಸಿಗುವವರೆಗೆ ಎಲ್ಲಿಯೂ ಹೋಗುವ ಯೋಚನೆಯನ್ನೂ ಅವರು ಮಾಡಿರಲಿಲ್ಲ. ಒಂಚೂರು ಹಸೀ ದನದ ಮಾಂಸದ ವಾಸನೆ, ಇಂಡಿಯಾಇನ್‌ಫೋದಿಂದ ಬರುವ ತಮಿಳು ಡಿವಿಡಿಗಳು, ನಮಸ್ತೆ ಪ್ಲಾಝಾದಲ್ಲಿ ಸಿಗುವ ಎಂಟೀಆರ್, ಪ್ರಿಯಾ ಉಪ್ಪಿನಕಾಯಿ ಮತ್ತು ತಿಳಿಚಾರು ಪುಡಿ, ಆವಳಂ ಮತ್ತು ಯಾವುದೋ ಸೈಟಿನಿಂದ ಇಳಿಸಿಕೊಂಡಿದ್ದ ಒಂದೆರಡು ಬೆತ್ತಲೆ ಹುಡುಗಿಯರ ಫೋಟೋಗಳು... ಇಷ್ಟು ಅವರ ಹಸಿರು ಕಾರ್ಡಿನ ನಿರೀಕ್ಷೆಗೆ ಬೇಕಾದ ಉಸಿರಾಗಿದ್ದವು.

ಗೆ,

ಆರ್‌ರಾವ್@ ಜಿಮೈಲ್.ಕಾಮ್,

ರಶ್ಮಿ, ತಪ್ಪೆನ್ನುವುದು ಯಾರೊಬ್ಬರ ಸೊತ್ತೂ ಅಲ್ಲ. ಹಚ್ಚ ಹಸಿರಿನ ನಡುವೆ, ಆನೆಯಂತಾ ದನಗಳ ನಡುವೆ, ಬಿಳಿಹಾಲಿನ ನಡುವೆ, ಹಿಮಗಳ ನಡುವೆ ಬೈನರಿ ಥಿಯರಿಯ ಕ್ರಾಂತಿ ಮಾಡಿಸಲು ದುಸ್ತರವಾದ ಪ್ರಯತ್ನ ಮಾಡುತ್ತಿದ್ದೇನೆ. ನಾನು ಸೋತಿರಬಹುದು. ನನಗೂ ಗೊತ್ತಿಲ್ಲ.

ನಿನ್ನ ಕೆಲಸ ಹೇಗಿದೆ? ಮೊನ್ನೆ ಆರ್ವೆಲ್‌ನ '೧೯೮೪' ಓದಿದೆ. ಅದರಲ್ಲಿ ಒಂದು ವಾಕ್ಯವಿದೆ. 'ಭೂತ ಭವಿಷ್ಯವನ್ನು ನಿಯಂತ್ರಿಸುತ್ತದೆ. ವರ್ತಮಾನ ಭೂತವನ್ನು

ಬರೆಯುತ್ತದೆ.' ನನ್ನ ಈ ವರ್ತಮಾನ ನಾಳಿನ ನನ್ನ ಭೂತವಾಗಬಲ್ಲುದು ಎಂದೇ ನನಗೆ ಹೆದರಿಕೆಯಾಗುತ್ತಿದೆ.

ನನಗೆ ಇಲ್ಲಿರಲಾಗುತ್ತಿಲ್ಲ. ನಾನು ಬರುತ್ತಿದ್ದೇನೆ.

ಲವ್ ಯು
ನಾಗೇಶ ಶಾಸ್ತ್ರಿ,
ಟೆಕ್ನಿಕಲ್ ಅಡ್ವೈಸರ್,
ನಾರ್ಥ್‌ವುಡ್ಸ್ ಪ್ಯಾಕೇಜಿಂಗ್ ಸರ್ವಿಸಸ್,
ಫಿಲಿಪ್ಸ್, ವಿಸ್ಕಾನ್ಸಿನ್.
ಎನ್‌ಶಾಸ್ತ್ರಿ@ ನಾರ್ತ್‌ವುಡ್.ಇನ್‌ಕ್.

* * * * *

ರಶ್ಮಿ ಆಗ ತಾನೆ ಸ್ನಾನ ಮಾಡಿದಂತೆ ಕಂಡಿತ್ತು. ಕೂದಲ ತೇವ ಇನ್ನೂ ಆರಿರಲಿಲ್ಲ. ನಾಗೇಶ ವಿಸ್ಕಾನ್ಸಿನ್ನಿನ ಕೆಲಸವನ್ನು ಬಿಟ್ಟು ಬಂದು ಒಂದು ವಾರವಾಗಿತ್ತು. ಹೆಚ್ಚಿನ ಸಮಯವನ್ನು ರಶ್ಮಿಯ ಮನೆಯಲ್ಲೇ ಕಳೆದಿದ್ದ. ರಶ್ಮಿ ಕಣಿವೆಯಲ್ಲಿ ಹೊಸಮನೆಯನ್ನು ಆಗತಾನೆ ಕೊಂಡುಕೊಂಡಿದ್ದಳು. ಮೂರು ಕೋಣೆಗಳ ಮನೆ. ತಾನು ದುಡಿದದ್ದನ್ನೆಲ್ಲಾ ಮನೆಗೇ ಸುರಿದಿದ್ದಳು. ಮನೆಯಲ್ಲಿ ಜಾಗಕ್ಕೇನೂ ಕೊರತೆಯಿರಲಿಲ್ಲ. ಆದ್ದರಿಂದ ರಶ್ಮಿಯೂ ಏನನ್ನೂ ಕೇಳಿರಲಿಲ್ಲ, ಕೂಡ.

ಒಂದು ದಿನ ಇದ್ದಕ್ಕಿದ್ದಂತೆ"ನಿನಗೆ ಒಂದು ಪ್ರಶ್ನೆ ಕೇಳಲೆ?" ಕೇಳಿದ.

"ಸರಿ ಕೇಳಿಕೋ"

"ಪ್ರಶ್ನೆ ಅಂತಲ್ಲ. ಒಂದು ಕಥೆ ಅಂತಿಟ್ಕೋ. ಬಿಲ್ ಕ್ಲಿಂಟನ್‌ಗೆ ಒಂದಿನ ಹಿಲರಿ ಹೇಳಿದ್ಳಂತೆ, ಇಬ್ಬರೇ ಕೂತ್ಕೊಂಡು ಮಾತಾಡುತ್ತಾ ಇದ್ದಾಗ, 'ನೀನು ಲೆವಿಂಸ್ಕಿ ಜತೆ ಮಜಾ ಏನೋ ಮಾಡ್ದೀ. ಆದರೆ ಆಕೆಗೆ, ನಿನ್ನ ಸೇವೆ ಮಾತ್ರ ಮಾಡ್ದೇ ಅನ್ನೋ ಹಾಗೆ ಕೀಳರಿಮೆ ಬರೋ ಹಾಗೆ ಮಾಡಿದ್ಯಲ್ಲ, ನಿನ್ನ ಒಂದೇ ಒಂದು ಹೇಳಿಕೆಯಿಂದ. ಒಪ್ಪಿದೆ ನಿನ್ನ ಬುದ್ಧಿವಂತಿಕೆಯನ್ನು. ಭಲೇ ನನ್ನ ಬೆಲ್ಲವೇ' ಅಂತ ಮುದ್ದು ಮಾಡಿದ್ಳಂತೆ. ಅದಕ್ಕೆ ಕ್ಲಿಂಟನ್ ಹೇಳಿದ್ನಂತೆ. 'ಅಯ್ಯೋ ಮಾರಾಯಿತಿ, ಸೇವೆ ಎಲ್ಲಿ ಬಂತು. ಏನೋ ಮಾಡೋಕೆ ಹೋಗಿ ಏನೋ ಆಗಿ ಹೋಯ್ತು. ಅದಕ್ಕೇ ಹಂಗಲ್ಲ ಹಿಂಗೆ ಹೇಳು ಅಂತ ಲಾಯರುಗಳು ಹೇಳ್ಕೊಟ್ಟ ಹಾಗೆ ಹೇಳಿದ್ರೆ, ಆ ಬಿತ್ರಿ ಮೋನಿಕಾ ಬಂದು ಟೀವೀಲೆಲ್ಲಾ ಅತ್ಕೊಂಡು ಏನೋ ನನಗೆ ಸರ್ವೀಸ್ ಮಾಡ್ದೇ ಅನ್ನೋ ತರ ಪೋಸು ಕೊಡ್ತಾ ಇದ್ದಾಳೆ, ಮಜ ಹೊಡಿದ್ಲು, ಪೀಟ್ಸಾ ತಿಂದಳು, ಈಗ ಪ್ರಚಾರಾನೂ ಸಿಕ್ತು. ಈಗ ನನ್ನ ನೋಡು, ನೀನಂತೂ ನನ್ನನ್ನ ಮೂಸೂ ನೋಡಲ್ಲ, ಯಾಕೆ ಹಂಗೆ ಹೊಟ್ಟೆ ಉರ್ಕೋತೀಯಾ. ನಿನಗೆ ನಾ ಅನ್ಯಾಯ

ಮಾಡ್ದೇ ಅಂತ ಒಂದಿಷ್ಟು ಜನ, ಆ ಕಡೆ ಮೋನಿಕಾಗೆ ಅನ್ಯಾಯ ಮಾಡ್ದೇ ಅಂತ ಇನ್ನೊಂದಿಷ್ಟು ಜನ ಗಲಾಟೆ ಮಾಡತಾ ಇದಾರೆ. ನಿಜ ಹೇಳು ನೀವಿಬ್ಬರೂ ಶೋಷಿತರೋ ಅಥವಾ ನಾನು ಶೋಷಿತನೋ' ಅಂದನಂತೆ. ನಿನಗೇನು ಅನ್ನಿಸುತ್ತೆ?"

"ಈಗ ಕೆಲಸ ಕಳಕೊಂಡು, ಆರ್ವೆಲ್ ಓದಿದ ಮೇಲೆ, ನಿನಗೆ ಬಿಲ್ ಕ್ಲಿಂಟನ್ನಿನ ಮೇಲೆ ಪ್ರಶ್ನೆ ಕೇಳಬೇಕು ಅನ್‌ಸ್ತಾ ಇದೆಯಾ?" ಅಂದಳು, ರಶ್ಮಿ.

"ಇಲ್ಲ. ನನಗೇನು ಅನ್ನಿಸುತ್ತೆ ಗೊತ್ತಾ? ನನ್ನ ಪ್ರಕಾರ ಲೆವಿಂಸ್ಕಿ ಶೋಷಿತಳು. ಯಾಕೆ ಗೊತ್ತಾ? ಲೆವಿಂಸ್ಕಿಗೆ ಆಕೆ ತಾನು ಕ್ಲಿಂಟನ್‌ನ ಸೇವೆ ಮಾಡ್ತಾ ಇದ್ದೆ ಅನ್ನೋ ಭಾವನೆ ಬಂದ ತಕ್ಷಣ ಆಕೆ ನಿನ್ನ ಹಾಗೆ ಛೀ, ಥೂ, ಅಂತ ಕವನಗಳನ್ನು ಬರೆಯೋಕ್ಕೆ ಲೈಸೆನ್ಸ್ ಸಿಗಬಹುದು" ಅಂದ ನಾಗೇಶ.

"ನಿನ್ನ ಪ್ರಶ್ನೆಗೆ ನೀನೇ ಉತ್ತರ ಹೇಳೋ ಹಾಗಿದ್ರೆ ನನ್ನ ಅಭಿಪ್ರಾಯ ಯಾಕೆ ಕೇಳಿದೆ?"

"ಸಾರಿ, ಹೇಳು"

"ಲೆವಿಂಸ್ಕಿ ಕ್ಲಿಂಟನ್‌ನ ಜತೆ ಇದ್ದಾಗ ಆಕೆಗೆ ಕ್ಲಿಂಟನ್ ತನ್ನನ್ನು ಉಪಯೋಗಿಸಿಕೊಳ್ಳುತ್ತಿದ್ದಾನೆ ಅನ್ನಿಸಿರಲೇ ಇಲ್ಲ. ಆ ಸಮಯದಲ್ಲಿ ಆಕೆಯೂ ಕೂಡ ತಕ್ಕಮಟ್ಟಿಗೆ ಖುಷಿಯಿಂದಲೇ ಇದ್ದಳು. ನಂತರ ಕ್ರಾಸ್ ಎಕ್ಸಾಮಿನರ್‌ಗಳು ಇಲ್ಲಸಲ್ಲದ ಪ್ರಶ್ನೆಗಳನ್ನು ಕೇಳಿದಾಗ ಲೆವಿಂಸ್ಕಿಗೆ ಹೌದು, ನನ್ನನ್ನು ಆತ ಉಪಯೋಗಿಸಿಕೊಂಡ ಎಂದು ಅನ್ನಿಸಿತ್ತು" ಅಂದಳು, ಯಾವ ಭಾವನೆಯೂ ಇಲ್ಲದೆ.

"ಆಕೆಗೆ ಹಾಗನಿಸಿದ್ದು ಬಹುಶಃ ಕ್ಲಿಂಟನ್ ಎಲ್ಲರ ಮುಂದೆ "ನಾನು ಆಕೆಯೊಡನೆ ಲೈಂಗಿಕ ಸಂಬಂಧವನ್ನು ಹೊಂದಿರಲಿಲ್ಲ" ಎಂದಾಗ. ಅದರರ್ಥ ಆಕೆ ನನ್ನ ಜತೆ ಲೈಂಗಿಕ ಸಂಬಂಧವನ್ನು ಇಟ್ಟುಕೊಂಡಿದ್ದಳು, ಆದರೆ ನಾನು ಇಟ್ಟುಕೊಂಡಿರಲಿಲ್ಲ ಅಂತ. ಈ ಕಾನೂನಿನ ಜಾರ್ಗನ್ ಉಪಯೋಗಿಸಿದ್ದು ತಾನು ತಪ್ಪಿಸಿಕೊಳ್ಳುವುದಕ್ಕೆ, ಇದರಿಂದ ತಾನು ಮೋನಿಕಾಳನ್ನು ಶೋಷಿಸುತ್ತಿದ್ದೇನೆ ಎಂದು ನಿನ್ನಂತ ಸ್ತ್ರೀವಾದಿಗಳು ಜಗಳ ಕಾಯಬಹುದು ಎಂದು ಯೋಚನೆಯನ್ನೇ ಮಾಡಿರಲಿಕ್ಕಿಲ್ಲ. ಅದು ಒಂಥರಾ ಸೈಡ್ ಎಫೆಕ್ಟ್... ಕೊಲ್ಯಾಟರಲ್ ಡ್ಯಾಮೇಜ್"

ನಕ್ಕಳು, ರಶ್ಮಿ.

"ಯಾಕೆ ನಗ್ತಿದ್ದೀಯ"

"ನೋಡು ನಿನ್ನ ಮಾತನ್ನು? ಕ್ಲಿಂಟನ್ ಯಾಕೆ ಮೋನಿಕಾಳನ್ನು ಇಟ್ಟುಕೊಂಡಿರಬೇಕು ಅನ್ನೋ ಕಲ್ಪನೆ ನೀನು ಮಾಡ್ಕೋತ್ತಿದ್ದೀಯ? ಅವಳ ಹಲವು ಬಾಯ್‌ಫ್ರೆಂಡ್‌ಗಳಲ್ಲಿ ಕ್ಲಿಂಟನ್ನೂ ಒಬ್ಬ. ಅವಳೇ ಅವನನ್ನು ಯಾಕಿಟ್ಟುಕೊಂಡಿರಬಾರದು. ಬಾಯ್‌ಫ್ರೆಂಡನ್ನು ಬದಲಾಯಿಸಬೇಕೆನ್ನಿಸಿತು. ಬೆಳ್ಳಿಕೂದಲ ಸೆಕ್ಸಿ ಪ್ರೆಸಿಡೆಂಟು, ಮನೆಯಲ್ಲಿ

ಹಾಸಿಗೆ ಸುಖಕ್ಕೆ ಛಡಿ ಹಿಡಿಯುವಂಥ ಹಿಲರಿಯವಳಂತವಳು ಇರಬೇಕಾದರೆ, ಸಿಕ್ಕ ಬಕರಾ. ಉಪಯೋಗಿಸಿಕೊಂಡಳು."

"ಅದೆಲ್ಲ ಸರಿ, ಆದರೆ ಅವರಿಬ್ಬರೂ ಒಂದೆರಡು ತಿಂಗಳೋ ಅಥವಾ ಇನ್ನೂ ಜಾಸ್ತಿಯೋ, ಪರಸ್ಪರರ ಒಪ್ಪಿಗೆಯ ಮೇರೆಗೆ ಸುಖವಾಗಿಯೇ ಇದ್ದರು ಅಂತಲೇ ಇಟ್ಟುಕೊಳ್ಳೋಣ. ಈಗ ಕ್ಲಿಂಟನ್ ತನ್ನ ಪುಸ್ತಕದಲ್ಲಿ ಅವಳ ಬಗ್ಗೆ ಏನೂ ಪ್ರಸ್ತಾಪ ಮಾಡಿಲ್ಲ ಅಂತ ಆಕೆ ಅತ್ತು ಕರೆಯುವುದ್ಯಾಕೆ. ತಾನು ತನ್ನ ಪುಸ್ತಕದ ತುಂಬಾ ಕ್ಲಿಂಟನ್ ಮಾತ್ರ ಬರೆದಿದ್ದಕ್ಕೇ."

"ಆಕೆ ಇನ್ನೂ ಚಿಕ್ಕೋಳು, ಪ್ರಪಂಚ ಕಂಡಿಲ್ಲ"

"ಅದೇನೂ ಅಲ್ಲ, ನಾ ಹೇಳ್ತೀನಿ. ಮೋನಿಕಾಗೆ ಕ್ಲಿಂಟನ್ ಇಲ್ಲದೆ ಸಾರ್ವಜನಿಕ ಅಸ್ತಿತ್ವ ಇಲ್ಲ. ಆಕೆ ಮಹತ್ವಾಕಾಂಕ್ಷಿ. ಹೇಗಾದರೂ ಮೇಲೆ ಬರಬೇಕು ಎಂದು ವೈಟ್‌ಹೌಸಿಗೆ ಸೇರಿಕೊಂಡಿದ್ದಾಕೆ. ಈಗ ಸಿಕ್ಕ ಅವಕಾಶವನ್ನು ಸರಿಯಾಗಿ ಉಪಯೋಗಿಸಿಕೊಂಡಳು, ಅಷ್ಟೇ. ಆದರೆ, ಕ್ಲಿಂಟನ್‌ಗೆ ಬೇರೊಂದು ಬದುಕಿದೆ. ಆ ಬದುಕಿಗೆ ಮೋನಿಕಾ ಅನ್ನುವ ಹುಡುಗಿಯ ಕಥೆ ಒಂಚೂರು ಅಡ್ಡ ಬಂತು. ಅದನ್ನು ಆತ ಅತಿ ಬುದ್ಧಿವಂತಿಕೆಯಿಂದ ಬಿಡಿಸಿಕೊಂಡ. ಆದರೆ, ಆಕೆಯೂ ಕೂಡ ಬಹಳ ಜಾಣೆ ಈ ಪ್ರಕ್ರಿಯೆಯ ಸಾಧ್ಯತೆಗಳನ್ನು ಚೆನ್ನಾಗಿಯೇ ದುಡಿಸಿಕೊಂಡಳು. ಅವಳ ಪುಸ್ತಕ ಕ್ಲಿಂಟನ್‌ನ ಪುಸ್ತಕಕ್ಕಿಂತ ಚೆನ್ನಾಗಿಯೇ ಮಾರಾಟವಾಯಿತು. ಯಾಕೆ ಗೊತ್ತಾ, ಅಲ್ಲಿದ್ದಿದ್ದು ಬರೀ ಕ್ಲಿಂಟನ್. ಆದರೆ, ಕ್ಲಿಂಟನ್ ಪುಸ್ತಕದಲ್ಲಿ, ಅವನ ವಿದೇಶೀ ಕಾರ್ಯತಂತ್ರಗಳಿದ್ದವು, ನೆಲ್ಸನ್ ಮಂಡೇಲ ಇದ್ದರು, ಯುನೈಟೆಡ್ ನೇಶನ್ಸ್ ಇತ್ತು. ಜೊತೆಗೆ ಮೋನಿಕಾ ಒಂದು ನಾಲ್ಕು ಪುಟಕ್ಕಿಂತ ಜಾಸ್ತಿ ಇದ್ದಳು. ನೀನೇ ಯೋಚಿಸು, ಕ್ಲಿಂಟನ್ನು ಮೋನಿಕಾಳನ್ನು ಉಪಯೋಗಿಸಿಕೊಂಡನೋ, ಅಥವಾ ಮೋನಿಕಾ ಕ್ಲಿಂಟನ್ನನ್ನು ಉಪಯೋಗಿಸಿಕೊಂಡಳೋ."

"ನನ್ನ ಪ್ರಕಾರ ಗೆದ್ದವರು ಇಬ್ಬರೂ ಅಲ್ಲ. ಹಿಲರಿ. ಆದರೆ, ಹಿಲರಿ ತನ್ನದು ಗೆಲುವೋ ಸೋಲೋ ಅಂತ ತೋರಿಸಿಕೊಳ್ಳುವ ಪೆಕರಲ್ಲ. ಯಾಕೆಂದರೆ ಅವಳ ಸಾರ್ವಜನಿಕ ಜೀವನ ಕ್ಲಿಂಟನ್ ಅಥವಾ ಲೆವಿಂಸ್ಕಿಗಿಂತ ಮಹತ್ವಾಕಾಂಕ್ಷೆಯುಳ್ಳದ್ದಾಗಿದೆ. ಆದ್ದರಿಂದಲೇ ಆಕೆ ಸೆನೆಟರ್ ಆದಳು. ಆದರೆ, ಮೋನಿಕಾ ಒಂದು ಕಾಮಿಕ್ ಬುಕ್‌ನ ಪಾತ್ರವಾಗಿಬಿಟ್ಟಳು. ಆಕೆಗೆ ಛೀ ಅಂದಷ್ಟೇ ಜನ ಪಾಪ ಛೆ ಅಂತಲೂ ಅಂದಿದ್ದಾರೆ. ಪಾಪ, ಇಲ್ಲಿ ಕ್ಲಿಂಟನ್ ಹಾರ್ಲೆಮ್‌ನಲ್ಲಿ ಕೂತು ಪುಸ್ತಕ ಬರೆಯೋಕೆ ಶುರು ಮಾಡಿದ ಅಷ್ಟೇ"

"ಹಿಲರಿ ಸೆನೆಟರ್ ಆದಳು"

"ಅದಕ್ಕೆ ಹೇಳಿದ್ದು ಹಿಲರಿದು ಯಾವಾಗಲೂ ಗೆಲುವೇ"

"ನಾನೊಂದು ಪ್ರಶ್ನೆ ಕೇಳ್ತೀನಿ... ನಿನಗೆ ಬೆಳ್ಳಿ ಕೂದಲ ಪ್ರೆಸಿಡೆಂಟ್, ಅಲ್ಲ, ಪ್ರೆಸಿಡೆಂಟಿನ ತನಕ ಹೋಗೋದು ಬೇಡ. ನಿಮ್ಮ ಸೀಈಓ ಅಂತಿಟ್ಟುಕೋ. ಈ ರೀತಿಯ ಲೈಂಗಿಕ ಫೇವರ್‌ಗಳು ನಿನ್ನನ್ನು ನಿನ್ನ ಕೆಲಸದಲ್ಲಿ ಎಲ್ಲೆಲ್ಲಿಗೋ ಕರೆದುಕೊಂಡು ಹೋಗುತ್ತವೆ ಅಂತ ಹೇಳಿ ನಿನಗೆ ಹೇಳುತ್ತಾನೆ ಅಂದುಕೋ. ಆಗ ನೀನು ಲೆವಿಂಸ್ಕಿಯಾಗುತ್ತೀಯಾ?"

"ಖಂಡಿತಾ" ಯಾವ ಹಿಂಜರಿಕೆಯೂ ಇಲ್ಲದೇ ಉತ್ತರ ಕೊಟ್ಟಳು, ರಶ್ಮಿ. ಹೌಹಾರಿ ಹೋದ, ನಾಗೇಶ. ಆತ ಏನೂ ಮಾತನಾಡಲೂ ಅವಕಾಶ ಕೊಡದೇ ರಶ್ಮಿ,

"ನೋಡು, ನಮ್ಮ ಸಮಾಜದಲ್ಲಿ ಈ ಲೈಂಗಿಕತೆ ಓವರ್ರೇಟೆಡ್ ಆಗಿದೆ. ಅದೂ ಹೆಣ್ಣಿನ ವಿಷಯಕ್ಕೆ ಬಂದಾಗ. ಹೆಚ್ಚು ಪುರಾಣ ಇಲ್ಲದೆ ಹೇಳ್ತೇನೆ. ನಮ್ಮ ಬಾಸಿನ ಬಾಯಿ ವಾಸನೆ ಬರದಿದ್ದು, ನೋಡೋಕೆ ಚೆನ್ನಾಗಿದ್ದು, ಕಂಕುಳಿಗೆ ಡಿಓಡೋರೆಂಟ್ ಹಾಕಿದ್ದು, ನನಗೆ ಇಷ್ಟವಾದರೆ ಏನೂ ಸಂಕೋಚವಿಲ್ಲ. ಅದರ ಇನ್ನೊಂದು ಆಯಾಮದಿಂದ ನನಗೆ ಕೆಲಸದಲ್ಲಿ ಭಡ್ತಿ ಸಿಕ್ಕರೆ ಯಾಕೆ ಬೇಡ ಅನ್ನಲಿ. ನಾವು ಮಾಡೋ ಬೇಕಾದಷ್ಟು ಕೆಲಸಗಳು ಗೊತ್ತಿಲ್ಲದೇ ಅದರ ಪರಿಣಾಮವನ್ನು ಬೀರಿರುತ್ತವೆ. ಈ ಗೊತ್ತಿದ್ದೂ ಮಾಡೋ ಕೆಲಸ ನನಗೆ ಅನುಕೂಲಕರವಾದರೆ, ಯಾಕೆ ಬೇಡ ಅನ್ನಲಿ ಹೇಳು. ಈಗ ಉದಾಹರಣೆಗೆ ನಿನ್ನಿಂದ ಏನನ್ನೂ ಬಯಸದೇ ನಾನು ನಿನಗೆ ಲೆವಿಂಸ್ಕಿಗಿಂತ ಹೆಚ್ಚಾಗಿಯೇ ನೋಡಿಕೊಳ್ಳುತ್ತಿಲ್ಲವೆ?" ಅಂದಳು.

"ಆದರೆ....."

"ಏನು ಆದ್ರೆ"

"ಆದರೆ, ಆದ್ರೆ....." ಸ್ವಲ್ಪ ತಡವರಿಸಿದ, ನಾಗೇಶ.

"ಇದ್ಯಾಕೊ? ಹೀಗೇ ಈ ಸಣ್ಣ ಮಾತಿನಿಂದ ಒಂದು ದೊಡ್ಡ ಕಲ್ಲುಬಂಡೆ ತಲೆ ಮೇಲೆ ಬಿದ್ದ ಹಾಗೆ ಹಾಡ್ತಾ ಇದ್ದೀಯ. ಈಗ ನಾನು ಬೇರೆ ಯಾರೂ ಮಾಡ್ದೇ ಇರೋದು ಮಾಡ್ತಾ ಇದೀನಾ. ನೀನು ನನ್ನ ಸ್ಥಾನದಲ್ಲಿದ್ದರೆ ಹಾಗೆ ಮಾಡುತ್ತಿದ್ದೆಯೋ ಇಲ್ಲವೋ?"

"ಸರಿ... ನಾನು ಒಂದು ಕ್ಷಣ ಪ್ರೀತಿ, ಗೀತಿ ಅಂತ ಭಾವುಕನಾಗಿದ್ದೆ. ಆದ್ರೆ, ನಮ್ಮಿಬ್ಬರ ಸಂಬಂಧ ಇಷ್ಟೇ ಇದ್ದರೆ, ಯಾವ ತೊಂದರೆಯೂ ಇಲ್ಲ, ಬಿಡು. ಆದರೆ..."

"ಏನು ಆದರೆ,"

"ಏನೂ ಇಲ್ಲ ಬಿಡು"

"ಇರಲಿ, ಹೇಳು"

"ಇಲ್ಲ, ಏನೂ ಇಲ್ಲ ಬಿಡು."

ವಿಷಯದ ಟೆಂಪೋ ಮಾತು ಮುಂದುವರೆದಂತೆಲ್ಲ ಬೇರೆ ಯಾವುದೋ ಆಯಾಮವನ್ನು ಹಿಡಿಯಬಹುದೆಂದು ನಾಗೇಶನೇ ಮಾತಿಗೆ ಕಡಿವಾಣ ಹಾಕಿದ.

* * * * *

ರಶ್ಮಿಗೆ ಏನೋ ಗೆದ್ದ ಅನುಭವವಾಗಿತ್ತು. ನಾಗೇಶ ವಿಸ್ಕಾನ್ಸಿನ್ನಿಂದ ಬರೆದ ಇ-ಮೈಲಿನಲ್ಲಿ ಕೆಳಗೆ 'ಲವ್' ಎಂದು ಹಾಕಿದ್ದು ನೋಡೇ ಇವ ಪಾತಾಳಕ್ಕಿಳಿದಿದ್ದಾನೆ ಅನ್ನಿಸಿತ್ತು. ನಾಗೇಶನಂತವರಿಗೆ 'ಲವ್' ಅನ್ನುವುದು ಒಂದು ಸಾಂತ್ವನ ಮಾತ್ರ. ಸೆಕ್ಸು ಬಿಸಿ ಕಳೆದಾಗ,

ದೂರದ ವಿಸ್ಕಾನ್ಸಿನ್ನಲ್ಲಿ ದಿನಗಳ ಮಧ್ಯೆ ಇದ್ದಾಗ, ಇವನಿಗೆ 'ಲವ್' ಅನ್ನುವ ಪದ ನೆನಪಿಗೆ ಬಂದಿದೆ. ಅದು ಅವನಿಗೆ ಅಮ್ಮನ ಬೆಚ್ಚನೆಯ ಸೆರಗು ಮಾತ್ರ. ಇಷ್ಟು ದಿನದಲ್ಲಿ ಒಮ್ಮೆಯೂ 'ಐ ಲವ್ ಯು' ಅನ್ನದ ನಾಗೇಶನಿಗೆ ಈಗ ತನ್ನ ಅವಕಾಶಗಳು ಪಾತಳಿಯಲ್ಲಿದ್ದಾಗ ಪ್ರೀತಿ ನೆನಪಾಗಿದೆ. ಕ್ಲಿಂಟನ್ ಪಾಪಿಯಲ್ಲ, ಪಾಪ ಆಗಿದ್ದಾನೆ.

ನಾಗೇಶನಿಗೆ, ಮನಸ್ಸಿನ ಯಾವುದೋ ಒಂದು ಮೂಲೆಯಲ್ಲಿ ರಶ್ಮಿ ತನ್ನ ಸೊತ್ತು ಮಾತ್ರ ಎಂದು ಅನ್ನಿಸಿದ್ದು ನಿಜ. ರಶ್ಮಿ ಬೇರೊಬ್ಬನ ಸಹವಾಸ ಮಾಡುವ ಸಾಧ್ಯತೆ ಇಲ್ಲ ಎನ್ನುವುದು ಅವನ ಸುಲಭದ ನಂಬಿಕೆಯಾಗಿತ್ತು. ಆಕೆಯ ರೂಪ, ಸ್ವಾವಲಂಬನೆ ಎಲ್ಲವೂ ಅವಳಿಗೆ ಇನ್ನೊಬ್ಬ ಗಂಡನ್ನು ಪಡೆದುಕೊಳ್ಳಬಹುದಾದ ಅರ್ಹತೆಗಳನ್ನು ಅವಾಗಿಯೇ ಕೊಟ್ಟಿದ್ದರೂ, ಆಕೆಗೆ ತನ್ನನ್ನು ಬಿಟ್ಟು ಬೇರೊಂದು ಗಂಡು ಸಿಗಬಹುದು ಅಥವಾ ಆ ಪ್ರಯತ್ನದಲ್ಲಿ ಆಕೆ ತನ್ನನ್ನು ತೊಡಗಿಸಿಕೊಳ್ಳಲೂಬಹುದು ಎನ್ನುವುದನ್ನು ಯೋಚಿಸುವುದಕ್ಕೂ ಆತ ತಯಾರಿರಲಿಲ್ಲ. ಆದರೆ, ಇಂದಿನ ಈ ಮಾತುಕತೆಯ ನಂತರ, ಈ ಸಾಧ್ಯತೆಯ ಊಹೆಯೇ ಆತನನ್ನು ಕೊಂಚ ಅಧೀರನನ್ನಾಗಿಸಿತು. ಇದುವರೆಗಿನ ತಂತಮ್ಮ ಲೈಂಗಿಕ ಜೀವನದಲ್ಲಿ ತಾವಿಬ್ಬರೂ ಒಬ್ಬರಿಗೊಬ್ಬರಿಗೆ ಎಕ್ಸ್‌ಕ್ಲೂಸಿವ್ ಆಗಿದ್ದೀವಿ ಎನ್ನುವ ವಿಷಯದ ಬಗ್ಗೆ ಯೋಚಿಸಲು ಹೋಗದಿದ್ದರೂ, ರಶ್ಮಿಯ ಯಾವುದೋ ಒಂದು ಗುಣ ಆಕೆ ಆತನಾಕೆ ಮಾತ್ರ ಎಂದು ನಂಬುವಂತೆ ಮಾಡಿತ್ತು. ಚಿಕ್ಕಂದಿನಲ್ಲಿ ತಾನು ಮನೆಯ ಅಂಗಳದಲ್ಲಿ ರಾಜಾರೋಷವಾಗಿ ಸಿಗರೇಟು ಸೇದುವಾಗ ಕದ್ದುನೋಡಿ ಖುಷಿ ಪಟ್ಟಿದ್ದ ಅವಳ ಮುಗ್ಧತೆ, ಚಿಕ್ಕಂದಿನಲ್ಲೇನು ಬಂತು... ಕೇವಲ ಹತ್ತು ವರ್ಷದ ಕೆಳಗೆ, ತನ್ನ ತೊಡೆಮೇಲಿಗನ ಅಂತರಾಳದಲ್ಲಿ ಹೊಕ್ಕು ವಿಶ್ವ ಪರ್ಯಟನೆ ಮಾಡುತ್ತಿದ್ದಾಗ ಅವಳ ಕಣ್ಣುಗಳಲ್ಲಿ ಕಾಣುತ್ತಿದ್ದ ಮಗುವಿನಂತಹ ತುಂಟತನ ಹಾಗೂ ಸೌಂದರ್ಯ, ಮತ್ತು ಮುಂದೆ ಇಲ್ಲಿ ಸಿಲಿಕಾನ್ ಕಣಿವೆಗೆ ಬಂದಾಗ ತಾನಿರುವ ಊರಿನಲ್ಲೇ ಕಡಿಮೆ ಸಂಬಳದ ಕೆಲಸವನ್ನೊಪ್ಪಿಕೊಂಡ ಅವಳ ಚರ್ಯೆ, ಅಸಹಾಯಕತೆಯಿಂದ ಮಾತ್ರ ಸಾಧ್ಯವಾಗಬಹುದಾದ ಆಕೆಯ ಅವಲಂಬನವನ್ನು ಮಾತ್ರ ತೋರಿಸುತ್ತಿತ್ತು, ಎಂದಂದುಕೊಂಡಿದ್ದ. ಮುಂದಿನ ಹತ್ತು ವರ್ಷದ ತಕ್ಷಣದ ಅಗತ್ಯವನ್ನು ಪೂರೈಸಲು ರಶ್ಮಿ ಎಂದಿಗೂ ಇದ್ದೇ ಇರುತ್ತಾಳೆ, ಅದಾದ ಮೇಲೆ ಇಬ್ಬರಿಗೂ ನಲವತ್ತಾಗುವ ತನಕ ಇಬ್ಬರೂ ಖಾಲಿಯಾಗೇ ಇದ್ದರೆ ಆಕೆಯನ್ನು ಮದುವೆ ಅಥವಾ ಅಂತದೇ ಇನ್ಯಾವುದೋ ಹುಡುಗಿಯರಿಗೆ ಇಷ್ಟವಾದ ಪದದೊಂದಿಗೆ ನೆಂಟು ಹಾಕಿಸಿಕೊಂಡು ಅವಳಿಗೆ ಸಂತೋಷವನ್ನುಂಟುಮಾಡುವುದು ಎಂದಂದುಕೊಂಡಿದ್ದ.

ಆದರೆ, ರಶ್ಮಿ ತೀರ ತಣ್ಣಗೆ 'ತಾನು ಬೇಕಾದರೆ, ಲೆವಿಂಸ್ಕಿಯಾಗಬಲ್ಲೆ' ಎಂದಿದ್ದು ಆತನಿಗೆ ದೊಡ್ಡ ಆಘಾತವನ್ನೇ ತಂದಿತ್ತು. ತನ್ನ ಕೆಲಸ ಹೋದದ್ದು, ತಾನು ವಿಸ್ಕಾನ್ಸಿನ್ನಿಂದ ವಾಪಸ್ಸು ಬಂದದ್ದು ಇದರಲ್ಲಿ ಎಷ್ಟರ ಮಟ್ಟಿನ ಪಾತ್ರ ವಹಿಸಿದೆ ಎನ್ನುವುದು ಆತನಿಗೆ ತಿಳಿದಿರಲಿಲ್ಲ. ಈ ಸಂದರ್ಭದಲ್ಲಿ ಇಂಥ ಚರ್ಚೆಯನ್ನು ತಾನು ಎಳೆದಿದ್ದಕ್ಕೆ ತನ್ನತಾನೇ ದೂಷಿಸಿಕೊಂಡ.

"ರಶ್ಮಿ..." ಮತ್ತೆ ಕೇಳಿದ, ಮುಖದಲ್ಲಿ ಯಾಕೋ ಸ್ವಲ್ಪ ದೈನೇಸಿ ಕಳೆಯಿತ್ತು.

ರಶ್ಮಿಗೆ ನಗು ಬಂತು "ನಾನು ಏನೋ ಆಗಿಬಿಡಬಹುದೆಂಬ ಒಂದೇ ಒಂದು ಸಾಧ್ಯತೆಯನ್ನು ಕಲ್ಪಿಸಿಕೊಂಡು, ನೀನು, ಮಗಳು ಕದ್ದು ಬಸುರಾದವರ ತರ ಮುಖ ಮಾಡಿಕೋಬೇಡ. ಇದನ್ನು ನೀನು ಮುಂಚೆಯೇ ನಿರೀಕ್ಷಿಸಿಲ್ಲ ಎಂದರೆ ನಾನು ನಂಬುವುದಿಲ್ಲ"

"ಅದಲ್ಲ ನಾನು ಹೇಳಿದ್ದು. ಕೆಲಸದಲ್ಲಿ ಇಂಥ ವಿಷಯಗಳ ಬಗ್ಗೆ ಹುಷಾರಾಗಿರು. ಇಲ್ಲಿ ಸುಮ್ಸುಮ್ನೆ ಸೆಕ್ಷುಯಲ್ ಹರಾಸ್ಮೆಂಟ್ ಅಂತ ಒದ್ದಾಡಿಸ್ಬಹುದು"

"ಹುಡುಗಿಯರು ಹರಾಸ್ ಮಾಡ್ತಾರೆ ಅಂತ ಸಾಕ್ಷಿ ಹೇಳೋದು ಕಷ್ಟ. ಇಲ್ಲ ಅಂತಲ್ಲ. ಪುರಾಣದಿಂದ ನಾವು ವೀಕರ್ ಸೆಕ್ಸ್"

"ಆದ್ರೂ... ಹುಷಾರು"

"ಒಂದು ಮಾತು ಕೇಳಿದೀಯ? Good girls go to heaven. Bad girls go everywhere"

"ರಶ್ಮಿ, ಒಂದು ಮಾತು ಕೇಳಲಾ?" ಅಂದ, ಹತಾಶನಾದಂತೆ.

ಪ್ರಶ್ನಾರ್ಥಕವಾಗಿ ನೋಡಿದಳು, ರಶ್ಮಿ.

"ನಾನು ನಿನ್ನ ಮನೆಯಲ್ಲೇ ಇರಬೇಕೆಂದು ನಿರ್ಧರಿಸಿದ್ದೇನೆ. ನಿನ್ನ ಅಭ್ಯಂತರವಿಲ್ಲದಿದ್ದರೆ?"

ರಶ್ಮಿಗೆ ಒಂದು ಕ್ಷಣ ಆಶ್ಚರ್ಯವಾಯಿತು. ನಾಗೇಶ ಇಷ್ಟು ಹತಾಶನಾಗಿದ್ದಾನೆಯೇ, ಎರಡು ನಿಮಿಷದ ಮುಂದೆ ಬಿಲ್ ಕ್ಲಿಂಟನ್ನಿನ ವಿಷಯ ಮಾತಾಡಬೇಕಾದರೂ ತನ್ನನ್ನು ಹಂಗಿಸಿದಾತ, ಈಗ ನನ್ನ ಜತೆಯಲ್ಲಿರಬೇಕೆಂದು ಕೇಳುತ್ತಿದ್ದಾನೆ. ಇವನ ಹವಣಿಕೆ ಏನು? ಕರುಣೆಯ ತೀವ್ರತೆಯನ್ನು ಪ್ರೀತಿಯಾಗಿಸುವುದೊ? ಅಥವಾ ನಿಜವಾಗಿಯೂ ಈತ ನನ್ನನ್ನು ಪ್ರೀತಿಸುತ್ತಿದ್ದಾನೊ? ಇಲ್ಲ ಮನೆಯ ಬಾಡಿಗೆ ಕೊಡದಷ್ಟು ದಿವಾಳಿಯಾಗಿದ್ದಾನೊ? ಅಥವಾ ನನ್ನ ಹೊಸಾ ಮನೆ ಅಷ್ಟು ಚೆನ್ನಾಗಿದೆಯೋ?

ನಾಗೇಶನೇ ಮುಂದುವರೆಸಿದ. "ರಶ್ಮಿ ನಾನು ಯಾಕೆ ನಿನ್ನ ಹತ್ತಿರ ಇರ್ಬೇಕು ಅಂತ ಬಯಸ್ತಿದ್ದೇನೋ ಏನೋ ಗೊತ್ತಿಲ್ಲ. ಈ ಕೆಲ್ಸ ಹೋದಮೇಲಿನ ನನ್ನ ಅಸ್ಥಿರತೆನ ಒಂದು ಪಾಸಿಟಿವ್ ಕ್ರಿಯೆಯಾಗಿ ಬದಲಾಯಿಸಿಕೊಳ್ಬೇಕು ಅಂತ ನನ್ನ ಮನಸಿಗೆ ಅನ್ನಿಸಿತ್ತೋ ಏನೋ, ಗೊತ್ತಿಲ್ಲ. ನಿನ್ನ ಹತ್ತಿರ ಇರುವುದೇ ಒಂದು ಪಾಸಿಟಿವ್ ಕ್ರಿಯೆ ಅಂತ ನನಗನ್ನಿಸ್ತಾ ಇದೆ. ನೀನು ಇಲ್ಲ ಅಂದರೆ, ನನಗೆ ಬೇರೆಲ್ಲಾದರೂ ಇರೋದಕ್ಕೇನೂ ತೊಂದರೆಯಿಲ್ಲ. ಒಂದೆರಡು ತಿಂಗಳ ಕುಡಿತ, ನಂತರ ರೀಹ್ಯಾಬ್ ಇದ್ದೇ ಇದೆ. ನಾನು ದಿವಾಳಿಯೇನೂ ಆಗೊಲ್ಲ, ಹೆದರಬೇಡ. ಆದರೆ. ಈಗಲೂ ಕೇಳ್ತೇನೆ... ನಿನಗೆ ಅಭ್ಯಂತರ ಇಲ್ಲದೇ ಇದ್ದರೆ, ನನಗೆ ಇನ್ನೊಂದು ಕೆಲಸ ಸಿಗೋ ತನಕ ನಿನ್ನ ಮನೆಯಲ್ಲಿ ಬಾಯ್‌ಫ್ರೆಂಡ್ ಅಲ್ಲ, ರೂಮ್‌ಮೇಟ್ ತರ ಇರಬಹುದಾ?"

"ಖಂಡಿತಾ, ನನಗೆ ತೊಂದರೆಯೇನಿಲ್ಲ. ನಮ್ಮಗಳ ನಡುವಿನ ಸಂಬಂಧ ಈಗ ಸ್ಪಷ್ಟವಾಗಿದೆ ಅನ್ನಿಸುತ್ತೆ. ಮೇಲಿನ ಬೆಡ್‌ರೂಮ್ ನಿನ್ನದು. ಅಲ್ಲಿ ನೀ ಏನು ಮಾಡ್ತೀ ಎಂದು ನಾ ಕೇಳಕ್ಕೆ ಬರಲ್ಲ. ತಿಂಗಳಿಗೆ ನನ್ನ ಮಾರ್ಟ್‌ಗೇಜ್ ಕಡಿಮೆಯಾಗುತ್ತೆ.ನೀನು ಸರಿಯಾಗಿ ಹಂಚಿಕೊಳ್ಳುವ ತನಕ... ಪೋಲೀಸರು ಅರೆಸ್ಟ್ ಮಾಡೋ ಯಾವ ಕೆಲಸವನ್ನು ನೀನು ಮಾಡೋದಿಲ್ಲ ಎಂದು ನಾ ತಿಳ್ಕೋಬಹುದಲ್ಲ" ಎಂದು ನಕ್ಕಳು.

"ಖಂಡಿತಾ" ನಗಲು ಪ್ರಯತ್ನಿಸಿದ, ನಾಗೇಶ. "ಒಂದು ಮಾತು" ಎಂದ.

"ಏನು" ಎನ್ನುವಂತೆ ನೋಡಿದಾಗ "ಈ ವಿಷಯವನ್ನು ಶ್ರೀಧರನಿಗೆ ದಯವಿಟ್ಟು ಹೇಳಬೇಡ" ಎಂದ.

ಸುಮ್ಮನೆ ನಕ್ಕಳು, ರಶ್ಮಿ.

ಇಷ್ಟಾದ ಮೇಲೂ ರಶ್ಮಿಗೆ ಅಂದು ವಿಚಿತ್ರವಾದ ಆನಂದವಾಗಿತ್ತು. ನಾಗೇಶನ ಮೇಲೆ ಅಲ್ಲಲ್ಲಿ ಅನುಕಂಪವಾದರೂ ಇಂದಾದ ಮುಖ್ಯವಾದ ಭಾವನೆ ಖುಷಿ ಎಂದು ಆಕೆಗೇ ಗೊತ್ತಾಗಿತ್ತು. ಅದು ಒಂದು ರೀತಿಯ ಅತಿ ಹೇಯವಾದ ಕ್ರೂರವಾದ ಆನಂದ ಅಂತ ಗೊತ್ತಾದಾಗ ಯಾಕೋ ಆಕೆಯ ಮುಖದಲ್ಲಿ ಸಂತೃಪ್ತಿಯಿತ್ತು. ತಾನು ಬೆಳ್ಳಿಕೂದಲಿನ ಕಲ್ಪನೆಯ ಬಾಸ್ ಜತೆ ಮಲಗಬಹುದು ಎಂಬುದನ್ನು ಯೋಚಿಸಿಯೇ ನಡುಗಬಹುದಾದಷ್ಟು ನಾಗೇಶ ತನಗೆ ಕಮಿಟ್ ಆಗಿರಬಹುದು ಎಂಬುದನ್ನು ಊಹಿಸಿಕೊಳ್ಳುವುದೇ ಒಂದು ದೊಡ್ಡ ಸಂಭ್ರಮಪಡುವ ವಿಷಯ. ಆಕೆಯ ಮನಸ್ಸಿನಲ್ಲಿ ಈ ಒಂದು ಪ್ರಕ್ರಿಯೆಯ ನ್ಯಾಯಾನ್ಯಾಯಗಳ ವಿಚಾರಣೆಯ ಯೋಚನೆ ಬರುವುದಿರಲಿ, ಬೆಳ್ಳಿಕೂದಲುಗಳ ಕಲ್ಪನೆಯನ್ನು ಮಾಡಿಕೊಳ್ಳುವುದಕ್ಕೂ ಪುರುಸೊತ್ತಿರಲಿಲ್ಲ. ಬೆಳಗಿನಿಂದ ಸಂಜೆಯ ತನಕ ಡ್ರೆಸ್ ಕೋಡಿಲ್ಲದ ಕೆಲಸಕ್ಕೆ ಒಂಚೂರು ಮೇಕಪ್ಪೂ ಇಲ್ಲದೆ ಶ್ವಪಚಳಂತೆ ಒಂದು ನೀಲಿ ಬಣ್ಣದ ಜೀನ್ಸು ಪ್ಯಾಂಟಿನ ಮೇಲೆ ಬಿಳಿ ಅಥವಾ ಹಳದಿ ಬಣ್ಣಗಳ ಚಿತ್ರವಿಚಿತ್ರ ನೆರಳಿರುವ ಟಾಪ್ ಹಾಕಿಕೊಂಡು ಕೆಲಸಕ್ಕೆ ಹೋಗುವ ತನಗೆ, ತನ್ನ ಬೂದು ಬಣ್ಣದ ಮೈಯಿಗೆ ಯಾವ ಬೆಳ್ಳಿಕೂದಲುಗಳ ಬಾಸ್ ಕೂಡ ಲೈಂಗಿಕವಾಗಿ ಮುಖಾಮುಖಿಯಾಗಬಹುದು ಎಂದು ಆಕೆ ಎಣಿಸಿರಲಿಲ್ಲ. ಹಾಗೆ ಯೋಚಿಸಲೂ ಆಕೆಗೆ ಪುರುಸೊತ್ತಿರಲಿಲ್ಲ.

ಅಂದಿನ ಬೆಳ್ಳಿಕೂದಲಿನ ಬಾಸ್‌ನ ಚರ್ಚೆಯಲ್ಲಿ ಇರಲಿ, ಎಂದು ಈ ಒಂದು ಅಸ್ತ್ರವನ್ನು ಬಿಟ್ಟಿದ್ದಳು. ಅದು ನಾಗೇಶ ಹೆದರಲಿ ಎಂತೇನೂ ಅಲ್ಲ. ಸುಮ್ಮನೆ ತುಂಟತನದಿಂದ ಇರಲು, ಅಥವ ತುಂಟಳಾಗಬಯಸಿತ್ತು, ಆಕೆಯ ಮನಸ್ಸು. ಬಹಳ ದಿನವಾಗಿತ್ತು, ಈ ರೀತಿಯ ತುಂಟತನವನ್ನು ಬಯಸಿ ಆಕೆ. ಆದರೆ, ಪರಿಣಾಮ ಮಾತ್ರ ಆಕೆ ಎಣಿಸಿದ್ದಕ್ಕಿಂತ ಸ್ವಲ್ಪ ಬೇರೆಯೇ ಆಗಿತ್ತು. ನಾಗೇಶನಿಂದ ಆಕೆ ಇದನ್ನು ನಿರೀಕ್ಷಿಸಿರಲಿಲ್ಲ. ಎಲ್ಲೋ ಒಂದು ಮೂಲೆಯಲ್ಲಿ ನಾಗೇಶನಿಂದ ಇಂತಹ ಒಂದು ಪ್ರತಿಕ್ರಿಯೆಯನ್ನು ತಾನು ಉತ್ತೇಜಿಸಿದ್ದೇನೆ ಎಂದು ಆಕೆ ತಿಳಕೊಳ್ಳಲೂ ಬಯಸಿರಲಿಲ್ಲ.

ಮನಸ್ಸಿನಲ್ಲಿ ಆಕೆಗೆ ತೀರ ಖುಷಿಯಾಯಿತು.

ಒಂದು ಕ್ಷಣ ಅಪ್ಪ, ಅಮ್ಮನ ನೆನಪಾಯಿತು. ಅಪ್ಪ ತಾನು, ನಾಗೇಶ ಒಂದೇ ಮನೆಯಲ್ಲಿರುವ ವಿಷಯ ಕೇಳಿದರೆ ಏನೆಂದುಕೊಳ್ಳಬಹುದು ಅನ್ನಿಸಿತು. ಅಮ್ಮ ಸುಮ್ಮನೆ ಅಳುತ್ತಾಳೆ. ಅಳುವುದಕ್ಕೂ ಅಪ್ಪನ ಒಪ್ಪಿಗೆ ಬೇಕು, ಅಮ್ಮನಿಗೆ. ಅಪ್ಪ, ಹಾರಾಡುತ್ತಾರೆ, ಕೂಗುತ್ತಾರೆ. ಅದೇ ಶ್ರೀಧರ ಒಂದು ಹುಡುಗಿಯನ್ನು ಕರಕೊಂಡು ಬಂದು ತೋರಿಸಿದರೆ, ಏನನ್ನಬಹುದು ಅಪ್ಪ?

ಮತ್ತೊಮ್ಮೆ ಮುಗುಳ್ನಕ್ಕಳು.

* * * * *

ರಶ್ಮಿ, ನಾಗೇಶನ ಸಂಸಾರ ಒಂದೇ ಸೂರಿನಡಿಯಲ್ಲಿ ಯಾವುದೇ ಹೆಸರಿಲ್ಲದ ಸಂಬಂಧದೊಂದಿಗೆ ಶುರುವಾಗಿತ್ತು. ಸದ್ಯಕ್ಕೆ ರಶ್ಮಿಗೆ ಮಾತ್ರ ಕೆಲಸವಿದ್ದು ಹೊಸ ದೈನಿಕಕ್ಕೆ ಒಗ್ಗಿಕೊಳ್ಳಲು ಇಬ್ಬರೂ ಪ್ರಯತ್ನ ಪಡುತ್ತಿದ್ದರು. ನಾಗೇಶನ ಕೆಲಸವಿಲ್ಲದಿರುವಿಕೆಯ ಅಸ್ಥಿರತೆ ರಶ್ಮಿಗೆ ಮೊದಮೊದಲು ಕೊಂಚ ಕೆಟ್ಟ ಖುಷಿಯನ್ನು ತಂದರೂ ಸ್ವಲ್ಪ ದಿನವಾದ ನಂತರ ಆತ ಸುಮ್ಮನೆ ಮನೆಯಲ್ಲಿರುವುದನ್ನು ನೋಡಲಾಗದೇ ಆತನಿಗೆ ತನಗಿಂತ ಕಡಿಮೆ ಸಂಬಳ ಬರುವ ಒಂದು ಕೆಲಸ ಸಿಕ್ಕರೆ ಸಾಕೆನಿಸಿತ್ತು.

ಒಂದೆಡೆ ರಶ್ಮಿಗೆ ಕೆಲಸಕ್ಕೆ ಹೋಗಿಬರುವ ತರಾತುರಿಯಾದರೆ, ನಾಗೇಶ ಈಗ ಕೆಲಸಗಳ ಮಧ್ಯೆ ಇದ್ದ. ಈ ಕೆಲಸಗಳ ನಡುವಿನ ಸಮಯದಲ್ಲಿ ಏನೇನೋ ಮಾಡಬೇಕೆಂದು ನಾಗೇಶ ಯೋಚಿಸಿದ್ದ. ಮೊದಲು ಮಾಡಿದ್ದು ಗಣಕದಲ್ಲಿ ಹೊಸ ವಿಸಿಟಿಂಗ್ ಕಾರ್ಡೊಂದನ್ನು. "ಇಂಡಿಪೆಂಡೆಂಟ್ ಕನ್ಸಲ್ಟೆಂಟ್" ಎಂದು ತನ್ನ ಹೆಸರಿನ ಮುಂದಿನ ಅಂಕಿತವನ್ನು ನೋಡಿ ನಕ್ಕ. ಈ ಮೃದುಯಂತ್ರೀ ಸಾಮ್ರಾಜ್ಯದಲ್ಲಿ "ಸ್ವತಂತ್ರಿ" ಎಂಬ ಅಂಕಿತ ಯಾವಾಗ ಬೀಳುತ್ತದೆಯೋ ಆಗಲೇ ತಿಳಕೊಳ್ಳಬಹುದು, ಈತ ನಿರುದ್ಯೋಗಿ ಎಂದು. "ಸ್ವತಂತ್ರ ಸಲಹೆಗಾರ" "ಸ್ವತಂತ್ರ ಕಂತ್ರಾಟುದಾರ"ಗಳೆಲ್ಲ ಎರಡು ಇನ್‌ಕ್‌ಗಳ ಗುಲಾಮಗಿರಿಯ

ನಡುವಿನ ಕೆಲಸಗಳು. ಎಲ್ಲೋ ಕೆಲವು ಸ್ವತಂತ್ರರು ಒಳ್ಳೆಯ ಆರೋಗ್ಯ ವಿಮೆ, ಮನೆಯ ಸಾಲ, ಕಾರಿನ ಸಾಲ ಮತ್ತು ನಿವೃತ್ತಿ ಯೋಜನೆಗಳಿಗೆ ಪ್ರೀಮಿಯಮ್ ಕಟ್ಟಿಯೂ ಊಟ ಮಾಡುವಷ್ಟು ಡಾಲರ್ಗಳನ್ನು ಉಳಿಸಿಕೊಳ್ಳುತ್ತಿದ್ದರು. ನಾಗೇಶನ ಸ್ವತಂತ್ರ ಕೆಲಸದ ವಿಸಿಟಿಂಗ್ ಕಾರ್ಡನ್ನು ಅಚ್ಚುಹಾಕಲಿಕ್ಕೇ ಕ್ರೆಡಿಟ್ ಕಾರ್ಡಿನ ಮೇಲೆ ಸಾಲ ತೆಗೆಯಬೇಕಾದ ಪರಿಸ್ಥಿತಿಯಿದ್ದಾಗ, ಇನ್ನು ನಲವತ್ತು ವರ್ಷದ ನಂತರದ ನಿವೃತ್ತಿಯ ಬಗ್ಗೆ ತಲೆ ಕೆಡಿಸಿಕೊಳ್ಳುವಷ್ಟು ತಾಳ್ಮೆಯಿರಲಿಲ್ಲ. ಆದರೆ, ಯಾವ ಕಾರಣಕ್ಕೂ ದನದ ಮಾಂಸದ ಪ್ಯಾಕುಗಳನ್ನು ಲೆಕ್ಕ ಹಿಡಿಯುವ ಕೆಲಸ ಬೇಡವೆಂದು ಡ್ಯಾನ್ ದಾಮೋದರನಿಗೆ ಹೇಳಿದ್ದ.

ಮನೆಯಲ್ಲಿ ಸುಮ್ಮನೇ ಕೂತು ಟೆಲಿವಿಷನ್ ಚಾನೆಲ್‌ಗಳನ್ನು ಬದಲಿಸುತ್ತಿದ್ದ. ಯಾವುದೋ ಚಾನೆಲ್‌ನಲ್ಲಿ ಎನ್ರಾನ್‌ನ ಸೀಈಓನ ಹೆಂಡತಿ ಬಿಕ್ಕಿ ಬಿಕ್ಕಿ ಅಳುತ್ತಿದ್ದಳು. ತನ್ನ

ಗಂಡನ ತಂಗಿಯ ಜತೆಗೆ ತನಗಿದ್ದ ಸಲಿಂಗಿ ಸಂಬಂಧವನ್ನು ಆಶ್ಚರ್ಯಕರವಾಗಿ ಮೂವತ್ತು ಮಿಲಿಯ ನೋಡುಗರ ಮುಂದೆ ಬಯಲು ಮಾಡಿ ಕುರ್ಚಿಯನ್ನು ಹಿಡಕೊಂಡು ಹೊಡೆದಾಡುವ ಧಡೂತಿ ಹೆಂಗಸರು, ಒಸಾಮ ಪಾಕಿಸ್ತಾನದಲ್ಲಿಯೇ ಇದ್ದಾನೆ ಅವನನ್ನು ಗ್ಯಾರಂಟಿ ಹುಡುಕಿ ತರುತ್ತೇನೆ ಎಂದು ಇಂಗ್ಲಿಷಿಗಿಂತ ಸ್ಪ್ಯಾನಿಶ್ ಭಾಷೆಯಲ್ಲಿಯೇ ಚೆನ್ನಾಗಿ ಹೇಳುವ ಜಾರ್ಜ್ ಬುಶ್ಶು, ತನ್ನ ಒಂಭೈನೂರೂ ಚಿಲ್ಲರೆ ಪುಟಗಳ ಆತ್ಮಚರಿತ್ರೆಯಲ್ಲಿ ಕ್ಲಿಂಟನ್ ಮೋನಿಕಾಳನ್ನು ಎಷ್ಟು ಬಾರಿ ನೆನೆಸಿದ್ದಾನೆಂದು ಪಟ್ಟಿಮಾಡಿ ಅದರ ಬಗ್ಗೆ 'ಅರಾಜಕೀಯ'ವಾದದ್ದೇನು? ಎಂದು ವಿಶ್ಲೇಷಿಸುತ್ತಿರುವ ಹಾರ್ವರ್ಡ್‌ನ ಮನಃಶಾಸ್ತ್ರಜ್ಞರ ತಂಡ, ನ್ಯೂಜರ್ಸಿಯಲ್ಲಾದ ಸಲಿಂಗಿ ಮದುವೆ ಯಾಕೆ ತಪ್ಪು ಎಂದು ತನ್ನ 'ಕಲಿ'ಫೋರ್ನಿಯಾದಲ್ಲಿ ಕೂತು ಹೇಳಿಕೆ ಕೊಡುವ ಆರ್ನಾಲ್ಡ್ ಶ್ವಾರ್ಜನೆಗರ್, ವಾರಾಂತ್ಯದ ಮದುವೆ ಒಂದು ಕೆಟ್ಟ ಹ್ಯಾಂಗೋವರ್ ಎಂದು ನಕ್ಕ ಪಾಪ್ ತಾರೆ, ನೇರ ಪ್ರಸಾರದಲ್ಲಿ ಒಂದೇ ಮೊಲೆಯ ಅಲಂಕೃತ ತೊಟ್ಟು ಹೊರಬಂದಾಗಲೂ ಅದು "ವಾರ್ಡ್ ರೋಬ್ ಮಾಲ್‌ಫಂಕ್ಷನ್" ಅನ್ನುವ ಇನ್ನೊಬ್ಬ ತಾರೆ, "ನನಗೆ ಮಕ್ಕಳೆಂದರೆ ಬರೀ ಇಷ್ಟ ಮಾತ್ರ" ಅನ್ನುವ ಆಕೆಯ ತಮ್ಮ, ಮತ್ತೆ ಪ್ರದರ್ಶನಕ್ಕೆ ಸಿದ್ಧವಾಗಿ ನಿಂತಿರುವ ಸ್ವತಂತ್ರ ದೇವತೆ, ಕಣ್ಣು ತುಂಬಿಬಂದು ಬಲಗೈಯನ್ನು ಎದೆಯ ಮೇಲಿಟ್ಟು ಗದ್ಗದ ಕಂಠದಲ್ಲಿ "ಥ್ಯಾಂಕ್ಸ್" ಎಂದು ಹೇಳುತ್ತಾ ಆಸ್ಕರ್ ಇಸಕೊಳ್ಳುವ ಕರಿಮಹಿಳೆ, ವಿಕಾಸವಾದದಲ್ಲಿ ಮಾನವನ ಹಿಂದಿದ್ದ ತಳಿ ಎಂತದು ಎಂದು ತೋರಿಸಲು ಪ್ರಯತ್ನಿಸುತ್ತಿರುವ ಫುಟ್‌ಬಾಲ್ ಆಟಗಾರರು, ಕಾರ್ ವಿಮಾ ಕಂಪೆನಿಯ ಹಸಿರು ಹಲ್ಲಿ.......

ಎಲ್ಲವೂ ಒಂದು ಕೊಲ್ಯಾಜಿನಂತೆ ಕಾಣಿಸಿತು, ನಾಗೇಶನಿಗೆ. ಟೆಲಿವಿಷನ್‌ನ ಮೇಲಿದ್ದ ರಶ್ಮಿಯ ಫೋಟೋಕ್ಕೆ ಈ ವಿವಿಧ ಬಣ್ಣಗಳು ಚೌಕಟ್ಟು ಹಾಕಿದಂತಿದ್ದವು.

ತನ್ನ ಸ್ವತಂತ್ರವಾದ ಅಸ್ತಿತ್ವ ಇವೆಲ್ಲವುಗಳಿಂದ ತನ್ನನ್ನು ದೂರ ತಳ್ಳುತ್ತಿದೆ ಎನ್ನಿಸಿತ್ತು. ಇವೆಲ್ಲವುಗಳ ಭಾಗವಾಗಿ ತಾನಿರಬೇಕಾದರೆ, ತಾನು ತನ್ನ 'ಸ್ವತಂತ್ರ' ಅಸ್ತಿತ್ವವನ್ನು ಕಳಕೊಳ್ಳಬೇಕು. ಈ 'ಲ್ಯಾಂಡ್ ಆಫ್ ದ ಫ್ರೀ'ನಲ್ಲಿ ತನಗೆ ಅಸ್ತಿತ್ವವಿರಬೇಕಾದರೆ, ಈ ಕೊಲ್ಯಾಜ್‌ನ ಭಾಗವಾಗಿರಬೇಕಾದರೆ, ತನಗೊಂದು ಕನಿಷ್ಟ ಅತೀ ಕನಿಷ್ಟವಾದ ಈ ಬೆಂಚಿನಿಂದ ತೆಗೆಸುವ ಮತ್ತೆ ತೆರಿಗೆ ಕಟ್ಟುವಂತಾಗುವ, ಕೆಲಸ ಕೊಡುವವನೇ ಸಂಬಳದ ಜತೆಗೆ ಎಲ್ಲ ಸೌಲಭ್ಯಗಳನ್ನೂ ಕೊಡುವ, ನೋಡಿಕೊಳ್ಳುವಂತಾಗುವ ಒಂದು ಕೆಲಸ ಬೇಕು. ತನಗೊಬ್ಬ ಧಣಿ ಬೇಕು... ಹೌದು ತನಗೊಬ್ಬ ಧಣಿ ಬೇಕು. ನಿಜವಾದ ಅಮೆರಿಕನ್ ಪ್ರಭು ಬೇಕು. ಈ ಡ್ಯಾನ್ ದಾಮೋದರನಂತಹ ದಲ್ಲಾಳಿ ಧಣಿಗಳಲ್ಲ. ಈ ದಿವಾಳಿ ಹೊಡೆದ ಕಂಪೆನಿಗಳೋ, ಅಥವಾ ಯಾವುದೋ ಒಂದು ಸುಡುಗಾಡು ಇನ್‌ಕ್‌ಗಳಲ್ಲಾಗಲೀ ಗಣಕೈಕ್ಯವಾಗಿಬಿಡಬೇಕು. ಆಗ ಮಾತ್ರ ತಾನು ಸಾರ್ಥಕ ಬದುಕು ಬದುಕಲು ಸಾಧ್ಯ...

ಎಲ್ಲೋ ತಾನು ತನಗೆ ಗೊತ್ತಿಲ್ಲದ ಕಡೆ ತೆಳ್ಳಗಾಗಿ ಹೋಗುತ್ತಿದ್ದೇನೆ ಅನ್ನಿಸಿತು.

ಭಾರತದಿಂದ ಗೆಳೆಯ ಒಬ್ಬ ಫೋನ್ ಮಾಡಿದ್ದ. ತನ್ನ ಅನುಭವಕ್ಕೆ ತಿಂಗಳಿಗೆ ಎರಡು ಲಕ್ಷ ರೂಪಾಯಿ, ಮನೆ, ಕಾರು ಬೇಕಾದಾಗ ಅಮೆರಿಕಾಕ್ಕೆ ಬರುವ ಅವಕಾಶ.

ಈ ರಶ್ಮಿಯ ಜತೆಯ ಬದಲಾದ ಸಂಬಂಧದ ನೆಲೆಯಲ್ಲಿ ಒಂದು ಕ್ಷಣ ಮನಸ್ಸಿಗೆ ಈ ಯೋಚನೆ ಬರದೇ ಇರಲಿಲ್ಲ. ಆದರೆ, ಯಾಕೋ ಏನೋ ಆತನನ್ನು ತಡೆಯಿತು. ಏನಿರಬಹುದೆಂದು ನೋಡಿದ. ಮನೆಯ ಎಲ್ಲ ಕಡೆಯಿದ್ದ ಅಗ್ಗವಾದ ಫರ್ನಿಚರ್, ಕ್ಯಾಲೆಂಡರುಗಳು, ಗಡಿಯಾರ ಎಲ್ಲವನ್ನೂ ತಿರುತಿರುಗಿಸಿ ನೋಡಿದ.

ಯಾವುದರ ಮೇಲೂ "ಮೇಡ್ ಇನ್ ಅಮೆರಿಕಾ" ಎಂದು ಬರೆದಿರಲಿಲ್ಲ.

* * * * *

ಮುಂದುವರೆದ ತರಬೇತಿ

ಶ್ರೀಧರ ಪಾಳಯದಲ್ಲಿ ಘೂಗೆಯ ಕೈಕೆಳಗೆ ಬೆಳೆಯುತ್ತಿದ್ದ. ಕಳೆದ ತಿಂಗಳಲ್ಲಿ ಹನ್ನೆರಡು ರಾತ್ರಿಯ ಪಾಳಿ ಮುಗಿಸಿದ್ದ.ಈ ಹನ್ನೆರಡು ರಾತ್ರಿಗಳಲ್ಲಿ ಮಿಸೆಸ್ ಬೆನೆಟ್ ತಲಾ ಎರಡು ಬಾರಿ ನ್ಯುಮೋನಿಯಾಕ್ಕೆಂದು ಮತ್ತು ಮೂರು ಬಾರಿ ಬೇರೆ ಬೇರೆ ಹಾಡುಗಳನ್ನು ಹೇಳಿದಳೆಂದು ಪಾಳಯಕ್ಕೆ ಭರ್ತಿಯಾಗಿದ್ದಳು. ಎರಡೂ ಹಾಡುಗಳನ್ನು ಕೇಳಿ ಇದು 'ಡೆಲ್ಯೂಶನಲ್ ಸೈಕೋಸಿಸ್' ಎಂದು ತನ್ನ ವಾರ್ಡಿಗೆ ಭರ್ತಿ ಮಾಡಿಕೊಂಡಿದ್ದ ಸೈಕಿಯಾಟ್ರಿ ರೆಸಿಡೆಂಟು ಮೂರನೆಯ ಬಾರಿ ಎರಡನೆಯ ಹಾಡನ್ನೇ ಬೇರೆ ರಾಗದಲ್ಲಿ ಹೇಳಿದ್ದರಿಂದ ಆಕೆಯ ತಲೆ ಸರಿಯಾಗಿದೆ ಇವಳನ್ನು ನಿಮ್ಮ ವಿಭಾಗದಲ್ಲೇ ಅಡ್ಮಿಟ್ ಮಾಡಿಕೋ ಎಂದು ಶ್ರೀಧರನಿಗೆ ವಾಪಸ್ಸು ಕಳಿಸಿದ್ದ. ಆಕೆಯ ಮೂರನೆಯ ಹಾಡಿಗೆ ಕಾರಣವನ್ನು ಹುಡುಕಲು ಶ್ರೀಧರ ವಿಶ್ವಪ್ರಯತ್ನ ಮಾಡಿ ಕೊನೆಗೆ ರಕ್ತದಲ್ಲಿ ವಿಟಮಿನ್ ಬಿ ೧೨ರ ಮಟ್ಟ ಕಡಿಮೆಯಾಗಿದೆ ಎಂದು ಕಂಡುಹಿಡಿದು ಘೂಗೆಗೆ ಹೇಳಲು ಹೋಗಿದ್ದ. ಘೂಗೆ ಗಹಗಹಿಸಿ ನಕ್ಕು "ಬಾ ಮರೀ, ಕೂತುಕೋ" ಎಂದು ಕರೆದ. ಶ್ರೀಧರ ನಮ್ರನಾಗಿ ಕೂತ. "ಹಾಗಲ್ಲ, ಹೀಗೆ" ಎಂದು ಆತನ ಎರಡೂ ಕಾಲುಗಳನ್ನು ಟೇಬಲ್ಲಿನ ಮೇಲೆ ಇರಿಸಿ "ದೊಡ್ಡವರಿಗೆ ಮರ್ಯಾದೆ ಕೊಡುವುದನ್ನು ಕಲಿತುಕೋ" ಎಂದು ಬಯ್ದ.

"ನಿನಗೆ ಒಂದು ಕಥೆ ಹೇಳ್ತೀನಿ, ಕೇಳು. ಒಬ್ಬ ಮೆಡಿಕಲ್ ವಿದ್ಯಾರ್ಥಿಯಿದ್ದನಂತೆ. ಅವನಿಗೆ ಒಮ್ಮೆ ಒಂದು ಎಪ್ಪತ್ತೈದರ ಮುದುಕಿ ಬಂದು ಕೇಳಿತಂತೆ 'ನನಗೆ ವಿಟಮಿನ್‌ನ ಇಂಜಕ್ಷನ್ ಬೇಕು' ಅಂತ, ಅದಕ್ಕೆ ಆತ 'ಸರಿ ಕೊಡ್ತೀನಿ. ಆದರೆ, ಅದಕ್ಕಿಂತ ಮುಂಚೆ ನಿನಗೆ ರಕ್ತದಲ್ಲಿ ವಿಟಮಿನ್‌ನ ಮಟ್ಟ ಸರಿಯಾಗಿದೆಯೇ ಇಲ್ಲವೇ ಅಂತ ನೋಡ್ಬೇಕು, ಅಕಸ್ಮಾತ್ ಅದೇನಾದರೂ ಕಮ್ಮಿಯಿದ್ದರೆ ಅದು ಯಾಕೆ ಕಮ್ಮಿಯಿದೆ ಅನ್ನೋದನ್ನು ಕಂಡು ಹಿಡಿಯೋದಕ್ಕೆ ಇನ್ನೊಂದೆರಡು ಟೆಸ್ಟುಗಳಾಗಬೇಕು, ಆಮೇಲೆ ನಮ್ಮ ಮೇಲಿನ 'ದೊಡ್ಡ' ಧನ್ವಂತ್ರಿಗಳು ಸರಿ ಎಂದು ಅಪ್ಪಣೆ ಕೊಟ್ಟರೆ ಕೊಡಬಹುದು, ಏನೂ ಪರವಾಗಿಲ್ಲ.' ಅಂದ.

ಸರಿ, ಇದು ಆಗೋ ಕೆಲಸವಲ್ಲ ಅಂತ ಆ ಮುದುಕಿ ಎರಡನೇ ವರ್ಷದ ರೆಸಿಡೆಂಟಿನ ಬಳಿ ಹೋದಳು. ಆತ ನೋಡಿ ಪರೀಕ್ಷಿಸಿ "ಸರಿ ನಿಮ್ಮ ರಕ್ತದ ವಿಟಮಿನ್ ಬಿ ಮಟ್ಟ ಪರೀಕ್ಷಿಸಿ, ಮತ್ತೆ ಕೊಡೋಣ" ಎಂದನಂತೆ. ರಕ್ತದ ಪರೀಕ್ಷೆ, ಈ ತಾಪತ್ರಯವೆಲ್ಲ ಯಾಕೆ ಅಂದದ್ದೇ ಆ ಮುದುಕಿ ಹೊಸದಾಗಿ ಕೆಲಸಕ್ಕೆ ಸೇರಿದ್ದ, ಆಗ ತಾನೆ ರೆಸಿಡೆನ್ಸಿ ಮುಗಿಸಿದ್ದ ಹೊಸಾ ಧನ್ವಂತ್ರಿಯ ಹತ್ತಿರ ಕೇಳಿದಳಂತೆ. ಆತ ನೋಡಿದವನೇ "ಈ ಇಂಜಕ್ಷನ್‌ಗೆ ದುಡ್ಡು ಕೊಡಲು ನಿನ್ನ ಹತ್ತಿರ ಇನ್ಶುರೆನ್ಸ್ ಇದ್ಯಾ?" ಅಂತ ಕೇಳಿದನಂತೆ. ಅದರ ಸೈಡ್ ಎಫ಼ೆಕ್ಟ್‌ಗಳ ಒಂದು ದೊಡ್ಡ ಪಟ್ಟಿಯನ್ನೇ ಆ ಮುದುಕಿಗೆ ಕೊಟ್ಟನಂತೆ. ಸರಿ, ಈಕೆ ಇನ್ನೂ ಸೀನಿಯರ್ ಧನ್ವಂತ್ರಿಯನ್ನು ಹುಡುಕಿಕೊಂಡು ಇನ್ನೇನು ರಿಟೈರಾಗೋ ವಯಸ್ಸಿನಲ್ಲಿದ್ದ ಗಡಗಡ ಅಲುಗಾಡುತ್ತಿದ್ದ ಧನ್ವಂತ್ರಿಯ ಹತ್ತಿರ ಹೋದಳಂತೆ. ಅದಕ್ಕಾತ: "ಇಲ್ಲಿ ಬಾ ಬೇಬಿ, ನಿನಗೆಷ್ಟು ಬೇಕು, ಎಷ್ಟು ದಿನಕ್ಕೊಮ್ಮೆ ಬೇಕು ಮತ್ತು ಎಲ್ಲಿಗೆ ಬೇಕು ಅಂತ ಹೇಳು ಅಲ್ಲಿಗೆ ಕೊಡೋಣವಂತೆ" ಅಂದನಂತೆ. ಅವಳು ಇಂಜಕ್ಷನ್ ಕೊಡಿಸಿಕೊಂಡಳಂತೆ. ನಂತರ ಎಲ್ಲರೂ ಸುಖವಾಗಿದ್ದರಂತೆ" ಎಂದು ನಕ್ಕ.

ಶ್ರೀಧರನೂ ನಕ್ಕ.

ಘೂಗೆಯೇ ಮುಂದುವರಿಸಿದ. "ಈ ವಿಟಮಿನ್ ಇಂಜಕ್ಷನ್ ಕೊಡುವುದಕ್ಕೆ ನಿನಗೆ ಬೇಕಾಗಿರುವುದು ಕೇವಲ ಪೆನ್ನಿಗಳು. ಆದರೆ, ರಕ್ತದಲ್ಲಿ ಅದರ ಮಟ್ಟ ಕಮ್ಮಿಯಾಗಿದೆಯಾ, ಕಡಿಮೆಯಾಗಿದ್ದರೆ ಯಾಕೆ ಕಡಿಮೆಯಾಗಿದೆ ಅನ್ನೋದನ್ನ ತಿಳ್ಕೋಳಕ್ಕೆ ನೀನು ಮಾಡಿರೋ ಎಲ್ಲ ಪರೀಕ್ಷೆಗಳಿಗೆ ಸುಮಾರು ನಾಲ್ಕು ಸಾವಿರ ಡಾಲರಿನಷ್ಟು ಖರ್ಚಾಗಿದೆ. ಆ ಮುದುಕಿ ಕೈಯಿಂದ ಕೊಡುತ್ತಿಲ್ಲ. ನಾವು ಬದುಕಿದಿವಿ. ಅಕಸ್ಮಾತ್ ಇಂಡಿಯಾದಲ್ಲೇನಾದರೂ ಇಪ್ಪತ್ತಾರು ಸಾವಿರ ರೂಪಾಯಿಯ ಪರೀಕ್ಷೆ ಮಾಡಿ ತಿಂಗಳಿಗೆ ಮೂರು ರೂಪಾಯಿಯ ಇಂಜಕ್ಷನ್ ಸಾಕು ಅಂತ ಹೇಳಿದರೆ, ನಿನ್ನ ಅಟ್ಟಿಸಿಕೊಂಡು ಬಂದು ಕಲ್ಲು ಹೊಡೀತಾರೆ. ಈ ಇಂಡಿಯಾದಲ್ಲಿ ನ್ಯೂರೋಬಯಾನ್, ಪಾಲಿ ಬಯಾನ್ ಅಂತ ಹೇಳ್ತಾರಲ್ಲ, ಗೊತ್ತಿದೆಯಾ?" ಎಂದ.

"ಅದೇ ತಾಕತ್ತಿಗೆ ಕೊಡೋದು" ಅಂದ, ಶ್ರೀಧರ.

"ಅದೇ ಇದೂನು, ಸುಮ್ಮನೆ ಕೇಳಿದವರಿಗೆಲ್ಲಾ ಕೊಡುತ್ತಾ ಬಾ"

"ಆದ್ರೆ... ಡಯಾಗ್ನೋಸಿಸ್?"

"ಯಾರಿಗೆ ಬೇಕು? ತಿಂಗಳಿಗೊಮ್ಮೆ ಒಂದು ಇಂಜಕ್ಷನ್ ಕೊಡು. ಅದರಿಂದ ಏನೇನೂ ತೊಂದರೆಯಿಲ್ಲ. ಹೆಚ್ಚೂ ಅಂದ್ರೆ ಮುದುಕಿ ಇನ್ನೂ ದಷ್ಟಪುಷ್ಟ ಆಗಬಹುದಷ್ಟೆ" ಅಂದ.

ಅಷ್ಟರಲ್ಲಿ "ಕೋಡ್ ಬ್ಲೂ" ಅನ್ನುವ ಕರೆ ಎಲ್ಲರ ಬೀಪರಿನಲ್ಲಿ ಒಮ್ಮೆ ಜೋರಾಗಿ ಕೇಳಿಸಿತು.

ಪಾಳಯದ ಇನ್ನೊಂದು ತುದಿಯಲ್ಲಿರುವ ಕ್ಯಾನ್ಸರ್ ವಾರ್ಡಿನಲ್ಲಿ ಯಾರೋ ನಲವತ್ನಾಲ್ಕರವ, ಇಬ್ಬರು ಮಕ್ಕಳ ತಂದೆ, ಒಬ್ಬಳೇ ಹೆಂಡತಿಯ ಗಂಡ– ಇನ್ನೇನು ಸಾಯುವಂತಿದ್ದ. ಕಣ್ಣುಗಳು ಮೇಲೆ ಹೋಗಿದ್ದವು. ನಿಮಿಷಕ್ಕೆ ಅರವತ್ತು ಬಾರಿ ಉಸಿರಾಡುತ್ತಿದ್ದ, ಮೈಯಿಡೀ ಬೆವರುತ್ತಿದ್ದ. ಘೂಗೆ, ಶ್ರೀಧರ ಮತ್ತವನ ತಂಡ ನಾಗಾಲೋಟದಿಂದ ಅಲ್ಲಿಗೆ ತಲುಪಿದರು. ಘೂಗೆ ಏದುಸಿರು ಬಿಡುತ್ತಿದ್ದ. "ಟ್ಯೂಬು ತಗಳ್ರೋ. ಎಲ್ಲಿ ಕೊಡೀ ಒಂದು ಎಪಿನೆಫ್ರಿನ್. ಶ್ರೀಧರ ನೀನು ಎದೆ ಪಂಪ್ ಮಾಡಕ್ಕೆ ರೆಡಿಯಾಗು. ಇನ್ನೊಂದು ಡ್ರಿಪ್ ಹಾಕಿ. ಡೋಪಮಿನ್ ತಗೊಳ್ಳೀ" ಕೂಗುತ್ತಲೇ ಇದ್ದ.

ಹದಿನಾಲ್ಕು ನಿಮಿಷಗಳ ಸೆಣಸಾಟದ ನಂತರ ಇನ್ನೇನು ಸತ್ತೇ ಹೋಗಿದ್ದ ಅನ್ನುವಂತಿದ್ದವನ ಹೃದಯ ತಂತಾನೇ ಬಡಿದುಕೊಳ್ಳಹತ್ತಿತ್ತು. ಒಂದು ಪ್ಲಾಸ್ಟಿಕ್ ಚೀಲದಿಂದ ಆತನ ಬಾಯೊಳಗೆ ಹೋದ ನಳಿಕೆಯೊಳಗೆ ಒಂದೇ ಸಮನೆ ಪಂಪ್ ಮಾಡುತ್ತಿದ್ದ, ಘೂಗೆ. ಐಸಿಯುಗೆ ಅವನನ್ನು ವರ್ಗಾಯಿಸಿ ಹೊರಗೆ ಬರುತ್ತಿರಬೇಕಾದರೆ, ಶ್ರೀಧರ ಹೇಳಿದ...

"ಘೂಗೆ, ಆತ ಸಾಯುತ್ತಾನೆ"

"ನನಗೆ ಗೊತ್ತು, ಆದ್ರೆ ಅವನು ಇವತ್ತು ಸಾಯಬಾರದು"

"ಘೂಗೆ, ಇದು ತಪ್ಪು. ನೀನು ಆತನನ್ನು ಸಾಯಲು ಬಿಡಬೇಕಿತ್ತು"

"Fuck you, ಶ್ರೀ. ನಾನು ನಿನ್ನ ರೆಸಿಡೆಂಟು. ನನಗೆ ಎದುರಾಗಿ ಮಾತಾಡೋದು ತಪ್ಪು. ನಿನಗೆ ಗೊತ್ತಿದೆ ತಾನೆ?"

"ಸಾಕೋ, ಘೂಗೆ. ಆತನಿಗಿರುವುದು ಲಂಗ್ ಕ್ಯಾನ್ಸರ್. ಅದೂ ಟರ್ಮಿನಲ್ ಸ್ಟೇಜಿನಲ್ಲಿದೆ. ಆತ ಹೇಗಾದರೂ ಇನ್ನು ಸ್ವಲ್ಪ ದಿನದಲ್ಲಿ ಸಾಯುತ್ತಾನೆ. ನೀನು ಈಗ ಆತನನ್ನು ಉಳಿಸಿ ಮತ್ತೆ ಆತನನ್ನು ಉಳಿಸಿದೆ ಅನ್ನೋ ಸೇವಿಯರ್ ಪಟ್ಟವನ್ನು ಯಾಕೆ ಬಯಸ್ತೀಯೋ ನನಗ್ಗೊತ್ತಿಲ್ಲ. ಇವೆಲ್ಲ ಸಾಯಕ್ಕೆ ಒಂದು ಕಾರಣಗಳು ಅಷ್ಟೇ. ಆತ ಬದುಕಿದ್ದರಿಂದ ನಮ್ಮಂತವರಿಗೆ ಇನ್ನೊಂದಿಷ್ಟು ಖರ್ಚೇ ಹೊರತು ಅವನ ಕುಟುಂಬದವರಿಗೂ ಸುಖ ಇಲ್ಲ. ಅವನ ಮಕ್ಕಳೂ ಆತ ಸಾಯುತ್ತಾನಂತ ತಿಳಿದಿದ್ದಾರೆ. ನೀನು ಏನೂ ಮಾಡಿಲ್ಲದಿದ್ದರೆ, ಇನ್ನೊಂದು ನಿಮಿಷಕ್ಕೆ ಪ್ರಾಣ ಹೋಗುತ್ತಿತ್ತೇನೋ. ಅವನನ್ನು ಉಳಿಸಿ ಏನು ಕಟ್ಟಿಕೋತೀಯಾ? ಆ ಮಿಸೆಸ್ ಬೆನೆಟ್‌ನಂತವರು ಸಾಯಲಿ ಅಂತ ಆಶಿಸೋ ನೀನು ಇವನನ್ನು ಉಳಿಸೋಕೆ ಅದ್ಯಾಕೆ ಕಷ್ಟಪಡ್ತೀಯ ಅಂತ ನನಗ್ಗೊತ್ತಿಲ್ಲ. ಮೇಲಾಗಿ ಪ್ರತೀ ಬಾರಿ ಹೃದಯದ ಬಡಿತ ನಿಂತಾಗಲೂ ಬದುಕೋ ಅವಕಾಶಗಳು, ಆ ಮಿಸೆಸ್ ಬೆನೆಟ್‌ಗೇ ಇವನಿಗಿಂತ ಜಾಸ್ತಿ ಇರುತ್ತವೆ, ಅದು ನಿನಗೂ ಗೊತ್ತು." ಶ್ರೀಧರ ಕೆಂಪಾಗಿದ್ದ.

"ಒಂದು ತಿಳಕೋ ಶ್ರೀ. ಮಿಸೆಸ್ ಬೆನೆಟ್ ಸಾಯೋದಿಲ್ಲ. ಇವನು ಬದುಕೋದಿಲ್ಲ. ನಿನಗೆ ನಾ ಇದನ್ನು ಯಾವತ್ತೋ ಹೇಳಿದ್ದೇನೆ. ಈಗ ನನಗೆ ಸಮಯವಿಲ್ಲ. ನೀನು ಈ

ಪೇಪರ್‌ವರ್ಕ್ ಮುಗಿಸಿ ಅವನನ್ನು ಐಸಿಯೂಗೆ ಕಳಿಸಿ ಬಾ, ನನ್ನ ಶಿಫ್ಟ್ ಮುಗೀತಾ ಇದೆ. ನಾನು ಜಿಮ್‌ಗೆ ಹೋಗಿ ಆಮೇಲೆ ಮನೆಗೆ ಹೋಗ್ತೀನಿ. ರಾತ್ರಿ ಊಟಕ್ಕೆ ಮನೇಲಿ ಪೀಟ್ಜಾ ತರಿಸ್ತಾ ಇದೀನಿ. ಒಂದಿಷ್ಟು ಬಿಯರಿದೆ. ಬರೋ ಹಾಗಿದ್ರೆ ಬಾ" ಅಂದ, ಯಾವ ಭಾವನೆಯೂ ಇಲ್ಲದೆ.

ಶ್ರೀಧರ "ಇಲ್ಲ, ನಾನು ನಿದ್ದೆ ಮಾಡ್ಬೇಕು" ಎಂದು ಹೇಳಿ ಹೊರಟ.

ಐಸಿಯುಗೆ ವರ್ಗಾಯಿಸಿದ ವ್ಯಕ್ತಿಯ ಕೇಸ್‌ಪೇಪರನ್ನು ತೆಗೆದುಕೊಂಡು ಬರೆಯಹತ್ತಿದ. ಆ ವ್ಯಕ್ತಿಯ ಹುಟ್ಟಿದ ದಿನಾಂಕವನ್ನು ನೋಡಿದ. ತನ್ನ ಸಹಿ ಹಾಕುವ ಮುಂಚೆ ಅಂದಿನ ತಾರೀಖನ್ನು ತನ್ನ ವಾಚಿನಲ್ಲಿ ನೋಡಿ ಬರೆದ. ಐಸಿಯುನಲ್ಲಿದ್ದವನ ಹುಟ್ಟಿದ ತಾರೀಖಿಗೂ ಅಂದಿನ ತಾರೀಖಿಗೂ ಸರಿಯಾಗಿ ನಲವತ್ನಾಲ್ಕು ವರ್ಷದ ವ್ಯತ್ಯಾಸವಿತ್ತು. ಅಲ್ಲೇ ಇದ್ದ ಕಪಾಟಿನ ಮೇಲೆ ಆತನ ಮಕ್ಕಳು ಕಳಿಸಿದ್ದ ಅವನ ಹುಟ್ಟುಹಬ್ಬದ ಗ್ರೀಟಿಂಗ್ ಕಾರ್ಡಿತ್ತು.

ಘೂಗೆ ಹೋಗೇಬಿಟ್ಟನೇ ಅಂದು ತಿರುಗಿ ನೋಡಿದ.

* * * * *

ಅಖ್ತರ್ ಖುಷಿಯಾಗಿದ್ದಂತೆ ಕಂಡಿತು, ಶ್ರೀಧರನಿಗೆ. ಗಡ್ಡ ಬೋಳಿಸಿ ನೀಟಾಗಿ ಹೇರ್‌ಕಟ್ ಮಾಡಿಸಿಕೊಂಡಿದ್ದ. ತಲೆಯ ಕೂದಲು ಕತ್ತರಿಸಿ, ಮುಖದ ಮೇಲೆ ನಾಲ್ಕು ದಿನಕ್ಕಿಂತ ಕಮ್ಮಿಯುದ್ದದ ಕೂದಲಿದ್ದರೆ, ರಾತ್ರಿ ಪಾಳಿಯಿರದ ತಿಂಗಳು ಎಂದು ಅರ್ಥ ಮಾಡಿಕೊಳ್ಳಬಹುದಾಗಿತ್ತು, ಪಾಳಯದಲ್ಲಿ. ಅಖ್ತರನನ್ನು ನೋಡಿ "ಏನ್ಸಮಾಚಾರಾ" ಅನ್ನುವಂತೆ ನೋಡಿದ. "ಆರತಿಗೆ ಮಗುವಾಯಿತು. ಎಂಟು ಪೌಂಡಿದ್ದಾನೆ" ಎಂದು ಖುಷಿಪಟ್ಟ. ಆರತಿಗೆ ಮಗುವಾದರೆ, ಈತ ಯಾಕೆ ಇಷ್ಟು ಖುಷಿ ಪಡುತ್ತಿದ್ದಾನೆ ಎಂದು ಶ್ರೀಧರನಿಗೆ ಗೊತ್ತಾಗಲಿಲ್ಲ. ಆದರೆ, ಆಮೇಲೆ ಅಖ್ತರ್ ತಂತಾನೇ ಇವನ ಗೊಂದಲವನ್ನು ಕಡಿಮೆ ಮಾಡಿದ "ಆರತಿ, ಇನ್ನಾರು ವಾರಗಳ ಮೆಟರ್ನಿಟಿ ರಜದ ಮೇಲೆ ಹೋಗಿದ್ದಾಳೆ" ಎಂದ. "ಪಾಳಯದಲ್ಲಿ ಸ್ವಲ್ಪ ಖುಷಿ ತರುವಂತಹ ದಿನಗಳು ಇವು" ಎಂದ ಹಸನ್ಮುಖಿ ಅಖ್ತರ್. "ಆರತಿಗೆ ಮಗುವಾಗಿದೆ. ಅವಳಿಗೆ ದೇವರು ಒಳ್ಳೆಯದನ್ನು ಮಾಡಲಿ. ಮಿಸೆಸ್ ಬೆನೆಟ್ ಈ ತಿಂಗಳು ಕೇವಲ ಒಂದು ಸರ್ತಿ ಮಾತ್ರ ಪಾಳಯಕ್ಕೆ ಭರ್ತಿಯಾಗಿದ್ದಳು. ಸ್ಕೂಲಿನ ರಜಾ ಮುಗಿದಿದೆ. ಮಕ್ಕಳು ಬಿದ್ದು ಕೈಕಾಲು ಮುರಕೊಂಡು ಜಗುಲಿಗೆ ಬರೋದಿಲ್ಲ. ಈ ಬಾರಿ ಚಳಿ ಜಾಸ್ತಿ ಇಲ್ಲ. ಜನಗಳ ಐಲು ನೆತ್ತಿಗೇರಿಲ್ಲ" ಎಂದು ನಿಟ್ಟುಸಿರೆಳೆದ.

ಇಷ್ಟರ ನಡುವೆ ಲಕ್ಕಿ ಅಲಿ ಕೈ ಮುರಿದುಕೊಂಡಿದ್ದ. "ಅಮೆರಿಕಾ ಸಾಯಬೇಕು" "ಜೀಹಾದ್‌ಗೆ ಜಯ" ಅನ್ನೋ ದಿನಂಪ್ರತೀ ಘೋಷಣೆಗಳ ನಡುವೆ ನಿಮ್ನನಗರದ ಯಾವುದೋ ಪಾರ್ಕಿಂಗ್ ಲಾಟಿನಲ್ಲಿ ಈತ ಓಲಾಡುತ್ತಾ ಓಡಾಡುತ್ತಿದ್ದಾಗ ಅವನನ್ನು ನೋಡಿದ ಅತಿ ಜಾಗರೂಕ ಹೊಸ ಪೋಲೀಸೊಬ್ಬ ಹಿಂದಿನಿಂದ "ಫ್ರೀಝ್" ಎಂದು

ಅಲಿಯನ್ನು ಕೆಳಗೆ ಬೀಳಿಸಿದಾಗ ಕೈ ಮುರಿದಿತ್ತಂತೆ. ನಂತರ ಸುತ್ತುವರೆದ ಪಳಗಿದ ಪೋಲೀಸರು "ಓ ಇದು ಅಲಿಯಾ" ಎಂದು ತಣ್ಣಗಾದರಂತೆ. ನಂತರ ಆ ಹೊಸಾ ರಿಕ್ರೂಟಿಗೆ ಅಲಿಯ ಪರಿಚಯ ಮಾಡಿಕೊಟ್ಟು ಇವನ ಕಥೆಯನ್ನೆಲ್ಲಾ ಹೇಳಿ ಇವನ ಘೋಷಣೆಗಳು 'ಮರಣ'ದಿಂದ 'ಜೀಹಾದ್'ಗೆ, ರಕ್ತದ ಆಲ್ಕೋಹಾಲಿನ ಮಟ್ಟ ಏರಿದಂತೆ ಹೇಗೆ ಬದಲಾಗುತ್ತಾ ಹೋಗುತ್ತವೆ ಎಂದು ವಿವರಿಸಿದ್ದರು. ಮಾರನೆಯ ದಿನ ಅಲಿ ತಣ್ಣಗಾದ ಮೇಲೆ ಆ ಹೊಸ ಪೋಲೀಸು ಹೋಗಿ ಕ್ಷಮೆ ಯಾಚಿಸಿದ್ದ. ಯಾಕೆಂದು ಗೊತ್ತಾಗದೇ ಅಲಿ "ಸರಿ ಸರಿ" ಎಂದಿದ್ದ. ಅಲಿಯ ಆ ಕ್ಷಣದ ತುರ್ತು ಯೋಚನೆ ಕೈಗೆ ಪಟ್ಟಿ ಕಟ್ಟಿಸಿಕೊಂಡಿದ್ದರೂ ಬಿಯರಿನ ಕ್ಯಾನನ್ನು ಹಿಡಿಯಲಾದೀತೇ ಅನ್ನುವುದು, ಅಂತ ಗೊತ್ತಾದ ಮೇಲೆ ಆ ಹೊಸಾ ಪೋಲೀಸಿನ ಮನಸ್ಸಿನ ಯಾವುದೋ ಮೂಲೆಯಲ್ಲಿದ್ದ 'ಈತ ಭಯೋತ್ಪಾದಕನಿದ್ದರೂ ಇರಬಹುದು' ಅನ್ನುವ ಯೋಚನೆ ಹಾರಿಹೋಗಿತ್ತು.

ಅಲಿಯ ಕೈಗೆ ಪಟ್ಟಿ ಕಟ್ಟುತ್ತಾ ಅಖ್ತರ್ ಹೇಳಿದ "ಬಡ್‌ಲೈಟು ಮತ್ತು ಮಿಲ್ಲರ್ ಲೈಟುಗಳಿಂದ ಅಮೆರಿಕಾ ವಿರುದ್ಧ ನೀನು ಮಾಡಿದ ಸಮರ ಸಾಕು. ನಿನ್ನ ಯುದ್ಧ ಮುಗಿಯುವ ಹೊತ್ತಿಗೆ ನಿನ್ನ ಲಿವರ್ ಕರಕಲಾಗುತ್ತೆ" ಎಂದು. ಅದನ್ನು ಕೇಳಿ ಅಲಿ "ನಿಮ್ಮಂತ ಕಾಫಿರರಿರೋದಕ್ಕೆ ನಮ್ಮ ಧರ್ಮಯುದ್ಧ ಸಾಗುತ್ತಿಲ್ಲ. ಈ ಸಾಗರದಾಚೆಯ ಭೂಮಿಯ ಮೇಲೆ ನಿಂತ ಎಲ್ಲರೂ ನಮ್ಮ ಶತ್ರುಗಳು. ನೀನು ನಮ್ಮ ಶತ್ರುಗಳನ್ನು ಉಳಿಸುತ್ತಿದ್ದೀಯ. ಬಾ ನಮ್ಮ ಜತೆ ಯುದ್ಧಕ್ಕೆ" ಎಂದು ಮುರಿದ ಕೈಯನ್ನು ಸೊಟಗಾಯಿಸಿದನಂತೆ. ಕೇಳಿ, ಅದನ್ನು ಇನ್ನೊಬ್ಬರಿಗೆ ಹೇಳಿ ನಕ್ಕಿದ್ದ, ಅಖ್ತರ್.

ನಲವತ್ನಾಲ್ಕರ ಉಳಕೊಂಡವನ ಪೇಪರ್‌ವರ್ಕನ್ನೆಲ್ಲಾ ಮುಗಿಸಿ ನಂತರ ಮನೆಗೆ ಹೋಗುವ ಮುನ್ನ ನಾಳೆ ಮಾಡಬೇಕಾದ ಕೆಲಸವನ್ನೆಲ್ಲಾ ಪಟ್ಟಿ ಮಾಡಿಕೊಂಡಿದ್ದ, ಶ್ರೀಧರ. ಕೆಳಗೆ ಶ್ರೀಧರನ ಕೈಕೆಳಗೆ ಈಗ ಆರು ಜನ ರೋಗಿಗಳಿದ್ದರು. ಏನು ಮಾಡಿದರೂ ಇವರನ್ನು ಪಾಳಯದಿಂದ ಮನೆಗೆ ಕಳುಹಿಸಲು ಶ್ರೀಧರ ಮಾಡುತ್ತಿದ್ದ ಶತಪ್ರಯತ್ನ ಕೆಲವೊಮ್ಮೆ ಏನೂ ಉಪಯೋಗಕ್ಕೆ ಬರುತ್ತಿರಲಿಲ್ಲ. ಏನು ಮಾಡಿದರೂ ಗುಣವಾಗದ ಕಾಯಿಲೆಗಳಿದ್ದವರು ಪಾಳಯದ ಜಗಲಿಗೆ ಬಂದು ಏನೇನು ಹೇಳಿದರೆ, ಪಾಳಯಕ್ಕೆ ಭರ್ತಿಯಾಗಬಹುದು ಎನ್ನುವುದನ್ನು ಬಹಳ ಚೆನ್ನಾಗಿ ತಿಳಕೊಂಡಿದ್ದರು. ಒಮ್ಮೆ ತನ್ನ ಸುಪರ್ದಿನಲ್ಲಿದ್ದ ತನ್ನ ರೋಗಿಗಳ ವಿವರಗಳನ್ನು ನೋಡಿದ.

೧. ಮಿಸ್ಟರ್ ವಿಲಿಯಂಸ್– ಎಂಭತ್ನಾಲ್ಕು ವರ್ಷ. ಕಳೆದ ನಲವತ್ತು ವರ್ಷಗಳಿಂದ ಸಕ್ಕರೆ ಖಾಯಿಲೆಯಿದೆ. ಎರಡು ಬಾರಿ ಹೃದಯಾಘಾತ; ಎರಡು ಬಾರಿ ಬೈ ಪಾಸ್. ಈಗ ಪಾಳಯಕ್ಕೆ ಭರ್ತಿಯಾಗಿರುವುದು ರಕ್ತದಲ್ಲಿನ ಸಕ್ಕರೆಯಂಶ ಸಿಕ್ಕಾಪಟ್ಟೆ ಹೆಚ್ಚಾಗಿರುವುದರಿಂದ. ಭರ್ತಿಯಾಗಿ ಹದಿನೈದು ದಿನವಾದ ಮೇಲೆಯೂ ಮನೆಗೆ ಹೋಗಲಾಗಿಲ್ಲ. ಕಾರಣ, ಮನೆಗೆ ಹೋಗಬೇಕಾದರೆ, ಯಾರಿಗೂ ಗೊತ್ತಿಲ್ಲದ ಕಾರಣಗಳಿಂದ ಆತನ ರಕ್ತದಲ್ಲಿ ಸಕ್ಕರೆ ನಾನೂರಕ್ಕೇರುತ್ತದೆ.

೨. ಮಿಸ್ಟರ್ ಬೆನೆಡಿಕ್ಟ್– ವಯಸ್ಸು ಅರವತ್ನಾಲ್ಕು; ಪ್ಯಾರನಾಯ್ಡ್ ಸ್ಕಿಝೋಫ್ರೀನಿಯ. ಬರೀ ನೀರು ಕುಡಿದು ಕುಡಿದು ದೇಹದಲ್ಲಿನ ಸೋಡಿಯಮ್ ಲವಣದಂಶ ತೀರ ಕಡಿಮೆಯಾಗಿ ಮೈಯೆಲ್ಲ ಅದುರಿ, ಇವನ ಸೇವೆಗೆಂದು ಭರ್ತಿಯಾಗಿದ್ದಾನೆ. ರಕ್ತದಲ್ಲಿನ ಸೋಡಿಯಮ್ ಸರಿಯಾಗುವವರೆಗೆ ಸೈಕಿಯಾಟ್ರಿಯವರು ತಮ್ಮ ಸೇವೆಯ ಸುಪರ್ದಿನ ಮಿತಿಯಲ್ಲಿ ಈತ ಬರುವುದಿಲ್ಲವೆಂದು ತಕರಾರು ಮಾಡುತ್ತಿರುವುದರಿಂದ ಈತ ಇನ್ನೂ ಶ್ರೀಧರನ ಸೇವೆಯನ್ನೇ ಪಡೆಯುತ್ತಿದ್ದಾನೆ. ಆ ಸೋಡಿಯಮ್ ಏನು ಮಾಡಿದರೂ ಜಾಸ್ತಿಯಾಗುತ್ತಿಲ್ಲ. ಕಾರಣ, ಘೂಗೆಯ ಪ್ರಕಾರ, ಈತ ಟಾಯ್ಲೆಟ್ಟಿನಿಂದ ಕದ್ದು ನೀರು ಕುಡಿಯುತ್ತಾನೆ.

೩. ಮಿಸ್ಟರ್ ವೆಬರ್– ವಿಯೆಟ್ನಾಮ್ ಯುದ್ಧವೀರ. ಈ ಯುದ್ಧವೀರರಿಗೆಂದೇ ಇರುವ ವೆಟರನ್ ಪಾಳಯದಲ್ಲಿ ಭರ್ತಿಯಾಗದೇ ಈ ಪಾಳಯಕ್ಕೆ ಯಾಕೆ ಭರ್ತಿಯಾಗಿದ್ದಾನೆ ಅನ್ನುವುದು ಶ್ರೀಧರನಾದಿಯಾಗಿ ಘೂಗೆಯ ತನಕ ಯಾರಿಗೂ ಗೊತ್ತಿಲ್ಲ. ಕೇಳಲು ಹೋದ ಶ್ರೀಧರನಿಗೆ ಮಿಸ್ಟರ್ ವೆಬರ್ ಕೇಳಿದ್ದು ಎರಡು ಪ್ರಶ್ನೆ– ಒಂದು, "ನೀನು ಅಮೆರಿಕದ ಪ್ರಜೆಯಾ?" ಎರಡು, "ನೀನು ಯುದ್ಧವೀರನಾ?"– ಎರಡೂ ಪ್ರಶ್ನೆಗಳಿಗೂ ಶ್ರೀಧರನ ಉತ್ತರ "ಇಲ್ಲ". ಮಿಸ್ಟರ್ ವೆಬರ್ ಹೇಳಿದ್ದು– "ನಾನು ಎರಡೂ ಹೌದು. ಹಾಗಾಗಿ ನಿನಗೆ ನನ್ನನ್ನು ಪಾಳಯದಿಂದ ಹೊರಗೆ ಕಳಿಸುವ ಹಕ್ಕು ಖಂಡಿತಾ ಇಲ್ಲ."

೪. ಮಿಸೆಸ್ ವೆಬರ್– ಗಂಡ ಆಸ್ಪತ್ರೆಗೆ ಹೋಗುತ್ತೇನೆಂದಾಗ ಸೂಟ್‌ಕೇಸ್ ಜೋಡಿಸಲು ಹೋಗಿ ಬಿದ್ದು ತೊಡೆಯ ಮೂಳೆ ಮುರಿದುಕೊಂಡಾಕೆ. ಆಕೆಗಿದ್ದ ನಾನಾ ಖಾಯಿಲೆಗಳನ್ನು ಒಂದು ನಿಯತ್ತಿಗೆ ತರುವತನಕ ಆಪರೇಷನ್ ಮಾಡಕ್ಕೆ ಆಗೋದಿಲ್ಲ ಅಂತ ಮೂಳೆ, ಕೀಲು ತಜ್ಞರು ಕೈ ತೊಳಕೊಂಡಿದ್ದಾರೆ. ಈಕೆ ನೇರವಾಗಿ ಇವನ ವಾರ್ಡಿಗೆ ಬಂದು ಭರ್ತಿಯಾಗಿದ್ದಳು. ಆಪರೇಶನ್‌ಗೆ ಅವಳನ್ನು ಸಿದ್ಧಪಡಿಸಲು ಶ್ರೀಧರ ಶತಾಯಗತಾಯ ಹೆಣಗುತ್ತಿದ್ದ.

ಘೂಗೆಯ ವಿವರಣೆಯ ಪ್ರಕಾರ ಇವರುಗಳು ಏನು ಮಾಡಿದರೂ ಪಾಳಯ ಬಿಟ್ಟು ಹೋಗುವುದಿಲ್ಲ. ಹೋದರೂ ಮತ್ತೆ ಬಂದು ಏನಾದರೂ ಇನ್ನೊಂದು ಕಾರಣದಿಂದ ಮತ್ತೆ ಭರ್ತಿಯಾಗುತ್ತಾರೆ.

೫. ಇನ್ನು ಜಿಮ್ಮಿ ನಾರ್ಟನ್; ವಯಸ್ಸು ಮೂವತ್ತೇಳು. ಪಾಳಯದ ಜಗುಲಿಯ ಮೇಲೆ ಎದೆನೋವೆಂದು ಕುಸಿದು ಬಿದ್ದವ. ನಿಂತ ಹೃದಯವನ್ನು ಒಂದಿಷ್ಟು ವಿದ್ಯುಚ್ಛಕ್ತಿಯಿಂದ ಮತ್ತೆ ಬಡಿದೆಬ್ಬಿಸಿ ನಾಲ್ಕೈದು ಔಷಧಿಗಳಿಂದ ಜೀವ ಹಿಡಿದುಕೊಂಡು ಐಸಿಯುನಲ್ಲಿದ್ದವ ಈಗ ಶ್ರೀಧರನ ಸುಪರ್ದಿನಲ್ಲಿದ್ದಾನೆ. ಎಡ ವೆಂಟ್ರಿಕಲ್ಲಿನ ಮಾಂಸಖಂಡಗಳು ದುರ್ಬಲವಾಗಿ ಮೂರನೇ ಒಂದು ಭಾಗದಷ್ಟು ಮಾತ್ರ ಶಕ್ತಿಯುತವಾಗಿವೆ. ಬಡಿದಷ್ಟೇ ಸಿಕ್ಕಿದ್ದು ಎಂದು ಖುಷಿಪಟ್ಟುಕೊಂಡಿದ್ದಾನೆ, ಬದುಕಿದ್ದರೆ ನಾಳೆ ನಾಡಿದ್ದರಲ್ಲಿ ಮನೆಗೆ ಹೋಗುತ್ತಾನೆ.

೬. ನಲವತ್ನಾಲ್ಕರ ಅಬ್ರಹಾಂ. ಎಂತದೋ ಕೆಟ್ಟ ಖಾಯಿಲೆ ಆತನಿಗೆ. ಮೈಯಿನ ರಕ್ತವೆಲ್ಲಾ ಹೆಪ್ಪುಗಟ್ಟಿ ಎಲ್ಲೆಲ್ಲೂ ರಕ್ತದುಂಡೆಗಳನ್ನು ಗುಂಡು ಹೊಡೆದಂತೆ ಹೊಡೆಯುತ್ತಾನೆ. ಒಂದೆರಡು ರಕ್ತದುಂಡೆಗಳು ಶ್ವಾಸಕೋಶದಲ್ಲಿ ಸೇರಿ ಬದುಕಲೋ ಬೇಡವೋ ಅಂತ ಇನ್ನೂ ಬದುಕಿದ್ದಾನೆ. ಈ ರಕ್ತದುಂಡೆಗಳನ್ನು ಕರಗಿಸಲು ಹೋದರೆ, ಎಲ್ಲೆಲ್ಲಿಯೂ ರಕ್ತಸ್ರಾವ. ನೂಲಿನೆಳೆಯಮೇಲೆ ಜೀಕಬೇಕಾದ ಪ್ರಸಂಗ.

ಘೂಗೆಯ ನಂಬಿಕೆಯನ್ನು ಹೇಗಾದರೂ ಮಾಡಿ ಸುಳ್ಳುಮಾಡಬೇಕೆಂದು ಮೊದಲ ನಾಲ್ಕು ಮಂದಿಯನ್ನು ಏನಾದರೂ ಮಾಡಿ ಮನೆಗೆ ಕಳಿಸಬೇಕೆಂದು ಬಹಳ ಪ್ರಯತ್ನ ಮಾಡಿದ್ದ, ಶ್ರೀಧರ. ಪಾಳಯದ ಡಿಸ್‌ಚಾರ್ಜ್ ಪ್ಲಾನರುಗಳೆಂಬ, ಪಾಳಯದಿಂದ ಮನೆಗಟ್ಟುವ ಗೃಹಲಕ್ಷ್ಮಿಯರ ಸಹಾಯವನ್ನೂ ಪಡೆದಿದ್ದ.

“ಯಾವುದೇ ರೋಗಿಗಳ ಕಾಯಿಲೆಯೂ ವಾಸಿಯಾಗಿದೆ ಅನ್ನುವ ಯಾವ ಪುರಾವೆಯೂ ಇಲ್ಲವಲ್ಲ?” ಎಂದು ಕೇಳಿದ್ದಳು ಒಬ್ಬ ಗೃಹಲಕ್ಷ್ಮಿ.

“ಯಾರಿಗೂ ಖಾಯಿಲೆ ವಾಸಿಯಾಗೋದಿಲ್ಲ. ಎಲ್ಲವೂ ಒಂದು ಹತೋಟಿಯಲ್ಲಿದೆ. ಬರೀ ಮಾತ್ರೆ ತೆಗೆದುಕೊಳ್ಳೋಕೆ ಪಾಳಯದಲ್ಲಿ ಯಾಕಿರಬೇಕು? ಮತ್ತೆ ಈ ರೀತಿ ಸುಮ್ಮನೆ ಮಲಗಿದ್ದರೆ ದುಡ್ಡು ಕಟ್ಟುವವರು ಯಾರು? ಸರ್ಕಾರಿ ವಿಮೆ ಇಂತಿಷ್ಟೇ ಅಂತಲ್ಲವಾ ಕಟ್ಟೋದು ಪ್ರತಿ ರೋಗಿಗೆ?”

“ಪ್ರತೀ ಹಾಸಿಗೆಗೆ ಎಪ್ಪತ್ತೈದು ಡಾಲರ್ ಸರ್ಕಾರ ಕೊಡುತ್ತಿರುವ ತನಕ ಅದರ ಖರ್ಚು ಅಲ್ಲೇ ಕಳಿಯುತ್ತದೆ ಎಂದು ನಾನು ಹೇಳುವುದಿಲ್ಲ. ಈ ಪಾಳಯ ಬದುಕಿದೆ, ಉಸಿರಾಡುತ್ತಿದೆ ಅಂತ ದೊಡ್ಡ ಮೀನುಗಳಿಗೆ ತೋರಿಸೋಕ್ಕೆ ಪಾಳಯ ಭರ್ತಿಯಾಗಿರಬೇಕು. ಯೋಚನೆ ಮಾಡಬೇಡ. ಪಾಳಯದ ವ್ಯವಹಾರ ಚೆನ್ನಾಗಿಯೇ ನಡೆದಿದೆ. ನೀನು ನಿನ್ನ ಕೆಲ್ಸ ಮಾಡ್ಕೊಂಡು ಹೋಗು” ಎಂದು ಗೃಹಲಕ್ಷ್ಮಿಯರೂ ಝಾಡಿಸಿಬಿಟ್ಟಿದ್ದರು.

ಬೇರೆ ದಾರಿಯಿಲ್ಲದೆ ಎಲ್ಲರ ಲವಣಗಳು, ರಕ್ತದಕಣಗಳು ಈ ದಿನ ಹೇಗಿವೆ ಎಂದು ನೋಡಲು ಪಾಳಯದ ಪ್ರಯೋಗಾಲಯದವರನ್ನೂ ಕೆಲಸಕ್ಕೆ ಹಚ್ಚಿದ.

ಎಲ್ಲರೂ ಹೆಚ್ಚಿದ ತಮ್ಮ ಕೆಲಸದ ಭದ್ರತೆಯಿಂದಾಗಿ ಪರಸ್ಪರ ತಬ್ಬಿಕೊಂಡರು.

ಆದರೆ, ಶ್ರೀಧರನಿಗೆ ಆಶ್ಚರ್ಯ ತರುವ ವಿಷಯವೇನೆಂದರೆ, ಅಖ್ತರನ ರೋಗಿಗಳು ಯಾರೂ ಹೆಚ್ಚು ದಿನ ಪಾಳಯದಲ್ಲಿ ಉಳಿಯುತ್ತಿರಲಿಲ್ಲ. ಪಾಳಯದ ದಾಖಲೆಗಳಲ್ಲಿ, ಇಷ್ಟೆಲ್ಲಾ ಖಾಯಿಲೆಗಳಿಂದ ಪಾಳಯಕ್ಕೆ ಭರ್ತಿಯಾದವರು ಬಂದ ಮೂರೇ ದಿನಗಳಲ್ಲಿ ಮನೆಗೆ ಹೋಗಲು ಸಿದ್ಧರಾಗಿರುತ್ತಿದ್ದರು. ರಕ್ತದೊತ್ತಡ, ಸಕ್ಕರೆ, ತಲೆತಿರುಗು, ಮಂಡಿನೋವು ಎಲ್ಲವೂ ಒಮ್ಮೆಲೇ ಹತೋಟಿಗೆ ಬಂದಿರುತ್ತಿತ್ತು. ಅದು ಹೇಗೆಂದು ಶ್ರೀಧರನಿಗೆ ಅರ್ಥವೇ ಆಗುತ್ತಿರಲಿಲ್ಲ. ಗೃಹಲಕ್ಷ್ಮಿಯರ ಜೊತೆಗೆ ಅಖ್ತರ ನಗುನಗುತ್ತಾ ಮಾತಾಡುತ್ತಿದ್ದಾಗ ಏನೋ ಒಂದು ಸಣ್ಣ ಅನುಮಾನ. ಘೂಗೆ ಇದನ್ನು ಪುಷ್ಟೀಕರಿಸುವಂತೆ “ಆ ಅಖ್ತರ್ ಬೋಳಿಮಗ,

ಆ ಲಕ್ಷ್ಮಿಯರನ್ನ ಎಲ್ಲೋ ಕರಕೊಂಡು ಹೋಗ್ತಾನನ್ನಿಸುತ್ತೆ. ಇಲ್ಲಾಂದರೆ, ಅವನ ಎಲ್ಲಾ ರೋಗಿಗಳೂ ಅದು ಹೇಗೆ ಅಷ್ಟು ಬೇಗ ಮನೆಗೆ ಹೋಗ್ತಾರೆ" ಅಂದಿದ್ದ. ಇತ್ತ ಅಖ್ತರ್, ಮೂರು ಬಾರಿ "ಅತಿ ಎಫಿಶಿಯೆಂಟ್ ಇಂಟರ್ನ್" ಎಂದು ಪೀಟ್ಜಾ ಪರ್ಣಕುಟಿಯ ಕೂಪಾನ್ ಪಡೆದಿದ್ದ.

ಘೂಗೆ ಮೂರನೇ ಬಾರಿ ಬೆನ್ನು ತಟ್ಟಿ "ಭಲೇ, ಮಗನೇ, ದೊಡ್ಡವನಾದ ಮೇಲೆ ಏನಾಗಬೇಕೆಂದಿದ್ದೀಯ" ಎಂದು ಕೇಳಿದ್ದ.

"ಪ್ಲಾಸ್ಟಿಕ್ ಸರ್ಜನ್" ಎಂದ ಅಖ್ತರ್.

"ಹಾಗಾದರೆ ನಮ್ಮ ವಿಭಾಗದಲ್ಲೇಕೆ ಇಂಟರ್ನ್‌ಶಿಪ್ ಮಾಡುತ್ತಿದ್ದೀಯ" ಕೇಳಿದ, ಘೂಗೆ.

"ಅಲ್ಲಿ ಸಿಗಲಿಲ್ಲ. ಅದಕ್ಕೆ ಮುಂದಿನ ವರ್ಷಕ್ಕೆ ಮತ್ತೆ ಅರ್ಜಿ ಹಾಕುತ್ತಿದ್ದೇನೆ." ಅಂದ.

"ಹಂಗಂದರೆ, ಹಾಲಿವುಡ್ ಧನ್ವಂತ್ರಿಯಾಗ್ತೀಯ, ನೀನು. ಅಂಡುಗೆಲಸ, ಮೊಲೆಗೆಲಸ, ಮೂಗುಗೆಲಸ... ಭಲೆ ಮಗನೆ!"

"ಹೌದು, ಈ ಇನ್ಶೂರೆನ್ಸ್ ಕಂಪೆನಿಗಳ ಕಾಟ ಇರೊಲ್ಲ. ಯಾರದೋ ಅಂಡು ಇಳಿಸಿದರೆ, ಮೊಲೆ ಬೆಳೆಸಿದರೆ, ಮೂಗು ನೇರ ಮಾಡಿದರೆ ಕೇಳಿದಷ್ಟು ಕೊಡೋ ಬೆಳ್ಳಿಚುಕ್ಕಿ ರೋಗಿಗಳಿರುತ್ತಾರೆ. ಮತ್ತಿನ್ನೊಂದು, ಯಾವ ಎಮರ್ಜೆನ್ಸೀನೂ ಇರೋದಿಲ್ಲ"

"ಹಂಗೆ ಹೇಳಬೇಡಪ್ಪಾ. ಆಸ್ಕರ್ ಪ್ರಶಸ್ತಿ ತೆಗೆದುಕೊಳ್ಳೋದಕ್ಕೆ ಮುಂಚೆ ಯಾರೋ ಒಬ್ಬ ಬೆಳ್ಳಿಚುಕ್ಕಿಯ ಒಂದು ನಕಲೀ ಮೊಲೆ ಇದ್ದಕ್ಕಿದ್ದಂತೆ ಫಟ್ಟೆಂದರೆ ತಕ್ಷಣಕ್ಕೆ ಸಿಲಿಕಾನ್ ಚುಚ್ಚೋದಕ್ಕೆ ರೆಡಿಯಾಗಿರ್ಬೇಕಲ್ಲ" ಅಂದು ನಕ್ಕ, ಘೂಗೆ.

"ಹ್ಮ್... ಹಾಲಿವುಡ್ ಬೆಳ್ಳಿಚುಕ್ಕಿ" ಎಂದು ನಕ್ಕ, ಅಖ್ತರ್.

"ಯಾರೋ ಹೇಳಿದ್ದರಂತೆ. ಸೂಳೆ ಗರತಿ ಅಲ್ಲ, ಪ್ಲಾಸ್ಟಿಕ್ ಸರ್ಜನ್ ಧನ್ವಂತ್ರಿಯಲ್ಲ ಅಂತ. ಸ್ವಲ್ಪ ಯೋಚನೆ ಮಾಡು. ನೀನು ಬುದ್ಧಿವಂತ ಇದೀಯ. ನಿಜವಾದ ರೋಗಿಗಳನ್ನು ಉಳಿಸೋಕೆ ಪ್ರಯತ್ನಪಡು. ಮುದುಕಿಯರನ್ನು ಸುಂದರಿ ಮಾಡೋ ಆ ಕೆಲಸವನ್ನು ಬೇರೆ ಯಾರಾದರೂ ಮಾಡಲಿ" ಎಂದ ಘೂಗೆ.

"ನಿಜವಾದ ರೋಗಿಗಳನ್ನು ಉಳಿಸೋಕೆ ಇದ್ದಾರೆ, ನಿನ್ನಂತಹ ದೇಸೀ ಧನ್ವಂತ್ರಿಯವರು. ನಾನು ಪ್ಲಾಸ್ಟಿಕ್ ಸರ್ಜರಿಯೇ ಮಾಡೋದು. ನೀನು ಏನಾದರೂ ಹೇಳಿಕೋ. ದಿನದ ಕೊನೆಯಲ್ಲಿ ಹಾಲಿವುಡ್‌ನಲ್ಲಿ ಸುಂದರಿಯರ ಜಾರುತ್ತಾ ಇರೋ ಕಣ್ಣುರೆಪ್ಪೆಗಳಿಗೆ ಬೋಟಾಕ್ಸ್ ಕೊಟ್ಟುಕೊಳ್ಳುತ್ತಾ, ಸಾಧ್ಯವಾದರೆ ಇನ್ನೂ ಕೆಲವು ಅಂಗಾಂಗಗಳನ್ನು ಸರಿಪಡಿಸುತ್ತಾ ದುಡ್ಡು ಎಣಿಸಿಕೊಳ್ಳೋನು ನಾನು. ಇಲ್ಲಿ ರಾತ್ರಿ ಕುಡಿದು ಬಿದ್ದಿರೋ ಅಲಿಯಂತವರಿಗೆ ಬೆಳಗಿನ ತನಕ ಹೊಲಿಗೆ ಹಾಕ್ತಾ ನೀನು ಕೂತಿರ್ತೀಯ.

ಇನ್ನೊಂದಿಷ್ಟು ಮಿಸೆಸ್ ಬೆನೆಟ್‌ಗಳು, ಬೇಬಿ ಬೂಮರ್ ತಳಿಯಿಂದ ದೊಡ್ಡವರಾಗಿ ಮುಕುಳಿಯ ತುಂಬಾ ಹೊಲಸನ್ನಿಟ್ಟುಕೊಂಡು ನಿನ್ನ ಬೆಟ್ಟನ್ನೇ ಎದುರು ನೋಡುತ್ತಾ ಇರ್ತಾರೆ" ಎಂದು ನಕ್ಕ. ಘೂಗೆಯೂ ನಕ್ಕ. ಶ್ರೀಧರ ಸುಮ್ಮನಿದ್ದ.

* * * * *

ಬೆಟ್ಟಿ

ಶ್ರೀಧರನಿಗೆ ಬರುಬರುತ್ತಾ ಘೂಗೆ ವಿಕ್ಷಿಪ್ತನೆನಿಸಿದ್ದ. ರೋಗದ ಬಗ್ಗೆ, ರೋಗಿಗಳ ಬಗ್ಗೆ ಮತ್ತು ಪಾಳಯದ ಬಗ್ಗೆ ಅವನದೇ ಆದ ಸಿನಿಕತನವಿದ್ದರೂ, ಅವನ ವಾದದಲ್ಲಿ ಸತ್ಯವಿಲ್ಲ ಎಂದು ಹೇಳಲಾಗುತ್ತಿರಲಿಲ್ಲ. ಗುರುಕುಲದಲ್ಲಿ ಕಲಿತ ವಿದ್ಯೆಗೂ, ಈ ಪಾಳಯದ ಅಪ್ರೆಂಟಿಸ್ ಕೆಲಸಕ್ಕೂ ಅಜಗಜಾಂತರ ವ್ಯತ್ಯಾಸವಿದೆ ಎಂದು ನಿಧಾನವಾಗಿ ತಿಳಿಯುವುದಕ್ಕೆ ಆರಂಭಿಸಿದ್ದ.

ಬೆಟ್ಟಿಯ ಫೋನು ಇನ್ನೂ ಬಂದಿರಲಿಲ್ಲ. ಅಂದು ರಾತ್ರಿ ಶ್ರೀಧರ ಬೆಟ್ಟಿಯ ಮನೆಗೆ ಹೋಗಬೇಕಾಗಿತ್ತು. ಘೂಗೆಗೆ ರಾತ್ರಿ ಮನೆಗೆ ಬರಲಾಗುವುದಿಲ್ಲ ಅನ್ನುವುದಕ್ಕೆ ಏನೋ ಕಾರಣ ಕೊಟ್ಟಿದ್ದು ಇದೇ ಕಾರಣಕ್ಕೆ. ಶ್ರೀಧರ ಬೆಟ್ಟಿಯನ್ನು 'ನೋಡುತ್ತಿದ್ದುದು' ಕಳೆದೆರಡು ತಿಂಗಳಿಂದ. ಬೆಟ್ಟಿ ಪಾಳಯದಲ್ಲಿ, ಮುಂದಿನ ಜಗಲಿಯಲ್ಲಿ ಸ್ವಾಗತಕಾರಿಣಿ ಎನ್ನುವ ಅರ್ಥ ಹುಟ್ಟಿಸಬಲ್ಲ ನರ್ಸು. ಪಾಳಯಕ್ಕೆ ಬರುವ ರೋಗಿಗಳನ್ನು ಅಲ್ಲೇ ನಿಲ್ಲಿಸಿ ಅವರವರ ಕಾಯಿಲೆಯ ತೀವ್ರತೆಗನುಸಾರವಾಗಿ ಅವರುಗಳನ್ನು ಎಲ್ಲೆಲ್ಲಿ ಕಳಿಸಬೇಕೋ ಅಲ್ಲಲ್ಲಿ ಕಳಿಸುವಾಕೆ. ಹಿಂದೆ ಮೈಸೂರಿನ ಗುರುಕುಲದ ಓಪಿಡಿಯ ಮುಂದೆ ಜಾಲರಿ ಕಿಟಕಿಯ ಹಿಂದೆ ಕೂತ ಓಬಳೇಶು, ದಿನದಲ್ಲಿ ಎಂಟು ನೂರು ರೋಗಿಗಳನ್ನು ಎಲ್ಲೆಲ್ಲಿಗೆ ಬೇಕೋ ಅಲ್ಲಿಗೆ ಯಾವುದೇ ಅಡೆತಡೆಯಿಲ್ಲದೇ ಕಳಿಸುತ್ತಿದ್ದ. ಅವನಿಗಿದ್ದ ಬಿರುದು 'ಚೀಟಿ ಬರೆಯುವವ'. ಕಣ್ಣು ಮುಚ್ಚಿಕೊಂಡೇ ರೋಗಿಗಳನ್ನು ಬಲಗಡೆ, ಎಡಗಡೆ, ಮೇಲೆ, ಕೆಳಗೆ, ಸ್ವರ್ಗಕ್ಕೆ, ನರಕಕ್ಕೆ ಕಳುಹಿಸುತ್ತಿದ್ದ. ಎದೆನೋವೆಂದರೆ ಜನರಲ್ ಮೆಡಿಸಿನ್, ಹೊಟ್ಟೆನೋವೆಂದರೆ ಸರ್ಜರಿ, ಗಂಟಲು ನೋವೆಂದರೆ ಕಿವಿ, ಮೂಗು, ಗಂಟಲು, ತುರಿಕೆಯೆಂದರೆ ಚರ್ಮ, ಹೀಗೆ ಎಲ್ಲ ವಿಭಾಗದ ಸೀಲುಗಳನ್ನು ಹಿಡಿದುಕೊಂಡು ಸಿನೆಮಾ ಟಾಕೀಸಿನ ಮುಂದೆ ಟಿಕೀಟಿಗೆ ನುಗ್ಗುವ ಜನರಿಗೆ ಟಿಕೀಟನ್ನು ಹಂಚುವಂತೆ ಸೀಲೊತ್ತಿ ಹಂಚುತ್ತಿದ್ದ. ಅದೇ ಕೆಲಸಕ್ಕೆ ಇಲ್ಲಿ ಪಾಳಯದ ನರ್ಸೊಬ್ಬಳು ಬೇಕಾಗಿದ್ದಳು. ಅವಳಿಗಿದ್ದ ಬಿರುದು "Triage nurse". ಪಾಳಯಕ್ಕೆ ಬರುವ ಜನರ ಸಂಖ್ಯೆ ಎಷ್ಟು ಅಪಾರವಾಗಿತ್ತೆಂದರೆ, ಇಲ್ಲಿ ಗಂಟಲು ನೋವೆಂದರೆ ಮುಂದೆ ಕಾಯುವ ಕೋಣೆಯಲ್ಲಿ ಕುಳ್ಳಿರಿಸಿರುತ್ತಿದ್ದರು, ಜಗಲಿಯ ಹಾಸಿಗೆಯ ಮೇಲೆ ಮಲಗಲು ಗಂಟಲು ನೋವು +

ನೂರ ನಾಕು ಡಿಗ್ರಿ ಜ್ವರ ಇರಬೇಕಾಗಿತ್ತು. ಬರೀ ಗಂಟಲು ನೋವಿದ್ದು, ದೇಹದ ಉಷ್ಣತೆ ಸರಿಯಾಗಿದ್ದರೆ, ಹೊರಗೆ ಖುರ್ಚಿಯ ಮೇಲೆ ಗಂಟೆಗಟ್ಟಲೆ ಕಾಯಬೇಕಾಗಿತ್ತು. ಸ್ವತಹ ಬೆಟ್ಟಿಯೇ ಅಥವಾ ಇನ್ಯಾರಾದರೂ, ಪಾಳಯದ ಮುಂದೆಯೇ ಯಾರದಾದರೂ ತಲೆಗೆ ಬೇಸ್‌ಬಾಲಿನ ಬ್ಯಾಟಿನಿಂದ ಹೊಡೆದರೂ ಅವನನ್ನು ಒಳಗೆ ತಂದು ಮಲಗಿಸಬೇಕಾದರೆ ಆತ ಪೂರಾ ಜ್ಞಾನ ಕಳೆದುಕೊಂಡಿರಬೇಕಿತ್ತು, ಅಥವಾ ಮಿದುಳಿನ ಒಂದೇ ಒಂದು ತುಂಡು ಹೊರಬಂದು ಆತ ಅದುರುತ್ತಿರಬೇಕಿತ್ತು. ತಲೆಗೆ ಹೊಡೆತ ಬಿದ್ದು, ಬರೀ ಊತ ಇದ್ದು ಆತ ಮಾತಾಡುತ್ತಾ ಇದ್ದಲ್ಲಿ ಆತ ಖುರ್ಚಿಯಲ್ಲಿ ಕೂತಿರುತ್ತಿದ್ದ. ಬಹಳಷ್ಟು ಮಂದಿ ತುರಿಕೆ, ಗಂದೆಯೆಂದು ಪಾಳಯಕ್ಕೆ ಬಂದವರು, ಜಗಲಿಯ ಮೇಲೆ ಗಂಟೆಗಟ್ಟಲೆ ಕೂತು, ಕೆರೆದು ಕೆರೆದು ಸಾಕಾಗಿ, ಕೊನೆಗೆ ಧನ್ವಂತ್ರಿಯನ್ನು ನೋಡುವ ಅವಕಾಶ ಸಿಕ್ಕಾಗ, ಧನ್ಯರಾಗಿ ಮೈಮೇಲಿನ ಗಂದೆಗಳನ್ನು ತೋರಿಸಬೇಕೆಂದು ಬಟ್ಟೆ ಬಿಚ್ಚಿದಾಗ ಗಂದೆಗಳೆಲ್ಲಾ ಮಾಯವಾಗಿ ಉಭಯತ್ರರೂ ಕಕ್ಕಾಬಿಕ್ಕಿಯಾಗುವ ಪರಿಸ್ಥಿತಿ ಬಂದಿರುತ್ತಿತ್ತು.

ಜಗಲಿಗೆ ನಿತ್ಯ ಬರುವ ರೋಗಿಗಳು ಒಳಗೆ ಹಾಸಿಗೆಯ ಮೇಲೆ ಮಲಗಿಸುವ ವ್ಯವಸ್ಥೆಯ ದೌರ್ಬಲ್ಯವನ್ನು ಚೆನ್ನಾಗಿ ತಿಳಕೊಂಡಿದ್ದರು. ಮನೆಯಲ್ಲಿ ಒಬ್ಬನೇ ಇದ್ದು ಬೇಸರವಾಗಿ, ದಿನಕ್ಕೆ ಮೂರು ಗಂಟೆ ಪಾಳಯದಲ್ಲಿ ಹೊತ್ತು ಕಳೆಯಲು ಬರುವ ಫ್ರಾಂಕ್ಲಿನ್, ಜಗಲಿಗೆ ಬಂದು "ಅಯ್ಯೋ, ಎದೆ ನೋವು" ಅನ್ನುತ್ತಿದ್ದ. ಇಲ್ಲವೇ "ಇವತ್ತು ನನ್ನನ್ನು ನಾನೇ ಕೊಂದುಕೊಳ್ಳಬೇಕೆಂದಿದ್ದೇನೆ" ಎಂದುಬಿಟ್ಟರೆ ಕನಿಷ್ಠ ಜಗಲಿಯ ಮೇಲಿನ ಹಾಸಿಗೆಯಂತೂ ಗ್ಯಾರಂಟಿ. ನಂತರ ಮೆಡಿಕಲ್ ವಿದ್ಯಾರ್ಥಿಯಾದಿಯಾಗಿ, ಹೃದಯರೋಗ ತಜ್ಞರ ತನಕ ಅಥವಾ ಸೈಕಿಯಾಟ್ರಿಸ್ಟ್ ತನಕ ಅಥವಾ ಆ ವಿಭಾಗದ ಕೌನ್ಸೆಲರ್ ತನಕ, ಆಯಾ ರೋಗಲಕ್ಷಣಕ್ಕನುಸಾರವಾಗಿ ಬಂದು ನೋಡಲು ಕನಿಷ್ಟ ಮೂರು ನಾಲ್ಕು ಗಂಟೆಯಂತೂ ಹಿಡಿಯುತ್ತಿತ್ತು. ಅಲ್ಲಿಯವರೆಗೆ ಜಗಲಿಯ ಇತರ ನರ್ಸುಗಳಿಗೆ ಹಾಯ್ ಎಂದೋ, ಬಿಚ್ ಎಂದೋ ಕರೆದು, ಬಯ್ದು, ಬಯ್ಯಿಸಿಕೊಂಡರೆ ವಾರಕ್ಕೆರಡು ದಿನ ಆತನಿಗೆ ಸುಸೂತ್ರವಾಗಿ ಸಮಯ ಕಳೆದುಹೋಗುತ್ತಿತ್ತು.

ಹೀಗೆ ಸಮಯ ಕಳೆಯುವುದಕ್ಕೆ ಪಾಳಯಕ್ಕೆ, ಪಾಳಯದ ಜಗಲಿಗೆ ರೋಗಿಗಳೆಂದು ಬರುವಂತಹ ಫ್ರಾಂಕ್ಲಿನ್ನಿನಂತವರ ವಿಷಯ ಶ್ರೀಧರನಿಗೆ ಹೊಸದು. ಇಂತಹ ಜಿಜ್ಞಾಸೆಯುಳ್ಳ ವಿಷಯವನ್ನು ಘೂಗೆ ಬಿಟ್ಟರೆ ಬೆಟ್ಟಿಯೇ ಆತನಿಗೆ ಸರಿಯಾಗಿ ವಿವರಿಸುತ್ತಿದ್ದಾಕೆ. ಹೀಗಾಗಿಯೇ ಬೆಟ್ಟಿಯ ಪರಿಚಯ ಆತನಿಗಾಗಿದ್ದು. ತನ್ನ ಪಾಡಿಗೆ ತಾನು ಒಂದು ದಿನ ಕೆಲಸ ಮಾಡಿಕೊಂಡಿದ್ದಾಗ ಇದ್ದಕ್ಕಿದ್ದ ಹಾಗೆ ಫ್ರಾಂಕ್ಲಿನ್ ಜಗಲಿಗೆ ಬಂದಿದ್ದ. ಆತ ಹೊರಗೆ ಬೆಟ್ಟಿಯ ಹತ್ತಿರ ಏನೆಂದಿದ್ದನೋ ಅಥವಾ ಒಳಗೆ ಬಂದ ಮೇಲೆ ಮನಸ್ಸು ಬದಲಾಯಿಸಿದ್ದನೋ, ಒಟ್ಟು ಬೆಟ್ಟಿ ಚೀಟಿಯ ಮೇಲೆ 'ಆತ್ಮಹತ್ಯಾ ಪ್ರಯತ್ನ/ಯೋಚನೆ' ಎಂದು ಬರೆದಿದ್ದಳು. ಒಳಗೆ ಬಂದ ಮೇಲೆ ಅವನಿಗೆ ಅಂತಹ ತೀವ್ರತರವಾದ ದೈಹಿಕ ಕಾಯಿಲೆಗಳು ಯಾವುದೂ ಇಲ್ಲವೆಂದೂ, ಆತ ಸೈಕಿಯಾಟ್ರಿ ವಾರ್ಡಿಗೆ ನೇರವಾಗಿ ಭರ್ತಿಯಾಗಬಹುದೆಂದೂ, ಶ್ರೀಧರನಾದಿಯಾಗಿ ಇತರ ಧನ್ವಂತ್ರಿಗಳು ನಿರ್ಧರಿಸಿ,

ಸೈಕಿಯಾಟ್ರಿಸ್ಟ್‌ಗಳು ಪರೀಕ್ಷಿಸಲಿ ಎಂದು ಸೈಕಿಯಾಟ್ರಿಯ ರೆಸಿಡೆಂಟನ್ನು ಕರೆಸಿದಾಗ, ಆತ ಬಂದವನೇ "ಫ್ರಾಂಕ್ಲಿನ್ನಿಗಿರುವುದು ಎದೆನೋವು. ಎದೆನೋವಿಗೆ ಕಾರಣ ಏನು ಎಂದು ನಿಮಗೆ ಕಂಡು ಹಿಡಿಯಲಿಕ್ಕಾಗದಿದ್ದರೆ ನೀವೂ ನನ್ನ ಜತೆ ಬನ್ನಿ. ಇನ್ನೊಂದಿಷ್ಟು ಫೋಲಾಪ್ಟ್ ಖರ್ಚು ಮಾಡೋಣ" ಎಂದು ಕೈ ಝಾಡಿಸಿ ಹೋಗಿದ್ದ.

ಫ್ರಾಂಕ್ಲಿನ್ ಆ ಸೈಕಿಯಾಟ್ರಿ ರೆಸಿಡೆಂಟಿಗೆ ಏನು ಹೇಳಿದ್ದನೋ ಶ್ರೀಧರನಿಗೆ ಅರ್ಥವಾಗಿರಲಿಲ್ಲ. ಆದರೆ, ಅವನಿಗೆ ಪ್ರಕಾಂಡ ಕೋಪ ಬಂದಿತ್ತು. ಆದರೆ, ತನ್ನ ಕೋಪ ತೀರಿಸಿಕೊಳ್ಳಲು ಈ ಸರಪಳಿಯಲ್ಲಿ ತನಗಿಂತ ಕೆಳಗೆ ಯಾರೂ ಇಲ್ಲದಿರುವುದನ್ನು ತಿಳಿದಿದ್ದ ಶ್ರೀಧರ ಸೀದಾ ಹೋಗಿ ಬೆಟ್ಟಿಯನ್ನೇ ಬಯ್ದು ಬಂದಿದ್ದ. "ಎದೆನೋವಿಗೂ, ತಲೆಕೆಟ್ಟಿರುವುದಕ್ಕೂ ವ್ಯತ್ಯಾಸ ಗೊತ್ತಿಲ್ಲದ ಮೇಲೆ ಈ ಜಗಲಿಯ ಹೊರಗೆ ನಿಲ್ಲುವುದಕ್ಕೆ ಯಾವ ಅರ್ಹತೆಯೂ ಇಲ್ಲ" ಎಂದು ಗದರಿಕೊಂಡಿದ್ದ. ಬೆಟ್ಟಿ ಸುಮ್ಮನೆ ನಕ್ಕಿದ್ದಳು. ನಂತರ ಶ್ರೀಧರನೇ "ರೋಗಿ ಯಾವತ್ತೂ ನಿಜವನ್ನೇ ಹೇಳೋದು, ಅದು ನಿನಗೆ ಗೊತ್ತಿದೆ ಅಂತ ನಾ ತಿಳಕೋಬಹುದಾ? ಯಾಕೆಂದರೆ, ಅವ ಫ್ರಾಂಕ್ಲಿನ್, ಸೈಕಿಯಾಟ್ರಿಗೆ ಅಡ್ಮಿಟ್ ಆದ ಮೇಲೆ ಹೃದಯಾಘಾತವಾಗಿದ್ದರೆ ಅದಕ್ಕೆ ಯಾರು ಹೊಣೆ?" ಎಂದು ಕೂಗಾಡಿದ್ದ. ಬೆಟ್ಟಿ "ಅಯ್ಯಾ, ಧನ್ವಂತ್ರಿ, ನಾನು ಬಡಪಾಯಿ ನರ್ಸು. ಎಲ್ಲಿಯೂ ಸಲ್ಲದವಳೆಂದು ಇಲ್ಲಿ ಬೀದಿ ಮೇಲೆ ತಂದು ಬಿಟ್ಟಿದ್ದಾರೆ. ಆತ ನನಗೆ ಪಾಳಯದ ಜಗಲಿಯ ಮೇಲೆ ಬಂದು ಹೇಳಿದ್ದು, ಆತ್ಮಹತ್ಯೆಗೆ ಪ್ರಯತ್ನ ಮಾಡಬೇಕೆಂದಿದ್ದೇನೆ, ಅಂತ. ಈತ ಜಗಲಿಯಿಂದ ಪಾಳಯದ ಒಳಗೆ ಹೇಗೆ ಬರಬೇಕೆಂದು ತಿಳಕೊಂಡಿದ್ದಾನೆ. ಎದೆನೋವು ಅಂತಾನೆ, ಇಲ್ಲ ಯಾರನ್ನಾದರೂ ಕೊಲ್ಲಬೇಕು ಅಂತಲೋ, ತನ್ನನ್ನು ತಾನೇ ಕೊಂದುಕೊಳ್ಳಬೇಕು ಅಂತಲೋ ಅಂದುಬಿಟ್ಟರೆ, ನೀವುಗಳು ಸೀದಾ ಒಳಗೆ ಸೇರಿಸ್ತೀರಿ ಅಂತ ಅವನಿಗೆ ಗೊತ್ತು. ನೀನು ಏನೇ ಮಾಡಿದರೂ ತಪ್ಪಿಸಿಕೊಳ್ಳುವುದಕ್ಕೆ ಸಾಧ್ಯವಿಲ್ಲ. ಇಲ್ಲಿ, ನನ್ನ ದಾಖಲೆಗಳ ಪ್ರಕಾರ ಆತ ಹೇಳಿದ್ದು ಹಾಗೆ. ನನ್ನ ಮೇಲೆ ಹಾರಾಡ್ತೀಯಲ್ಲ, ನೀನು ದೊಡ್ಡ ಧನ್ವಂತ್ರಿ. ನೀನು ಯಾಕೆ ಆತನ ಜತೆ ಸರಿಯಾಗಿ ಮಾತಾಡದೇ, ಅವನಿಗೆ ಎದೆನೋವು ಇದೆಯೋ ಇಲ್ಲವೋ ಪೂರಾ ಗ್ಯಾರಂಟಿ ಮಾಡಿಕೊಳ್ಳದೇ ಸೈಕಿಯಾಟ್ರಿಯವರನ್ನು ಕರೆಸಿದ್ದೆ. ನಿನಗೆ ನಿನ್ನ ರೋಗಿಗಳನ್ನು ಸರಿಯಾಗಿ ನೋಡುವುದು ಹೇಗೆ ಅಂತ ನಾನು ಕಲಿಸಬೇಕಾ?" ಅಂತ ಗದರಿಕೊಂಡಳು.

ಶ್ರೀಧರ ಹೋಗಿ ಫ್ರಾಂಕ್ಲಿನನ್ನು "ನಿಜ ಹೇಳು, ನಿನಗೆ ನಿನ್ನನ್ನು ನೀನೇ ಕೊಂದುಕೊಳ್ಳಬೇಕೆನ್ನಿಸಿದೆಯೋ ಅಥವಾ ಎದೆನೋವೋ?" ಎಂದು ಕೇಳಿದಾಗ, ಆತ "ಎದೆ ಸಿಕ್ಕಾಪಟ್ಟೆ ನೋಯುತ್ತಿರೋದರಿಂದ ಆತ್ಮಹತ್ಯೆ ಮಾಡಿಕೊಳ್ಳಬೇಕೆನಿಸಿದೆ" ಎಂದಿದ್ದ. ಶ್ರೀಧರ ಮರುಮಾತಾಡದೇ ಬೆಟ್ಟಿಯ ಬಳಿ ಹೋಗಿ ಸಾರಿ ಹೇಳಿ ಬಂದಿದ್ದ.

ಆ 'ಸಾರಿ'ಯ ನಂತರ ಭೇಟಿಯಾದದ್ದು ನಿಮ್ಮನಗರದ ಇಟಾಲಿಯನ್ ರೆಸ್ಟುರೆಂಟಿನಲ್ಲಿ. ಇಂಡಿಯಾದ ಹೊರಗಿನ ಊಟವೆಂದರೆ, ಗೋಬಿ ಮಂಚೂರಿ ಮತ್ತು ಚೌಮೀನುಗಳು ಮಾತ್ರ ಎಂದು ತಿಳಿದಿದ್ದ ಶ್ರೀಧರನಿಗೆ ಅಮೆರಿಕಾಕ್ಕೆ ಬಂದಮೇಲೆ ಪೀಟ್ಸಾ

ಮತ್ತು ಲಸಾನಿಯಾಗಳ ಪರಿಚಯವಾಗಿತ್ತು. ಬೆಟ್ಟಿಯಂತಹ ಹುಡುಗಿಯೊಬ್ಬಳು ತಮ್ಮ ಜಗಳವನ್ನು ಸಾಂತ್ವನಗೊಳಿಸುವ ನೆಪದಲ್ಲಿ ಮೊದಲ ಬಾರಿಗೆ ಊಟಕ್ಕೆ ಹೊರಗೆ ಕರೆದಾಗ, ಇಲ್ಲದ ಗೊಂದಲ ಬೇಡವೆಂದು ಇಟಲಿಯ ಊಟವನ್ನೇ ಮಾಡೋಣವೆಂದು ನಿರ್ಧರಿಸಿದ್ದ. ಘೂಗೆಯ ಸಲಹೆಯ ಮೇರೆಗೆ ಇದ್ದ ಒಂದೇ ಒಂದು ಸೂಟನ್ನು ಘಮಘಮವೆನ್ನಿಸುವಂತೆ ಪರಿಮಳ ಬೀರಿಸಿಕೊಂಡು ಹೊರಟಿದ್ದ.

ಶ್ರೀಧರನಿಗೆ ಆಶ್ಚರ್ಯವಾಗಿತ್ತು. ಒಂದು ರೋಗಿಯ ಎರಡು ರೋಗಲಕ್ಷಣಗಳ ಜಿಜ್ಞಾಸೆ, ಒಂದು ಸಂಬಂಧಕ್ಕೆ ಮತ್ತು ತನ್ನ ಮೊದಲ ಡೇಟ್‌ಗೆ ನಾಂದಿ ಹಾಡಬಹುದೆಂದು ಆತ ಎಣಿಸಿರಲಿಲ್ಲ. ಹೌದು, ಇದು ಶ್ರೀಧರನ ಮೊದಲ ಡೇಟು. ಗುರುಕುಲದ ಗಲಾಟೆಯಲ್ಲಿ, ಪಾಳಯದ ಕೆಲಸದ ಅಮಲಿನಲ್ಲಿ, ತನಗಿಂಥ ಅವಶ್ಯಕತೆಗಳಿದ್ದಾವೆ ಎಂದು ಶ್ರೀಧರನಿಗನ್ನಿಸಿದ್ದು ಘೂಗೆಯನ್ನು ನೋಡಿದ ಮೇಲೆಯೇ. ಆದರೆ, ಅದು ಸಾಧ್ಯವಾಗಿದ್ದು ಈಗಲೇ. ಫ್ರಾಂಕ್ಲಿನ್ ಬೆಟ್ಟಿಯ ಬಳಿ ಜಗಲಿಯಲ್ಲಿ ಎದೆನೋವಿದೆಯೆಂದು ಹೇಳದಿದ್ದುದಕ್ಕಾಗಿ ಆತನಿಗೆ ಧನ್ಯವಾದಗಳನ್ನು ಹೇಳಬೇಕೆಂದುಕೊಂಡ. ಹಿಂದೆ ಗುರುಕುಲದ ಜಗಲಿಯ ಮೇಲೆ ಇಂಥ ಎಷ್ಟು ತಪ್ಪುಗಳಿಗೆ ಹೋಗಿ ಓಬಳೇಶನನ್ನು ಬಯ್ದು ಬಂದಿದ್ದೆ, ಎಂದು ಲೆಕ್ಕ ಹಾಕಿದ. ಪ್ರತಿ ತಪ್ಪಿಗೆ ಬೆಟ್ಟಿಯ ಜತೆ ಒಂದು ಊಟ ಮಾಡಬಹುದಾದರೆ, ಓಬಳೇಶು ತನಗೆ ಜೀವನವಿಡೀ ಊಟ ಹಾಕಬೇಕಿತ್ತು, ಎಂದುಕೊಂಡ. ಮತ್ತೆ ಸುಮ್ಮನೇ ಒಬ್ಬನೇ ನಕ್ಕ.

ಇಟಲಿಯ ಊಟ ಬರೀ ಊಟಕ್ಕೇ ನಿಲ್ಲಲಿಲ್ಲ. 'ಊಟ ಜೀರ್ಣವಾಗುವ ತನಕ ಬೇಕಾದರೆ ನನ್ನ ಅಪಾರ್ಟ್‌ಮೆಂಟಿನಲ್ಲೇ ಇರಬಹುದು' ಎಂದು ಬೆಟ್ಟಿ ಕರೆದಿದ್ದಳು. ಶ್ರೀಧರನಿಗೆ ಊಟ ಜೀರ್ಣವಾಗಬೇಕಾದರೆ, ಬೆಟ್ಟಿಯ ಮನೆಗೆ ಏಕೆ ಹೋಗಬೇಕೆಂದು ಗೊತ್ತಾಗಲಿಲ್ಲ. ಆದರೆ, ಹಾಗೆ ಕರೆದಾಗ ಹೋಗದಿರುವುದು ಸಭ್ಯತೆಯಲ್ಲ ಎಂದು ಅರಿಯುವಷ್ಟು ಬೆಳೆದಿದ್ದೇನೆ ಅಂತ ಅಂದುಕೊಂಡಿದ್ದ.

ಬೆಟ್ಟಿಯ ಊಟವನ್ನು ಜೀರ್ಣ ಮಾಡಿಸುವ ಈ ಹೊಸ ಪರಿಕಲ್ಪನೆ ಶ್ರೀಧರನಿಗೆ ಬಲು ಬೇಗ ತುಂಬಾ ಇಷ್ಟವಾಗಿತ್ತು. ಈಗ ತಾನೆ ಊಟ ಮುಗಿಸಿದ್ದರೂ ಎರಡೂ ಗ್ಲಾಸಿಗೆ ವೈನನ್ನು ಬಗ್ಗಿಸಿಕೊಂಡು ಬಂದಳು, ಬೆಟ್ಟಿ. ಶ್ರೀಧರನಿಗೆ ಊಟವಾದ ಮೇಲೆ ಆಲ್ಕೋಹಾಲೋ, ಊಟಕ್ಕೆ ಮುಂಚೆ ಆಲ್ಕೋಹಾಲೋ ಎಂದು ಮತ್ತೆ ಗೊಂದಲ ಶುರುವಾಗಿತ್ತು. ನೋಡ ನೋಡುತ್ತಿದ್ದಂತೆ ಶ್ರೀಧರನನ್ನು ಮೈಮೇಲೆ ಎಳಕೊಂಡಳು, ಬೆಟ್ಟಿ. ಅವನ ಎರಡೂ ಕೈಗಳನ್ನು ತೆಗೆದುಕೊಂಡು ತನ್ನ ಎರಡೂ ದುಂಡಾದ ಮೊಲೆಗಳ ಮೇಲಿಟ್ಟುಕೊಂಡು ಸರ್ರನೆ ಜಾರಿದಳು. ಗಿಲ್ಲೆಂದಳು, ಗಿಲ್ಲಿದಳು, ಮೆಲ್ಲಗೆ ಕಚ್ಚಿದಳು. ಈ ಇಟಲಿ, ವೈನು, ಊಟ ನಂತರ ಜೀರ್ಣ ಮಾಡಿಸಲು ಅಪಾರ್ಟ್ಮೆಂಟ್, ಮೈಮೇಲೆಲ್ಲಾ ಹರಿದಾಡಿದ ಬೆಟ್ಟಿಯ ಮೂಗು... ಇದ್ದಕ್ಕಿದ್ದಂತೆ ಹುಟ್ಟುಡುಗೆಯಲ್ಲಿ ನಿಂತಿರುವ ಬೆಟ್ಟಿ. ಪಾಳಯದ ಹೊರಗೆ, ಸ್ಟೆತೋಸ್ಕೋಪಿಲ್ಲದ ಕೈಗಳಿಂದ ಹೆಣ್ಣಿನ ಅಂಗಗಳ ಸ್ಪರ್ಶ ಆಗುತ್ತಿದ್ದುದು ಶ್ರೀಧರನಿಗೆ ಇದೇ ಮೊದಲು.

ತಡಬಡಾಯಿಸಿಹೋದ ಶ್ರೀಧರ.

ಶ್ರೀಧರನನ್ನೊಮ್ಮೆ ತನ್ನ ಹಾಸಿಗೆಯ ಮೇಲೆ ದೂಡಿದ್ದೇ, ನೋಡ ನೋಡುತ್ತಿದ್ದಂತೇ ಅಳ್ಳಕದ ಜಾಗದಲ್ಲಿ ತನ್ನ ಮೂಗನ್ನು ತಂದಳು. ಊಟ ಜಾಸ್ತಿಯಾಗಿತ್ತೇನೋ ಬೆಟ್ಟಿಗೆ. ಒಂದು ಸಣ್ಣ ಮಿದುವಾದ ತೇಗು ಬಂತು.

ಅಷ್ಟೇ...

"ಹೋಲೀ ಟೋಲಿಡೋ..." ಅಂದವಳೇ ಮೇಲೆ ಹಾಸಿಗೆಯಿಂದ, ಶ್ರೀಧರನಿಂದ ಎರಡು ಮಾರು ದೂರ ಒಟ್ಟಿಗೇ ಹಾರಿದಳು.

ಬೆಟ್ಟಿಯ ಅಪಾರ್ಟ್‌ಮೆಂಟಿನಲ್ಲಿ, ಚಾದರದ ಮೇಲೆ ಅಂಟಂಟು ಕಾರಂಜಿಯಿಂದ ಒಹಾಯೋದ ಕಂದು ಬಣ್ಣದ ಭೂಪಟ ಬರೆಯಲ್ಪಟ್ಟು, ತೇವ ಆರತೊಡಗಿತು.

ಶ್ರೀಧರ "ಅಯ್ಯೋ..." ಎಂದ.

ಊಟ ಜೀರ್ಣವಾಯಿತು ಎಂದು ತಿಳಕೊಳ್ಳಬೇಕಾದಾಗ ಶ್ರೀಧರನಿಗೂ ಬಂದ ಕೊನೆಯ ಸಣ್ಣ ಮಿದುವಾದ ತೇಗಿನಿಂದ ಜೀರ್ಣವಾದದ್ದು ಅವಳೂಟವೋ, ಇವನೂಟವೋ ಎಂಬ ಗೊಂದಲವಾಯಿತು. ತೊಡೆಯ ನಡುವೆ ಮೊದಲ ಬಾರಿಗೆ ಸಣ್ಣ ಛಳುಕು ಹೊಡೆದ ಹಾಗನಿಸಿತ್ತು.

"ಮೊದಲ ಬಾರಿಗಾ ಇಟಲಿಯ ಊಟ ಮಾಡುತ್ತಿರುವುದು" ಕೇಳಿದ್ದಳು, ಬೆಟ್ಟಿ ತಲೆ ನೇವರಿಸುತ್ತಾ.

"ಹೌದು. ಬರೀ ಫಾಸ್ಟ್‌ಫುಡ್ ತರ ಪೀಟ್ಜಾ, ಲಸಾನಿಯ ಇಂಥವನ್ನು ತಿಂದಿದ್ದೆ. ಹೀಗೆ ಶಾಸ್ತ್ರೋಕ್ತವಾಗಿ ತಿಂದಿದ್ದು ಇದೇ ಮೊದಲು" ಎಂದಿದ್ದ, ತಲೆತಗ್ಗಿಸಿ.

"ಬಾ ಇಲ್ಲಿ" ಎಂದು ಹತ್ತಿರ ಎಳಕೊಂಡಳು.

ಮುಂದೆ ರಾತ್ರಿಯಿಡೀ ಇಬ್ಬರೂ ಮಾತಾಡಿರಲಿಲ್ಲ.

* * * * *

ನಂತರದ ಒಂದು ತಿಂಗಳಲ್ಲಿ ನಿಮ್ಮನಗರದಲ್ಲಿದ್ದ ಎಲ್ಲ ದೇಶದ ರೆಸ್ಟೋರೆಂಟುಗಳಿಗೂ ಭೇಟಿಕೊಟ್ಟಿದ್ದರು. ಶ್ರೀಧರ ಮೈಕೈ ತುಂಬಿಕೊಂಡ. ಬೆಟ್ಟಿ ಮೈ ಮಾತ್ರ ತುಂಬಿಕೊಂಡಳು.

ಘೂಗೆ ಶ್ರೀಧರನಿಗೆ ಒಂದೆರಡು ಬಾರಿ ಎಚ್ಚರಿಸಿದ್ದ. "ಶ್ರೀ, ಕೆಲಸದಲ್ಲಿನ ಜತೆಗಾರರ ಜತೆ ಸಂಬಂಧ ಇಟ್ಟುಕೊಳ್ಳುವುದರ ಮುಂಚೆ ಯೋಚಿಸು. ಕೆಲಸ ಮತ್ತು ಮನೆ ಇವುಗಳು ಸೇರಬಾರದು. ಮಧ್ಯೆ ಬಫ್ಫರ್ ಇರಬೇಕು. ಜತೆಗೆ ಮಲಗಿದಾಗೂ ಇನ್ನೊಬ್ಬನ ಕೊಲನಾಸ್ಕೋಪಿಯನ್ನು ಬಿಟ್ಟು ಬೇರೆ ಯಾವ ರೋಚಕ ವಿಷಯಗಳನ್ನು ಮಾತಾಡದಂತ ಕೆಲಸ ನಿಮ್ಮಿಬ್ಬರದು. ಇನ್ನೊಂದೆರಡು ತಿಂಗಳ ನಂತರ ನೀವು ಒಬ್ಬರನ್ನೊಬ್ಬರು

ನೋಡುವುದನ್ನು ಬಿಟ್ಟರೂ ಜತೆಜತೆಗೇ ಕೆಲಸ ಮಾಡಬೇಕು. ಅದು ತೀರ ಅಸಹಜವೆನ್ನಿಸಬಹುದು" ಎಂದಿದ್ದ. ಘೂಗೆಯ ಮಾತು ತೀರ ತೆಳ್ಳಗೆನ್ನಿಸಿತು. ತನ್ನದಿದು ಮೊದಲ ಬಾರಿ ಎಂದು ಘೂಗೆಗೆ ಶ್ರೀಧರ ಹೇಳಲಿಲ್ಲ.

ದಿನಗಳು ಕಳೆದಂತೆ ಬೆಟ್ಟಿಗೆ ಹಲವಾರು ಬಾರಿ ಏನನ್ನೋ ಹೇಳಬೇಕೆಂದುಕೊಳ್ಳುತ್ತಿದ್ದ, ಶ್ರೀಧರ. ಏನನ್ನೂ ಹೇಳಲಾಗುತ್ತಿರಲಿಲ್ಲ. ಏನನ್ನಾದರೂ ಬರೆಯಬೇಕೆಂದುಕೊಳ್ಳುತ್ತಿದ್ದ, ಏನನ್ನೂ ಬರೆಯಲೂ ಆಗುತ್ತಿರಲಿಲ್ಲ.

ಅಂದು ರಾತ್ರಿ ಬೆಟ್ಟಿಯ ಮನೆಯಲ್ಲಿ ಎಂತದೋ ಮೆಕ್ಸಿಕೋದ ಅಡುಗೆ ಮಾಡಿದ್ದಳು. "ಇದು ಪೂರ ನಿನಗಾಗಿ, ಮತ್ತು ನಿನಗಾಗಿ ಮಾತ್ರ" ಎನ್ನುತ್ತಾ ಮನೆಯೊಳಗೆ ತುಟಿಗಳಿಂದ ಹಾಗೂ ಇನ್ನಿತರ ಅಂಗಾಂಗಗಳಿಂದ ಬರಮಾಡಿಕೊಂಡಿದ್ದಳು.

ಶ್ರೀಧರ ಕರಗಿಹೋದ.

"ನಾವುಗಳು ಇಬ್ಬರೂ ಒಟ್ಟಿಗೇ ಕೆಲಸ ಮಾಡುವುದು ನಿನಗೆ ಏನೂ ಅನ್ನಿಸುವುದಿಲ್ಲವೇ" ಕೇಳಿದ್ದ, ಶ್ರೀಧರ.

"ಅನ್ನಿಸುತ್ತಿದೆ, ಸಮಯ ಸಿಕ್ಕರೆ ಅಲ್ಲೇ ಎಲ್ಲಾದರೂ ಮಧ್ಯೆ ಓಡಿ ಹೋಗೋಣ ಅನ್ನಿಸುತ್ತದೆ. ಆದರೆ, ನೀನು ದೊಡ್ಡ ಧನ್ವಂತ್ರಿ, ಸಿಗಬೇಕಲ್ಲ" ಎಂದು ನಕ್ಕಳು, ಬೆಟ್ಟಿ.

"ಹಾಗಲ್ಲ, ನಾವು ಹೀಗೇ ಇನ್ನೆಷ್ಟು ದಿನ ಹೀಗೇ ಮುಂದೆ ಮುಂದೆ ಹೋಗಬಹುದು ಎಂದು ನಿನಗನಿಸುತ್ತದೆ."

"ಗೊತ್ತಿಲ್ಲ"

ಅರ್ಥವಾಗದೇ ಶ್ರೀಧರ ಹಿಂದೆ ಮುಂದೆ ನೋಡಿದ.

"ನೋಡು, ನಾನು ನಾಳೆಯ ಬಗ್ಗೆ ಯೋಚಿಸಿಯೇ ಇಲ್ಲ. ಇವತ್ತು ನನಗೆ ಖುಷಿಯಾಗುತ್ತಿದೆ, ಅಷ್ಟೇ ಮುಖ್ಯ. ನಾಳೆ ನಿನಗೆ ಬೇರೇ ಕಡೆ ಕೆಲಸ ಸಿಕ್ಕಿ ಹೋಗ್ತೀಯಾ. ಪರವಾಗಿಲ್ಲ. ನನಗೆ ನನ್ನ ಈ ಕೆಲಸದ ದೆಸೆಯಿಂದ ನಿನ್ನ ಹಾಗಿರೋ ಇನ್ನೊಬ್ಬ ಇಂಟರ್ನ್ ಸಿಕ್ಕರೂ ಸಿಗಬಹುದು, ಯೋಚನೆಯಿಲ್ಲ" ಅಂದಳು.

ಶ್ರೀಧರನಿಗೆ ಏನೂ ಗೊತ್ತಾಗಲಿಲ್ಲ.

ಒಂದು ಕ್ಷಣ ಸುಮ್ಮನೆ ಕೂತ. ನಂತರ ಏನೋ ನಿರ್ಧರಿಸಿದವನಂತೆ "ನಮ್ಮ ಊಟಗಳು ಮತ್ತು ಅದರ ಅದಲಿ ಬದಲಿಯಂತೆ ನಡೆದಿರುವ ಕ್ರಿಯೆಗಳು ಅಥವಾ ನಿನ್ನ ಪ್ರಕಾರ ಚೇಷ್ಟೆಗಳು ಇವಕ್ಕೆ ಏನೂ ಅರ್ಥವೇ ಇಲ್ಲವೇ? ಯಾವಾಗಲಾದರೂ ಈ ರಾತ್ರಿಗಳು, ಬೆವರಿನ ಹನಿಗಳು, ವೈನು, ಲಸಾನಿಯ ಅವುಗಳನ್ನು ಮೀರಿದ ಅರ್ಥ ಕೊಡಬಹುದು ಅನ್ನಿಸಿಯೇ ಇಲ್ಲವಾ ನಿನಗೆ? ಪಾಸ್ತಾದ ರುಚಿಗೆ, ವೈನಿನ ಘಾಟಿಗೆ ಮತ್ತು ನಿನ್ನ ಹಾಸಿಗೆ ನನ್ನ ಹಾಸಿಗೆಗಿಂತ ಚೆನ್ನಾಗಿದೆ ಎಂದು ನಾನಿನ್ನ ಹತ್ತಿರ ಬರುತ್ತಿಲ್ಲ. ನೀನೂ ಬರೀ ಅವುಗಳಿಗಾಗಿ ನನ್ನ ಹತ್ತಿರ ಬರುತ್ತಿಲ್ಲ ಎನ್ನಿಸುತ್ತಿಲ್ಲವೇ?"

"ಬಹುಶಃ ನಾನು ನನ್ನ ಕೆಲಸದಲ್ಲಿ ನಾನಂದುಕೊಂಡಿದ್ದಕ್ಕಿಂತಾ ಹೆಚ್ಚು ತಪ್ಪು ಮಾಡಿರಬಹುದು. ಬಹುಶಃ ಬರೀ ಇಂಟರ್ನ್‌ಗಳಲ್ಲ, ಮರ್ಸಿಡಿಸ್ ಕಾರಿನಲ್ಲಿ ಓಡಾಡೋ ದೊಡ್ಡ ಧನ್ವಂತ್ರಿಗಳು ನನ್ನ ತಪ್ಪನ್ನು ತಿದ್ದಿರಬಹುದು. ಹಾಗೆ ತಿದ್ದಿದ ಬಹಳಷ್ಟು ಜನ ಇಂಟರ್ನ್‌ಗಳಿಗೆ ನನ್ನ ಜತೆ ಇಟಲಿಯ ಅಥವಾ ಗ್ರೀಕಿನ ಊಟ ಮಾಡಲು ಇಷ್ಟವಾಗಿದ್ದಿರಬಹುದು. ಇವೆಲ್ಲಾ ನೀನು ಯೋಚಿಸಿಯೇ ಇಲ್ಲವೆ?" ಕೇಳಿದಳು, ಬೆಟ್ಟಿ.

"ಇಲ್ಲ, ನೀನು ಇವತ್ತು ಮಾಡಿದ ಮೆಕ್ಸಿಕೋದ ಅಡುಗೆ ನನಗಾಗಿ ಮಾತ್ರ ಅಂದುಕೊಂಡಿದ್ದೆ" ಅಂದ, ಇನ್ನೇನು ಅತ್ತೇಬಿಡುವಂತೆ.

"ಮರೀ, ನೀನಿನ್ನೂ ಬೆಳೆಯಬೇಕು. ನೀನು ಹಡಗಿನಿಂದ ಈಗ ಇಳಿದವನು ಎಂದು ತಿಳಿದೂ ತಿಳಿದೂ ನಿನಗೆ ಬಹುಶಃ ಸೇರದ ಊಟವನ್ನು ಕೊಂಚ ಅಜೀರ್ಣವಾಗುವಷ್ಟು ಬಡಿಸಿದೆನೋ ಏನೋ, ನನಗೇ ಗೊತ್ತಿಲ್ಲ. ಹೀಗೆ ನೀನು ಭಾವುಕನಾಗುತ್ತಾ ಕೂತರೆ ನಾಳೆ ನೇರವಾಗಿ ಸೈಕಿಯಾಟ್ರಿಗೆ ಟ್ರಯಾಜ್ ಮಾಡಬೇಕಾಗಬಹುದು ನೋಡು, ನಾನೇ" ಅಂದಳು, ಹಣೆಗೊಂದು ಮುತ್ತು ಕೊಟ್ಟು.

ತಲೆ ನೋಯುತ್ತಿದೆಯೆಂದು ಮನೆಗೆ ಬಂದುಬಿಟ್ಟ. ಬರುತ್ತಾ ಇರಬೇಕಾದರೆ, ಗುರುಕುಲದ ಹೆಣ್ಣುಗಳು ನೆನಪಾದರು. ಯೂನಿಫಾರ್ಮ್‌ನಂತೆ ಮಡಿಕೋಲಿನಿಂದ ಗುಡಾಣದ ಗಾತ್ರದವರೆಗೂ ಎಲ್ಲರೂ ಸೀರೆ ಉಟ್ಟುಕೊಂಡು ಮೇಲೊಂದು ಬಿಳಿಯ ಕೋಟು ಹಾಕಿ ಗುರುಕುಲದ ಪಾಳಯಕ್ಕೂ, ಬಿಡಾರಕ್ಕೂ ಪುಟುಪುಟು ಓಡಾಡುವ ತರಳೆಯರು. "ಏನ್ರೀ"ಯಿಂದ ಶುರುವಾಗುವ ಮಾತು "ಏನೇ, ಏನೋ, ಏನಮ್ಮಾ"ಗೆ ಹೋಗುವುದು ಕೆಲವೇ ಕೆಲವು ಅದೃಷ್ಟವಂತರಿಗೆ. ಶ್ರೀಧರನಂತವರು ಹುಡುಗಿಯರ ಬಿಡಾರದ ಕಡೆಗೆ ಮಾತಾಡಲು, ಗೈನಕಾಲಜಿಯ ಡೌಟು ಕೇಳಲು ಹೋದಾಗ, ಆ ತಾಕತ್ತಿಲ್ಲದವರು ಶ್ರೀಧರನಿಗೆ 'ಚೇಲಾ'ಗಳೆಂದು ಕರಕೊಂಡರೂ, ಒಳಗೊಳಗೇ ಕರುಬುತ್ತಿದ್ದುದು ಈಗ ನೆನಪಿಗೆ ಬಂತು. ಅಲ್ಲಿ ತನಗಿಂತ ಎರಡು ವರ್ಷ ಚಿಕ್ಕ ಹುಡುಗಿಯರಿಗೂ ಪರೀಕ್ಷೆಯಲ್ಲಿ ಪಾಸುಮಾಡಿಕೊಳ್ಳುವಷ್ಟು ಮೆಡಿಸಿನ್ ಕಲಿಸಿದರೂ, ಈ ಬೆಟ್ಟಿಯಂತೆ ಯಾರೂ ಊಟಕ್ಕಿರಲಿ, ಒಂದು ಲೋಟ ಕಾಫಿಗೂ ಕರೆದಿರಲಿಲ್ಲ. ಅಂತಹುದರಲ್ಲಿ ಈ ಬೆಟ್ಟಿಯ ಊಟದ ಕರೆಗಳು ಮತ್ತು ಈಕೆಯ ಕಲಿನರಿ, ಕ್ಯುಸೀನ್‌ಗಳ ಗಟ್ಟಿ ನಿಲುವು ಅವನನ್ನು ತೀವ್ರ ಗೊಂದಲದಲ್ಲಿ ಸಿಲುಕಿಸಿತ್ತು.

ತನ್ನ ಮನೆಗೆ ಬಂದು ಗಣಕದಲ್ಲೇನಾಗುತ್ತಿದೆ ಎಂದು ನೋಡಿದ. ಅಮಿತಾಬ್ ಬಚ್ಚನ್ ಈ ವರ್ಷವೂ ಹತ್ತು ಚಿತ್ರದಲ್ಲಿ ಪಾರ್ಟು ಮಾಡಿದ್ದಾನೆ. ಕನ್ನಡದಲ್ಲಿ ರಸಾಯನಶಾಸ್ತ್ರದ ಸಮೀಕರಣಗಳುಳ್ಳ ಚಿತ್ರಗಳು ಬರುತ್ತಿದ್ದ ಕಾಲ ಮುಗಿದದ್ದು, ಲಾಂಗು, ಗ್ಯಾಂಗುಗಳು ವಿಜೃಂಭಿಸಿವೆ. ಎರಡೇ ಚಿತ್ರದಲ್ಲಿ ಒಂದಿಪ್ಪತ್ತೈದು ಸಾರಿ ತುಟಿಗಳನ್ನು ಹಿಂಚುಮುಂಚು ಮಾಡಿ, ಮೈಮೇಲಿನ ಬಟ್ಟೆಗಳನ್ನೆಲ್ಲಾ ಕಿತ್ತು ಬಿಸಾಡಿ, ಹೆಣ್ಣನ್ನು ತೃಪ್ತಿಪಡಿಸದಿದ್ದೀರಾ ಗಂಡಸರೇ ಹುಷಾರು ಎಂದು ದ್ರೌಪದಿಯ ಬಹುಪತಿತ್ವವನ್ನು ತನ್ನ

ಹೊಸಾಚಿತ್ರದ ನೈತಿಕತೆಗೆ ಸಮಜಾಯಿಷಿ ಕೊಟ್ಟುಕೊಂಡು, ಇದೇ ಚಿತ್ರದ ಸಹಾಯದಿಂದ ಪ್ರಧಾನಮಂತ್ರಿಗಳನ್ನು ಬೇಕಾದರೂ ನಾನು ಚುನಾವಣೆಯಲ್ಲಿ ಸೋಲಿಸಬಲ್ಲೆ ಎಂದು ಮಲ್ಲಿಕಾ ಶೆರಾವತ್ ಹೇಳಿಕೆ ಕೊಟ್ಟಿದ್ದು ಇತಿಹಾಸವಾಗಿತ್ತು. ಅಮೆರಿಕನ್ನಡಿಗರೆಲ್ಲ ಬರೆಯುವುದು ತಮ್ಮ ಪಾಪ ಪರಿಹಾರಕ್ಕೋಸ್ಕರ ಎಂದು ಹಿರಿಯ ಕವಿಗಳು ನೇರವಾಗಿ ಆಪಾದಿಸಿದರೆಂದು ಅಮೆರಿಕನ್ನಡಿಗರು ಇನ್ನೂ ಸಿಟ್ಟಾಗಿ ಇನ್ನೂ ಹೆಚ್ಚು ಹೆಚ್ಚು ಬರೆಯಲು ಶುರು ಮಾಡಿದ್ದರು. ಅಂತರ್‌ಜಾಲದಲ್ಲಿ ಕಠೋಪನಿಷತ್ತಿನ ಬಗ್ಗೆ ವ್ಯಾಖ್ಯೆಯಿದೆಯೆಂದು ಇನ್ನೊಬ್ಬರ್ಯಾರೋ ಹೇಳಿದ್ದರು. ಭಾರತದಲ್ಲಿ ಪ್ರಪ್ರಥಮ ಬಾರಿಗೆ ಸಲಿಂಗಿ ಸಮಸ್ಯೆಯನ್ನು ಮತ್ತು ಸಂವೇದನೆಯನ್ನು ತಡವಲು ತೆಗೆದಂತ ಚಿತ್ರ ಎಂದು ಹೇಳಿಕೊಂಡ ನಿರ್ದೇಶಕನನ್ನು ಶಿವಸೇನೆಯವರು ಹೊಡೆಯಲು ಹುಡುಕುತ್ತಿದ್ದಾರೆ, ಧನಂಜಯನನ್ನು ಗಲ್ಲಿಗೇರಿಸಬಾರದೆಂದು ಮಾನವೀಯ ಹಕ್ಕು ಸಂಘಟನೆ ಗಲಾಟೆ ಮಾಡಿ ಕಾಲವಾಗಿದೆ, ಸಲ್ಮಾನ್ ರಶ್ದೀಯ ಪ್ರೇಯಸಿ ಯಾವುದೋ 'ಲೈಫ್‌ಸ್ಟೈಲ್' ಸಿನೆಮಾದಲ್ಲಿ ಪಾತ್ರ ಮಾಡಿದ ಮೇಲೆ, ಇವಳನ್ನು ಹೀಗೇ ಬಿಟ್ಟರೆ ನಾ ಕೆಟ್ಟೆ ಎಂದು ಸಲ್ಮಾನ್ ರಶ್ದೀ ಆಕೆಗೆ ಪ್ರೊಪೋಸ್ ಮಾಡಿ ಮದುವೆ ಮಾಡಿಕೊಂಡಿದ್ದಾನೆ, ನೇಟೋದವರ ಗಲಾಟೆ ಇನ್ನೂ ನಡೆಯುತ್ತಲೇ ಇದೆ, ಐಶ್ವರ್ಯ ರೈ ಕುತ್ತಿಗೆಯನ್ನು ಹೊಟ್ಟೆಯ ತನಕ ತೋರಿಸುತ್ತ ಇರುವ ಡ್ರೆಸ್ಸಿನಲ್ಲಿ ಫ್ರಾನ್ಸಿಗೆ ಕಾನ್ಸ್ ಚಿತ್ರೋತ್ಸವಕ್ಕೆ ಹೋಗಿದ್ದಾಳೆ, ರಾಮ್ ಮನೋಹರ್ ಲೋಹಿಯಾರವರ ವಿಶಾಲದೃಷ್ಟಿ ಮತ್ತು ಕುವೆಂಪುರವರ ಸಾಹಿತ್ಯ ಇವೆರಡನ್ನು ಪುನರುಜ್ಜೀವನಗೊಳಿಸಿದರೆ ಮಾತ್ರ ಅಥವಾ ಕನಿಷ್ಠ ಅನುಕರಿಸಿದರೆ ಭಾರತದ ಮತ್ತು ಕನ್ನಡ ಸಾಹಿತ್ಯದ ಉದ್ಧಾರ ಸಾಧ್ಯ ಎಂದು ಮೂವತ್ತು ವರ್ಷದ ಹಿಂದೆ ಹೇಳಿದ ಕನ್ನಡ ಸಾಹಿತಿಯೊಬ್ಬರ ಮಾತೊಂದು ಎಷ್ಟು ಸತ್ಯ ಎಂದು ಈಗಲೂ ಒಬ್ಬ ನೆನೆಸಿ, ನೆನೆಸಿ ಬರೆಯುತ್ತಾನೆ, ಕಾಶೀನಾಥ ಇನ್ನೂ ಕನ್ನಡ ಚಿತ್ರ ಮಾಡುತ್ತಿದ್ದಾನೆ, ಪೀಯೂಸಿ ಪಾಸ್ ಮಾಡಿದ ಹುಡುಗರು ಯಾಕಾದರೂ ಪಾಸ್ ಮಾಡಿದೆವೋ ಎಂದು ಒದ್ದಾಡುತ್ತಿದ್ದಾರೆ...

ಸೆಕ್ಸ್ ಅಂಡ್ ದ ಸಿಟಿಯ ಸಾರಾ ಜೆಸ್ಸಿಕಾ ಪಾರ್ಕರ್ ಆಗಲೀ, ಟೋನಿ ಸಪ್ರಾನೋ ಆಗಲೀ ತನಗೆ ಯಾಕೋ ಹತ್ತಿರ ಆಗುತ್ತಾ ಇಲ್ಲ ಅನ್ನಿಸಿತು. ಟೋನಿ ಸಪ್ರಾನೋಗೂ, ಮಲ್ಲಿಕಾ ಶೆರಾವತ್ತಿಗೂ ಇದ್ದ ತಡೆ, ರಿಮೋಟಿನ ಒಂದು ಗುಂಡಿ ಮಾತ್ರ. ಮಲ್ಲಿಕಾ ಶೆರಾವತ್ತಿಗೂ ಉದಯ ಟಿವಿಯಲ್ಲಿ ಬರುತ್ತಿದ್ದ ಮಲ್ಲಮ್ಮನ ಪವಾಡಕ್ಕೂ ಇದ್ದ ಅಂತರ ಸುಮಾರು ನಾಕುನೂರು ಚಾನಲ್ಲುಗಳು. ಚಾನಲ್ಲುಗಳ ನಂಬರುಗಳನ್ನು ರಿಮೋಟಿನಲ್ಲಿ ಒತ್ತಿದರೆ, ಒಂದೊಂದನ್ನೇ ಹಿಂದೆ ಅಥವಾ ಮುಂದೆ ಮಾಡಿಕೊಂಡು ಬಂದ ವೆರೈಟಿ ಸಿಗುವುದಿಲ್ಲ ಅನ್ನಿಸಿತು.

ಬೆಟ್ಟಿಯೆದುರು ನನ್ನಂತವರು ಯಾಕೆ ತೆಳ್ಳಗಾಗಿ ಬಿಡುತ್ತಾರೆ? ಎರಡು ತಿಂಗಳು ಜತೆಗೆ ಸಮಯ ಕಳೆದ ತಕ್ಷಣ ನನ್ನ ಹೃದಯದ ನಾಲ್ಕೂ ಚೇಂಬರುಗಳನ್ನು ಕೊಟ್ಟುಬಿಟ್ಟಿದ್ದೇನೆ. ಆಕೆಯಿಲ್ಲದೇ ನಾನು ಬದುಕಲಾಗದು ಎನ್ನುವ ಭಾವನೆ ಬರಬಹುದು ಅಥವಾ ಹಾಗಾಗಬಹುದು ಅನ್ನುವ ಹೆದರಿಕೆ ಬಂದದ್ದು, ತನ್ನನ್ನು ಹೊಸತಳಿಯ

ಪರಿಧಿಯೊಳಗೆ ಸೇರಿಸದಿರಲು ಕಾರಣವಾಗುತ್ತದೆಯೇ? ತಾನು ಗುರುಕುಲದಲ್ಲಿಯೇ ಇನ್ನೂ ಹತ್ತು ವರ್ಷವಿದ್ದಿದ್ದರೆ, ಬೆಟ್ಟಿಯ ಮಟ್ಟಿಗೆ ಇಲ್ಲವೇ ಕಡೆಯ ಪಕ್ಷ ಮಲ್ಲಿಕಾ ಶೆರಾವತ್ತಿನ ಮಟ್ಟಿಗಾದರೂ ಬೆಳೆಯಬಹುದಿತ್ತೇನೋ. ಘೂಗೆಗೆ ಹೇಳಿದರೆ, ಸಿಕ್ಕಿದ್ದು ಬಾಚಿಕೊಂಡು ಸುಖಪಡುವುದನ್ನು ಬಿಟ್ಟು ಯಾಕೆ ಹೀಗೆ ಅಳುತ್ತೀಯೋ ಬೆಪ್ಪ ಅನ್ನುತ್ತಾನೆ. ತನಗೆ ಪಾಪಪ್ರಜ್ಞೆ ಇರಬೇಕೆ? ಅಕಸ್ಮಾತ್ ಬೆಟ್ಟಿ ಇಂದು ತನ್ನನ್ನು ಬಿಟ್ಟುಬಿಟ್ಟರೆ, ನಾಳೆಯೂ ನಾನು ಅವಳ ಮೇಲೆ ತನ್ನ ಧನ್ವಂತ್ರಿಯ ಅಧಿಕಾರವನ್ನು ಚಲಾಯಿಸುವ ವೃತ್ತಿಪರ ಸಂಬಂಧವನ್ನು ಹೊಂದಿರಬಹುದೆ ?

ಕೈ ಮತ್ತೆ ಗಣಕದ ಇಲಿಯ ಮೇಲೆ ಹೋಯಿತು. ಗಣಕದಲ್ಲಿ ಯಾವಾಗಲೋ ಇಳಿಸಿಕೊಂಡಿದ್ದ ಯಾವುದೋ ತಮಿಳು ಚಿತ್ರದ ತುಂಡು, ಕಾಣಿಸಿತು. ಚಾಲೂ ಮಾಡಿದ. ಹೀರೋ ಯಾರೋ ಗೊತ್ತಿಲ್ಲ. ಯಾರೋ ಭಯೋತ್ಪಾದಕರು ಹೊತ್ತೊಯ್ದಿದ್ದಾರೆ. ಒಬ್ಬ ರೌಡಿ ನಟಿಯನ್ನು ಅಪಹರಿಸಿದ್ದಾನೆ. ಎಷ್ಟು ದಿನವಾದರೂ ಆ ಹೀರೋನ ಪತ್ತೆಯಿಲ್ಲ. ಇತ್ತ ಎಲ್ಲೋ ಒಂದು ಕಾಡಿನಲ್ಲಿಟ್ಟು ಆತನನ್ನು ಚಿತ್ರಹಿಂಸೆ ಮಾಡುತ್ತಾ ಇದ್ದಾರೆ. ಒಂದು ದಿನ ಆ ಹೀರೋ ಸತ್ತ ಎಂದು ತಿಳಕೊಂಡು ಆ ನಟಿ ತನ್ನನ್ನು ಹಿಡಿದಿಟ್ಟ ಆ ರೌಡಿಯ ಜತೆ ದೊಡ್ಡ ದೊಡ್ಡ ಕಾರ್ಬನ್ ಆರ್ಕ್ ಬಲ್ಬುಗಳ ಹಿನ್ನೆಲೆಯಲ್ಲಿ ಹೊಕ್ಕುಳಿಂದ ಕೆಳಗೆ ಸೀರೆಯುಟ್ಟು, ಮೇಕಪ್ ಅಳಿಸದಂತೆ ಅಳುತ್ತಾ ತಬ್ಬಿಕೊಳ್ಳುತ್ತಾಳೆ. ರೆಹಮಾನ ನಾನಾತರದ ವಾದ್ಯಗಳನ್ನು ಕುಟ್ಟುತ್ತಾನೆ. ಸಹನರ್ತಕಿಯರು ಹಾಡುತ್ತಾರೆ. ಆ ಹಾಡಿನ ನಂತರ ಆ ನಟಿ ಆ ರೌಡಿಯ ಜತೆ ಸೇರಿದ್ದು ತಪ್ಪು ಅನ್ನಿಸುವುದೇ ಇಲ್ಲ, ಆ ಹೀರೋ ಅಲ್ಲಿ ಚಿತ್ರಹಿಂಸೆ ಅನುಭವಿಸುತ್ತಿದ್ದಾಗಲೂ. ಅಂಥ ಒಂದು ಸಿನೆಮ್ಯಾಟಿಕ್ ಜಸ್ಟೀಸ್ ಆ ಹಾಡಿಗೆ ಬಂದುಹೋಗಿದೆ. ನೈತಿಕತೆ ಸಾಪೇಕ್ಷವೆನಿಸುತ್ತದೆ.

* * * * *

ಸರೋಜ ಆಂಟಿ

ತಾನು ಬಹಳ ಚಿಕ್ಕ ಹುಡುಗ. ಬಹಳವೆಂದರೆ, ಬಹಳವೇನಲ್ಲ– ಹದಿಮೂರು ಹದಿನಾಲ್ಕು ವರ್ಷಗಳಿರಬಹುದು. ದೇಹದಲ್ಲಾದ ಬದಲಾವಣೆಗಳನ್ನು ಬೇರೆಯವರು ಗಮನಿಸುವಷ್ಟು ದೊಡ್ಡವನಾಗಿದ್ದ. ಎರಡೂ ಕಡೆ ಎದೆ ತೊಟ್ಟುಗಳ ಕೆಳಗೆ ಸಣ್ಣ ಗೆಡ್ಡೆಗಳು ಕಾಣಿಸಿಕೊಂಡಿದ್ದವು. ನೋಯುತ್ತಿತ್ತು. ಮುಟ್ಟಿನೋಡಿದರೆ, ಸ್ವಲ್ಪ ದಪ್ಪಕ್ಕಾಗಿದೆ ಅನ್ನಿಸಿತ್ತು. ಇದು ಗಂಡುಮಕ್ಕಳಲ್ಲಾಗುತ್ತದಾ? ತಿಳಿಯದೇ ಸ್ನೇಹಿತರನ್ನು ಕೇಳಬೇಕೆಂದುಕೊಂಡರೆ ತಮಾಷೆ ಮಾಡುತ್ತಾರೇನೋ ಎಂದು ಹೆದರಿದ್ದ. ಯಾರಿಗೂ ಗೊತ್ತಾಗದ ಹಾಗೆ ಅಮ್ಮನ ಹತ್ತಿರ ಹತ್ತು ರೂಪಾಯಿ ಸಿನೆಮಾಕ್ಕೆ ಅಂತ ಇಸಕೊಂಡು ಡಾಕ್ಟರ ಶಾಪ್ ಮುಚ್ಚುವ ವೇಳೆಗೆ ಹೋಗಿ ತೋರಿಸಿದ್ದ. ನೋಡಿದ ಡಾಕ್ಟರು ಹತ್ತು ರೂಪಾಯಿ ಇಸಕೊಂಡು ಕೆನ್ನೆ ತಟ್ಟಿ ನಕ್ಕು "ಇನ್ನು ಸ್ವಲ್ಪ ದಿನಕ್ಕೆ ಶೇವ್ ಮಾಡಿಕೊಳ್ಳೋ ಹಾಗಾಗ್ತೀಯ. ಅದಕ್ಕೆ ದುಡ್ಡು

ಉಳಿಸು. ಹೀಗೆ ಎಂತೆಂತದೋ ವಿಷಯಕ್ಕೆ ಬಂದು ಡಾಕ್ಟರರ ಬಳಿ ಕೇಳಬೇಡ" ಎಂದು ನಕ್ಕಿದ್ದರು.

ಎದುರು ಮನೆಯಲ್ಲಿದ್ದ ಸಾಮಿಲ್ಲಿನವರ ಹೆಂಡತಿ ಸರೋಜ ಆಂಟಿ. ಮೂವರು ಮಕ್ಕಳಿದ್ದರೂ, ತಲೆಗೆ ಕಪ್ಪು ಹಚ್ಚಿದ್ದರೂ ಕಂಕುಳ ಕೂದಲು ತೆಗೆಯದೇ ಸ್ಲೀವ್ಲೆಸ್ ಅಥವಾ ತೋಳಿನ ಮೇಲಿನ ತನಕದ ಕುಬುಸ ಹಾಕಿದರೂ ಶ್ರೀಧರನಿಗೆ ಮನೆಯೊಳಗಿಂದ ಹೊರಗೆ ಓಡಾಡುವಾಗ ಹೃದಯದೊಳಗೆ ಚಿಟ್ಟೆ ಹಾರಿಸುತ್ತಿದ್ದ 'ಸರೋಜ ಆಂಟಿ'. ಗಂಡ ಸಾಮಿಲ್ಲಿಟ್ಟಿದ್ದರೂ ಸಾಹಿತ್ಯದಲ್ಲಿ ಆಸಕ್ತಿ ಮತ್ತು ನಮ್ಮ ಸಂಸ್ಕೃತಿಯ ಮೇಲೆ ಬಹಳ ಅಭಿಮಾನವಿದ್ದುದರಿಂದ ಮಕ್ಕಳಿಗೆ 'ದೃಷ್ಟದ್ಯುಮ್ನ' 'ಅರ್ಕಾವತಿ' ಮತ್ತು 'ಕಣ್ವ' ಎಂದು ಹೆಸರಿಟ್ಟಿದ್ದರು, ಎಂದು ಸರೋಜ ಆಂಟಿ ಅಮ್ಮನ ಬಳಿ ಹೇಳಿದ್ದುದನ್ನು ಶ್ರೀಧರ ಕೇಳಿಸಿಕೊಂಡಿದ್ದ. ಮೂರೂ ಮಕ್ಕಳ ಜತೆಗೆ ಶ್ರೀಧರ ಮತ್ತು ರಶ್ಮಿಯೂ ಸಾಯಂಕಾಲ ಮನೆಯ ನೀರು ಹಿಡಿದಾದ ಮೇಲೆ ಸರೋಜ ಆಂಟಿಯ ಮನೆಗೆ ಉಕ್ತಲೇಖನಕ್ಕೆ ಹೋಗುತ್ತಿದ್ದರು. ಹದಿಮೂರು ಹದಿನಾಲ್ಕು ವರ್ಷದ ಮಕ್ಕಳಿಗೆಂತ ಉಕ್ತಲೇಖನ, ಇದು ಕಾದಂಬರಿ ಓದುವ ವಯಸ್ಸು ಎಂದು ಅಮ್ಮ ಗದರಿಕೊಂಡಿದ್ದಳು. ಅಮ್ಮ ಇಡೀ ಜೀವಮಾನದಲ್ಲಿಯೇ ಗದರಿಕೊಂಡಿದ್ದು ಶ್ರೀಧರ 'ಆ ಹಾಳಾದವಳ' ಮನೆಗೆ ಹೋಗಬೇಕೆಂದಿದ್ದಾಗ ಮಾತ್ರ. ಆದರೆ 'ಸರೋಜ ಆಂಟಿ' ನೀರು ಹಿಡಿಯುವುದನ್ನು ಶುರು ಮಾಡಿದಾಗ ಸೆರಗು, ನೆರಿಗೆಗಳು ಸರಿಯಿದ್ದು, ಮುಗಿಯುವ ಹೊತ್ತಿಗೆ ದಿಕ್ಪಾಪಾಲಾಗಿದ್ದಾಗ, ಅದನ್ನು ನೋಡಿದ ಶ್ರೀಧರನಿಗಂತೂ ಅವರ ಮನೆಗೆ ಹೋಗುವುದನ್ನು ತಪ್ಪಿಸಲಾಗುತ್ತಿರಲಿಲ್ಲ. ರಶ್ಮಿ "ಈ ಆಂಟಿ ಭಾರಿ ಫ್ಲಾರ್ವರ್ಡ್" ಎಂದುಕೊಂಡು ತಪ್ಪಿಸಿಕೊಳ್ಳುವುದಕ್ಕೆ ಪ್ರಯತ್ನ ಮಾಡುತ್ತಿದ್ದಳು. "ನಾ ಹೇಳಿದ ಅಷ್ಟೂ ಪದಗಳನ್ನು ಎಂದು ಎಲ್ಲರೂ ಸರಿಯಾಗಿ ಬರೆಯುತ್ತಾರೋ ಅಂದಿಗೆ ಉಕ್ತಲೇಖನ ನಿಲ್ಲುತ್ತದೆ" ಎಂದು ಸರೋಜ ಆಂಟಿ ಹೇಳಿದ್ದರು. ಆದರೆ, ಆ ದಿನ ಶ್ರೀಧರನ ಮಟ್ಟಿಗೆ ಬಂದಿರಲೇ ಇಲ್ಲ. ಒಂದು ದಿನ "ಋಷ್ಯಶೃಂಗ" ತಪ್ಪು ಬರೆದರೆ, ಮಾರನೆಯ ದಿನ "ವ್ಯುತ್ಕ್ರಮ" ತಪ್ಪು ಬರೆಯುತ್ತಿದ್ದ. ಈ ಅರ್ಕಾವೊತ್ತು, ಶ, ಷ–ಗಳ ಆಟ ಸರೋಜ ಆಂಟಿಗೆ ಇಷ್ಟವೋ ಅಥವಾ ಮಕ್ಕಳಿಗೆ ಇಷ್ಟವೋ ಗೊತ್ತಿಲ್ಲ. ಒಟ್ಟು ಸುಮ್ಮನೇ ಬಂದು ಕೂರುವುದಂತೂ ಕೂತಿರುತ್ತಿದ್ದರು.

ಒಂದು ದಿನ, ಶ್ರೀಧರನಿಗೆ ಕಾರಣ ಏನು ಎನ್ನುವುದು ನೆನಪಿರಲಿಲ್ಲ, ಅಮ್ಮ ಸರೋಜ ಅಂಟಿಯ ಮನೆಗೆ ಒಂದು ಲೋಟ ಸಕ್ಕರೆ ಇಸಕೊಂಡು ಬರಲು ಕಳಿಸಿದ್ದಳು. ಮನೆಯಲ್ಲಿ ಯಾರೂ ಇರಲಿಲ್ಲ, ಸರೋಜ ಆಂಟಿಯೊಬ್ಬರೇ. ಅಂದು ಎಂತದೋ ಹಬ್ಬ, ಶ್ರೀಧರನಿಗೆ ಇವತ್ತು ನೆನಪಿಗೆ ಬರುತ್ತಾ ಇಲ್ಲ. ಮನೆಯ ಬಾಗಿಲು ಮುಂದೆ ಹಾಕಿತ್ತು. ಬಾಗಿಲು ಸರಿಸಿಕೊಂಡು ಒಳಗೆ ಹೋದವನಿಗೆ ಮನೆಯ ನಿಶ್ಯಬ್ದದಿಂದ ಯಾರೂ ಇಲ್ಲವೆಂದು ಇನ್ನೂ ಖಾತ್ರಿಯಾಗಿತ್ತು. ಮನಸ್ಸಿನಲ್ಲಿ ಕಾದಂಬರಿಗಳಲ್ಲಿ ಓದಿದ ಎಂತೆಂತದೋ ಯೋಚನೆಗಳೆಲ್ಲಾ ಜೀವಂತವಾಗಿ ಮೂಡತೊಡಗಿತು. ಸರೋಜ ಆಂಟಿ, ಸ್ನಾನ ಮಾಡಿ ಬರೀ ಪೆಟ್ಟಿಕೋಟ್ ಮತ್ತು ಕುಬುಸದಲ್ಲಿ ನಡುಮನೆಯಲ್ಲಿ ನಿಂತಿರಬಹುದು,

ಅಥವಾ ಅದೃಷ್ಟ ಚೆನ್ನಾಗಿದ್ದರೆ ಕುಬುಸ ಹಾಕಿಕೊಳ್ಳುತ್ತಾ ಇರಬಹುದು. ತಾನು ಹೆದರಿ ಹೆದರಿ ಮೆಲ್ಲಗೆ ಹೆಜ್ಜೆ ಇಡುತ್ತಾ ಒಳಗೆ ಹೋದಾಗ ಇನ್ನೇನಾಗಬಹುದೋ. ಅಕಸ್ಮಾತ್ ಸರೋಜ ಆಂಟಿ ತನ್ನನ್ನು ಹಿಡಕೊಂಡುಬಿಟ್ಟರೆ ಏನು ಮಾಡುವುದು? ಬರೀ ಹಿಡಕೊಂಡರೆ ಪರವಾಗಿಲ್ಲ. ತಬ್ಬಿಕೊಂಡರೆ? ಅಥವಾ ಇನ್ನೇನಾದರೂ ಮಾಡಿದರೆ? ತಾನು ಕೂಗಿಕೊಳ್ಳಬಹುದೆ? ಕೂಗಿಕೊಂಡರೆ ಅಕ್ಕಪಕ್ಕದವರು ಏನಂದುಕೊಳ್ಳಬಹುದು? ಅಮ್ಮ ಅಪ್ಪನ ಮರ್ಯಾದೆ ಹೋಗೋದಿಲ್ಲವೆ? ನಾಳೆ ಊರ ಗೋಡೆಗಳ ಮೇಲೆಲ್ಲ ತನ್ನ ಮತ್ತು ಸರೋಜ ಆಂಟಿಯ ಹೆಸರುಗಳು ಇದ್ದಿಲಲ್ಲಿ ಬರೆದು, ಸರೋಜ ಆಂಟಿಯ ಕೆಟ್ಟ ಬೆತ್ತಲೆ ಚಿತ್ರಗಳನ್ನು ಎಲ್ಲಾ ಕಡೆ ಬರೆದು, ಛೆ! ತಾನಿಲ್ಲಿ ಬರಬಾರದಾಗಿತ್ತು.

ಇರಲಿ, ಬಂದಾಗಿದೆ. ಆಕೆ ಏನು ಮಾಡಿದರೂ ಸುಮ್ಮನೇ ಇರುವುದು. ಕೂಗುವುದು, ಪಾಗುವುದು ಏನೂ ಬೇಡ. ಈ ಅರ್ಕಾವತ್ತು ಕಲಿಯದಿದ್ದರೆ ಏನಂತೆ, ಪರವಾಗಿಲ್ಲ, ಮನೆಗೆ ಹೋಗಿ ಬಿಡೋಣ ಎಂದಂದುಕೊಂಡು ಮನೆಗೆ ಹೊರಟಿದ್ದ.

"ಅಲ್ಲೇ ಯಾಕೆ ನಿಂತಿದ್ದೀಯಾ, ಬಾರೋ" ಎಂದು ಕರೆದರು, ಸರೋಜ ಆಂಟಿ. ನೀಲಿ ಬಣ್ಣದ ರೇಷ್ಮೆ ಸೀರೆಯುಟ್ಟುಕೊಂಡಿದ್ದರು. ಆಗ ತಾನೆ ಸ್ನಾನ ಮಾಡಿದ್ದಂತೂ ನಿಜ, ತಲೆಗೆ ಒಂದು ಟವೆಲ್ ಕಟ್ಟಿಕೊಂಡಿದ್ದರು. ಅಗಲವಾದ ಕುಂಕುಮ ಇಟ್ಟು, ಕೆನ್ನೆಗೆ ಅರಿಶಿನ ಹಚ್ಚಿ, ಕೈಗೆ ದೊಡ್ಡ ದೊಡ್ಡ ಬಳೆಗಳನ್ನು ಹಾಕಿಕೊಂಡು ಶುಭ್ರವಾಗಿ ಕೂತಿದ್ದರು.

"ಏನು, ಮನೇಲಿ ಪೂಜೆ ಆಯ್ತಾ?" ಕೇಳಿದ್ದರು.

"ಇ..ಇನ್ನೂ ಇಲ್ಲ ಆಂಟಿ" ಎಂದಿದ್ದ, ಶ್ರೀಧರ.

"ಮತ್ತೆ ಏನು ಬಂದದ್ದು?"

"ಅಮ್ಮ ಒಂದು ಲೋಟ ಸಕ್ಕರೆ ಇದ್ದರೆ ಇಸಕೊಂಡು ಬಾ ಅಂತ ಕೇಳಿದ್ದಳು. ಅಪ್ಪ ಎಲ್ಲೋ ಹೊರಗೆ ಹೋಗಿದಾರಂತೆ. ಪಾಯಸಕ್ಕೆ ಎಲ್ಲ ಮಾಡಿದ ಮೇಲೆ ನೋಡಿಕೊಂಡಳಂತೆ. ಮನೇಲಿ ಸಕ್ಕರೆ ಇಲ್ಲವಂತೆ. ಸಂಜೇಗೆ ಅಂಗಡಿಯಿಂದ ತಂದ ತಕ್ಷಣ ವಾಪಸ್ಸು ಕೊಡ್ತಾಳಂತೆ"

"ಸರಿ, ಕೂತ್ಕೋ. ನಂದು ಪೂಜೆ ಆಯ್ತು. ಇನ್ನೇನು. ಒಂದೆರಡು ಬೋಂಡ, ಒಂಚೂರು ಚಿತ್ರಾನ್ನ ಕೊಡ್ತೀನಿ, ತಿಂದ್ಕೊಂಡು ಹೋಗೀವಂತೆ"

"ಇಲ್ಲ ಆಂಟಿ, ಮನೇಲಿ ಅಮ್ಮ ಬಯ್ತಾಳೆ, ನಾನು ಹೋಗ್ಬೇಕು"

"ಕೂತ್ಕೊಳ್ಳೋ, ನನಗ್ಗೊತ್ತು. ನಾ ಹೇಳ್ತೀನಿ ನಿಮ್ಮಮ್ಮಂಗೆ" ಎಂದು ಬಲವಂತ ಮಾಡಿ ಕೂಡಿಸಿದ್ದರು. ಸುಮ್ಮನೆ ಕೂತಿದ್ದ.

ಏನೋ ಮಂತ್ರ ಹೇಳಿಕೊಳ್ಳುತ್ತಾ ಬೋಂಡ ಮಾಡಿ ಮುಗಿಸಿದ್ದರು. "ಬಾರೋ ಮಂಗಳಾರತಿ ಮಾಡ್ತೀನಿ" ಎಂದು ಕರೆದು ಮಂಗಳಾರತಿ ಕೊಟ್ಟರು. ಮಂಗಳಾರತಿ ತೆಗೆದುಕೊಂಡು ಹೊರಗೆ ಬಂದು ಸುಧಾ ಓದುತ್ತಾ ಕೂತಿದ್ದ.

ಸರೋಜ ಆಂಟಿ ಹೊರಗೆ ಪ್ಲೇಟಿನಲ್ಲಿ ಚಿತ್ರಾನ್ನ ಮತ್ತು ಬೋಂಡ ತೆಗೆದುಕೊಂಡು ಬಂದಿದ್ದರು. ತಂದುಕೊಟ್ಟು ಏನೋ ಹಾಡು ಹೇಳುತ್ತಾ ಇದ್ದವರು "ಪದಗಳನ್ನೆಲ್ಲಾ ಸರಿಯಾಗಿ ಅಭ್ಯಾಸ ಮಾಡುತ್ತಾ ಇದ್ದೀಯೇನೋ" ಎನ್ನುತ್ತಲೇ ಅವನ ಹಣೆಗೆ ಒಂದು ಮುತ್ತು ಕೊಟ್ಟರು.

ಏನೂ ಆಗದ ಹಾಗೇ, ಮುಖದ ಮೇಲೆ ಯಾವುದೇ ಭಾವನೆಯೂ ಇರದಂತೆ, ಕನಿಷ್ಟ ಈತ ಶ್ರೀಧರನೂ ಅಲ್ಲವೆಂಬಂತೆ ಈ ಮುತ್ತು ನಡೆದುಹೋಗಿತ್ತು. ಆ ಮುತ್ತಿನಲ್ಲಿ ಇದ್ದ ತೇವವನ್ನು ಇಂದಿಗೂ ಅರ್ಥಮಾಡಲಾಗಿರಲಿಲ್ಲ. ಪಕ್ಕದ ಮನೆಯ ಗಿರಿಜಕ್ಕ ತನ್ನ ಪುಟ್ಟ ಪಾಪುವಿಗೆ ಕೊಡುವಂತ ಮುತ್ತೋ ಅಥವಾ ಸಿನಿಮಾದಲ್ಲಿ ಅಣ್ಣಾವರು ಅಂಬಿಕಾಳಿಗೆ ಕೊಟ್ಟ ಮುತ್ತೋ ಎಂದು ಅಂದು ಆತನಿಗೆ ಅರ್ಥವಾಗಿರಲಿಲ್ಲ. ಮತ್ತೆ ಏನೂ ಆಗದಂತೆ "ಬೋಂಡಾ ಚೆನ್ನಾಗಿದೆಯೇನೋ" ಎಂದು ಕೇಳಿದ್ದರು. ಈತ ಸುಮ್ಮನೆ ಹೂಂಗುಟ್ಟಿದ್ದ.

ಆದರೆ, ಇವತ್ತಿಗೂ ನಿಚ್ಚಳವಾಗಿ ಶ್ರೀಧರನಿಗೆ ನೆನಪಿರುವುದೇನೆಂದರೆ, ಆ ರೇಶ್ಮೆ ಸೀರೆಯ ನೆರಿಗೆಗಳು. ಕಣ್ಣಿಗೆ ಕಟ್ಟಿದ ಹಾಗಿದೆ. ಯಾವ ಸಮಯ ಎಂದು ತಿಳಿದಿಲ್ಲ. ಯಾವುದೋ ಒಂದು ಗಳಿಗೆಯಲ್ಲಿ ಆ ನೆರಿಗೆಗಳು ಇರಬೇಕಾಗಿದ್ದ ಜಾಗಕ್ಕಿಂತ ಸ್ವಲ್ಪ ಕೆಳಗಿದ್ದವು, ಎಂದು. ಪೂಜೆ ಮಾಡುತ್ತಿರಬೇಕಾದರೋ, ಮಂಗಳಾರತಿ ಮಾಡಬೇಕಾದರೋ, ಬೋಂಡಾ ಕರಿಯುತ್ತಿರಬೇಕಾದರೋ ಅಥವಾ ಇವನಿಗೆ ಚಿತ್ರಾನ್ನ ಕೊಡಬೇಕಾದರೋ ಗೊತ್ತಿಲ್ಲ. ಮೊದಲಿನ ಎರಡು ಸನ್ನಿವೇಶಗಳಲ್ಲಿ ಇರಲಾರದು ಎಂಬ ಇವನ ಸಮಜಾಯಿಷಿ ತಾನು ದೇವರ ಪೂಜೆಯನ್ನು ಬಿಟ್ಟು ಇನ್ನೇನನ್ನೂ ನೋಡುತ್ತಿರಲಿಲ್ಲ ಎನ್ನುವ ಡಿಫೆನ್ಸು ಎನ್ನುವುದು ಗೊತ್ತಾದದ್ದು ಗುರುಕುಲದ ಮೂರನೆಯ ವರ್ಷದಲ್ಲಿರಬೇಕಾದರೆ. ಏನೇ ಆದರೂ ಆ ಸಂದರ್ಭಕ್ಕೆ ಆ ಸೀರೆ ಮತ್ತು ನೆರಿಗೆ ಉಚಿತವೆನಿಸಿರಲಿಲ್ಲ.

ಇಂದು ಸರೋಜ ಆಂಟಿ ನೆನಪಿಗೆ ಬರುತ್ತಿರುವುದ್ಯಾಕೆ ಎಂದು ಯೋಚಿಸಿದ್ದ. ತಾನು ಅಂದಿಗಿಂತಲೂ ಇಂದಿಗೂ ಏನೇನೂ ಬೆಳೆದಿಲ್ಲ ಎನ್ನಿಸಿತ್ತು, ಶ್ರೀಧರನಿಗೆ. ಅಂದೂ ಅಷ್ಟೇ, ಸರೋಜ ಆಂಟಿ ಹಣೆಗೆ ಕೊಟ್ಟ ಮುತ್ತು ತಿಂಗಳಾನುಗಟ್ಟಲೇ ಶ್ರೀಧರನನ್ನು ಕೆಟ್ಟ ಗೊಂದಲದಲ್ಲಿ ದೂಡಿತ್ತು. ಸರೋಜ ಆಂಟಿಗೆ ಮನೇಲಿ ಸುಖ ಇಲ್ಲ. ಅಲ್ಲಿ ಅಂಕಲ್ಲು ತಮ್ಮ ಸಾಮಿಲ್ಲು, ಕನ್ನಡದ ನಡುವೆ ಸಿಕ್ಕಿಹಾಕಿಕೊಂಡಿದಾರೆ, ಇಲ್ಲಿ ಸರೋಜ ಆಂಟಿ ಮಕ್ಕಳಿಗೆ ಉಕ್ತಲೇಖನ ಹೇಳುತ್ತಾ ನನ್ನಂತವರಿಗೆ ಮುತ್ತು ಕೊಡುತ್ತಿದ್ದಾರೆ. ಈ ಸರೋಜ ಆಂಟಿಗೆ ಒಂದು ಬಾಳು ಕೊಡಬೇಕು ಅಂತ ನಿರ್ಧರಿಸಿದ್ದ. ಬಾಳು ಕೊಡುವುದು ಅಂದರೆ ಏನು, ಇವನಿಗೆ ಇವನದೇ ಆದ ಪರಿಕಲ್ಪನೆಯಿತ್ತು. ಸಾಯಂಕಾಲ ಮನೆಯಲ್ಲಿ ನೀರು ತುಂಬಿಸಿಯಾದ ಮೇಲೆ, ಸರೋಜ ಆಂಟಿಯ ಮನೆಯ ಮುಂದೆ ಯಾರೂ ಜನವಿಲ್ಲದಿದ್ದಲ್ಲಿ ಹೋಗಿ "ಆಂಟಿ, ನಾನು ತುಂಬಿಸಿಕೊಡಲಾ" ಅಂತ ಕೇಳಿ, ಅವರು ಉತ್ತರಿಸುವುದರೊಳಗೆ ತಾನೇ ಒಂದೆರಡು ಬಿಂದಿಗೆ ನೀರನ್ನು ತುಂಬಿಸಿಕೊಡುತ್ತಿದ್ದ. ಅಂಗಡಿಗೆ ಸಾಮಾನು ತರಲು ಹೋಗಬೇಕಾದರೆ, "ಆಂಟಿ, ಪೇಟೆಗೆ ಹೋಗ್ತಾ ಇದೀನಿ,

ಏನಾದರೂ ಸಾಮಾನು ಬೇಕಾ" ಎಂದು ಕೇಳುತ್ತಿದ್ದ. ಒಂದಿನ ಏನೋ ಹೀಗೇ ಕೇಳಲಿಕ್ಕೆ ಎಂದು ಮುಂದೆ ಹಾಕಿದ್ದ ಬಾಗಿಲನ್ನು ಹಾಗೇ ದೂಡಿಕೊಂಡು ಒಳಗೆ ಹೋದಾಗ, ಸರೋಜಾ ಆಂಟಿ, ರೂಮಿನೊಳಗಿಂದಲೇ "ಯಾರದು" ಎಂದು ಕೂಗಿದ್ದರು. ಶ್ರೀಧರ "ನಾನಾಂಟಿ" ಅಂದಾಗ, "ಏನು" ಅಂದಿದ್ದರು, ಹೊರಗೆ ಬರದೆ. "ಏನಿಲ್ಲ ಆಂಟೀ, ಅಮ್ಮ ಕೇಳಿದ್ಳು, ನಿಮ್ಮ ಮನೇಲಿ ಮುಂದಿನ ವರ್ಷದ ಪಂಚಾಂಗ ಏನಾದ್ರೂ ಬಂದಿದೆಯಾಂತ" ಅಂದಾಗ, "ಇಲ್ಲ ಇನ್ನು. ನೀನು ಆಮೇಲೆ ಬಾ" ಅಂದು, "ಹೋಗ್ತಾ ಹೊರಗಿನಿಂದ ಬಾಗಿಲು ಹಾಕ್ಕೊಂಡು ಹೋಗು" ಅಂದಿದ್ದರು. ಇವನು ಬಾಗಿಲು ಹಾಕುತ್ತಿದ್ದಾಗ ಸಾಮಿಲ್ಲಿನ ಅಂಕಲ್ಲು "ಥತ್ತೇರಿಕೆ" ಅಂದುಕೊಂಡು ಒಂದು ಪಟಾಪಟಿ ಚಡ್ಡಿಯನ್ನು ಸರಿಪಡಿಸಿಕೊಳ್ಳುತ್ತಾ ರೂಮಿನಿಂದ ಹೊರಗೆ ಬಂದು ಬಚ್ಚಲಿಗೆ ಹೋಗಿದ್ದರು. ಅಂದಿನಿಂದ ಸರೋಜ ಆಂಟಿಯ ಮನೆಗೆ ಈತ ಮತ್ತೆ ಹೋಗಿರಲಿಲ್ಲ.

ಬೆಟ್ಟಿಯ ಜತೆಗಿನ ಎರಡು ತಿಂಗಳ ಸಂಬಂಧದ ನಂತರವೂ ತನ್ನ ಮನಸ್ಸಿನ ಸ್ಥಿತಿ, ಸರೋಜ ಆಂಟಿಯಿಂದ ಮುತ್ತಿಕ್ಕಿಸಿಕೊಂಡ ಹದಿಮೂರು ವರ್ಷದ ಶ್ರೀಧರನಿಗಿಂತ ಏನೇನೂ ಬೇರೆಯಿಲ್ಲವೆನ್ನಿಸಿತು. ಇಬ್ಬರೂ ಮುಖಾಮುಖಿಯಾಗಿದ್ದು ಕೇವಲ ಸ್ವಲ್ಪ ಕಾಲ. ಆದರೆ, ಅವರುಗಳಿಗೆ ತಾನು 'ಬಾಳು' ಕೊಡುವಷ್ಟು ಕಮಿಟ್ ಆಗಲು ಹೊರಟಿದ್ದೆ. ಇದಕ್ಕೆ ಕಾರಣವೇನು? ಈ ಪ್ರೀತಿ, ಕರುಣೆ ಮತ್ತು ಕಾಮವೆಂಬ ಕ್ರಿಯೆಗಳ ತೆಳ್ಳನೆಯ ಗೆರೆಯ ಮೇಲೆ ನಿಂತಿದ್ದು, ತಾನು ಯಾವ ಗೆರೆಯನ್ನು ನೋಡುತ್ತಿದ್ದೇನೆ ಎಂಬುದನ್ನು ತಿಳಕೊಳ್ಳದಿರುವುದಕ್ಕೋ ಅಥವಾ ಈ ಸಹವಾಸ ಬರೇ ಉದ್ರೇಕವನ್ನಷ್ಟೇ ಉಂಟುಮಾಡುತ್ತಾ ಬೇರೆ ಭಾವನೆಗಳ ಸಾಧ್ಯತೆಯಿದ್ದರೂ ಅದನ್ನು ದುಡಿಸಿಕೊಳ್ಳದ ತನ್ನ ನಾಮರ್ದ ಸ್ಥಿತಿಗೆ ತಾನೇ ಕೊಟ್ಟುಕೊಳ್ಳುತ್ತಿರುವ ಆತ್ಮಾನುಕಂಪದ ಕಾರಣವೋ ಇನ್ನೂ ತಿಳಿದಿರಲಿಲ್ಲ. ಆದರೆ, ಇಷ್ಟನ್ನೆಲ್ಲಾ ತಿಳಕೊಳ್ಳಬೇಕು ಎಂದು ಅನ್ನಿಸಿದ್ದು ಮತ್ತು ಇವತ್ತು ಸರೋಜ ಆಂಟಿ ಏಕ್‌ದಮ್ ನೆನಪಿಗೆ ಬಂದದ್ದು ಕೇವಲ ಕಾಕತಾಳೀಯ ಅಂದುಕೊಂಡ.

ಅಪಾರ್ಟ್‌ಮೆಂಟ್‌ಗೆ ಬಂದು ರಶ್ಮಿಗೆ ಫೋನ್ ಮಾಡಿದ್ದ. ಈಗ ಕಣಿವೆಯಲ್ಲಿ ರಾತ್ರಿಯಾಗಿರುತ್ತದೆ, ರಶ್ಮಿ ಬಂದಿರಬಹುದು, ಅವಳೊಡನೆ ಮಾತಾಡಬೇಕನ್ನಿಸಿತ್ತು. ಮತ್ತೆ ಮಶೀನಿಗೆ ಹೋಯಿತು. ಸುಮ್ಮನೆ ಜಾಸ್ತಿ ಮಾತಾಡದೇ "ಹಲೋ, ನಾನು ಮಾತಾಡ್ತಾ ಇರೋದು. ಇನ್ನರ್ಧ ಗಂಟೆಯೊಳಗೆ ಮನೆಗೆ ಬಂದರೆ ಫೋನ್ ಮಾಡು" ಎಂದು ಹೇಳಿ ಫೋನಿಟ್ಟ.

* * * *

ಹೀಗೊಂದು ಮೈಥುನ

ನಾಗೇಶನ ಬ್ಯಾಂಕಿನಲ್ಲಿದ್ದ ಹಣ ಕರಗುತ್ತಾ ಬರುತ್ತಿತ್ತು. ಒಂದು ಸಂಬಳದ ಚೆಕ್ಕಿನಿಂದ ಇನ್ನೊಂದು ಸಂಬಳದ ಚೆಕ್ಕಿನವರೆಗೆ ಜೀವಿಸಬೇಕಾಗಿ ಬರಬೇಕಾಗಿದ್ದ ತನ್ನಂತ

ಮೃದುಯಂತ್ರಿಗಳ ಈಗಿನ ಪಾಡಿಗೆ ತಮ್ಮ ಕೆಲಸವನ್ನು ದೋಚುತ್ತಿರುವ ಜಯನಗರದ ಇಪ್ಪತ್ತೆರಡರ ಯುವಕರು ಮತ್ತು ಬೀಜಿಂಗ್‌ನ ಇಂಗ್ಲಿಷ್ ಬಾರದ ಹುಡುಗ ಹುಡುಗಿಯರು ಎಂದು ಜೋರಾಗಿಯೇ ಬಯ್ದುಕೊಂಡ. ಮನಸ್ಸಿನಲ್ಲಿ ಏನೇನೋ ಲೆಕ್ಕ ಹಾಕುತ್ತಿದ್ದ. ಒಮ್ಮೆ ರಶ್ಮಿ ಸುಮ್ಮನೇ ಕಾಫಿ ಕುಡಿಯುತ್ತಿದ್ದಾಗ "ಇಂಡಿಯಾದಲ್ಲಿರುವ ಇಪ್ಪತ್ತರಿಂದ ಇಪ್ಪತ್ತೈದರ ತನಕ ಇರುವ 'ಎಲೀಟ್' ಹುಡುಗರ ಸಂಖ್ಯೆಗಿಂತ ಹೆಚ್ಚು ಖಾಲಿ ಕೆಲಸ ಅಮೆರಿಕಾದಲ್ಲಿದೆ. ಆದ್ದರಿಂದ ಈ ಬಂಡವಾಳಶಾಹಿಗಳ ಉಳಿಗಾಲಕ್ಕೆ ಈ ಔಟ್ಸೋರ್ಸಿಂಗ್ ಇಲ್ಲದೇ ಸಾಧ್ಯವೇ ಇಲ್ಲ. ಮತ್ತೆ, ಇಂಡಿಯಾದಂತಹ ಹಾಗೂ ಅಮೆರಿಕಾದಂತಹ ಡೆಮಾಕ್ರಸಿಗಳು ಉಳಿಯಬೇಕಾದರೆ ಅದು ಬಂಡವಾಳಶಾಹಿಗಳಿಂದ ಮಾತ್ರ ಸಾಧ್ಯ. ಚೀನಾದಲ್ಲಿ ಇನ್ನೂ ಕಮ್ಯೂನಿಸಮ್ ಉಳಿದಿದೆ ಅಂದರೆ ಅದೊಂದು ದೊಡ್ಡ ಜೋಕು" ಎಂದು ಇದ್ದಕ್ಕಿದ್ದ ಹಾಗೆ ಹೇಳಿ ನಕ್ಕು, ರಶ್ಮಿ ಏನೂ ಮಾತಾಡದೇ ತನ್ನ ಪಾಡಿಗೆ ತಾನಿದ್ದಾಗ ಅದನ್ನು ತಡೆಯಲಾಗದೇ ಏನು ಮಾತಾಡಲೂ ಗೊತ್ತಾಗದೇ ಗೋಡೆಗೊಮ್ಮೆ ಬಲವಾಗಿ ಗುದ್ದಿದ.

"ನಾಗೇಶ, ನನಗೆ ಏನು ಮಾತಾಡಬೇಕೆಂದು ಗೊತ್ತಿಲ್ಲ. ಆದರೆ, ಒಂದು ಹೇಳ್ತೀನಿ. ನಿನಗೆ ಕೆಲಸ ಕೊಟ್ಟು ಪ್ರತಿ ಹದಿನೈದು ದಿನಕ್ಕೆ ಸಂಬಳದ ಚೆಕ್ಕನ್ನು ನಿನಗೆ ಕಳುಹಿಸುತ್ತಿರಬೇಕಾದರೆ ಆ ದಿನಗಳಲ್ಲಿ, ನಿನ್ನ ಇನ್‌ಕ್‌ಗಳಲ್ಲಿ ಕೆಲಸವಿತ್ತೋ ಇಲ್ಲವೋ ಯೋಚನೆ ಮಾಡದೇ, ಕೆಲಸ ಇದ್ದಾಗ ಮಾಡಿ, ಇಲ್ಲದಾಗ ಅಲ್ಲೇ ಎಲ್ಲೋ ಸುತ್ತಾಡಿ ಈಗ ನಿನ್ನ ಕೆಲಸ ಹೋಗಿರುವುದನ್ನು ಒಂದು ಅಂತರರಾಷ್ಟ್ರೀಯ ಸಮಸ್ಯೆ ಮಾಡುತ್ತಿರುವುದನ್ನು ನೋಡಿದರೆ, ನನಗೆ ನಗಬೇಕೋ ಅಳಬೇಕೋ ಗೊತ್ತಾಗುವುದಿಲ್ಲ. ಈಗ ನಿನಗೆ ಈ ನಿನ್ನ ನಿರುದ್ಯೋಗ ಕ್ಯಾಪಿಟಲಿಸಮ್ಮಿನ ಪರಿಣಾಮವಾಗಿ, ಕಲೋನಿಯಲಿಸಮ್ಮಿನ ಇನ್ನೊಂದು ಅವತಾರವಾಗಿ ಕಾಣಿಸುತ್ತೆ. ನಿನ್ನ ಈ ಪುರಾಣಾನ ನಾನು ಕೇಳೋಕೆ ಸಿದ್ಧವಾಗಿರ್ಬೇಕು. ಒಂದು ತಿಳ್ಕೋ. ನಿನ್ನ ಈ ಅವತಾರಕ್ಕೆ ಇಡೀ ಪ್ರಪಂಚಾನ ಬಯ್ಯೋದು ಬಿಟ್ಟು, ಸ್ವಲ್ಪಾನಾದ್ರೂ ಫ್ರೀಲ್ಯಾನ್ಸಿಂಗ್ ಮಾಡೋಕ್ಕೆ ಶುರುಮಾಡು. ಇಲ್ಲವಾದ್ರೆ, ನಿನ್ನ ಡ್ಯಾನ್ ದಾಮೋದರನಿಗೆ ಕೇಳಿಕೊಂಡು ಮತ್ತೆ ವಿಸ್ಕಾನ್ಸಿನ್ನಿಗೋ, ರೋಡ್ ಐಲ್ಯಾಂಡಿಗೋ ಅಥವಾ ಮಾಂಟಾನಾಕ್ಕೋ ಎಲ್ಲಿಗಾದರೂ ಹೋಗು. ಒಂದು ಕೆಲಸ ಹುಡ್ಕೋ. ಸಿಕ್ಕಿದ ಕೆಲಸಾನ ಗಟ್ಟಿಯಾಗಿ ಹಿಡ್ಕೋ. ನಿನ್ನಂತೋರು ಬರೀ ತಿಂಗಳಿಗೆ ಸಂಬಳ ಎಣಿಸ್ಕೊಂಡು, ತೆರಿಗೆ ಕಟ್ಕೊಂಡು ಜೀವಿಸೋಕ್ಕೆ ಮಾತ್ರ ಲಾಯಕ್ಕು ಅಂತ ನನಗನ್ನಿಸೋದು" ಎಂದು ತನ್ನ ಕೆಲಸಕ್ಕೆ ಹೊರಟಳು.

ನಾಗೇಶ ಏನೂ ಮಾತಾಡಲಿಲ್ಲ.

ರಶ್ಮಿಯ ಆಫೀಸಲ್ಲಿ ಮೃದುಯಂತ್ರಿಗಳೆಲ್ಲಾ ಖುಷಿಯಾಗಿದ್ದರು. ಅವರ ಇನ್‌ಕ್‌ಗೆ ಒಂದಿಷ್ಟು ಔಷಧಿ ಕಂಪೆನಿಗಳವರ ಪ್ರಾಜೆಕ್ಟು ಸಿಕ್ಕಿತ್ತು. ಇವರ ಹೊಸ ಒಂದು ತಂತ್ರಜ್ಞಾನವನ್ನು ಕೊಂಡುಕೊಳ್ಳಲು ನಾನಾ ಔಷಧಿ ಕಂಪೆನಿಯವರು ಬಂದಿದ್ದರು. ಆಹಾರ ಮತ್ತು ಔಷಧಿ ಪ್ರಾಧಿಕಾರದ (Food and Drug administration) ಅಂಗೀಕಾರಕ್ಕೆ

ಇರುವ ನಾನಾ ವಿಧದ ಜಿಗುಟು ಬ್ಯೂರಾಕ್ರೆಸಿಯನ್ನು ಸುಲಭ ಮಾಡಲು ಅಥವಾ ಈ ಪ್ರಕ್ರಿಯೆಯನ್ನು ಸ್ವಲ್ಪ ಹಗುರಗೊಳಿಸಲು ಇವರ ಇನ್‌ಕ್‌ನ ಬುದ್ಧಿವಂತರುಗಳೆಲ್ಲಾ ಯಾವುದೋ ಹೊಸದೊಂದು 'ಮೃದುಯಂತ್ರ ತಂತ್ರಜ್ಞಾನ'ವನ್ನು ವಿನ್ಯಾಸಗೊಳಿಸು-ತ್ತಿದ್ದರು. ಔಷಧ ಕಂಪೆನಿಗಳಿಗೆ, ಈ ಔಷಧಗಳ ಅಂಗೀಕಾರ ಕ್ರಿಯೆಯನ್ನು ಸುಲಭ ಮಾಡಲಿಕ್ಕಾಗಬಹುದು, ಸರಳೀಕರಿಸಬಹುದು ಅನ್ನುವ ಕಲ್ಪನೆಯೊಂದೇ ಇಂತ ಯೋಚನೆಗಳಿಗೆ, ಸಂಶೋಧನೆಗಳಿಗೆ ಇನ್‌ಕ್‌ಗಳನ್ನು ಪರೋಕ್ಷವಾಗಿ ಪ್ರೋತ್ಸಾಹಿಸುತ್ತಿತ್ತು. ಈ ತಂತ್ರಜ್ಞಾನದ ಅಂತಿಮ ಹಂತದ ಪರೀಕ್ಷೆಯಾದ ನಂತರ ಅದನ್ನು ಔಷಧ ಕಂಪೆನಿಯೊಂದು ಕೊಂಡುಕೊಂಡೇ ಬಿಡುತ್ತದೆ ಅನ್ನುವ ಒಂದು ಗಾಳಿಸುದ್ದಿ ಹಾಗೂ ಆ ರೀತಿಯ ಈ ವ್ಯಾಪಾರದ ನಂತರದ ಕಂಪೆನಿಯ ಭವಿಷ್ಯ ರಶ್ಮಿಯ ಗುಂಪಿಗೆ ತುಂಬಾ ಒತ್ತಡವನ್ನು ಉಂಟುಮಾಡಿತ್ತು. ಮೇಲಾಗಿ, ರಶ್ಮಿ ಹೊಸದಾಗಿ ಆ ಗುಂಪಿನ ನಾಯಕಿಯೂ ಆಗಿದ್ದು, ಇನ್ನಿಲ್ಲದಂತೆ ಕೆಲಸದಲ್ಲಿ ತನ್ನನ್ನು ತೊಡಗಿಸಿಕೊಂಡಿದ್ದಳು. ಈ ಪ್ರಾಡಕ್ಟಿನ ಯಶಸ್ಸಿನ ಮೇಲೆ ತನ್ನ ಭವಿಷ್ಯ ನಿಂತಿರಬಹುದೆಂಬ ಒಂದು ಹೆದರಿಕೆ ಮತ್ತು ಆಸೆ ಅವಳ ಈ ಚಡಪಡಿಕೆಗೆ ಕಾರಣವಾಗಿತ್ತು.

ತನ್ನ ಕೆಲಸದ ಈ ಹೊಸ ಪಾತ್ರವನ್ನು ನೆನೆಸಿ, ಖುಷಿಪಡಬೇಕೆನಿಸಿದರೂ ತನ್ನ ವೈಯಕ್ತಿಕ ಬದುಕಿನ ಹಿನ್ನೆಲೆಯಲ್ಲಿ ಈ ಬಡ್ತಿ ಅಥವಾ ಹೊಸಾ ಪಾತ್ರ ಸ್ವಲ್ಪ ಅಸಾಧುವೆನಿಸಿತ್ತು. ತನಗಾಗುತ್ತಿರುವ ಮುಟ್ಟಿನಂತಹ ಪ್ರಕೃತಿ ಸಹಜವಾದ ಕ್ರಿಯೆಯೂ ತಾನು ಅವನಿಂದ ದೂರವಿರಬೇಕೆಂದು ಈ ಪ್ರಕೃತಿ ಹೂಡುತ್ತಿರುವ ಸಂಚು ಎನ್ನುವ ಪ್ಯಾರನೋಯದಿಂದ ತುಂಬಿರುವ ನಾಗೇಶನಂತಹ ಬಾಯ್‌ಫ್ರೆಂಡ್ ಮನೆಯಲ್ಲಿರಬೇಕಾದರೆ ಈ ತನ್ನ ಹೊಸ ಪಟ್ಟ ನಾಗೇಶನಲ್ಲಿ ಮೂಡಿಸಬಹುದಾದ ಭಾವನೆಗಳೇನಿರಬಹುದು, ಎಂದು ಯೋಚಿಸಿದಾಗ ತನಗೆ ತಾನೇ ನಗು ಬಂತು. ಮತ್ತೊಮ್ಮೆ ತನ್ನ ಪೂರ್ವಾಶ್ರಮಕ್ಕೆ ಹೋಗಿ ತನ್ನ ಡೈರಿಯಲ್ಲಿ "ಈ ಭಾರತದ ಗಂಡಸರು ಮಾಡೋದು ಎರಡು ತಪ್ಪು. ಮೊದಲನೆಯದು ಹೆಂಗಸರು ಮನೆಗೆ ಬಂದಾಗ ಆಲ್ಕೋಹಾಲು ಬೇಕಾ ಎಂದು ಕೇಳದಿರುವುದು; ಎರಡನೆಯದು ತಾವು ಕೆಲಸವೇನಾದರೂ ಕಳೆದುಕೊಂಡಲ್ಲಿ ಮನೆಯಲ್ಲಿದ್ದಾಗ ತಂಪಾಡಿಗೆ ಮನೆಯ ಕೆಲಸ ಮಾಡಿಕೊಂಡು ತಾವಿರದೇ ಪ್ರಪಂಚದ ದುಃಖಕ್ಕೆಲ್ಲಾ ತಮ್ಮ ಕೆಲಸ ಹೋದದ್ದೇ ಕಾರಣ ಅಂದುಕೊಳ್ಳುವುದು ಅಥವಾ ತಮಗಿಂತ ದುಃಖಿಗಳ್ಯಾರೂ ಈ ಪ್ರಪಂಚದಲ್ಲಿ ಇಲ್ಲ ಎಂದು ತಿಳಿದಿರುವುದು. ತಾವು ಬಿಯರು ಕುಡಕೊಂಡು ಫುಟ್‌ಬಾಲ್ ನೋಡುತ್ತಿರಬೇಕಾದರೆ ಹೆಂಗಸರುಗಳು ಒಳಗಡೆ ಅಡುಗೆಮನೆಯಲ್ಲೋ ಅಥವಾ ಊಟದ ಮನೆಯಲ್ಲೋ ಕೊಬ್ಬರಿ ತುರಿಯುತ್ತಾ ಒಡವೆ ಹರಟೆಯಲ್ಲಿ ತಮ್ಮನ್ನು ತೊಡಗಿಸಿಕೊಂಡಿರಬಹುದು ಎಂದು ನಂಬುವ ಪ್ರೋಗ್ರೆಸಿವ್ ಗಂಡುಗಳು. ನನ್ನ ಪ್ರಿಯತಮನೂ ಇದರಿಂದ ಹೊರತಲ್ಲ." ಎಂದು ಬರೆದು, ಒಂದು ನಿಮಿಷದ ನಂತರ ಅದನ್ನು ಹರಿದೆಸೆದಳು.

ತಾನು ಗುಂಪಿನ ನಾಯಕಿಯಾಗಿದ್ದ ವಿಷಯವನ್ನು ನಾಗೇಶನಿಗೆ ತಿಳಿಸುವುದು ಹೇಗೆ ಎಂದು ಯೋಚಿಸುತ್ತಿದ್ದಳು. ಈತ ಉರಿದು ಬೀಳುತ್ತಾನೆ ಅಥವಾ ತನ್ನ ಪಾಲಿಗೆ ತಾನು ಅಂತರ್ಮುಖಿಯ ಪೋಸು ಕೊಡುತ್ತಾ ಗಡ್ಡ ಬೆಳೆಸಿ ಈ ಜಗತ್ತಿನ ಕಷ್ಟವೆಲ್ಲಾ ತಾನೊಬ್ಬನೇ ಅನುಭವಿಸುತ್ತಿರುವುದು ಅನ್ನುವ ರೀತಿಯಲ್ಲಿ ಟೀವಿ ನೋಡುತ್ತ ಕೂರುತ್ತಾನೆ. ಎಷ್ಟೇ ತಿರುಗುಮುರುಗಾಗಿ ಯೋಚಿಸಿದರೂ ಏನೂ ಬೇರೆ ಹೊಳೆಯಲಿಲ್ಲ. ಇದ್ದಕ್ಕಿದ್ದಂತೆ ಏನೋ ಹೊಳೆದಂತಾಗಿ ತನ್ನೊಳಗೇ ನಕ್ಕಳು. ಮೊದಲು ಮುಗುಳ್ನಗುವಾಗಿದ್ದ ಆ ನಗೆ ಸ್ವಲ್ಪ ಹೊತ್ತಿನ ನಂತರ ಹೌದೋ ಅಲ್ಲವೋ ಅನ್ನುವಂತೆ ಗಹಗಹಿಕೆಯಾಯಿತು. ಜೋರಾಗಿ ನಕ್ಕರೆ ಅಕ್ಕಪಕ್ಕದವರು ಏನಂದುಕೊಳ್ಳಬಹುದು ಅನ್ನಿಸಿ, ಸುಮ್ಮನೇ ಕಿಸಕ್ಕೆಂದಳು.

ಯಾವುದೋ ವಸುಂಧರಾದಾಸಳನ್ನು ಗುನುಗುತ್ತಾ ಮನೆಗೆ ಬಂದು ಕಾರು ನಿಲ್ಲಿಸಿದಳು. ಮನೆಯ ಒಳಗೆ ಟೀವಿಯಲ್ಲಿ ಬರುತ್ತಿದ್ದ ಲ್ಯಾರಿ ಕಿಂಗಿನ ಯಾವುದೋ ಕೊಲೆಯ ವಿಶ್ಲೇಷಣೆ ಹಾಗೂ ಪರಿಣತರ ಸಂದರ್ಶನವನ್ನು ನೋಡುತ್ತಾ ಕೂತಿದ್ದ, ನಾಗೇಶ. ಕೆಟ್ಟದೊಂದು ಬರ್ಮುಡಾ, ಮೇಲೊಂದು ಹಸಿರು ಟೀಶರ್ಟು, ಪಕ್ಕದಲ್ಲಿ ಎಷ್ಟು ಹೊತ್ತಿಗೋ ಕುಡಿದ ಕಾಫಿಯ ಲೋಟ, ಮುಂದೆ ಕಾಫಿ ಟೇಬಲಿನ ಮೇಲೆ ಮೂರು ನಾಲ್ಕು ಮ್ಯಾಗಜೀನುಗಳು, ಎಡಗಡೆಯ ತೊಡೆಯಮೇಲಿಗನಲ್ಲಿ ಸುಲೇಖಾ ಡಾಟ್‌ಕಾಮ್, ಮುಖದ ಮೇಲಿನ ಕರಿಯ ಗಡ್ಡದ ಮಧ್ಯೆ ಇಣುಕುವ ಒಂಚೂರು ಬಿಳಿ ಬಣ್ಣದ ಕೂದಲ ಗುರುತು– ಯಾರು ನೋಡಿದರೂ ಅಯ್ಯೋ ಪಾಪ ಎನ್ನಬಹುದಾದ ಕಳೆ. ರಶ್ಮಿಗೂ ಒಂದು ಕ್ಷಣ ಛೆ! ಅನ್ನಿಸಿತು.

ಹಿಂದಿನಿಂದ ಹೋಗಿ ಸೋಫಾದ ಹಿಂದೆ ನಿಂತು ನಾಗೇಶನ ಎರಡೂ ಭುಜಗಳ ಮೇಲೆ ಕೈಯಿಟ್ಟು ನಿಧಾನವಾಗಿ ಒತ್ತತೊಡಗಿದಳು. ಇಂತಹ 'ಸೂದನಿಂಗ್ ಮಸಾಜು' ಹೆಣ್ಣು ಗಂಡಿಗೆ ಅಥವಾ ಗಂಡು ಹೆಣ್ಣಿಗೆ ಮಾಡಿದರೆ ಮಾತ್ರ ಹಾಯಾಗಿರುತ್ತದೆಯೇ? ಗಂಡು ಗಂಡಿಗೆ ಮಾಡಿದರೆ ಅದು ಇದ್ದಕ್ಕಿದ್ದಂತೆ 'ಗೇ' ಆಗಿಬಿಡುತ್ತದೆ, ಹೆಣ್ಣು ಹೆಣ್ಣಿಗೆ ಮಾಡಿದರೆ, ಸೆಕ್ಸಿಯಾಗಿರುತ್ತದೆ. ಈ ಅಭಿಪ್ರಾಯ ಎಷ್ಟು ಸಾರ್ವತ್ರಿಕ, ಹೌದೋ ಅಲ್ಲವೋ ಗೊತ್ತಿಲ್ಲ, ಆದರೆ ಈ ಮಸಾಜಿನಲ್ಲಿರುವ ಲೈಂಗಿಕ ಅಂಶವನ್ನು ಅಲ್ಲಗೆಳೆಯಲು ಆಕೆಗೆ ಸಾಧ್ಯವಿರಲಿಲ್ಲ. ಅದಕ್ಕೇ ಇದಕ್ಕೆ 'ಮ್ಯಾಗ್ನೆಟಿಕ್ ಮಸಾಜ್' ಅಂತಾರೇನೋ ಅಂತಲೂ ಗೊತ್ತಾಗಲಿಲ್ಲ.

ನಾಗೇಶ ಆಕೆಯ ಕಡೆ ತಲೆಯೆತ್ತಿ ನೋಡಿದ. ರಶ್ಮಿ ಮಸಾಜನ್ನು ಮುಂದುವರೆಸಿದ್ದಳು. ಆಕೆಯ ಕೈ ನಾಗೇಶನ ಟೀ ಶರ್ಟಿನೊಳಗೆ ಹೋಯಿತು. ನಾಗೇಶ ತುಟಿಯನ್ನು ಕೊಕ್ಕಿನಂತೆ ಮುಂದೆ ಮಾಡಿದ. ಅದಕ್ಕೆ ಇನ್ನೊಂದು ಕೊಕ್ಕಿನಂತೆ ರಶ್ಮಿ ಹೌದೋ ಅಲ್ಲವೋ ಅನ್ನಿಸುವಂತೆಯೂ, ಆದರೆ ಗ್ಯಾರಂಟಿಯಾಗಿಯೂ ಒಂಚೂರೇ ತಗುಲಿಸಿದಳು... ಬಹಳ ದಿನವಾದ ಮೇಲೆ.

ಮಧ್ಯದ ಲಿವಿಂಗ್ ರೂಮಿನಲ್ಲಿದ್ದವರು ಎರಡೇ ನಿಮಿಷದಲ್ಲಿ ಮೇಲಿನ ಬೆಡ್‌ರೂಮಿನಲ್ಲಿದ್ದರು. ಕೆಳಗೆ ಲ್ಯಾರಿ ಕಿಂಗಿನ ಸಂದರ್ಶನದಲ್ಲಿ ಯಾರೋ ಹಾಲಿವುಡ್ಡಿನ

ಹೀರೋ ತನ್ನ ಬಸುರಿ ಹೆಂಡತಿಯನ್ನು ಸಾಯಿಸಿದ್ದು ಎರಡು ಕೊಲೆಗೆ ಸಮ ಎಂದು ಆತನನ್ನು ಒಂದಲ್ಲ, ಎರಡು ಕೊಲೆಗಾಗಿ ಕೋರ್ಟಿನಲ್ಲಿ ವಿಚಾರಣೆ ನಡೆಯಬೇಕು, ಎಂದು ಇಬ್ಬರು ಲಾಯರ್ಗಳು ಕಚ್ಚಾಡುತ್ತಿದ್ದರು. ಭ್ರೂಣ ಶಿಶುವಾಗುವುದು ಯಾವಾಗ, ಅದು ನಮ್ಮ ಹಾಗೆ ಕೈಕಾಲು ಮತ್ತು ಹೃದಯದ ಬಡಿತವನ್ನು ಪಡೆಯುವುದು ಯಾವಾಗ, ಅನ್ನುವ ಜಿಜ್ಞಾಸೆಯಲ್ಲಿ ಅವರಿಬ್ಬರೂ ಕಿತ್ತಾಡುತ್ತಿದ್ದರು. ಈಗಿನ ಹೊಸಾ ಮಶೀನುಗಳಿಂದ ಮಗುವಿನ ಹೃದಯದ ಬಡಿತವನ್ನು ನಾಲ್ಕು ವಾರಕ್ಕೇ ಕೇಳಲು ಸಾಧ್ಯ, ಆದ್ದರಿಂದ ಈತ ಎರಡು ಜೀವಗಳನ್ನು ತೆಗೆದಿದ್ದಾನೆ ಎಂದು ಇನ್ನೊಬ್ಬ ಲಾಯರ್ ಕೂಗಾಡಿದ. ಯಾರೋ ಈ ಲೈವ್ ಕಾರ್ಯಕ್ರಮಕ್ಕೆ ಮಾಂಟಾನಾದಿಂದ ಫೋನ್ ಮಾಡಿದಾಕೆ "ಅವನು ಎಲೆಕ್ಟ್ರಿಕ್ ಚೇರಿನಲ್ಲಿ ಕೂತಾಗ ನಾನು ಸ್ವಿಚ್ಚೊತ್ತುತ್ತೇನೆ" ಎಂದು ಹೇಳಿದಳು. ಮೂವರೂ ಗಹಗಹಿಸಿ ನಕ್ಕರು.

ಜಾಹೀರಾತಿನ ಬ್ರೇಕೂ ಸೇರಿ ಆ ಕಾರ್ಯಕ್ರಮ ಒಟ್ಟು ಮೂವತ್ತು ನಿಮಿಷ ನಡೆಯಿತು.

ಕಾರ್ಯಕ್ರಮದ ಕೊನೆಗೆ ಈ ಇಬ್ಬರು ಲಾಯರುಗಳ ಹೊಡೆದಾಟ ನೋಡಿ ಲ್ಯಾರಿ ಕಿಂಗ್ ಬೆದರಿದ್ದ. 'ಉಶ್ಯಪ್ಪ' ಎಂದು ಹಿಂದೆ ಒರಗಿ ಕೂತ.

ನಾಗೇಶನೂ 'ಅಮ್ಮಾ' ಎಂದು ಬೆವರಿ ಈ ಕಡೆ ಹೊರಳಿ ಮಲಗಿದ. ರಶ್ಮಿಯ ಕಡೆಗೆ ನೋಡದೆ, ಕಣ್ಣು ಮುಚ್ಚಿ "ರಶ್ಮಿ, ಇವತ್ತಿನ ಈ ನಿನ್ನ ಒಂದು ಪ್ರೀತಿ ನನಗೆ ಏನೋ ಹೊಸ ಅರ್ಥ ತಂದಿದೆ, ಗೊತ್ತಾ? ಈಗ ಒಂದು ಆರು ತಿಂಗಳ ಕೆಳಗೆ ನಾವಿಬ್ಬರೂ ಹೀಗೆ ಮಲಗಿದ್ದರೆ ನನಗೆ ಏನೇನೂ ಅನ್ನಿಸುತ್ತಿರಲಿಲ್ಲ. ನಾನು ಕೆಟ್ಟ ಇಂಟರ್ನೆಟ್ ಸೈಟುಗಳಿಗೆ ಹೋಗದಿರಲು ಅಥವಾ ಇನ್ನೇನೋ ಹೊಲಸು ಕೆಲಸ ಮಾಡಿ ರೋಗ ತಂದುಕೊಳ್ಳದಿರಲು ಒಂದು ಕಾರಣವಾಗಿ ಮಾತ್ರ ಕಾಣುತ್ತಿತ್ತೇನೋ? ಸುತ್ತು ಬಳಸಿಲ್ಲದೇ ಯೋಚನೆ ಮಾಡಿದರೆ ಅದೊಂದು ಅರ್ಥವಿಲ್ಲದ ಮತ್ತು ಯಾವ ಭಾವನೆಯೂ ಇಲ್ಲದ ಸೆಕ್ಸ್ ಆಗಿ ಮಾತ್ರ ನನಗೆ ಕಾಣುತ್ತಿತ್ತು. ಆದ್ರೆ ಇವತ್ತು ಇದಕ್ಕೆ ಒಂದು ಹೊಸಾ ಅರ್ಥವೇ ಬಂದಿದೆ ಅಂತ ನನಗನ್ನಿಸುತ್ತಿದೆ" ಅಂದು ಇನ್ನೂ ಏನೇನೋ ಹೇಳುವ ಮುಂಚೆ ಒಂದು ಸಣ್ಣ 'ಪೆಕ್' ಸಿಗಲಿ ಅಂದುಕೊಂಡು ತುಟಿ ಮುಂದೆ ಮಾಡಿದ. ಆದರೆ ಈ ಮುತ್ತು ಗಾಳಿಯಲ್ಲಿ ಮಾತ್ರ ಸೇರಿದ ಹಾಗನಿಸಿ, ಕಣ್ಣು ಬಿಟ್ಟ. ರಶ್ಮಿ ಪಕ್ಕದಲ್ಲಿರಲಿಲ್ಲ. ಎಲ್ಲಿರಬಹುದೆಂದು ಯೋಚನೆ ಮಾಡುವಷ್ಟರಲ್ಲಿ ಬಾತ್‌ರೂಮಿನಿಂದ ಫ್ಲಶ್ ಶಬ್ದ ಕೇಳಿಬಂತು.

"ಏನಂದೆ?" ರಶ್ಮಿ ಬಾತ್‌ರೂಮಿನಿಂದಲೇ ಕೂಗಿದಳು.

"ಐ ಲವ್ ಯು" ಅಂದು ಜೋರಾಗಿ ಕೂಗಿದ, ನಾಗೇಶ.

ರಶ್ಮಿಗೆ ಇದು ಕೇಳಿಸಿತೋ ಇಲ್ಲವೋ ಗೊತ್ತಿಲ್ಲ. ಸೀದಾ ಹೊರಗೆ ಬಂದಳು. ಬಂದವಳೇ ನಾಗೇಶನ ಹಣೆಗೊಂದು ಮುತ್ತಿಕ್ಕಿ "ಬಹಳ ದಿನವಾಗಿತ್ತಲ್ಲ. ನನ್ನ ಬ್ರಾ ಟೈಟಾಗುವಷ್ಟು ಬೆದೆ ಬಂದಿತ್ತನಿಸುತ್ತೆ. ಇರಲಿ, ನೀನು ಇಂದು ನಿನ್ನ ಉತ್ತುಂಗದಲ್ಲಿದ್ದೆ

ಅನ್ನಿಸುತ್ತೆ. ಅಲ್ಲವೋ ಪೆಕರೆ, ಆ ಸ್ಥಿತಿಯಲ್ಲಿ ಅಮ್ಮಾ ಅನ್ನುತ್ತೀಯಲ್ಲ ನೀನು, ನಾಚಿಕೆ ಆಗೋಲ್ವಾ? ಜಾಣಮರಿ ನೀನು. ನಿನಗೆ ಇದಕ್ಕಿಂತ ಹೆಚ್ಚು ಆಕ್ಷನ್ ಬೇಕಂದರೆ, ಒಂದು ಕೆಲಸ ಹುಡುಕಿಕೋ. ಇಬ್ಬರೂ ಮನೆಗೆ ಬರುವ ಮೊದಲಿನ ಎಲಿವೇಟರ್ನಿಂದಲೇ ಶುರುವಾದ ಆಟ ಮನೆಯ ಒಳಗೆ ಬಂದ ತಕ್ಷಣ ನಿನ್ನ ಡ್ರೆಸ್ ಶರ್ಟು ಮತ್ತು ನನ್ನ ಈ ಸೂಟೂ ಹರಿದು ನಮ್ಮ ಡೈನಿಂಗ್ ರೂಮಿನಲ್ಲಿರುವ ಈ ಸೇಬುಹಣ್ಣುಗಳೆಲ್ಲ ಉರುಳಿ ಚಾಕು, ಮೇಣದಬತ್ತಿಗಳ ನಡುವೆ ಆಗುವ ನಮ್ಮಿಬ್ಬರ ತೇವ... ನನ್ನ ಫ್ಯಾಂಟಸಿ. ನಿನಗೆ ಆ ಸ್ವರ್ಗ ಬೇಕಾದರೆ, ಏನು ಮಾಡಬೇಕೆಂದು ನಿನಗೆ ಗೊತ್ತಲ್ವಾ? ಒಂದು ಕೆಲಸ ಹುಡುಕಿಕೋ" ಅಂದು, ಈ ಕಡೆ ತಿರುಗಿ ಮಲಕ್ಕೊಂಡಳು.

ನಾಗೇಶನಿಗೆ ಏನನ್ನಬೇಕೋ ಗೊತ್ತಾಗಲಿಲ್ಲ. ತಲೆ ತಿರುಗುತ್ತಿದೆ ಅನ್ನಿಸಿತು. ಹೊಟ್ಟೆ ತೊಳಸುತ್ತಿದೆ ಅನ್ನಿಸಿತು. ಇದು ಅನುಕಂಪದ ಮಿಲನ, ಪಿಟಿ 'ಲೇ' ಅಂತ ತನಗ್ಯಾಕೆ ಅರ್ಥವಾಗಲಿಲ್ಲ? ಮತ್ತಿನ್ನೇನಿರಬಹುದು? ಕೆಲಸವಿಲ್ಲದ, ತಲೆ ಹಣ್ಣಾಗುತ್ತಿರುವ ತನ್ನಂತವನ ಮೇಲೆ ಉಕ್ಕಿ ಬರುವಷ್ಟು ಪ್ರೀತಿಯನ್ನು ಪುಗಸಟ್ಟೆ ಕೊಡುವಷ್ಟು ಉದಾರಿಯಾಗುತ್ತಾಳೆ ಈ ರಶ್ಮಿ ಎಂದು ತಾನು ಎಣಿಸಿದ್ದಾದರೂ ಹೇಗೆ? ಆಕೆ ಬಂದು, ತನ್ನ ಎದೆಗೆ ಕೈ ಹಾಕಿದಾಗಲೇ ತನಗೆ ಗೊತ್ತಾಗಬೇಕಾಗಿತ್ತು? ರಶ್ಮಿ ಸ್ತ್ರೀ ಸಹಜ ಆಕರ್ಷಣೆಯಿಂದ ಮನೆಯಲ್ಲಿ ಕೂತಿರುವ ಈ ಬಾಲ್ಯದ ಗೆಳೆಯನ ಜೊತೆಗೆ ಮಲಗಬಹುದು, ಯಾವ ಪ್ರತಿಫಲದ ಅಪೇಕ್ಷೆಯೂ ಇಲ್ಲದೆ, ಎಂದು ತಾನು ಯೋಚಿಸಿದ್ದು ಮೂರ್ಖತನವೆನ್ನಿಸಿತು. 'ಈಗ ಸಕ್ಕರೆ ತಿಂದಿರು ಮರಿ, ನೀನು ದೊಡ್ಡವನಾದ ಮೇಲೆ ಸಂಬಳ ತರ್ತೀಯಲ್ಲ, ಆಗ ಬೇಕಾದರೆ, ಮೈಸೂರು ಪಾಕು ಕೊಡಿಸ್ಕೋವಂತೆ' ಎಂದು ಮಕ್ಕಳಿಗೆ ಸಮಾಧಾನ ಮಾಡಿದ ಹಾಗಿತ್ತು, ಅವಳ ಪರಿ. ತನ್ನ ಮೈಯಿನ ಬೆವರು, ತೊಡೆ ಸಂದಿಯ ಜಿನುಗು, ರಶ್ಮಿಯ ಕಂಕುಳ ಪರಿಮಳ, ಹೊದಿಕೆಯ ಕಮಟು ವಾಸನೆ ಎಲ್ಲವೂ ವಾಕರಿಕೆಗಿಂತ ಹೆಚ್ಚಿನ ಜೈವಿಕ ಕ್ರಿಯೆಯೊಂದನ್ನು ತನ್ನಿಂದ ಹೊರಹೊಮ್ಮಿಸುತ್ತಿದೆ ಎಂದು ತತ್‌ಕ್ಷಣ ಗೊತ್ತಾಗಿ ತಾಳಲಾಗದೇ ಸೀದಾ ಬಾತ್‌ರೂಮಿಗೆ ಹೋಗಿ ಬಕಬಕ ಎಂದು ವಾಂತಿ ಮಾಡಿಬಿಟ್ಟ.

ಬೆತ್ತಲೆ ನಿಂತು ವಾಂತಿ ಮಾಡುತ್ತಿದ್ದ ಪ್ರಿಯತಮನನ್ನು ಕಂಡು ರಶ್ಮಿಗೆ ಒಂದು ಕ್ಷಣ ಅಯ್ಯೋ ಎನಿಸದಿರಲಿಲ್ಲ. ಆದರೂ ಹೇಳಿದಳು "ನಾನು ಈ ಹೊಸಾ ಪ್ರಾಜೆಕ್ಟಿಗೆ ಟೀಮ್ ಲೀಡರ್" ಎಂದು. ನಾಗೇಶ ಇನ್ನೂ ಜಾಸ್ತಿ ವಾಂತಿ ಮಾಡುತ್ತಿದ್ದ. ಹೋಗಿ, ಬೆನ್ನು ನೀವುತ್ತಾ "ಯಾಕಪ್ಪ ನಾಗೇಶ, ಹುಶಾರಿಲ್ವ. ನನ್ನ ಹತ್ರ ಒಂದು ವಾಂತಿಗೆ ಮಾತ್ರೆ ಇದೆ. ಬೇಕಾದರೆ ಕೊಡಲಾ" ಅಂದಳು.

* * * * *

ಮಾಧವರಾಯರ ಸಾವು

ರಶ್ಮಿ ಶ್ರೀಧರನಿಗೆ ಫೋನು ಮಾಡಿದ್ದಳು. "ಶ್ರೀಧರ, ಅಮ್ಮನ ಫೋನು ಬಂದಿತ್ತು. ಅಪ್ಪ ಹೋಗಿಬಿಟ್ಟರಂತೆ. ಹಾರ್ಟ್ ಅಟ್ಯಾಕಂತೆ. ನೀನು ಈಗಲೇ ಹೊರಡು. ನಾನು ಏರ್‌ಪೋರ್ಟಿನಿಂದ ಫೋನು ಮಾಡುತ್ತಿದ್ದೇನೆ" ಎಂದು ಗಾಬರಿಯಿಂದ ಹೇಳಿದಳು. ಶ್ರೀಧರನಿಗೆ ನಂಬಲಾಗಲಿಲ್ಲ. "ಸಾಧ್ಯವೇ ಇಲ್ಲ. ನಾನು ಊರು ಬಿಟ್ಟು ಬರುವ ಮುಂಚೆ ಅವರಿಗೆ ಇಸಿಜಿ ಮಾಡಿಸಿ ಎಲ್ಲ ನೋಡಿ ಬಂದಿದ್ದೇನೆ. ಅವರಿಗೆ ಹಾರ್ಟ್ ಅಟ್ಯಾಕ್ ಆಗಲು ಸಾಧ್ಯವೇ ಇಲ್ಲ" ಎಂದ, ಶ್ರೀಧರ. ರಶ್ಮಿ ಅಳುತ್ತಾ "ಅದೇನು ಆಗಿದೆಯೋ ಗೊತ್ತಿಲ್ಲ. ಒಟ್ಟು ಅಪ್ಪ ಸತ್ತಿದ್ದಾರೆ. ನಾವೀಗಲೇ ಹೋಗಬೇಕು" ಎಂದು ಫೋನಿಟ್ಟಿದ್ದಳು. ನಾಗೇಶ ಏರ್ಪೋರ್ಟಿಗೆ ಬಂದಿದ್ದ. 'ನಾನೂ ಬರಲಾ' ಎಂದು ಕೇಳಿದ್ದ. ರಶ್ಮಿ ಅದರ ಅವಶ್ಯಕತೆಯಿಲ್ಲ ಎಂದು ಹೇಳಿದ್ದಳು. ಅವಳಿಗೆ ಯಾರ ಬಳಿಯೂ ಮಾತಾಡಲು ಇಷ್ಟವಿರಲಿಲ್ಲ. ವಿಮಾನದಲ್ಲಿ ಒಬ್ಬಳೇ ಕಣ್ಣು ಮುಚ್ಚಿ ಕೂತಳು.

ಈ ಫೋನು ಬರುವ ತನಕ ಅಪ್ಪ ಸಾಯಬಹುದು ಎಂದು ಅನ್ನಿಸಲೇ ಇರಲಿಲ್ಲವಲ್ಲ. ಸಾಯುವ ವಯಸ್ಸೇನೂ ಅಲ್ಲ, ಆದರೆ, ಸಾಯಬಾರದ ವಯಸ್ಸೂ ಅಲ್ಲ. ಆದರೆ, ತನಗೆ, ತನ್ನ ಕೆಲಸ, ನಾಗೇಶ ಮತ್ತು ಕವನಗಳ ನಡುವೆ ಅಪ್ಪ ಮರೆತೇ ಹೋಗಿದ್ದರು. ವಾರಕ್ಕೊಮ್ಮೆ ಮಾಡುವ ಫೋನು ಬಿಟ್ಟರೆ, ಆ ಫೋನಿನಲ್ಲೂ 'ಹೇಗಿದ್ದೀರಿ' 'ಅಲ್ಲಿ ಟೈಮೆಷ್ಟು?' ಇಷ್ಟು ಕೇಳುವುದರಲ್ಲಿಯೇ ಸಾಕಷ್ಟು ಸಮಯ ಕಳೆದುಹೋಗುತ್ತಿದ್ದುದರಿಂದ, ಅಪ್ಪನ ಆರೋಗ್ಯದ ಬಗ್ಗೆ ವಿಚಾರಿಸಲೂ ಆಗಿರಲಿಲ್ಲ ಎಂದೆನಿಸಿ ಒಂದು ಕ್ಷಣ ಪಿಚ್ಚೆನಿಸಿತು.

ಮತ್ತೆ ಅಪ್ಪನ ನೆನಪಾಯಿತು. ತಾನು, ಶ್ರೀಧರ ಅವಳಿಗಳಾಗಿ ಹುಟ್ಟಿದ್ದು ಅವಳಿಗಂತೂ ಗೊತ್ತಿರಲಿಲ್ಲ. ಈ ಅವಳೀ ಮಕ್ಕಳ ರಕ್ತ ಸಂಚಲನೆ, ಹೊಕ್ಕುಳಬಳ್ಳಿಯಿಂದ ಒಂದು ಮಗುವಿನಿಂದ ಇನ್ನೊಂದಕ್ಕೆ ಹೋದ ರಕ್ತ, ಶ್ರೀಧರನನ್ನು ಇನ್ನೇನು ಸಾಯುವಂತೆ ಮಾಡಿತ್ತು ಎಂದು ಹೇಳಿದ ಧ. ರಘೋತ್ತಮರಾಯರ ತಪ್ಪನ್ನು ಅವರು ತಿದ್ದಿಕೊಂಡಿದ್ದರೂ ಅಪ್ಪ ಒಪ್ಪಿಕೊಂಡಿರಲಿಲ್ಲ. ಅಪ್ಪನಿಗೆ ಹೆಣ್ಣುಮಕ್ಕಳು ಬೇಕಿತ್ತೋ ಅಥವಾ ಅವಳಿಗಳಲ್ಲಿ ಕೆಲವೊಂದು ಒಳ್ಳೆಯ ಜೀನುಗಳು ಶ್ರೀಧರನಿಗಿಂತ ಹೆಚ್ಚಾಗಿ ತನಗೇ ಸೇರಿದವೆಂಬ ಹೇವರಿಕೆ, ಅಭದ್ರತೆ ಶ್ರೀಧರನಷ್ಟೇ ಅಪ್ಪನಲ್ಲೂ ಇತ್ತೋ, ತಾನು ಹುಟ್ಟಿದಾಗಿನಿಂದ ದೇಶ ಬಿಡುವವರೆಗೂ ಅಪ್ಪನ ಸಿಟ್ಟು, ಉಪೇಕ್ಷೆಗಳು ಮಾತ್ರ ತನ್ನದಾಗುತ್ತಿತ್ತು ಎಂದು ಅನ್ನಿಸಿತ್ತು. ತಾನು ಎಂದೂ ಅಪ್ಪನನ್ನು ಪ್ರೀತಿಸಲೇ ಇಲ್ಲವಾ ಅನ್ನಿಸಿತು. ಆದರೂ ಕಣ್ಣಿಂದ ಒಂದೆರಡು ಹನಿ ನೀರು ತನಗೆ ತಿಳಿಯದಂತೆ ಜಾರಿದವು.

ಅಮ್ಮ ನೆನಪಿಗೆ ಬಂದಳು. ಅಮ್ಮನ ವ್ಯಕ್ತಿತ್ವವೇನೆಂದು ಅಥವಾ ಅವಳಿಗೆ ಒಂದು ವ್ಯಕ್ತಿತ್ವವಿದೆ ಅನ್ನುವುದೇ ಅವಳಿಗರಿವಾಗಿರಲಿಲ್ಲ. ಅಮ್ಮ ಹೆಚ್ಚು ಮಾತಾಡಿದ್ದೇ ಅವಳು ಕೇಳಿರಲಿಲ್ಲ. ಬೆಳಿಗ್ಗೆ ಆರರಿಂದ ಸಂಜೆ ಹತ್ತರವರೆಗೂ ಕೆಲಸ ಮಾಡುತ್ತಲೇ ಇರುತ್ತಿದ್ದಳು. ಬೆಳಿಗ್ಗೆ ಮಡಿಯಲ್ಲಿ ತನ್ನ ಪೂಜೆ, ಅಡುಗೆ, ಅಪ್ಪನಿಗೆ ಪೂಜೆಗೆ ಅಣಿಮಾಡಿ ಕೊಡುವುದು,

ಆಯಾ ಕಾಲದ ವ್ರತಗಳನ್ನು ಹಿಡಿಯುವುದು, ಇದೇ ಜೀವನ. ತಾನು ಅಮೆರಿಕಾಕ್ಕೆ ಹೋಗುತ್ತೇನೆಂದು ಹೇಳಿದಾಗ, ಒಂದು ಖುಷಿಯೂ ಆಗಿರಲಿಲ್ಲ. "ಅವರನ್ನು ಕೇಳಮ್ಮ, ನೀನುಂಟು ನಿಮ್ಮ ಅಪ್ಪ ಉಂಟು" ಎಂದು ಹೇಳಿಬಿಟ್ಟಿದ್ದಳು. ಆಕಾಶವೇ ತಲೆಯ ಮೇಲೆ ಬಿದ್ದರೂ ಅಪ್ಪ ಮಾತ್ರ ತನ್ನ ಪ್ರಾತಃವಿಧಿಗಳ್ಯಾವುದನ್ನೂ ತ್ವರೆಯಲ್ಲಿ ಮುಗಿಸುತ್ತಿರಲಿಲ್ಲ. ತನ್ನ ಪಾಡಿಗೆ ತಾನು ಎದ್ದು ಮಡಿಯಲ್ಲಿ ಸ್ನಾನ ಮಾಡಿ ದೇವರ ಪೂಜೆ ಮುಗಿಸಿ "ಚಾ" ಎಂದು ಹೇಳಿ, ಅಮ್ಮ ಚಹಾ ತೆಗೆದುಕೊಂಡು ಬರುವ ತನಕವೂ ಸುಮ್ಮನೆ ಅಂದಿನ ವೃತ್ತಪತ್ರಿಕೆಯ ಮೇಲೆ ಕಣ್ಣಾಡಿಸಿ, ನಂತರ "ತಿಂಡಿ" ಎಂದು ಹೇಳಿ ಒಂದು ಕಡೆ ಕೂತು ತಿಂದು ತಮ್ಮ ಪಾಡಿಗೆ ತಾವು ಕೆಲಸಕ್ಕೆ ಹೋಗುತ್ತಿದ್ದರು. ಹೋಗುವ ಮುನ್ನ ಅಮ್ಮನಿಗೆ ಎಂದೂ ಇಂತಾ ಹೊತ್ತಿಗೆ ಬರ್ತೀನಂತ ಹೇಳುತ್ತಿರಲಿಲ್ಲ. ಸಂಜೆ ಐದು. ಅಪ್ಪ ಬಂದವರೇ "ಚಾ" ಎಂದವರೇ, ಚಹಾ ಕುಡಿದು, ಒಂದು ಘಳಿಗೆ ಅಮ್ಮನನ್ನು ಮುಂದೆ ಕೂಡಿಸಿಕೊಂಡು ಪುರಾಣ ಓದುತ್ತಿದ್ದರು. ಅಮ್ಮನಿಗೆ ಅರ್ಥವಾಗಲೀ, ಬಿಡಲಿ ಅಮ್ಮ ಕೇಳಿಸಿಕೊಳ್ಳುತ್ತಿದ್ದಳು.

"ಅಮ್ಮನ ಮುಂದೆ ಪುರಾಣ ಓದುವುದನ್ನು ಬಿಟ್ಟು ದೇವಸ್ಥಾನದಲ್ಲಿಯಾದ್ರೂ ಓದಿದರೆ, ಒಂದ್ನಾಲ್ಕು ಜನಕ್ಕಾದರೂ ಉಪಯೋಗವಾಗಬಹುದು. ಮತ್ತು ನಿನಗೂ ಇನ್ನೊಂದಿಷ್ಟು ಸಂಪಾದನೆ ಆಗಬಹುದಲ್ಲಪ್ಪ" ಎಂದು ರಶ್ಮಿಯೇ ಹೇಳಿದ್ದಳು "ಯಾಕವಾ, ನಂಗೇನು ರೊಕ್ಕಾಕ ಕಮ್ಮೀ ಬಂದದೀ ಅಂತಾ ಪುರಾಣ ಹೇಳ್ತೀನಿ, ಅಂದಕಂಡೆಯಾ? ನೀ ದುಡಿಯೋಷ್ಟು ದುಡೀದಿದ್ರೂ, ನಿನ್ನ ರೊಕ್ಕಾ ಏನ್ ಕಳಿಸಬೇಡವ್ವ. ಪುರಾಣ ಕೇಳಕ್ಕೂ ಒಂದು ಪುಣ್ಯಾ ಬೇಕವ್ವ. ನಿಮ್ಮವ್ವಗ ಅರ್ಥ ಆಗುತ್ತೆ ಅಂತ ನಾ ಹೇಳ್ತಿಲ್ಲ. ಆದರೆ ಹಿಂಗೇ ಕೇಳಿಸ್ಕೋತಾ ಹೋದರ, ಕಿವೀ ಮೇಲ ಬೀಳೋದರಾಗ ಒಂದ್ ಭಾಗಾನಾದ್ರೂ ಒಳಗೇ ಹೋದ್ರೂ ಪುಣ್ಯಾ ಅಂತಾನೇ ತಿಳ್ಕಾ"

ಅಮ್ಮನಿಗೆ ಒಂದು ದಿನವೂ ಬೇಜಾರಾಗಿರಲಿಲ್ಲ. ಒಂದು ದಿನವೂ ಎಲ್ಲಿಯೂ ಹೋಗಿರಲಿಲ್ಲ. ಊರು ಬಿಟ್ಟು ಬೇರೆ ಊರನ್ನು ನೋಡಿರಲಿಲ್ಲ. ರಶ್ಮಿಗೆ ಗೊತ್ತಿದ್ದ ಹಾಗೆ ಯಾವ ಹಬ್ಬಕ್ಕೂ ಅಪ್ಪ ಒಂದು ಸೀರೆಯನ್ನೂ ತಂದುಕೊಟ್ಟಿರಲಿಲ್ಲ. ಯಾವುದೇ ಏರುಪೇರಿಲ್ಲದೇ ನಿಂತನೀರಿನಂತೆ ನಡೆದುಹೋಗಿತ್ತು, ಸಂಸಾರ.

ಅಮ್ಮ ಸುಖವಾಗಿರಲಿಲ್ಲವೇ? ಒಂದು ದಿನವೂ ಸುಖವಾಗಿಲ್ಲ ಎಂದು ಹೇಳಿಕೊಂಡಿರಲಿಲ್ಲ, ಆಕೆ. ತನ್ನ ಪಾಡಿಗೆ ತಾನು ತನ್ನ ಕೆಲಸ, ಮನೆ, ತನ್ನ ಪುಸ್ತಕಗಳು ಇದರಲ್ಲಿ ಮಾತ್ರ ಮುಳುಗಿದ್ದಳು.

ತಾವಿಬ್ಬರೂ ಮುಂದೆ ನಾಗಮಂಗಲ ಬಿಟ್ಟು ಬೇರೆ ಬೇರೆ ಕಡೆ ಓದಲೆಂದು ಹೋದಾಗ ಮನೆಯಲ್ಲಿ ಅಮ್ಮ ಅಪ್ಪ, ಇಬ್ಬರೇ. ಪ್ರತಿ ಬಾರಿ ಊರಿಗೆ ಬಂದಾಗಲೂ ಅಮ್ಮ ಇನ್ನಷ್ಟು ಖುಷಿಯಾಗಿದ್ದಳು. ಅಪ್ಪ ಇನ್ನೂ ಹೆಚ್ಚಿನ ಪೂಜೆ ಪುನಸ್ಕಾರಗಳಲ್ಲಿ ತೊಡಗಿಕೊಂಡಿದ್ದರು... ಸಂಜೆಯ ಹೊತ್ತು ದೇವಸ್ಥಾನಗಳಿಗೆ ಹೋಗಿ ಪುರಾಣ ಹೇಳುತ್ತಿದ್ದರಂತೆ. ಅಮ್ಮ ಎಲ್ಲ ಹೊಸಾ ಕಾದಂಬರಿಗಳನ್ನೂ ಓದಿ ಮುಗಿಸಿದ್ದಳು.

ಒಂದು ಕ್ಷಣ ತನ್ನನ್ನು ಅಮ್ಮನ ಜಾಗದಲ್ಲಿ ಊಹಿಸಿಕೊಂಡಿದ್ದಳು. ಈಗಿನ ಎಂತಹ ತೆಳ್ಳಗಿನ ವಿವರಣೆಯ ಪ್ರಕಾರವೂ ಅಪ್ಪ ಅಮ್ಮನ್ನ ಅಬ್ಯೂಸ್ ಮಾಡಿದರು ಅಂತ ಹೇಳಿಬಿಡಬಹುದು. ಆದರೆ, ಅಮ್ಮನಿಗೆ ಅದು ಗೊತ್ತೇ ಆಗಲಿಲ್ಲ.

* * * * *

ಶ್ರೀಧರನಿಗೆ ಏನು ಮಾಡಬೇಕೆಂದೇ ಗೊತ್ತಾಗಿರಲಿಲ್ಲ. ಕೇವಲ ಒಂದು ವರ್ಷದ ಹಿಂದೆ ತಾನು ಅಶ್ವತ್ಥಕಟ್ಟೆಯ ಮುಂದೆ ಕೂತು ಅಪ್ಪನ ಇಸಿಜಿ ಮತ್ತಿತರ ಪರೀಕ್ಷೆಗಳನ್ನು ಎಲ್ಲವೂ ಸರಿಯಾಗಿದೆ ಎಂದು ಹೇಳಿದ ಮೇಲೇ ಅಲ್ಲವೇ ಅಪ್ಪ ತನ್ನನ್ನು ಅಮೆರಿಕಾಕ್ಕೆ ಕಳಿಸಿದ್ದು. ಮೈಸೂರಿನ ಗುರುಕುಲದಲ್ಲಿ, ತಾನು ಏನೂ ಮೀಟಲಾಗದೇ ಆಗದೇ ಇತ್ತ ಪೀಜೀ ಪರೀಕ್ಷೆಯಲ್ಲೂ ತಾನು ಎಲ್ಲಿಯೂ ಸಲ್ಲದಾದಾಗ, ಇದ್ದಕ್ಕಿದ್ದ ಹಾಗೆ ಅಪ್ಪ, ಧಿಡೀರನೇ ಒಂದು ಇಸಿಜಿ ಹಿಡಕೊಂಡು ಬಂದು 'ನಂದೆಲ್ಲಾ ಸರಿ ಐದಾವೋ ನೋಡಲೇ, ಧನ್ವಂತ್ರಿ' ಎಂದು ಹೇಳಿದ್ದಾಗ, ತಾನು ಸುಮ್ಮ ಸುಮ್ಮನೇ ಇಸಿಜಿ ಸರಿಯಾಗಿದೆಯೆಂದು ಹೇಳಿದನೇ? ಅಥವಾ ಮೈಸೂರಿನ ಗುರುಕುಲದಲ್ಲಿ ಕೊನೆಯ ವರ್ಷದ ಧನ್ವಂತ್ರಿಗಳಿಗೆ ಇಸಿಜಿ ಹೇಳಿಕೊಡುವುದಿಲ್ಲವಾದ್ದರಿಂದ ತನಗೆ ಇಸಿಜಿ ನೋಡಲು ಬರುವುದಿಲ್ಲವೆನ್ನುವ ವಿವರಣೆ ನ್ಯಾಯವಾದದ್ದೇ? ಅಪ್ಪನ ಇಸಿಜಿ ಸರಿಯಾಗಿಲ್ಲವೆಂದು ತಾನು ಹೇಳಿದ್ದರೆ ಅವರಿಗೆ ಮುಂದೆ ಇನ್ನೂ ಪರೀಕ್ಷೆ ಮಾಡಿಸಬೇಕಾಗಬಹುದೆಂಬ ಹೆದರಿಕೆ, ಅದಕ್ಕೆ ಖರ್ಚಾಗುವ ದುಡ್ಡು ತನ್ನನ್ನು ಅಪ್ಪನಿಂದ ಒಂದು ಮುಖ್ಯವಾದ ವಿಷಯವನ್ನು ಬಚ್ಚಿಡುವಂತೆ ಮಾಡಿತೇ? ಆಗ ಹಾಳಾಗಿ ಹೋಗಲೀ, ಈಗ ಅಮೆರಿಕಾಕ್ಕೆ ಬಂದು ಒಂದು ವರ್ಷದಲ್ಲಿ ಅಪ್ಪನಿಗೆ ಹೋಗಿ ನೀವು ಇಂಥಾ ಪರೀಕ್ಷೆ ಮಾಡಿಸಿಕೊಳ್ಳೀ ಎಂದು ಹೇಳಬಹುದಿತ್ತಲ್ಲ? ಈಗ ದುಡ್ಡಿನ ಅಡಚಣೆ ಅಷ್ಟಾಗಿಯೇನೂ ಇರಲಿಲ್ಲವಲ್ಲ. ಈ ಕೆಲಸ, ಬೆಟ್ಟಿ, ಅಮೆರಿಕಾದ ಗುಂಗಿನಲ್ಲಿ ತನಗೆ ಇದು ನೆನಪೇ ಆಗಲಿಲ್ಲವಲ್ಲ. ಅಂದು ಅಶ್ವತ್ಥಕಟ್ಟೆಯ ಮೇಲೆ ಕೂತು ನೋಡಿದ ಅಪ್ಪನ ಇಸಿಜಿಯ ತರಂಗಗಳನ್ನು ನೆನಪು ಮಾಡಲು ಪ್ರಯತ್ನಿಸಿದ. ಏನು ಮಾಡಿದರೂ ನೆನಪಿಗೆ ಬರಲಿಲ್ಲ. ನೆನಪಿಗೆ ಬರುತ್ತಿಲ್ಲವೋ, ಅಥವಾ... ಸರಿಯಾಗಿ ನೋಡಿದ್ದರೆ ತಾನೆ...? ಒಂದೇ ಒಂದು ಇಸಿಜಿಯ ಮೇಲು ಕೆಳಗಿನ ರೇಖೆಗಳು ಒಬ್ಬ ಮನುಷ್ಯನ ಗುಂಡಿಗೆ ಗಟ್ಟಿಯಿದೆಯೆಂದು ಹೇಳಲಾರದು ಅನ್ನುವ ವಿಷಯ ನನಗೆ ಮೈಸೂರಿನಲ್ಲಿದ್ದಾಗ ಗೊತ್ತಿತ್ತೆ? ಅಥವಾ ಅದು ಅಮೆರಿಕಾಕ್ಕೆ ಬಂದು ಕಲಿತಿದ್ದಾ? ಈ ಅಪ್ಪನೂ ಮಧ್ಯೆ ಯಾವಾಗ ಫೋನು ಮಾಡಿದರೂ ಒಮ್ಮೆಯೂ ಎದೆನೋವು ಎಂದು ಯಾಕೆ ಹೇಳಲಿಲ್ಲ?

ಅಪ್ಪ ಸತ್ತದ್ದು ತನ್ನ ನಿರ್ಲಕ್ಷ್ಯದಿಂದಲೆ?

ಅಂದು ಅಪ್ಪ ಎದೆನೋವೆಂದು ಮೈಸೂರಿಗೆ ಹೋಗಿ ಪರೀಕ್ಷೆ ಮಾಡಿಸಿಕೊಂಡು ವಾಪಸ್ಸು ಮನೆಗೆ ಬಂದಾಗ, ಎಂದೂ ಮಾತಾಡದ ಅಮ್ಮ "ಶ್ರೀಧರ, ದಯವಿಟ್ಟು, ದಯವಿಟ್ಟು ನನಗೆ ಅವ್ರನ್ನು ಉಳಿಸಿ ಕೊಡು. ನನಗೆ ಅವರನ್ನು ಬಿಟ್ಟರೆ ಯಾರೂ ಇಲ್ಲ. ನನಗೆ ಅವರು ಬೇಕು." ಎಂದು ಹುಚ್ಚಿಳಂತೆ ಅತ್ತಿದ್ದಳು. ಶ್ರೀಧರನಿಗೆ ಅಮ್ಮನ ಆ

ಮುಖವೇ ಕೊನೆಗೆ ನೆನಪಿಗೆ ಬಂದದ್ದು. ಅಮ್ಮ ನಕ್ಕಾಗ ಹೇಗಿರುತ್ತಾಳೆ ಎಂದು ನೆನಪಿಗೇ ಬರಲಿಲ್ಲ.

* * * * *

ರಶ್ಮಿ ನಾಗಮಂಗಲಕ್ಕೆ ಬಂದು ಆರು ಗಂಟೆಗಳಾದ ಮೇಲೆ ಶ್ರೀಧರ ಬಂದಿಳಿದ. ರಶ್ಮಿ ಬೆಂಗಳೂರಿನಲ್ಲಿ ಶ್ರೀಧರನಿಗೆ ಕಾಯದೇ, ಸೀದಾ ಒಂದು ಟ್ಯಾಕ್ಸಿ ಮಾಡಿಕೊಂಡು ನಾಗಮಂಗಲಕ್ಕೆ ಬಂದಿದ್ದಳು. ರಶ್ಮಿ, ಶ್ರೀಧರ ಇಬ್ಬರಿಗೂ ಕಾಯದೇ ಅಂತ್ಯಸಂಸ್ಕಾರವನ್ನು ಊರವರೇ ಮಾಡಿ ಮುಗಿಸಿದ್ದರು. ಶ್ರೀಧರ 'ಕೂಡದೇ ಕೂಡದು, ಅಪ್ಪ ಸತ್ತಿದ್ದು ಹಾರ್ಟ್ ಅಟ್ಯಾಕಿನಿಂದ ಎಂದು ಯಾವನಿಗೆ ಗೊತ್ತು. ನಾನು ಬರುವ ತನಕ ಹೆಣ ಎತ್ತಬಾರದು' ಎಂದು ಹಾರಾಡಿದ್ದ. ರಶ್ಮಿ ಇನ್ನಿಲ್ಲದ ಹಾಗೆ ಫೋನಿನಲ್ಲಿಯೇ ಅವನಿಗೆ ಹೆಣವನ್ನು ನಾಗಮಂಗಲದಲ್ಲಿ ಎತ್ತದೇ ಕಾಯುವುದು ಎಷ್ಟು ಕಷ್ಟ ಎಂದು ವಿವರಿಸಿ ಹೇಳಿದಾಗ ಬೇರೆ ದಾರಿಯಿಲ್ಲದೇ ಒಪ್ಪಿಗೆ ಕೊಟ್ಟಿದ್ದ.

ಮನೆಗೆ ಬಂದಾಗ, ಮನೆಯಲ್ಲಿದ್ದದ್ದು ಅಮ್ಮ ಮಾತ್ರ. ಶ್ರೀಧರ ಬಂದವನೇ ಅಪ್ಪನ ಹಳೆಯ ಫೈಲುಗಳನ್ನೆಲ್ಲಾ ಹುಡುಕಾಡಿದ. ಏನು ಮಾಡಿದರೂ ಆ ಇಸಿಜಿ ಸಿಕ್ಕಲಿಲ್ಲ. ರಶ್ಮಿ ಒಬ್ಬಳೇ ಸಿಕ್ಕಿದಾಗ ಹೇಳಿದ್ದ "ಅಪ್ಪನ ಶವಸಂಸ್ಕಾರ ಆಗಲು ನಾವು ಒಪ್ಪಿಗೆ ಕೊಡಬಾರದಾಗಿತ್ತು. ಇದು ಕಾರಣವಿಲ್ಲದ ಸಾವು. ತಪ್ಪಾದ ಸಾವು. ಇದಕ್ಕೆ ಕಾರಣವನ್ನು ನಾವು ಹುಡುಕಬೇಕಾಗಿತ್ತು" ಅಂದ.

"ಅಪ್ಪಾ ಧನ್ವಂತ್ರೀ ಮಹಾಶಯ, ನಿನ್ನ ವಿದ್ಯೆಯನ್ನು ಮನೆಯಲ್ಲಿ ತೋರಿಸಲು ಬರಬೇಡ. ಅಪ್ಪ ಎದೆನೋವೆಂದು ಕುಸಿದು ಮನೆಯಲ್ಲಿ ಬಿದ್ದರಂತೆ. ಹತ್ತು ನಿಮಿಷದಲ್ಲಿ ಪ್ರಾಣ ಹೋಗಿದೆ. ಇದು ಹೃದಯಾಘಾತವಲ್ಲದೇ ಇನ್ನೇನು?"

"ನಿನಗೆ ಗೊತ್ತಿಲ್ಲ. ನಾನಾ ರೀತಿಯ ಖಾಯಿಲೆಗಳು ಇದೇ ರೀತಿ ಸಾವು ತರುತ್ತವೆ."

"ಏನು ಮಾಡಬೇಕಂತಿದ್ದೀ. ಪೋಸ್ಟ್‌ಮಾರ್ಟಮ್ ಮಾಡುತ್ತಿದ್ದೆಯಾ, ಅಪ್ಪನನ್ನು?" ರಶ್ಮಿ ಅಳುತ್ತಾ ಕೇಳಿದಳು.

ಶ್ರೀಧರ ಸುಮ್ಮನಾದ.

ಮುಂದೆ ಅಮ್ಮನನ್ನು ಏನು ಮಾಡುವುದು ಎನ್ನುವ ಯೋಚನೆ ಶುರುವಾಯಿತು. ನಾಗಮಂಗಲದಲ್ಲಿ ಯಾರೂ ಇರಲಿಲ್ಲ. ಬಸರಾಳಿನಲ್ಲಿ ಅಮ್ಮನ ದಾಯಾದಿಗಳು ಇದ್ದದ್ದು ಮೂರೂ ಮತ್ತೊಂದು ಜನ. ರಾಣಿಬೆನ್ನೂರಿನ ಸಂಬಂಧ ಎಂದೋ ಕಡಿದುಹೋಗಿತ್ತು. ಶ್ರೀಧರ, ರಶ್ಮಿಯೇ ರಾಣಿಬೆನ್ನೂರನ್ನು ನೋಡಿರಲಿಲ್ಲ.

ಸದ್ಯದ ಪರಿಸ್ಥಿತಿಯಲ್ಲಿ, ಅಮ್ಮನಿಗೆ ಪಾಸ್‌ಪೋರ್ಟ್, ವೀಸಾ ಮಾಡಿಸುವ ತನಕ ಅಮ್ಮ ಒಬ್ಬಳೇ ಇರುವುದು. ಸರೋಜ ಆಂಟಿ ಆಗಾಗ ಬಂದು ನೋಡಿಕೊಳ್ಳುವುದು. ಸರೋಜ ಆಂಟಿಯ ಮಗ ಕಣ್ವ ಬಂದು ಮನೆಯಲ್ಲಿ ಮಲಗುವುದಕ್ಕೆ ಒಪ್ಪಿದ.

ಶ್ರೀಧರನಿಗಿಂತ ನಾಲ್ಕು ವರ್ಷ ಚಿಕ್ಕವನಾದ ಕಣ್ವ ಜಾನಕಮ್ಮನವರನ್ನು ನೋಡಿಕೊಳ್ಳುವುದಕ್ಕೆ ತನಗೆ ಯಾವುದೇ ತೊಂದರೆಯಿಲ್ಲವೆಂದ. ರಶ್ಮಿ, ಸರೋಜ ಆಂಟಿಗೆ ತನ್ನ ಕೈಯಿಂದಲೇ ನಲವತ್ತು ಸಾವಿರ ರೂಪಾಯಿ ಕೊಟ್ಟದ್ದು ಶ್ರೀಧರ ನೋಡಿದ... ಹೊರಗೆ ಬಂದು "ರಶ್ಮಿ, ನಾನು ಊರಿಗೆ ಹೋದ ಮೇಲೆ ಕಳಿಸುತ್ತೇನೆ" ಎಂದ. ರಶ್ಮಿ ಏನೂ ಮಾತಾಡಲಿಲ್ಲ. "ರಶ್ಮಿ ನೀನು ಮಾತಾಡದೇ ಇರುವುದನ್ನು ನೋಡಿದರೆ, ನನ್ನ ಹತ್ತಿರ ದುಡ್ಡಿದ್ದೂ ನಾನು ಕೊಡುವುದಿಲ್ಲ ಅನ್ನುವ ಅರ್ಥ ಬರುತ್ತೆ. ನಾನು ರೆಸಿಡೆನ್ಸಿ ಮಾಡಲು ಹೋಗಿರುವುದು ಕಳೆದ ವರ್ಷ. ಎಷ್ಟು ದುಡ್ಡು ಉಳಿಸಬಹುದು ಅನ್ನುವುದು ಸ್ಟಾಕು ಶೇರುಗಳನ್ನೆಣಿಸೋ ನಿಮ್ಮಂತವರಿಗೆಂತ ಗೊತ್ತು" ಎಂದ. ರಶ್ಮಿ ಆಗಲೂ ಮಾತಾಡಲಿಲ್ಲ.

* * * * *

ನಮ್ಮದಲ್ಲದ್ದು

ವಾಪಸ್ಸು ಬಂದಮೇಲೆ, ಅಮ್ಮನಿಗೆ ಪಾಸ್‌ಪೋರ್ಟ್‌ಗೆ ಅರ್ಜಿ ಹಾಕಲು ಹೇಳಿ, ತನ್ನ ಕೆಲಸದಲ್ಲಿ ತೊಡಗಿಸಿಕೊಳ್ಳಲು ಪ್ರಯತ್ನಿಸಿದಳು, ರಶ್ಮಿ. ಕೆಲಸದಲ್ಲಿ ತೊಡಗಿಕೊಂಡಾಗ ಅಪ್ಪನ ನೆನಪೂ ಬಾರದಿದ್ದು ನೋಡಿ ಕೆಲವೊಮ್ಮೆ ಆಶ್ಚರ್ಯವಾಗಿತ್ತು. ಸತ್ತ ಅಪ್ಪನ ನೆನಪು ಹೋಗಲೀ, ಬದುಕಿರುವ ಅಮ್ಮನನ್ನೂ ಮರೆಸುವ ಈ ಕೆಲಸದ ಬಗ್ಗೆ ಬೆರಗಾಗುತ್ತಿತ್ತು.

ಪ್ರೀಮಿಯಮ್ ಕಾಫಿಯೂ ಸಿಗುವ ಪುಸ್ತಕದಂಗಡಿಯಲ್ಲಿ "ಒಳ್ಳೆಯ ಟೀಮ್ ಲೀಡರಾಗಲು ಮೂರ್ಖರ ಕೈಪಿಡಿ" ಅನ್ನುವ ಪುಸ್ತಕವನ್ನು ಹುಡುಕಿ ತಂದಿದ್ದಳು. ಪುಸ್ತಕದಂಗಡಿಯವ "ಇಂತಹ ಪುಸ್ತಕವನ್ನು ಕೊಂಡುಕೊಳ್ಳುವಾಗ ಜನ ಇದು ಮೂರ್ಖರ ಕೈಪಿಡಿ ಅನ್ನೋದು ಗೊತ್ತಿದ್ದರೂ ಕೊಳ್ಳುವುದು ನೋಡಿ ಆಶ್ಚರ್ಯವಾಗುವುದಿಲ್ಲವಾ" ಎಂದು ತಮಾಷೆ ಮಾಡಿದ. ಅಹಹಾ ಎಂದು ಕೃತಕವಾಗಿ ನಕ್ಕು ಅಲ್ಲೇ ಇದ್ದ ಒಂದು ಲಿಪ್‌ಸ್ಟಿಕ್ ಅಂಟುವ ಮುಚ್ಚಳವಿದ್ದ ಕಾಫಿಲೋಟದಲ್ಲಿ ಕಾಫಿ ಹಾಕಿಕೊಂಡು ಸರಿ ಸ್ವಲ್ಪ ನೋಡೋಣ ಎಂದು ಕೂತಳು. ಇಂಥ 'ವ್ಯಕ್ತಿತ್ವ ವಿಕಸನದ' ಪುಸ್ತಕ ಓದಿ ಗುಂಪಿನ ನಾಯಕಿಯಾಗಬಲ್ಲೆನಾ ಎಂದು ಯೋಚಿಸಿದಳು. ಆದರೂ, ಪುಸ್ತಕ ಓದಿಸಿಕೊಂಡು ಹೋಗುವ ವೇಗವನ್ನು ನೋಡಿ ಆಶ್ಚರ್ಯವಾಯಿತು. ಔಷಧ ಕಂಪೆನಿಗಳು ಎಫ್‌ಡಿಎಯ ಸ್ವೀಕೃತಿಯನ್ನು ಪಡೆದುಕೊಳ್ಳಲು ಮಾಡುವ ಸರ್ಕಸ್ಸನ್ನು ಇವಳು ನೋಡುತ್ತಲೇ ಇದ್ದಳು. ಇವಳಿಗೆ ಅರ್ಥವಾಗಬಹುದಾದ ವಿಷಯಗಳು ಬಹಳ ಕಡಿಮೆಯಿದ್ದವು. ತಾನು ಮೃದುಯಂತ್ರಿ ಮಾತ್ರ, ತಾನು ಮಾಡುತ್ತಿರುವುದು ಈ ಔಷಧ ಕಂಪೆನಿಯವರು ಮಾಡುವ ಸಂಶೋಧನೆಗೆ ಬೇಕಾದ ಮೃದುಯಂತ್ರದ ಸಪೋರ್ಟು ಮಾತ್ರ ಎಂದಂದುಕೊಂಡಳು...

ರಶ್ಮಿಗೆ ಅರ್ಥವಾದ ಅವಳ ಹೊಸಾ ಪ್ರಾಜೆಕ್ಟಿನ ಪರಿಚಯ ಇಷ್ಟು. ಲಿಟ್ಜರ್ ಕಂಪೆನಿಯವರು ಡಿಪ್ರೆಶನ್‌ಗೆಂದು ತಯಾರಿಸಿದ 'ರೋಝಾಕ್' ಅನ್ನುವ ಔಷಧಿಯ ಹದಿನೈದು ವರ್ಷದ ಪೇಟೆಂಟು ಇನ್ನು ಮೂರು ವರ್ಷಕ್ಕೆ ಮುಗಿಯುತ್ತಾ ಬಂದಿತ್ತು. ಆಕೆ ತಿಳಕೊಂಡ ಹೊಸಾ ಸತ್ಯವೆಂದರೆ, ಒಮ್ಮೆ ಇಂತಹ ಔಷಧಿಗಳ ಪೇಟೆಂಟುಗಳು ಮುಗಿದ ನಂತರ ಯಾರು ಬೇಕಾದರೂ ಅವುಗಳನ್ನು ತಯಾರಿಸಿ ಮಾರುಕಟ್ಟೆಗೆ ಮಾರಾಟಕ್ಕಿಡಬಹುದು. ಒಂದು ಮಾತ್ರೆಗೆ ಮೂರು ಡಾಲರ್ರಿರುವ ಇಂಥ ಮಾತ್ರೆ ಪೇಟೆಂಟು ಕಳಕೊಂಡು ಮುಕ್ತ ಮಾರುಕಟ್ಟೆಗೆ ಬಂದಾಕ್ಷಣ ಎಲ್ಲ ಕಂಪೆನಿಗಳೂ ಇದೇ ಮಾತ್ರೆಯನ್ನು ಮಾಡಿ ಅದರ ಬೆಲೆ ಕೇವಲ ಮೂವತ್ತೋ ನಲವತ್ತೋ ಸೆಂಟಿಗೆ ಇಳಿಯುತ್ತದೆ. ಆದ್ದರಿಂದಲೇ, ಈ ಲಿಟ್ಜರ್ ಕಂಪೆನಿಯವರು ಆ ಪೇಟೆಂಟನ್ನು ವಿಸ್ತರಿಸಲು ಎಲ್ಲಾ ಪ್ರಯತ್ನವನ್ನೂ ಮಾಡಿದ್ದರು. ಆದರೆ, ಅದು ಕಾನೂನು ಬಾಹಿರವಾದ್ದರಿಂದ ಈಗ ಇರುವ ರೋಝಾಕನ್ನೇ ಕೊಂಚ ರಾಸಾಯನಿಕವಾಗಿ ಬದಲಾಯಿಸಿ ಅದಕ್ಕೆ ಒಂದು ಹೊಸ ಹೆಸರು ಕೊಟ್ಟು, ಇನ್ನೊಂದು ಹೊಸ ಮಾತ್ರೆಯಿದು ಎಂದು ಎಲ್ಲರನ್ನೂ ನಂಬಿಸಿ ಹೊಸಾ ಪೇಟೆಂಟಿಗೆ ಅರ್ಜಿ ಹಾಕಲು ಎಲ್ಲಾ ತಯಾರಿ ನಡೆಸಿದ್ದರೆಂದು ಗುಸುಗುಸು. ಆದರೆ, ಈ ಹೊಸಾ ಮಾತ್ರೆ ತಮ್ಮದೇ ಆದ ರೋಝಾಕಿಗಿಂತ ಹೆಚ್ಚು ಫಲಕಾರಿ, ಮತ್ತು ಕಡಿಮೆ ಸೈಡ್ ಎಫೆಕ್ಟುಗಳು, ಅನ್ನೋ ವಿಷಯವನ್ನು ಎಫ್.ಡಿ.ಎ.ಗೆ ಒಂದು ಸಂಶೋಧನೆಯನ್ನು ಮಾಡಿ ತೋರಿಸಬೇಕಾಗಿತ್ತು. ಈ ಸಂಶೋಧನೆಯನ್ನು ಅತಿ ವೇಗವಾಗಿ ಮುಗಿಸಲು ಗುತ್ತಿಗೆ ಹಿಡಿದ ಅನೇಕ ಮೃದುಯಂತ್ರ ಸಪೋರ್ಟು ಗುಂಪುಗಳಲ್ಲಿ ರಶ್ಮಿಯಂತಹವರದ್ದೂ ಒಂದು ಗುಂಪು.

ರಶ್ಮಿ ಮತ್ತು ಅವಳ ಗುಂಪಿನಲ್ಲಿರುವವರ್ಯಾರೂ ಈ ಕಂಪೆನಿಯ ಕೆಲಸವೇನು, ಈ ಸಂಶೋಧನೆಯ ಮೂಲ ಉದ್ದೇಶವೇನು, ಎಂದು ತಲೆಕೆಡಿಸಿಕೊಳ್ಳಲು ಹೋಗುತ್ತಿರಲಿಲ್ಲ. ರೋಗಿಗಳ ವಿವರ ಮತ್ತು ರ್‍ಯಾಂಡಮೈಝೇಶನ್- ಅಂದರೆ ಲಾಟರಿ ಎತ್ತಿದಂತೆ ಇಂತಹ ವ್ಯಕ್ತಿಗೆ ರೋಝಾಕು ಕೊಡುವುದು, ಮತ್ತಿನ್ನೊಂದು ವ್ಯಕ್ತಿಗೆ ಹೊಸಾ ಔಷಧಿಯನ್ನು ಕೊಡುವುದು ಅನ್ನುವುದನ್ನು ಮಾತ್ರ ತಮ್ಮ ಮೃದುಯಂತ್ರ ಕೈಚಳಕದಿಂದ ಚಕ್ಕೆಂದು ಮಾಡಿಸಿಕೊಟ್ಟರೆ ಸಾಕು. ರೋಝಾಕನ್ನು ಎಫ್.ಡಿ.ಎ. ಅಂಗೀಕರಿಸುತ್ತದೆಯೋ, ಜನಕ್ಕೆ ಡಿಪ್ರೆಶನ್ ದೂರ ಆಗುತ್ತದೆಯೋ ಇಲ್ಲವೋ ಅನ್ನುವುದರ ಬಗ್ಗೆ ತಲೆಕೆಡಿಸಿಕೊಳ್ಳುವುದಕ್ಕೆ ಯಾರಿಗೂ ಸಮಯವಿರಲಿಲ್ಲ, ಮತ್ತು ಅದು ಅವರಿಗೆ ಬೇಕೂ ಆಗಿರಲಿಲ್ಲ. ರೋಝಾಕಿಗೆ ಇನ್ನೊಂದು ಹೆಚ್ಚಿನ ಅಣುವನ್ನೋ, ಪರಮಾಣುವನ್ನೋ ಸೇರಿಸಿ, ದಿನಕ್ಕೊಂದು ತೆಗೆದುಕೊಳ್ಳುವುದರ ಬದಲು ವಾರಕ್ಕೊಂದು ತೆಗೆದುಕೊಳ್ಳುವ ಹಾಗೆ ಮಾಡಿ ಇದೇ ನಮ್ಮ ಹೊಸಾ ಮಾತ್ರೆ ಎಂದು ಅಂಗೀಕಾರ ತೆಗೆದುಕೊಂಡರೂ ಮೃದುಯಂತ್ರಿಗಳು ಕೇರ್ ಮಾಡಬಾರದು ಅನ್ನುವ ಒಂದು ಸ್ಥಿತಪ್ರಜ್ಞತ್ವವನ್ನು ಬೆಳೆಸಿಕೊಂಡಿದ್ದರು. ಯಾಕೆಂದರೆ, ಅವರ ಕೆಲಸ ಗಣಕದಲ್ಲಿ ಪ್ರೋಗ್ರಾಮನ್ನು ಬರೆಯುವುದು ಮಾತ್ರ. ಬಹಳಷ್ಟು ಜನಕ್ಕೆ ಅವರು ಬರೆಯುತ್ತಿರುವ ಪ್ರೋಗ್ರಾಮನ್ನು ಬಿಟ್ಟರೆ ಬೇರೆ ಯಾವ ವಿಷಯವೂ ಅವರಿಗೆ ತಿಳಿಯುತ್ತಲೂ ಇರಲಿಲ್ಲ.

ರಶ್ಮಿ ಈ ಔಷಧ ಪ್ರಪಂಚದ ವೈಪರೀತ್ಯಗಳನ್ನು ಅಲ್ಲಿಲ್ಲಿ ಓದಿ ತಿಳಿದಿದ್ದರೂ, ಈ ದೇಶದ ಔಷಧಿಗಳ ಹಿಡಿತ, ಮಾರುಕಟ್ಟೆ ಮತ್ತು ಮಾರಾಟಗಳ ವಿಧಾನಗಳ ಬಗ್ಗೆ ಆಕೆಗೆ ಅಷ್ಟೊಂದು ಅರಿವಿರಲಿಲ್ಲ. ಆದರೆ, ಈ ಹೊಸಾ ಸಂಶೋಧನೆಗೆ ಪ್ರೋಗ್ರಾಮನ್ನು ಬರೆಯಬೇಕಾದಾಗ ಅದರ ಬಗ್ಗೆ ಸ್ವಲ್ಪ ಹೆಚ್ಚು ತಿಳಕೊಳ್ಳಬೇಕೆನಿಸಿತು. ಆದರೆ, ತಾನು ಮೃದುಯಂತ್ರಿ ಮಾತ್ರ. ತನಗೆ ಔಷಧ ಕಂಪೆನಿಯವರು ತಮ್ಮ ಸಂಶೋಧನೆಯ ಮಾಹಿತಿಯನ್ನು ಪೂರಾ ಕೊಡುವುದಕ್ಕೆ ಸಾಧ್ಯವೇ ಇಲ್ಲ. ಈಗ ನಡೆಯುತ್ತಿರುವ ಸಂಶೋಧನೆ ರೋಝಾಕಿಗಿರಬಹುದೆಂದು ತಾನು ತಿಳಕೊಂಡಿರುವುದು. ಇದ್ದಕ್ಕಿದ್ದಂತೆ ಅದು ಟ್ರೋಝಾಕಿಗಿರಬಹುದು, ಕ್ರೋಝಾಕಾಗಬಹುದು ಅಥವಾ ಹೆಸರೇ ಇಲ್ಲದ ಇನ್ನೊಂದು ಯಾವುದಾದರೂ ಔಷಧಿಯಾದರೂ ಆಗಬಹುದು. ತಾನು ಮಾಡುತ್ತಿರುವುದು ಮೃದುಯಂತ್ರ ಸಪೋರ್ಟ್ ಮಾತ್ರ. ಈ ಕಂಪೆನಿಯ ಸಂಶೋಧನೆಯ ಸ್ವರೂಪ ಇಂಥದ್ದಿರಬಹುದೆಂದು ಲಿಟ್ಜರ್ ಕಂಪೆನಿಯವ ಬಂದು ಹೇಳಿದ್ದಕ್ಕೆ ತಾನು ಒಂಚೂರು ರೋಝಾಕೋ, ಟ್ರೋಝಾಕಿನ ಬಗ್ಗೆಯೋ ತಿಳಕೊಂಡಿರುವುದು. ಇದರ ಬಗ್ಗೆ ಶ್ರೀಧರನನ್ನಾದರೂ ಸ್ವಲ್ಪ ಕೇಳಬೇಕು, ಕೆಲವು ರೆಫ಼ರೆನ್ಸಿಗಾದರೂ ಸಿಗುವಂತ ಏನಾದರೂ ಮಾಹಿತಿಗಳಿದ್ದಾವೆಯೇ ಅಂತ, ಅಂದುಕೊಂಡಳು.

ಇದ್ದಕ್ಕಿದ್ದಂತೆ ಏನೋ ನೆನಪಿಗೆ ಬಂದಂತಾಗಿ ಅಂತರ್ಜಾಲದಲ್ಲಿ "ಗೋಡೆಬೀದಿಯ ಸಾಪ್ತಾಹಿಕ"ದ ಹೆಸರನ್ನು ಮೂಡಿಸಿ, ಎಫ್.ಡಿ.ಎ. ಔಷಧಗಳು ಎಂದು ಟೈಪಿಸಿದಾಗ ಬಂದ ಕೆಲವು ಸೈಟೇಶನ್‌ಗಳಲ್ಲಿ ಯಾವುದೋ ಮನಬಂದಂತೆ ಒಂದರ ಮೇಲೆ ಕ್ಲಿಕ್ಕಿಸಿದಳು. ಹೊಟ್ಟೆ ಉರಿಗೆಂದು ಹದಿನೈದು ವರ್ಷದ ಹಿಂದೆ ಕಂಡುಹಿಡಿದಿದ್ದ ಔಷಧಿಯ ಪೇಟೆಂಟು ಮುಗಿಯುತ್ತಾ ಬಂದಾಗ ಅದೇ ಔಷಧಿಯ ಇನ್ನೊಂದು ಐಸೋಮರ್ಗ್ಗೆ ಒಂದು ಇಂಗಾಲದ ಅಣುವನ್ನು ಎಡದಿಂದ ಬಲಕ್ಕೆ ಬದಲಾಯಿಸಿ ಹೆಸರೂ ಬದಲಿಸಿ, ಸ್ವಲ್ಪ ಡೋಸನ್ನು ಜಾಸ್ತಿ ಮಾಡಿ ಈ ಹೊಸಾ ಔಷಧಿಗೆ ಪರವಾನಗಿಯನ್ನು ಅದೇ ಕಂಪನಿಯವರು ಕೊಂಡುಕೊಂಡಿದ್ದರು. ಕುತೂಹಲದಿಂದ ಅದೇ ಲೇಖನವನ್ನು ಮತ್ತೊಮ್ಮೆ ಓದಿದಾಗ, ಇದರ ಬಗ್ಗೆ ವೈದ್ಯಕೀಯ ವಲಯದಲ್ಲಿ ಹಾಹಾಕಾರವೆದ್ದಾಗ, ಕಂಪೆನಿಯವರು ಇನ್ನೊಂದು ಸಮೀಕ್ಷೆ ಮಾಡಿ ಅದರಲ್ಲಿ ಈ ಹೊಸಾ ಔಷಧಿಯ ಡೋಸನ್ನು ಕೊಂಚ ಏರಿಸಿ, ಹಳೆಯ ಔಷಧಿಯ ಡೋಸನ್ನು ಇಳಿಸಿ ಎರಡನ್ನೂ "ತಲೆಗೆ ತಲೆ"ಯ ಹೋಲಿಕೆ ಮಾಡಿ ಎರಡನೆಯ ಔಷಧಿ ಮೊದಲನೆಯದಕ್ಕಿಂತ ಮೇಲು ಎಂದು ಸಾಧಿಸಿ ತೋರಿಸಿ, ಎರಡನೆಯದಕ್ಕೆ ಪರವಾನಗಿಯನ್ನು ಪಡೆದಿದ್ದರು.

ಶ್ರೀಧರನಿಗೆ ಫೋನು ಮಾಡಿದಳು. ಇವಳ ಅದೃಷ್ಟವೆನ್ನುವಂತೆ ಆ ಕಡೆಯಿಂದ ಫೋನೆತ್ತಿದ, ಶ್ರೀಧರ.

"ಹಲೋ, ಹೇಗಿದ್ದೀಯ"

"ಹೇಳು, ಮಲಗೋಣ ಅಂತಿದ್ದೆ"

"ಅಮ್ಮನಿಗೆ ಫೋನು ಮಾಡಿದ್ದೆಯಾ?"

"ಇಲ್ಲ, ಕೆಲಸದಲ್ಲಿದ್ದೆ. ಈಗ ಬಂದೆ. ಮಲಗಿದ್ದೆದ್ದು ಫೋನು ಮಾಡುತ್ತೇನೆ."

"ಈಗ ಬೆಳಿಗ್ಗೆ ಹನ್ನೊಂದು ಗಂಟೆ, ನಿನಗೆ"

"ಸರಿ, ನಾನು ಬೆಳಿಗ್ಗೆ ಹನ್ನೊಂದಕ್ಕೆ ಮಲಗಬಹುದು ಅನ್ನೋದು ನಿನಗೆ ಗೊತ್ತಿಲ್ಲವಾ?"

"ಹೌದು"

"ಏನು, ಆಫೀಸಿನಲ್ಲಿ ಕೆಲಸವಿಲ್ಲವಾ? ಇಷ್ಟು ಹೊತ್ತಿನಲ್ಲಿ ಫೋನು?"

"ಒಂದು ವಿಷಯ ಕೇಳೋಣ ಅಂತ. ನಿನ್ನ ಪರಿಣತಿಯನ್ನು ಉಪಯೋಗಿಸಿಕೊಳ್ಳಬಹುದೇನೋ ಅಂತ. ಲಿಟ್ಜರ್ ಕಂಪೆನಿಯ ಮುಂದಿನ ರಿಸರ್ಚಿಗೆ ನಾವು ಸಪೋರ್ಟು ಕೊಡ್ತಾ ಇದ್ದೀವಿ. ರೋಭಾಕನ್ನು ಇನ್ನೊಂದು ಹೊಸಾ ಔಷಧಿ, ಎಕ್ಸ್ ಅಂತಿಟ್ಟುಕೋ, ಅದಕ್ಕೆ ಹೋಲಿಸಿ, ಈ ಹೊಸಾ ಔಷಧಿ ರೋಭಾಕಿನಷ್ಟೇ ಅಥವಾ ರೋಭಾಕಿಗಿಂತಾ ಪರಿಣಾಮಕಾರಿಯಾಗಿದ್ದು ಅನ್ನುವ ಫಲಿತಾಂಶ ತೋರಿಸಿದರೆ, ಈ ಹೊಸಾ ಔಷಧಿಯ ಪೇಟೆಂಟು ಲಿಟ್ಜರ್ ಕಂಪೆನಿಗೇ ಸಿಗಬಹುದು. ಅದಕ್ಕೆ ನಾವು ಬೇಕಾದ ಸಪೋರ್ಟನ್ನೆಲ್ಲಾ ಕೊಡುತ್ತಿದ್ದೇವೆ. ಆದರೆ, ಈ ಸಂಶೋಧನೆಯ ಉದ್ದೇಶದ ಮೇಲೆಯೇ ನನಗೆ ಅನುಮಾನವಿದೆ. ಅದರ ಬಗ್ಗೆ ನಿನಗೇನಾದರೂ ಗೊತ್ತಿದೆಯಾ ಅಂತ"

"ಯಾಕೆ, ನೀನು ವಿಜ್ಞಾನಿಯಾಗಬೇಕು ಅಂತಲೋ"

"ಅಲ್ಲ, ಸುಮ್ಮನೆ ಮಾಡೋ ಕೆಲಸದ ಬಗ್ಗೆ ತಿಳಕೊಳ್ಳೋಣ ಅಂತ"

"ರಶ್ಮಿ, ಅದು ನೀನು ಮಾಡೋ ಕೆಲಸ ಅಲ್ಲ. ಸಿನಿಕನಾಗದೇ ಹೇಳ್ತೀನಿ. ಅದನ್ನು ಮಾಡೋಕೆ ಬೇರೆ ಜನಗಳಿದ್ದಾರೆ. ನೀನು ಮಾಡೋ ಕೆಲಸ ಏನು ಅಂತ ನಿನಗೆ ಗೊತ್ತು"

"ಶ್ರೀಧರ, ಮತ್ತೆ ಆ ವಾದ ಬೇಡ. ನನಗೆ ಸಹಾಯ ಮಾಡೋಕ್ಕೆ ಆಗುತ್ತೋ ಇಲ್ಲವೋ ಹೇಳು"

"ರಶ್ಮಿ, ನಾನು ಪ್ರಾಮಾಣಿಕವಾಗಿ ಹೇಳಿದರೂ ಅದು ನಿನ್ನ ಉತ್ಸಾಹಕ್ಕೆ ತಣ್ಣೀರೆರಚಿದಂತೆಯೇ ಅನ್ನಿಸಬಹುದು. ಒಂದು ನಿಜ ಹೇಳ್ತೀನಿ. ಈ ಔಷಧ ಕಂಪೆನಿಯ ಸಂಶೋಧನೆಗಳಿಗೆ ನಿನ್ನೊಬ್ಬಳಿಂದ ಅಥವಾ ನಿನ್ನ ಇಡೀ ತಂಡದಿಂದ ಸಿಗುವ ಸಪೋರ್ಟು ಸಾಗರದ ಮಧ್ಯದ ಒಂದು ಹನಿಯಿದ್ದ ಹಾಗೆ. ಇನ್ನು, ಅವರು ಮಾಡೋದು ಎಂಥ ಕೆಲಸ ಅನ್ನುವುದು ಎಲ್ಲರಿಗೂ ಗೊತ್ತಿದ್ದರೂ ಎಲ್ಲವೂ ಕಾನೂನು ಬದ್ಧವಾಗಿಯೇ ನಡೆಯುವುದರಿಂದ ಯಾರೂ ಏನೂ ಮಾಡೋಕಾಗೋದಿಲ್ಲ ಅಂತ ಕೇಳಿದ್ದೀನಿ. ನನಗೂ ಹೆಚ್ಚು ಗೊತ್ತಿಲ್ಲ. ನಾನು ವಿಜ್ಞಾನಿಯಲ್ಲ. ರೋಗೀನ ನೋಡ್ಕೊಳ್ಳೋ ಧನ್ವಂತ್ರಿ. ನಿನಗೆ ನೀನೇ ಈ ವಿಷಯದ ಬಗ್ಗೆ ಹೆಚ್ಚಿಗೆ ಕಂಡು ಹಿಡ್ಕೋಬೇಕು. ಇಷ್ಟಕ್ಕೂ ಅದರ ಬಗ್ಗೆ ನೀನು ಹೆಚ್ಚು ತಿಳಕೊಂಡು ಮಾಡೋದಾದರೂ ಏನು?"

“ಎಂತದೂ ಇಲ್ಲ, ಸುಮ್ಮನೇ ಹೀಗೆ”

“ನನಗ್ಗೊತ್ತಿರೋದು ಇಷ್ಟೇ. ಈ ಎಫ್.ಡಿ.ಎ.ನ ನಿಯಮಗಳು ಬಹಳ ಜಿಗುಟು. ಆದರೆ ಈ ದೇಶದಲ್ಲಿ ಇದರ ಅಂಗೀಕಾರ ಯಾವುದೇ ಔಷಧಿ ಕಂಪೆನಿಗಳಿಗೆ ಚಿನ್ನದ ಗಣಿ ಸಿಕ್ಕ ಹಾಗೆ. ಆದ್ದರಿಂದಲೇ ಈ ಪ್ರಕ್ರಿಯೆಗೆ ಯದ್ವಾ ತದ್ವಾ ಸರ್ಕಸ್ಸು ಮಾಡುತ್ತಾರೆ. ಈ ಸಂಶೋಧನೆ, ಸಮೀಕ್ಷೆಗಳಿಗೆ ಮಿಲಿಯನ್‌ಗಟ್ಟಲೇ ದುಡ್ಡು ಸುರಿದಿರುತ್ತವೆ, ಈ ಕಂಪೆನಿಗಳು. ಒಂದು ಮಾತ್ರೆಗೆ ಮೂರರಿಂದ ನಾಲ್ಕು ಡಾಲರ್ಗಳಾಗಿರುವುದು ಆ ಗುಳಿಗೆಯ ತಯಾರಿಕೆಯ ಹಣದಿಂದಲ್ಲ, ಅದಕ್ಕೆ ಬೇಕಾಗುವ ಸಂಶೋಧನೆ, ಮಾರ್ಕೆಟಿಂಗ್ ಚಾರ್ಜು ಇತ್ಯಾದಿಗಳ ಖರ್ಚನ್ನು ಗ್ರಾಹಕರಿಂದಲೇ ವಸೂಲಿ ಮಾಡ್ತಾರೆ. ಹೀಗೆ ವಸೂಲಿ ಮಾಡಲಿಕ್ಕೆ ಅವರಿಗಿರೋ ಅವಧಿ ಆ ಔಷಧಿಯ ಪೇಟೆಂಟಿನ ಸಮಯ. ಅದಾದ ನಂತರ ಅದು ಮುಕ್ತ ಮಾರುಕಟ್ಟೆಗೆ ಬಂದಾಕ್ಷಣ, ಯಾರು ಬೇಕಾದರೂ ಅದನ್ನು ತಯಾರು ಮಾಡಬಹುದು. ಆಗ ಅದರ ಬೆಲೆ ಹತ್ತನೇ ಒಂದು ಭಾಗಕ್ಕೆ ಇಳಿಯುತ್ತದೆ. ಈ ಪೇಟೆಂಟನ್ನು ಇನ್ನೂ ವಿಸ್ತರಿಸೋಕ್ಕೆ ಈ ಕಂಪೆನಿಗಳವರು ಇನ್ನೂ ಏನೇನೋ ಮಾಡ್ತಾರೆ. ಇಂಥ ಸರ್ಕಸ್ಸುಗಳಲ್ಲಿ ಒಂದು ಅಣುವನ್ನೋ ಪರಮಾಣುವನ್ನೋ ಆ ಕಡೆಯಿಂದ ಈ ಕಡೆಗೆ ಬದಲಾಯಿಸುವುದು, ದಿನಕ್ಕೊಂದಿದ್ದ ಮಾತ್ರೆಯನ್ನು ವಾರಕ್ಕೊಂದು ತೆಗೆದುಕೊಳ್ಳುವ ಹಾಗೆ ಮಾಡೋದು, ನುಂಗೋ ಮಾತ್ರೆಯನ್ನು ಮೈಮೇಲೆ ಹಚ್ಚಿಕೊಳ್ಳೋ ಪ್ಯಾಚ್ ತರ ಮಾಡೋದು– ಹೀಗೇ. ಅದು ನೀನು ಕಂಡುಹಿಡಕೊಂಡಿರೋ ಹೊಸತೇನೂ ಅಲ್ಲ. ಆದ್ದರಿಂದ ಸುಮ್ಮನೇ ನಿನ್ನ ಸಮಯ ಹಾಳು ಮಾಡದೇ ನಿನ್ನ ಕೆಲಸ ಮಾತ್ರ ನೀನು ಮಾಡಿಕೋ. ನನಗೆ ರಾತ್ರಿ ಮತ್ತೆ ಕೆಲಸ ಇದೆ. ಈಗ ಮಲಗ್ತೇನೆ. ಇನ್ನೂ ಹೆಚ್ಚು ತಿಳಕೊಳ್ಳಬೇಕಾದರೆ, ಇಂಟರ್ನೆಟ್ಟಿಗೆ ಹೋಗಿ ನೋಡು. ತಾವು ಎಷ್ಟು ಪಾರದರ್ಶಕ ಅಂತ ತೋರಿಸಿಕೊಳ್ತೀವಿ ಅನ್ನೋ ಭ್ರಮೆಯನ್ನು ಹುಟ್ಟಿಸೋ ಈ ಕಂಪೆನಿಗಳು ಮತ್ತು ಎಫ್.ಡಿ.ಎ. ಆಗಾಗ ತಮ್ಮ ಪ್ರಾಮಾಣಿಕತೆಯನ್ನು ಅಪ್‌ಡೇಟ್ ಮಾಡಿಕೊಳ್ಳುತ್ತಲೇ ಇರ್ತಾವೆ.”

“ಸರಿ, ನೀನು ಮಲಗು. ಎದ್ದು ಅಮ್ಮನಿಗೆ ಫೋನು ಮಾಡುವುದನ್ನು ಮರೆಯಬೇಡ.”

“ಸರಿ” ಎಂದು ಫೋನಿಟ್ಟ, ಶ್ರೀಧರ.

ರಶ್ಮಿಗೆ ಒಂದು ವಿಷಯ ಅರ್ಥವಾಗಲಿಲ್ಲ. ಈ ಸಂಶೋಧನೆ, ಸಮೀಕ್ಷೆಗಳು ಇವುಗಳನ್ನು ಎಫ್.ಡಿ.ಎ. ಪಕ್ಕಾ ಮಾಡದಿದ್ದರೆ, ಕೆಟ್ಟ ಔಷಧಿಗಳಿಗೆ ಅಂಗೀಕಾರ ಸಿಕ್ಕು ಜನಗಳಿಗೆ ತೊಂದರೆಯಾಗುವುದಿಲ್ಲವೇ? ಈ ಸಂಶೋಧನೆಗಳ ಮೂಲದಲ್ಲೇ ಪೂರ್ವಗ್ರಹವಿದೆಯೇ? ಯೋಚಿಸಹತ್ತಿದ್ದಳು.

ದೊಡ್ಡ ದೊಡ್ಡ ಯೋಚನೆಗಳೆನಿಸಿದವು. ಒಮ್ಮೊಮ್ಮೆ ಶ್ರೀಧರ ಹೇಳುವುದೇ ಸರಿ ಅನ್ನಿಸಿತು. ಹಸಿರು ಮಾತ್ರೆಯೊಳಗಿರುವುದನ್ನೇ ಕೆಂಪು ಮಾತ್ರೆಯೊಳಗಿಟ್ಟು ನಲವತ್ತು

ಮಿಲಿಗ್ರಾಮಿನ ಕೆಂಪು ಮಾತ್ರೆ, ಇಪ್ಪತ್ತು ಮಿಲಿಗ್ರಾಮಿನ ಹಸಿರು ಮಾತ್ರೆಗಳಿಗಿಂತ ಉತ್ತಮ ಅಂತ ಸಾಧಿಸಿ ತೋರಿಸಿದರೆ ಕೆಂಪು ಮಾತ್ರೆ ಅಪ್ರೂವ್ ಆಗುತ್ತೆ. ಜನಕ್ಕೂ ಹಸಿರು ಮಾತ್ರೆ ಬೇಜಾರಾಗಿತ್ತೇನೋ, ಯಾರಿಗೆ ಗೊತ್ತು?

ಇದ್ದಕ್ಕಿದ್ದಂತೆ ರಶ್ಮಿಯ ಹೊಟ್ಟೆಯಲ್ಲಿ ಸಂಕಟವಾದಂತಾಯಿತು. ಮೈ ಜುಮ್ಮೆಂದಿತು. ಮಧ್ಯಾಹ್ನ ಏನು ತಿಂದಿದ್ದೆ ಎಂದು ಯೋಚಿಸಿದಳು, ನೆನಪಿಗೆ ಬರಲಿಲ್ಲ. ಯಾಕೋ ಚಳಿಚಳಿಯಾಯಿತು. ತಲೆ ನೋವು ಬಂತು. ಒಂದು ಲೋಟ ನೀರು ಕುಡಿಯುವುದಕ್ಕೆ ಪ್ರಯತ್ನಪಟ್ಟಳು. ಸಾಧ್ಯವಾಗಲಿಲ್ಲ. ಬಾತ್‌ರೂಮಿಗೆ ಹೋಗಿ ವಾಂತಿ ಮಾಡಿಬಿಟ್ಟಳು. ಊರಿಂದ ಬಂದು ಒಂದು ವಾರ ಮಾತ್ರ ಆಗಿತ್ತು. ಇದು ಆಯಾಸವೋ, ಅಪ್ಪನ ಸಾವನ್ನು ತಾನು ಬೇಕೆಂದೇ ಬೇಗ ಮರೆಯಬೇಕೆಂದು ಪ್ರಯತ್ನಿಸಲು ತೀರಾ ಹೆಚ್ಚಾಗಿ ಕೆಲಸದಲ್ಲಿ ತೊಡಗಿಸಿಕೊಂಡಿದ್ದೇನೋ ತಿಳಿಯಲಿಲ್ಲ.

ತಂತಾನೇ ನಕ್ಕಳು– ಈ ಔಷಧಿ ಕಂಪೆನಿ, ರಿಸರ್ಚು ಅಂತ ಯೋಚಿಸಿದ ತಕ್ಷಣ ತಾನಾಗೇ ವಾಂತಿಯಾಗುತ್ತದೆ. ಇದು ಬಹುಷಃ ಒಳ್ಳೆಯ ಸುದ್ದಿಯೇನೋ.

ಆದಷ್ಟು ಬೇಗ ಅಮ್ಮನಿಗೆ ವೀಸಾ ಸಿಕ್ಕಿ ಇಲ್ಲಿಗೆ ಬಂದುಬಿಟ್ಟರೆ ಸಾಕು ಎನ್ನಿಸಿತು.

* * * * *

ಬೆನೆಟ್‌ಳ ಗೆಳೆಯ, ಬೆಟ್ಟಿಯ ಬಂದೂಕು

"ಹಲೋ ಮಿಸೆಸ್ ಬೆನೆಟ್, ಬಹಳ ದಿನವಾಯ್ತು ನಿನ್ನ ನೋಡಿ" ಘೂಗೆ ನಗುನಗುತ್ತಾ ಬರಮಾಡಿಕೊಳ್ಳುತ್ತಿದ್ದ, ಮಿಸೆಸ್ ಬೆನೆಟ್‌ಳನ್ನು. ಬದಲಾವಣೆಯಂತೆ, ಇಂದು ಆಕೆ ನಗುನಗುತ್ತಾ ಪಾಳಯಕ್ಕೆ ಬಂದಿದ್ದಳು. ಪ್ರತಿಬಾರಿ ಆಂಬುಲೆನ್ಸಿನಲ್ಲಿ ಪಾಳಯಕ್ಕೆ ಬಂದು ಇಳಿಯುವ ಮತ್ತು ಮೈಮೇಲೆ ಇರುವ ಬಟ್ಟೆಯನ್ನು ಬಿಚ್ಚೆಸೆಯುವ ಮಿಸೆಸ್ ಬೆನೆಟ್ ಇಂದು ಮೈತುಂಬಾ ಬಟ್ಟೆ ಹಾಕಿದ್ದೂ ಅಲ್ಲದೇ ಮುಖವಿಡೀ ಮೇಕಪ್ಪೂ ಮಾಡಿಕೊಂಡಿದ್ದಳು. ಎಲ್ಲದಕ್ಕಿಂತ ಆಶ್ಚರ್ಯವಾಗಿದ್ದೆಂದರೆ ಶ್ರೀಧರನಿಗೆ, ಇನ್ನೊಬ್ಬ ಹೆಚ್ಚು ಕಡಿಮೆ ತೊಂಬತ್ತರಾತನನ್ನು ಒಂದು ಗಾಲಿಖುರ್ಚಿಯ ಮೇಲೆ ಕೂರಿಸಿಕೊಂಡೂ ಬಂದಿದ್ದಳು.

"ಈತ ಯಾರು?" ಕೇಳಿದ್ದ, ಘೂಗೆ.

"ನನ್ನ ಬಾಯ್‌ಫ್ರೆಂಡ್" ಅಂದಿದ್ದಳು.

"ಒಳ್ಳೆಯದು. ಏನು ಇಲ್ಲಿಗೆ ಬಂದಿದ್ದೀರ? ನಿಮ್ಮ ಡೇಟಿಂಗಿಗೆ ಪ್ರಶಸ್ತವಾದ ಸ್ಥಳ ಬೇರೆಲ್ಲೂ ಸಿಗಲಿಲ್ಲವಾ" ಘೂಗೆ ಚುಡಾಯಿಸುವ ಪರಿಯಲ್ಲಿ ಕೇಳಿದ.

"ತಮಾಷೆ ಮಾಡ್ತಾ ಇದ್ದೀಯಾ, ಡಾಕ್. ರಾತ್ರಿ 'ವೆಲಂಟಿನೋ' ರೆಸ್ಟುರೆಂಟಿಗೆ ಹೋಗ್ತಾ ಇದೀವಿ. ನನ್ನ ಬಾಯ್‌ಫ್ರೆಂಡಿಗೆ ಅವನ ಯೂರಿನ್ ಟ್ಯೂಬು ಬ್ಲಾಕ್ ಆಗಿದೆ ಅನ್ನಿಸುತ್ತಿದೆಯಂತೆ. ಅದನ್ನು ಸರಿ ಮಾಡಿಸೋಣ ಅಂತ ಬಂದೆ" ಅಂದಳು.

ಶ್ರೀಧರನಿಗೆ ನಂಬಲಾರದ ಆಶ್ಚರ್ಯ. ಮಿಸೆಸ್ ಬೆನೆಟ್ ಮಾತಾಡುತ್ತಾಳಷ್ಟೇ ಅಲ್ಲ, ಅರ್ಥವಾಗುವ ಹಾಗೆ ಮಾತಾಡುತ್ತಾಳೆ. ಜತೆಗೆ ಉಚ್ಚೆಯನ್ನು ಟ್ಯೂಬಿನಿಂದ ಹೊಯ್ಯುವ ಬಾಯ್‌ಫ್ರೆಂಡು.

ಘೂಗೆ ಯಾವುದೇ ಭಾವನೆಯಿಲ್ಲದೇ ಹೇಳಿದ. "ಏನೂ ತೊಂದರೆಯಿಲ್ಲ, ಮಿಸೆಸ್ ಬೆನೆಟ್. ಒಂದು ನಿಮಿಷದಲ್ಲಿ ಸರಿ ಮಾಡ್ತೇನೆ." ಅಂದವನೇ ಒಂದು ದೊಡ್ಡ ಸಿರಿಂಜಿನಲ್ಲಿ ಒಂದು ನಲವತ್ತು ಮಿಲಿಲೀಟರ್ ನೀರನ್ನು ತೆಗೆದುಕೊಂಡು ಬಾಯ್‌ಫ್ರೆಂಡಿನ ಟ್ಯೂಬಿನೊಳಗೆ ಒತ್ತಿದ.

"ಹೂ ಹಾ" ಅಂದ, ಬಾಯ್‌ಫ್ರೆಂಡ್. ತೊಡೆಗೆ ಕಟ್ಟಿದ್ದ ಚೀಲದೊಳಗೆ ಬಾಯ್‌ಫ್ರೆಂಡಿನಿಂದ ಹೊರಬಂದಿದ್ದ ಟ್ಯೂಬಿನೊಳಗಿಂದ ಕಂದು ಬಣ್ಣದ ಜಲ ಪೂರಾ ತುಂಬಿತು. ಆತನ ಮುಖದಲ್ಲಿ ಸಂತೃಪ್ತಿ.

"ಥ್ಯಾಂಕ್ ಯು ಮೈ ಬಾಯ್, ದೇವರು ನಿನ್ನ ಚೆನ್ನಾಗಿಟ್ಟಿರಲಿ" ಅಂದ ಬಾಯ್‌ಫ್ರೆಂಡ್.

"ಮಿಸೆಸ್ ಬೆನೆಟ್, ನಿನ್ನ ಬಾಯ್‌ಫ್ರೆಂಡ್ ನಿನಗೆ ರೆಡಿಯಾಗಿದ್ದಾನೆ" ಅಂದ, ಘೂಗೆ.

"ಹೂ..ಹೂ, ಇಂದು ರಾತ್ರಿ ನಿನಗೆ ಹಬ್ಬ" ಅಂದು, ಬಾಯ್‌ಫ್ರೆಂಡನ್ನು ಮುದ್ದಿಸಿದಳು. ಶ್ರೀಧರ ಕಕ್ಕಾಬಿಕ್ಕಿಯಾಗಿ ನೋಡಿದ. ಘೂಗೆ "ಇದು ಸಾಧ್ಯ" ಅಂದ.

ಮುಂದೆ ಜಗಲಿಯ ಕಿಟಕಿಯಲ್ಲಿ ಬೆಟ್ಟಿ ಕೂತಿದ್ದಳು. ಶ್ರೀಧರನನ್ನು ನೋಡಿ "ಹಾಯ್" ಅಂದಳು.

ಘೂಗೆ ಶ್ರೀಧರನನ್ನು ನೋಡಿ "ಎಲ್ಲಿಗೆ ಬಂದಿದೆ ನಿಮ್ಮದು" ಅಂದ.

ಶ್ರೀಧರ "ಗೊತ್ತಿಲ್ಲ" ಅಂದ.

"ಗೊತ್ತಿಲ್ಲ ಅಂದರೆ..."

"ಗೊತ್ತಿಲ್ಲ ಅಂದರೆ ನಿಜವಾಗಲೂ ಗೊತ್ತಿಲ್ಲ. ಇಂಡಿಯಾದಿಂದ ಬಂದಾಗಿನಿಂದ ನಾನು ಆಕೆಯನ್ನು ನೋಡಿಲ್ಲ. ಕೆಲಸ ಸುಸ್ತಾದಾಗ ಇಬ್ಬರಿಗೂ ಒಳ್ಳೆಯ ರೆಸ್ಟುರೆಂಟಿಗೆ ಹೋಗಬೇಕೆನಿಸಿದಾಗ ಇಬ್ಬರೂ ಹೋಗ್ತೀವಿ. ಊಟ ಮಾಡ್ಕೊಂಡು ಬರ್ತೀವಿ"

"ಬರೀ ಊಟವೋ"

"ಕೆಲವು ಸಲ ನಿದ್ದೆ ಕೂಡ"

"ಸರಿ, ಈ ಊಟ, ನಿದ್ದೆ ಮತ್ತು ಮಧ್ಯೆ... ಅನ್ನೋತನಕ ಏನೂ ತೊಂದರೆ ಇಲ್ಲದೇ ನಡಕೊಂಡು ಹೋಗುತ್ತೆ. ಮಾರನೆಯ ದಿನ ನೀನು ಅವಳ ಮನೆಯಲ್ಲಿ ಪಾತ್ರೆ ತೊಳಕೊಡೋ ತನಕ ಮುಂದುವರೀದಿದ್ರೆ ನೀನು ಸೇಫ್"

"ಕೆಲವು ಸಲ ಪಾತ್ರೇನೂ ತೊಳೆದಿದೀನಪ್ಪ"

"ಹೋಗ್ಲಿ ಬಿಡು, ನಾನು ಈಗ ಏನು ಹೇಳಿದ್ದೆ ಅದನ್ನು ಮರೆತ್ಬಿಡು. ಬೇರೆ ಯಾರೂ ಅವಳ ಪಾತ್ರೆಗಳನ್ನ ತೊಳೀತಾ ಇಲ್ಲ ಅಂತ ಗ್ಯಾರಂಟಿ ಇದ್ಯಾ?"

"ಗೊತ್ತಿಲ್ಲ"

"ದೇವರು ನಿನ್ನ ಚೆನ್ನಾಗಿಟ್ಟಿರಲಿ. ಒಂದು ಮಾತು ಹೇಳ್ತೀನಿ. ನಿಮ್ಮಪ್ಪ ಬೇರೆ ಇಲ್ಲ. ನಿಮ್ಮಮ್ಮನಿಗೆ ಹೇಳಿಟ್ಟಿರು. ಇಲ್ಲದಿದ್ದರೆ ಮತ್ತೆ ಒಂದು ಹೋಗಿ ಇನ್ನೊಂದಾದೀತು." ಅಂತ ಹೇಳಿ ಮಾಯವಾದ, ಘೂಗೆ.

* * * * *

ಬೆಟ್ಟಿ ಇದ್ದಕ್ಕಿದ್ದ ಹಾಗೆ ಯೋಗ ಕಲಿಯಲು ಆರಂಬಿಸಿದ್ದಳು. ಶ್ರೀಧರನನ್ನು ಟ್ಯಾಪ್ ಡ್ಯಾನ್ಸು ಕಲಿ ಎಂದು ಬಲವಂತ ಮಾಡುತ್ತಿದ್ದಳು.

ಒಂದು ದಿನ ಊಟಮಾಡಿಯಾದ ಮೇಲೆ, ಅಡುಗೆ ಮನೆಯಲ್ಲಿ ಸ್ಲೀಪಿಂಗ್ ಬ್ಯಾಗುಗಳಲ್ಲಿ ಮಲಗೋಣ ಎಂದು ಬಲವಂತ ಮಾಡಿದ್ದಳು. ಇವನಿಗೆ ಇವಳ ಈ ಬಯಕೆಯ ಬಗ್ಗೆ ಕುತೂಹಲವೆನ್ನಿಸಿತು. ಇರಲಿ, ಇದೊಂದು ಹೊಸಾ ಅನುಭವವೆಂದುಕೊಂಡು ಒಪ್ಪಿಕೊಂಡ. ತಕ್ಷಣವೇ ತನ್ನ ಬೇಸ್‌ಮೆಂಟಿನಿಂದ ಎರಡು ವಾಲ್ಟ್ ಡಿಸ್ನಿಯ ಎಂತದೋ ಲೋಗೋ ಇರುವ ಎರಡು ಸ್ಲೀಪಿಂಗ್ ಬ್ಯಾಗನ್ನು ತಂದು ಬಿಚ್ಚಿದಳು. ಒಂದು ಸಣ್ಣ ತುಂಬಾ ಬಿಗಿಯಾಗಿದ್ದ ಸ್ವೆಟ್‌ಪ್ಯಾಂಟನ್ನು ಹಾಕಿ ಮೇಲೊಂದು ಸಡಿಲವಾದ ಟೀ ಶರ್ಟನ್ನು ಹಾಕಿದ್ದಳು. ಅದರ ಮೇಲೆ, "ನಥಿಂಗ್ ಟು ಲೂಸ್" ಎಂದು ಚಿತ್ರವಿಚಿತ್ರವಾದ ಅಕ್ಷರಗಳಲ್ಲಿ ಬರೆದಿತ್ತು. ಬರೀ ಕಾಲುಚೀಲಗಳನ್ನು ತೊಟ್ಟು, ಬಂಗಾರದ ಕೂದಲನ್ನು ಹಿಂದೆ ಪೋನಿಟೈಲಿನಂತೆ ಕಟ್ಟಿದ್ದಳು. ಸ್ಲೀಪಿಂಗ್ ಬ್ಯಾಗುಗಳ ಜಿಪ್ಪನ್ನು ಬಿಚ್ಚಿ ಇಬ್ಬರೂ ಒಳಗೆ ಸೇರಿಕೊಂಡರು.

ಕಿಟಕಿಯ ಮೂಲಕ ನಿಮ್ನನಗರದ ದೀಪಗಳು ಆಕಾಶದ ಚುಕ್ಕಿಗಳಿಗಿಂತ ತೀರಾ ಬೇರೆಯಾಗಿ ಕಾಣುತ್ತಿದ್ದವು. ದೊಡ್ಡ ಕಾಂಕ್ರೀಟು ಕಟ್ಟಡಗಳ ಮೇಲಿನ ಭಾಗ ಮಂಜಿನಿಂದ ಮುಸುಕಿ ಅವುಗಳ ತುತ್ತತುದಿಯಲ್ಲಿದ್ದ ಸಣ್ಣ ದೀಪಗಳು, ಅವುಗಳು ದೀಪ ಹೌದೋ ಅಲ್ಲವೋ ಎಂದು ಒಂದು ಕ್ಷಣ ಅನುಮಾನ ಉಂಟುಮಾಡಿದರೂ ತಾವು ಚುಕ್ಕಿಗಳಲ್ಲ ಅನ್ನುವುದನ್ನು ಸಾರಿ ಹೇಳುತ್ತಿದ್ದವು. ಪಕ್ಕದಲ್ಲೇ ಚಲಿಸುತ್ತಿದ್ದ ಒಂದು ದೀಪ ಉಲ್ಕೆಯಿರಬಹುದೇನೋ ಅಂದುಕೊಳ್ಳುತ್ತಿರುವಾಗಲೇ ಅದು ಜೆಟ್ಟೊಂದರ ದೀಪ ಅನ್ನುವುದು ತನ್ನಂತಾನೇ ಅರಿವಾಗಿ ಮನಸ್ಸಿಗೆ ಒಂದು ಕ್ಷಣ ಪಿಚ್ಚೆನಿಸಿತು.

"ಅಪ್ಪನ ನೆನಪಾಗುತ್ತಿದೆಯಾ" ಕೇಳಿದಳು.

"ಇಲ್ಲ... ಸಾರಿ" ಎಂದು ಬೆಟ್ಟಿಯ ಮೇಲೆ ಕೈಹಾಕಲು ಪ್ರಯತ್ನಿಸಿದ.

ಮಧ್ಯದಲ್ಲೇ ತಡೆದು "ಈ ಗನ್ ಹೇಗಿದೆ?" ಬಲಗಡೆಯಿಂದ ಎಡಕ್ಕೆ ತಿರುಗುತ್ತಾ ಒಮ್ಮೆ ಕೇಳಿದಳು, ಬೆಟ್ಟಿ. ಶ್ರೀಧರ ನೋಡಿದ. ಆಕೆ ಅಡುಗೆ ಮನೆಯ ಕಟ್ಟೆಯ ಮೇಲಿದ್ದ ಒಂದು ಗಾಜಿನ ಕಪಾಟಲ್ಲಿ ೩೪ ಮ್ಯಾಗ್ನಮ್‌ನ ಒಂದು ಪಿಸ್ತೂಲಿತ್ತು. ಜತೆಗೇ ಇನ್ನೊಂದಿಷ್ಟು ಚಾಕುಗಳೂ ಇದ್ದವು. ಪಿಸ್ತೂಲನ್ನು ಇನ್ನಿತರ ಚಾಕುಗಳಿಂದ ಬೇರೆ ಮಾಡಿ ಇಟ್ಟಿದ್ದಳು. ಒಂದು ಕ್ಷಣ ಬೆಚ್ಚಿದರೂ, ಅದನ್ನು ತೋರ್ಪಡಿಸಿಕೊಳ್ಳದೇ "ಚೆನ್ನಾಗಿದೆ" ಅಂದ ಶ್ರೀಧರ.

"ಅಪ್ಪನ ನೆನಪು ಬಂದರೆ ಅತ್ತುಬಿಡು" ಅಂದಳು.

"ಇಲ್ಲ, ನಾನು ಆರಾಮಾಗಿದ್ದೇನೆ. ನಿಜವಾಗಿಯೂ ನೀನು ಯೋಚಿಸಬೇಡ" ಎಂದ.

"ಇಲ್ಲ, ನೆನಪುಗಳು ಬಹಳ ಕೆಟ್ಟವು" ಅಂದಳು.

ಶ್ರೀಧರ ಏನೂ ಮಾತಾಡಲಿಲ್ಲ. ಬೆಟ್ಟಿಯೇ ಮುಂದುವರೆಸಿದಳು "ಈ ಗನ್ ನೋಡಿದ್ದೀಯಲ್ಲ. ಕೆಲವು ವರ್ಷಗಳ ಹಿಂದೆ ನಾನು ಅದನ್ನು ನನ್ನ ದಿಂಬಿನ ಕೆಳಗೆ ಇಟ್ಟುಕೊಂಡು ಮಲಗುತ್ತಿದ್ದೆ, ಗೊತ್ತಾ?"

ಶ್ರೀಧರನಿಗೆ ಈಗ ಒಂದಿಷ್ಟು ವಿಲಕ್ಷಣವಾದ ಹೆದರಿಕೆಯಾಯಿತು. ತಾನು ನೋಡಿರುವ ಹಾಲಿವುಡ್ಡಿನ ಸಿನೆಮಾಗಳ ಹಾಗೆ ರಾತ್ರಿ ತನ್ನನ್ನು ಮಲಗಿಸಿ, ಮಂಚದ ಸರಳುಗಳಿಗೆ ಕಟ್ಟಿ ಪಟಪಟ ಎಂದು ಗುಂಡು ಹೊಡೆದೋ ಅಥವಾ ಚುಚ್ಚಿಚುಚ್ಚಿ ಸಾಯಿಸುವ ಬೇಸಿಕ್ ಇನ್‌ಸ್ಟಿಂಕ್ಟ್‌ಗಳಿರುವ ಹೆಣ್ಣಿರಬಹುದೇ ಈಕೆ, ಅನ್ನಿಸಿತು. ಸಣ್ಣಗೆ ಬೆವರಹತ್ತಿದ.

"ಹೆದರಬೇಡವೋ, ಹುಚ್ಚ... ನಾನು ಈಗ ಹೆದರೋದಿಲ್ಲ. ಎಂಟು ವರ್ಷದ ಹಿಂದೆ ನನಗಿದ್ದ ಹೆದರಿಕೆ ಈಗ ಎಷ್ಟೋ ಕಡಿಮೆಯಾಗಿದೆ. ಯೋಚಿಸಬೇಡ" ಅಂದಳು, ಶ್ರೀಧರ ಸುಮ್ಮನಿದ್ದ.

"ಯಾಕೆ ಹೆದರಿದ್ದೆ ಅಂತ ಗೊತ್ತಾಗೋದು ಬೇಡವಾ?" ಕೇಳಿದಳು.

"ಹೇಳಬೇಕೆನಿಸಿದರೆ ಹೇಳು"

ಬೆಟ್ಟಿ ಹೇಳತೊಡಗಿದಳು...

ಬೆಟ್ಟಿ ಹದಿನೈದು ವರ್ಷದ ಹಿಂದೆ ಸಾಮಾನ್ಯ ಹುಡುಗಿ. ಮನೆಯಲ್ಲಿ ಅಪ್ಪ, ಅಮ್ಮ ಮತ್ತು ಏಳು ವರ್ಷದ ತಮ್ಮ. ಅಮ್ಮ ಬಹಳ ಸುಂದರಿಯಂತೆ. ಬೆಟ್ಟಿ ಹೇಳುವಂತೆ ಈಗಿನ ಕಾಲದಲ್ಲಿ ಕಾಣ ಸಿಗದ ಹಳ್ಳಿಯ ಮುಗ್ಧ ಸೌಂದರ್ಯ. ತಿಂಗಳಿಗೊಮ್ಮೆ ಕೂದಲನ್ನು ಕತ್ತರಿಸುವುದನ್ನು ಬಿಟ್ಟು ಬೇರೆ ಯಾವ ಮೇಕಪ್ಪೂ ಇಲ್ಲದ ಚೆಲುವೆ. ಸಂಸಾರವನ್ನು

ಚೆನ್ನಾಗಿಯೇ ನಿರ್ವಹಿಸಿಕೊಂಡು ಹೋಗುತ್ತಿದ್ದಳಂತೆ. ಅಪ್ಪನೂ ಊರಲ್ಲಿ ಇದ್ದ ಒಂದೇ ಪೇಪರ್ ಮಿಲ್ಲಿನಲ್ಲಿ ಎಂತದೋ ಕೆಲಸ ಮಾಡುತ್ತಿದ್ದನಂತೆ. ಎರಡೇ ಮಕ್ಕಳು, ಸುಂದರ ದಾಂಪತ್ಯ. ಮಕ್ಕಳ ಅನುಕೂಲಕ್ಕೆಂದು ಅಪ್ಪ ಯಾವತ್ತೂ ಮೊದಲ ಶಿಫ್ಟ್‌ನಲ್ಲಿ ಮಾತ್ರ ಕೆಲಸ ಮಾಡುತ್ತಿದ್ದನಂತೆ. ಬೆಳಿಗ್ಗೆ ಎದ್ದು ಕೆಲಸಕ್ಕೆ ಹೋಗಿ ಮಕ್ಕಳು ಸ್ಕೂಲಿನಿಂದ ವಾಪಸ್ಸು ಬರುವುದರೊಳಗಾಗಿ ಅಪ್ಪನೂ ಮನೆಗೆ ವಾಪಾಸು. ಸಂಜೆ ಮನೆಯ ಹಿಂಭಾಗದ ಹುಲ್ಲಿನ ಮೇಲೆ ಬೇಸ್‌ಬಾಲ್ ಆಡುವುದು. ಹವಾ ಚೆನ್ನಾಗಿಲ್ಲದಲ್ಲಿ ಮನೆಯ ಒಳಗೆ ಹಾಸಿಗೆಯ ಮೇಲೆ ದಿಂಬುಗಳಿಂದ ಹೊಡೆದಾಟ. ಮಕ್ಕಳ ಎಲ್ಲ ಆಟಗಳಲ್ಲಿಯೂ ಅಪ್ಪ, ಅಮ್ಮ ಇಬ್ಬರೂ ಹಾಜರು. ಫುಟ್‌ಬಾಲಿನಲ್ಲಿ ಬೆಟ್ಟಿಯ ತಮ್ಮ ಎರಿಕ್ ಬಿದ್ದು ಕೈಮುರಕೊಂಡಾಗ ಎಮರ್ಜೆನ್ಸಿ ರೂಮಿನ ಹೊರಗೆ ನಿಂತು ಕೈಕೈ ಹಿಸುಕಿಕೊಳ್ಳುತ್ತಾ ಕಣ್ಣೀರಿಡುತ್ತಿದ್ದ ಅಪ್ಪ ಬೆಟ್ಟಿಯ ಶಾಲೆಯ ಬ್ಯಾಲೆ ನೃತ್ಯದಲ್ಲಿ ಚಪ್ಪಾಳೆ ತಟ್ಟಿ ನಕ್ಕಿದ್ದ. ಏನೇ ಮಾಡಿದರೂ ಎಲ್ಲಾ ಒಟ್ಟಿಗೆ. ಬೇಸಗೆಯಲ್ಲಿ ಸರೋವರಗಳಲ್ಲಿ, ಕೆರೆಗಳಲ್ಲಿ ಮೀನು ಹಿಡಿದರೆ, ಚಳಿಗಾಲದಲ್ಲಿ ಮಂಜುಗಡ್ಡೆ ಕೊರೆದು ಮೀನು ಹಿಡಿಯುವುದು. ಜಿಂಕೆಗಳನ್ನು ಬೇಟೆಯಾಡುವುದರಿಂದ ಅಪ್ಪ ಮಕ್ಕಳ 'ಅನುಬಂಧ' ಜಾಸ್ತಿಯಾಗುತ್ತೇಂತ ಮಗನನ್ನೂ ಆ ಚಳಿಯಲ್ಲಿ ಜಿಂಕೆ ಬೇಟೆಗಳಿಗೆ ಕರಕೊಂಡು ಹೋಗುತ್ತಿದ್ದನಂತೆ, ಬೆಟ್ಟಿಯ ಅಪ್ಪ.

ಇದ್ದಕ್ಕಿದ್ದಂತೆ ಬಿರುಗಾಳಿಯಂತೆ ಬಂದದ್ದು ಬೆಟ್ಟಿಯ ಅಮ್ಮನ ರೋಗ. ಕೆಟ್ಟ ಹೊಟ್ಟೆನೋವು. ಅದು ಯಾಕೆ, ಏನು ಎಂದು ಯಾರಿಗೂ ಗೊತ್ತಾಗಲಿಲ್ಲ. ಒಮ್ಮೆ ಕೆಳಗೆ, ಒಮ್ಮೆ ಮೇಲೆ, ಒಮ್ಮೆ ಬೆನ್ನಬಳಿ, ಇನ್ನೊಮ್ಮೆ ಕಿಬ್ಬೊಟ್ಟೆ, ಹೀಗೆ ಎಲ್ಲಂದರಲ್ಲಿ ನೋವು ಶುರುವಾಗುತ್ತಿತ್ತು. ಇದ್ದಕ್ಕಿದ್ದಂತೆ ರಾತ್ರಿಯಿಡೀ ಜೋರಾಗಿ ದೆವ್ವ ಹಿಡಿದಂತೆ ಅಳಹತ್ತಿದ್ದಳು. ಊಟವೆಲ್ಲಾ ಬಕಬಕ ವಾಂತಿ. ಬೆಟ್ಟಿಯ ಊರಿನಲ್ಲಿ ಇವಳ ಕಾಯಿಲೆಯನ್ನು ಕಂಡುಯಾರಿಗೂ ಕಂಡುಹಿಡಿಯಲಾಗಲಿಲ್ಲವಂತೆ. ತುಂಬಾ ಸರಳವಾದ ರಕ್ತದ ಪರೀಕ್ಷೆಯಿಂದ ಹಿಡಿದು ಎಲ್ಲ ತೂತುಗಳಲ್ಲಿಯೂ, ತುದಿಯಲ್ಲಿ ಲೈಟಿರುವ ನಳಿಕೆಗಳು ಒಳಹೊಕ್ಕು ಬಂದವು. ಕೆಟ್ಟ ದ್ರಾವಕವನ್ನು ಕುಡಿಸಿ ಎಕ್ಸ್-ರೇ ಮಾಡಿಸಲಾಯಿತು. ಯಾವ ಉಪಯೋಗಕ್ಕೂ ಬರದ ಆದರೆ ಕಾಟ ಕೊಡಲಿಕ್ಕೆಂದೇ ಇರುವ ಗಾಲ್‌ಬ್ಲಾಡರ್, ಅಪೆಂಡಿಕ್ಸ್ ಇನ್ನಿತರ ಅಂಗಾಗಗಳನ್ನು ಆಪರೇಷನ್ ಮಾಡಿ ತೆಗೆದರು. ಇನ್ನುಳಿದದ್ದು ಹೆಣ್ಣು ಅಂಗಗಳು, ಮಾತ್ರ. ಅವುಗಳಿಂದ ಹೊಟ್ಟೆನೋವು ಬರುತ್ತಿದೆ ಅನ್ನುವ ಅನುಮಾನ ಇಲ್ಲದಿದ್ದರೂ, ಪೂರ ಗ್ಯಾರಂಟಿ ಇಲ್ಲ, ಬೇಕಾದರೆ ಸ್ವಚ್ಛ ಮಾಡಿಬಿಡೋಣ ಎಂದರು, ಇನ್ಯಾರೋ ಒಬ್ಬರು. ಸರಿ, ಬೆಟ್ಟಿಯ ಅಮ್ಮ ಪೂರಾ ಖಾಲಿಯಾದಳು. ಆದರೂ ಹೊಟ್ಟೆನೋವು ಹೋಗಲಿಲ್ಲ.

ಕೆಲವೇ ದಿನಗಳಲ್ಲಿ ನಡೆದಾಡುವ 'ಝಾಂಬಿ'ಯಾದಳು. ನೋವು ನಿವಾರಕ ಮಾರ್ಫೀನು, ಕೋಡೀನುಗಳಿಂದ ಸದಾ ಅರೆ ಎಚ್ಚರ, ಅರೆನಿದ್ದೆಯ ಸ್ಥಿತಿಯಲ್ಲಿರುತ್ತಿದ್ದಳು. ಮೈಮೇಲೆ ಬಟ್ಟೆಯಿದೆಯೋ ಇಲ್ಲವೋ ಗೊತ್ತಾಗುತ್ತಿರಲಿಲ್ಲ. ಸುಮ್ಮನೇ ಕಿಟಕಿಯ ಹೊರಗಿನ ಹುಲ್ಲು ನೋಡುತ್ತಿದ್ದಳು. ಕಿಟಕಿಯೊಳಗಿಂದ ದೂರದ ದಿಗಂತ ನೋಡುವಳು. ಸುಮ್ಮನೇ ನಗುವಳು. ರಾತ್ರಿ ಎಚ್ಚರವಿದ್ದಾಗ ಹೊಟ್ಟೆನೋವೆಂದು ಅಳುವಳು.

ಬೆಟ್ಟಿಯ ಅಪ್ಪ ಮಹಾಪುರುಷ. ಅಮ್ಮನ ನೋವಿನ ನಡುವೆಯೂ ಎರಡು ವರ್ಷ ಪೂರಾ ಸಂಸಾರ ಮಾಡಿದ್ದ. ಅವಳನ್ನು ಇನ್ನಿಲ್ಲದ ಹಾಗೆ ಎಲ್ಲಾ ಕಡೆ ಕರಕೊಂಡು ಹೋಗಿ ತೋರಿಸಿಕೊಂಡು ಬಂದ. ತನ್ನ ಆರೋಗ್ಯವಿಮೆಯ ಪ್ರೀಮಿಯಮ್ ಹೆಚ್ಚಾಗುವಷ್ಟು ಅವಳಿಗೆ ಪರೀಕ್ಷೆಗಳನ್ನು ಮಾಡಿಸಿದ್ದ. ಅವಳ ಕಕ್ಕಸ್ಸನ್ನೂ ಬಳಿದಿದ್ದ. ಇದ್ದಕ್ಕಿದ್ದ ಹಾಗೆ ಆಕೆಗೆ ರಾತ್ರೋರಾತ್ರಿ ವಾಂತಿಯಾದಾಗ ಸದ್ದಿಲ್ಲದೇ ಸ್ವಚ್ಛ ಮಾಡಿದ್ದ. ಎಲ್ಲಾ ವೈದ್ಯರುಗಳೂ ಇವಳ ಹೊಟ್ಟೆಯಲ್ಲಿದ್ದ ನೋವು ಕೊಡಬಹುದಾದ ಅಂಗಾಂಗಗಳನ್ನೆಲ್ಲಾ ಕಿತ್ತುಹಾಕಿದ ಮೇಲೆ, ಇದು ದೈಹಿಕವಾದ ಕಾಯಿಲೆಯಲ್ಲ, ಇದು ಮಧ್ಯಮವರ್ಗದ ಮಧ್ಯವಯಸ್ಕ ಮಹಿಳೆಯರಿಗೆ ಉಂಟಾಗುವ ಸಾಂಸಾರಿಕ ಅಥವಾ ಇನ್ನಿತರ ಒತ್ತಡಗಳಿಂದ ಬರುವ ಒಂದು ಕಾಯಿಲೆ. ಇದಕ್ಕೆ ನಾನಾ ಹೆಸರುಗಳನ್ನು ಕೊಡಬಹುದು, ಆದರೆ ಸರಳವಾಗಿ ಹೇಳಬೇಕಾದರೆ, ಇದು ಖಿನ್ನತೆಯ ದೈಹಿಕ ತೋರಿಕೆ. ಇವಳಿಗೆ ಕೆಲವು ಕಾಲ ಆಂಟಿಡಿಪ್ರೆಸೆಂಟ್‌ಗಳನ್ನು ಪ್ರಯತ್ನ ಮಾಡಿ ಅಂದರಂತೆ. ಅವುಗಳನ್ನೂ ಪ್ರಯತ್ನ ಮಾಡಿದ್ದರೂ ಏನೂ ಉಪಯೋಗವಾಗಲಿಲ್ಲ.

ಎಲ್ಲ ಚಿಕಿತ್ಸೆಗಳಿಗೂ ಜತೆಯಾಗಿ ನಿಂತಿದ್ದ ಅಪ್ಪ. ಆದರೆ ಅಮ್ಮನ ಹೆಣ್ಣು ಅಂಗಗಳನ್ನು ತೆಗೆದಾಗ ಮಾತ್ರ ತಡಕೊಳ್ಳಲಾಗದೇ ಹೋದ. ಒಂದು ಗರ್ಭಾಶಯ ಮತ್ತು ಎರಡು ಅಂಡಾಶಯ ಇವುಗಳಿಂದ ಮಾತ್ರ ಹೆಣ್ಣನ್ನು ಹೆಣ್ಣು ಎಂದು ವಿವರಿಸುವುದು ಎಂದು ಆತ ಬಲವಾಗಿ ನಂಬಿದ್ದ. ಈ ಗರ್ಭಕೋಶ ಮತ್ತು ಓವರಿಗಳನ್ನು ತೆಗೆಯುವ ಮೊದಲೇ, ವಯಸ್ಸಿಗೆ ಮುಂಚೆ ಅಮ್ಮನಿಗೆ ಮುಟ್ಟು ನಿಂತಿತ್ತು. ಇನ್ನು ಹಾಸಿಗೆ ಸುಖವನ್ನು ಆ ಸ್ಥಿತಿಯಲ್ಲಿ ಅಮ್ಮನ ಹತ್ತಿರ ಅಪೇಕ್ಷಿಸುವಷ್ಟು ಹೆಡ್ಡನಾಗಿರಲಿಲ್ಲ, ಅಪ್ಪ. ಅಮ್ಮನಿಗೆ ಮುಂದೆ ಒಂದು ಪಕ್ಷ ಗುಣವಾದಲ್ಲಿಯೂ ಅಪ್ಪನನ್ನು ತೃಪ್ತಿಮಾಡುವಷ್ಟು, ಸುಖಕೊಡುವಷ್ಟು ತಾಕತ್ತು ಯಾವ ಅಂಗಗಳನ್ನು ಉಳಿಸಿಕೊಂಡರೂ ಉಳಿಯುತ್ತಿತ್ತು ಅನ್ನುವ ನಂಬಿಕೆಯಿರಲಿಲ್ಲ. ಆದರೂ ಅಮ್ಮನ ಈ ಆಪರೇಷನ್ ಅಪ್ಪನನ್ನು ತುಂಬಾ ಧೃತಿಗೆಡಿಸಿತ್ತು. ತಾನು ಏಕ್‌ದಮ್ ಮುದುಕನಾದ ಹಾಗೆ ಅಂದುಕೊಂಡಿದ್ದ. ಇದಕ್ಕೆ ಯಾವ ತರ್ಕವೂ ಇರಲಿಲ್ಲ. ಇಷ್ಟಕ್ಕೂ ಅಪ್ಪ ಅಕಸ್ಮಾತ್ ಬಯಸಬಹುದಾಗಿದ್ದ ಸುಖಕ್ಕೆ ಅಮ್ಮನ ಕಳಕೊಂಡ ಅಂಗಗಳ ಯಾವ ಅವಶ್ಯಕತೆಯೂ ಇರಲಾರದು ಅನ್ನುವುದನ್ನು ತಿಳಕೊಳ್ಳಲಾರದಷ್ಟು ಹೆಡ್ಡನೇನೂ ಆಗಿರಲಿಲ್ಲ, ಅಪ್ಪ. ಇನ್ನೂ ಹೆಚ್ಚು ಮಕ್ಕಳು ಬೇಕೆಂದು ಬಯಸುತ್ತಾನೆ ಅನ್ನುವ ನಂಬಿಕೆಯೂ ಯಾರಿಗೂ ಇರಲಿಲ್ಲ. ಅದೊಂದು ರೀತಿಯ ಹೇಳಿಕೊಳ್ಳಲಾಗದ ಕೆಟ್ಟ ಕೀಳರಿಮೆ. ಪ್ರಿಯತಮೆಯ ಕಪ್ಪುಕೂದಲು ಬಣ್ಣಹಚ್ಚಿದ್ದು ಅಂತ ಇದ್ದಕ್ಕಿದ್ದ ಹಾಗೆ ಗೊತ್ತಾದ ಹಾಗೆ, ಅಥವಾ ಮುತ್ತಿಕ್ಕುವಾಗ ಬಾಯಿಗೆ ಸಿಗುವ ಒಂದೇ ಹಲ್ಲು, ಮುರಿದ ಹಲ್ಲಿನ ನಕಲು ಅಂತ ಗೊತ್ತಾದಾಗ ಆಗುವ ಭಾವನೆ. ಪಾಪ, ಅಪ್ಪ ಅಮ್ಮನೊಟ್ಟಿಗೆ ಏನೇನು ಮಾಡಬೇಕೆಂದು ಆಸೆ ಇಟ್ಟಿದ್ದನೋ, ಅವೆಲ್ಲಾ ಈಗ ಇದ್ದಕ್ಕಿದ್ದ ಹಾಗೆ ಆಗುವುದಿಲ್ಲವೇನೋ ಅನ್ನುವ ಸತ್ಯವನ್ನು ಎದುರಿಸಲು ಆತ ಸಿದ್ಧವಿರಲಿಲ್ಲ ಅನ್ನಿಸುತ್ತಿತ್ತು.

ಈಗ ಅಪ್ಪ ಮೂರನೇ ಶಿಫ್ಟಿನಲ್ಲಿ ಕೆಲಸ ಮಾಡುತ್ತಿದ್ದ. ಬೆಳಿಗ್ಗೆ ಹಾಗೂ ಸಂಜೆ ಬಿಟ್ಟು ಬಿಟ್ಟು ನಿದ್ರೆ ಮಾಡಲು ಪ್ರಯತ್ನ ಮಾಡುತ್ತಿದ್ದ. ಮಕ್ಕಳು ತಂತಾವೇ ಓದಿಕೊಳ್ಳುತ್ತಿದ್ದರು.

ಒಂದು ದಿನ ಎರಿಕ್ ಬಂದು "ನಾಳೆ ನಂ ಸ್ಕೂಲಿನ ಬ್ಯಾಂಡಿದೆ. ನನ್ನ ಆರಿಸಿದ್ದಾರೆ. ರಾಜಧಾನಿಗೆ ಹೋಗಬೇಕು. ಸ್ಕೂಲಿನವರೇ ಕರಕೊಂಡು ಹೋಗ್ತಾರೆ. ಮೂರು ದಿನದ ಟ್ರಿಪ್. ಹೋಗಿ ಬರಲಾ?" ಕೇಳಿದ.

"ಒಬ್ಬನೇ ಹೋಗಿ ಬರ್ತೀಯಾ? ಯಾರೂ ಬೇಡವಾ, ಜತೆಗೆ"

"ಯಾರಾದರೂ ಅಪ್ಪ, ಅಮ್ಮ ಅವರಾಗವರೇ ಬಂದರೆ ಪರವಾಗಿಲ್ಲವಂತೆ"

"ಯಾವ ಟೀಚರ್ ಬರ್ತಾರೆ, ನಿನ್ನ ಜತೆ"

"ಮಿಸೆಸ್ ಕೋಲಿನ್"

"ಬೆಟ್ಟಿಗೆ ಒಂದಿನ ಅಮ್ಮನ್ನ ನೋಡ್ಕೊಂಡಿರೋಕೆ ಕಷ್ಟವಾಗದಿದ್ದರೆ ನಾನು ಬೇಕಾದರೆ ನಿಂಜೊತೆ ಬರ್ತೀನಿ"

ಬೆಟ್ಟಿ ಸುಮ್ಮನಿದ್ದಳು. ಅಮ್ಮ ಮಾತಾಡಿರಲಿಲ್ಲ.

ಅಪ್ಪ, ಎರಿಕ್ ಅವನ ಬ್ಯಾಂಡಿಗೆಂದು ರಾಜಧಾನಿಗೆ ಹೊರಟಿದ್ದರು.

ಎರಿಕ್ಕಿನ ಬ್ಯಾಂಡಿಗೆ ರಾಜಧಾನಿಗೆ ಹೋಗಿಬಂದ ಮೇಲೆ ಅಪ್ಪನಲ್ಲಿ ಏನೋ ಬದಲಾವಣೆ ಕಾಣಿಸ ಹತ್ತಿತ್ತು. ಫ್ಲಾನೆಲ್ ಶರ್ಟಿನ ಜತೆ ಒಂದು ಜೀನ್ಸು ಪ್ಯಾಂಟು ಬಿಟ್ಟು ಬೇರೆ ಯಾವುದೇ ಬಟ್ಟೆ ಹಾಕದಿದ್ದ ಅಪ್ಪ ಈಗ ಬೇರೆ ಬೇರೆ ಬಣ್ಣದ ಪ್ಯಾಂಟುಗಳನ್ನು ಹಾಕತೊಡಗಿದ. ತಲೆಗೆ ಕ್ರೀಮ್ ಹಚ್ಚಿ ಬಾಚುತ್ತಿದ್ದ. ಮೀಸೆಯನ್ನು ಕತ್ತರಿಸಲೂ ಶುರು ಮಾಡಿದ್ದ. ಕೆಲಸವನ್ನು ಬೆಳಗಿನ ಪಾಳಿಗೆ ಬದಲಾಯಿಸಿದ. ಬೆಟ್ಟಿ ಮತ್ತು ಎರಿಕ್ಕು ರಾತ್ರಿ ಮನೆಗೆ ಬಂದ ಮೇಲೂ ನಿಧಾನವಾಗಿ ಮನೆಗೆ ಬರುತ್ತಿದ್ದ. ಆದರೂ ರಾತ್ರಿ ಅಡುಗೆ ಸಿದ್ಧವಾಗಿರುತ್ತಿತ್ತು. ಊಟವನ್ನೂ ಹುಡುಗರೇ ಮಾಡುತ್ತಿದ್ದರು. ಎರಿಕ್ಕಿಗೆ ಟೀವಿ ಮತ್ತು ಅವನಾಟಗಳಿದ್ದರೆ ಸಾಕು. ಅಮ್ಮನಿಗೆ ಅರ್ಥವಾಗುತ್ತಿತ್ತೋ ಇಲ್ಲವೋ ಯಾರಿಗೂ ಗೊತ್ತಿಲ್ಲ. ಊಟ ಕೊಟ್ಟರೆ ಮಾಡುತ್ತಿದ್ದಳು, ಇಲ್ಲದಿದ್ದರೆ ಇಲ್ಲ.

ಅಮ್ಮನ ಆರೋಗ್ಯ ದಿನೇದಿನೇ ಹದಗೆಡುತ್ತಾ ಇರಬೇಕಾದರೆ, ಅಪ್ಪನ ಈ ಬದಲಾವಣೆಗೆ ಕಾರಣ ಏನಿರಬಹುದೆಂದು ಬೆಟ್ಟಿ ಯೋಚಿಸಿದ್ದಳು. ಆಕೆಗೆ, ತುಂಬಾ ಯೋಚಿಸಲು ಆಸ್ಪದ ಕೊಡದಂತೆ ಎರಿಕ್ಕೇ ಒಂದು ದಿನ ಬೆಟ್ಟಿಗೆ ಹೇಳಿದ್ದ... "ಮೊನ್ನೆ ಅಪ್ಪನನ್ನು ಮತ್ತು ಮಿಸೆಸ್ ಕೋಲಿನ್‌ಳನ್ನು ಅವರ ಕಾರಲ್ಲಿ ನೋಡಿದೆ" ಅಂದಿದ್ದ. ಅಪ್ಪನ ಈ ಹೊಸಾ ಚರ್ಯೆ ಒಂಭತ್ತು ವರ್ಷದ ಹುಡುಗನಲ್ಲಿ ಮೂಡಿಸಬಲ್ಲ ಎಲ್ಲ ಕುತೂಹಲಗಳನ್ನೂ ಮತ್ತು ಪ್ರಶ್ನೆಗಳನ್ನೂ ಅರ್ಥಮಾಡಿಕೊಂಡಂತೆ ಮತ್ತು ಅವಕ್ಕೆ ಕಾರಣಗಳನ್ನು ಕಂಡುಹಿಡಿಯಲಾರದ ಹದಿನಾಲ್ಕರ ಹುಡುಗಿಯಂತೆ ತಾನೂ ಸುಮ್ಮನಾಗಿದ್ದಳು.

ದಿನಾ ಕಳೆಯುತ್ತಾ ಹೋದಂತೆ ಮಿಸೆಸ್ ಕೋಲಿನ್ ನೇರ ಮನೆಗೇ ಬರುತ್ತಿದ್ದರು. ಅತಿ ಸಂಭಾವಿತ ವ್ಯಕ್ತಿಯೆನ್ನಿಸಿಕೊಂಡಿದ್ದ ಅಪ್ಪನಂತ ಅಪ್ಪನೂ ಮತ್ತು ಮಿಸೆಸ್ ಕೋಲಿನ್‌ಳಂತ ಟೀಚರೂ ಪ್ರೇಮದ ಉತ್ಕಟತೆಯಲ್ಲಿ ಮಕ್ಕಳ ಮುಂದೆಯೂ ಮೈಮರೆಯಬಹುದು ಅನ್ನುವ ಸತ್ಯವನ್ನು ಬೆಟ್ಟಿಯೂ, ಎರಿಕ್ಕೂ ಅರಿತುಕೊಂಡಿದ್ದರು. ಅಮ್ಮನಿಗೆ ಬೆಟ್ಟಿಯೇ ಹೆಚ್ಚುಹೆಚ್ಚು ಮಾರ್ಫೀನ್ ಕೊಡಹತ್ತಿದ್ದಳು. ಎರಿಕ್ಕಿನ ಕಣ್ಣು ಮುಚ್ಚುತ್ತಿದ್ದೇನೆ, ಎಂದು ತಿಳಕೊಂಡು ಸಮಾಧಾನಪಟ್ಟುಕೊಂಡಳು.

ಒಂದು ದಿನ ಅಪ್ಪ ತಾನಾಗಿಯೇ "ಬೆಟ್ಟಿ, ನೀನು ಇವನ್ನೆಲ್ಲಾ ತಿಳಕೊಳ್ಳೋಷ್ಟು ದೊಡ್ಡವಳಾಗಿದ್ದೀ. ನನ್ನ ವಯಸ್ಸಿನ ದೇಹದ ಬಯಕೆಗಳನ್ನು ನಿನಗೆ ಈಗ ತಿಳಕೊಳ್ಳಲಾಗುವುದಿಲ್ಲ. ಸರಳವಾಗಿ ಹೇಳ್ತೀನಿ. ನಿಮ್ಮಮ್ಮ ತೀರ ಎಂದರೆ ತೀರ ಒಳ್ಳೆಯವಳು. ಆದರೆ, ಯಾರಿಗೂ ಅರ್ಥವಾಗದ ಕಾಯಿಲೆಯನ್ನು ಬರಿಸಿಕೊಂಡಿದ್ದಾಳೆ. ಇಡೀ ಹೊಟ್ಟೆಯನ್ನು ಕ್ಲೀನ್ ಮಾಡಿಸಿದ್ದಾಗಿದೆ. ತನ್ನ ಗರ್ಭಾಶಯ, ಅಂಡಾಶಯಗಳನ್ನು ತೆಗೆಸಿಕೊಂಡಿದ್ದರೂ ತಾನು ಇನ್ನೂ ನಲವತ್ತರ ಹೆಣ್ಣು ಅನ್ನುವ ಅರಿವಾದರೂ ಆಕೆಗಿದ್ದಿದ್ದರೆ ನನಗೆ ಸಾಕಾಗಿರುತ್ತಿತ್ತು. ಆದರೆ, ಇಪ್ಪತ್ತನಾಲ್ಕು ಗಂಟೆಯೂ ಸುಶುಪ್ತಿಯಲ್ಲೋ, ಅಥವಾ ನಾನು ಗಂಡು ಅನ್ನುವ ಅರಿವೇ ಇಲ್ಲದ ನಿಮ್ಮಮ್ಮನೊಂದಿಗೆ ನಾನು ಈಗ ಕರುಣೆಯನ್ನು ಬಿಟ್ಟು ಬೇರೇನನ್ನೂ ಹಂಚಿಕೊಳ್ಳಲಾರೆ. ಆದರೆ, ಬರೀ ಕರುಣೆಯಷ್ಟನ್ನೇ ಕೊಟ್ಟು ತೆಗೆದುಕೊಳ್ಳುವ ಮಹಾನುಭಾವನಾಗಿ ಉಳಿದಿಲ್ಲ, ನಿಮ್ಮಪ್ಪ" ಎಂದಿದ್ದ.

ಬೆಟ್ಟಿಗೆ ಅರ್ಥವಾದದ್ದು ಎಷ್ಟೋ. ಆದರೆ, ತನಗೆ ಅರ್ಥವಾದಷ್ಟೂ ಅಮ್ಮನಿಗೆ ಅರ್ಥವಾಗಬಾರದೆಂದುಕೊಂಡಿದ್ದಳು. ಅದೇ ಕಾರಣಕ್ಕೆ ಇನ್ನೂ ಹೆಚ್ಚು ಮಾರ್ಫೀನನ್ನು ಕೊಡುತ್ತಿದ್ದಳು.

ಆದರೆ, ಆದದ್ದೇ ಬೇರೆ. ಅಮ್ಮನಿಗೆ ಎಲ್ಲವೂ ಅರ್ಥ ಆಗಿತ್ತು. ಒಂದು ರಾತ್ರಿ ಅಪ್ಪ, ಮಿಸೆಸ್ ಕೋಲಿನ್ ಮಹಡಿಯ ಮೇಲಿದ್ದರು. ಸಂಜೆ ಹೊರಗೆ ಕೊಂಚ ಮಂಜು ಬಿದ್ದಿತ್ತು. ಎರಿಕ್ ಹೊರಗಡೆಯಿಂದ ಮಂಜಿನ ಮೇಲೆ ಆಟವಾಡಿ ಮುಗಿಸಿ ಆಗ ತಾನೇ ಬಂದಿದ್ದ. ಬೆಟ್ಟಿ ಅಡುಗೆಮನೆಯಲ್ಲಿ ಏನೋ ಮಾಡುತ್ತಿದ್ದಳು.

ಅಪ್ಪನ ಕೋಣೆಗೆ ಈಗ ಪರದೆಗಳು ಬಂದಿದ್ದವು. ಮಂಚಕ್ಕೆ ಹೊಸಾ ಚಾದರಗಳು ಬಂದಿದ್ದವು. ತನ್ನ ಕೋಣೆಗೆ ಆಕಾಶನೀಲಿ ಬಣ್ಣ ಹಚ್ಚಿಸಿದ್ದ. ಮುಂಚೆ ಅಮ್ಮ ಆ ಕೋಣೆಯಲ್ಲಿ ಮಲಗುತ್ತಿದ್ದಾಗ ಇದ್ದ ಆಕೆಯ ಟೇಬಲ್ಲನ್ನು ತನ್ನ ಪರಿಣತಿಯಿಂದ ಒಂದು ಮರದ ಕಪಾಟಾಗಿ ಪರಿವರ್ತಿಸಿದ್ದ. ಆ ಕಪಾಟಿನ ಮೇಲೆ ತಾನೇ ಎಲ್ಲೋ ಕಾಡಿನಲ್ಲಿ ಹೊಡೆದ ಯಾವುದೋ ಪಕ್ಷಿಯನ್ನು ಫ್ರೀಜರ್‌ನಲ್ಲಿಟ್ಟು ಒಣಗಿಸಿ ನಂತರ ಒಳಗಿನದನ್ನೆಲ್ಲಾ ಕೊರೆದು ಏನೋ ತುಂಬಿಸಿ ಅದನ್ನು ಒಂದು ಅದ್ಭುತ ಕಲೆಗಾರಿಕೆಯೆಂದು ನಂಬುವಂತೆ ಇಟ್ಟಿದ್ದ. ಪಕ್ಕದಲ್ಲಿಯೇ ಮೂರ್ನಾಲ್ಕು ಪಿಸ್ತೂಲುಗಳು.

ಅಮ್ಮ ಸೀದಾ ಬಂದವಳೇ ಕೈಗೆ ಸಿಕ್ಕ ಯಾವುದೋ ಪಿಸ್ತೂಲಿನಿಂದ ಮೂರು ಸುತ್ತು ಗುಂಡು ಹಾರಿಸಿದ್ದಳು. ಅಪ್ಪ, ಮತ್ತು ಮಿಸೆಸ್ ಕೋಲಿನ್ ಮಾತಿಲ್ಲದೇ ಸತ್ತಿದ್ದರು. ಮಾರ್ಫೀನು ಆಕೆಯನ್ನು ಪೂರಾ ಎಚ್ಚರ ತಪ್ಪಿಸಿರಲಿಲ್ಲ. ಆದರೆ, ಪೂರಾ ಎಚ್ಚರದಲ್ಲೂ ಇಟ್ಟಿರಲಿಲ್ಲ. ಎರಿಕ್ಕು ಆಗ ತಾನೇ ಮನೆಗೆ ಬಂದವನು ಸೀದಾ ಈ ರಂಪವೇನೆಂದು ನೋಡಲಿಕ್ಕೆ ಮೇಲೆ ಓಡಿದ. ಆತನನ್ನು ತಡೆಯಲೆಂದು ಹೋದ ಬೆಟ್ಟಿಯಿಂದ ಏನೂ ಮಾಡಲಾಗಲಿಲ್ಲ. ಪಟ್ ಎಂದು ನೋಡನೋಡುತ್ತಿದ್ದಂತೇ ಎರಿಕ್ಕೂ ಮಲಗಿದ್ದ. ತಲೆಯಿಂದ ರಕ್ತ ಧಾರಾಕಾರವಾಗಿ ಸುರಿದಿತ್ತು. ಅಮ್ಮ ಬೆಟ್ಟಿಯನ್ನೇ ನೋಡಿದ್ದಳು...

ಬೆಟ್ಟಿ ಏನು ಮಾಡಲು ಗೊತ್ತಾಗದಂತೆ ಹಿಂದೆ ಹಿಂದೆ ಹೆಜ್ಜೆ ಹಾಕುತ್ತಾ ಹೋಗಿ ಮನೆಯ ಬಾಗಿಲು ದಾಟಿದವಳೇ ಹೊರಗೆ ಓಡಿದಳು... ಹಿಂತಿರುಗಿ ನೋಡಲಿಲ್ಲ.

ಹಿಂದೆಯೇ ಇನ್ನೊಂದು ಗುಂಡಿನ ಶಬ್ದ ಕೇಳಿಸಿತ್ತು. ಅದು ತನಗೇ ಬಿತ್ತೆಂದು ಸಾಯಲು ಸಿದ್ಧವಾಗಿದ್ದಳು, ಬೆಟ್ಟಿ. ಆದರೆ ಬರೀ ಶಬ್ದ ಮಾತ್ರ ಕೇಳಿಸಿತ್ತು, ಬೆಟ್ಟಿಗೆ. ಅದು ಅಮ್ಮ ಅವಳಿಗೆ ಅವಳೇ ಹೊಡಕೊಂಡ ಗುಂಡು. ಅಮ್ಮನೂ ಸತ್ತಿದ್ದಳು.

ಸರ್ಕಾರಿ ಲೆಕ್ಕಿಗರು ಬಂದು ಅವಳ ಮನೆ ಮತ್ತು ಇನ್ನಿತರ ವಸ್ತುಗಳನ್ನು ವಶಪಡಿಸಿಕೊಂಡು ಅವಳನ್ನು ಒಂದು ಸರ್ಕಾರಿ ಅನಾಥಾಶ್ರಮದಲ್ಲಿ ಬಿಟ್ಟು ಹೋಗಿದ್ದರಂತೆ. ತಾನು ಇಪ್ಪತ್ತೆರಡಾದಾಗ ಯಾವುದೋ ಲಾಯರನ್ನು ಹಿಡಿದು ಮನೆಯನ್ನು ತನ್ನ ವಶಕ್ಕೆ ಪಡಕೊಂಡು ಅದನ್ನೆಲ್ಲಾ ಮಾರಿ ಇಲ್ಲಿಗೆ ಬಂದು ಪಾಳಯದ ಜಗಲಿಯಲ್ಲಿ ಕೆಲಸಕ್ಕೆ ಸೇರಿದ್ದಳಂತೆ.

ಅಂದಿನಿಂದ ಈಗ ನಾಲ್ಕು ವರ್ಷದ ಹಿಂದಿನ ತನಕ ತಾನು ಮಲಗಬೇಕಾದರೆ ದಿಂಬಿನಡಿಯಲ್ಲಿ ೩೪ ಮ್ಯಾಗ್ನಮ್ ಪಿಸ್ತೂಲನ್ನಿಟ್ಟುಕೊಂಡು ಮಲಗುತ್ತಿದ್ದಳಂತೆ. "ಅದು ಒಂದು ಭದ್ರತೆಯನ್ನು ಕೊಡುತ್ತೆ ನನಗೆ. ರಾತ್ರಿ ಲೆಕ್ಕ ಇಡುವಷ್ಟು ಜನವೇನೂ ನನ್ನ ಜತೆ ಮಲಗಿಲ್ಲ. ಮತ್ತೆ ಹಾಗೆ ಮಲಗಿದವರೆಲ್ಲ ಪಿಸ್ತೂಲನ್ನು ನೆನಪಿಸುವಂತವರು ಅಂತಲೂ ಹೇಳಲಾರೆ" ಅಂದಳು.

ಶ್ರೀಧರನಿಗೆ ಏನನ್ನಬೇಕು ಎಂದು ಗೊತ್ತಾಗಲಿಲ್ಲ. ತಾನು ಓದಿದ ಸೈಕಿಯಾಟ್ರಿಯ ಯಾವ ಪುಸ್ತಕದ ಯಾವುದೇ ವಿವರಣೆಗಳಿಗೆ ಈ ಕ್ರಿಯೆ ಸಿಕ್ಕುತ್ತಿರಲಿಲ್ಲ, ಅನ್ನಿಸಿತು.

"ಮತ್ತಿನ್ನೊಂದು ವಿಷಯ" ಅಂದಳು, ತಕ್ಷಣ, ಮಗ್ಗುಲನ್ನೂ ಬದಲಿಸದೇ.

"ಏನು" ಅಂದ ದಿಂಬನ್ನೇ ನೋಡುತ್ತಾ.

"ನನಗೀಗ ಮೂರು ತಿಂಗಳಾಗಿದೆ. ನಾಳೆ ಅಲ್ಟ್ರಾಸೌಂಡ್ ಮಾಡಿಸ್ಕೋತಾ ಇದೀನಿ"

ದಂಗುಬಡಿದವನಂತೆ ಎದ್ದು ಕೂತ, ಶ್ರೀಧರ. ಏನು ಮಾಡಬೇಕೆಂದು ಗೊತ್ತಾಗಲಿಲ್ಲ. ಬೆಟ್ಟಿ ಹೇಳಿದ ರೀತಿಯಲ್ಲಿ ಯಾವುದೇ ಅಳುಕಿರಲಿಲ್ಲ. ಆದರೆ, ಈಗ ತನ್ನ ಮನೆಯ ಕಥೆಯನ್ನೆಲ್ಲಾ ಹೇಳಿ, ತನ್ನನ್ನು ಒಂದು ವಿಚಿತ್ರವಾದ ಭ್ರಾಮಕ ಸ್ಥಿತಿಯಲ್ಲಿ ಇಟ್ಟು,

ಈಗ ಇದ್ದಕ್ಕಿದ್ದ ಹಾಗೆ ಶಾಕ್ ಕೊಡುವ ಹಾಗೆ ಈ ಸುದ್ದಿ. ಅದೂ ತಾನು ಸತ್ತ ಅಪ್ಪನ ಅಂತ್ಯಸಂಸ್ಕಾರವನ್ನು ಮುಗಿಸಿ ಬಂದ ಈ ಎರಡು ವಾರದಲ್ಲಿ. ತನ್ನ ಅಪ್ಪ, ಅಮ್ಮ, ಎರಿಕ್, ಕೋಲಿನ್ ಮೇಡಂ ಮತ್ತು ಬಂದೂಕುಗಳ ಘೋರ ಪೀಠಿಕೆಯ ಅವಶ್ಯಕತೆ ಯಾಕಿತ್ತು? ಅರ್ಥವಾಗದೇ ಬೆಟ್ಟಿಯನೊಮ್ಮೆ ನೋಡಿದ.

ಮಗುವನ್ನು ಹೊತ್ತು, ಹೆರುವುದಕ್ಕೆ ಸಿದ್ಧವಾಗಿಯೇ ಇರುವಂತೆ ಕಾಣಿಸಿತು. ಇದನ್ನು ನನ್ನ ಬಳಿಯಲ್ಲಿ ಹೇಳುವ ರೀತಿ ನೋಡಿದರೆ ತಾನು ಅದಕ್ಕೆ ಯಾವ ರೀತಿಯ ಹೊಣೆಗಾರಿಕೆಯನ್ನೂ ತೆಗೆದುಕೊಳ್ಳಬೇಕೆಂಬ ಅಪೇಕ್ಷೆಯೇನನ್ನೂ ಆಕೆ ಇಟ್ಟುಕೊಂಡಿಲ್ಲವೆನ್ನಿಸಿತು. ಇಲ್ಲಿ ಹಂಚಿಕೊಳ್ಳುವ ಖುಷಿಗಿಂತಲೂ ವಿಷಯವನ್ನು ತಿಳಿಸುವ ನಿರ್ಲಿಪ್ತತೆಯೇ ಇತ್ತು, ಅನಿಸಿತು.

"ಬೆಟ್ಟಿ, ಏನು ಹೇಳ್ತಾ ಇದೀಯಾ, ನೀನು"

"ನಿಜ, ನಾನು ಹೇಳುತ್ತಿರುವುದು, ನನಗೆ ಒಂದು ಮಗು ಬೇಕು. ನಾನು ಈ ಮಗುವನ್ನು ಬೆಳೆಸುತ್ತೇನೆ."

"ಅದು ಅಸಾಧ್ಯವಾದ ಮಾತು, ನಮ್ಮ ಈಗಿನ ಪರಿಸ್ಥಿತಿಯಲ್ಲಿ. ನನಗೆ ವಾರದಲ್ಲಿ ಎಪ್ಪತ್ತೆರಡು ಗಂಟೆಗಳ ಕೆಲಸವಿರುತ್ತದೆ. ನೀನೂ ಜಗಲಿಯಲ್ಲಿ ಮೂರೂ ಪಾಳಿಯಲ್ಲಿ ಕೆಲಸ ಮಾಡ್ತೀಯ. ನಿಮ್ಮ ಜಗಲಿಗೆ ಬರುವ ಬೇನಾಮಿ ಮಕ್ಕಳಂತೆ ಅಥವಾ ಹದಿನಾಲ್ಕು ಹದಿನೈದು ವರ್ಷದ ಹುಡುಗಿಯರಿಗೆ ಹುಟ್ಟಿದ ದರಬೇಶಿ ಮಕ್ಕಳಂತೆ ನಮ್ಮ ಮಗುವೂ ಆಗಬೇಕೆಂದು ನಿನಗೆ ಅನ್ನಿಸುತ್ತದಾ? ಈ ಮಕ್ಕಳು ಅನ್ನೋದು ಹೆಂಗಸರಿಗೆ ತುಂಬಾ ಭಾವುಕ ಪದ. ಮಕ್ಕಳು ಆಗ್ತಾವೆ. ಎಲ್ಲ ಕ್ರಿಯೆಗಳಂತೆ ಅದೂ ಒಂದು. ಗಂಡು ಹೆಣ್ಣಿನ ಸಂಬಂಧದ ಸೈಡ್ ಎಫೆಕ್ಟ್, ಅಷ್ಟೇ ಅದು. ಕೆಲವೊಂದು ಅಡ್ಡ ಪರಿಣಾಮಗಳು ಖುಷಿ ಕೊಡುತ್ತವೆ. ಇನ್ನು ಕೆಲವು ಸಂಕಟ. ಖುಷಿ ಕೊಡುವ ಪರಿಣಾಮಗಳು ಜಾಸ್ತಿ ಅಂದಾಗ ಮಾತ್ರ ಆ ಕ್ರಿಯೆ ಫಲಕಾರಿ ಅನ್ನಿಸಿಕೊಳ್ಳುತ್ತೆ. ನಮ್ಮಿಬ್ಬರ ಈಗಿನ ಸಂದರ್ಭದಲ್ಲಿ ಮಗು ಒಂದು ಲಯಬಲಿಟಿ ಅನಿಸುತ್ತೆ, ನನಗೆ. ಯೋಚಿಸು, ಬೆಟ್ಟಿ. ನಿದ್ದೆಯಿರದ ರಾತ್ರಿಗಳು, ಡೇಕೇರಿನಿಂದ ಮೂಗು ಸುರಿಸುತ್ತಾ ಬರುವ ಮಗುವನ್ನು ಎಮರ್ಜೆನ್ಸಿ ರೂಮಿಗೆ ಕರಕೊಂಡು ಹೋಗಲೂ ನಿನಗೆ ಸಮಯವಿರುವುದಿಲ್ಲ. ನಮ್ಮಿಬ್ಬರ ಖಾಸಗೀ ಕ್ಷಣಗಳ ನಾಶ, ಇವಕ್ಕೆಲ್ಲಾ ನಾನು ಈಗ ಸಿದ್ಧನಿಲ್ಲ." ಶ್ರೀಧರ ಒಂದೇ ಉಸಿರಲ್ಲಿ ಹೇಳಿ ಮುಗಿಸಿದ.

ಬೆಟ್ಟಿ ನಿರ್ವಿಕಾರವಾಗಿ ಹೇಳಿದಳು. "ನೀನು ಈಗ ಸಿದ್ಧನಿಲ್ಲ. ಆದರೆ, ನಾನು ಯಾವಾಗಲೂ ಸಿದ್ಧಳಿಲ್ಲ. ಈ ಮಕ್ಕಳನ್ನು ಕಂಡರೆ ನನಗೆ ಇಷ್ಟ ಇಲ್ಲ ಮಾತ್ರವಲ್ಲ, ದ್ವೇಷ ಕೂಡ. ಯಾಕೆ ಅಂತ ಕೇಳಬೇಡ. ಮಕ್ಕಳನ್ನು ಹೆರುವುದಕ್ಕಿಂತಾ ಒಂದೆರಡು ನಾಯಿಗಳನ್ನು ಬೆಳೆಸುತ್ತೇನೆ. ಬೆಕ್ಕಿನ ಮರಿಯನ್ನು ಮುದ್ದಿಸುತ್ತೇನೆ. ಆದರೇನು ಗೊತ್ತಾ. ಇವ್ಯಾವುದೂ ನಮ್ಮ ಕೈಯಲ್ಲಿಲ್ಲ. ಮುದುಕರು ಸಾಯಲೇಬೇಕು, ಮಕ್ಕಳು ಹುಟ್ಟಲೇಬೇಕು. ಈ ಮಕ್ಕಳು ಅನ್ನೋ ಪದವಷ್ಟೇ ನನ್ನಿಂದ ತಾಯ್ತನಾನ ಪುಟಿಸುತ್ತಾ ಇದ್ದಿದ್ದರೆ, ನಾನು ಇಷ್ಟು ಹೊತ್ತಿಗೆ

ಒಂದು ಮೂರ್ನಾಲ್ಕು ಮಕ್ಕಳನ್ನು ಹೆತ್ತಿರ್ತಿದ್ದೆ. ಆ ಅಳು, ಆ ರಚ್ಚೆ, ಆ ಡಯಾಪರ್‌ಗಳು, ಮುಂದೆ ಸ್ಕೂಲು, ಅವುಗಳ ಆಟ-ಪಾಠ, ನೃತ್ಯ-ನಾಟಕಗಳು- ಅವುಗಳ ಹಿಂದೆ ನಮ್ಮ ಜೀವನ ಸುತ್ತಾಡಬೇಕು. ಮುಖ್ಯ ಮಕ್ಕಳಾಗುವುದರಿಂದ ನಾ ಕಳಕೊಳ್ಳೋದು ಸ್ವಾತಂತ್ರ್ಯ. ಆದ್ದರಿಂದ, ಈ ಸೃಷ್ಟಿಯ ತಿರುತಿರುಗೋ ಪೂರ್ಣಚಕ್ರದ ಕ್ರಿಯೆ ಬೇರೆ ಯಾರಿಂದಲಾದರೂ ಆಗಲಿ. ನೋ, ಥಾಂಕ್‌ಯು. ಇಷ್ಟರ ಮೇಲೆ ಆ ಮಕ್ಕಳು ಮಾಡೋದು ಏನು? ಮಕ್ಕಳು ಕೊನೇಗೆ ಓಡಿ ಹೋಗ್ತಾರೆ. ಅಮ್ಮ ಸಾಯ್ತಾ ಇದ್ದರೂ ಬೆನ್ನು ಕೊಟ್ಟು ಓಡಿ ಹೋಗ್ತಾರೆ. ಊರಲ್ಲಿ ಅಪ್ಪ ಸತ್ತರೆ ಅಮ್ಮನನ್ನು ಬಿಟ್ಟು ಇನ್ನೊಂದು ದೇಶಕ್ಕೆ ಬರ್ತಾರೆ. ಯಾಕೆ ಬೇಕು ಇಂತಾ ಮಕ್ಕಳು" ಬಿಕ್ಕತೊಡಗಿದಳು.

ಬೆಟ್ಟಿ ತನ್ನನ್ನು ತಾನೇ ಹಿಂಸಿಸಿಕೊಳ್ಳುತ್ತಿದ್ದಾಳೆ ಅನ್ನಿಸಿತು. ತಾನು ಹುತಾತ್ಮಳಾಗುವುದರ ಜತೆಗೇ ನನ್ನನ್ನೂ ಪಾಪಪ್ರಜ್ಞೆಯ ಕೂಪಕ್ಕೆ ಎಳೆಯುತ್ತಿದ್ದಾಳೆ. ಅವಳ ಅಮ್ಮನ ಖಾಯಿಲೆ, ಅಮ್ಮನ ಬಗ್ಗೆ ಅವಳಿಗೆ ಮೃದುವಾದ ಭಾವನೆಗಳನ್ನು ಬೆಳೆಸಿದ್ದರಲ್ಲಿ ಆಶ್ಚರ್ಯವೇನೂ ಇಲ್ಲ. ಆದರೆ, ಈ ಒಂದು ಭಾವನೆ ಪ್ರಾಯಶಃ ಏನೂ ತಪ್ಪು ಮಾಡಿಲ್ಲದ ಬೆಟ್ಟಿಯ ಅಪ್ಪನ ವಿರುದ್ಧವಾಗಿ ಅವಳಲ್ಲಿ ಬೆಳೆಸಿರಬಹುದಾದ ದ್ವೇಷವನ್ನು ನೋಡಿ ಆಶ್ಚರ್ಯವಾಯಿತು, ಶ್ರೀಧರನಿಗೆ. ಅಥವಾ ಅವಳಮ್ಮನ ಅಭದ್ರತೆ ಇವಳಲ್ಲಿ ಈ ರೀತಿ ತೋರಲ್ಪಡುತ್ತಿದೆಯೇ? ಇದೊಂದು ರೀತಿಯ ವಿಚಿತ್ರ ರಕ್ಷಣೆ. ಬೆಟ್ಟಿ ಅವಳಮ್ಮನ ಜಾಗದಲ್ಲಿ ತಾನು ನಿಂತು ನೋಡುತ್ತಿದ್ದಾಳೆ ಅನ್ನಿಸಿತು. ಅವಳ ದೃಷ್ಟಿಯಲ್ಲಿ ಅವಳಮ್ಮ ಇಲ್ಲಿ ಪಾಪ ನಿಸ್ಸಹಾಯಕಿ, ಕಾಯಿಲೆಯಿದ್ದಾಕೆ. ಆ ಪರಿಸ್ಥಿತಿಯಲ್ಲಿ ಅವಳ ಅಪ್ಪ ಕೋಲಿನ್‌ಳಂತವಳನ್ನು ಬಯಸಿದ್ದು ತಪ್ಪು. ಅದನ್ನು ಒಬ್ಬ ಜವಾಬ್ದಾರಿಯುತ ಮಗಳಾಗಿ ತಾನು ಎದುರಿಸಲಾಗದಿದ್ದುದಕ್ಕೆ ಅವಳಿಗೆ ಪಾಪಪ್ರಜ್ಞೆಯಿದೆ. ಅದನು ಈಗ ತನ್ನ ಮೇಲೆಯೇ ಪ್ರೊಜೆಕ್ಟ್ ಮಾಡಿಕೊಳ್ಳುತ್ತಿದ್ದಾಳೆಯೇ? ಅದಕ್ಕೆ ಮನೆಯಲ್ಲಿ ಪಿಸ್ತೂಲಿರಬೇಕೇ? ಅಥವಾ ಅಮ್ಮ ಕಾಯಿಲೆಯ ನೆವದಿಂದ ಬೆಟ್ಟಿ ಮತ್ತು ಎರಿಕ್ಕನ್ನು ಬೀದಿಪಾಲು ಮಾಡಿದ್ದಾಳೆ ಅನ್ನುವ ನಂಬಿಕೆಯೇನಾದರೂ ಅವಳಲ್ಲಿ ಹೊಕ್ಕಿಬಿಟ್ಟಿದೆಯೆ?

ಆದರೆ, ಈಗ ಈಕೆ ಈ ಮಗುವನ್ನು ಬೇಕು ಎಂದು ಯಾಕೆ ಬಯಸುತ್ತಿದ್ದಾಳೆ? ಎಷ್ಟೇ ವಿರುದ್ಧವಾಗಿ ಯೋಚಿಸಿದರೂ ಅರ್ಥವಾಗಲಿಲ್ಲ. ಇವಳ ಹಿನ್ನೆಲೆಯೆಲ್ಲಾ ಮಕ್ಕಳನ್ನು ದ್ವೇಷಿಸಲು ಪೂರಕವಾಗಿರುವ ಕಪ್ಪು ಭೂತದಿಂದಲೇ ಇದ್ದರೂ ಇದಕ್ಕೆ ವ್ಯತಿರಿಕ್ತವಾಗಿ ಈಗ ಯಾಕೆ ಇವಳು ಮಕ್ಕಳನ್ನು ಬಯಸುತ್ತಿದ್ದಾಳೆ? ಹೀಗೆ ದ್ವೇಷದಿಂದ ಅಥವಾ ಸ್ವಲ್ಪ ಪ್ರತೀಕಾರದಿಂದ ಹುಟ್ಟಿದ ಮಕ್ಕಳನ್ನು ಈಕೆ ಹೇಗೆ ಬೆಳೆಸುತ್ತಾಳೆ?

ಇದು ಅನ್ಯಾಯ. ಇವಳು ಮಾಡುತ್ತಿರುವುದು ತಪ್ಪು. ಇದು ಗಂಭೀರವಾದ ಸಮಸ್ಯೆ ಅನ್ನಿಸಿತು. ಇದನ್ನು ಅರ್ಥ ಮಾಡಿಕೊಳ್ಳಬಹುದಾದಷ್ಟು ಸೈಕಿಯಾಟ್ರಿಯನ್ನು ತಾನು ಓದಿಲ್ಲ ಅಂದುಕೊಂಡ.

ಒಂದೆರಡು ನಿಮಿಷ ಕುಳಿತು ಯೋಚಿಸಿದ. ಮೂಲೆಯಲ್ಲಿದ್ದ ಹೂದಾನಿಯಲ್ಲಿದ್ದ ನೀರನ್ನು ಬದಲಿಸಿ ಬಂದ. ಹೊದ್ದಿದ್ದ ಚಾದರವನ್ನು ಮಡಿಸಿಟ್ಟ. ಬಟ್ಟೆ ಹಾಕಿಕೊಂಡು ಗೋಡೆಗೆ ತಿರುಗಿ "ಬೆಟ್ಟಿ ಒಂದು ಹೇಳ್ತೀನಿ, ನೀನು ಬೇಸರಪಟ್ಟುಕೊಳ್ಳದಿದ್ದರೆ"

"ಹೇಳು"

"ಈ ಬಸಿರನ್ನು ತೆಗೆಸಿಬಿಟ್ಟರೆ ಹೇಗೆ?"

"ಈಡಿಯಟ್" ಎಂದವಳೇ ಬಂದು ರಪ್ಪೆಂದು ಶ್ರೀಧರನ ಕೆನ್ನೆಗೆ ಬಡಿದಳು. ಶ್ರೀಧರ ಸಾವರಿಸಿಕೊಳ್ಳುತ್ತಾ ನಿಂತ.

"ಹೀಗೆ ಹೇಳುವುದಕ್ಕೆ ನಿನಗೆ ಮನಸ್ಸಾದರೂ ಹೇಗೆ ಬಂತು... ಹೀಗೆ ಹೇಳುವುದಕ್ಕೆ ನಿನಗೆ ಮನಸ್ಸಾದರೂ ಹೇಗೆ ಬಂತು" ಅನ್ನುತ್ತಾ ದಿಂಬಿಗೆ ರಪರಪ ತಲೆ ಬಡಿದುಕೊಳ್ಳಹತ್ತಿದಳು. ಜೋರಾಗಿ ಅಳಲಿಕ್ಕೆ ಶುರುಮಾಡಿದಳು "ಅಯ್ಯೋ" ಎಂದದ್ದೇ ಕುತ್ತಿಗೆಯಲ್ಲಿನ ಕ್ರಾಸನ್ನು ತೆಗೆದು ಕಣ್ಣಿಗೊತ್ತಿಕೊಂಡು ಅದಕ್ಕೊಂದು ಮುತ್ತು ಕೊಟ್ಟು "ಅವನನ್ನು ಕ್ಷಮಿಸು ದೇವ" ಎಂದದ್ದೇ ಅವಳ ರೂಮಿಗೆ ಹೋಗಿ ಬಾಗಿಲು ಹಾಕಿಕೊಂಡಳು. ಒಂದೇ ಕ್ಷಣದಲ್ಲಿ "ಹಿಸ್ಟಿರಿಕಲ್" ಅನ್ನಿಸಬಹುದಾಗಿದ್ದ ಅವಳ ಚರ್ಯೆಯನ್ನು ಕಂಡು ಶ್ರೀಧರನಿಗೆ ಏನು ಮಾಡಬೇಕು ಎಂದು ಗೊತ್ತಾಗಲಿಲ್ಲ. ಹೋಗಿ ರೂಮಿನ ಬಾಗಿಲನ್ನು ಧಬಧಬ ಎಂದು ಬಡಿದ.

ಬಾಗಿಲು ತೆಗೆದು "ಇಷ್ಟಕ್ಕೂ ಬಹಳ ಹಕ್ಕು ಚಲಾಯಿಸೋದಕ್ಕೆ ಹೋಗಬೇಡ. ಈ ಮಗು ನಿನ್ನದಂತ ನಿನಗೂ ಗೊತ್ತಿಲ್ಲ" ಎಂದಂದು ಮತ್ತೆ ಬಾಗಿಲು ಹಾಕಿಕೊಂಡಳು.

ರೂಮಿನ ಬಾಗಿಲ ಮೇಲೆ ಕ್ರಿಸ್ತನ ಮೂರ್ತಿ ನಗುತ್ತಿತ್ತು.

ಮಗು ತನ್ನದಂತ ತನಗೂ ಗೊತ್ತಿಲ್ಲ.

ಅಪ್ಪ ಜೀವಂತವಾಗಿದಿದ್ದರೆ, ತನ್ನನ್ನು ಮನೆಯಿಂದ ಹೊರಗೆ ಹಾಕಿ, ಪಂಚಗವ್ಯ ತೆಗೆದುಕೊಳ್ಳುತ್ತಿದ್ದರು ಅಥವಾ ಅಮ್ಮನಿಗೊಂದಿಷ್ಟು ವಿಷ ಕೊಟ್ಟು ತಾವೂ ಸಾಯುತ್ತಿದ್ದರೇನೋ.

* * * * *

ಅಲಿಯ ಕೋಕೇನ್

ಪಾಳಯದಲ್ಲಿ ಅಂದು ಸಿಕ್ಕಾಪಟ್ಟೆ ಗಲಾಟೆ. ಮಾಮೂಲಿ ಕುಡುಕರು, ಅಳುವ ಮಕ್ಕಳು, ನೀರೊಡೆದ ಬಸುರಿಯರು, ಪೇಸ್‌ಮೇಕರ್ ನಿಂತ ಮುದುಕರು, ಇಷ್ಟರ ನಡುವೆ ಲಕ್ಕಿ ಅಲಿ ಮತ್ತೆ ಅರೆಸ್ಟ್ ಆಗಿದ್ದ. ನಿಮ್ಮ ನಗರದ ಯಾವುದೋ ಜಾಯಿಂಟಿನಲ್ಲಿ 'ತನ್ನ ಪಾಡಿಗೆ' ತಾನಿದ್ದಾಗ, ಇದ್ದಕ್ಕಿದ್ದಂತೆ ಬಂದು ಪೋಲೀಸರು ಅರೆಸ್ಟ್ ಮಾಡಿದ್ದರಂತೆ.

"ನಿಮ್ಮನ್ನು ದಫ್ನನ್ ಮಾಡ್ಬಿಡ್ತೀವಿ. ನೀವೆಲ್ಲಾ ನಾಶವಾಗಿ ಹೋಗ್ತೀರ" ಅನ್ನುತ್ತಲೇ ಬಂದಿದ್ದ, ಒಳಗೆ. ನಾಲ್ಕೂಕಡೆ ಅವನನ್ನು ಮೃದುಬೇಡಿಗಳಿಂದ ಬಂಧಿಸಲಾಗಿತ್ತು.

ಶ್ರೀಧರನಿಗೆ ಜಗಲಿಯಿಂದ ಕರೆ ಬಂತು. "ಅಲಿ, ಕೊಕೇನ್ ಅನ್ನೋ ಔಷಧಾನ ಪ್ಲಾಸ್ಟಿಕ್ ಕವರ್ ಸಮೇತ ನುಂಗಿದ್ದಾನೆ. ಇದು ಅಲಿಯಂತ ಈಡಿಯಟ್ಟುಗಳು ಪೋಲೀಸರಿಂದ ಸಾಕ್ಷಿಗಳನ್ನು ಮರೆಮಾಡಲು ಉಪಯೋಗಿಸುವ ಅಗ್ಗದ ತಂತ್ರ. ಅಂತಾ ಜಾಗದಲ್ಲಿ ಎಂದೂ ಇರದ ಈ ಅಲಿ ಈ ಜಾಯಿಂಟಿನಲ್ಲಿ ಇರುವಾಗಲೇ ಅಂದುಕೊಂಡಿದ್ದೆ. ಈತ ಹೊಸಾ ವ್ಯವಹಾರವನ್ನು ಏನೋ ಶುರುಮಾಡಿಕೊಂಡಿರಬಹುದು ಎಂದು. ಮೊದಲೇ ಸಣ್ಣಸಣ್ಣ ಪ್ಯಾಕೆಟ್ ಮಾಡಿ ಜೇಬಿನಲ್ಲಿಟ್ಟುಕೊಂಡಿರುತ್ತಾರೆ. ಮಾರೋದು ಹೀಗೇ ಇವರುಗಳು. ಅಕಸ್ಮಾತ್ ಏನಾದರೂ ಸಿಕ್ಕಿಹಾಕಿಕೊಂಡರೆ, ಗೊತ್ತಾಗಬಾರದು ಅಂತ ಸೀದಾ ನುಂಗಿಬಿಡುತ್ತಾರೆ. ಅದೃಷ್ಟ ಸರಿಯಿದ್ದರೆ ಮಾರನೆಯ ದಿನ ಕೆಳಗಿಂದ ಹೊರಬರುತ್ತೆ. ಕೊಕೇನು ಹೊಟ್ಟೆಯೊಳಗಿರಬೇಕಾದರೆ ಪ್ಯಾಕೆಟ್ನೊಳ್ಗೇ ಇದ್ದರೆ ಪರವಾಗಿಲ್ಲ. ಆದರೆ, ಪಾಕೆಟ್ಟೇನಾದರೂ ಒಡೆದರೆ, ಇವನ ಗತಿ ಮುಗಿದಂತೆಯೇ. ಈ ಬಡ್ಡಿಮಕ್ಳು ಸಾಯಲೀ ಅಂತಲೋ ಅಥವಾ ಜುಮ್ಮನ್ನಲಿ ಅಂತಲೋ ತೆಗೆದುಕೊಂಡರೆ ಅದೊಂತರಾ. ಈತ ನಿರುಪದ್ರವಿ ಕುಡುಕ ಅಂತೆಲ್ಲಾ ಹೇಳ್ತೀರಲ್ಲ, ನೀವು. ನೋಡಿ ಈಗ, ಆರು ಪ್ಯಾಕೆಟ್ ನುಂಗಿದ್ದಾನೆ. ಇವನ ರಕ್ತದ ಆಲ್ಕೋಹಾಲಿನ ಮಟ್ಟ ಮುನ್ನೂರಾರವತ್ತಿರಬೇಕಾದರೆ ಇಂತ ಒಳ್ಳೇ ಕೆಲಸ ಮಾಡ್ತಾನಲ್ಲ, ಈತ. ಇನ್ನು ಪೂರಾ ಸರಿಯಿದ್ದಾಗ ಇನ್ನೆಂತಹ ಕೆಲಸ ಮಾಡಬಹುದು" ಕರಕೊಂಡು ಬಂದ ಪೋಲೀಸು ಒಂದೇ ಸಮನೆ ಕೂಗಾಡುತ್ತಿದ್ದ. ಅವನ ಕೆಲಸ ಅಲಿಯನ್ನು ಜಗಲಿಗೆ ಕರಕೊಂಡು ಬರುವುದು, ನಂತರದ ಕೆಲಸ ಧನ್ವಂತ್ರಿಗಳದ್ದು.

ಒಬ್ಬ ಧನ್ವಂತ್ರಿ ಹೇಳಿದ, ಶ್ರೀಧರನಿಗೆ "ಇವನಿಗೆ ಒಂದೂವರೆ ಗ್ಯಾಲನ್ನು ಹೊಟ್ಟೆ ಕ್ಲೀನ್ ಮಾಡೋ "ಸ್ಕಡ್ ಜಲ"ವನ್ನು ಕುಡಿಸಿದ್ದೀವಿ. ಇನ್ನು ಹನ್ನೆರಡು ಗಂಟೆ ಕಾಲ ಆತ ಟಾಯ್‌ಲೆಟ್ಟಿಗೂ ಅವನ ಈ ಹಾಸಿಗೆಗೂ ಪುರುಸೊತ್ತಿಲ್ಲದೇ ಓಡಾಡುತ್ತಿರುತ್ತಾನೆ. ನಿನ್ನ ಕೆಲಸ ಏನೆಂದರೆ, ಆತ ಪ್ರತಿಬಾರಿ ಟಾಯ್ಲೆಟ್ಟಿಗೆ ಹೋಗಿ ಬಂದ ಮೇಲೂ ಆತ ಟಾಯ್ಲೆಟ್ಟನ್ನು ಫ್ಲಶ್ ಮಾಡದಂತೆ ತಡೆದು ಟಾಯ್ಲೆಟ್ಟಿನಲ್ಲಿ ಇವನ ಮುಕುಳಿಯಿಂದ ಉದುರೋ ಆರು ಪಾಕೀಟುಗಳನ್ನು ಹೆಕ್ಕಿ ಇಡುವುದು" ಅಂತ ದೊಡ್ಡ ವೈದ್ಯಕೀಯ ಆವಿಷ್ಕಾರ ಮಾಡಲಿಕ್ಕೆ ಸಿದ್ಧನಾಗುತ್ತಿದ್ದೇನೆ ಅನ್ನುವಂತೆ ಕೈಗಳಿಗೆ ಒಂದು ಜತೆ ಗ್ಲೌಸನ್ನು ಕೊಡುತ್ತಾ ಹೇಳಿದ, ದೊಡ್ಡ ಧನ್ವಂತ್ರಿ.

ಶ್ರೀಧರನಿಗೆ ಇದು ಹೊಸತು. ಹೊಟ್ಟೆಯೊಳಗೆ, ಪ್ಯಾಕೆಟ್ಟಿನೊಳಗೆ ಕೊಕೇನಿದೆ ಅನ್ನುವ ವಿಷಯವೇ ಅವನನ್ನು ಹೆದರಿಸಿತ್ತು. ಈತ ಆರು ಪ್ಯಾಕೆಟ್ಟು ಕೊಕೇನನ್ನು ಹೇಗೆ ನುಂಗಿದ. ಪ್ಲಾಸ್ಟಿಕ್ ಕವರಿನೊಳಗಿಂದ ಇದು ಹೊರಬರುವುದಿಲ್ಲವೆ? ನಮ್ಮ ಹೊಟ್ಟೆಯೊಳಗಿನ ಆಸಿಡ್ ಆ ಪ್ಲಾಸ್ಟಿಕ್ಕನ್ನು ಕರಗಿಸುವುದಿಲ್ಲವೆ?

"ಹೊಟ್ಟೆಯೊಳಗೇ ಅಕಸ್ಮಾತ್ ಪಾಕೀಟು ಒಡೆದರೆ?"

"ನಿನ್ನ ಕಣ್ಣಮುಂದೆ ಒಡೆದರೂ ಪ್ರಾಯಶಃ ನೀನೇನೂ ಮಾಡಲಾಗುವುದಿಲ್ಲ. ಒಂದು ಪಿಡಿಚೆ ಕೊಕೇನನ್ನು ನಶ್ಯದ ತರ ತಗೊಂಡರೆ, ಹೃದಯದ ಬಡಿತ ಮತ್ತು ರಕ್ತದೊತ್ತಡ ಅಂತರಿಕ್ಷಕ್ಕೆ ಏರುತ್ತೆ. ಅಂತಾದರಲ್ಲಿ ಈತ ಕಟ್ಟಿಟ್ಟಿರೋ ಒಂದೊಂದು ಪಾಕೀಟಲ್ಲಿ ಕೇವಲ ಹತ್ತು ಗ್ರಾಮಿದ್ದರೂ, ಒಂದೇ ಒಂದು ಪಾಕೀಟು ಒಡೆದರೂ ಸಹ ಆತನ ಕತೆ ಮುಗಿದಂತೆಯೇ ಲೆಕ್ಕ. ಇನ್ನು ಅವನನ್ನು ನೀವೇ ಕಾಪಾಡಿಕೊಳ್ಳಿ" ಅಂದಿದ್ದ ಜಗಲಿಯ ಧನ್ವಂತ್ರಿ.

ಅಲಿಗೆ ಈ ಕೊಕೇನಿನ ಪ್ಯಾಕೆಟ್ಟುಗಳು ಎಲ್ಲಿ ಸಿಕ್ಕಿದ್ದವು ಅನ್ನುವುದು ಶ್ರೀಧರನಿಗೆ ಕುತೂಹಲ ತರುವ ವಿಷಯವೇ ಆಗಿದ್ದರೂ ಅದನ್ನು ಯೋಚಿಸಲು ತಾನು ಪೋಲೀಸನಲ್ಲ ಎಂದಂದುಕೊಂಡು ತನ್ನ ಕೆಲಸ ಶುರುಹಚ್ಚಿಕೊಂಡ.

ಕೆಲಸ ಎಂದರೆ ಏನು? ಟಾಯ್ಲೆಟ್ಟಿಗೆ ಹೋಗಿಬರುತ್ತಿದ್ದ ನರ್ಸು ಹೋಗಿ ಅಲ್ಲಿ ಏನಾದರೂ ಪ್ಯಾಕೆಟ್ ಬಿದ್ದಿದೆಯಾ ಎಂದು ನೋಡುತ್ತಿದ್ದಳು, ಆಮೇಲೆ ತಾನು ಹೋಗಿ, ನೋಡಿ, ಟಾಯ್ಲೆಟ್ಟಿನಲ್ಲಿ ಏನೂ ಇಲ್ಲ ಎಂತಾದ ಮೇಲೆ ಫ್ಲಶ್ ಮಾಡಿ ಬರುವುದು. ಅಯ್ಯೋ ಧನ್ವಂತ್ರಿ ಕೆಲಸವೇ, ಅಂದುಕೊಂಡ.

ಆದರೆ! ಒಂದೇ ಒಂದು ಪ್ಯಾಕೆಟ್ಟು ಒಡೆದರೂ ಸಾಕು, ಅಲಿಯ ರಕ್ತದೊತ್ತಡ ೨೨೦/೧೪೦, ಹೃದಯದ ಬಡಿತ ನೂರಾರವತ್ತು, ಎದೆನೋವು ಅನ್ನಬಹುದು, ಸ್ಟ್ರೋಕಾಗಬಹುದು, ಹೃದಯಾಘಾತವಾಗಬಹುದು. ತನ್ನ ವೈದ್ಯಕೀಯ ಪರಿಣತಿಯನ್ನು ಪೂರಕ್ಕೆ ಪೂರ ತೋರಿಸಬಲ್ಲ ಸಂದರ್ಭ ತಂತಾನೇ ಒದಗಿಬರುತ್ತದೆ. ಆರು ಪ್ಯಾಕೆಟ್ಟಿನಲ್ಲಿ ಒಂದೇ ಒಂದು ಒಡೆದರೂ ಸಾಕು! ಪ್ರತಿ ಬಾರಿ ಟಾಯ್ಲೆಟ್ಟಿಗೆ ತಾನೇ ಹೋಗಿ ನೋಡಿ ಬರುತ್ತಿದ್ದ. ಅಲಿ ಟಾಯ್ಲೆಟ್ಟಿಗೆ ಹೋಗಿ ಬಂದು ನೋಡಿಕೊಂಡು ಹೋದ ತಕ್ಷಣ ಅವನ ರಕ್ತದೊತ್ತಡವನ್ನು ತಾನೇ ಪರೀಕ್ಷೆ ಮಾಡುತ್ತಿದ್ದ. ತಾನೇ ನಾಡಿಬಡಿತವನ್ನು ಎಣಿಸುತ್ತಿದ್ದ.

ಘೂಗೆಯದು ಆ ತಿಂಗಳು ಜಗಲಿಯಲ್ಲೇ ತಿರುಗಾಟ. ಆತ ಖುದ್ದಾಗಿ ಬಂದು ಅಲಿಯನ್ನು ಪಾಳಯದೊಳಗೆ ಬಿಟ್ಟು ಹೋಗಿದ್ದ. "ಅಷ್ಟೊಂದು ಉತ್ಸಾಹ ಬೇಡ, ಶ್ರೀಧರ. ಅಷ್ಟು ಸುಲಭಕ್ಕೆ ಒಡೆದು ಹೋಗುವುದಿಲ್ಲ ಆ ಪ್ಯಾಕೇಟುಗಳು. ಬಹಳ ಹುಷಾರಾಗಿ ಅದನ್ನು ಕಟ್ಟಿಟ್ಟಿರ್ತಾರೆ. ಸಾಯಲಿ ಅಂತ ಯಾರೂ ಅದನ್ನು ನುಂಗುವುದಿಲ್ಲ. ಬದುಕಬೇಕು, ಬದುಕಿ ಮಜಾ ಮಾಡಬೇಕು ಅಂತ ಅವರ ತಂತ್ರ ಇದು. ಇದೊಂದು ರೀತಿ ಅವರುಗಳಿಗೆ ಈ ಕೊಕೇನನ್ನು ಒಂದು ಕಡೆಯಿಂದ ಇನ್ನೊಂದು ಕಡೆಗೆ ತೆಗೆದುಕೊಂಡು ಹೋಗುವ ಸಾರಿಗೆ ವ್ಯವಸ್ಥೆ ಅಷ್ಟೇ. ಬರೀ ಕಕ್ಕಸ್ಸಲ್ಲಿ ಸರಿಯಾಗಿ ಹುಡುಕು. ಆಮೇಲೆ, ಆ ಪಾಪಿ ಆರು ಪ್ಯಾಕೆಟ್ಟು ಅಂತ ಹೇಳಿದ್ದಾನೆ. ಎಷ್ಟು ಪ್ಯಾಕೆಟ್ಟು ನುಂಗಿದ್ದಾನೋ ದೇವರಿಗೇ ಗೊತ್ತು. ಆದರೆ, ಲೆಕ್ಕದ ಪ್ರಕಾರ ಆರಂತ ಇರಬೇಕಾದರೆ, ಒಂದು ಪ್ಯಾಕೆಟ್ಟು ಸಿಗಲಿಲ್ಲವಾದರೂ ನಿನ್ನ ಮೇಲೇ ಅನುಮಾನ ಪಡುತ್ತಾರೆ. ನೀನೇ ಕದ್ದಿದ್ದೀ ಅಂತ. ನಿನ್ನ ಸಮೇತ ನಿಮ್ಮ ಪಾಳಯದಲ್ಲಿರೋರೆಲ್ಲಾ ಡಬ್ಬದಲ್ಲಿ ಉಚ್ಚೆ ಹೊಯ್ದು ತಾವು ಪರಿಶುದ್ಧರು ಅನ್ನೋದನ್ನು

ಸಾಬೀತುಪಡಿಸಬೇಕಾಗುತ್ತದೆ. ಹುಷಾರು. ಯಾಕಂದ್ರೆ, ಈ ಪಾಳಯದಲ್ಲಿರೋರೆಲ್ಲಾ ನೀನು ತಿಳಿದಷ್ಟು ಸಂಭಾವಿತರೇನೂ ಅಲ್ಲ. ಜಗಲಿಯಲ್ಲಿ ಕೊಕೇನು ಹೊಟ್ಟೆಯೊಳಗೆ ಇದೆ ಅಂತ ಗೊತ್ತಾದ ತಕ್ಷಣ ಇಲ್ಲಿಗೆ ಇದ್ದಕ್ಕಿದ್ದ ಹಾಗೆ ಟ್ರಾಫಿಕ್ಕು ಜಾಸ್ತಿಯಾಗುತ್ತೆ ನೋಡು" ಎಂದು ಹೇಳಿ ಹೋದ. ಹೋಗುವ ಮುನ್ನ ಒಮ್ಮೆ ಟಾಯ್ಲೆಟ್ಟಿಗೆ ಹೋಗಿ ತಾನೇ ಖುದ್ದಾಗಿ ಪರೀಕ್ಷೆ ಮಾಡಿ ಹೋದ. ವಾಪಸ್ಸು ಬಂದು ಶ್ರೀಧರನ ಹತ್ತಿರ "ಎಷ್ಟು ಹೊತ್ತಿಗೆ ನುಂಗಿದನಂತೆ" ಕೇಳಿದ.

"ಬಹುಷಃ ಬೆಳಗಿನ ಜಾವ ಮೂರು ಗಂಟೆಗೆ"

"ಹಾಗಾದರೆ, ಮೇಲಿಂದ ಕೆಳಗೆ ಒಟ್ಟು ಎಲ್ಲಾ ಪ್ಯಾಕೆಟ್ಟುಗಳೂ ಪ್ರಯಾಣ ಮಾಡಬೇಕು ಅಂದರೆ ಕನಿಷ್ಟ ಹನ್ನೆರಡು ಗಂಟೆ ಬೇಕು. ಈ "ಸ್ಕಡ್ ಜಲ" ಕುಡಿದ ಮೇಲೆ ಅದರ ಉತ್ಕರ್ಷ ಸ್ವಲ್ಪ ಜಾಸ್ತಿಯಾಗಬಹುದು. ಆದರೆ, ಸರಿಯಾಗಿ ನೋಡಿಕೋ" ಅಂದ, ಘೂಗೆ.

ಅದು ಪಾಳಯದ ನಿಯಮಾವಳಿ. ಪಾಳಯದ ಔಷಧಿಗಳಲ್ಲಿ ಮತ್ತು ತರಿಸುವಂತ ಮಾರ್ಫೀನು, ಕೋಡೀನು ಇಂತವುಗಳನ್ನೆಲ್ಲಾ ತಿಜೋರಿಯಲ್ಲಿ ಭದ್ರವಾಗಿ ಬೀಗ ಹಾಕಿಡುತ್ತಿದ್ದರು. ಒಂದು ದಿನ ಒಂದು ಸಣ್ಣ ಕೋಡೀನಿನ ಗುಳಿಗೆ ಕಣ್ಮರೆಯಾದರೂ ಆ ಪಾಳಿಯಲ್ಲಿ ಕೆಲಸ ಮಾಡುತ್ತಿದ್ದ ಪಾಳಯದ ಕೆಲಸಗಾರರೆಲ್ಲರೂ ತಮ್ಮ ಮೂತ್ರ ಪರೀಕ್ಷೆ ಮಾಡಿಸಿಕೊಳ್ಳಬೇಕಾಗಿತ್ತು. ಯಾರ ಮೂತ್ರದಲ್ಲೂ ಆ ಔಷಧಿಯ ಅಂಶ ಇಲ್ಲದೇ ಇದ್ದಾಗ, ಎಲ್ಲರನ್ನೂ ಮನೆಗೆ ಕಳಿಸುತ್ತಿದ್ದರು. ಇಲ್ಲದೇ ಇದ್ದರೆ, ಯಾರೋ ಒಬ್ಬರು ನಾನು ಇಂತ ರೋಗಿಗೆ ಒಂದು ಗುಳಿಗೆ ಹೆಚ್ಚಾಗಿ ಕೊಟ್ಟೆ ಅಂತ ಪ್ರಮಾಣೀಕರಿಸಿ, ಅದು ಅವರ ದಾಖಲೆಗಳಲ್ಲಿ ಒಂದು ತಪ್ಪೆಂದು ಛಾಪಿಸಿ ಹೋದ ಮೇಲೆ ಉಳಿದವರಿಗೆಲ್ಲಾ ಮುಕ್ತಿ ಸಿಗುತ್ತಿತ್ತು. ಪರಿಸ್ಥಿತಿ ಹೀಗಿರಬೇಕಾದರೆ, ಅಲಿ ಯಾವ ಬಾಯಲ್ಲೋ ತಾನು ನುಂಗಿದ್ದು ಆರು ಪ್ಯಾಕೆಟ್ಟು ಎಂದು ಹೇಳಿಬಿಟ್ಟಿದ್ದಾನೆ. ಒಂದು ಪ್ಯಾಕೆಟ್ಟು ಸಿಗದಿದ್ದರೂ ತನ್ನ ಮೇಲೆಯೇ ಅನುಮಾನ ಬರಬಹುದು ಎಂದೆನಿಸಿ, ಒಂದು ಕ್ಷಣ ಹೆದರಿಕೆಯಾಯಿತು.

"ಎಲ್ಲವೂ ಹೊರಗೆ ಬರುತ್ತಾ, ಘೂಗೆ?" ಕೇಳಿದ, ಶ್ರೀಧರ ಅನುಮಾನದಿಂದ.

"ಎಲ್ಲವನ್ನೂ ನುಂಗಿದ್ದನೋ, ಅಥವಾ...?" ಕೇಳಿದ, ಘೂಗೆ.

ಶ್ರೀಧರನಿಗೆ ಅರ್ಥವಾಗಲಿಲ್ಲ. ಘೂಗೆಯನ್ನು ಪೆದ್ದನಂತೆ ನೋಡಿದ.

"ಅಯ್ಯೋ ಪೆದ್ದೇ. ನವರಂಧ್ರಗಳಲ್ಲಿ ಎರಡು ರಂಧ್ರವನ್ನು ಮೇಲೆ, ಕೆಳಗೆ ಅಂತ ಜೀರ್ಣಕ್ರಿಯೆಗೆ ಆ ಪರಮಾತ್ಮ ಸೃಷ್ಟಿಮಾಡಿದ್ದಾನೆ. ಎರಡೂ ರಂಧ್ರಗಳೂ ಒನ್‌ವೇ ಅಲ್ಲ, ತಿಳಕೋ. ಆದರೆ, ಒಂದು ಮಾತ್ರ ನಿಜ. ಒಳಗೆ ಹೋದದ್ದು ಹೊರಗೆ ಬರಲೇಬೇಕು" ಅಂದ. ಹೋಗುವ ಮೊದಲು ತೇಲಿಸಿದಂತೆ "ಏನು ಅದು, ಗುಸಗುಸ ಪಾಳಯದಲ್ಲಿ, ಬೆಟ್ಟೀನ ನೀನು ಬಿಡ್ತೀಯೋ ಅಥವಾ ಅವಳೇ ನಿನ್ನನ್ನು ಬಿಡ್ತಾಳೋ"

"ನಿಂಗೆ ವಿಷಯ ಗೊತ್ತಿಲ್ಲ" ಅಂದ, ಶ್ರೀಧರ. ಇನ್ನೇನೂ ಮುಚ್ಚಿಟ್ಟುಕೊಳ್ಳುವುದು ಇಲ್ಲ ಅನ್ನುವಂತೆ.

"ಏನು, ಬೆಟ್ಟಿಯ ಬಸುರಿಂದು ತಾನೇ"

"ಹೌದು"

"ಅವಳ ಒಂದು ತಿಂಗಳ ಮುಟ್ಟು ತಪ್ಪಿದ ದಿನವೇ ಇಡೀ ಊರಿಗೇ ಹೇಳಿಕೊಂಡು ಬಂದಳು, ಆಕೆ. ನೀನು ಊರಲ್ಲಿರಲಿಲ್ಲ. ಆದ್ದರಿಂದ ನಿನಗೇ ಬಹಳ ತಡವಾಗಿ ಗೊತ್ತಾದದ್ದು ಅನ್ನಿಸುತ್ತೆ"

ಒಂದು ಕ್ಷಣ ಆದ ಆಘಾತವನ್ನು ಮುಖದಲ್ಲಿ ತೋರ್ಪಡಿಸಿಕೊಳ್ಳದೇ "ನಾನು ಈಗಿನ ನನ್ನ ಪರಿಸ್ಥಿತಿಯಲ್ಲಿ ಸಿದ್ಧವಾಗಿಲ್ಲ, ಘೂಗೆ. ಅವಳು ನೋಡಿದರೆ ಅವಳು ಹುಟ್ಟಿರೋದೇ ಇನ್ನೊಂದು ಮಗುವನ್ನು ಹುಟ್ಟಿಸೋದಕ್ಕೆ ಅನ್ನೋ ಹಾಗೆ ಆಡುತ್ತಾಳೆ. ಅವಳಿಗೆ ಮಗು ಅಂದರೆ ಇಷ್ಟವಿಲ್ಲವಂತೆ. ಹಾಗಾದರೆ ಇವಳು ಅಬಾರ್ಷನ್‌ಗೆ ಸಿದ್ಧ ಇದ್ದಾಳೆ ಅಂದುಕೊಂಡು ಮಗುವನ್ನು ತೆಗೆಸಿಬಿಡೋಣ ಅಂದಿದ್ದಕ್ಕೆ ಕೂಗಾಡಿ, ಅರಚಾಡಿ, ಹೊಡೆದು ಬಡಿದು ಮಾಡಿದಳು"

"ಪೆಕರೇ, ಅವಳ ಹತ್ತಿರ ಅಬಾರ್ಷನ್ ವಿಷಯ ಮಾತಾಡಿದ್ಯಲ್ಲ, ಅದೂ ಈ ದೇಶದಲ್ಲಿ. ಅದು ತುಂಬಾ ಅರಾಜಕೀಯ ಕಣಯ್ಯ. ಅವಳು ಪಕ್ಕಾ ಕ್ಯಾಥೊಲಿಕ್. ಮಡಿ ಜಾಸ್ತಿ. ಗರ್ಭ ತೆಗೆಸೋದರಿಂದ ನೇರ ನರಕಕ್ಕೇ ಹೋಗ್ತೀನಿ ಅಂತ ನಂಬಿರೋಳು. ಆದ್ದರಿಂದ ಈ ಜೀವದ ಬಗೆಗೆ ಅವಳ ಹತ್ತಿರ ಜಿಜ್ಞಾಸೆ ಮಾಡದೇ ಪಾಲಿಗೆ ಬಂದದ್ದು ಪಂಚಾಮೃತ ಅಂತ ಅನುಭವಿಸು"

"ಆದರೆ, ಆಕೆ ಈಗಿನ ಕಾಲದ ಹುಡುಗಿ. ಕಾಂಟ್ರಸೆಪ್ಷನ್ ಏನೂ ಉಪಯೋಗಿಸಲ್ವಾ. ಈ ಹುಡುಗಿಯರೂ ಬಹಳ ಸೇಫ್ ಅಂತ ತಿಳಿದಿದ್ದೆ"

"ನೀನೊಳ್ಳೆಯವನಯ್ಯ. ನನ್ನ ಕೇಳಿದ್ರೆ, ನನಗೆ ಹೇಗೆ ಗೊತ್ತಿರುತ್ತೆ. ಜುಮ್ಮಂದಿದ್ದು ನಿನಗೆ, ಜೆಲ್ಲಿ ಇತ್ತಾ ಅಂತ ನನ್ನ ಕೇಳ್ತೀಯಲ್ಲ. ನನ್ನ ಅನಿಸಿಕೆಯಲ್ಲಿ ಆಕೆ ಯಾವುದೇ ರೀತಿಯ ಕಾಂಟ್ರಸೆಪ್ಷನ್ನನ್ನು ಉಪಯೋಗಿಸಿರೋಲ್ಲ. ಮಕ್ಕಳೆಂದರೆ ದೇವರು ಕೊಟ್ಟಿದ್ದು ಅನ್ನೋ ನಂಬಿಕೆ ಅನ್ನಿಸುತ್ತೆ, ಅವಳದು ಪ್ರಾಯಶಃ"

"ಅದನ್ನ ನಾನೊಪ್ಪೊಲ್ಲ. ಬೆಟ್ಟಿಯ ಇಷ್ಟು ವರ್ಷದ ಲೈಂಗಿಕ ಜೀವನ ಯಾವುದೇ ಸೇಫ್ಟಿಯಿಲ್ಲದೆ ಮಕ್ಕಳಾಗದಂತೆ ಉಳಿದಿದೆ ಅಂದರೆ"

"ನನಗೇನು ಗೊತ್ತು. ಸೇಫ್ಟೀ ಪಿರಿಯಡಿನಲ್ಲಿ ಮಾತ್ರ ಡೇಟುಗಳನ್ನು ಹುಡುಕ್ತಾಳೊ? ಅಥವಾ ನಾವಂದುಕೊಂಡಷ್ಟು ಮುಕ್ತವಾಗಿಲ್ಲವೇನೋ, ಆಕೆ. ಅಥವಾ ನಿನ್ನ ಮೀನುಗಳು ಬಹಳ ತಾಕತ್ತಿರುವವೇನೊ? ಎಲ್ಲಾ ತರ ಲೆಕ್ಕ ಇಡೋಕೆ ಆಗುತ್ತಾ? ಈಗ ಆಗಿದೆ, ಅನುಭವಿಸು"

"ಹಾಗಾದ್ರೆ"

"ಏನೂ ಯೋಚ್ನೇ ಮಾಡಬೇಡ. ಏನಾದರೂ ಸಪೋರ್ಟ್ ಬೇಕು ಅಂತ ಕೇಳ್ತಾ ಇದಾಳ?"

"ಇನ್ನೂ ಇಲ್ಲ"

"ನಿನ್ನ ಅದೃಷ್ಟ. ನೀನು ದೊಡ್ಡ ಧನ್ವಂತ್ರಿ, ನಿನ್ನ ಹತ್ತಿರ ಚೆನ್ನಾಗಿ ದುಡ್ಡಿದೆ ಅಂತ ಏನಾದರೂ ದೊಡ್ಡ ಪ್ಲಾನು ಹಾಕಿದ್ರೂ ಆಶ್ಚರ್ಯವೇನಿಲ್ಲ. ಆದರೆ, ಹಾಗೆ ಕೇಳ್ತೋತನಕ ನೀನು ಏನೂ ಯೋಚಿಸಬೇಡ. ಅಲ್ಲಿ ಅಲಿ ಮತ್ತೆ ಟಾಯ್ಲೆಟ್ಟಿಗೆ ಹೋಗ್ತಾ ಇದಾನೆ, ಹೋಗಿ ನೋಡಿಕೊಂಡು ಬಾ" ಎಂದು ಹೇಳಿ ತನ್ನ ಕೆಲಸಕ್ಕೆ ಹೋದ.

ಸುಮಾರು ಐದು ಗಂಟೆಯ ತನಕ ಅಲಿ ಮೂವತ್ತು ಬಾರಿ ಟಾಯ್ಲೆಟ್ಟಿಗೆ ಹೋಗಿ ಬಂದಿದ್ದ. ಆದರೆ, ಸಿಕ್ಕಿದ್ದು ಐದೇ ಪ್ಯಾಕೆಟ್ಟು. ಆರನೆಯ ಪ್ಯಾಕೆಟ್ಟು ಸಿಗಲೇ ಇಲ್ಲ. ಆ ಪ್ಯಾಕೆಟ್ಟು ಅಲಿಯ ಹೊಟ್ಟೆಯ ಒಳಗೆ ಒಡೆಯುತ್ತದೆ ಎಂದು ಕಾಯುತ್ತಲೇ ಇದ್ದ, ಶ್ರೀಧರ. ಆದರೆ ಶ್ರೀಧರನ ಆ ದಿನದ ಪಾಳಿ ಮುಗಿಯುತ್ತಾ ಬಂದಿತ್ತು.

ಅಲಿಯ ಹೊಟ್ಟೆಯೊಳಗೆ ಇರಬಹುದಾದ ಪ್ಯಾಕೆಟ್ಟನ್ನು ತೆಗೆಯಲು ಹೊಟ್ಟೆಯೊಳಗೆ ದೀಪದ ನಳಿಕೆ ಹಾಕುವ ಧನ್ವಂತ್ರಿಗಳನ್ನು ಕೇಳುವುದೋ ಅಥವಾ ತರತರಾವರಿ ಎಕ್ಸ್-ರೇಗಳನ್ನು ತೆಗೆಯುವುದೋ ಅನ್ನುವ ಚರ್ಚೆ ಪಾಳಯದ ಘಟಾನುಘಟಿಗಳಲ್ಲಿ ನಡೆದಿತ್ತು. ಇದ್ದಕ್ಕಿದ್ದಂತೆ ಅಲಿ "ನಾನು ಇಲ್ಲಿಗೆ ಯಾಕೆ ಬಂದಿದ್ದೀನಿ? ಯಾಕೆ ಹೀಗೆ ಇಪ್ಪತ್ತು ಬಾರಿ ಟಾಯ್ಲೆಟ್ಟಿಗೆ ಹೋಗಿಬರುತ್ತಾ ಇದೀನಿ? ನೀವೆಲ್ಲಾ ಯಾರು?" ಅನ್ನುವ ಕೆಲವು ಮೂಲಭೂತ ಪ್ರಶ್ನೆಗಳನ್ನು ಕೇಳಿದ. ಯಾರೋ ಒಬ್ಬ ಧನ್ವಂತ್ರಿ "ನಾವು ಯಾರು? ಹ.. ಹ.. ನಾವು ಯಾರು? ಬಹಳ ಸರಳವಾದ ಈ ಪ್ರಶ್ನೆಗೆ, ನೀವು ಯಾವುದಾದರೂ ವಿಶ್ವವಿದ್ಯಾನಿಲಯದ ಅಸ್ತಿತ್ವವಾದಿ ತತ್ವಶಾಸ್ತ್ರದ ಪ್ರೊಫೆಸರಾಗದಿದ್ದಲ್ಲಿ ಮಾತ್ರ ಕೊಡುವ ಉತ್ತರ ಒಂದೇ ಆಗಿರುತ್ತದೆ" ಅಂದು ಜೋಕ್ ಮಾಡಿದ. ಆ ಜೋಕಿಗೆ ಯಾರೂ ನಗಲಿಲ್ಲ. ಅವನಿಗೆ ಬೇರೆ ಬೇರೆ ಧನ್ವಂತ್ರಿಗಳು ಬೇರೆ ಬೇರೆ ಉತ್ತರ ಕೊಟ್ಟಿದ್ದಲ್ಲದೆ, ಬೇರೆ ಬೇರೆ ಪ್ರಶ್ನೆ ಕೇಳಿದಾಗ ಆತ "ನಾನು ನುಂಗಿದ್ದು ಐದೇ ಪ್ಯಾಕೇಟು" ಎಂದ. ಬೆಳಗ್ಗಿನಿಂದ ಒಂದೇ ಸಮ ಅವನ ಹಿಂದೆ ಟಾಯ್ಲೆಟ್ಟಿಗೆ ಹೋಗಿ ಬಂದು ಸುಸ್ತಾಗಿದ್ದ ನರ್ಸೊಬ್ಬಳು "ಹೇ" ಎಂದು ಖುಷಿಯಾಗಿ ಚಪ್ಪಾಳೆ ತಟ್ಟಿ, ಹೀಗೆ ಅಲಿ ಹೇಳಿದ್ದ ಎಂದು ಆತನ ಕೇಸ್ ಪೇಪರಿನಲ್ಲಿ ದಾಖಲಿಸಿ, ಮನೆಗೆ ಹೊರಡಲು ಸಿದ್ಧವಾದಳು. ಶ್ರೀಧರನ ನಂತರ ಪಾಳಿ ಹಿಡಿದ ಇನ್ನೊಬ್ಬ ಧನ್ವಂತ್ರಿ ಅಲಿಯ ರಕ್ತದ ಆಲ್ಕೋಹಾಲಿನ ಮಟ್ಟವನ್ನು ಇನ್ನೊಮ್ಮೆ ಪರೀಕ್ಷಿಸಿ ಅದು ಹತ್ತಿರ ಹತ್ತಿರ ನಾರ್ಮಲ್ಲಿಗೆ ಬರುತ್ತಾ ಇರೋದರಿಂದ, ಅಲಿ ಈಗ ಹೇಳುತ್ತಾ ಇರುವುದೇ ನಿಜ ಎಂದು ಹೇಳಿ, ಕೊನೆಗೆ ಅಲಿಯ ಹೊಟ್ಟೆಯೊಳಗೆ ಇನ್ನೊಂದು ಪ್ಯಾಕೆಟ್ಟು ಉಳಿದಿದ್ದರೆ ಆಗುವ ಪ್ರಮಾದಗಳನ್ನೂ ಹೇಳಿ, ಅಕಸ್ಮಾತ್ ಹೊಟ್ಟೆಯೊಳಗೆ ಉಳಿದಿರಬಹುದಾದ ಈ ಪ್ಯಾಕೆಟ್ಟನ್ನು ತೆಗೆಯಲು ತಾವು ಮಾಡಬಹುದಾದ ಪರೀಕ್ಷೆಗಳು,

ಉಪಯೋಗಿಸಬಹುದಾದ ಆಟಿಕೆಗಳನ್ನೂ ಅಲಿಗೆ ಪರಿಚಯಿಸಿದಾಗ ಅಲಿ ಬೆದರಿಹೋದ. ಮಂಡಿಯ ಮೇಲೆ ಕೂತು "ತಾನು ನುಂಗಿದ್ದು ಐದೇ ಪ್ಯಾಕೆಟ್ಟು" ಎಂದು ಪ್ರಮಾಣ ಮಾಡಿದ. ತಾನು ನುಂಗಿದ್ದ ಐದೂ ಪ್ಯಾಕೆಟ್ಟುಗಳನ್ನೂ ಗುರುತಿಸಿ ತಾನು ಇನ್ನೊಂದು ಪ್ಯಾಕೆಟ್ಟನ್ನು ನುಂಗಿರುವ ಪ್ರಶ್ನೆಯೇ ಇಲ್ಲದಿರುವುದರಿಂದ, ಈ ಯಾವ ಪರೀಕ್ಷೆಯೂ ತನಗೆ ಬೇಡವೆಂದೂ, ಹಾಗೇನಾದರೂ ತನ್ನ ಕಣ್ಣು ತಪ್ಪಿ ಇನ್ನೇನಾದರೂ ಒಂದು ಪ್ಯಾಕೆಟ್ಟು ತನ್ನ ಹೊಟ್ಟೆಯೊಳಗೇ ಉಳಿದಿದ್ದು, ಅದೇನಾದರೂ ಒಡೆದರೆ, ಅದರಿಂದ ಆಗಬಹುದಾದ ಎಲ್ಲ ಪರಿಣಾಮಗಳಿಗೆ ತಾನೇ ಹೊಣೆಯೆಂದೂ ಒಂದು ಕಾಗದದ ಮೇಲೆ ಬರೆದು ಸಹಿ ಮಾಡಿ ಜೈಲಿಗೆ ಹೋದ. ಇದು ಆತ್ಮಹತ್ಯಾ ಪ್ರಯತ್ನವಾಗಿಲ್ಲವಾದ್ದರಿಂದ ಅವನ ಇಷ್ಟಕ್ಕೆ ವಿರುದ್ಧವಾಗಿ ಏನೂ ಮಾಡಲಾಗದೇ, ಮುಂದಿನ ಜವಾಬ್ದಾರಿಯನ್ನು ಪೋಲೀಸಿಗೆ ವಹಿಸಿಕೊಟ್ಟ.

"ಆ ಪ್ಯಾಕೆಟ್ಟುಗಳನ್ನು ಸಾಕ್ಷಿ, ಪುರಾವೆ ಎಂದು ಏನಾದರೂ ತೆಗೆದುಕೊಂಡು ಹೋಗ್ತೀರಾ?" ಶ್ರೀಧರ ಮನೆಗೆ ಹೋಗುವ ಮುನ್ನ ಕೇಳಿದ್ದ. "ಅದು ದೇಹದಲ್ಲಿದ್ದಿದ್ದರಿಂದ ಅದನ್ನು ಸಾಕ್ಷಿ ಎಂದು ಉಪಯೋಗಿಸಿಕೊಳ್ಳಲಾಗುವುದಿಲ್ಲ" ಎಂದರು.

ಶ್ರೀಧರನಿಗೆ ಇನ್ನೂ ಹೆಚ್ಚು ಅರ್ಥ ಮಾಡಿಕೊಳ್ಳುವುದಕ್ಕೆ ಶಕ್ತಿಯಿರಲಿಲ್ಲ. ಸೀದಾ ಮನೆಗೆ ಹೋದ. ಮನೆಯ ಆನ್ಸರಿಂಗ್ ಮಶೀನಿನಲ್ಲಿ ಕೆಂಪುದೀಪ ಮಿನುಗುತ್ತಿತ್ತು.

* * * * *

ಹೃದಯಾಘಾತ

ಮಾರನೆಯ ದಿನ ಬೆಳಿಗ್ಗೆ ಆರಕ್ಕೇ ಮನೆಯಲ್ಲಿ ಮಲಗಿದ್ದಾಗ ಶ್ರೀಧರನ ಬೀಪರ್ ಜೋರಾಗಿ ಬಡಕೊಳ್ಳಹತ್ತಿತು. ಪಾಳಯದಿಂದ ತುರ್ತುಕರೆ ಬಂದಿತ್ತು. ಫೋನು ಮಾಡಿದರೆ, ಅಖ್ತರ್ ಫೋನೆತ್ತಿದ್ದ. "ಶ್ರೀಧರ, ಘೂಗೆಗೆ ಹಾರ್ಟ್ ಅಟ್ಯಾಕ್ ಆಗಿದೆ. ಬೇಗ ಬಾ" ಅಂತ ಹೇಳಿ ಫೋನಿಟ್ಟ.

ಒಂದು ಕ್ಷಣ ಶ್ರೀಧರನಿಗೆ ಏನೂ ಅರ್ಥವಾಗಲಿಲ್ಲ. ಇದೊಂಥರಾ ತಮಾಷಿಯಿರಬೇಕು ಅಂದುಕೊಂಡ. ಘೂಗೆಗೆಂತಾ ಹಾರ್ಟ್ ಅಟ್ಯಾಕು. ಅಖ್ತರ್ ಯಾಕೆ ಇಷ್ಟು ಬೇಗ ಅಲ್ಲಿದ್ದಾನೆ? ನಿನ್ನೆ ನೋಡಿದ ಘೂಗೆಗೆ ಈಗ ಇದ್ದಕ್ಕಿದ್ದ ಹಾಗೆ ಹೀಗಾಗಿದೆ ಅಂದರೆ? ವಿಷಯ ತಿಳಕೊಳ್ಳಲು ಬೀಪರ್‌ಗೆ ಬಂದ ನಂಬರಿಗೇ ಮತ್ತೆ ಇನ್ನೊಮ್ಮೆ ಫೋನು ಮಾಡಿದ. ಆದರೆ, ಯಾರೂ ಎತ್ತಲಿಲ್ಲ. ತಲೆ ಕೆಟ್ಟಂತಾಯಿತು. ಘೂಗೆಗೆ ಹಾರ್ಟ್ ಅಟ್ಯಾಕು. ಬಹುಷಃ ಅವನಿಗೆ ಮೂವತ್ತೆರಡು ಮೂವತ್ಮೂರು ವಯಸ್ಸಿರಬೇಕೇನೋ. ಇಷ್ಟು ಬೇಗ ಅವನಿಗೆ ಹಾರ್ಟ್ ಅಟ್ಯಾಕಾಗಿರಬಹುದು? ಆಗಿರಬಾರದೆಂದಲ್ಲ. ಅವರಪ್ಪನಿಗೆ ಏನಾದರೂ ಚಿಕ್ಕವಯಸ್ಸಿನಲ್ಲಿ ಹಾರ್ಟ್ ಅಟ್ಯಾಕಾಗಿತ್ತಾ? ಘೂಗೆ ಸಿಗರೇಟಂತೂ ಸೇದುತ್ತಿರಲಿಲ್ಲ. ಅವನ

ಕೊಲೆಸ್ಟೆರಾಲೇನಾದರೂ ಜಾಸ್ತಿ ಇತ್ತಾ? ಇಂತ ಸಮಯದಲ್ಲಿ ಘೂಗೆಗಿದ್ದ ರಿಸ್ಕುಗಳನ್ನು ಪಟ್ಟಿಮಾಡುತ್ತಾ ಕೂಡುವುದರ ಬದಲು ತಾನು ಅಲ್ಲಿ ಇರಬೇಕಾದುದು ಅವಶ್ಯ ಅಂದೆನಿಸಿ ಬೇಗ ತಯಾರಾಗಿ ಪಾಳಯಕ್ಕೆ ಹೋದ.

ಘೂಗೆಗೆ ನಿಜವಾಗಿಯೂ ಹೃದಯಾಘಾತವಾಗಿತ್ತು. ಬೆಳಗಿನ ಜಾವ ಮೂರು ಗಂಟೆಗೆ ಎದೆನೋವು ಕಾಣಿಸಿಕೊಂಡಿತ್ತಂತೆ. ತನ್ನ ಅಪಾರ್ಟ್‌ಮೆಂಟಿಗೇ ಆಂಬುಲೆನ್ಸನ್ನು ಕರೆಸಿದ್ದನಂತೆ. ಆಂಬುಲೆನ್ಸಿನ ಪ್ರಾಣಪಾಲಕರು ಘೂಗೆಯ ತನ್ನ ಜೀವದ ಮೇಲಿನ ಆಸೆಯನ್ನು ನೋಡಿ ಬೆರಗಾಗಿದ್ದರಂತೆ. ಪ್ರತಿ ಮಿನಿಟ್ಟಿಗೂ ತನ್ನ ಹೃದಯದ ಮಾನಿಟರನ್ನು ನೋಡಿ ತನಗೆ ಹೃದಯಾಘಾತವಾದ ಮೊದಲನೇ ಘಂಟೆಯಲ್ಲಿ ಕೊಡಬೇಕಾಗಬಹುದಾದ ಎಲ್ಲ ಔಷಧಿಗಳನ್ನೂ ಎಲ್ಲರಿಗೂ ಹೇಳುತ್ತಾ ಬಂದಿದ್ದನಂತೆ. ಈಗ ಆಂಬುಲೆನ್ಸಿನಲ್ಲಿಯೇ ಇಸಿಜಿ ಮಾಡಿ, ನೇರವಾಗಿ ಕ್ಯಾತ್ ಲ್ಯಾಬಿಗೇ ಕರಕೊಂಡು ಹೋಗಿ, ತೊಡೆಯ ಸಂದಿಯಿಂದ ಒಂದು ತಂತಿ ಹಾಕಿ ಇದ್ದ ಒಂದೇ ಒಂದು ರಕ್ತದ ಗಡ್ಡೆಯಿಂದಾದ ಬ್ಲಾಕನ್ನು ಹಿಗ್ಗಿಸಿ ಸರಿಪಡಿಸಿದ್ದರು. ಶ್ರೀಧರ ಸೀದಾ ಹೋಗಿ ಘೂಗೆಯನ್ನು ಮಾತಾಡಿಸುವ ಮೊದಲು ಅಖ್ತರನಿಗೆ ಬೀಪ್ ಮಾಡಿದ. “ಬೇಗ ಬಾ, ನಿನ್ನ ಹತ್ತಿರ ಐದು ನಿಮಿಷ ಮಾತಾಡಬೇಕು”. ಅಖ್ತರ ತನ್ನ ಕೆಲಸದ ನಡುವೆ ಐದು ನಿಮಿಷ ಸಮಯ ತೆಗೆದುಕೊಂಡು ಬಂದು ಮಾತಾಡಿದ್ದ.

“ಹೃದಯದ ಮುಂಭಾಗ ಪೂರಾ ಪಡ್ಚ. ಆದರೆ, ತಕ್ಷಣ ಬಂದು ರಕ್ತನಾಳಾನ ಹಿಗ್ಗಿಸಿದ್ದರಿಂದ ಈಗ ಸರಿಯಾಗಿದೆಯಂತೆ. ಮುಂದೆ ಏನೂ ತೊಂದರೆಯಾಗುವುದಿಲ್ಲ ಅನ್ನಿಸುತ್ತೆ. ನಿನ್ನೆ ರಾತ್ರಿ ಕೆಲಸದಿಂದ ಹೋದ ಮೇಲೆ ಸರಿಯಾಗೇ ಇದ್ದನಂತೆ. ಬೆಳಗಿನ ಜಾವ ಮೂರು ಗಂಟೆಗೆ ಎದೆನೋವು ಕಾಣಿಸಿಕೊಂಡಿತಂತೆ. ಬೇರೆ ಯಾರಾದರೂ ಮೂವತ್ತು ವರ್ಷದವನು ಜಗಲಿಗೆ ಎದೆನೋವಂತ ಬಂದಿದ್ದರೆ ಒಂದು ಇಸಿಜಿ ಕೂಡ ಮಾಡದ ಘೂಗೆ, ತನಗೆ ಎದೆನೋವು ಬಂತೆಂದು ಐದು ನಿಮಿಷದೊಳಗೆ ಆಂಬುಲೆನ್ಸನ್ನು ಕರೆದಿದ್ದಾನೆ. ತಕ್ಷಣ ಇಸಿಜಿ ಮಾಡಿದಾಗ ಗೊತ್ತಾಯಿತಂತೆ. ಮುಂದಿನದು ನಿನಗೆ ಗೊತ್ತೇ ಇದೆ. ಬದುಕ್ತಾನೆ, ಮುಂದೆ ಏನೂ ತೊಂದರೆ ಆಗೋದಿಲ್ಲ”

“ಘೂಗೆಗೆ ಹೇಗಾಯ್ತು ಹಾರ್ಟ್ ಅಟ್ಯಾಕು. ಏನಾದ್ರೂ ಫ್ಯಾಮಿಲಿ ಹಿಸ್ಟರಿ?”

“ಯಾರಿಗ್ಗೊತ್ತು. ಅವ ಏನೂ ಮಾತಾಡ್ತಿಲ್ಲವಂತೆ. ಒಳಗೆ ಹೋಗಿ ನೇರವಾಗಿ ಮಾತಾಡೊಕಾಗಿಲ್ಲ. ಅವನ ಪಾಳಯದ ದಾಖಲೆಗಳೆಲ್ಲಾ ಒಳಗಿವೆ. ನಿನಗೆ ಗೊತ್ತಲ್ಲ, ಎಲ್ಲಾ ದಾಖಲೆಗಳನ್ನು ಒಳ್ಳೆ ನಗಾನೋ ನಾಣ್ಯಾನೋ ಅನ್ನೋ ತರಾ ಅಡಗಿಸಿಟ್ಟಿರ್ತಾರೆ. ನೀನು ಒಳಗೆ ಹೋಗಿ ಮಾತಾಡು ಬೇಕಾದರೆ” ಅಂದು ಹೇಳಿ ಹೊರಡಲು ಸಿದ್ಧನಾದ, ಅಖ್ತರ್.

ಶ್ರೀಧರನಿಗೆ ಇವತ್ತಿನ ಈ ಘೂಗೆಯ ಹೃದಯಾಘಾತ ಅಷ್ಟು ಸರಳವಾಗಿ, ಸ್ವಾಭಾವಿಕವಾಗಿ ಆಗಿಲ್ಲ ಅನ್ನಿಸಿತು. ಘೂಗೆಯ ಸ್ವಂತ ವಿಷಯಗಳ ಬಗ್ಗೆ ಎಲ್ಲರಿಗೂ ಆಸಕ್ತಿ ಇದ್ದೇ ಇತ್ತು, ಪಾಳಯದಲ್ಲಿ. ಆತ ಬಾರಿನಲ್ಲಿ ಸಿಕ್ಕ ಹುಡುಗಿಯನ್ನು ರಾತ್ರಿ ಮನೆಗೆ

ಕರಕೊಂಡು ಹೋಗಿ ಮಲಗಿ, ನಂತರ ಮಾರನೆಯ ದಿನ ಪಾಳಯಕ್ಕೆ ಕರಕೊಂಡು ಬಂದಂದಿನಿಂದ ಹಿಡಿದು ಅವನ ಈ ರಂಜಕ ಜೀವನ ಶೈಲಿ ನೋಡುಗರಿಗೆ ಆಕರ್ಷಣೆಯನ್ನುಂಟು ಮಾಡುತ್ತಲೇ ಇತ್ತು. ಈಗ ಇಂತಹ ಹೃದಯಾಘಾತದಂತಹ ಗಂಭೀರವಾದ ವಿಷಯದಲ್ಲೂ ಈತ ಮೂಡಿಸುವ ಬೆರಗನ್ನು ಕಂಡು ಆಶ್ಚರ್ಯವಾಯಿತು. ಆದರೆ, ಯೋಚಿಸಿದಷ್ಟೂ ಮನಸ್ಸಿನ ಒಂದು ಮೂಲೆಯಲ್ಲಿ ನಿನ್ನೆಯ ಅಲಿಯ ಕೊಕೇನಿನ ಪ್ಯಾಕೆಟ್ಟುಗಳಿಗೂ ಇದಕ್ಕೂ ಏನಾದರೂ ಸಂಬಂಧವಿದೆಯೇ ಅನ್ನಿಸಿತು.

"ಅಖ್ತರ್, ನನಗೊಂದು ಅನುಮಾನ" ಅಂದ ಶ್ರೀಧರ.

"ಏನು?"

"ನಿನ್ನೆ ಅಲಿ ನುಂಗಿದ್ದು ಆರು ಪ್ಯಾಕೆಟ್ಟು ಕೊಕೇನು ಅಂದಿದ್ದರು, ಆತ ಬಂದಾಗ. ಆದರೆ, ಹೊರಬಂದದ್ದು ಐದೇ. ಕೊನೆಗೆ ಎಲ್ಲರೂ ಅಲಿಯ ಮಾತನ್ನೇ ನಂಬಿ ಐದೇ ಅಂತ ಒಪ್ಪಿಕೊಂಡು ಮುಂದೇನಾದರೂ ಹೆಚ್ಚುಕಮ್ಮಿಯಾದರೆ ಅಲಿಯೇ ಹೊಣೆ ಅಂತ ಒಂದು ಕಾಗದದ ಮೇಲೆ ಬರೆಸಿ ಅವನನ್ನು ಮುಂದೆ ಕಳಿಸಿದ್ದಾರೆ. ಘೂಗೆಗೆ ಇದ್ದುದು ಬೇರೆ ರೊಟೇಶನ್. ಅವನು ಒಮ್ಮೆ ಕಾರಣವಿಲ್ಲದೆಯೂ ಬಂದು ಅಲಿಯನ್ನು ಮತ್ತು ನನ್ನನ್ನು ಮಾತಾಡಿಸಿಕೊಂಡು ಹೋಗಿದ್ದ. ನನಗೆ ನೆನಪಿಲ್ಲ, ಯಾವ ಸಮಯ ಅಂತ. ಒಮ್ಮೆ ಟಾಯ್ಲೆಟ್ಟಿಗೂ ಹೋಗಿ ಏನಾದರೂ ಪ್ಯಾಕೆಟ್ಟು ಬಿದ್ದಿದೆಯಾ ಅಂತ ನೋಡಿಕೊಂಡು ಬಂದಿದ್ದ"

"ಅಂದರೆ, ನೀನು ಹೇಳ್ತಾ ಇರೋದೇನು?"

"ನನಗೂ ಸರಿಯಾಗಿ ಗೊತ್ತಿಲ್ಲ. ಆದರೆ, ಒಮ್ಮೆ ಘೂಗೆಯ ಮೂತ್ರ ಪರೀಕ್ಷೆ ಮಾಡೋದು ಒಳ್ಳೆಯದನ್ನಿಸುತ್ತೆ"

"ಆದ್ರೆ ಆಂಜಿಯೋಗ್ರಾಮಿನಲ್ಲಿ ಅವನಿಗೆ ತೊಂದರೆ ಇತ್ತು ಅಂತ ಗೊತ್ತಾಗಿದೆಯಲ್ಲ. ಸುಮ್ಮನೆ ಯಾಕೆ ಈ ತರ ಅವನನ್ನು ತೊಂದರೇಗೆ ಸಿಕ್ಕಿಹಾಕಿಸಕ್ಕೆ ಹೋಗ್ತೀಯ"

"ಅಖ್ತರ್, ನಾನೇನು ಹೇಳ್ತಾ ಇದೀನಂತ ನಿನಗೂ ಗೊತ್ತು, ನನಗೂ ಗೊತ್ತು. ಇವನ ಆಂಜಿಯೋಗ್ರಾಮ್ ಹೇಗಿತ್ತು ಅಂತ ನಾನಂತೂ ನೋಡಿಲ್ಲ. ಆದರೆ, ಘೂಗೆಯ ವಯಸ್ಸಿನೋರು ಬೇರೆ ಯಾರಾದರೂ ಹೃದಯಾಘಾತ ಆಗಿ ಜಗಲಿಗೆ ಬಂದರೆ, ಮೂತ್ರವನ್ನು ಕೊಕೇನಿಗೆ ಪರೀಕ್ಷೆ ಮಾಡದೇ ಇರುತ್ತಿದ್ದರಾ ಈ ಜಗಲಿಯಲ್ಲಿ. ಆದರೆ, ಘೂಗೆ ನಮ್ಮ ಪಾಳಯದಲ್ಲಿ ಕೆಲಸ ಮಾಡ್ತಾ ಇರೋದು ನಮ್ಮ ಧನ್ವಂತ್ರಿಗಳನ್ನು ಯಾವ ರೀತಿ ಗೊತ್ತಿಲ್ಲದೇ ಬಯಾಸ್ ಮಾಡಿರಬಹುದು ಅನ್ನೋದು ನನ್ನ ಅನುಮಾನ"

"ಶ್ರೀಧರ, ಘೂಗೆ ಬರೀ ನಮ್ಮ ಸ್ನೇಹಿತ ಅಲ್ಲ, ಒಬ್ಬ ಒಳ್ಳೆಯ ಧನ್ವಂತ್ರಿ ಹೌದೋ ಅಲ್ಲವೋ? ಮತ್ತೆ ಕೆಲವು ವಿಷಯಗಳಲ್ಲಿ ಆತ ನನಗಂತೂ ಗುರುವೇ. ಆತ ಅವನ ಬಿಡುವಿನ ವೇಳೆಯಲ್ಲಿ ಏನು ಮಾಡ್ತಾನೆ ಅನ್ನೋದು ನನಗೆ ಬೇಡದ ವಿಷಯ. ಹೋಗಿ ಕುಡಿಯಲಿ, ಕೊಕೇನ್ ಹೊಡಕೊಳ್ಳಲಿ, ಅಥವಾ ಇಪ್ಪತ್ತು ಹುಡುಗೀರನ್ನು ಅವನ

ಅಪಾರ್ಟ್‌ಮೆಂಟಿಗೆ ಕರಕೊಂಡು ಬಂದು ಮಜಾ ಮಾಡಲಿ, ನಾನು ಒಂದಷ್ಟೂ ಕೇರ್ ಮಾಡೋಲ್ಲ. ಆದ್ರೆ, ಅವರಿವರು ಏನೋ ಟೆಸ್ಟ್ ಮಾಡಿಲ್ಲ ಅಂತ ನೀನು ಏನೋ ನಿನ್ನ ಪರಿಣತಿಯನ್ನು ಈಗ ತೋರಿಸೋಕೆ ಹೋದರೆ, ಅವನ ಭವಿಷ್ಯಾನ ಪೂರಾ ನಿರ್ನಾಮ ಮಾಡಬಹುದು. ಇಷ್ಟರ ಮೇಲೆ, ಅವ ಏನು ಮಾಡ್ತಾನೆ ಅಂತ ತಿಳಕೊಳ್ಳಬೇಕು ಅನ್ನೋ ಆಸೆ ನಿನಗೆ ಇದ್ದರೆ, ನೀನು ಹೋಗಿ ಅವನನ್ನೇ ಕೇಳು, ನೇರವಾಗಿ. ಇಲ್ಲದಿದ್ದರೆ, ಕಳ್ಳನ ಥರಾ ಅವನ ದಾಖಲೆಗಳನ್ನು ಕದ್ದು ನೋಡು. ಅಕಸ್ಮಾತ್ ಬೇರೆ ಯಾರಿಗಾದರೂ ಗೊತ್ತಾದರೆ ಅವನ ಖಾಸಗೀ ದಾಖಲೆಗಳನ್ನು ಕದ್ದು ನೋಡಿದ ಅಪರಾಧಕ್ಕಾಗಿ ನೀನು ತೊಂದರೆಗೆ ಸಿಕ್ಕಿಹಾಕಿಕೊಳ್ಳಬಹುದು. ಹುಷಾರು." ಅಂದವನೇ ತನ್ನ ರೌಂಡ್ಸಿಗೆ ತಾನು ಹೋದ.

ಏನು ಮಾಡಲೂ ಗೊತ್ತಾಗದೇ ಹತ್ತು ನಿಮಿಷ ಯೋಚಿಸಿ, ಸರಿ ಘೂಗೆಯನ್ನು ನೋಡಿ ಬರುವಾ ಎಂದು ಹೊರಟ, ಶ್ರೀಧರ.

ಒಳಗೆ ಐಸಿಯುನಲ್ಲಿ ಘೂಗೆ ಮಲಗಿದ್ದ. ಹೊರಗಿನಿಂದ ನೋಡಿದಾಗ ಮುಖದಲ್ಲಿ ಆತಂಕ ಎದ್ದು ಕಾಣುತ್ತಿತ್ತು. ಪ್ರತಿ ಹತ್ತು ನಿಮಿಷಕ್ಕೊಮ್ಮೆ ಹೃದಯದ ಮಾನಿಟರನ್ನು ನೋಡಿಕೊಳ್ಳುತ್ತಿದ್ದ. ನಾಡಿಬಡಿತ ಪರೀಕ್ಷಿಸಿಕೊಳ್ಳುತ್ತಿದ್ದ. ತೊಡೆಗೆ ತಂತಿ ಹಾಕಿದ್ದ ಜಾಗದಿಂದ ರಕ್ತಸ್ರಾವ ಆಗಬಾರದೆಂದು ಇಟ್ಟ ತೂಕದ ಚೀಲವನ್ನು ಸರಿಯಿದೆಯೇ ಇಲ್ಲವೇ ಎಂದು ಪರೀಕ್ಷಿಸಿ ನೋಡಿಕೊಳ್ಳುತ್ತಿದ್ದ.

"ಹಲೋ ಪಾರ್ಟ್‌ನರ್, ಹೇಗಿದ್ದಿ?. ಏನನ್ನುತ್ತೆ ನಿನ್ನ ಹಾರ್ಟು?" ಸನ್ನಿವೇಶವನ್ನು ತಿಳಿಮಾಡುತ್ತಿದ್ದೇನೆ ಅಂದುಕೊಳ್ಳುತ್ತಾ ಕೇಳಿದ, ಶ್ರೀಧರ.

"ಬಂದ್ಯಲ್ಲ, ನೀನು. ಸತ್ತೇ ಹೋಗುತ್ತೇನೆ ಅಂತ ಮಾಡಿದ್ದೆ ಇವತ್ತು. ಬೆಳಿಗ್ಗೆ, ಇದ್ದಕ್ಕಿದ್ದಂತೆ ಶುರು ಆಯ್ತು ನೋಡು, ಎದೆನೋವು. ಒಳ್ಳೆ, ಪುಸ್ತಕದಲ್ಲಿ ಬರೆದ ಹಾಗೆ, ಎದೆಯ ಮೇಲೆ ಆನೆ ಕೂತ ಅನುಭವ. ಬದುಕೋ ಅವಕಾಶವೇ ಇಲ್ಲ ಅಂದುಕೊಂಡಿದ್ದೆ. ಆದರೆ, ಅದೃಷ್ಟ ನನ್ನ ಜತೆ ಇತ್ತು, ಅನ್ನಿಸುತ್ತೆ"

"ಅಂದರೆ, ನಮ್ಮ ಧನ್ವಂತರೀ ವ್ಯವಸ್ಥೇನ ನೀನಿನ್ನೂ ನಂಬುತ್ತೀಯ ಅಂತಾಯ್ತು" ಅಂದ, ಶ್ರೀಧರ ಅನುಮಾನಿಸುತ್ತಾ.

"ಅಂದರೆ...?"

"ನೀನು ಆಂಬುಲೆನ್ಸಿನಲ್ಲಿ ಬಂದೆಯಂತೆ, ಪಾಳಯಕ್ಕೆ. ನಿನ್ನಂತ ಹೀರೋ ಎಂತ ದೊಡ್ಡ ಹಾರ್ಟ್ ಅಟ್ಯಾಕ್ ಆದರೂ ತಾನೇ ಕಾರಿನಲ್ಲಿ ಡ್ರೈವ್ ಮಾಡಿಕೊಂಡು ಬರ್ತಾನೆ, ಬಂದು ನೇರ ಜಗಲಿಯಲ್ಲಿ ಎದೆಹಿಡಕೊಂಡು ಬೀಳೋವಾಗ, ಅಲ್ಲಿನ ಧನ್ವಂತ್ರಿಗಳು ನಿನ್ನ ಹಿಡಿದು, ನಿಂತಿದ್ದ ನಿನ್ನ ಹೃದಯವನ್ನು ಬಡಿದೆಬ್ಬಿಸಿ ನೇರವಾಗಿ ಕ್ಯಾತ್ ಲ್ಯಾಬಿಗೆ ಕರಕೊಂಡು ಹೋಗಿ ಸರಿಮಾಡಿದ್ದರೆ, ಅದು ನಿನ್ನಂತ ಹೀರೋಗೆ, ಘೂಗೇಗೆ ಆಗೋ ಖಾಯಿಲೆ. ಘೂಗೇಗೆ ಇಂತಾ ಹಾರ್ಟ್ ಅಟ್ಯಾಕಾಯ್ತಪ್ಪ ಅಂತ ಕೇಳಿದ್ರೆ ಬೇರೆಯವರು ಬೆಚ್ಚಿ ಬೀಳಬೇಕಪ್ಪ. ಅದು ಬಿಟ್ಟು, ನೀನು ಯಾರೋ ಒಬ್ಬ ಎಂಭತ್ತರ ಅಜ್ಜಿಯಂತೆ ಒಂಚೂರು

ಎದೆನೋವು ಕಾಣಿಸಿದ ತಕ್ಷಣ ಪ್ರಾಣಪಾಲಕರನ್ನು ಕರೆದು ಆಂಬುಲೆನ್ಸಿನಲ್ಲಿ ಏನಾಗಿದೆ ಅಂತ ಪತ್ತೆ ಹಚ್ಚಿಸಿಕೊಂಡು, ಸಾಯಲು ಅವಕಾಶವೇ ಇಲ್ಲದೇ ಫೂಲ್‌ಪ್ರೂಫಾಗಿ ಪಾಳಯಕ್ಕೆ ಬಂದರೆ... ನೀನೇನು, ನಿನ್ನ ರೆಪ್ಯುಟೇಷನ್ನೇನು" ಅಂದು, ತಮಾಷೆ ಮಾಡುತ್ತಿದ್ದೇನೆ ಅಂದುಕೊಂಡು ಜೋರಾಗಿ ನಕ್ಕ, ಶ್ರೀಧರ.

ಘೂಗೆ ಒಂದು ನಿಮಿಷ ಸುಮ್ಮನಾದ. ಏನೂ ಮಾತಾಡಲಿಲ್ಲ.

ಶ್ರೀಧರನಿಗೆ ಇಂತಾ ಸಮಯದಲ್ಲಿ ತಾನು ಇಂತಾ ಪ್ರಶ್ನೆಯನ್ನು ಕೇಳಬಾರದಾಗಿತ್ತು ಅನ್ನಿಸಿತು.

"ಸಾರಿ, ಘೂಗೆ, ತಪ್ಪು ತಿಳಿಯಬೇಡ. ಅದು ಮುಖ್ಯ ಅಲ್ಲ ಈಗ. ನೀನು ಹುಷಾರಾಗಿದ್ಯಲ್ಲ. ಅದು ಮುಖ್ಯ." ಎಂದು ಸಂತೈಸಲು ಪ್ರಯತ್ನಪಟ್ಟ.

"ಇಲ್ಲ, ನೀ ಕೇಳಿದ್ದು ಒಳ್ಳೆಯದಾಯಿತು. ನಾ ಈಗಲೂ ಅದೇ ಹೇಳ್ತೀನಿ. ನಾ ಮಾಡಿದ್ದು ಸರಿ. ನನ್ನ ಸಮಸ್ಯೆಯಿರುವುದು ಯಾರೋ ಒಂಚೂರು ಎದೆನೋವು ಅಂತ ಬರ್ತಾರಲ್ಲ, ಅವರದ್ದು. ಅವರು ಬರ್ತಾರೆ. ನೀನು ನಿನಗೆ ಗೊತ್ತಿರುವ ಪರೀಕ್ಷೆಗಳನ್ನೆಲ್ಲಾ ಮಾಡ್ತೀಯ. ಎಲ್ಲಾ ನಾರ್ಮಲ್ಲಾಗಿರುತ್ತೆ. ಆದರೂ ನೀನು ರಿಸ್ಕ್ ಬೇಡ, ಅಂತ ಟ್ರೆಡ್‌ಮಿಲ್ ಹತ್ತಿಸ್ತೀಯ. ಅಲ್ಲೂ ನಿನಗೆ ಉತ್ತರ ಸಿಕ್ಕೊಲ್ಲ. ಸರಿ, ತಲೆನೋವು ಯಾಕೆ ಅಂತ ಆಂಜಿಯೋಗ್ರಾಮ್ ಮಾಡಿ ಅಲ್ಲಿ ಕಾಣಿಸೋ ಬ್ಲಾಕೇಜುಗಳಿಗೆ ತಂತಿ ಹಾಕ್ತಾರಲ್ಲ, ಅವರ ಮೇಲೆ ನನ್ನ ಆಕ್ಷೇಪಣೆ ಇನ್ನೂ ಇದ್ದೇ ಇದೆ. ಅಲ್ಲಿ ಕಾರಣ-ಪರಿಣಾಮ ಇಲ್ಲಿ ನನ್ನ ಕೇಸಿನಷ್ಟು ಸರಳವಾಗಿಯೂ ಇಲ್ಲ. ಸ್ಪಷ್ಟವಾಗಿಯೂ ಇಲ್ಲ. ಅದು ಒಂದು ಗುಂಪಿನ ಮೇಲೆ ಆಗೋ ಸಂಶೋಧನೆ. ಇಲ್ಲಿ ಕಾರಣ ಸ್ಪಷ್ಟ. ಎದೆನೋವು- ಇಸಿಜಿ- ಹೃದಯಾಘಾತ- ಆಂಜಿಯೋಗ್ರಾಂ- ಬ್ಲಾಕೇಜು- ಅಂಜಿಯೋಪ್ಲಾಸ್ಟಿ. ಇದಕ್ಕೆ ಯಾವ ಸಂಶೋಧನೇನು ಬೇಡಯ್ಯ. ಅದು ಸತ್ಯ. ಕಣ್ಣಿಗೆ ಕಾಣ್ತಾ ಇರೋ ಸತ್ಯ"

"ಆದರೆ ಉಳಿದ ಸಂಶೋಧನೆಗಳು..."

"ನೀನು ಇಪ್ಪತ್ತು ಸತಿ ಕೇಳಿದರೂ ಅಷ್ಟೇ. ಅದರಲ್ಲಿ ನನಗೆ ನಂಬಿಕೆ ಇಲ್ಲ"

ಶ್ರೀಧರ ಮಾತಾಡಲಿಲ್ಲ. ಇಂಥ ಪರಿಸ್ಥಿತಿಯಲ್ಲೂ ತನ್ನ ಜೀವ ಉಳಿಸಿದ ವ್ಯವಸ್ಥೆಯನ್ನು ತನ್ನದೇ ಮಗ್ಗುಲಿಂದ ನೋಡಿ, ತನಗೆ ಬೇಕಾಗಬಹುದಾದ ಚಿಕಿತ್ಸೆಗೆ ಸಮಜಾಯಿಷಿಯನ್ನು ಕೊಟ್ಟುಕೊಳ್ಳುತ್ತಿರುವುದನ್ನು ನೋಡಿ ಒಂದು ಕ್ಷಣ ಮಾತಾಡದಿರುವುದೇ ಒಳ್ಳೆಯದೆನ್ನಿಸಿತು.

ಶ್ರೀಧರ ಸುತ್ತಲೂ ನೋಡಿದ. ಮೈ ಮೇಲೆ ಒಂದು ಗೌನನ್ನು ಹಾಕಿಕೊಂಡು ಸುಮ್ಮನೇ ಮಲಗಿದ್ದಾನೆ. ಈತ ಯಾರು? ಇವನಿಗೆ ಹಾರ್ಟ್ ಅಟ್ಯಾಕ್ ಆಗಿದೆ. ಇವನನ್ನು ನೋಡುವುದಿರಲಿ, ಮಾತಾಡಲೂ ಬೇರೆ ಯಾರೂ ಬಂದಿಲ್ಲ. ಇವನಿಗೆ ತನ್ನವರು ಅಂತ ಯಾರೂ ಇಲ್ಲವೆ? ಇವನು ಪಾಳಯದಲ್ಲಿದ್ದಾಗ ನಾನು ಬಂದು ಇವನಿಗೆ ಯಾವುದೋ ವೈದ್ಯಕೀಯ ಸೆಮಿನಾರಿನಲ್ಲಿ ಕೇಳಿದಂತೆ ಪ್ರಶ್ನೆಗಳನ್ನು ಕೇಳುತ್ತಿದ್ದೇನೆಯೆ? ಇಷ್ಟಕ್ಕೂ ಇವನಿಗೆ

ನಾನು ಯಾರು? ನಾನು ಬಂದಿದ್ದಕ್ಕೆ ಒಂಚೂರು ನಗುನಗುತ್ತಾ ಮಾತಾಡುತ್ತಲಾದರೂ ಇದ್ದಾನೆ. ಇವನಿಗೆ ನಾನು ಈಗ ಇಂತಹ ಪ್ರಶ್ನೆಗಳನ್ನು ಕೇಳುವುದು ಸರಿಯೇ?

ಇವನ ಈ ಅನುಮಾನವನ್ನೆಲ್ಲಾ ಸರಿಮಾಡಿಸುವಂತೆ "ನಿನ್ನೆಯ ಶಿಫ್ಟ್ ಹೇಗೆ ಆಯಿತು? ಅಲಿ ಎಲ್ಲಾ ಕೊಕೇನಿನ ಪ್ಯಾಕೆಟ್ಟುಗಳನ್ನೂ ಹೊರಗೆ ಹಾಕಿದನಾ" ಅಂದ.

ಶ್ರೀಧರ ಘೂಗೆಯ ಹಾಸಿಗೆಯ ಹತ್ತಿರ ಒಂದು ಖುರ್ಚಿಯನ್ನು ಎಳೆದುಕೊಂಡ. ಅವನ ಮುಖವನ್ನು ನೋಡುತ್ತಾ "ಎಲ್ಲಾ ಸಿಕ್ಕಲಿಲ್ಲ. ಒಂದು ಪ್ಯಾಕೆಟ್ಟು ಸಿಕ್ಕಲೇ ಇಲ್ಲ. ಅಲಿ ನುಂಗಿದ್ದು ಐದೇ ಪ್ಯಾಕೆಟ್ಟು ಎಂದು ಪ್ರಮಾಣ ಮಾಡಿದ ಮೇಲೆ ಅವನನ್ನು ಮನೆಗೆ ಕಳಿಸಿದರು. ಯಾರೋ ಹೇಳ್ತಾ ಇದ್ದರು. ಅಲಿ ಆರೂ ಪ್ಯಾಕೆಟ್ಟೂ ಹೊರಗೆ ಹಾಕಿದ್ದನಂತೆ. ಯಾರೋ ಪಾಳಯದವರೇ ಒಂದು ಪ್ಯಾಕೆಟ್ಟು ಹೊಡೆದಿದ್ದಾರಂತೆ. ಆದ್ದರಿಂದ ನೀನು ಹೇಳಿದ ಹಾಗೆ ನಾವೆಲ್ಲಾ ಆದಷ್ಟು ಬೇಗ ಒಂದು ಡಬ್ಬಿಯಲ್ಲಿ ಉಚ್ಚೆ ಹೊಯ್ಯಬೇಕೇನೋ?"

"ಪುಣ್ಯ. ಯಾರೋ ಏನೋ. ನೀನು ಅಂತ ಎಡವಟ್ಟಲ್ಲಿ ಸಿಕ್ಕಿಹಾಕ್ಕೊಂಡಿಲ್ವಲ್ಲ"

"ಇಲ್ಲ, ನನಗೇನೂ ಅನುಮಾನ ಇಲ್ಲ. ಆದರೆ, ಅವರು ಯಾರ್ಯಾರ ಹಿಂದೆ ಹೋಗ್ತಾರೋ, ದೇವರಿಗೇ ಗೊತ್ತು"

"ಎಲ್ಲರನ್ನೂ ಹಿಡಿದ್ರೆ ಉಪಯೋಗವಿಲ್ಲ. ಹಿಡಿದ್ರೆ ಹಿಂಗೆ ನನ್ನಂತವರನ್ನು ಅಂದ್ರೆ ಹಾರ್ಟ್ ಅಟ್ಯಾಕ್ ಆಗಿರುವುವರನ್ನು ಹಿಡಿದು ಅವರ ಉಚ್ಚೆ ಪರೀಕ್ಷೆ ಮಾಡಬೇಕು. ಆಗ ಕಳ್ಳ ಸಿಕ್ಕಿಹಾಕ್ಕೊಳ್ಳಬಹುದು"

ಶ್ರೀಧರ ಇನ್ನೇನೂ ಪ್ರಶ್ನೆ ಕೇಳಲಿಲ್ಲ. ಸುಮ್ಮನೇ ಘೂಗೆಗೆ "ಸರಿ ಇನ್ನೇನು ನನ್ನ ಕೆಲಸ ಶುರು ಆಗುತ್ತೆ. ನಿನಗೆ ಏನಾದ್ರೂ ಬೇಕಾ?"

"ಇಲ್ಲ, ನಾನು ಆರಾಮಾಗಿದೀನಿ"

"ಮತ್ತೆ ಊಟದ ಸಮಯದಲ್ಲಿ ಬರ್ತೀನಿ" ಅಂದುಕೊಂಡು ಶ್ರೀಧರ ಹೊರಟ.

* * * * *

ಗೋಡೆಬೀದಿಯ ಸಾಪ್ತಾಹಿಕ

ಗೋಡೆಬೀದಿಯ ಸಾಪ್ತಾಹಿಕದಲ್ಲಿ ಒಂದು ಲೇಖನ ಪ್ರಕಟವಾಗಿತ್ತು. "ನಾವು ಕಳೆದ ದಶಕಕ್ಕಿಂತ ಎಷ್ಟು ಬಿಲಿಯನ್ ಡಾಲರ್ ಜಾಸ್ತಿ ಆರೋಗ್ಯವಂತರು?" ಎನ್ನುವುದು ಲೇಖನದ ಶೀರ್ಷಿಕೆ. "ಔಷಧಿಗಳ ಮತ್ತು ಆರೋಗ್ಯದ ಅಥವಾ ಚಿಕಿತ್ಸೆಯ ಬೆಲೆ ಕಳೆದ ದಶಕಕ್ಕಿಂತಲೂ ಕನಿಷ್ಟ ಒಂದು ಬಿಲಿಯನ್‌ನಷ್ಟು ಏರಿದೆ. ಈ ಏರಿಕೆಯ ಮುಖ್ಯ ಕಾರಣ, ಮಾರುಕಟ್ಟೆಯಲ್ಲಿರುವ ಔಷಧಿಗಳು. ಅಮೆರಿಕಾದಲ್ಲಿ, ಔಷಧಿಗಳ ಅಂಗೀಕಾರ ಮತ್ತು ಅವುಗಳ ಮಾರುಕಟ್ಟೆ ಬಹಳ ಜಿಗುಟು ವ್ಯವಹಾರ ಎಂದು ತೋರಿಕೆಗೆ ಅನಿಸಿದ್ದರೂ, ಇದರ

ಒಳಹೊಕ್ಕು ನೋಡಿದಲ್ಲಿ ಈ ವ್ಯವಹಾರ ಮಾಫಿಯಾದ ರೀತಿ ಬೆಳೆದಿರುವುದು ಗೊತ್ತಾಗುತ್ತದೆ. ಬಹಳಷ್ಟು 'ಕಾರಣಗಳಿಗಾಗಿ' ಬಹಳಷ್ಟು ಸಂಶಯಾಸ್ಪದ ಫಲಿತಾಂಶಗಳನ್ನು ತೋರಿಸಿರುವ ಔಷಧಿಗಳನ್ನು ಮತ್ತು ಚಿಕಿತ್ಸಾಕ್ರಮಗಳನ್ನೂ, ಆಹಾರ ಮತ್ತು ಔಷಧ ಪ್ರಾಧಿಕಾರ ಅಂಗೀಕರಿಸಿದೆ. ಈ ಔಷಧಿಗಳಲ್ಲಿ ಒಟ್ಟು ಬದುಕಿನ ಆಯಸ್ಸನ್ನು ವರ್ಧಿಸಿರುವ ಔಷಧಿಗಳೆಷ್ಟು ಮತ್ತು ಲೈಫ್‌ಸ್ಟೈಲ್ ಔಷಧಿಗಳೆಷ್ಟು ಅನ್ನುವುದನ್ನು ನೋಡಿದಲ್ಲಿ ಬಹಳಷ್ಟು ಬೆರಗುಗೊಳಿಸುವ ಉತ್ತರ ದೊರಕಬಹುದು.

ಜೀವನದ ಗುಣಮಟ್ಟ ಚೆನ್ನಾಗಿರಬೇಕೆನ್ನುವುದು ಎಲ್ಲರ ಆಶಯವೇ. ಆದರೆ, ಯಾವುದರಿಂದ ಜೀವನದ ಗುಣಮಟ್ಟ ಸುಧಾರಿಸುತ್ತದೆ ಎಂದು ಹೇಳುವುದು ತುಂಬಾ ಕಷ್ಟ. ಹೃದಯದ ತಾಳ ತಪ್ಪಿದಾಗ ಅಥವಾ ವೆಂಟ್ರಿಕಲ್ಲುಗಳು ಸರಿಯಾಗಿ ಬಡಿಯದಿದ್ದಲ್ಲಿ, ಅಥವಾ ಉಸಿರಾಟಕ್ಕೆ ತೊಂದರೆಯಾದಾಗ ಅದನ್ನು ಸುಧಾರಿಸುವುದು, ರೋಗಿ ಬದುಕಿರುವ ತನಕ ಉಸಿರಾಟಕ್ಕೆ ತೊಂದರೆಯಿಲ್ಲದೆ ಬದುಕಿರುವುದು ನಿಸ್ಸಂಶಯವಾಗಿ ಜೀವನದ ಗುಣಮಟ್ಟವನ್ನು ಸುಧಾರಿಸುವ ಪರಿಯೆನ್ನುವುದರಲ್ಲಿ ಆಶ್ಚರ್ಯವಿಲ್ಲ. ಆದರೆ, ಐವತ್ತೈದರ ಸುಮಾರಿನಲ್ಲಿರುವವನ ದಾಂಪತ್ಯ ಜೀವನ, ಆತನ ಲೈಂಗಿಕಾಸಕ್ತಿ ಕಮ್ಮಿಯಾಗಿರುವುದರಿಂದ ಮುರಿದು ಬೀಳಬಹುದು ಎನ್ನುವ ಒಂದೇ ಕಾರಣದಿಂದ ಅವನಿಗೆ 'ವಯಾಗ್ರ'ವನ್ನು ತೆರಿಗೆದಾರನ ಹಣದಿಂದ ಪೂರೈಸಿದರೆ, ಅದು ಜೀವನದ ಗುಣಮಟ್ಟವನ್ನು ಏರಿಸುವ ಚಿಕಿತ್ಸಾಕ್ರಮವೇ? ಇಂತಹ ಒಂದು ಔಷಧಿಯನ್ನು ಕಂಡುಹಿಡಿದದ್ದು, ಒಂದು ಗುಂಪಿನ ಜನಕ್ಕೆ ಸುಖ ಕೊಡಬಹುದೆನ್ನುವ ಭ್ರಾಂತಿನಲ್ಲಿ. ಕೈಯಿಂದ ದುಡ್ಡು ಕೊಡಬೇಕಾಗಿಲ್ಲ ಎನ್ನುವ ವಿಸ್ಮೃತಿಯಲ್ಲಿ, ಪ್ರಿಯತಮೆ ಪ್ರತಿಬಾರಿ ಹತ್ತಿರ ಬರಬೇಕಾದಾಗಲೂ ಒಂದೊಂದು ಗಂಟೆ ಮೊದಲು ಈ ರೀತಿಯ ಔಷಧಿಗಳನ್ನು ತೆಗೆದುಕೊಂಡು ಆರೋಗ್ಯವಿಮೆಯ ಪ್ರೀಮಿಯಮ್ಮನ್ನು ಉಬ್ಬರಿಸಿ, ಖರ್ಚನ್ನು ದುಪಟ್ಟು ಮಾಡುತ್ತಿರುವುದು ನಮ್ಮ ಅರಿವಿಗೆ ಬರುವುದು ಬಹಳ ಕಷ್ಟವೇ.

ಅಮೆರಿಕಾದಲ್ಲಿ ಬಹುಷಃ ಪ್ರತಿ ಎಂಭತ್ತು ವಯಸ್ಸಿನವ ಕೊಲೆಸ್ಟ್ರಾಲ್ ಜಾಸ್ತಿಯಿದೆ ಎಂದು ಔಷಧಿ ತೆಗೆದುಕೊಳ್ಳುತ್ತಾನೆ. ಈ ಎಂಭತ್ತರಾತ ಕೊಲೆಸ್ಟರಾಲ್ ಕಡಿಮೆ ಮಾಡಿಕೊಂಡು ಇನ್ನು ಹತ್ತು ವರ್ಷ ಜಾಸ್ತಿ ಜೀವಿಸಬಲ್ಲ ಎಂಬುದಕ್ಕೆ ಯಾವ ವೈಜ್ಞಾನಿಕ ಪುರಾವೆಯೂ ಇಲ್ಲ. ಇದರ ಇನ್ನೊಂದು ದುರಂತವೆಂದರೆ, ಈ ಎಂಭತ್ತರಾತನಿಗೆ ಔಷಧಿಗೆಂದು ಆತನ ಸರಕಾರಿ ವಿಮೆ ಒಂದು ಕಾಸೂ ಕೊಡುವುದಿಲ್ಲ. ಈ ಹಿರಿಯ ನಾಗರೀಕರು ತಮ್ಮ ಊಟಕ್ಕೆ ದುಡ್ಡಿಲ್ಲದೆ, ಮ್ಯಾಗಝೀನುಗಳಲ್ಲಿ ಬರುವ ಸೂಪರ್‌ಮಾರ್ಕೆಟ್ಟುಗಳ ಕೂಪಾನುಗಳನ್ನು ಹುಡುಕುತ್ತಾ, ದಿನಕ್ಕೆರಡು ಕೊಲೆಸ್ಟರಾಲು ಕಮ್ಮಿಮಾಡುವ ಮಾತ್ರೆ ತೆಗೆದುಕೊಳ್ಳುವುದು ಐರನಿಯಲ್ಲದೇ ಇನ್ನೇನು?

ಇನ್ನೊಂದು ಉದಾಹರಣೆ. ಮಾನಸಿಕ ಖಾಯಿಲೆಗಳಲ್ಲಿ ಬಹಳ ಸಾಮಾನ್ಯವಾದದ್ದು 'ಡಿಪ್ರೆಶನ್'. ಇದರಿಂದ ಸಾಮಾನ್ಯವಾಗಿ ನರಳುವಾಕೆ ಮಧ್ಯವಯಸ್ಕ ಹೆಣ್ಣು. ಕಾರಣ ಏನು? ಮನೆಯಲ್ಲಿ ಕಾಡುವ ಮಕ್ಕಳು, ಗಂಡನ ಸುಮಾರಾಗಿರುವ ಕೆಲಸ, ಮುರಿಯುತ್ತಿರುವ

ದಾಂಪತ್ಯ, ಕಾಡುವ ಒಂಟಿತನ. ಇವೆಲ್ಲವೂ ಎಲ್ಲೆಲ್ಲೂ ಸಾಮಾನ್ಯವೇ. ಆದರೆ, ಈ ಸ್ಥಿತಿಗೇ ಅಮೆರಿಕಾದಲ್ಲಿ ಅನ್ನುವುದು ಡಿಪ್ರೆಶನ್ ಅಂತ. ಮಕ್ಕಳನ್ನು ಹೆತ್ತ ತಾಯಿ ಕೇವಲ ಆರು ವಾರದಲ್ಲಿ ಮತ್ತೆ ಕೆಲಸಕ್ಕೆ ಹೋಗಬೇಕಾದ ದುರಂತ ನಮ್ಮ ಅಮೆರಿಕಾದಂಥ ಮುಂದುವರಿದ ಸಮಾಜದಲ್ಲಿದೆ. ಇಂಗ್ಲೆಂಡಿನಲ್ಲೂ ಕೂಡ ಒಂದು ವರ್ಷ ತಾಯ್ತನದ ರಜೆ ಇದೆ. ಇನ್ನು ನನ್ನ ತವರೂರಾದ ಇಂಡಿಯಾದಲ್ಲಿ ಕನಿಷ್ಟ ನಾನು ನೋಡಿರುವ ಮಧ್ಯಮ ವರ್ಗದ ತಾಯಂದಿರಿಗೆ ಬಸಿರು, ಬಾಣಂತನ– ಇತ್ಯಾದಿಗಳಿಗೆ ಸಾಕಷ್ಟು ಸಾಮಾಜಿಕ ಬೆಂಬಲವಿದೆ. ಅಲ್ಲೆಲ್ಲೂ ಕಾಣಿಸದ 'ಡಿಪ್ರೆಶನ್' ಈ ಅಮೆರಿಕಾದಲ್ಲಿ ಕಾಣುತ್ತದೆ. ಇಲ್ಲದಿದ್ದರೆ, ಪ್ರತಿ ಮೂವರು ಹೆಂಗಸರಲ್ಲಿ ಒಬ್ಬಳು ಯಾಕೆ ರೋಜ಼ಾಕಿನಂತಹ ಮಾತ್ರೆ ತೆಗೆದುಕೊಳ್ಳುತ್ತಾಳೆ? ಇದರ ಮತ್ತು 'ವಯಾಗ್ರ'ದ ಜಾಹೀರಾತುಗಳು ಮಾತ್ರ ಟೆಲಿವಿಷನ್‌ನಲ್ಲಿ ಯಾಕೆ ಬರುತ್ತವೆ? ಜೀವ ಉಳಿಸುವ ವ್ಯಾಕ್ಸೀನುಗಳನ್ನು ತಯಾರಿಸಲು ಯಾರೂ ಯಾಕೆ ಮುಂದೆ ಬರುವುದಿಲ್ಲ? ಅವುಗಳ ಜಾಹೀರಾತಿಗೆ ಯಾಕೆ ಯಾವ ಮಿಸ್ ಅಮೆರಿಕಾಗಳು ತಮ್ಮ ಸುಂದರ ತೋಳನ್ನು ತೋರಿಸಿ ನಂತರ ವ್ಯಾಕ್ಸೀನು ಚುಚ್ಚಿಸಿಕೊಳ್ಳುವುದಿಲ್ಲ? ಕಾರಣ ಬಹಳ ಸ್ಪಷ್ಟ. ನಮ್ಮ ಎಫ್.ಡಿ.ಎ.ಯಲ್ಲಿರುವ ಅಧಿಕಾರಿಗಳೆಲ್ಲಾ ಎಪ್ಪತ್ತು ತುಂಬಿರುವ, ಎಂತಹ ಮಿಸ್ ಅಮೆರಿಕಾಗಳು ಮುಂದೆ ನಿಂತು ಬೆತ್ತಲಾದರೂ ಕೂದಲೂ ನಿಮಿರದ, ಖಿನ್ನ ಬಿಳೀ ಬ್ಯೂರೋಕ್ರಾಟ್ ದೊರೆಗಳು.

ನಮ್ಮ ಅಮೆರಿಕನ್ನರಲ್ಲಿ ಇರುವ ಒಂದು ಅತಿ ದೊಡ್ಡ ನಂಬಿಕೆಯೆಂದರೆ ಪ್ರತಿ ಕಾಯಿಲೆಗೊಂದು ಗುಳಿಗೆಯಿದೆ ಅನ್ನುವುದು. ಇದು ಒಂದು ಅತಿ ದೊಡ್ಡ ಮಿಥ್. ಕೊಂಚ ತಲೆ ನೋವಾದರೆ, ಸೊಂಟ ಉಳುಕಿದರೆ, ವಾಂತಿ ಮಾಡಿದರೆ, ಮಗುವಿಗೆ ೧೦೦ ಡಿಗ್ರಿ ಜ್ವರ ಬಂದರೆ, ಕೊನೆಗೆ ಒಂದು ಮೂರು ಬಾರಿ ಹೆಚ್ಚು ಸೀನಿದರೆ ಡಾಕ್ಟರನ್ನು ಮಾತ್ರೆ ಕೇಳುವವರು ಅಮೆರಿಕನ್ನರು. ಇದು ಹೇಗೆ ಆರಂಭವಾಯಿತೋ ಗೊತ್ತಿಲ್ಲ, ಆದರೆ ಕಿತ್ತು ಹಾಕದಷ್ಟು ಆಳವಾಗಿ ಬೇರೂರಿಬಿಟ್ಟಿದೆ. ಈ ಔಷಧಿಗಳ ಮೇಲಿನ ಅವಲಂಬನೆ ಮತ್ತು ಅವುಗಳ ದುರ್ಬಳಕೆ ಅಂಕಿ ಅಂಶಗಳ ಪ್ರಕಾರ ಪ್ರಪಂಚದ ಯಾವುದೇ ದೇಶಕ್ಕಿಂತಾ ಅಮೆರಿಕಾದಲ್ಲಿಯೇ ಜಾಸ್ತಿ. ಈ ಮಾತ್ರೆಗಳ ಹಾವಳಿ ಎಷ್ಟಾಗಿದೆಯೆಂದರೆ, ನೀವು ಹಲ್ಲುನೋವೆಂದು ಯಾವೊಂದು ಪುಟ್ಟ ಎಮರ್ಜೆನ್ಸಿ ರೂಮಿನ ವೈದ್ಯನ ಬಳಿ ಹೋದರೂ ಆತ ನಿಮಗೆ ನೋವು ಕಡಿಮೆ ಮಾಡುವುದರ ಜತೆಗೇ ಮತ್ತು ತರಿಸುವ ಮಾತ್ರೆಯನ್ನೇ ಕೊಡುತ್ತಾನೆ. ಮಾಮೂಲಿ ನೋವಿನ ಮಾತ್ರೆಯಿಂದ ನಿಮ್ಮ ನೋವು ಕಡಿಮೆಯಾಗುವುದಿಲ್ಲವೆಂದು ಆತನ ನಂಬಿಕೆ. ನೋವಿಗಾಗಿ ಮಾತ್ರೆ ಕೇಳಲು ಹೋದ ಒಬ್ಬ ರೋಗಿ ನೋವು ಶಮನಗೊಳ್ಳುವುದು ಅಂದರೆ ಮತ್ತು ಬರುವುದು ಅಂತಲೇ ತಿಳ್ಕೊಂಡು ಪ್ರತೀ ಸಣ್ಣ ನೋವಿಗೂ ಎಂತ ನೋವಿನ ಮಾತ್ರೆ ತೆಗೆದುಕೊಂಡರೂ ಅದರಿಂದ ಮತ್ತು ಬರದಿದ್ದರೆ ಆ ನೋವು ಹೋಗಿಲ್ಲವೆಂತಲೇ ತಪ್ಪಾಗಿ ತಿಳಕೊಳ್ಳುವ ಒಂದು ಪರಿಸ್ಥಿತಿ ಇಲ್ಲಿ ಬಂದುಬಿಟ್ಟಿದೆ. ಈ ಮಾರ್ಫೀನು ಕೋಡೀನುಗಳ ಮೇಲಿನ ಅವಲಂಬನೆ ಮತ್ತು ಅವುಗಳ ದುರ್ಬಳಕೆಗೆ ಬರೇ ಜನರನ್ನು ದೂರುವುದು ತಪ್ಪು ಎಂತಲೇ ನಾನು ಭಾವಿಸುತ್ತೇನೆ.

ಏಕೆಂದರೆ, ನಾನು ಹುಟ್ಟಿ ಬೆಳೆದ ಇಂಡಿಯಾ ದೇಶದಲ್ಲಿ ಕೋಡೀನು ಮತ್ತು ಇತರ ನಿದ್ರೆಯ ಮಾತ್ರೆಗಳು ಮುಕ್ತ ಮಾರುಕಟ್ಟೆಯಲ್ಲಿ ಯಾವುದೇ ಪ್ರಿಸ್ಕ್ರಿಪ್ಶನ್ ಇಲ್ಲದೇ ಸಿಕ್ಕರೂ ಅವುಗಳ ದುರ್ಬಳಕೆ ಸಾಮಾನ್ಯಮಧ್ಯಮವರ್ಗದ ಜನರಲ್ಲಿ ಸಮಸ್ಯೆ ಅನ್ನುವಷ್ಟು ಇನ್ನೂ ಕಾಣಿಸಿಕೊಂಡಿಲ್ಲ. ಇದಕ್ಕೆ ಸಂಸ್ಕೃತಿ, ಜೀವನಶೈಲಿಯ ಕಾರಣವೂ ಇರಬಹುದು. ಇಂಡಿಯಾದಲ್ಲಿ ಜನ ಪ್ರತಿಯೊಂದಕ್ಕೂ ಮಾತ್ರೆ ನುಂಗುತ್ತಾ ಕೂತರೆ, ಖಾಯಿಲೆಯ ಮನುಷ್ಯ ಅನ್ನುವ ಹಣೆಪಟ್ಟಿಗೊಳಗಾಗುತ್ತಾನೆ. ಅಲ್ಲಿ ಜನರಿಗೆ ಖಾಯಿಲೆಯಿಂದ ಇರುವುದು ಬೇಡ, ಆದ್ದರಿಂದ ಸ್ವಲ್ಪ ಕಡಿಮೆ ದಿನ ಬದುಕಿದರೂ, ಖಾಯಿಲೆಯಿಲ್ಲ ಎಂದು ನಂಬಿಕೊಂಡು ಬದುಕುತ್ತಾನೆ. ಇದು ಕೂಡ ಸರಿ ಎಂದೂ ಹೇಳಲಾಗದು. ಬರೀ ಲೈಫ್‌ಸ್ಟೈಲ್ ಸಮಸ್ಯೆಯಷ್ಟೇ.

ಔಷಧಿಗಳ ಮೇಲಿನ ಮನುಷ್ಯನ ಅವಲಂಬನ, ಈ ಔಷಧಿ ಕಂಪೆನಿಗಳ ನಡುವೆ ಒಂದು ಕೆಟ್ಟ ಸ್ಪರ್ಧೆಯನ್ನು ತಂದೊಡ್ಡಿದೆ. ಇಂತಹುದಕ್ಕೆ ಇಂತಹ ಗುಳಿಗೆ ಅನ್ನುವುದನ್ನು ಲ್ಯಾಬೊರೇಟರಿಯಲ್ಲಿ ಕಂಡುಹಿಡಿದು ನಂತರ ಆ ಪ್ರಮೇಯವನ್ನು ಪೂರೈಸಲು ತಮ್ಮ ಮುಂದಿನ ಸಂಶೋಧನೆಯನ್ನು ಮಾಡುತ್ತಾ ಹೋಗುತ್ತಾರೆ. ಇದು ಆರ್ಕಿಮಿಡೀಸನು ಬಾತ್‌ಟಬ್ಬಿನಲ್ಲಿ 'ಯುರೇಕಾ' ಎಂದು ಹೇಳಿ ತನ್ನ ಆವಿಷ್ಕಾರಕ್ಕೆ ತಾನೇ ವಿಸ್ಮಯಗೊಂಡಂಥ ಸಂಶೋಧನೆಯಲ್ಲ. ಮುಂದಿನ ಉತ್ತರವೇನು ಎಂದು ಪೂರ್ವನಿರ್ಧರಿತವಾಗಿ ತೋರುವ ಪ್ರಮೇಯದಲ್ಲಿ ನಾವು ಒಂದು ಹೈಪಾಥಿಸಿಸ್‌ಅನ್ನು ಸಾಕ್ಷಿ ಸಮೇತ ಸಾಬೀತು ಮಾಡಲು ಪ್ರಯತ್ನ ಮಾಡುತ್ತೇವೆ, ಅಷ್ಟೇ. ಅಂದರೆ, ರೋಝಾಕ್ ಡಿಪ್ರೆಶನ್ನನ್ನು ಹೇಗೆ ಕಡಿಮೆ ಮಾಡುತ್ತದೆ ಅನ್ನುವುದನ್ನು ಯಾವುದೋ ಸೆಲ್‌ಗಳಲ್ಲಿ, ಜೀವಕೋಶಗಳಲ್ಲಿ ಯಾವುದೋ ಅಣು-ಪರಮಾಣುಗಳ ಮಟ್ಟದಲಿ ನ್ಯೂರೋಟ್ರಾನ್ಸ್‌ಮಿಟರ್‌ಗಳ ಹೆಚ್ಚುಕಡಿಮೆಗಳ ಮೂಲಕ ಯಾವನೋ ತೋರಿಸಿದ್ದ. ಇದು ಹೀಗೇ ಆಗಬಹುದು ಅನ್ನುವುದನ್ನು ಪತ್ತೆ ಹಚ್ಚಿದ ಔಷಧಿ ಕಂಪೆನಿಗಳು, ಎಲ್ಲಿ ದುಡ್ಡಿದೆಯೋ ಅಲ್ಲಿ ಸಂಶೋಧನೆಯನ್ನು ನಡೆಸುತ್ತವೆ. ಈಗ ನಡೆಯುತ್ತಿರುವ ಸಂಶೋಧನೆಗಳನ್ನೇ ನೋಡಿ. ಡಿಪ್ರೆಶನ್, ಲೈಂಗಿಕ ಸಾಮರ್ಥ್ಯ ಹೆಚ್ಚುವಿಕೆ, ಕೂದಲು ಉದುರುವುದನ್ನು ತಡೆಯುವುದು, ಬೋಟಾಕ್ಸ್- ಇಂತಹುದೇ ಲೈಫ್‌ಸ್ಟೈಲ್ ಔಷಧಿಗಳು ನಮ್ಮ ಮಾರುಕಟ್ಟೆಯ ಬಹುಭಾಗವನ್ನು ಆಕ್ರಮಿಸಿಕೊಂಡುಬಿಟ್ಟಿವೆ.

ಈ ರೀತಿಯ ಬೆಳವಣಿಗೆಯ ಅಡ್ಡಪರಿಣಾಮವೆಂದರೆ, ತೀರಾ ಅಗ್ಗವಾದ ಆದರೆ ಖಂಡಿತಾ ಉಪಯೋಗವಿರುವ ಕೆಲವೊಂದು ಔಷಧಿಗಳನ್ನು ತಯಾರಿಸಲು ಯಾವ ಕಂಪೆನಿಗಳೂ ಮುಂದೆ ಬರದೇ ಇರುವುದು. ವಾಂತಿಗೆಂದು ತಯಾರಾಗುತ್ತಿದ್ದ ನಾಲ್ಕು ಸೆಂಟಿನ ಒಂದು ಗುಳಿಗೆ ಎಲ್ಲೂ ಸಿಗುವುದಿಲ್ಲ. ಫ್ಲೂಗೆಂದು ಮಾಡುವ ವ್ಯಾಕ್ಸೀನ್‌ನ ಉತ್ಪಾದನೆ ಕಡಿಮೆಯಾಗಿದೆ. ಕಾರಣ ಸ್ಪಷ್ಟ. ಈ ಔಷಧಿಗಳಲ್ಲಿ ಹಣವಿಲ್ಲ. ಹೀಗಾಗಿ ನಮಗೆ ಬೇಕೋ ಬೇಡವೋ ವಾಂತಿ ನಿಲ್ಲಿಸಲು ಪರಿಣಾಮಕಾರಿಯಾದ ಔಷಧಿಗಳು ಇದ್ದರೂ,ಮತ್ತೊಂದು ಹೊಸಾ ಔಷಧಿಯ ಆವಿಷ್ಕಾರ ಆಗುತ್ತದೆ. ನಮಗೆ ಗೊತ್ತಿಲ್ಲದೇ ಈ ಒಂದು ಹೊಸಾ ಜಾಲದಲ್ಲಿ ನಾವೇ ಸಿಕ್ಕಿಹಾಕಿಕೊಳ್ಳುತ್ತೇವೆ. ಕಾಲಕ್ರಮೇಣ ಈ ಹಳೆ

ಔಷಧಿಗಳು ಮರೆತೇ ಹೋಗುತ್ತವೆ. ಮೂರು ಅಥವಾ ನಾಲ್ಕು ಸೆಂಟಿಗೆ ಕಡಿಮೆಯಾಗುತ್ತಿದ್ದ ರಕ್ತದೊತ್ತಡ ಇಂದು ಕಡಿಮೆಯಾಗಲು ನಾಲ್ಕೋ ಐದೋ ಡಾಲರ್ ನೋಡಬೇಕಾಗಿದೆ.

ಒಳ್ಳೆಯ ಔಷಧಿಗಳು ಇಲ್ಲವೇ ಇಲ್ಲ ಎಂದು ಹೇಳುವುದು ಸಿನಿಕತನವಾಗುತ್ತದೆ. ಖಂಡಿತಾ ಹೃದಯಾಘಾತಕ್ಕೆ, ಕ್ಯಾನ್ಸರಿಗೆ ಮತ್ತು ಸೆಪ್ಸಿಸ್‌ನಂತಹ ರೋಗಗಳಿಗೆ ಕಳೆದ ದಶಕಕ್ಕಿಂತ ಬಹಳವೇ ಪರಿಣಾಮಕಾರಿಯಾದ ಔಷಧಿಗಳಿವೆ. ಆದರೆ, ಈ ಔಷಧಿಗಳಿಂದ ಉಬ್ಬರಿಸಿರುವ ವೈದ್ಯಕೀಯ ಚಿಕಿತ್ಸೆಯ ಖರ್ಚು ಇದೇ ಅವಧಿಯಲ್ಲಿ ಒಂದು ಬಿಲಿಯನ್ ಡಾಲರಿನಷ್ಟು ಮೇಲೇರಿದೆ.

ಅಂದರೆ, ನಾವು ಕಳೆದ ದಶಕಕ್ಕಿಂತಾ ಒಂದು ಬಿಲಿಯನ್‌ನಷ್ಟು ಹೆಚ್ಚು ಆರೋಗ್ಯವಂತರಾ?

ಇಲ್ಲ. ಈ ಔಷಧಿ ಕಂಪೆನಿಗಳ ಸ್ಟಾಕನ್ನು ನೋಡಿ. ಹೀಗೆ ಒಂದೊಂದೇ ಲೈಫ್‌ಸ್ಟೈಲ್ ಮಾತ್ರೆಗಳ ಆವಿಷ್ಕಾರವಾಗುತ್ತಾ ಹೋದಂತೆ ಅವುಗಳು ಮನಸ್ಸಿಗೆ ಬಂದಂತೆ ಏರುತ್ತಲೇ ಹೋಗಿವೆ. ಅವುಗಳ ಒಟ್ಟು ಆದಾಯ ಪ್ರತಿ ಕ್ವಾರ್ಟರಿನಲ್ಲೂ ಏರುತ್ತಲೇ ಹೋಗಿದೆ. ಈ ಆದಾಯ ಮುಖ್ಯವಾಗಿ ಇಂತಹ ಲೈಫ್‌ಸ್ಟೈಲ್ ಔಷಧಿಗಳಿಂದ ಉಬ್ಬರಿಸಿದೆ ಅನ್ನುವುದನ್ನು ಸ್ವಲ್ಪ ಸಾಮಾನ್ಯ ಜ್ಞಾನವಿರುವವನೂ ಊಹಿಸಬಹುದು. ಜನಗಳಿಗೆ ಡಿಪ್ರೆಶನ್ನು, ಕೊಲೆಸ್ಟರಾಲು ಕಡಿಮೆಯಾಗಿ ತಲೆ ತುಂಬಾ ಕೂದಲಿದ್ದು, ಮುಖ ಸುಕ್ಕುಗಟ್ಟದಂತೆ ಇದ್ದು ವಾರಕ್ಕೆ ನಾಲ್ಕು ಬಾರಿ ಲೈಂಗಿಕ ಕ್ರಿಯೆಯನ್ನು ಸಮರ್ಥವಾಗಿ ನಿರ್ವಹಿಸಿದರೆ, ಒಂದು ಬಿಲಿಯನ್‌ಗಟ್ಟಲೇ ಹೆಚ್ಚು 'ಪ್ರೊಡಕ್ಟಿವ್' ಆಗಬಲ್ಲರಾ?

ಈ ಖಾಯಿಲೆಗಳು ಎಂದೆಂದಿಗೂ ಇದ್ದೇ ಇರುತ್ತವೆ. ಆದರೆ, ಒಂದು ಔಷಧಿಗೆ ಒಂದು ಕಂಪೆನಿ ಕೇವಲ ಹದಿನೈದು ವರ್ಷ ಮಾತ್ರ ಪೇಟೆಂಟನ್ನು ಹೊಂದಿರುತ್ತದೆ. ಈ ಅವಧಿಯಲ್ಲಿ, ಆ ಔಷಧಿಗೆ ಕಂಪೆನಿಗಳು ನಿಗದಿ ಮಾಡುವ ಬೆಲೆಗೆ ಯಾರ ಲಗಾಮೂ ಇಲ್ಲ. ಆಯ-ವ್ಯಯ ಪಟ್ಟಿಯಲ್ಲಿ, ಸಂಶೋಧನೆಗೆಂದು ಖರ್ಚಾಗಿರುವ ದುಡ್ಡನ್ನು ಯಾರು, ಎಷ್ಟು ಬೇಕಾದರೂ ತೋರಿಸಬಹುದು. ಈ ಸಂಶೋಧನೆಯ ಖರ್ಚು, ಮಾರ್ಕೆಟಿಂಗ್‌ನ ಖರ್ಚು, ಇನ್ನಿತರ ಎಲ್ಲಾ ಖರ್ಚುಗಳನ್ನೂ ಗ್ರಾಹಕರ ಮೇಲೆ ಹಾಕಿ ಕಂಪೆನಿಗಳವರು ದುಡ್ಡನ್ನು ಕೊಳ್ಳೆ ಹೊಡೆಯುತ್ತಾರೆ. ಹೀಗಾಗಿ, ಮಾರುಕಟ್ಟೆಯಲ್ಲಿರುವ ಈ ಔಷಧಿಗಳು ಈ ಕಂಪೆನಿಗಳಿಗೆ ಒಂದು ಚಿನ್ನದ ಗಣಿಯಿದ್ದಂತೆ. ಅವುಗಳಿಗೆ ಸಮಸ್ಯೆ ಬರುವುದು ಈ ಪೇಟೆಂಟಿನ ಅವಧಿ ಮುಗಿಯುತ್ತಾ ಬಂದಾಗ. ಒಂದು ಔಷಧಿಯ ಪೇಟೆಂಟಿನ ಅವಧಿ ಮುಗಿಯುತ್ತಾ ಬಂದಾಗ, ಆ ಕಂಪೆನಿಯ ಮುಖ್ಯ ಆದ್ಯತೆ ಆ ಪೇಟೆಂಟನ್ನು ಮುಂದುವರಿಸಲು ಪ್ರಯತ್ನ ಮಾಡುವುದು. ಇದು, ಅಷ್ಟು ಸುಲಭಕ್ಕೆ ಆಗದ ಮಾತು. ಆದ್ದರಿಂದ ಈ ಕಂಪೆನಿಗಳು ಅದರಂತಹದೇ ಇನ್ನೊಂದು ಔಷಧಿಯನ್ನು ಸೃಷ್ಟಿಸಿ, ಈ ಹೊಸಾ ಔಷಧಿಯನ್ನು ಇನ್ನೊಂದು ಸಂಶೋಧನೆಯಲ್ಲಿ, ಈಗ ಇರುವ ಅವರದೇ ಕಂಪೆನಿಯ ಹಳೇ ಔಷಧಿಗಿಂತ ಅಥವಾ ಮಾರುಕಟ್ಟೆಯಲ್ಲಿ ಇರುವ ಇನ್ಯಾವುದೇ

ಔಷಧಿಗಿಂತ ಹೆಚ್ಚು ಪರಿಣಾಮಕಾರಿ ಎಂದು ತೋರಿಸಿದಲ್ಲಿ ಈ 'ಹೊಸ' ಔಷಧಿಯ ಪೇಟೆಂಟು ಮತ್ತೆ ಇನ್ನು ಹದಿನೈದು ವರ್ಷದ ತನಕ ಸಿಕ್ಕಿ, ಮತ್ತೆ ಮಾರುಕಟ್ಟೆಯ ಅಧಿಪತ್ಯವನ್ನು ಪಡೆದುಕೊಳ್ಳುವುದು. ಇದು ಕಾನೂನು ಬದ್ಧ. ಯಾಕೆಂದರೆ, ಈ ಎರಡೂ ಔಷಧಿಗಳೂ ಬೇರೆ ಬೇರೆ. ಕೇವಲ ಒಂದೇ ಒಂದು ಕಾರ್ಬನ್ನಿನ, ಅಥವಾ ಹೈಡ್ರೋಜನ್ನಿನ ಪರಮಾಣು ಆ ಕಡೆಯಿಂದ ಈ ಕಡೆಗೆ ಬದಲಾಗಿದ್ದರೂ ಅದು ಬೇರೆ. ಹೊರಗಿನ ಬಣ್ಣ ಬೇರೆ. ಅದಕ್ಕೆ ಉಪಯೋಗಿಸುವ ಪ್ಯಾಕಿಂಗ್ ಬೇರೆ. ಅದಕ್ಕೆ ಟೀವಿಯಲ್ಲಿ ಕಾಣಿಸಿಕೊಳ್ಳುವ ರೂಪದರ್ಶಿ ಬೇರೆ. ತೆಗೆದುಕೊಳ್ಳುವವರು ಮಾತ್ರ ಅದೇ ರೋಗಿಗಳು. ದಿನಕ್ಕೊಮ್ಮೆ ತೆಗೆದುಕೊಳ್ಳುವ ಬದಲು ವಾರಕ್ಕೊಮ್ಮೆ ತೆಗೆದುಕೊಳ್ಳುವಂತೆ ಮಾಡಬಹುದು ಅಥವಾ ನುಂಗುವ ಬದಲು ಇಂಜಕ್ಷನ್ ರೂಪದಲ್ಲಿ ಬದಲಿಸಬಹುದು. ಇಷ್ಟರ ಮಟ್ಟಿಗೆ ಈ ಔಷಧಿಗಳು ಬೇರೆ.

ಇದು ಶುದ್ಧ ಮೋಸ.

ರಶ್ಮಿ ರಾವ್,

ಸ್ಯಾನ್‌ಹೋಸೆ.

ಮುಂದಿನ ಭಾಗದಲ್ಲಿ ನಿರೀಕ್ಷಿಸಿ– ರೋಛಾಕಿನ ರಹಸ್ಯ.

* * * * *

ಬಹಳ ದಿನದ ಮೇಲೆ ಶ್ರೀಧರ ರಶ್ಮಿಗೆ ಫೋನು ಮಾಡಿದ್ದ. "ರಶ್ಮೀ, ಏನಂದುಕೊಂಡಿದ್ದೀ ನಿನ್ನನ್ನು?"

"ಯಾಕೆ?"

"ನೀನು ಇಂತಾ ಲೇಖನ ಪ್ರಕಟಿಸಿದ ಮೇಲೆಯೂ ಇನ್ನೂ ನೀನು ನಿನ್ನ ಕೆಲಸದಲ್ಲಿರ್ತೀಯ ಅಂತ ತಿಳಕೊಂಡಿದ್ದೀಯ? ನಿನ್ನ ಕೆಲಸ ಆ ಹೊಸಾ ರಿಸರ್ಚಿಗೆ ಗಣಕದಲ್ಲಿ ಅಪ್ಲಿಕೇಷನ್ ಬರೆಯೋದು. ಲಿಟ್ಜರ್ನ ಕೆಲಸಾನ ಸುಲಭ ಮಾಡೋದು. ಅದು ಬಿಟ್ಟು, ನೀನು ಮಾಡ್ತಾ ಇರೋದು ಏನು? ಮತ್ತೆ ನೀನು ಪೂರಾ ಸತ್ಯವನ್ನು ಹೇಳುತ್ತಿಲ್ಲ. ಬೇಕಾದಷ್ಟು ಉಪಯೋಗಕಾರಿ ಔಷಧಿಗಳಿವೆ. ಅದನ್ನೆಲ್ಲಾ ಮರೆಮಾಚಿ, ನೀನು ಬರೀ ಒಂದು ಕಡೆಯ ವಾದವನ್ನು ಮಾತ್ರ ಮಾಡುತ್ತಾ ಇದೀಯ."

"ಇರಲಿ ಬಿಡು, ಇನ್ನೊಂದು ಕಡೆಯ ವಾದ ಮಾಡಕ್ಕೆ ಔಷಧ ಕಂಪನಿಗಳವರು ಮತ್ತು ನಿನ್ನಂತ ಧನ್ವಂತ್ರಿಗಳಿದ್ದಾರೆ. ನಮ್ಮಂತವರು ಈ ಕಡೆಯಿಂದಲೂ ಸ್ವಲ್ಪ ಸುಳ್ಳು ಹೇಳೋಣ."

"ಇಂತಹ ದೋಷಪೂರಿತ ಲೇಖನವನ್ನು ಅದು ಹೇಗೆ ಪ್ರಕಟಿಸಿದರೋ, ಆ ಸಾಪ್ತಾಹಿಕದವರು. ಸುಮಾರು ನಲವತ್ತು ಮಿಲಿಯನ್ ಜನ ಓದಿರ್ತಾರೆ, ಗೊತ್ತಾ ನಿನ್ನ ಲೇಖನವನ್ನು."

"ಪರವಾಗಿಲ್ಲವೇ, ಸಾಪ್ತಾಹಿಕ ಕೊಂಡುಕೊಂಡವರೆಲ್ಲಾ ರಶ್ಮಿ ರಾವ್ ಅನ್ನೋಳ ಲೇಖನಾನ ಓದೇ ಓದ್ತಾರೆ, ಅಂತಲೊ?"

"ತಮಾಷೆ ಮಾಡಬೇಡ, ರಶ್ಮಿ. ಇದರ ಪರಿಣಾಮ ಏನಾಗುತ್ತೆ ಅಂತ ಯೋಚಿಸಿದೀಯಾ?"

"ಇಲ್ಲ"

"ಮೊದಲಿಗೆ ವೈದ್ಯಕೀಯ ಸಮುದಾಯದಿಂದ ದೊಡ್ಡ ವಿರೋಧ ಬರುತ್ತೆ. ಇಲ್ಲಿ ನಮ್ಮ ದೋಸ್ತಿ ಒಬ್ಬಿದಾನೆ. ಘೂಗೆ ಅಂತ. ಅವನ ಬಗ್ಗೆ ನಿನಗೆ ಆಮೇಲೆ ಹೇಳ್ತೀನಿ. ಅವನಂತವನಿಗೆ, ನಿನ್ನ ಲೇಖನ ಇಷ್ಟ ಆಗಬಹುದು. ಅದರ ವೆಬ್‌ವರ್ಶನ್ನು ಪಟಪಟಾಂತ ಒಬ್ಬರಿಂದ ಒಬ್ಬರಿಗೆ ಪ್ರಪಂಚದಾದ್ಯಂತ ಹರಡುತ್ತೆ. ನಾಳೆ ನಿನ್ನನ್ನು ನೀನು ಸಮರ್ಥಿಸಿಕೋ ಅಂತ ಕೇಳಿದರೆ, ನಿನ್ನ ಹತ್ತಿರ ಸಾಕ್ಷಿ ಇದೆಯಾ?"

"ಯೋಚನೆ ಮಾಡ್ಬೇಡ, ಶ್ರೀಧರ. ನಾನು ದೊಡ್ಡ ಹುಡುಗಿ. ಇದಕ್ಕೆ ನಾನು ಸಿದ್ಧಳಾಗೇ ಮುಂದಿನ ಕೆಲಸ ಮಾಡಿದ್ದು."

"ಎಲ್ಲಿಂದ ಸಿಕ್ಕಿತು ನಿನಗೆ, ಸಾಕ್ಷಿ?"

"ಸ್ವಲ್ಪ ಹೋಂವರ್ಕ್ ಮಾಡಿದೆ. ಮತ್ತೆ ನೀನಿದ್ದೀಯಲ್ಲ, ನನ್ನ ತಮ್ಮ. ನೀನೇ ನನ್ನ ದ್ರೋಣಾಚಾರ್ಯ."

"ಇದರಲ್ಲಿ ದಯವಿಟ್ಟು ನನ್ನ ಹೆಸರು ತರಬೇಡಮ್ಮ."

"ಇಲ್ಲ, ಯೋಚನೆ ಮಾಡಬೇಡ. ಇದರ ಇನ್ನೊಂದು ಮುಂದುವರೆದ ಭಾಗವಿದೆ. ಇದನ್ನು ನಾನು ಮುಖಪುಟ ಲೇಖನವನ್ನಾಗಿ ಬರೆಯಿರಿ ಎಂದು ಕಳಿಸಿದ್ದೆ. ಅವರು ಅದನ್ನು ಎರಡು ಭಾಗದಲ್ಲಿ ಕತ್ತರಿಸಿ, ಎಷ್ಟು ವಾರದ ಅಂತರದಲ್ಲೋ ಗೊತ್ತಿಲ್ಲ, ವಾಚಕರ ವಾಣಿಯಂತಹ ವಿಭಾಗದಲ್ಲಿ ಪ್ರಕಟಿಸಿದ್ದಾರೆ. ಅದರ ಕೊನೆಯಲ್ಲಿ ಕೃತಜ್ಞತೆಗಳು ಎಂದು ಬರೆಯುತ್ತಾ ನಿನ್ನ ಹೆಸರನ್ನೂ ಸೇರಿಸಿದ್ದೇನೆ. ಬೇಡ ಅಂದರೆ ಹೇಳು, ಸಂಪಾದಕರಿಗೆ ಫೋನು ಮಾಡಿ ಹೇಳ್ತೀನಿ."

"ಖಂಡಿತಾ ಬೇಡ ತಾಯೀ, ನೀನು ಹಾಳಾಗೋದರ ಜತೆಗೆ ನನ್ನನ್ನೂ ಹಾಳು ಮಾಡಬೇಡ. ನನಗೆ ನನ್ನ ಕೆಲಸ ಮತ್ತು ಕೆರಿಯರ್ನ ಮೇಲೆ ತುಂಬಾ ನಂಬಿಕೆ ಇದೆ."

"ಸರಿಬಿಡು ಹೆಣ್ಣಾಪಿಸ್ಕಿ. ಅಮ್ಮನಿಗೆ ಫೋನು ಮಾಡಿದ್ದಿಯಾ?" ಎಂದಳು.

"ಮಾಡಿದ್ದೆ. ಅಮ್ಮ ಇಲ್ಲಿಗೆ ಬರುವುದಿಲ್ಲ ಎಂದು ಕೂತಿದ್ದಾಳೆ."

"ಏನು, ನೀನು ಕರೆಸ್ಕೋತಾ ಇದ್ದೀಯ?" ಎಂದಳು.

"ರಶ್ಮಿ, ತಮಾಷೆ ಮಾಡ್ಬೇಡ. ನಿನ್ನ ಹತ್ತಿರಾನೇ ಬರೊಲ್ಲವಂತೆ. ಹೋಗಿ ಹೋಗಿ ಸಾಯೋ ಸಮಯದಲ್ಲಿ ಅಲ್ಲಿಗೆ ಯಾಕೆ ಬಂದು ಸಾಯಲಿ ಅಂದಳು. ಅಲ್ಲೇ ಇರೋದನ್ನು ಕಲಿತುಕೋತಿದಾಳಂತೆ. ಕಣ್ವ ಮನೇ ಹುಡುಗನ ತರಾನೇ ಆಗಿದಾನಂತೆ. ಸರೋಜ ಆಂಟಿ

ದಿನಾ ವಿಚಾರಿಸ್ಕೋತಾರಂತೆ. ಅಮ್ಮ ಯಾವತ್ತೂ ಇಷ್ಟು ಮಾತಾಡಿದ್ದೇ ನಾನು ನೋಡಿರಲಿಲ್ಲ." ಎಂದ.

"ನೀನು ಯೋಚನೆ ಮಾಡ್ಬೇಡ. ಅಮ್ಮನನ್ನು ಹೇಗೆ ಕರೆಸ್ಕೋಬೇಕು ಅಂತ ನನಗೆ ಗೊತ್ತು." ಎಂದು ನಕ್ಕು ಫೋನಿಟ್ಟಳು.

* * * * *

ರಶ್ಮಿಯ ಲೇಖನ ಹೇಗೆ ಅಚ್ಚಾಗಿತ್ತೋ ಗೊತ್ತಿಲ್ಲ, ಪರಿಣಾಮ ಮಾತ್ರ ಕಣ್ಣಿಗೆ ಕಾಣಿಸುವ ಹಾಗೆಯೇ ಇತ್ತು.

– ಒಂದು ದಿನದ ಮಟ್ಟಿಗಾದರೂ, ಲಿಟ್ಜರ್ ಕಂಪೆನಿಯ ಶೇರಿನ ಬೆಲೆ ಕೆಳಗಿಳಿದಿತ್ತು.

– ಒಬ್ಬ ಮೃದುಯಂತ್ರಿ ಬರೆದಿರುವ ಪತ್ರ. ಅದೂ ಸಂಪಾದಕರಿಗೆ. ಇದಕ್ಕೆ ನಾವು ಉತ್ತರಿಸಬೇಕಾಗಿಲ್ಲ, ಎಂದು ಉತ್ತರ ಕೊಟ್ಟರು ಲಿಟ್ಜರ್ ಕಂಪೆನಿಯ ಪೀ.ಆರ್.ನವರು.

– ಹುಚ್ಚು, ಸಿನಿಕತನ, ಅಪ್ರಬುದ್ಧ, ನಾನ್ ಟೆಕ್ನಿಕಲ್ ಎಂದು ಬರೆದರು, ನ್ಯೂಯಾರ್ಕಿನ ಕೊಲಂಬಿಯಾ ವಿಶ್ವವಿದ್ಯಾನಿಲಯದ ಫಾರ್ಮಕಾಲಜಿ ವಿಭಾಗದವರು.

– ಇದರ ಬಗ್ಗೆ ಹೆಚ್ಚಿನ ತನಿಖೆಯಾಗಬೇಕು ಎಂದು ಇನ್ನೂ ಮೂರು ಲೇಖನಗಳು ಯಾವುದೋ ನಾಗರಿಕ ಹಿತರಕ್ಷಣಾ ಸಂಸ್ಥೆಯಿಂದ ಬರೆಯಲ್ಪಟ್ಟವು.

– ಲಿಟ್ಜರ್ ಕಂಪೆನಿಯ ವಿರುದ್ಧ ಒಂದೇ ದಿನದಲ್ಲಿ ಮುನ್ನೂರು ಕೇಸುಗಳು "ಪಬ್ಲಿಕ್ ಇಂಟೆರೆಸ್ಟ್ ಪಿಟಿಶನ್"ನ ಮುಖೇನ ದಾಖಲಾದವು.

– ಇವೆಲ್ಲಾ ಆದದ್ದು, ಸಿ.ಎನ್.ಎನ್.ನ ಹೆಡ್‌ಲೈನ್ ನ್ಯೂಸ್‌ನ ಕೆಳಗಿನ ಟಿಕರ್‌ನ್ಲಲ್ಲಿ ಒಂದು ಸಾಲು ಬಂದಿತ್ತು.

* * * * *

ಮೇರಾ ಭಾರತ್ ಮಹಾನ್

ನಾಗೇಶ ಹೊರಗಿನಿಂದೆಲ್ಲೋ ತನ್ನ ಮೊಬೈಲಿನಿಂದ ಫೋನು ಮಾಡಿ, ಇಂದು ರಾತ್ರಿ ಯಾವುದಾದರೂ ರೆಸ್ಟುರೆಂಟಿನಲ್ಲಿ ಊಟಕ್ಕೆ ಹೋಗೋಣವೇ ಎಂದು ಕೇಳಿದ್ದ. ರಶ್ಮಿ ಆಗ ತಾನೆ ಮುಂದಿನ ಕಂತಿನಲ್ಲಿ ತನ್ನ ಲೇಖನ ಯಾವಾಗ ಬರಬಹುದು ಎಂದು ತಿಳಕೊಳ್ಳಲು ಸಾಪ್ತಾಹಿಕಕ್ಕೆ ಫೋನು ಮಾಡಲು ಪ್ರಯತ್ನಿಸುತ್ತಿದ್ದಳು. ನಾಗೇಶನಿಗೆ ಒಂದು ನಿಮಿಷದ ನಂತರ ಫೋನು ಮಾಡುತ್ತೇನೆಂದು ಹೇಳಿದಳು. ಇಲ್ಲ ಎಂದು ಹೇಳಲು ಯಾಕೋ ಅವಳಿಗೆ ಮನಸ್ಸು ಬರಲಿಲ್ಲ.

ಸಂಜೆ ಯಾಕೋ ಏನೋ ಅವಳಿಗೆ ಸ್ವಲ್ಪ ಅಲಂಕಾರ ಮಾಡಿಕೊಳ್ಳಬೇಕೆನ್ನಿಸಿತು. ಹೊಸದಾದ ಚೂಡಿದಾರವೊಂದನ್ನು ತನ್ನ ಸೂಟ್‌ಕೇಸಿನಿಂದ ಹೊರತೆಗೆದಳು. ಹಸಿರು

ಬಣ್ಣದ ಚೂಡಿದಾರ್. ಎದೆಯ ಭಾಗದಲ್ಲಿ ಕನ್ನಡಿಗಳಿದ್ದವು. ತೋಳು ಪೂರಾ ಇರಲಿಲ್ಲ. ಅದಕ್ಕೆ ಸರಿ ಹೋಗುವ ಪ್ಯಾಂಟು ಸಿಗಲಿಲ್ಲ. ಒಂದು ಜೀನ್ಸನ್ನೇ ಸ್ವಲ್ಪ ಇಸ್ತ್ರಿಮಾಡಿ ಹಾಕಿಕೊಂಡಳು. ಕೈಗೆ ಕೃತಕ ಬಳೆಯನ್ನು ಕೈತುಂಬಾ ತೊಟ್ಟು, ಹಣೆಗೆ ದೊಡ್ಡದಾಗಿ ತಿಲಕವಿಟ್ಟುಕೊಂಡಳು. ತುಟಿಗಳಿಗೆ ಗಾಢವೆನ್ನಿಸುವಂತೆ ಬಣ್ಣವನ್ನು ಹಚ್ಚಿಕೊಂಡಳು. ಕನ್ನಡಿಯಲ್ಲಿ ಒಮ್ಮೆ ತನ್ನನ್ನೇ ನೋಡಿಕೊಂಡು ಯಾವುದೋ ದೇಸೀ ಚಾನಲ್ಲಿನ ಎಂಟೀವಿಯ ಆಂಕರ್ ಕಂಡ ಹಾಗೆ ಕಾಣುತ್ತಿದ್ದೇನೆ ಅಂದುಕೊಂಡಳು. ಸುಮ್ಮನೆ ನಕ್ಕಳು.

ಅಮ್ಮ ಇಲ್ಲಿಗೆ ಬಂದು ತನ್ನ ಜತೆ ಇರುತ್ತಾಳಾ ಎಂದು ಒಂದು ಕ್ಷಣ ಯೋಚನೆಯಾಯಿತು. ಹುಟ್ಟಿದಾಗಿನಿಂದ ನಾಗಮಂಗಲ, ಬಸರಾಳು ಬಿಟ್ಟು ಬೇರೆ ಊರನ್ನು ನೋಡದಿದ್ದ ಅಮ್ಮ ಈಗ ಇಲ್ಲಿ ಬಂದು ಏನು ಮಾಡಬಹುದು. ತನ್ನ ಮತ್ತು ನಾಗೇಶನ ಬಗ್ಗೆ ಮುಂಚೆಯೇ ಎಚ್ಚರಿಸಿರಬೇಕು. ನಾಗೇಶನಿಗೆ ಒಂದು ಕೆಲಸ ಸಿಗುತ್ತದಾ ಇಲ್ಲವಾ ಗೊತ್ತಿಲ್ಲ. ಆದರೆ, ನಾಗೇಶನ ಚರ್ಯೆಯನ್ನು ನೋಡಿದಾಗ ಈ ಸಂಬಂಧದ ಬಗ್ಗೆ ಆಕೆಗೇ ಅನುಮಾನ ಬರಲು ಆರಂಭವಾಗಿತ್ತು. ಬಹಳ ದಿನ ಇರಬಹುದಾದ ಸಂಬಂಧ ಇದಲ್ಲ ಅನ್ನಿಸಿತು. ಏನೇ ಆದರೂ ಅಮ್ಮ ಇದಕ್ಕೆ ಯಾವ ರೀತಿಯೂ ಅಡ್ಡಿ ಮಾಡಲಾರಳು ಅನ್ನಿಸಿತು.

ನಾಗೇಶ ಕಾರನ್ನು ಮನೆಯ ಮುಂದೆ ತಂದು ನಿಲ್ಲಿಸಿದ. ಇವಳು ಒಂದು ನಿಮಿಷ ಮೇಲೆ ಬಾ ಎಂದು ಅವನನ್ನು ಕರೆದಳು. ನಾಗೇಶ ಕಾರನ್ನು ಕೆಳಗೇ ಪಾರ್ಕ್ ಮಾಡಿ ಮೇಲೆ ಬಂದಿದ್ದ. ಆತ ಬಂದ ತಕ್ಷಣ ಅವನನ್ನು ಎಳೆದು ತುಟಿಗೊಂದು ಮುತ್ತು ಕೊಟ್ಟು ಅವನ ತುಟಿಯನ್ನು ತನ್ನ ಕರ್ಚೀಫ಼ಿನಿಂದ ಒರೆಸಿದಳು. ನಾಗೇಶ ಒಂದು ಕ್ಷಣ ಬೆರಗಾದರೂ ತಾನು ಇದನ್ನು ನಿರೀಕ್ಷಿಸಿಲ್ಲವೆಂದು ತೋರಿಸಿಕೊಳ್ಳಲಾಗದಂತೆ ನಟಿಸಿ ತಾನೂ ಸಹಕರಿಸಿದ. ರಶ್ಮಿ ಒಂದು ಕ್ಷಣದಲ್ಲಿ ಅವನನ್ನು ಬೆಡ್‌ರೂಮಿಗೆ ಎಳೆದೊಯ್ದಿದ್ದಳು. ನಾಗೇಶ ಒಳಗೆ ಹೋಗುತ್ತಾ ಅವಳ ಚೂಡಿದಾರದಂತಿದ್ದ ಜುಬ್ಬದ ಒಳಗೆ ಕೈಹಾಕಿ, ರಶ್ಮಿಯ ಸಣ್ಣ ಮೊಲೆಗಳ ಮೇಲೆ ತನ್ನ ಕೈಯಾಡಿಸಿದ. ರಶ್ಮಿಗೇ ಗೊತ್ತಾಗದಂತೆ ಅವುಗಳ ತುದಿಗಳು ಸುರುಟಿಕೊಂಡವು. ನಾಗೇಶನ ಕೈ ಕೆಳಗೆ ಅವಳ ಸಣ್ಣ ನಡುವನ್ನು ಹಿಡಿದವು. ಅವಳ ಹೊಕ್ಕುಳೂ ಕೂಡ ಬೆವರಿತು. ತನ್ನ ಕೈಯನ್ನು ನಾಗೇಶನ ಕುತ್ತಿಗೆಯ ಸುತ್ತ ಹಾಕಿ ಹತ್ತಿರ ಎಳಕೊಂಡಳು. ನಾಗೇಶನ ಮುಖವನ್ನು ನೋಡಿ "ಸ್ಮಡ್ಜಿ" ಎಂದು ಇನ್ನೊಮ್ಮೆ ತನ್ನ ಕೈಗೆ ಸಿಕ್ಕ ಬಟ್ಟೆಯಿಂದಲೇ ಒರೆಸಿದಳು. ಇಬ್ಬರೂ ಯಾವುದೇ ಕ್ಷಣವನ್ನು ಕಳೆದುಕೊಳ್ಳಲಾರದಂತೆ ಅನುಭವಿಸಿದರು.

ಹೊಟ್ಟೆ ಹಸಿದಿದೆ ಎಂದು ಇಬ್ಬರೂ ನಿರ್ಧರಿಸಿ, ರಶ್ಮಿ ತನ್ನ ಕೈಗೆ ಸಿಕ್ಕ ಬಟ್ಟೆಯನ್ನು ತೆಗೆದುಕೊಂಡು ಹಾಕಿಕೊಂಡು ಹೊರಟಳು. ಈ ಬಾರಿ ಅವಳು ಅದೇ ಇಸ್ತ್ರಿಮಾಡಿದ್ದ ಜೀನ್ಸನ್ನೇ ಹಾಕಿಕೊಂಡಿದ್ದರೂ ಮೇಲೆ ಒಂದು ಟೀ ಶರ್ಟನ್ನು ಹಾಕಿಕೊಂಡಿದ್ದಳು. ಕಾರಿನಲ್ಲಿ ಕೂತ ತಕ್ಷಣ, ಮನೆಯಲ್ಲಿ ಸಿಕ್ಕ ಒಂದು ಶಿವಕುಮಾರ್ ಶರ್ಮನ ಸೀಡಿಯನ್ನು ಕೈಯಲ್ಲಿ ಹಿಡಕೊಂಡು ಬಂದಿದ್ದವಳು, ನಾಗೇಶನನ್ನು ಕೇಳದೆಯೇ ಹಾಕಿದಳು. ಕಾರಿನ ಹೀಟರನ್ನು

ಸ್ವಲ್ಪ ಜಾಸ್ತಿ ಮಾಡಿ ಸಣ್ಣ ಫ್ಯಾನಿಂದ ಬರುತ್ತಿರುವ ಗಾಳಿಗೆ ಎರಡೂ ಕೈಯನ್ನು ಒಡ್ಡಿಕೊಂಡಳು. ಕಾರಿನ ಕನ್ನಡಿಯಲ್ಲಿ ತನ್ನ ಮುಖವನ್ನು ಒಮ್ಮೆ ನೋಡಿಕೊಂಡು ತುಟಿಯನ್ನು ಒಮ್ಮೆ ಒತ್ತಿಕೊಂಡು ಇನ್ನೂ ಉಳಿದಿರಬಹುದಾದ ಲಿಪ್‌ಸ್ಟಿಕ್ಕನ್ನು ಸರಿಪಡಿಸಿಕೊಂಡಳು. ನಾಗೇಶನ ತೊಡೆಯ ಮೇಲೆ ಕೈಯನ್ನು ಇಟ್ಟುಕೊಂಡೇ ಸ್ಟೀರಿಯೋದಲ್ಲಿ ಬರುತ್ತಿದ್ದ ಹಾಡಿಗೆ ತಲೆದೂಗುತ್ತಿದ್ದಳು. ಇವೆಲ್ಲವೂ ನಾಗೇಶನ ಉಪಸ್ಥಿತಿಯ ಅರಿವಿಲ್ಲದೇ ನಡೆದಂತಿತ್ತು. ನಾಗೇಶ ಸುಮ್ಮನೇ ಕಾರನ್ನು ಡ್ರೈವ್ ಮಾಡುತ್ತಾ ಇದ್ದ.

ರಸ್ತೆಯಲ್ಲಿ ಟ್ರಾಫಿಕ್ ಸುಮಾರಾಗಿತ್ತು. ಇದ್ದಕ್ಕಿದ್ದಂತೆ ಯಾರೋ ನಾಗೇಶನನ್ನು ದಾಟಿ ಬಲದಿಂದ ಮುಂದೆ ಬಂದು ತನ್ನ ಮಧ್ಯದ ಬೆಟ್ಟನ್ನು ಮೇಲೆತ್ತಿ ನಾಗೇಶನಿಗೆ ತೋರಿಸಿದ. ನಾಗೇಶನಿಗೆ ಏನು ಆವೇಶ ಬಂದಿತ್ತೋ ಗೊತ್ತಿಲ್ಲ, ಸೀದಾ ಕಾರಿನ ವೇಗವನ್ನು ದುಪಟ್ಟು ಮಾಡಿ ಎದುರಿನ ಕಾರಿನವನನ್ನು ಹಿಂದೆ ಹಾಕಿ ಅವನ ಮುಂದೆ ಹೋಗಿ ಅವನ ಕಾರನ್ನು ನಿಲ್ಲಿಸಿದ. ನಿಲ್ಲಿಸಿದವನೇ ಅವನ ಕಿಟಕಿಯ ಬಳಿ ಹೋಗಿ ಬಾಗಿಲು ತಟ್ಟಿ, "ಫಕ್ ಯೂ" ಎಂದು ತನ್ನ ಎರಡೂ ಕೈನ ಮಧ್ಯದ ಬೆಟ್ಟನ್ನು ಮೇಲೆತ್ತಿದ. ಆ ಕಾರನ್ನು ಡ್ರೈವ್ ಮಾಡುತ್ತಿದ್ದ ಒಬ್ಬ ಚೇನೀ ಯುವಕ ತನ್ನ ಮಧ್ಯದ ಬೆಟ್ಟನ್ನೆತ್ತುವ ಕ್ರಿಯೆ, ಬಹಳ ಕಲ್ಚರಲ್ ಎಂದೂ ತಾನು ಹುಟ್ಟಾ ಹಾಗೆ ಮಾಡುತ್ತಿರಲಿಲ್ಲವೆಂದೂ, ಅದನ್ನು ಕಲಿತದ್ದು ಈ ಅಮೆರಿಕಾಕ್ಕೆ ಬಂದಮೇಲೆಯೇ ಎಂದೂ, ಇಂಡಿಯನ್ನಾದ ನಾಗೇಶ ಇಂಥ ವಿಷಯಗಳನ್ನು ಅರ್ಥಮಾಡಿಕೊಳ್ಳುತ್ತಾನೆ ಎಂದು ತಾನು ತಿಳಕೊಳ್ಳುತ್ತಾನೆಂದೂ ಹೇಳಿ "ಹಿಂದಿ ಚೀನಿ ಭೈ, ಭೈ" ಎಂದ. ಆತನ ಮನಸ್ಸಿನಲ್ಲಿ ನಾಗೇಶನ ಸಿಟ್ಟನ್ನು ನೋಡಿ ಇವನು ತನ್ನನ್ನು ಕೊಂದೇ ಬಿಡುತ್ತಾನೇನೋ ಎನ್ನುವ ಹೆದರಿಕೆಯಿತ್ತು. ನಾಗೇಶ ಒಮ್ಮೆ ಅವನ ಕಾರಿಗೆ ಒದ್ದು ಬಂದು ತನ್ನ ಕಾರಲ್ಲಿ ಕೂತ.

ರಶ್ಮಿ ಸುಮ್ಮನೇ ನೋಡುತ್ತಲೆ ಇದ್ದಳು. "ನಿಜವಾಗಿಯೂ ಸಿಟ್ಟು ಬಂದಿತ್ತೋ ಅಥವಾ ಇನ್ನೊಂದು ಸ್ಕೋರು ಹೊಡೆಯಕ್ಕೆ ಇಂಪ್ರೆಸ್ ಮಾಡಲು ಪ್ರಯತ್ನ ಮಾಡುತ್ತಿದ್ದೀಯೋ? ಆ ಕಾರಲ್ಲಿ ದೊಡ್ಡ ಪಿಸ್ತೂಲಿರುವ ದರೋಡೆಕೋರ ಕೂತಿದ್ದಿರಬಹುದಾಗಿತ್ತು, ಗೊತ್ತಾ" ಎಂದು ತಮಾಷೆ ಮಾಡಿದಳು. ನಾಗೇಶ ಏನೂ ಮಾತಾಡದೇ ಸುಮ್ಮನೇ ಕಾರನ್ನು ಡ್ರೈವ್ ಮಾಡುತ್ತಲೇ ಇದ್ದ. ಯಾವುದೋ ಕಾರಣಕ್ಕಾಗಿ ಸಿಟ್ಟು ಬಂದಿದೆ, ಇವತ್ತು ಮನೆಯಲ್ಲಾದದ್ದು ಒಳ್ಳೆಯದಕ್ಕೇ ಅಂದುಕೊಂಡಳು.

ಇಬ್ಬರೂ ಅಂದು ಯಾವುದೋ ಭಾರತೀಯ ರೆಸ್ಟುರೆಂಟಿಗೇ ಹೋಗೋಣವೆಂದುಕೊಂಡಿದ್ದರು. ಅಲ್ಲೇ ಇದ್ದ ಯಾವುದೋ ಬರಿಯ ಗುಜರಾತಿ ಊಟ ಮಾತ್ರ ಸಿಗುವ ಸಣ್ಣ ರೆಸ್ಟುರೆಂಟಿಗೆ ಹೋದರು. ಅದೊಂದು ಕುಟುಂಬ ನಡೆಸುವ ರೆಸ್ಟುರೆಂಟು. ಕಂದು ಕಾಟನ್ ಸೀರೆಯನ್ನುಟ್ಟಿದ್ದ ಬಿಳೀ ಕೂದಲ ಮುದುಕಿಯೊಬ್ಬಳು ಒಂದು ಸಣ್ಣ ಪರದೆಯಿಂದಷ್ಟೇ ಮರೆ ಮಾಡಿದ್ದ ಅಡುಗೆ ಮನೆಯಲ್ಲಿ ಚಪಾತಿ ಬೇಯಿಸುತ್ತಿದ್ದಳು. ಮುಂದುಗಡೆ ಬಫೆಗೆಂದು ಜೋಡಿಸಿಟ್ಟಿದ್ದ ಪಾತ್ರೆಗಳಲ್ಲಿ ಒಂದು ನಾಲ್ಕು

ಬಗೆಯ ತರಕಾರಿಗಳು ಇದ್ದವು. ಇನ್ನೊಂದರಲ್ಲಿ ಅನ್ನ ಮತ್ತು ಗುಜರಾತಿ ಥಾಲ್, ಮೇಲೆ ಕರಿಬೇವಿನ ಸೊಪ್ಪು ಅಲಂಕಾರಕ್ಕೆಂದು ಇಟ್ಟಂತಿತ್ತು. ಕೂರುವುದಕ್ಕಿದ್ದದ್ದು ನಾಲ್ಕೇ ಟೇಬಲ್ಲು. ಸಣ್ಣ ಜಾಗ. ಪಕ್ಕದಲ್ಲೇ ಒಂದು ದಿನಸಿ ಅಂಗಡಿ ಬೇರೆ. ಅಲ್ಲಿ ಪ್ಲಾಸ್ಟಿಕ್ ಕವರುಗಳಲ್ಲಿ ಮುಂಚೆಯೇ ಪ್ಯಾಕಾಗಿದ್ದ ಕೆನಡಾದಿಂದ ಬಂದ ಬೇಳೆ, ಇನ್ನೊಂದಿಷ್ಟು ದಿನಸು ಪದಾರ್ಥಗಳು. ಒಂದು ದೊಡ್ಡ ಮೂವತ್ತು ಬೈ ಮೂವತ್ತು ಹಾಲನ್ನು ಯಾವುದೇ ಮಾರ್ಪಾಡಿಲ್ಲದೇ ಒಂದು ಭಾಗದಲ್ಲಿ ಕುರ್ಚಿಗಳನ್ನಿಟ್ಟು ರೆಸ್ಟುರೆಂಟಾಗಿ ಮಾಡಿದ್ದರು. ಅಲ್ಲಿ ಗಲ್ಲಾಪೆಟ್ಟಿಗೆಯಲ್ಲಿ ದೊಡ್ಡ ಹೊಟ್ಟೆಯ ಜರ್ದಾ ತಿನ್ನುತ್ತಿದ್ದ ಮೀಸೆಗೆ ಮೆಹಂದೀ ಹಚ್ಚಿದ್ದ ಟೊಣಪನೊಬ್ಬ ಕೂತಿದ್ದ. ಆತನ ಹೆಂಡತಿಯಂತ ಕಾಣಿಸುತ್ತಿತ್ತು, ಒಬ್ಬಳು– ಒಂದು ಢಾಳಾದ ಗಾಢ ಹಸಿರು ಬಣ್ಣದ ಚೂಡಿದಾರವನ್ನು ಮತ್ತು ಬಲಗಡೆಯಿಂದ ಜನಿವಾರ ಹಾಕಿದಂತೆ ಚೂಡಿದಾರದ ದುಪ್ಪಟ್ಟವನ್ನು ಹಾಕಿಕೊಂಡು ಬರೀ "ಹಾಂಜೀ"ಗಳಿಂದ ಬರುವವರನ್ನು ರಂಜಿಸುತ್ತಿದ್ದಳು. ಮೂಲೆಯಲ್ಲಿದ್ದ ಒಂದು ಟೀವಿಯಲ್ಲಿ ಸಲ್ಮಾನ್ ಖಾನ್ ಶರ್ಟು ತೆಗೆದು ಹಾಡುತ್ತಿದ್ದ. ಮೂರೂ ಟೇಬಲ್ಲು ಭರ್ತಿಯಾಗಿದ್ದವು. ಇವರ ಸರದಿ ಬಂದ ತಕ್ಷಣ "ಆವೋಜೀ" ಅಂತ ಆ ಹೆಂಗಸು ಇಬ್ಬರನ್ನೂ ಕರಕೊಂಡು ಹೋಗಿ ಕೂರಿಸಿದಳು. "ಬಫೆ ಹೈಜೀ, ಖಾವೋ ನಾ" ಎಂದಂದು ಅಲ್ಲೇ ಟೇಬಲ್ಲಿನ ಮೇಲಿದ್ದ ಎರಡು ಸ್ಟೈರೋಫೋಮ್ ತಟ್ಟೆಯನ್ನೂ ಹಾಗೂ ಲೋಟವನ್ನೂ ತಂದುಕೊಟ್ಟು ಅದರ ಜತೆಗೆ ಪ್ಲಾಸ್ಟಿಕ್ ಸ್ಪೂನು, ಮತ್ತು ಒಂದು ನ್ಯಾಪ್‌ಕಿನ್ನನ್ನು ಕೊಟ್ಟಳು. "ಲಸ್ಸಿ ಮುಫ್ತ್ ಜೀ, ಅಬೀ ಚಾಹಿಯೇ, ಯಾ ಬಾದ್ ಮೇ" ಅಂದಳು. ನಾಗೇಶ ಇದ್ದಕ್ಕಿದ್ದಂತೆ "ಕೆನ್ ವಿ ಹ್ಯಾವ್ ಸಮ್ ಪ್ರೈವೆಸಿ, ಪ್ಲೀಸ್" ಅಂತ ಇಂಗ್ಲಿಷಿನಲ್ಲಿ ಅಂದ. ಆಕೆ ಮುಖಕ್ಕೆ ಬಾರಿಸಿಕೊಂಡವಳಂತೆ "ಹಾಂಜೀ" ಅಂದುಕೊಂಡು ಆ ಕಡೆ ಹೋದಳು. ನಾಗೇಶ ಪ್ಲೇಟಿನಲ್ಲಿ ಬಫೆಗೆಂದು ಇಟ್ಟಿದ್ದ ಎಲ್ಲಾ ತರದ ಅಡುಗೆಯನ್ನೂ ಒಂದೊಂದು ಸೌಟು ಹಾಕಿಕೊಂಡು ಬಂದು ಮೂಲೆಯಲ್ಲಿದ್ದ ಒಂದು ಟೇಬಲ್ಲಿನ ಮುಂದೆ ಕೂತ. ಉಳಿದ ಟೇಬಲ್ಲಿನಲ್ಲಿ ಬರೇ ಇಪ್ಪತ್ತರಿಂದ ಇಪ್ಪತ್ತೆರಡರ ನಾಲ್ಕು ಹುಡುಗರ ಮೂರು ಗುಂಪು ಕೂತಿತ್ತು.

ಆ ಗುಜರಾತಿ ಹೆಂಗಸು ಇನ್ನೊಂದು ತಟ್ಟೆಯಲ್ಲಿ ಬಿಸಿಬಿಸಿಯಾದ ಚಪಾತಿಗಳನ್ನು ತಂದಳು. "ಗರಮ್ ಹೈಜೀ, ಔರ್ ಖಾವೋ" ಎಂದಂದು ಕೈಯಿಂದ ಇನ್ನೊಂದೆರಡು ಚಪಾತಿಗಳನ್ನು ನಾಗೇಶನನ್ನು ಕೇಳದೇ ಅವನ ತಟ್ಟೆಗೆ ಹಾಕಿದಳು. ನಾಗೇಶ "ಲೇಡಿ, ನನ್ನನ್ನೇನು ತಿಳಿದಿದ್ದೀ" ಎಂದು ಆ ಚಪಾತಿಗಳನ್ನು ತೆಗೆದುಕೊಂಡು ಹೋಗಿ ಅಲ್ಲೇ ಮೂಲೆಯಲ್ಲಿದ್ದ ಕಸದಬುಟ್ಟಿಯಲ್ಲಿ ಎಸೆದುಬಿಟ್ಟ. ಮತ್ತೆ ವಾಪಸ್ಸು ಬರುತ್ತಾ ಎಲ್ಲರೂ ನೋಡುತ್ತಿದ್ದ ಆ ಟೀವಿಯನ್ನು ಆರಿಸಿ ಬಂದ. ಎಲ್ಲರೂ ನಾಗೇಶನನ್ನೇ ನೋಡಿದರು. ರಶ್ಮಿ ಏನೂ ಮಾತಿಲ್ಲದೇ ಊಟ ಮಾಡುತ್ತಿದ್ದಳು. ಎಲ್ಲರ ಗಮನವೂ ನಾಗೇಶ ಮತ್ತು ರಶ್ಮಿಯ ಮೇಲೇ ಹೋಯಿತು, ಒಂದು ಕ್ಷಣ.

"ಒಂದು ಒಳ್ಳೆಯ ಊಟ ಮಾಡೋಣ ಅಂದರೆ, ಒಂದು ಸರಿಯಾದ ರೆಸ್ಟುರೆಂಟನ್ನು ನಡೆಸಿಕೊಂಡು ಹೋಗೊಕ್ಕೆ ಬರೋಲ್ಲ, ಬೋಳಿಮಕ್ಕಳಿಗೆ. ಎಲ್ಲೆಲ್ಲಿಂದಲೋ ಬಂದುಬಿಡ್ತಾವೆ. ಸರಿಯಾಗಿ ಇಂಗ್ಲಿಷು ಮಾತಾಡಕ್ಕೆ ಬರೋಲ್ಲ. ಇವಕ್ಕೆಲ್ಲಾ ಗ್ರೀನ್‌ಕಾರ್ಡು. ಎಲ್ಲರೂ ವ್ಯಾಪಾರ ಮಾಡೋದೆ. ಇಲ್ಲಿ ನೋಡಿದರೆ, ನಾವುಗಳು ಬಂದು ದುಡ್ಡು ಸುರಿದು ಕೆಟ್ಟ ಊಟ ಮಾಡ್ಕೊಂಡು ಹೋಗಬೇಕು. ನಾನು ಹೇಳಿದ್ದೆ ನಿನಗೆ, ಈ ರೆಸ್ಟುರೆಂಟು ಬೇಡ, ಅಂತ" ಅಂದ ಮುಖ ಸಿಂಡರಿಸಿ. ರಶ್ಮಿ ಬೇರೇನೂ ಮಾತಾಡದೇ "ಈಗ ಹೊರಡೋಣವೆ?" ಅಂದಳು. ತಟ್ಟೆಗೆ ಹಾಕಿಕೊಂಡಿದ್ದ ಊಟದಲ್ಲಿ ಅರ್ಧದಷ್ಟು ಹಾಗೆಯೇ ಮಿಕ್ಕಿತ್ತು. ಏನು ಹಾಕಿಕೊಂಡಿದ್ದೇನೆ ಅನ್ನುವುದನ್ನು ನೋಡಲೂ ಹೋಗದೇ ಅಲ್ಲೇ ಇದ್ದ ಕಸದಬುಟ್ಟಿಯಲ್ಲಿ ಎಸೆದು ಸೀದಾ ಬಂದು ಕಾರಲ್ಲಿ ಕೂತಳು. ಊಟದ ಬಿಲ್ಲನ್ನು ನಾಗೇಶ ಮೊದಲೇ ಕೊಟ್ಟಿದ್ದ.

ದಾರಿಯಲ್ಲಿ ಸ್ವಲ್ಪ ಹೊತ್ತು ಇಬ್ಬರೂ ಏನೂ ಮಾತಾಡಲಿಲ್ಲ. ಮತ್ತೆ ಶುರುವಾದ ಶಿವಕುಮಾರ ಶರ್ಮನನ್ನು ತಾನಾಗಿಯೇ ನಿಲ್ಲಿಸಿದಳು, ರಶ್ಮಿ. ಕಿಟಕಿಯಿಂದ ಹೊರಗೆ ನೋಡುತ್ತ ಕೂತಿದ್ದಳು. ಮೈಮುರಿದಳು. ಏನೂ ಆಗಿಲ್ಲದಂತೆ "ನನ್ನ ಲೇಖನ ಪ್ರಕಟವಾಗಿದೆ, ಓದಿದ್ಯಾ," ಅಂದಳು.

"ಓದಿದೆ. ಬರೀ ವೈದ್ಯಕೀಯ ಜಾರ್ಗನ್. ಅದು ನಿನ್ನ ಸ್ವಾಭಾವಿಕ ಯೋಚನೆಗಳಲ್ಲ. ನೀನು ಅಲ್ಲಿಲ್ಲಿ ಓದಿ ನಿನ್ನ ಅಭಿಪ್ರಾಯವನ್ನು ಏನೂ ತಿಳಿಸಿಲ್ಲದೇ ಬರೆದ ಲೇಖನ. ಆದರೂ ಚೆನ್ನಾಗಿದೆ ಅನ್ನಿಸಿತು. ಇನ್ನೊಂದೆರಡು ಬಾರಿ ಓದಿದ ಮೇಲೆ ನನ್ನ ಅಭಿಪ್ರಾಯಾನ ತಿಳಿಸ್ತೀನಿ, ನಿನಗೆ."

"ಥ್ಯಾಂಕ್ಸ್" ಎಂದಳು. ಮತ್ತೆ ಹೊರಗೆ ನೋಡುತ್ತಾ ಕೂತಳು. ಮೌನ ಅಸಹನೀಯವಾಗುತ್ತಿತ್ತು. ಕೇವಲ ಎರಡು ಗಂಟೆಯ ಹಿಂದೆ ಹಾಸಿಗೆಯಲ್ಲಿ ಹೊರಳಾಡಿದ ತಾವು ಈಗ ಯಾವ ಗುರುತೂ ಇಲ್ಲದೇ ಕೂತಿರುವುದನ್ನು ನೋಡಿದರೆ ಅವಳಿಗೆ ಆಶ್ಚರ್ಯವಾಗಿತ್ತು. ತುಂಬಾ ಸರಳ ಘಟನೆಗಳು. ಯಾವುದೋ ಅಗ್ಗದ ರೆಸ್ಟುರೆಂಟು, ಊಟ ಚೆನ್ನಾಗಿಲ್ಲ. ಬೇರೆ ಸಂದರ್ಭದಲ್ಲಿಯಾಗಿದ್ದರೆ ತಾನೇ ಊಟದ ದುಡ್ಡನ್ನು ವಾಪಸ್ಸು ಕೇಳುತ್ತಿದ್ದಳೇನೋ, ಆದರೆ ಇವತ್ತು ನಾಗೇಶ ಕೇಳಿದಾಗ ಅದು ಸರಿಯಲ್ಲವೆನಿಸಿತು.

"ಪಾಪ, ಆ ಗುಜರಾತಿ ಹೆಂಗಸು" ಆಕೆ ಅನ್ನುವಷ್ಟರಲ್ಲಿ ನಾಗೇಶನೂ ಅದೇ ಸಮಯಕ್ಕೆ "ನಾನು ಇಂಡಿಯಾಕ್ಕೆ ಹೊರಟಿದ್ದೇನೆ" ಅಂದ. 'ಗುಜರಾತಿ ಹೆಂಗಸು' ಇಬ್ಬರಿಗೂ ಕೇಳಿಸಲಿಲ್ಲ.

ಒಂದು ಕ್ಷಣ ಸುಮ್ಮನಿದ್ದಳು. "ಸರಿ, ಹೋಗಿ ಬಾ" ಅಂದಳು, ಸ್ವಲ್ಪ ತಡವರಿಸಿ. ನಾಗೇಶ ರಶ್ಮಿಯಿಂದ ಸಿಟ್ಟನ್ನು, ಬೇಜಾರನ್ನು ಕಡೆಯ ಪಕ್ಷ ಆಶ್ಚರ್ಯವನ್ನಾದರೂ ಅಪೇಕ್ಷಿಸುತ್ತಿದ್ದ, ಉಪೇಕ್ಷೆಯನ್ನಂತೂ ಅಲ್ಲ.

ನಾಗೇಶ ಸ್ವಲ್ಪ ಸಿಟ್ಟಿನಿಂದ "ಮತ್ತೆ ಬರುವುದಕ್ಕೆ ಹೋಗುತ್ತಿಲ್ಲ. ನನಗೆ ಅಲ್ಲಿ ಕೆಲಸ ಸಿಕ್ಕಿದೆ. ಸಂಬಳ ವರ್ಷಕ್ಕೆ ಹದಿನೆಂಟು ಲಕ್ಷ. ಇಲ್ಲಿಗಿಂತಾ ಒಳ್ಳೆ ಕೆಲಸ."

ರಶ್ಮಿ ಮತ್ತೆ ಏನೂ ಮಾತಾಡಲಿಲ್ಲ. ಒಂದು ನಿಮಿಷದ ಕಾಲ ಸುಮ್ಮನೇ ಕೂತಿದ್ದಳು. ಒಂದು ನಿಮಿಷ ಎಷ್ಟು ದೀರ್ಘವಾದದ್ದು ಎನ್ನುವುದು ಇಬ್ಬರಿಗೂ ಅಂದು ಗೊತ್ತಾಗಿತ್ತು. ಆಮೇಲೆ ಏನೋ ನಿರ್ಧರಿಸಿದಂತೆ "ಸರಿ. ಹೋಗಿ ಬಾ, ನಾಗೇಶ" ಅಂದಳು.

ನಾಗೇಶ "ಮತ್ತೆ ನಾನು ವಾಪಾಸು ಬರೋದಿಲ್ಲ" ಎಂದು ಒತ್ತಿ ಹೇಳಿದ.

"ಸರಿ ನಾಗೇಶ. ಈಗ ನನಗೆ ಹೇಳುತ್ತಿರೋದು ಯಾಕೆ? ಎಲ್ಲವನ್ನೂ ನಿಶ್ಚಯಿಸಿಕೊಂಡಾದ ಮೇಲೆ. ನಾನು ಹೋಗಬೇಡ ಅಂದರೆ ಹೋಗದೇ ಇರುತ್ತೀಯ?"

"ನಾನು ಹೋಗದೇ ಇದ್ದರೆ ನಿನಗೆ ಖುಷಿಯಾಗುತ್ತದೆಯಾ?"

"ಅದಲ್ಲ, ವಿಷಯ. ನಾನು ಹೋಗಬೇಡ ಅಂದರೆ ನಿನಗೆ ಹೋಗದೇ ಇರಲಿಕ್ಕೆ ಆಗುತ್ತಾ?"

ನಾಗೇಶ ಸ್ವಲ್ಪ ಕಸಿವಿಸಿ ಪಟ್ಟವನಂತೆ "ರಶ್ಮಿ, ನಾನು ಹೋಗ್ತಾ ಇದೀನಿ" ಅಂದ. ರಶ್ಮಿ ಮತ್ತೆ "ಸರಿ" ಎಂದಳು.

ಇನ್ನು ತಡೆಯಲಾಗಲಿಲ್ಲ. "ರಶ್ಮಿ, ಒಂದು ಕ್ಷಣ ಮಾಮೂಲಿ ಮನುಷ್ಯರಂತೆ ಯೋಚಿಸಲಿಕ್ಕೆ ನಿನಗೆ ಆಗುವುದೇ ಇಲ್ಲವೆ? ನಾನು ಶಾಶ್ವತವಾಗಿ ನಿನ್ನನ್ನು ಬಿಟ್ಟು ಹೋಗ್ತಾ ಇದೀನಿ. ಇದು ನಿನಗೆ ಏನೂ ಅನ್ನಿಸೋದೇ ಇಲ್ಲವೆ? ನಾನು ನಿನಗೆ ಏನೂ ಅಲ್ಲವೇ ಅಲ್ಲವಾ? ಕಡೇ ಪಕ್ಷ ನಿನ್ನ ಮನೆಯಲ್ಲಿ ಒಂದು ಮೂರು ತಿಂಗಳು ಇದ್ದ, ಸ್ನೇಹಿತ ಅನ್ನೋ ಒಂದು ಕಾರಣಕ್ಕಾಗಿಯಾದರೂ 'ಸರಿ ಹೋಗಿ ಬಾ' ಅನ್ನೋದಕ್ಕಿಂತ ಒಂದು ಹೆಚ್ಚಿನ ವಿದಾಯ ಸಿಗೋದಿಲ್ವೆ?"

"ನಾವು ಬರೀ ಸ್ನೇಹಿತರು ಮಾತ್ರಾನ, ನಾಗೇಶ?"

ಏನೂ ಉತ್ತರಿಸಲಿಲ್ಲ, ನಾಗೇಶ.

"ನೀನು ಬರೀ ಸ್ನೇಹಿತನ ತರ ಹೋಗ್ತಾ ಇದೀಯ, ನಾನು ಸ್ನೇಹಿತೆಯ ತರ ಕಳಿಸಿಕೊಡ್ತಾ ಇದೀನಿ. ಇನ್ನೇನು ಅಪೇಕ್ಷಿಸುತ್ತಾ ಇದ್ದೀ ನನ್ನಿಂದ? ಒಂದು ಗಿಫ್ಟ್, ನಿನ್ನ ಪ್ಯಾಕಿಂಗಿಗೆ ಸಹಾಯ, ಏರ್‌ಪೋರ್ಟಿಗೆ ಬೇಕಾದರೆ ಕಾರಿನಲ್ಲಿ ಬಿಡ್ತೀನಿ. ಇವತ್ತಿನ ಊಟಕ್ಕೆ ನೀನೇ ಬಿಲ್ ಕೊಟ್ಟಿದೀಯ. ಅಷ್ಟು ದುಡ್ಡಿಗೆ ಬೇಕಾದರೆ, ಒಂದು ಚೆಕ್ ಬರ್ಕೊಡ್ತೀನಿ. ನಿನಗೆ ಇನ್ನೊಂದು ಕಡೆ ಊಟ ಬೇಕು ಅನಿಸಿದರೆ ಹೇಳು, ಮತ್ತೆ ಹೋಗುವಾ. ನೀನಿನ್ನೊಂದು ವಾರ ಇರ್ತೀಯಾ ಅಂದುಕೊಂಡಿದೀನಿ. ಬೇಕಾದರೆ, ನನಗೆ ಸಮಯ ಸಿಕ್ಕರೆ ಒಂದು ಕವನಾನು ಬರ್ಕೊಡ್ತೀನಿ."

"ಕವನಾ ಬರ್ಕೊಡ್ತೀಯಾ?" ಸಿಟ್ಟಿನಿಂದ ಕೇಳಿದ.

"ಯಾಕೆ ಸಾಲದಾ? ಇವತ್ತು ಊಟದ ಮುಂಚಿನ ಆಟ ನಿನಗೆ ಸರಿಹೋಗ್ಲಿಲ್ಲವೆಂದರೆ ಹೇಳು. ಈಗ ಮನೇಗೆ ಹೋದಮೇಲೆ ಮತ್ತೆ ಆಡೋಣ."

"ಏನಂದೆ?"

"ಪಾರ್ಟಿಂಗ್ ಸ್ಕೋರ್. ಶಾಶ್ವತವಾಗಿ ನನ್ನ ಬಿಟ್ಟು ಹೋಗ್ತಾ ಇದೀಯಲ್ಲ. ಅದಕ್ಕೆ."

"ಅಯ್ಯೋ ದರಿದ್ರದವಳೇ" ಅಂದವನೇ ಕಾರನ್ನು ನಿಲ್ಲಿಸಿ ಒಂದು ಫಟೀರನೇ ರಶ್ಮಿಯ ಕಪಾಳಕ್ಕೆ ಹೊಡೆದ. ರಶ್ಮಿ ಆಶ್ಚರ್ಯದಿಂದ ಅವನ ಮುಖ ನೋಡಿದಳು.

"ಅಯ್ಯೋ ಗಂಡಸೇ, ತೋರಿಸಿಬಿಟ್ಯಲ್ಲ ನಿನ್ನ ಗಂಡಸ್ತನಾನ. ಥೂ. ನೋಡ್ಕೋ ಎಷ್ಟು ದುರ್ಬಲ ನೀನಂತ. ಕೆನ್ನೆಗೆ ಹೊಡೆಯೋ ಮಟ್ಟಿಗೆ ಇಳೀತೀಯಂತ ನಾನು ತಿಳಕೊಂಡಿರ್ಲಿಲ್ಲ. ಒಂದು ತಿಳಕೊ. ನಮ್ಮ ಸಂಬಂಧ ಶುರುವಾಗಿದ್ದೇ ತಪ್ಪು ಕಾರಣಗಳಿಂದ. ನನ್ನ ಕಡೆಯಿಂದ ಹೇಳಬೇಕಾದರೆ, ಯಾವುದೋ ಒಂದು ಅಭದ್ರತೆಯಿಂದ ನಿನ್ನ ಸ್ನೇಹಾನ ನನ್ನ ಮನಸ್ಸು ಬೇಡಿತ್ತು. ಚಿಕ್ಕ ವಯಸ್ಸಿನಲ್ಲಿ ಒಂದು ಅಪಕ್ವ ಮನಸ್ಥಿತಿಯಿದ್ದಾಗ ನಿನ್ನನ್ನ ರೋಲ್ ಮಾಡೆಲ್ ಅಂತ ಒಂದು ಘಟ್ಟದಲ್ಲಾದರೂ ನಾನು ಅಂದುಕೊಂಡಿದ್ದು ನಿಜ. ಅದನ್ನು ಇಲ್ಲ ಅಂದರೆ ಆ ಮುಗ್ಧತೆಗೇ ಮೋಸ ಮಾಡಿದ ಹಾಗೆ. ಆದರೆ, ಅದು ಬೇರೆ. ಇಲ್ಲಿ ನಾನು ನಿನ್ನ ಹಾಸಿಗೆಗೆಳೆದಿದ್ದಕ್ಕೆ ಇಂತದೇ ಕಾರಣಗಳನ್ನು ಕೊಡಕ್ಕೆ ಆಗೋದಿಲ್ಲ. ನನ್ನ ಅಭದ್ರತೆ, ಅಸೂಯೆ, ನಿನ್ನ ಕೆಲಸವಿಲ್ಲದ ಅಸಹಾಯಕತೆ ಮತ್ತು ಒಂದು ಘಟ್ಟದಲ್ಲಿ ನಿನ್ನ ಮೇಲಿನ ಕರುಣೆ ಎಲ್ಲ ಸೇರಿ ನಿನ್ನ ಜತೆ ಮಲಗೋಕ್ಕೆ ಪ್ರೇರೇಪಿಸಿರಬಹುದು. ಸೆಕ್ಸ್‌ಗೆ ಅಷ್ಟೊಂದು ಕಾರಣಗಳನ್ನು ಹುಡುಕೋಕೆ ನೀನು ಹೋಗ್ತೀಯ ಅಂತ ನಾನು ತಿಳ್ಕೊಂಡಿರ್ಲಿಲ್ಲ. ಆದರೆ ಅದು ಆ ಕ್ಷಣದ ತುರ್ತು ಅನ್ನೋದು ಇಬ್ಬರ ಮಟ್ಟಿಗೂ ನಿಜ. ಈ ಮಧ್ಯೆ ಪ್ರೀತಿ ಅನ್ನೋದು ಹುಟ್ಟಿದರೆ ಅದು ಬಹಳಷ್ಟು ತಪ್ಪು ಕಾರಣಗಳಿಂದ. ನಿನ್ನನ್ನು ನಾನು ಮನೆಯಲ್ಲಿಟ್ಟುಕೊಂಡಿದ್ದೇನೆ ಅನ್ನೋದಕ್ಕೆ ಕೃತಜ್ಞತೆ ಹೇಳೋ ಸಮಯದಲ್ಲಿ ನಿನಗೆ ಹೃದಯದ ತುಂಬಾ ಕೆಲವು ಭಾವನೆಗಳು ಬಂದಿರಬಹುದು. ನನಗೂ ಆಗಾಗ ನಿನ್ನ ನೋಡಿ ಅಯ್ಯೋ ಪಾಪ ಅನ್ನಿಸಿದ್ದಿದೆ. ಆದ್ರೆ ಅದನ್ನೇ ಪ್ರೀತಿ ಅಂತ ಕರೆಯೋದು ಹುಚ್ಚುತನ. ಇದು ಇನ್ನೂ ಹೀಗೇ ಮುಂದುವರೆದಿದ್ದರೆ, ಈ ಚಿತ್ರವಿಚಿತ್ರವಾದ ಭಾವನೆಗಳ ಗೋಜಲಿನಲ್ಲಿ ಸಿಕ್ಕಿಹಾಕಿಕೊಂಡು ನಾವು ಈ ಸಂಬಂಧಕ್ಕೆ ಒಂದು ಅರ್ಥ ಕೊಡಬೇಕಂತ ಮದುವೆ ಗಿದುವೆ ಮಾಡಿಕೊಂಡು ಒದ್ದಾಡುತ್ತಿದ್ದೆವೋ ಏನೋ. ಈಗ ನನಗೆ ಸ್ಪಷ್ಟ ಆಗ್ತಾ ಇದೆ. ನಾಲ್ಕು ಗಂಟೆಗಳ ಮುಂಚೆ ಸ್ಪಷ್ಟವಾಗದೇ ಇರೋದು ಈಗ ಸ್ಪಷ್ಟವಾಗ್ತಾ ಇದೆ. ಇದೊಂತರಾ ದೇವರು ಕೊಟ್ಟ ವರ ಅಂತ ತಿಳಕೋ. ಮತ್ತೆ ಗೊಂದಲಗೊಳಿಸೋ ಭಾವನೆಗಳು ಇಬ್ಬರಲ್ಲೂ ಶುರುವಾಗುವ ಮುಂಚೆ ನೀನು ದೇಶಾನೇ ಬಿಡ್ತಾ ಇದೀಯ. ಅದಕ್ಕೋಸ್ಕರ ನಿನಗೆ ನಾ ಥ್ಯಾಂಕ್ಸ್ ಹೇಳಬೇಕು" ಅಂದಳು.

ನಾಗೇಶ ಏನೂ ಮಾತಾಡಲಿಲ್ಲ. ಏಟಿನಿಂದ ಕಡೆಯ ಪಕ್ಷ ದೇಹಕ್ಕಾದರೂ ನೋವಾಗಿರುತ್ತದೆ ಅಂದುಕೊಂಡಿದ್ದ. ಏನನ್ನೂ ಲೆಕ್ಕಿಸದೇ ಈ ರೀತಿ ಉದ್ಧುದ್ದ ಮಾತಾಡುತ್ತಿರುವ ರಶ್ಮಿಯನ್ನು ನೋಡಿ ಆತನಿಗೆ ಏನು ಮಾತಾಡಬೇಕು ಎಂದು ಗೊತ್ತಾಗಲಿಲ್ಲ. ಮನೆಯ ಮುಂದೆ ಕಾರನ್ನು ನಿಲ್ಲಿಸಿ ಸೀದಾ ತನ್ನ ರೂಮಿಗೆ ಹೋಗಿ ಬಾಗಿಲು ಹಾಕಿಕೊಂಡ.

ರಶ್ಮಿ ತನ್ನ ರೂಮಿಗೆ ಬಂದು ಕೂತಳು. ತಲೆ ಸಿಡಿಯುತ್ತದೆ ಅನ್ನಿಸಿತು. ಕೈಗೆ ಸಿಕ್ಕಿದ ಒಂದೆರಡು ಮಾತ್ರೆಗಳನ್ನು ಬಾಯಲ್ಲಿ ಹಾಕಿಕೊಂಡಳು. ಮೇಜಿನ ಮೇಲೆ ತನ್ನ ಡೈರಿ ಕಾಣಿಸಿತು. "'ನನ್ನದೆಲ್ಲವೂ ನಿನ್ನದೇ ಪ್ರಿಯ'ಎನ್ನುವ ಸೀತೆ ಸಾವಿತ್ರಿಯರದು ಅರ್ಪಣಾ ಭಾವವೆ? ಈ ಅರ್ಪಣೆಯೆಂದರೆ ದಾಸ್ಯವೆ? ಸೇವೆಯೆ? 'ನನ್ನದೆಲ್ಲವೂ ನಿನ್ನದೇ ಪ್ರಿಯೆ' ಎಂದು ಯಾವ ಗಂಡಸೂ ಯಾಕೆ ಹೇಳಿಲ್ಲ? ಸಂಬಂಧಗಳು ಪರಸ್ಪರರ ಅಭದ್ರತೆಯನ್ನು ತಣಿಸುವ ಕ್ರಿಯೆ ಮಾತ್ರವೆ? ನಿಷ್ಕಾರಣ ಪ್ರೀತಿ ಅನ್ನುವುದು ಈ ಜಗತ್ತಿನಲ್ಲಿ ಇಲ್ಲವೇ ಇಲ್ಲ. ಸ್ನೇಹ, ಪ್ರೀತಿ, ಕಾಮ ಎಲ್ಲವೂ ಒಂದು ಕಾರಣದಿಂದ ಮಾತ್ರ ಉದ್ದೀಪನಗೊಂಡಿರುತ್ತದೆ." ಎಂದು ಯಾವತ್ತೋ ಬರೆದಿದ್ದನ್ನು ಮತ್ತೆ ತುಟಿಯನ್ನು ಚಲಿಸುತ್ತಾ ಓದಿಕೊಂಡಳು.

ಹೋಗಿ ನಾಗೇಶನನ್ನು ಒಂದು ಕ್ಷಣ ಮಾತಾಡಿಸುವಾ ಅಂದುಕೊಂಡಳು. ತಾನು ನಾಗೇಶನನ್ನು ಉಪಯೋಗಿಸಿಕೊಳ್ಳುತ್ತಿದ್ದೀನಾ ಎಂದನ್ನಿಸಿತು. ಹಾಗೆಂದರೇನು ಎಂದು ಅರ್ಥವಾಗಲಿಲ್ಲ, ತಕ್ಷಣ. ಸುಮ್ಮನಾದಳು. ಹೋದರೂ ಎಲ್ಲಿಗೆ ಹೋಗುತ್ತಾನೆ, ಒಂದು ವಿಮಾನದ ದೂರವಷ್ಟೇ ಅನ್ನಿಸಿತು.

ಎದ್ದು ಮತ್ತೆ ಬಾತ್‌ರೂಮಿಗೆ ಹೋಗಿ ಬಂದಳು. ಯಾಕೋ ಏನೋ ಸರಿಯಿಲ್ಲವೆನ್ನಿಸಿತ್ತು. ಪ್ಯಾಂಟಿ ಕಲೆಯಾಗಿತ್ತು. ಥತ್ತೇರಿಕೆ, ಎಂದುಕೊಂಡು ಅಲ್ಲೇ ಷೆಲ್ಫಿನಲ್ಲಿದ್ದ ಸ್ಯಾನಿಟರಿ ನ್ಯಾಪ್‌ಕಿನ್ನನ್ನು ಕೈಗೆ ತೆಗೆದುಕೊಂಡಳು. ಯಾಕೋ ಎಲ್ಲೋ ಲೆಕ್ಕ ತಪ್ಪಿದೆ ಅನ್ನಿಸಿತು. ಇದು ಸಮಯವಲ್ಲ ಅನ್ನಿಸಿತ್ತು. ಒಳಗೆ ಹೋಗಿ ತನ್ನ ಅಂಗೈ ಪೈಲಟ್ಟಿನ ಕ್ಯಾಲೆಂಡರಿನಲ್ಲಿ ನೋಡಿಕೊಂಡಳು. ರಶ್ಮಿಯ ಹಲವು ವಿಚಿತ್ರ ವ್ಯವಸ್ಥೆಗಳಲ್ಲಿ ಇದೂ ಒಂದು. ಪ್ರತಿ ಬಾರಿ ಮುಟ್ಟಾದಾಗಲೂ ಅದನ್ನು ಒಂದು ಸಣ್ಣ ಕ್ಯಾಲೆಂಡರಿನಲ್ಲಿ ಬರೆದಿಟ್ಟುಕೊಳ್ಳುತ್ತಿದ್ದಳು. ಅಮೆರಿಕಾಕ್ಕೆ ಬಂದ ಮೇಲೆ, ಪೇಪರ್ರು ಪೆನ್ನಿನ ಜಾಗವನ್ನು ಅಂಗೈಯ ಪೈಲಟ್ಟು ಆಕ್ರಮಿಸಿಕೊಂಡಿತ್ತು. ಅದನ್ನು ತೆಗೆದಾಗ, ಹಿಂದೆ ಗುರುತು ಮಾಡಿದ ದಿನಾಂಕ ಎಂಟು ವಾರಗಳ ಹಿಂದಿನದಾಗಿತ್ತು. ಮತ್ತೊಮ್ಮೆ ನೋಡಿಕೊಂಡಳು. ಮಧ್ಯೆ ಏನಾದರೂ ಗುರುತು ಮಾಡುವುದನ್ನು ಮರೆತಿದ್ದೀನಾ ಎಂದು ಯೋಚಿಸಿದಳು. ನೆನಪಿಗೆ ಬರಲಿಲ್ಲ. ಮತ್ತೆ ಬಾತ್‌ರೂಮಿಗೆ ಹೋಗಿ ನೋಡಿಕೊಂಡು ಬಂದಳು. ಒಂದು ಕ್ಷಣ ಹೆದರಿಕೆಯಾದಂತೆನಿಸಿತು.

* * * * *

ಅಪಘಾತ

ಇದ್ದಕ್ಕಿದ್ದಂತೆ ರಿಂಗಣಿಸಿದ ಫೋನಿನ ಶಬ್ದದಿಂದ ಎಚ್ಚರವಾದ ಶ್ರೀಧರ ಗಡಿಯಾರ ನೋಡಿದ. ಮಧ್ಯಾಹ್ನ ಮೂರು ಗಂಟೆ ಮೂವತ್ತೈದು ನಿಮಿಷ. ಹಿಂದಿನ ರಾತ್ರಿ ಕೆಲಸ ಮಾಡಿ ಮನೆಗೆ ಬಂದು ಮಲಗಿದ್ದು ಬೆಳಗಿನ ಒಂಭತ್ತಕ್ಕೆ. ರಾತ್ರಿಯಿಡೀ ಕೆಲಸದ ನಂತರ ಮನೆಗೆ ಬಂದು ಫ್ರಿಜ್ಜಿನಲ್ಲಿದ್ದದ್ದನ್ನು ತಿಂದು ಮಲಗಿದವನಿಗೆ ಮೈಮೇಲೆ ಎಚ್ಚರವಿಲ್ಲದಂತೆ ನಿದ್ದೆ ಬಂದಿತ್ತು. ಗಡಿಯಾರದತ್ತ ಇನ್ನೊಮ್ಮೆ ನೋಡಿ ಫೋನೆತ್ತಿಕೊಳ್ಳುವ ಮುಂಚೆ ಅದರ ಕಾಲರ್ ಐಡಿ ನೋಡಿದ. ರಶ್ಮಿಯ ನಂಬರಿತ್ತು. ಒಂದು ಕ್ಷಣ ತಡೆದು ಫೋನೆತ್ತಿಕೊಂಡ. ಇವನು ಉತ್ತರಿಸುವ ಮುಂಚೆ ಅವಳ ಒಂದು ಚಿಕ್ಕ ಮೆಸೇಜು ಇವನ ಫೋನಿನ ಉತ್ತರಿಸುವ ಮಶೀನಿಗೆ ಹೋಗಿತ್ತು. ಏನೆಂದು ಕೇಳಿಕೊಂಡಾಗ "ಏನಿಲ್ಲ, ಸುಮ್ಮನೆ ಮಾಡಿದ್ದೆ. ಸಮಯ ಸಿಕ್ಕಾಗ ಫೋನು ಮಾಡು" ಎಂದಿತ್ತು. ಸರಿ, ರಾತ್ರಿ ಕೆಲಸದಲ್ಲಿ ಸಮಯವಾದರೆ ಮಾಡುವ ಎಂದುಕೊಂಡು ಮತ್ತೆ ಕೆಲಸಕ್ಕೆ ಹೋಗಲು ಸಿದ್ಧನಾದ.

ಹೊರಗೆ ಒಂದೇ ಸಮ ಮಳೆ ಬರುತ್ತಿತ್ತು. ಕಾರಿನ ಬಳಿ ಹೋಗುವುದರಲ್ಲಿ ಅರ್ಧ ತೊಯ್ದು ಹೋಗಿದ್ದ. ಒಳಗೆ ಕೂತು ಕಾರಿನ ಬಿಸಿಗಾಳಿಯನ್ನು ಒಮ್ಮೆ ಜೋರು ಮಾಡಿ ಕಾಫ಼ಿ ಕುಡಿಯುತ್ತಾ ಕಾರನ್ನು ಓಡಿಸತೊಡಗಿದ. ಕಾಫ಼ಿಯ ಬಿಸಿ ಬರೀ ತುಟಿಗಷ್ಟೇ ಹತ್ತುತ್ತಿತ್ತು. ಯಾರೋ ಔಷಧಿ ಕಂಪೆನಿಯವರು ಕೊಟ್ಟ ಪುಕ್ಕಟೆ ಕಾಫ಼ಿಯ ಲೋಟ ಕಾಫ಼ಿಯ ಬಿಸಿಯನ್ನು ತನ್ನ ಹೊಟ್ಟೆಯಿಂದ ಬಿಟ್ಟುಕೊಡುವುದಿಲ್ಲ ಎನ್ನುವಂತೆ ಕೂತಿತ್ತು. ಇವನಿಗೆ ಕಾಫ಼ಿಯನ್ನು ನೇರವಾಗಿ ಫ್ಲಾಸ್ಕಿನಿಂದಲೇ ಕುಡಿದ ಅನುಭವವಾಗಿತ್ತು. ತನ್ನ ಪಕ್ಕದ ಸೀಟಿನಲ್ಲಿ ಒಂದಷ್ಟು ಜರ್ನಲುಗಳು, ಯಾವುದೋ ವಾರಪತ್ರಿಕೆ, ಸಿಕ್ಕ ಸಿಕ್ಕ ಸೀಡೀಗಳು, ಅರ್ಧಖಾಲಿಯಾದ ಚಿಪ್ಸ್ ಪ್ಯಾಕೆಟ್ಟುಗಳು, ಮುಂದುಗಡೆ ಕಪ್‌ಹೋಲ್ಡರಿನಲ್ಲಿ ಎಂದೋ ಕುಡಿದಿಟ್ಟಿದ್ದ ಇನ್ನೊಂದು ಕಾಫ಼ಿಯ ಕರೆಯಾಗಿದ್ದ ಲೋಟ, ಹಿಂದಿನ ಸೀಟಿನಲ್ಲಿದ್ದ ಎರಡು ಬಿಳಿಯ ಕೋಟು, ಕೆಳಗಡೆ ಒಂದು ಜತೆ ಷೂಗಳು– ತನ್ನ ವ್ಯವಸ್ಥಿತ ಜೀವನದ ಕಥೆಯನ್ನು ತನ್ನ ಕಾರು ನೋಡುತ್ತಲೇ ಯಾರಾದರೂ ಹೇಳಿಬಿಡಬಹುದು ಅಂದುಕೊಂಡ.

ಮಳೆ ಜೋರಾಗುತ್ತಿತ್ತು. ಮುಂದೆ ಏನೂ ಕಾಣದಷ್ಟು ದಟ್ಟವಾಗಿತ್ತು. ಪಾಳಯ ಸೇರಿಕೊಂಡರೆ ಸಾಕೆನಿಸಿತ್ತು. ಪಾಳಯ ಒಂದು ಫ಼ರ್ಲಾಂಗೂ ಇರಲಿಲ್ಲ, ಒಂದು ಸಣ್ಣ ಸೇತುವೆಯಂತಿದ್ದರ ಕೆಳಗೆ ಒಂದು ಕಾರು ತನ್ನ ಹಿಂದಿನ ಎರಡೂ ದೀಪಗಳನ್ನು ಮಿಣಿಮಿಣಿ ಹಾಕಿಕೊಂಡು ನಿಂತಿತ್ತು. ವಾಸ್ತವವಾಗಿ ಅದು ಸೇತುವೆಯೆಂದರೆ ಸೇತುವೆಯೂ ಅಲ್ಲ, ಜನ ರಸ್ತೆಯ ಈ ಬದಿಯಿಂದ ಆ ಬದಿಗೆ ಯಾವುದೇ ವಾಹನಗಳ ಕಾಟವಿಲ್ಲದೇ ದಾಟಲು ಇದ್ದ ಒಂದು ಸಣ್ಣ ಕಾಲುದಾರಿ. ಕಾರಿನ ಹೊರಗೆ ಆ ಸೇತುವೆಯ ಕೆಳಗೆ ಒಂದು ಜಾಕೆಟ್ಟನ್ನು ತಲೆಗೆ ಅಡ್ಡವಾಗಿ ಹಿಡಿದು ಮಳೆಯಿಂದ ರಕ್ಷಿಸಿಕೊಳ್ಳಲು ಹೆಣಗಾಡುತ್ತಾ ಇದ್ದ ಒಂದು ಮುದುಕಿ ಕಾಣಿಸಿತು, ಶ್ರೀಧರನಿಗೆ.

ಒಂದು ಕ್ಷಣ ಯೋಚಿಸಿ ಕಾರನ್ನು ರಸ್ತೆಯ ಬದಿಗೆ ತಂದು ನಿಲ್ಲಿಸಿದ. ನಿಂತಿದ್ದ ಕಾರಿನ ಹಿಂದೆ ತನ್ನ ಕಾರನ್ನು ನಿಲ್ಲಿಸಿದಾಗ ಆ ಮುದುಕಿ ಮಿಸೆಸ್ ಬೆನೆಟ್ ಎಂದು ಗೊತ್ತಾಯಿತು. ತಕ್ಷಣ ಕೂಗಿದ "ಮಿಸೆಸ್ ಬೆನೆಟ್, ಬಾ ಒಳಗೆ"

ಧಡಕ್ಕನೆ ಒಳಗೆ ಬಂದು ಕೂತಳು, ಮಿಸೆಸ್ ಬೆನೆಟ್. "ಜ್ಯಾಕ್, ಜ್ಯಾಕ್" ಎಂದು ಕೂಗಿದಳು.

ಈ ಜ್ಯಾಕ್ ಯಾರಿರಬಹುದೆಂದು ಆ ಕ್ಷಣಕ್ಕೆ ನೆನಪಿಗೆ ಬರಲಿಲ್ಲ. ಆದರೆ, ಶ್ರೀಧರನಿಗೆ ಹೆಚ್ಚು ಯೋಚಿಸಲು ಅವಕಾಶ ಕೊಡದಂತೆ ಕಾರಿನ ಬಾಗಿಲನ್ನು ನಿಧಾನವಾಗಿ ತೆರೆದು ನಡೆಯುತ್ತಾ ಬಂದ, ಮಿಸೆಸ್ ಬೆನೆಟ್‌ಳ ಬಾಯ್‌ಫ್ರೆಂಡ್, ಜ್ಯಾಕ್.

ಗೂನು ಬೆನ್ನು, ಕೊರಕೊರ ಎನ್ನುತ್ತಿದ್ದ ಗಂಟಲು, ಕೆಳಗೆ ತೊಡೆಗೆ ಕಟ್ಟಿದ್ದ ಮೂತ್ರದ ಚೀಲ, ಬಿಳಿಯ ಮೀಸೆ, ಹೂತು ಹೋಗಿದ್ದ ಕೆನ್ನೆ, ಕಪ್ಪಗಾಗಿದ್ದ ತುಟಿಗಳು, ಜೋತು ಬಿದ್ದಿದ್ದ ಚರ್ಮ– ನೋಡಿದ ತಕ್ಷಣ ಇದು ಸೊರಗಿದ ಜೀವ ಎಂದು ಯಾರು ಬೇಕಾದರೂ ಹೇಳಿಬಿಡಬಹುದಾಗಿತ್ತು. ಆದರೆ, ಇನ್ನೊಂದು ಕಡೆ ಮಿಸೆಸ್ ಬೆನೆಟ್, ದೇಹ ಎಲ್ಲ ತರದ ಖಾಯಿಲೆಯಿಂದ ಬಳಲುತ್ತಿದ್ದರೂ ಆಕೆಯ ಹಲವು ವಿಧದಲ್ಲಿ ಹೆಸರಿಸಬಹುದಾದ ಖಾಯಿಲೆಯ ಸಲುವಾಗಿನ ಒಂದು ಉನ್ಮಾದಿತ ಸ್ಥಿತಿಯಲ್ಲಿ ತನ್ನ ಉಳಿದೆಲ್ಲಾ ದೈಹಿಕ ನೋವುಗಳನ್ನು ಮರೆತು ಪುಟ್ಟ ಹುಡುಗಿಯಂತೆ ಓಡಾಡಿಕೊಂಡಿದ್ದಳು. "ಅವರಿಬ್ಬರನ್ನೂ ಸೇರಿಸಿದ ನೂರಾ ಅರವತ್ತು ವರ್ಷದ ಅನುಭವ ಒಬ್ಬ ಪರಿಪೂರ್ಣ ವ್ಯಕ್ತಿಗೆ ಕೊಡಬೇಕಾದ ವ್ಯಕ್ತಿತ್ವವನ್ನು ಕೊಡುತ್ತಿದೆ. ಅಂದರೆ ನೆನಪಿನಲ್ಲಿಟ್ಟುಕೋ, ನೀನು ಕಂಪ್ಲೀಟಾಗಬೇಕಾದರೆ, ಎಲ್ಲಾ ತರದ ಕಾಯಿಲೆಗಳೂ ಬರಬೇಕು, ಮತ್ತು ಅವ್ಯಾವುದೂ ನೆನಪಿನಲ್ಲಿಟ್ಟುಕೊಳ್ಳದಹಾಗೆ ತಲೆ ಕೆಡಬೇಕು" ಎಂದು ಘೂಗೆ ಹೇಳುತ್ತಿದ್ದುದು ನೆನಪಿಗೆ ಬಂತು.

"ಏನು ಮಿಸೆಸ್ ಬೆನೆಟ್, ಹಲೋ ಜ್ಯಾಕ್" ಎಂದ, ಶ್ರೀಧರ.

"ಜ್ಯಾಕ್‌ಗೆ ಮತ್ತೆ ಮೂತ್ರ ಕಟ್ಟಿದೆ. ಬೇಗ ಸರಿ ಮಾಡಿಸಿಕೊಂಡು ಹೋಗೋಣ ಎಂದು ಹೊರಟಿದ್ದೆವು. ಆದರೆ, ಈ ಮಳೆಯಿಂದ ಎಲ್ಲ ಏರುಪೇರಾಗಿಬಿಟ್ಟಿತು. ನೀನು ಸಿಕ್ಕಿದೆಯಲ್ಲ, ಈಗ. ನನ್ನ ಅದೃಷ್ಟ. ಬಾ ನಡಿ ಹೋಗೋಣ" ಎಂದು ಜ್ಯಾಕ್‌ನನ್ನೂ ಹಿಂದೆ ಕೂಡಿಸಿ ತಾನು ಶ್ರೀಧರನ ಪಕ್ಕ ಕೂತಳು.

"ಹೇಗಿದೆ, ಜ್ಯಾಕ್. ಇನ್ನು ಐದು ನಿಮಿಷದಲ್ಲಿ ಪಾಳಯದಲ್ಲಿರುತ್ತೀಯ. ಹೆದರಬೇಡ. ನನ್ನ ಕಾರಿನಲ್ಲಿ ಸರಿಯಾದ ಹತಾರಗಳಿದ್ದಿದ್ದರೆ ನಿನ್ನ ಕಾರನ್ನೂ, ನಿನ್ನ ಬ್ಲಾಡರನ್ನೂ ಇಲ್ಲಿಯೇ ಎಲ್ಲ ಸರಿ ಮಾಡುತ್ತಿದ್ದೆ" ಎಂದ ಶ್ರೀಧರ. "ನಿನ್ನ ಕಾರನ್ನು ಸರಿ ಮಾಡಿಕೋ, ಮೊದಲು" ಎಂದ, ಜ್ಯಾಕ್. ಇಡೀ ಜಗತ್ತಿನ ಮೇಲೆಯೇ ಸಿಟ್ಟು ಬಂದಂತಿತ್ತು ಅವನಿಗೆ. ಮೂತ್ರ ಕಟ್ಟಿದಾಗ ಕಂಡಕಂಡವರ ಮೇಲೆ ಉರಿದುಬೀಳುವಂತಾಗುವುದು ಅತಿ ಸ್ವಾಭಾವಿಕ ಅಂದುಕೊಂಡು ಸುಮ್ಮನಾದ, ಶ್ರೀಧರ.

ಪಾಳಯದ ಹತ್ತಿರ ಬಂದ. ಕಾರನ್ನು ರಸ್ತೆಯ ಪಕ್ಕದಲ್ಲಿ ಆದಷ್ಟು ನಿಲ್ಲಿಸಲು ಪ್ರಯತ್ನಪಟ್ಟ. ಮುಂದೆ ಬಹಳ ಕಾರುಗಳು ಒಂದರ ಹಿಂದೆ ಒಂದು ನಿಂತಿದ್ದವು. ರಸ್ತೆ ಕಾಣುತ್ತಿರಲಿಲ್ಲ. ಜ್ಯಾಕ್ ಒಂದೇ ಸಮನೆ ಒದ್ದಾಡುತ್ತಿದ್ದ. ರಸ್ತೆಯ ಪಕ್ಕವೆಂದು ಶ್ರೀಧರ ಅಂದುಕೊಂಡಿದ್ದ ಜಾಗದಲ್ಲಿ ಕಾರನ್ನು ನಿಲ್ಲಿಸಲು ಪ್ರಯತ್ನ ಮಾಡಿದ. ಕಾರಿನಿಂದ ಜ್ಯಾಕ್ ಮತ್ತು ಮಿಸೆಸ್ ಬೆನೆಟ್ ಇಳಿಯಲು ಸಿದ್ಧರಾಗುತ್ತಿದ್ದರು. ಕಾರಿನ್ನೂ ನಿಂತಿರಲಿಲ್ಲ. ಹಿಂದಿನಿಂದ ಒಂದು 'ಬ್ಯಾಂಗ್' ಅನ್ನುವ ಶಬ್ದ ಕೇಳಿಸಿತು. ಕಾರಿನಲ್ಲಿ ಕೂತಿದ್ದವರೆಲ್ಲರೂ ಒಂದು ಕ್ಷಣ ಮುಂದೆ ಮುಗ್ಗರಿಸಿ ಮುಂದಿದ್ದ ಸೀಟು ಮತ್ತು ಡ್ಯಾಶ್‌ಬೋರ್ಡನ್ನು ಆಧಾರವಾಗಿ ಹಿಡಿದುಕೊಂಡರು. ಶ್ರೀಧರನ ಕಾರು ಮುಂದೆ ಹೋಗಿ ಮುಂದಿದ್ದ ಕಂಭಕ್ಕೆ ಬಡಿಯಿತು. ಶ್ರೀಧರನಿಗೆ ಏನಾಯಿತೆಂದು ತಕ್ಷಣ ಗೊತ್ತಾಗಲಿಲ್ಲ. ತಕ್ಷಣ "ಜ್ಯಾಕ್, ಮಿಸೆಸ್ ಬೆನೆಟ್, ನೀವು ಆರಾಮಾಗಿದ್ದೀರ" ಕೇಳಿದ. "ನಾವು ಆರಾಮಾಗಿದೀವಿ. ಡಾಕ್, ನಿನ್ನ ಕಾರಿಗೆ ಏನಾಗಿದೆ ಹೋಗಿ ನೋಡಿಕೋ" ಅಂದಳು, ಮಿಸೆಸ್ ಬೆನೆಟ್. "ನೀವು ಸೀಟುಬೆಲ್ಟು ಹಾಕ್ಕೋಬೇಕಿತ್ತು" ಅಂದ, ಶ್ರೀಧರ. "ಇಷ್ಟು ದೂರಾ ತಾನೇ. ನನಗೇನೂ ಆಗಿಲ್ಲ. ನೀನು ಹೋಗಿ ಕಾರು ನೋಡಿಕೋ. ನಾನು ಜ್ಯಾಕನ್ನು ಒಳಗೆ ಕರಕೊಂಡು ಹೋಗ್ತೀನಿ" ಅಂದಳು, ಮಿಸೆಸ್ ಬೆನೆಟ್. ಜ್ಯಾಕ್ ಸುಮ್ಮನೇ ಶ್ರೀಧರನ ಕಡೆಯೇ ನೋಡುತ್ತಿದ್ದ. ಶ್ರೀಧರ ಅವನನ್ನು ಏನೂ ಮಾತಾಡಿಸದೇ ಕೆಳಗಿಳಿದು ನೋಡಿದ. ಯಾರೋ ಹದಿನೇಳರ ಹೊಸಾ ಡ್ರೈವರಂತ ಕಾಣಿಸುತ್ತಿತ್ತು "ನನಗೇನೂ ಕಾಣಿಸಲಿಲ್ಲ. ನಂದು ತಪ್ಪಾಯಿತು" ಅಂದು ಗೋಳೋ ಎಂದು ಅಳತೊಡಗಿದಳು. ಶ್ರೀಧರ ತನ್ನ ಕಾರನ್ನು ನೋಡಿದಾಗ ಏನೂ ಅಂಥ ದೊಡ್ಡ ಪೆಟ್ಟು ಬಿದ್ದಿರಲಿಲ್ಲವೆಂದು ಗೊತ್ತಾದ ಮೇಲೆ "ಇರಲಿ, ನನ್ನ ಕಾರಿಗೆ ಏನಾಗಿಲ್ಲ. ನೀನು ಇನ್ನು ಹೋಗು" ಅಂದ. ಕಾರಿನಿಂದ ಇಳಿಯಬೇಕಾದರೆ, ಜ್ಯಾಕ್ ಎರಡೂ ಕಾರಿನ ನಂಬರ್ ಪ್ಲೇಟಿನ ಮೇಲಿದ್ದ ನಂಬರುಗಳನ್ನು ಬರಕೊಂಡಿದ್ದನ್ನು ನೋಡಿದ. ಇದನ್ನು ನೋಡಿದಾಗ ಶ್ರೀಧರನಿಗೆ ಕೊಂಚ ಆಶ್ಚರ್ಯವಾಯಿತು. ಏನೂ ಮಾತಾಡದೇ ಒಳಗೆ ಹೋದ.

ಒಳಗೆ ಘೂಗೆ ತನ್ನ ಕೆಲಸದ ಸ್ಕ್ರಬ್ಸನ್ನು ಬದಲಾಯಿಸಿ ಮನೆಗೆ ಹೊರಡುವ ತರಾತುರಿಯಲ್ಲಿದ್ದ. ಹೃದಯಾಘಾತವಾದ ಕೇವಲ ಆರು ವಾರಗಳಲ್ಲಿ ಮತ್ತೆ ಕೆಲಸಕ್ಕೆ ಬರುತ್ತಿದ್ದ. ಅವನನ್ನು ನೋಡಿದರೆ ಏನೂ ಆಗದ ಹಾಗೆ ಕಾಣುತ್ತಿತ್ತು. ಸ್ವಲ್ಪ ದಪ್ಪಗಾಗಿದ್ದ ಅನ್ನಿಸಿತು. ಇನ್ನೂ ಕೆಂಪಗಾಗಿದ್ದ. ಈ ನಡುವೆ ಒಂದು ಸಣ್ಣ ಹೋತದ ಗಡ್ಡವನ್ನೂ ಬಿಟ್ಟಿದ್ದ. ಗಡ್ಡದಿಂದ ಅಲ್ಲಲ್ಲಿ ಒಂಚೂರು ಬಿಳಿಯ ಕೂದಲುಗಳು ಇಣುಕಿದ್ದರೂ ಒಂದು ತುಂಟ ಕಳೆಯನ್ನು ಕೊಟ್ಟಿದ್ದವು. ಹಣೆಯ ಮೇಲೆ ಸಣ್ಣಗೆ ಬೆವರುಹನಿಗಳು ಸಾಲುಗಟ್ಟಿದ್ದವು. ಶ್ರೀಧರ ಪ್ರಶ್ನಾರ್ಥಕವಾಗಿ ನೋಡಿದ. "ಇಲ್ಲ. ಇಲ್ಲೇ ಟ್ರೆಡ್‌ಮಿಲ್‌ನ ಮೇಲಿದ್ದೆ." ಅಂದ ಘೂಗೆ.

"ಹೇಗಿತ್ತು, ಕೆಲಸ?" ಅಂದ, ಶ್ರೀಧರ.

"ಪ್ರಪಂಚದ ರೋಗಗಳೆಲ್ಲ ನಮ್ಮ ಪಾಳಯ ಸರ್ವೀಸ್ ಮಾಡೋ ಏರಿಯಾಕ್ಕೆ ಬಂದಂತೆ ಕಾಣುತ್ತದೆ. ಆದರೂ ನನ್ನ ಹೃದಯದ ಬಡಿತವನ್ನು ಏರಿಸೋ ಕಾಯಿಲೆಗಳು ಇವತ್ತು ಯಾರಿಗೂ ಇರಲಿಲ್ಲ, ತಗೋ. ಅದೂ ನನ್ನ ಹೃದಯ" ಎಂದಂದು ನಕ್ಕ, ಘೂಗೆ.

ಬಟ್ಟೆ ಬದಲಿಸುತ್ತಿದ್ದಾಗ ಘೂಗೆಯ ಜೇಬಿನಿಂದ ಇದ್ದಕ್ಕಿದ್ದಂತೆ ಒಂದಾರು ಬೇರೆ ಬೇರೆ ಮಾತ್ರೆಗಳು ಕೆಳಗೆ ಬಿದ್ದವು. ಇಬ್ಬರೂ ಒಬ್ಬರ ಮುಖ ಒಬ್ಬರು ನೋಡಿಕೊಂಡರು. ಶ್ರೀಧರ ಮಾತ್ರೆಗಳನ್ನು ನೋಡುತ್ತ ನೋಡುತ್ತಾ ಮತ್ತೆ ನಕ್ಕ. ಘೂಗೆಯ ಮುಖ ಒಂದು ಕ್ಷಣ ಬಿಳಿಚಿಕೊಂಡಂತಾಯಿತು. ತಕ್ಷಣ ಸಾವರಿಸಿಕೊಂಡು ಮಾತ್ರೆಗಳನ್ನು ಹೆಕ್ಕತೊಡಗಿದ. ಶ್ರೀಧರನೂ ಮಾತ್ರೆಗಳನ್ನು ಹೆಕ್ಕಿಕೊಡಲು ಸಹಾಯ ಮಾಡುತ್ತಾ ಮಾತ್ರೆಗಳನ್ನು ಹಾಗೆಯೇ ನೋಡುತ್ತಾ ಹೋದ. ಇಬ್ಬರಿಗೂ ಇವ್ಯಾವೂ ತಮಗೆ ಗೊತ್ತಿರುವ ಮಾತ್ರೆಗಳಲ್ಲ ಎಂದು ಗೊತ್ತಾಗಲು ಬಹಳ ಸಮಯ ಹಿಡಿಯಲಿಲ್ಲ.

ಘೂಗೆ ಎಲ್ಲವನ್ನೂ ಕೈಗೆ ಇಸಗೊಳ್ಳುತ್ತಾ "ವಿಟಮಿನ್ 'ಇ' ಮತ್ತು ಹೃದಯದ ಕುರಿತು ಒಂದು ಸಂಶೋಧನೆ ಇಂಗ್ಲೆಂಡಿನಲ್ಲಿ ಕೆಲವು ಸಮಯದ ಹಿಂದೆ ಆಗಿತ್ತು. ವಿಟಮಿನ್ 'ಇ' ತೆಗೆದುಕೊಳ್ಳೋ ಹೃದಯದ ಖಾಯಿಲೆ ಇರೋ ಜನ ವಿಟಮಿನ್ 'ಇ' ತಗೊಳ್ಳದೇ ಇರೋವರಿಗಿಂತ ಬಹಳ ಕಾಲ ಬದುಕ್ತಾರೆ, ಅಂತ. ಆದರೆ, ಕೆಲವು ಪಟ್ಟಭದ್ರ ಹಿತಾಸಕ್ತಿಗಳು ಆ ಸಮೀಕ್ಷೆಯಲ್ಲಿ ಹುರುಳಿಲ್ಲ ಅಂತ ಇನ್ನೊಬ್ಬ ಪರಿಣತನ ಹತ್ತಿರ ಇನ್ನೊಂದು ದೊಡ್ಡ ಜರ್ನಲಲ್ಲಿ ಒಂದು ಲೇಖನಾನ ಪ್ರಕಟಿಸಿ, ವಿಟಮಿನ್ 'ಇ' ತಗೋಳೋರನ್ನ ಮೂರ್ಖರು ಅಂತ ಪಟ್ಟ ಕಟ್ಟಿ ತಮ್ಮ ದುಬಾರಿ ಔಷಧಗಳನ್ನು ತೆಗೆದುಕೊಳ್ಳೋ ಹಾಗೆ ಮತ್ತೆ ಮಾಡಿದಾರೆ. ಈಗಲೂ ಎಷ್ಟೋ ಹೃದಯ ತಜ್ಞರೂ ಸಹ ತಾವೇ ವಿಟಮಿನ್ 'ಇ' ತಗೋತಾರೆ. ವಿಟಮಿನ್ 'ಇ'ಗೆ ಖರ್ಚಾಗೋದು ಕೇವಲ ಇಪ್ಪತ್ತು ಸೆಂಟು. ಯಾಕೆ ತಗೋಬಾರದು, ಅಂತ ನನ್ನ ಪ್ರಶ್ನೆ" ಅಂದ ಘೂಗೆ ಏನೋ ಸಮಜಾಯಿಷಿ ಕೊಡುವಂತೆ.

"ಸರಿ ಸರಿ, ನಿನಗಿಷ್ಟ ಇದ್ರೆ ತಗೋ, ಆದರೆ ಅದರಿಂದ ಉಪಯೋಗ ಇಲ್ಲ ಅಂತ ಮತ್ತೆ ಮೂಲ ಸಂಶೋಧನೆಯ ಲೋಪದೋಷಗಳೇನು ಅಂತ ನಾನು ಚೆನ್ನಾಗಿ ಓದಿ ತಿಳ್ಕೊಂಡಿದೀನಿ, ಘೂಗೆ. ಮಾತ್ರೇನ ತೆಗೆದುಕೊಳ್ಳೋದರಿಂದ ಏನೂ ತೊಂದರೆ ಆಗೋದಿಲ್ಲ ಅನ್ನೋ ಕಾರಣಕ್ಕಾಗಿ ಮಾತ್ರೆಗಳನ್ನು ತಗೋಬೇಕೂ ಅಂತಂದ್ರೆ, ಹೃದಯ ರೋಗಿಗಳು ಯಾಕೆ ದಿನಾ ಒಂದು ಪ್ಯಾರಸಿಟಮಾಲ್ ತಗೋಬಾರದು. ನನ್ನ ಪ್ರಕಾರ, ಮಾತ್ರೆನ ಯಾಕೆ ತಗೋಬಾರದು ಅಂತ ತಗೋಳಕ್ಕಿಂತ ಯಾಕೆ ತಗೋಬೇಕು ಅಂತ ಗೊತ್ತಿದ್ದೇ ತಗೋಳೋದು, ಒಳ್ಳೇದು." ಶ್ರೀಧರ ಹೇಳಿದ ಮೇಲೆ, ತಪ್ಪಾಯಿತೇನೋ ಅನ್ನುವಂತೆ ಸ್ವಲ್ಪ ಸುಮ್ಮನಿದ್ದ.

"ಒಬ್ಬ ಧನ್ವಂತ್ರಿಯಾಗಿ, ಒಬ್ಬ ಸಂಶೋಧಕನಾಗಿ ಈ ವಿಷಯದ ಬಗ್ಗೆ ಮಾತಾಡೋಕೂ, ಮತ್ತೆ ಒಬ್ಬ ರೋಗಿಯಾಗಿ ಈ ವಿಷಯದ ಬಗ್ಗೆ ಮಾತಾಡೋಕು

ತುಂಬಾ ವ್ಯತ್ಯಾಸವಿದೆ. ಈಗ ನನಗೆ ಬೇಕಿರೋದು ನಿನ್ನ ಅಕೆಡೆಮಿಕ್ ಗುದ್ದಾಟ ಅಲ್ಲ. ನನಗೆ ಬೇಕಾಗಿರೋ ಮಾತ್ರೆಗಳನ್ನ ನಾನು ತಗೋಳೋ ಅಷ್ಟು ಸ್ವತಂತ್ರನಾಗಿದೀನಿ, ನಾನು. ಈಗ ಚೀನಾದ ಗಿಡಮೂಲಿಕೆಗಳಿಂದ ಹಿಡಿದು ಶ್ರೀಶ್ರೀ ರವಿಶಂಕರರ ಭಾಷಣಗಳು ನನ್ನ ಮನಸ್ಸಿಗೆ ಶಾಂತಿ ಕೊಡುತ್ವೆ ಅಂದರೆ ಅದನ್ನೂ ನಾನು ಮಾಡ್ತೀನಿ. ಈ ಎಲ್ಲವಕ್ಕೂ ಒಬ್ಬ ವ್ಯಕ್ತಿಯ ಮಟ್ಟದಲ್ಲಿ, ಈ ಸಂಶೋಧನೆಗಳನ್ನು ಮೀರಿದ ಸಾಕ್ಷಿಗಳಿವೆ." ಘೂಗೆ ಸೋಲನ್ನೊಪ್ಪಿಕೊಳ್ಳದಂತೆ ಹೇಳಿದ.

ಶ್ರೀಧರ ಏನೂ ಮಾತಾಡಲಿಲ್ಲ. ಸುಮ್ಮನೆ ಘೂಗೆಯ ಮುಖವನ್ನೇ ಒಮ್ಮೆ ನೋಡಿದ. ಘೂಗೆ ಮಾತಾಡುತ್ತಿದ್ದಾಗ ಕಣ್ಣಲ್ಲಿ ಕಣ್ಣಿಟ್ಟು ನೋಡುತ್ತಿರಲಿಲ್ಲ. ನೆಲ ನೋಡಿಕೊಂಡು ಮಾತಾಡುತ್ತಿದ್ದ. ಮತ್ತೆ ಹಣೆಯ ಮೇಲಿನ ಸಾಲುಗಟ್ಟಿದ್ದ ಬೆವರಹನಿಗಳು ಶ್ರೀಧರನ ಗಮನಕ್ಕೆ ಬಂದವು. ಈತ ಸುಮ್ಮನೆ ಇಲ್ಲದ ಇಮೇಜಿಗೆ ಯಾಕೆ ಒದ್ದಾಡುತ್ತಿದ್ದಾನೆ ಅನ್ನಿಸಿತು. ಈತ ಅರಶಿನ ಕೊಂಬಿನ ಚೂರನ್ನು ತೆಗೆದುಕೊಳ್ಳುವುದನ್ನು ಅಥವಾ ಬ್ರಾಕಲಿ ತಿನ್ನುವುದನ್ನು ಇಡೀ ಪ್ರಪಂಚದ ವೈದ್ಯಕೀಯ ಸಂಶೋಧನೆಗಳು ಪ್ರಮಾಣೀಕರಿಸಬೇಕು. ತಾನು ಮಾಡುತ್ತಿರುವುದೆಲ್ಲ ವೈಜ್ಞಾನಿಕ ಎಂದು ತೋರಿಸಿಕೊಳ್ಳುವುದು ಯಾಕೆ? ಇದೇ ಘೂಗೆ ತನಗೆ ಯಾವ ಸಂಶೋಧನೆಗಳಲ್ಲೂ ನಂಬಿಕೆಯಿಲ್ಲ ಎಂದು ಹೇಳಿದ್ದ. ಈಗ ತನಗೆ ಹೃದಯಾಘಾತವಾದ ಮೇಲೆ, ಪ್ರಪಂಚದಲ್ಲಿರೋ ಗಿಡಮೂಲಿಕೆಗಳನ್ನೂ ತಿನ್ನುತ್ತಾ ಯಾರ್ಯಾರದೋ ಭಾಷಣ ಕೇಳುತ್ತಾ, ಅದಕ್ಕೆ ಕಾರಣ ಬೇಕು ಅಂತ ಹುಡುಕ್ತಾ ಇದಾನೆ ಅನ್ನಿಸಿತು. ಯಾಕೋ ಸ್ವಲ್ಪ ಕಿಚಾಯಿಸಬೇಕನ್ನಿಸಿತು, ಶ್ರೀಧರನಿಗೆ.

"ಜಗತ್ತಿಗೆ ಏನು ಪ್ರೂವ್ ಮಾಡಿ ತೋರಿಸಬೇಕೆಂದಿದ್ದೀಯ, ಘೂಗೆ" ಅಂತಂದ.

"ಯಾರಿಗೂ ನಾನು ಏನನ್ನೂ ಸಾಧಿಸಿ ತೋರಿಸಬೇಕಾಗಿಲ್ಲ. ದಿನಕ್ಕೆ ಆರು ಮೈಲಿ ಓಡುತ್ತಾ ಇದ್ದ ನನಗೆ ಮೂವತ್ತು ವರ್ಷಕ್ಕೆ ಹೃದಯಾಘಾತವಾಗಿದೆ. ನಾನು ಇನ್ನೂ ಐವತ್ತು ವರ್ಷ ಬದುಕಬೇಕು. ಯಾರಾದರೂ ನಾಲ್ಕು ಹಿಡಿ ಮಣ್ಣು ತಿನ್ನು ಅಂತಂದರೂ ಅದನ್ನೂ ನಾನು ಮಾಡ್ತೀನಿ. ನನಗೆ ಬೇಕಾಗಿರೋದು ನಿನ್ನ ಈ ಸ್ಟಡಿಗಳಲ್ಲ. ನಾಳೆ ನನಗೆ ಈ ಮಾತ್ರೆಗಳ ಮೇಲೆ ನಂಬಿಕೆ ಹೋಯಿತು ಅಂದರೆ, ಎಲ್ಲವನ್ನೂ ತೆಗೆದು ಹೊರಗೆ ಎಸೀತೀನಿ" ಘೂಗೆ ನೇರವಾಗಿ ನೋಡುತ್ತಾ ಅಂದ.

ಘೂಗೆಯನ್ನೇ ದಿಟ್ಟಿಸಿ ನೋಡಿದ, ಶ್ರೀಧರ. ಅಲಿಯ ಕೊಕೇನು ಚೀಲ ಮಾಯವಾಗಿರುವುದಕ್ಕೆ ನಿಜವಾಗಿಯೂ ಘೂಗೆ ಕಾರಣನಾ, ಎಂದು ಒಂದು ಕ್ಷಣ ಅನುಮಾನವಾಯಿತು. ಹೆಚ್ಚು ಮಾತು ಬೆಳೆಸಲು ಇಷ್ಟಪಡದೆ "ಸರಿ ನಿನಗೆ ಏನು ಇಷ್ಟವೋ ಅದನ್ನು ಮಾಡಬೇಕು, ಬಿಡು. ನನಗೆ ಕೆಲಸವಿದೆ. ಬೆನೆಟ್ ಮತ್ತು ಜ್ಯಾಕನ್ನು ಬೇರೆ ಕರಕೊಂಡು ಬಂದಿದೀನಿ, ನನ್ನ ಕಾರಲ್ಲೇ" ಎಂದ.

ಘೂಗೆ ಬಟ್ಟೆ ಬದಲಿಸಿಯಾಗಿತ್ತು. ಕುತ್ತಿಗೆಯಲ್ಲಿ ಚಿನ್ನದಸರಕ್ಕೆ ರೂಬಿಯ ವೆಂಕಟರಮಣನ ಲಾಕೆಟ್ಟೊಂದು ಕಾಣಿಸಿತು.

ಏನೂ ಮಾತಾಡದೇ ಹೊರಗೆ ಬಂದ. ಹೊರಗೆ ರೇಡಿಯಾಲಜಿ ವಿಭಾಗದಲ್ಲಿ ಜ್ಯಾಕ್ ಮತ್ತು ಮಿಸೆಸ್ ಬೆನೆಟ್ ಒಂದು ಗಾಲಿಖುರ್ಚಿಯಲ್ಲಿ ಕೂತಿದ್ದನ್ನು ನೋಡಿದ. ಇಬ್ಬರೂ ಕುತ್ತಿಗೆಗೊಂದು ಗಟ್ಟಿಯಾದ ಕಾಲರ್ ಹಾಕಿಕೊಂಡು ಕೂತಿದ್ದರು. ಬೆನೆಟ್ ಪಾಳಯಕ್ಕೆ ಬಂದದ್ದು ಜ್ಯಾಕ್‌ನ ಮೂತ್ರ ತೆಗೆಸುವುದಕ್ಕೆ ಎಂದುಕೊಂಡಿದ್ದ ಶ್ರೀಧರನಿಗೆ ಈಗ ಇಬ್ಬರೂ ಹೀಗೆ ತಮ್ಮ ಕುತ್ತಿಗೆಗಳ ಎಕ್ಸ್-ರೇಗಳನ್ನು ತೆಗೆಸಿಕೊಳ್ಳುತ್ತಿರುವುದನ್ನು ನೋಡಿ ಅಶ್ಚರ್ಯವಾಯಿತು. ಸೀದಾ ಬಂದು ಜಗಲಿಯಲ್ಲಿದ್ದ ಅವರಿಬ್ಬರ ಕೇಸ್‌ಶೀಟನ್ನು ತೆಗೆದು ನೋಡಿದ "ವಾಹನ ಆಕ್ಸಿಡೆಂಟು. ಕುತ್ತಿಗೆ ನೋವು" ಎಂದು ಬರೆದು, ಇಬ್ಬರನ್ನೂ ಎಕ್ಸ್-ರೇ ಮಾಡಿಸಿಕೊಂಡು ಬರಲು ಕಳಿಸಿದ್ದರು, ಜಗಲಿಯ ಧನ್ವಂತ್ರಿಗಳು.

* * * * *

ಕುಡಿಯ ಮಿಡಿತ

ಬೆಟ್ಟಿ ಸಿಕ್ಕೇ ಇರಲಿಲ್ಲ. ಘೂಗೆಯ ಹೃದಯಾಘಾತ ಮತ್ತದರ ಕಾರಣ ಇನ್ನಿತರ ನೆವಗಳಲ್ಲಿ ಶ್ರೀಧರ ಬೆಟ್ಟಿಯನ್ನು ಮರೆಯಲು ಪ್ರಯತ್ನಿಸಿದ್ದ. ಇದಕ್ಕೆ ಪೂರಕವಾಗಿ ರಶ್ಮಿಯ ಲೇಖನವೂ ಪ್ರಕಟವಾಗಿ ಅವನ ನಿದ್ದೆಯನ್ನು ಕಳೆದಿದ್ದವು. ರಶ್ಮಿ ಇಂತಹ ಲೇಖನಾನ ಬರೆದದ್ದು ಏಕೆ? ಅದೂ ಈ ವಿಷಯಗಳ ಬಗ್ಗೆ ಇವಳಿಗೆ ಇಷ್ಟೆಲ್ಲಾ ಮಾಹಿತಿಗಳು ಎಲ್ಲಿಂದ ಸಿಕ್ಕವು? ಎಲ್ಲವನ್ನೂ ಗೊತ್ತಿದ್ದವರಿಗಿಂತ ಹೆಚ್ಚಾಗಿ ಬರೆಯುತ್ತಾಳಲ್ಲ, ಈಕೆ. ಬೆಟ್ಟಿಯ ವಿಷಯವನ್ನಾಗಲಿ, ರಶ್ಮಿಯ ಲೇಖನದ ವಿಷಯವನ್ನಾಗಲೀ ಘೂಗೆಯನ್ನು ಬಿಟ್ಟು ಬೇರೆ ಯಾರ ಜತೆಗೂ ಪ್ರಸ್ತಾಪಿಸಿರಲಿಲ್ಲ. ಘೂಗೆಗೆ ಬೆಟ್ಟಿಯ ಬಸಿರಿಗಿಂತಾ ರಶ್ಮಿಯ ಲೇಖನವೇ ಹೆಚ್ಚು ಆಕರ್ಷಕವೆನ್ನಿಸಿದ್ದಂತೆ ಶ್ರೀಧರನಿಗೆ ಅನ್ನಿಸಿತ್ತು. ರಶ್ಮಿಯ ಫೋನ್ ನಂಬರನ್ನು ಕೊಡೆಂದು ಶ್ರೀಧರನಿಗೆ ಕೇಳಿದ್ದ. ರಶ್ಮಿ ಅಷ್ಟು ಮಾತಿಗೆ ಸಿಗುವ ಪೈಕಿಯಲ್ಲವೆಂದೂ, ಮತ್ತೆ ಹಾಗೆ ಇನ್ನೊಬ್ಬರು ಫೋನು ಮಾಡೋದನ್ನು ಆಕೆ ಎಷ್ಟು ಇಷ್ಟಪಡುತ್ತಾಳೋ ಗೊತ್ತಿಲ್ಲವೆಂದೂ, ಯಾತಕ್ಕೂ ಒಮ್ಮೆ ಅವಳನ್ನು ಕೇಳಿ ಆಮೇಲೆ ಅವಳ ಫೋನ್ ನಂಬರ್ ಕೊಡುತ್ತೇನೆಂದು ಹೇಳಿದ್ದ, ಶ್ರೀಧರ. ಬೆಟ್ಟಿಯನ್ನು ಹತ್ತಿರದಿಂದ ನೋಡಿದಾಗ ಒಮ್ಮೆ ಅವಳ ಹೊಟ್ಟೆ ಸ್ವಲ್ಪ ಕಾಣಿಸುತ್ತಿದೆ ಅನ್ನಿಸುತ್ತಿತ್ತು. ಹಾಗನಿಸಿದಾಗಲೆಲ್ಲಾ ಬಹಳ ಕಸಿವಿಸಿಯಾಗುತ್ತಿತ್ತು.

ಕಾಂಡೋಮು, ಪಿಲ್ಲುಗಳ ರಕ್ಷಣೆಯಿಲ್ಲದ ಸಂಭೋಗದ ಫಲವಾಗಿ ಆಗುವ ಬಸಿರಿನ ಸಾಧ್ಯತೆಗಳೆಷ್ಟು ಅನ್ನುವುದಕ್ಕೆ ಏನಾದರೂ ಅಂಕಿ ಅಂಶಗಳು ಸಿಗುತ್ತವಾ ಎಂದು ಪುಸ್ತಕಗಳಲ್ಲಿ ನೋಡಿದ. ಯಾವುದೋ ಒಂದು ಸಂಶೋಧನೆಯ ಪ್ರಕಾರ ಅದು ನಾಲ್ಕು ಸಾವಿರದಲ್ಲಿ ಒಂದು ಎಂದಿತ್ತು. ಹಾಗಂದರೇನು ಎಂದು ಅರ್ಥ ಮಾಡಿಕೊಳ್ಳುವುದಕ್ಕೆ ಪ್ರಯತ್ನ ಪಟ್ಟ. ಈ ಸಮೀಕ್ಷೆ ಮಾಡಿದ್ದು ನಾಲ್ಕು ಸಾವಿರ ಜನ ಬಲಾತ್ಕಾರಕ್ಕೆ ಒಳಪಟ್ಟ ಹೆಣ್ಣುಮಕ್ಕಳಲ್ಲಿ. ಇಡೀ ನಾಲ್ಕು ಸಾವಿರ ಜನರಲ್ಲಿ ಒಬ್ಬಳೇ ಒಬ್ಬಳು ಬಸಿರಾಗಿದ್ದರಿಂದ ಸಮೀಕ್ಷೆಯ ಪ್ರಕಾರ ರಕ್ಷಣೆಯಿಲ್ಲದೆ ಸಂಭೋಗಿಸಿದಾಗ ನಾಲ್ಕು ಸಾವಿರದಲ್ಲಿ ಒಂದು ಬಾರಿ

ಮಕ್ಕಳಾಗುವ ಸಾಧ್ಯತೆ ಇದೆ ಎಂದು ಅರ್ಥ ಮಾಡಿಕೊಂಡ. ಆದರೆ ಅದು ತಪ್ಪು ಎಂದು ಅವನಿಗೆ ಅನ್ನಿಸುವುದಕ್ಕೆ ಬಹಳ ಹೊತ್ತು ಬೇಕಾಗಲಿಲ್ಲ. ಇದು ನಾಲ್ಕು ಸಾವಿರ ಬೇರೆ ಬೇರೆ ಹೆಣ್ಣುಗಳು ಬೇರೆ ಬೇರೆ ಸಂದರ್ಭದಲ್ಲಿ ಸಂಭೋಗಿಸಿದಾಗ ಆಗುವ ಬಸಿರಿನ ಲೆಕ್ಕ. ಒಂದು ಗಂಡು ಮತ್ತು ಒಂದು ಹೆಣ್ಣಿನ ನಡುವೆ ಇರುವ ಸಂಬಂಧಕ್ಕೆ ಇದನ್ನು ಸಮೀಕರಿಸಲು ಆಗದು ಅನ್ನಿಸಿತು.

ಅಕಸ್ಮಾತ್ ಬೆಟ್ಟಿಗೆ ಈ ಮಗುವೇನಾದರೂ ಅದಲ್ಲಿ ಅವಳು ತನ್ನನ್ನು ಈ ಮಗುವಿನ ಅಪ್ಪ ಎಂದು ಒಪ್ಪಿಕೊಳ್ಳುವುದು ಸಾಧ್ಯವೇ? ಮಗುವಾಗುವ ಮುಂಚೆಯೇ ಇಷ್ಟೊಂದು ಆಟವಾಡಿಸುತ್ತಿರುವ ಆಕೆ ತನ್ನಿಂದ ಏನನ್ನು ಅಪೇಕ್ಷಿಸುತ್ತಿದ್ದಾಳೆ? ತಾನು ಆಕೆಯ ಜತೆ ಸಂಸಾರ ಮಾಡಬೇಕೆ? ಸಂಸಾರ ಮಾಡಬೇಕು ಅಂದರೆ ಅವಳನ್ನು ಮದುವೆಯಾಗಬೇಕೆ? ಅಥವಾ ಮಗುವಾಗುವ ತನಕ ಕಾದಿದ್ದು ನಂತರ ಅದರ ಅರ್ಧ ಕಸ್ಟಡಿಯನ್ನು ಪಡೆಯುವುದಕ್ಕೆ ಪ್ರಯತ್ನ ಮಾಡಲೆ? ಅದಕ್ಕಾಗಿ ತಾನು ಮಗುವಿನ ಅಪ್ಪ ಎಂದು ನ್ಯಾಯಬದ್ಧವಾಗಿ ತೋರಿಸಿಕೊಳ್ಳಲು ತಯಾರಾಗಿರಬೇಕು.

ಎಷ್ಟು ಯೋಚಿಸಿದರೂ ಆತನಿಗೆ ಡಿಎನ್‌ಎ ಪರೀಕ್ಷೆ ಮಾಡಿಸಿಕೊಳ್ಳಲು ಮನಸ್ಸಾಗಲಿಲ್ಲ. ಈ ಪರೀಕ್ಷೆಗಳಿಂದ ಸಾರಿ ಹೇಳಬೇಕಾಗಿರುವ ಸ್ವಾಮ್ಯವನ್ನು ತಾನು ಪಡೆದುಕೊಳ್ಳಲಾರೆ ಅನ್ನಿಸಿತು. ಅದರ ಬದಲು ಬೆಟ್ಟಿಗೆ ಹುಟ್ಟುವ ಮಗುವನ್ನು ಅದು ಕೊಂಚ ಕಪ್ಪಗಿದ್ದರೂ, ಕಂದಾಗಿ ಇದ್ದರೂ, ಪೂರಾ ಬೆಳ್ಳಗೆ ಇದ್ದರೂ, ಅಥವಾ ನೀಲಿ ಕಣ್ಣುಗಳು ಇದ್ದರೂ, ತನ್ನ ಮಗು ಎಂದು ತಿಳಕೊಂಡು ಬೆಳೆಸಬಲ್ಲೆನಾ ಎನ್ನುವುದಕ್ಕೂ ತಕ್ಷಣ ಉತ್ತರ ಹೊಳೆಯಲಿಲ್ಲ.

ತನಗೂ ಹಿಂದು ಮುಂದು ಯಾರಿಲ್ಲ. ಇರುವವಳೊಬ್ಬಳು ರಶ್ಮಿ ಮತ್ತು ಅಮ್ಮ. ಅಪ್ಪ ಬದುಕಿದ್ದರೆ, ಅದೊಂದು ಆಯಾಮ ಈ ಸಮೀಕರಣದೊಳಗೆ ಬಂದು ಅಪ್ಪನ ಹಠಕ್ಕೋ, ಮಡಿಗೋ ಕಟ್ಟುಬಿದ್ದು ತಾನು ಒಬ್ಬಂಟಿಯಾಗಿ ನಿರ್ಧಾರ ತೆಗೆದುಕೊಳ್ಳಬಲ್ಲ ಸ್ವಾತಂತ್ರ್ಯವನ್ನೇ ಕಳೆದುಕೊಂಡುಬಿಡುತ್ತಿದ್ದೆನಾ? ಅಕಸ್ಮಾತ್ ಘೂಗೆ ನನ್ನ ಸ್ಥಿತಿಯಲ್ಲಿದ್ದರೆ ಏನು ಮಾಡುತ್ತಿದ್ದ? ಮೊಟ್ಟಮೊದಲಿಗೆ ಹೀಗೆ ರಿಸ್ಕಿರುವ ಹುಡುಗಿಯರ ಜತೆಗೆ ಆತ ಮಲಗಲು ಹೋಗುತ್ತಿರಲಿಲ್ಲ. ಮಲಗಿದರೂ ಆಕೆ ಬಸಿರಾಗದಂತೆ ತಾನೇ ಜಾಗರೂಕನಾಗಿರುತ್ತಿದ್ದ. ಹಾಗೆ ನೋಡಿದರೆ, ಬೆಟ್ಟಿಯ ಹತ್ತಿರ ಎಲ್ಲಿ ತಾನು ತಪ್ಪಿದ್ದು? ಅರ್ಥವಾಗಲಿಲ್ಲ. ಬಹುಷಃ ಘೂಗೆಯಾಗಿದ್ದರೆ ಆಗಿದ್ದೆಲ್ಲಾ ಒಳ್ಳೆಯದೇ ಎಂದುಕೊಂಡು ಸುಖವಾಗಿ ಮದುವೆ ಮಾಡಿಕೊಂಡು ಸಂಸಾರಸ್ಥನಾಗಿ ಇರುತ್ತಿದ್ದನೇನೊ?

ರಶ್ಮಿಯನ್ನು ಕೇಳಿದರೆ ಆಕೆ ಏನು ಹೇಳಬಹುದು? “ನೀನು ಯೋಚನೆ ಮಾಡುವಷ್ಟು ಬುದ್ಧಿವಂತನಾಗಿದ್ದೀಯ. ನಿನಗೆ ಬೇಕೆನಿಸುವುದನ್ನು ಮಾಡಲು ನನ್ನ ಒಪ್ಪಿಗೆ ಖಂಡಿತಾ ನಿನಗೆ ಬೇಕಿಲ್ಲ. ನಾ ಬೇಡ ಅಂದರೂ ನೀನು ಬಿಡೋದಿಲ್ಲ, ಯಾರ ಜತೆಗಾದ್ರೂ. ನೀನು ಸುಖವಾಗಿರು” ಅಂದು ಬಿಡುತ್ತಾಳೇನೋ. ಅಥವ ಅವಳದ್ದೂ ಒಂದು ಇರಲಿ

ಅಂತ ಒಂದು ಸಲಹೆಯನ್ನೂ ಕೊಡುತ್ತಾಳೊ? ಯಾಕೋ ಆಕೆಯನ್ನು ಈ ಗೊಂದಲದ ಮಧ್ಯೆ ಸಿಕ್ಕಿಹಾಕಿಸಬಾರದು ಅನ್ನಿಸಿತು. ಅವಳು ತನ್ನ ಮದುವೆಗೆ ಬರದೇ ಇರುವುದಕ್ಕೆ ಕೊಡಲು ಸಾವಿರಾರು ಕಾರಣಗಳಿರಬಹುದು. ಈಗ ತಾನು ಸುಮ್ಮನೆ ಮದುವೆ ಮಾಡಿಕೊಂಡು ಮದುವೆಯಾದ ಮೇಲೆ 'ಮದುವೆಯಾಯಿತು' ಅಂತ ಹೇಳುವುದು ಎಲ್ಲರಿಗೂ ಒಳ್ಳೆಯದು ಅನ್ನಿಸಿತ್ತು.

* * * * *

ಎರಡು ವಾರಗಳಾಗಿತ್ತು. ಬೆಳಿಗ್ಗೆ ಪಾಳಯಕ್ಕೆ ಸೂರ್ಯಕಾಂತಿ ಬೀಜಗಳನ್ನು ಅವುಗಳ ಸಿಪ್ಪೆ ಸಮೇತ ನುಂಗಿದ ಟ್ರಕ್ ಡ್ರೈವರನೊಬ್ಬ ಅದನ್ನು ಜೀರ್ಣವೂ ಆಗಿಸಿಕೊಳ್ಳದೇ, ಹೊರಗೂ ಹಾಕಲು ಸಾಧ್ಯವಾಗದೇ ಸಿಕ್ಕಾಪಟ್ಟೆ ರಕ್ತಸ್ರಾವವಾಗಿ ಜಗಲಿಗೆ ಬಂದವನನ್ನು ಸೀದಾ ಪಾಳಯಕ್ಕೆ ಭರ್ತಿ ಮಾಡಿದ್ದರು, ಶ್ರೀಧರನ ಬಳಿಯಲ್ಲಿ ಆ ರೋಗಿಯನ್ನು ಬಿಟ್ಟು ವಾಪಸ್ಸು ಹೋಗುತ್ತಿದ್ದಳು, ಬೆಟ್ಟಿ. ಅವಳ ಮುಖದಲ್ಲಿ ಏನೋ ವಿಚಿತ್ರ ಕಾಂತಿ ತುಂಬಿತ್ತು. ಮೊದಲೇ ಕೆಂಪಗಿದ್ದ ಅವಳು ಇನ್ನೂ ಊದಿಕೊಂಡು ಒಳ್ಳೆಯ ಟೊಮೇಟೋ ಹಣ್ಣಿನ ತರ ಆಗಿದ್ದಳು. ಮತ್ತೆ ಹೊಟ್ಟೆಯನ್ನು ನೋಡಿದ. ಸಣ್ಣಗೆ ಕಾಣಿಸುತ್ತಿದೆ ಅನ್ನಿಸಿತು. ದಿನಾ ಹಾಕಿಕೊಳ್ಳುವ ಬಟ್ಟೆಯನ್ನು ಬದಲಿಸಿ ಒಂದು ಉದ್ದನೆಯ ಗೌನನ್ನು ಹಾಕಿದ್ದಳು. ಓಡಾಡುವಾಗ ಬಾತುಕೋಳಿಯ ರೀತಿ ಓಡಾಡುವುದನ್ನು ನೋಡಿ ಇವಳಿಗೆ ಹೇಗೆ ಲೆಕ್ಕ ಹಾಕಿದರೂ ಹದಿನಾರು ವಾರಗಳಿಗಿಂತಾ ಹೆಚ್ಚಿಗೆ ಆಗಲಿಕ್ಕೆ ಸಾಧ್ಯವಿಲ್ಲ. ಅಂತಹುದರಲ್ಲಿ ಈಕೆ ತುಂಬು ಬಸುರಿಯಂತೆ ಓಡಾಡುವುದನ್ನು ನೋಡಿ ಆಶ್ಚರ್ಯಪಟ್ಟಿದ್ದ. ಅರ್ಧಗಂಟೆಗೊಮ್ಮೆ ತಿನ್ನುವ ಚಾಕೋಲೇಟು, ಕುಡಿಯುವ ಪ್ರೋಟೀನ್ ಶೇಕುಗಳು, ಕೂತ ಕಡೆಯಿಂದ ಕಾಲಿಟ್ಟುಕೊಳ್ಳಲು ಒಂದು ಪುಟ್ಟ ಸ್ಟೂಲು, ಏಳಲು ಕಷ್ಟಪಡುವುದು, ಎದ್ದುನಿಂತು ಬೆನ್ನು ಹಿಡಿದುಕೊಳ್ಳುವುದು, ಪಕ್ಕದವರಿಂದ ಹೊಟ್ಟೆಯ ಮೇಲೆ ಕೈಯಾಡಿಸಿಕೊಂಡು ರೋಮಾಂಚನಪಟ್ಟಂತೆ ಆನಂದಿಸುವುದು– ಯಾಕೋ ಹದಿನಾರು ವಾರಕ್ಕೆ ಇದು ಅತಿಯಾದ ಬಸಿರು ಅನ್ನಿಸಿತು. ರೆಸಿಡೆಂಟು ಆರತಿ ನೆನಪಿಗೆ ಬಂದಳು. ಆಕೆ ಒಂಭತ್ತು ತಿಂಗಳಿಗೆ ಹಾಗೆ ಓಡಾಡಿದಲ್ಲಿ ಅದಕ್ಕೊಂದು ಅರ್ಥವಿದೆ. ಆ ಸಂಕಟದ ಮುಖದಲ್ಲೊಂದು ಕಳೆಯಿತ್ತು ಎಂದುಕೊಂಡ.

"ಬೆಟ್ಟಿ" ಎಂದ, ಇಬ್ಬರೂ ಮಾತನಾಡಿ ಸುಮಾರು ತಿಂಗಳ ಮೇಲಾಗಿತ್ತು.

ಪ್ರಶ್ನಾರ್ಥಕವಾಗಿ ಮುಖನೋಡಿದಳು, ಬೆಟ್ಟಿ.

"ನಿನ್ನೊಂದಿಗೆ ಮಾತಾಡಬೇಕು" ಎಂದ.

"ಏನು, ಪ್ರಪೋಸ್ ಮಾಡ್ತಿದೀಯ" ನೇರವಾಗಿ ಕೇಳಿದಳು, ಬೆಟ್ಟಿ ಯಾವ ಆತಂಕವಿಲ್ಲದೇ.

ಒಂದು ಕ್ಷಣ ಬೆಚ್ಚಿಬಿದ್ದ, ಶ್ರೀಧರ. ಏನು ಹೇಳಬೇಕೆಂದು ಗೊತ್ತಾಗದೇ "ಹಾ... ಹಾಗೇನೂ ಇಲ್ಲ" ಎಂದ.

"ಮತ್ತಿನ್ನೇನು... ಈಗ ಅಲ್ಟಾಸೌಂಡಿಗೆ ಹೋಗ್ತಾ ಇದ್ದೀನಿ. ಬರ್ತೀಯಾ, ನನ್ನ ಜತೆ?"

"ಯಾಕೆ ಬರ್ಬೇಕಾ?"

"ಬರಲಿಕ್ಕೆ ನಿಂಗೆ ಹಕ್ಕಿದೆಯೇನೋ ಅಂತ ಒಮ್ಮೊಮ್ಮೆ ನನಗನ್ನಿಸುತ್ತೆ. ಆದರೆ, ಪೂರ ಗ್ಯಾರಂಟಿಯಿಲ್ಲ."

ಇವಳ ಈ ಒಗಟೊಗಟಿನ ಮಾತುಗಳು ಸಿಟ್ಟು ತರಿಸಿದ್ದವು, ಶ್ರೀಧರನಿಗೆ. ಹಕ್ಕಿರಬಹುದು ಅನ್ನಿಸುತ್ತೆ, ಅಂದರೇನು. ಒಮ್ಮೊಮ್ಮೆ ತಾನು ಹೇಳಬೇಕೆಂದಿದ್ದ ಮಾತನ್ನೇ ಬೇರೆಯವರು ಯಾವುದೇ ಆತಂಕವಿಲ್ಲದೇ ಹೇಳಿಬಿಟ್ಟರೆ ಅದೊಂದು ರೀತಿಯ ಆಕ್ರಮಣವಾಗುತ್ತೆ. ಅಂತಹ ಆಕ್ರಮಣವನ್ನು ಸಹಿಸಿಕೊಳ್ಳಲು ಇರುವ ಮನಸ್ಥಿತಿ ಈಗ ತನ್ನದಾಗಿಲ್ಲ ಅನ್ನಿಸಿತು. ತಾನು ಎರಡು ವಾರ ಯೋಚನೆ ಮಾಡಿ, ಬಹಳ ಜೋಪಾನವಾಗಿ ಜೋಡಿಸಿಕೊಂಡಿದ್ದ ಮಾತನ್ನು ಬೆಟ್ಟಿ ಎರಡೇ ಪದಗಳಲ್ಲಿ ತನ್ನನ್ನೇ ಕೇಳಿ ತನ್ನನ್ನು ತಬ್ಬಿಬ್ಬು ಮಾಡಿದ್ದಳು. ತಾನು ಹೇಗೆ ಸುತ್ತಿ ಬಳಸಿ ಬಂದರೂ, ಕೊನೆಗೆ ಆಕೆಯನ್ನು ಕೇಳುತ್ತಿದ್ದುದು "ನನ್ನನ್ನು ಮದುವೆ ಮಾಡಿಕೊಳ್ಳುತ್ತೀಯಾ" ಅಂತಲೇ. ಅದೇ ಮಾತನ್ನು ಬೆಟ್ಟಿಯೇ ಕೇಳಿದಾಗ ತಾನು ಒಂದೇ ಒಂದು ಪದದ, ಗಂಭೀರವಾದ ಉತ್ತರ "ಹೌದು" ಅನ್ನುವುದನ್ನು ಏಕೆ ಕೊಡಲಿಲ್ಲ. ಆಕೆಯೇ ಕೇಳಿದ್ದರಿಂದ ಸಂದರ್ಭದ ರೊಮ್ಯಾಂಟಿಸಿಸಮ್ ಹೋಗಿಬಿಟ್ಟಿತು ಅಂತಲೇ. ತಾನು ಯಾವುದೋ ಒಂದು ದುಬಾರಿ ರೆಸ್ಟುರೆಂಟಿನಲ್ಲಿ ಒಂದು ಮೇಣದ ಬತ್ತಿಯ ಮುಂದೆ ಕೂತು ಪ್ರೊಪೋಸ್ ಮಾಡುತ್ತೇನೆಂದು ಏನೂ ಹೊರಟವನಲ್ಲ. ಬಹಳಷ್ಟು ಬಾರಿ ಯೋಚಿಸಿದರೂ ಮದುವೆ ಮಾಡಿಕೊಳ್ಳಬಾರದ ಸಾಮಾಜಿಕ ಕಡಿವಾಣಗಳೇನೂ ಇಲ್ಲ. ಊರಿನಲ್ಲಿ ಬೇಡದ ಸಂಬಂಧಿಗಳು "ಶ್ರೀಧರ ಯಾವಳನ್ನೋ ಕಟ್ಟಿಕೊಂಡನಂತೆ" ಎಂದು ಒಂದೆರಡು ದಿನ ಮಾತಾಡಿಕೊಂಡು ಸುಮ್ಮನಾಗುತ್ತಾರೆ. ಅಮ್ಮ ಅಳಬಹುದು, ಇಲ್ಲಿ ರಶ್ಮಿಯ ಮನೆಗೆ ಬಂದಿದ್ದರೂ ನನ್ನ ಮನೆಗೆ ಬರಲಾರಳು. ರಶ್ಮಿ ಬೆರಗುಗೊಂಡರೂ ಏನೂ ಆಗಿಲ್ಲದಂತೆ ನಟಿಸುತ್ತಾಳೆ. ಘೂಗೆ ಸುಮ್ಮನೇ ನಗುತ್ತಾನೆ. ಅಲ್ಲಿಗೆ ಎಲ್ಲವೂ ಸರಿಹೋಗುತ್ತದೆ.

ತನಗೆ ಬೆಟ್ಟಿಯ ನಿರಾಕರಣೆಯ ಭಯವೇನಾದರೂ ಇರಬಹುದೆ? ಹೌದು, ಬೆಟ್ಟಿ ತನ್ನನ್ನು ಯಾಕೆ ನಿರಾಕರಿಸಬಾರದು. ಆ ಸಾಧ್ಯತೆಯನ್ನು ತನ್ನ ಮನಸ್ಸು ಯಾಕೆ ಯೋಚಿಸಿಯೇ ಇಲ್ಲ. ಅವಳಿಂದ ನಿರಾಕರಿಸಿಕೊಳ್ಳಬಾರದ ತುಂಬು ಅರ್ಹತೆಗಳೇನೂ ತನ್ನಲ್ಲಿ ಇಲ್ಲವಲ್ಲ. ಆದರೆ, ಆಕೆ ಒಪ್ಪಿಯೇ ಒಪ್ಪುತ್ತಾಳೆ ಅನ್ನುವ ಈ ತನ್ನ ನಂಬಿಕೆ ಆಕೆಯೇ ಇಲ್ಲಿ "ಪ್ರಪೋಸ್ ಮಾಡ್ತಿದೀಯಾ" ಅಂತ ಕೇಳಿದಾಗ ಹೌದು ಎನ್ನಲು ಹಿಂಜರಿಯುವಂತೆ ಮಾಡಿತೆ?

ಮತ್ತೆ ಈ ಒಗಟಿನ ಅರ್ಥವೇನು? ಅಲ್ಟ್ರಾಸೌಂಡನ್ನು ನೋಡಲು ತನಗೆ ಹಕ್ಕಿರಬಹುದಂತೆ, ಯಾಕಿಲ್ಲ? ಮತ್ತೆ ಮತ್ತೆ ಈಕೆ ತನ್ನನ್ನು ಕೆರಳಿಸಲೇ ಈ ರೀತಿಯ ಮಾತುಗಳನ್ನು ಆಡುತ್ತಿದ್ದಾಳೆ ಅನ್ನಿಸಿ, "ಸರಿ, ಬರುತ್ತೀನಿ. ನಡಿ" ಎಂದ.

ಕತ್ತಲ ಕೋಣೆಯಲ್ಲಿ ಶಬ್ದದ ತರಂಗಗಳ ಮೂಲಕ ನೋಡುವುದು, "See through sound" ಎಂದು ಗೋಡೆಯ ಮೇಲೆ ಬರೆದಿತ್ತು. ಪಕ್ಕದಲ್ಲಿ ಇಟ್ಟ ಯಾವುದೋ ಹಳೆಯ ಕ್ರಿಸ್‌ಮಸ್ ಮರ. ಪಕ್ಕದಲ್ಲಿ ಆ ಅಲ್ಟ್ರಾಸೌಂಡ್ ಟೆಕ್ನಿಶಿಯನ್‌ನ ಕುಟುಂಬದ ಚಿತ್ರ. ಗೋಡೆಯ ಮೇಲೆ ಭ್ರೂಣದ ವಿಧವಿಧವಾದ ಚಿತ್ರಗಳು, ಈ ಫೋಟೋಗ್ರಫಿಯ ಮೂರನೆಯ ಆಯಾಮದ ಕೈಚಳಕದಿಂದ ಹದಿನೈದು ಹದಿನಾರನೇ ವಾರಕ್ಕೇ ಪೂರಾ ಕೈಕಾಲುಗಳು ಕಾಣುವ ಮಗು. ಆಗಾಗ್ಗೆ ಬಂದು ಮೂರು ನಾಲ್ಕು ನಿಮಿಷ ಮಾತ್ರ ಇದ್ದು ಪಾಳಯದ ಇತರ ರೋಗಿಗಳ ಅಂಗಗಳನ್ನು ನೋಡಿಕೊಂಡು ಹೋಗುವ ಈ ಮಶೀನು ಇಂದು ಏನೋ ಹೊಸದಾಗಿ ಕಂಡಿತು.

"ಹಾಯ್", ಇಷ್ಟಗಲ ನಗುತ್ತಾ ಬರಮಾಡಿಕೊಂಡಳು, ಆ ಟೆಕ್ನಿಶಿಯನ್. ನಕ್ಕಾಗ ಮೂವತ್ತೆರಡು ಹಲ್ಲುಗಳೂ, ಕೆಲವದರ ಬೆಳ್ಳಿಯ ಫಿಲ್ಲಿಂಗ್‌ಗಳೂ ಮತ್ತು ಅವುಗಳ ನಡುವೆ ಸಿಕ್ಕು ಒದ್ದಾಡುತ್ತಿರುವ ಬಬಲ್‌ಗಮ್ಮೂ ಒಟ್ಟಿಗೆ ಕಾಣಿಸಿದವು. "ಬನ್ನಿ ಒಳಗೆ" ಎಂದಂದು "ನಾವುಗಳು ಇಪ್ಪತ್ತನೇ ವಾರದ ತನಕ ಸಾಮಾನ್ಯವಾಗಿ ಈ ಅಲ್ಟ್ರಾಸೌಂಡ್ ಮಾಡೋದಿಲ್ಲ. ಆದರೆ, ಇದು ನೀವು ವಿಶೇಷವಾಗಿ ಕೇಳಿಕೊಂಡಿರೋದರಿಂದ ಮಾಡ್ತಾ ಇರೋದು. ಇದಕ್ಕೆ ನಿಮ್ಮ ಇನ್ಶೂರೆನ್ಸ್ ದುಡ್ಡು ಕೊಡದಿದ್ದಲ್ಲಿ, ಆ ಹಣವನ್ನು ಆಸ್ಪತ್ರೆಗೆ ಭರ್ತಿ ಮಾಡುವುದು ನಿಮ್ಮ ಜವಾಬ್ದಾರಿ" ಎಂದು ಹೇಳಿ "ಇಲ್ಲೊಂದು ಸಹಿ ಮಾಡುತ್ತೀರ" ಎಂದು ನಗುತ್ತಾ ಕೇಳಿ ಒಂದು ಕಾಗದದ ಮೇಲೆ ಸಹಿ ಹಾಕಿಸಿಕೊಂಡಳು. ಶ್ರೀಧರನ ಕಡೆ ನೋಡಿ "ನೀನು ಅಪ್ಪಾನಾ" ಎಂದು ಕೇಳಿದಳು.

ಬೆಟ್ಟಿ ನಕ್ಕು "ಹಾಗಂತ ತಿಳ್ಕೊಂಡಿದಾನೆ" ಅಂದಳು.

"ತಿಳ್ಕೊಂಡಿದಾನಾ, ಸರಿ. ತಿಳ್ಕೊಂಡಿರಲಿ, ಬಿಡು. ಈತ ಇಲ್ಲಿರೋದಕ್ಕೆ ನಿನ್ನ ಅಭ್ಯಂತರವೇನೂ ಇಲ್ಲವಲ್ಲ"

"ಆತ ನೋಡದೇ ಇರೋದನ್ನು ನೀನೇನೂ ತೋರಿಸಲ್ಲ, ಬಿಡು" ಅಂದಳು, ಬೆಟ್ಟಿ ಮತ್ತೊಮ್ಮೆ ನಗುತ್ತಾ.

"ಸರಿ ನಾನು ಹೇಳ್ತೀನಿ ಅನ್ನೋದು ಅಫಿಷಿಯಲ್ ಅಲ್ಲ. ನಾನು ಬರೀ ಟೆಕ್ನಿಷಿಯನ್. ನಾನು ಮಾಡಿದ ಅಲ್ಟ್ರಾಸೌಂಡನ್ನು ದೊಡ್ಡ ಧನ್ವಂತ್ರಿಯೊಬ್ಬ ನೋಡಿ ಆಮೇಲೆ ಅಧಿಕೃತ ರಿಪೋರ್ಟನ್ನು ಕೊಡ್ತಾನೆ. ನನ್ನ ಮಾತುಗಳ ಮೇಲೆ ನೀವು ಪೂರಾ ನಂಬಿಕೆಯಿಡದಿದ್ದರೆ ಒಳ್ಳೆಯದು" ಎಂದು ಆಗಲೇ ನಿರೀಕ್ಷಣಾ ಜಾಮೀನನ್ನು ಪಡೆದುಕೊಂಡೇ ಅಲ್ಟ್ರಾಸೌಂಡಿನ ಅಂಟಂಟಾದ ಜೆಲ್ಲಿಯನ್ನು ಬೆಟ್ಟಿಯ ಹೊಟ್ಟೆಯ ಮೇಲೆ ಹಾಕುತ್ತಾ "ಇದು ಬಹಳ ತಣ್ಣಗಿರುತ್ತದೆ. ನೀನು ಇವತ್ತು ಬೆಳಿಗ್ಗೆ ನಿನ್ನ ಬ್ಲಾಡರನ್ನು ಖಾಲಿ

ಮಾಡಿಲ್ಲ ಅಂತ ತಿಳಕೊಂಡಿದೀನಿ" ಅಂದು ಬೆಟ್ಟಿಯ ಕೆಳಭಾಗದ ಹೊಟ್ಟೆಯನ್ನು ಒಮ್ಮೆ ಮಿದುವಾಗಿ ಒತ್ತಿದಳು. ಬೆಟ್ಟಿ "ಹಾ..." ಎಂದಳು, ಕೊಂಚ ಮುಖವನ್ನು ಕಿವಿಚಿ. ಆಕೆ ಯಾವ ಭಾವನೆಯೂ ಇಲ್ಲದೇ "ಮತ್ತೆ ನಾನು ಮಗು ಗಂಡು ಅಥವಾ ಹೆಣ್ಣು ಅಂತ ನೀವಾಗಿಯೇ ಕೇಳುವ ತನಕ ಹೇಳುವುದಿಲ್ಲ. ನಾನು ಮಗುವಿನ ವಿವಿಧ ಭಾಗಗಳನ್ನು ವಿವರಿಸುವಾಗ 'ಅವನದ್ದು' ಅಂತ ಹೇಳ್ತೀನಿ. ಅವನು ಅಂತ ನಾನು ಹೇಳಿದ ತಕ್ಷಣ ಮಗು ಗಂಡು ಅಂತ ನೀವು ತಿಳಕೋಬೇಡಿ. ಮಗುವನ್ನು 'ಅದು ಇದು' ಅನ್ನೋದು ಅಮಾನವೀಯ ಅಂತ ಮಾನವಹಕ್ಕಿನವರು ಗಲಾಟೆ ಮಾಡ್ತಾರೆ. ಆದರೆ ಅವರುಗಳು ಮಗುವನ್ನು 'ಅವಳು' ಅಂತ ಹೇಳ್ಬೇಕು ಅಂತ ಯಾಕೆ ಗಲಾಟೆ ಮಾಡೋದಿಲ್ಲ ಅಂತ ನನಗ್ಗೊತ್ತಿಲ್ಲ. ಈ ವಿಮೆನ್ಸ್ ಲಿಬ್‌ನವರೂ ಸುಮ್ಮನೇ ಕೈಕಟ್ಟಿಕೊಂಡು ಇರ್ತಾರೆ. ಯಾಕೆ ಅಂತ ನನ್ನ ಬಳಿ ಕೇಳ್ಲೂಬೇಡಿ." ಅಂದಳು.

"ಸರಿ" ಎಂದಳು, ಬೆಟ್ಟಿ ವಿಧೇಯಳಂತೆ. ಈ ಟೆಕ್ನಿಷಿಯನ್ ಯಾಕೋ ತಮಾಷಿಯ ಮನುಷ್ಯಳಲ್ಲ ಅನ್ನಿಸಿತ್ತು, ಶ್ರೀಧರನಿಗೆ.

"ಇಲ್ಲಿ ಕಾಣುತ್ತಿದೆಯಲ್ಲ ಅದು ಅವನ ತೊಡೆ. ತೊಡೆಯ ಉದ್ದ ಪ್ರಮಾಣಬದ್ಧವಾಗಿದೆ. ನೋಡು ಆತ ಹೇಗೆ ತೊಡೆಯನ್ನು ಬಡಿಯುತ್ತಿದ್ದಾನೆ. ಏಯ್... ಏನು ಮಾಡ್ತಾ ಇದ್ದೀಯಾ ನೀನು. ಅಯ್ಯೋ ತುಂಟ. ಆಗ್ಲೇ ಬಾಯಲ್ಲಿ ಬೆರಳು ಇಟ್ಕೋಳೋಕೆ ಹೋಗ್ತಾ ಇದ್ದೀಯ. ಅಲ್ಲಿ ಕಾಣ್ತಾ ಇರೋದು ಮಗುವಿನ ಹೊಟ್ಟೆಯ ಭಾಗ. ಈಗಲೇ ಇಷ್ಟು ಬೇಗ ಮಗು ಯಾವ ಕಡೆ ತಿರುಗಿ ಮಲಗಿದೆ ಅಂತ ಹೇಳೋದು ಕಷ್ಟ. ತುಂಬಾ ಓಡಾಡಿಕೊಂಡಿದಾನೆ. ಈಗ ಸ್ವಲ್ಪ ತಲೇನ ನೋಡೋಣ. ತಲೆಯ ಅಡ್ಡಳತೆಯನ್ನು ಅಳೆಯೋಣ. ಏ, ಒಂದ್ನಿಮಿಷ ಸುಮ್ನೆ ಮಲಕ್ಕೋಪ್ಪಾ. ಒಂದು ಸರಿಯಾದ ಫ್ರೇಮ್ ಸಿಕ್ಕರೆ ಸರಿಯಾಗಿ ಫ್ರೀಜ್ ಮಾಡಿ ಒಂದು ಫೋಟೋ ತೆಗೀಬಹುದು. ಹಾ... ಇಲ್ಲಿ. ಇಲ್ಲಿ. ಇದು ಸರಿಯಾದ ಫ್ರೇಮ್. ಬ್ಯೂಟಿಫುಲ್ ಪಿಕ್ಚರ್. ತಲೆಯ ಅಳತೆ ಸ್ವಲ್ಪ ನಾರ್ಮಲ್ಲಿಗಿಂತ ಜಾಸ್ತಿಯಾಗಿದೆ. ನಾನು ಮೊದಲೇ ಹೇಳಿದಂತೆ ನನ್ನ ಮಾತನ್ನು ನೀವು ನಂಬಿಕೋಬೇಡಿ. ಧನ್ವಂತ್ರಿಗಳು ಅಧಿಕೃತವಾಗಿ ರಿಪೋರ್ಟ್ ಕಳಿಸ್ತಾರೆ. ಇಲ್ಲಿ ನೋಡ್ತಾ ಇದೀರಲ್ಲ. ಅದು ಮಗುವಿನ ಹೃದಯ. ಚೆನ್ನಾಗಿ ಬಡೀತಾ ಇದೆ. ಇನ್ನೊಂದು ನಿಮಿಷ ಈ ಕಡೆ ತಿರುಗ್ತೀಯೇನೋ ತುಂಟ. ಪ್ಲಾಸೆಂಟಾನ ಒಂದು ಕ್ಷಣ ನೋಡಿ ಬಿಡ್ತೇನೆ. ಸರಿಯಾಗಿ ಕಾಣ್ತಾ ಇಲ್ಲ. ಹಾಗಂತ ಹೆದರಬೇಕಾದದ್ದೇನೂ ಇಲ್ಲ. ಮೊದಲೇ ಹೇಳಿದ್ನಲ್ಲ. ರಿಪೋರ್ಟ್ ಬರುತ್ತೆ. ಇನ್ನೇನು ಮುಗೀತು. ಈ ಕಡೆಯಿಂದ ಇನ್ನೊಂದು ಬಾರಿ ನೋಡಿಬಿಡ್ತೀನಿ, ಸರೀನಾ" ಅಂದಳು.

ಶ್ರೀಧರ ಆ ಟೆಕ್ನೀಷಿಯನ್ನನ್ನೇ ನೋಡಿದ. ಆಕೆ ಬಾಯಿಬಿಟ್ಟು ಹೇಳುವುದನ್ನು ಆಕೆಯ ಕಣ್ಣುಗಳು ಕಾಣುತ್ತಿವೆಯೋ ಇಲ್ಲವೋ ಅನ್ನುವುದನ್ನು ಕೂಡ ಸ್ಪಷ್ಟವಾಗಿ ಹೇಳಲಾಗದ ಒಂದು ನಿರ್ಲಿಪ್ತತೆ ಅವಳ ಮುಖದಲ್ಲಿತ್ತು. ಶ್ರೀಧರನಿಗೆ ಮಿಣಿಮಿಣಿ ಎಂದು ಹೊಡೆದುಕೊಳ್ಳುತ್ತಿದ್ದ ಮಗುವಿನ ಹೃದಯವೊಂದನ್ನು ಬಿಟ್ಟು ಆಕೆ ಇನ್ನೇನನ್ನು

ತೋರಿಸಿದ್ದರೂ ನಂಬುವ ಸ್ಥಿತಿಯಲ್ಲಿದ್ದ. ಅವಳ ಹಣೆಯ ಮೇಲಿದ್ದ ಬೆವರಹನಿಗಳ ಲೆಕ್ಕವನ್ನು ಹಿಡಿಯಲು ನೋಡಿದ. ಬೆಟ್ಟಿಯ ಮುಖದಲ್ಲಿ ಖುಷಿ ಮಿನುಗುತ್ತಿತ್ತು.

"ಬೆಟ್ಟಿ" ಎಂದ ಹೊರಗೆ ಬರುತ್ತಾ.

"ಏನು?" ಕೇಳಿದಳು.

"ಹೇಗಿದೀಯ?"

"ನನ್ನಷ್ಟು ಖುಷಿಯಾಗಿರಲು ಈಗ ಯಾರಿಂದಲೂ ಸಾಧ್ಯವಿಲ್ಲ. ಆಕಾಶದಲ್ಲಿ ಹಾರಾಡ್ತಾ ಇದೀನಿ, ಈಗ"

"ಸರಿ, ನಿನ್ನ ಖುಷಿಯೇ ನನ್ನ ಖುಷಿ" ಎಂದ. ಹಾಗಂದದ್ದು ಬೇರೆ ಏನೂ ಅನ್ನಲೂ ತೋಚದೇ ಎಂದು ಇಬ್ಬರಿಗೂ ಗೊತ್ತಾಗಲು ಬಹಳ ಸಮಯ ಹಿಡಿಯಲಿಲ್ಲ.

"ಥ್ಯಾಂಕ್ಸ್" ಎಂದಳು.

"ಮುಂದಿನದನ್ನು ಯೋಚನೆ ಮಾಡಿದ್ದೀಯ?"

"ಅಂದರೆ?"

"ಇನ್ನಾರು ತಿಂಗಳ ನಂತರ"

"ಇನ್ನಾರು ತಿಂಗಳಾದ ಮೇಲೆ, ನಾನು ಪಾರ್ಟ್ ಟೈಮ್ ಕೆಲಸ ಮಾಡ್ತೀನಿ. ಮಗುವಿಗೆ ಕನಿಷ್ಟ ಒಂದು ವರ್ಷವಾದರೂ ಎದೆಹಾಲನ್ನು ಕೊಡುವುದಕ್ಕೆ ಪ್ರಯತ್ನ ಮಾಡ್ತೀನಿ. ಆಮೇಲೆ ಸ್ವಲ್ಪ ಡಯಟ್ ಮಾಡ್ಬೇಕು. ಈಗಾಗಲೇ ಹತ್ತು ಪೌಂಡ್ ಜಾಸ್ತಿಯಾಗಿದೆ. ಇದೆಲ್ಲಾ ಮುಗಿಯುವ ಹೊತ್ತಿಗೆ ಕನಿಷ್ಟ ಇಪ್ಪತ್ತೈದು ಪೌಂಡ್ ತೂಕ ಜಾಸ್ತಿಯಾಗಿರುತ್ತೆ. ಮನೇಲಿ ಸ್ವಲ್ಪ ಜಾಗ ಮಾಡಿಕೊಂಡು ಒಂದು ಟ್ರೆಡ್‌ಮಿಲ್ ತರ್ಬೇಕು. ಮಗೂನ ಯಾರ್ಯಾರ ಹತ್ರಾನೋ ಬಿಡೋಕೆ ನನಗೆ ಇಷ್ಟ ಇಲ್ಲ. ಆದರೇನು ಮಾಡೋದು. ಬಿಡಲೇಬೇಕಾಗುತ್ತೆ. ಇದ್ದೇ ಇರುತ್ತಲ್ಲ, ಆಮೇಲಿನ ಸಮಸ್ಯೆಗಳು. ಪ್ರತಿ ತಿಂಗಳಿಗೊಮ್ಮೆ ಪಾಳಯಕ್ಕೆ ಕರಕೊಂಡು ಹೋಗ್ಬೇಕಾಗುತ್ತೇನೋ"

"ಮನೇಲಿ ಒಬ್ಬ ವೈದ್ಯ ಇದ್ದರೆ ನಿನಗೆ ಅನುಕೂಲ ಆಗೋಲ್ವೆ"

"ಮನೇಲಿ ವೈದ್ಯ ಪೈದ್ಯಗಳನ್ನು ಇಟ್ಟುಕೊಳ್ಳೋಕೆ ನನಗೆ ಅನುಕೂಲ ಇಲ್ಲವಪ್ಪ"

"ಪುಗಸಟ್ಟೆ ಸಿಕ್ಕರೆ"

"ಪುಗಸಟ್ಟೆ ಸಿಗೋದು ಅಷ್ಟು ಚೆನ್ನಾಗಿರೋಲ್ಲ, ಸರಕಾರೀ ಪಾಳಯದ ತರ. ಕೌಂಟಿ ಬಜೆಟ್ಟು ಮೀರಿ ಏನೂ ನಡೆಸೋಕಾಗುಲ್ಲ"

"ಬೆಟ್ಟಿ, ಜಾಸ್ತಿ ಒಗಟಿಲ್ಲದೇ ಉತ್ತರ ಕೊಡು. ನಿನ್ನ ಡಯಟ್ಟು, ಎದೆಹಾಲು, ಡೇ ಕೇರ್‌ಗಳ ನಡುವೆ ನನ್ನನ್ನೂ ಎಲ್ಲಾದರೂ ಸೇರಿಸಲಾಗುತ್ತಾ ನೋಡು"

"ಮತ್ತದೇ, ಪ್ರಪೋಸ್ ಮಾಡ್ತಾ ಇದೀನಿ ಅಂತ ಹೇಳಿಬಿಡು"

"ಹೌದು ಅಂತಲೇ ಇಟ್ಕೋ"

"ಹೌದು ಅಂತಲೇ ಇಟ್ಕೋ. ಯಾಕೆ ಇಟ್ಕೋಬೇಕು. ಹೌದು ಅಂತ ಹೇಳೋ ಧೈರ್ಯ ಇಲ್ಲ. ಶ್ರೀಧರ. ನಿಮ್ಮಂತ ಗಂಡಸರನ್ನು ಕಾಣುವ ಅಭದ್ರತೆ ಇದ್ಯಲ್ಲ, ಅದನ್ನು ನಾನು ದ್ವೇಷಿಸ್ತೀನಿ. ನಾನು ಬಸಿರಾಗದಿದ್ದರೆ ನಿನ್ನ ಮನಸ್ಸಿಗೆ ನನಗೆ ಪ್ರಪೋಸ್ ಮಾಡ್ಬೇಕು ಅಂತ ಅನ್ನಿಸ್ತಿತ್ತಾ. ಈಗ ಈ ಮಗು ನಿನ್ನದಲ್ಲದಿದ್ದರೂ ನೀನು ನನ್ನ ಮದುವೆ ಮಾಡ್ಕೋತೀಯಾ? ನನಗ್ಗೊತ್ತು, ನೀ ಏನು ಮಾಡ್ತೀ ಅಂತ. ನಾನು ಈಗ ಸರಿ ಅಂತ ಒಪ್ಪಿಕೊಂಡರೂ ಇನ್ನು ಸ್ವಲ್ಪ ದಿನದ ನಂತರ ಹಿಂದೆಗೆಯುತ್ತೀಯ ಅಥವಾ ಮದುವೆ ಮಾಡಿಕೊಂಡ ಶಾಸ್ತ್ರ ಮಾಡಿ ನಂತರ ಹುಟ್ಟೋ ಮಗುವಿನ ಗುಂಗುರು ಕೂದಲು ನೋಡಿಯೋ ಅಥವಾ ಬಿಳಿಯ ಬಣ್ಣ ನೋಡಿಯೋ ಡೈವೋರ್ಸ್ ಕೇಳ್ತೀಯಾ. ಅಥವಾ ನಿನ್ನಂತ ವೈದ್ಯ ಇನ್ನೆಂತದಾರೋ ಪರೀಕ್ಷೆ ಮಾಡಿಸಿಕೊಂಡು ಬಾ ಅಂತ ಹೇಳಿದ್ರೂ ಹೇಳಬಹುದು. ನಿಜ ಹೇಳ್ತೀನಿ ಕೇಳು, ಈ ಮಗು ನಿನ್ನದೇ ಇರಬಹುದು. ಆದರೆ, ನಿನ್ನದಲ್ಲದೇ ಇರುವ ಸಂಭವವೂ ಇದೆ. ಆದ್ದರಿಂದ ಮಾತಾಡುವ ಮೊದಲು ಯೋಚನೆ ಮಾಡು. ನನಗೆ ಬೇಕಾಗಿರೋದು ನನ್ನ ಮಗುವಿನ ಅಪ್ಪ ಮಾತ್ರ ಅಲ್ಲ. ಅಪ್ಪನಿಲ್ಲದೇ ಇದ್ದರೂ ನನ್ನ ಮಗುವನ್ನು ಬೆಳೆಸಬಲ್ಲೆ ಅನ್ನೋ ವಿಶ್ವಾಸ ನನಗಿದೆ."

"ಇಲ್ಲಿ, ನಿನ್ನ ಈ ಸಂಬಂಧಗಳ ವಿವರಣೆಯಲ್ಲಿ ನಂಬಿಕೆ ಅನ್ನೋ ಪದಕ್ಕೆ ಎಲ್ಲಾದರೂ ಅವಕಾಶವಿದೆಯಾ? ಅಕಸ್ಮಾತ್ ನಾವುಗಳು ಮದುವೆಯಾದರೆ ಮತ್ತೆ ಈ ನಿನ್ನ ಹುಚ್ಚು ಸಂಬಂಧಗಳ ನಿನ್ನ ಸ್ವಂತ ವಿವರಣೆಗಳನ್ನು ನಾನು ಅರ್ಥೈಸೋದಕ್ಕೆ ಹೋಗೋದಿಲ್ಲ. ನನಗೆ ಸರಳವಾದ ಅರ್ಥಗಳಿವೆ. ಒಂದು ಗಂಡು, ಒಂದು ಹೆಣ್ಣು– ಗಂಡ ಹೆಂಡತಿ, ಮಗು ಅಥವಾ ಮಕ್ಕಳು ಇವರುಗಳಲ್ಲಿ ಒಬ್ಬರಿಗೊಬ್ಬರು ನಂಬಬೇಕು, ಅಷ್ಟೇ. ನಿನ್ನಿಂದ ಅಷ್ಟನ್ನು ನಿರೀಕ್ಷಿಸಬಹುದು ಅಂತ ನನಗೆ ನಂಬಿಕೆ ಬಂದಲ್ಲಿ ಅಷ್ಟು ನನಗೆ ಸಾಕು. ಒಂದು ಪಕ್ಷ ನಿನಗೆ ಹುಟ್ಟೋ ಮಗು ಜಾನ್ ಟ್ರವೋಲ್ಟಾನಂತೆಯೋ, ಮೈಕೇಲ್ ಜೋರ್ಡಾನಿನಂತೆಯೋ ಇದ್ದರೆ, ಹೌದು ನನಗೆ ಬೇಜಾರಾಗಬಹುದು. ಆದರೆ, ನಾನು ಎಂತೆಂತದೋ ಪರೀಕ್ಷೆ ಮಾಡಿಸಲಿಕ್ಕೆ ಹೊಗುವುದಿಲ್ಲ. ನನಗೆ ನೀನು ಬೇಕು. ನಿನ್ನ ಮಗುವಿಗಿಂತ. ಇಷ್ಟಕ್ಕೂ ಮುಂದೆ ನಮಗೆ ಮಕ್ಕಳಾಗಬಹುದಲ್ಲ."

"ಜಾಸ್ತಿ ಆಸೆ ಇಟ್ಕೋಬೇಡ. ಮೊದಲೇ ಹೇಳಿದ್ದೀನಿ. ನನಗೆ ಮಕ್ಕಳೆಂದರೆ ಜಾಸ್ತಿ ಇಷ್ಟ ಏನೂ ಇಲ್ಲ. ಆದರೆ, ನಾನು ಜೀವದ ಪರ. ಹೊಟ್ಟೆಯೊಳಗಿರೋ ಮಗು ಹೊಟ್ಟೆಯ ಹೊರಗೆ ಇರೋ ಮಗುವಷ್ಟೇ ಜೀವ ಇಟ್ಕೊಂಡಿರುತ್ತೆ ಅಂತ ನನ್ನ ನಂಬಿಕೆ ಇದ್ಯಲ್ಲ, ಅದಕ್ಕೋಸ್ಕರ ಮಾತ್ರ ಈ ಮಗುವಿಗೆ ನಾ ತಾಯಾಗ್ತಾ ಇದೀನಿ. ನನ್ನ ತಪ್ಪಿಗೆ ಹುಟ್ಟದೇ ಇರೋ ಮಗುವಿಗೆ ಶಿಕ್ಷೆ ಕೊಡೋಕೆ ನಾನು ಸಿದ್ಧಳಿರಲಿಲ್ಲ."

ತೀರಾ ಹತಾಶನಾದಂತಿದ್ದ, ಶ್ರೀಧರ. ಏನು ಮಾಡಿದರೂ ಈ ಸಮಸ್ಯೆ ಬಗೆಹರಿಯುವುದಿಲ್ಲ ಅನ್ನಿಸಿತು. "ನನ್ನ ಏನು ಮಾಡು ಅಂತ ಅನ್ತೀಯ, ಈಗ" ಅಂದ, ಶ್ರೀಧರ.

“ಚೆನ್ನಾಗಿ ಯೋಚನೆ ಮಾಡು. ನಿನ್ನದಾಗದೇ ಇರಬಹುದಾಗಿರುವ ಈ ಮಗುವಿಗೆ, ನನ್ನ ಮದುವೆ ಮಾಡಿಕೊಂಡ ತಕ್ಷಣ ತಂದೆಯಾಗಿಬಿಡ್ತೀನಿ ಅನ್ನೋ ಉದಾತ್ತ ಯೋಚನೆಗಳನ್ನು ಇಟ್ಕೊಂಡು ಏನೋ ಮಾಡೋಕೆ ಹೋಗ್ಬೇಡ. ಹಾಗಾಗೋಕೆ ಸಾಧ್ಯವೂ ಇಲ್ಲ. ಬಹಳ ಯೋಚನೆ ಮಾಡು. ಇನ್ನೂ ಮೂರು ತಿಂಗಳ ತನಕ ಕಾಯೋಣ. ಬೇಕಾದರೆ, ಮಗುವಾಗೋ ತನಕವೂ ಕಾಯೋಣ. ಆಗಲೂ ನಿನಗೆ ಇದೇ ಭಾವನೆಗಳಿದ್ದರೆ ನಾನೂ ಇದರ ಬಗ್ಗೆ ಸ್ವಲ್ಪ ಗಂಭೀರವಾಗಿ ಯೋಚನೆ ಮಾಡ್ತೀನಿ” ಅಂದು ಹೇಳಿ ಶ್ರೀಧರನಿಗೆ ಏನೂ ಮಾತಾಡಲು ಅವಕಾಶ ಕೊಡದಂತೆ “ನನಗೆ ಕೆಲಸ ಇದೆ, ನಾನು ಹೋಗಬೇಕು” ಅಂದು ಹೊರಟಳು.

ಸೂರ್ಯಕಾಂತಿ ಬೀಜಗಳನ್ನು ನುಂಗಿದಾತ ಒಂದೇ ಸಮನೆ ಉರಿ ಎಂದು ಕೂಗಿಕೊಳ್ಳುತ್ತಿದ್ದ. ಅವನಿಗೆ ಇನ್ನೊಮ್ಮೆ ಪರೀಕ್ಷೆ ಮಾಡಬೇಕೆಂದು ಹಸಿರು ಬಣ್ಣದ ಲೇಟೆಕ್ಸಲ್ಲದ ಕೈಗವುಸಿಗೆ ಒಂದಿಷ್ಟು ಜಾರುವ ಜೆಲ್ಲಿಯನ್ನು ಹಚ್ಚಿ, ಮುಕುಳಿಯೊಳಗೆ ತಾನು ಬೆರಳಿಟ್ಟರೂ ಆತನಿಗೆ ನೋವಾಗುವುದಿಲ್ಲವೆಂದು ಹೇಳುತ್ತಾ, ಆ ಜೆಲ್ಲಿಯ ಟ್ಯೂಬಿನ ಮುಂದೆ ಕಾಣುತ್ತಿರುವ ಗುಳ್ಳೆಯನ್ನು ಪಟ್ಟೆಂದು ಹೊಡೆದು ಬೆರಳನ್ನು ಒಳಗೆ ಹಾಕಿದ. “ಊ.. ಫಕ್...” ಎಂದು ಆತ ಕೂಗಿದ. ಶ್ರೀಧರನೂ “ಅಯ್ಯೋ” ಎಂದು ಕೂಗಿದ. ಸೂರ್ಯಕಾಂತಿ ಬೀಜಗಳು ಜೀರ್ಣವಾಗದೇ ಒಂದಕ್ಕೊಂದು ಸೇರಿ ಆತನ ಗುದದ್ವಾರಕ್ಕಿಂತ ಸ್ವಲ್ಪ ಮೇಲೆ ಸಿಕ್ಕಿಹಾಕಿಕೊಂಡಿದ್ದವು, ಒಂದು ಮುಳ್ಳಿನ ಚೆಂಡಿನಂತೆ. ಆತ ಮುಕ್ಕಿದಾಗೆಲ್ಲಾ ಸುತ್ತಲಿನ ಕರುಳಿನ ಮೇಲೆ ಒತ್ತಡ ಹಾಕಿ ರಕ್ತ ಒಸರುತ್ತಿತ್ತು. ಆ ಮುಳ್ಳುಗಳು ಕೈಗೆ ಚುಚ್ಚಿಕೊಂಡಿದ್ದಕ್ಕೋ ಏನೊ ಶ್ರೀಧರನೂ ಕೂಗಿಕೊಂಡ. ತನ್ನ ತೋರು ಬೆರಳಿನ ಕೈಗವುಸಿನ ಮೇಲಿದ್ದುದು ಯಾರ ರಕ್ತವೆಂದು ಶ್ರೀಧರನಿಗೆ ಗೊತ್ತಾಗಲಿಲ್ಲ.

* * * * *

ಚಕ್ರ

ಇರುಳ ಒಡಲು
ಒಡಲ ಅಳಲು
ಯಾರೋ ಬಂದು ಸೇರಲು
ತುಂಬಿತೊಡಲು
ಒಡಲ ಆಳಲು
ಯಾರೋ ಹಂಚಿದ ಬಿಳಲು

ಮಾತು ತೊದಲು
ಕೇಳುತಿರಲು
ಏನೋ ಲಾಲಿ ಹಾಡಲು
ಒಂದು ಸುಖಕೆ
ಇರಲಿ, ಎರಡು ಸುಖಕೆ
ಬೇಕೇ ಈ ತುಂಬಿದೊಡಲು
ಸುಮ್ಮನೆ ಖುಷಿ
ಒಡಲ ನಿರ್ವಾತದ ಬಿಸಿ
ಅನುಭವದ ಹುಸಿ
ತೊಡೆ ತುರಿಕೆಯ ರಸಕಸಿ
ತಂದ ಕಸಿ
ಎಷ್ಟು ಹುಸಿ? ಸಾಕೇ ಬಿಸಿ?

ಬಹಳ ದಿನಗಳ ನಂತರ ಒಂದು ಕವನ ಬರೆದಿದ್ದಳು, ರಶ್ಮಿ. ಆದಷ್ಟು ಅಪ್ರಾಮಾಣಿಕವಾಗಬಯಸಿತ್ತು, ಅವಳ ಮನಸ್ಸು. ಈ ಕವನಗಳನ್ನು ಆದಷ್ಟು ಅಮೂರ್ತವಾಗಿಟ್ಟರೆ ಸಿಗುವ ಹುಸಿ ಅನುಭವ ನೇರವಾಗಿ ಹೇಳಿದಾಗ ಕ್ಲೀಷೆಯೆಂದು ಏಕೆ ಅನ್ನಿಸುತ್ತೆ? ಅನುಭವಗಳೂ ಹಾಗೆಯೆ? ಯಾವುದೂ ಪೂರಾ ಮೂರ್ತವಾಗಿರುವುದಿಲ್ಲವೇ ಭಾವನೆಗಳು? ಎಂದೋ ಒಮ್ಮೆ ಪಟ್ಟ ಸುಖವನ್ನು ಪದಗಳಿಂದ ಬೇರೆ ಯಾರಿಗೋ ವಿವರಿಸಿ ಹೇಳಲೆಂದು ನಿಮಿಷಕ್ಕೆ ನಿಮಿಷ ಬರೆದಿಟ್ಟರೂ ಅದು ಪ್ರಾಮಾಣಿಕತೆಯನ್ನು ಛಾಪಿಸಿದಂತಾಗುತ್ತದೆಯೆ? ತನ್ನ ಮತ್ತು ನಾಗೇಶನ ಸಂಬಂಧ ಇಷ್ಟು ಪರಿಣಾಮಕಾರಿಯಾಗಿತ್ತೇ ಅನ್ನುವ ಅನುಮಾನ ಅವಳಿಗಿದ್ದರೂ ಅದನ್ನು ದೃಢಪಡಿಸಿಕೊಳ್ಳಲು ಸಿದ್ಧಳಿರಲಿಲ್ಲ. ಆಕೆಗೆ ತಿಂಗಳಿಗೊಮ್ಮೆ ಎಂದೂ ಸರಿಯಾಗಿ ಮುಟ್ಟಾಗುತ್ತಿರಲಿಲ್ಲ ಎಂದು ಗೊತ್ತಾದದ್ದೇ ಈಗ ಅನ್ನುವುದೂ ಸುಳ್ಳನಿಸಿತ್ತು. ಆದರೆ, ಎಂಟು ವಾರದ ನಂತರ ಸ್ರವಿಸಿದ ಪ್ಯಾಂಟಿ ನೋಡಿದಾಗ ಇದು ತನ್ನ ಮಾಮೂಲಿ ತಿಂಗಳಿನಂತೆ ಅನ್ನಿಸಲಿಲ್ಲ. ಬೆಳಗ್ಗಿನಿಂದ ಮೂರು ಬಾರಿ ಸಣ್ಣಗೆ ಹೊಟ್ಟೆ ನೋಯುತ್ತಿತ್ತು.

ಇಲ್ಲ, ಇದು ತನ್ನ ತಡವಾದ ಚಕ್ರ ಅಷ್ಟೇ. ತನ್ನ ದೇಹದ ಪ್ರಕೃತಿ ತನಗೆ ಚೆನ್ನಾಗಿ ಗೊತ್ತು, ಆದರೂ ಪ್ರತಿ ಬಾರಿಯ ತನ್ನ ಮುಟ್ಟಿನ ದಿನವನ್ನು ತನ್ನ ಅಂಗೈ ಪೈಲಟ್ಟಿನಲ್ಲಿ ದಾಖಲಿಸಿಕೊಂಡಿರುತ್ತಿದ್ದಳು. ಇನ್ನೊಮ್ಮೆ ತನ್ನ ಪೈಲಟ್ಟಿನಲ್ಲಿ ಕ್ಯಾಲೆಂಡರ್ ನೋಡಿಕೊಂಡಳು. ಕಳೆದ ಬಾರಿ ಆದದ್ದು ಎಂಟು ವಾರದ ಹಿಂದೆ, ಅದರ ಹಿಂದಿನದು ನಾಲ್ಕು ವಾರಕ್ಕೆ. ಇನ್ನೂ ಹಿಂದಿನದು ಐದು ವಾರಕ್ಕೆ. ಇಷ್ಟು ಅಸ್ತವ್ಯಸ್ತವಾಗಿದೆ ತನ್ನ ತಿಂಗಳುಗಳು ಎಂದು ಆಕೆಗೆ ಅರಿವಾದದ್ದು ಅಂದೇ. ಕೆಲವೊಂದು ಹಂಬಲಗಳು,

ಗೊತ್ತಿರುವ ಸತ್ಯವನ್ನು ಗೊತ್ತಿರದಂತೆ ಅಥವಾ ಗೊತ್ತಾದ ಮೇಲೆ ಬೆರಗಾಗುವಂತೆ ಮಾಡುತ್ತವೆಯೇ ಎನ್ನಿಸಿತು.

ಒಂದು ವೇಳೆ ತಾನು ಬಸಿರಾಗಿದ್ದು, ತನ್ನ ಮುಟ್ಟು ಸಕಾರಣವಾಗಿಯೇ ಮುಂದೆ ಹೋಗಿದೆ ಅಂದರೆ ಈಗ ಯಾಕೆ ತನ್ನ ಪ್ಯಾಂಟಿ ಬಣ್ಣ ಬದಲಿಸುತ್ತಿದೆ? ಬೆಳಗಿನ ವಾಂತಿಯಾಗಬೇಕಾಗುವ ಈ ಕಾಲದಲ್ಲಿ ತನಗೇಕೆ ಪ್ಯಾಡುಗಳು ಬೇಕಾಗುತ್ತಿವೆ? ತನಗೆ ಬೇಡದ ನಾಗೇಶನ ಅಂಶವನ್ನು ತನ್ನ ದೇಹ ಕೊಂಚವೇ ಕಾಲ ಹಿಡಕೊಂಡ ಹಾಗೆ ಮಾಡಿ ಈಗ ನಿರಾಕರಿಸುತ್ತಿದೆಯೆ? ನಿಜವಾಗಿಯೂ ಇದು ತನಗೆ ಬೇಡದ ನಾಗೇಶನ ಅಂಶವೆ?

ಒಂದು ಕ್ಷಣ ಏನೋ ನಿರ್ಧರಿಸಿದಂತೆ, ಒಂದು ಪ್ಯಾಂಟನ್ನು ಮತ್ತು ಒಂದು ಕಾರ್ಡಿಗನ್ ಸ್ವೆಟರನ್ನು ಏರಿಸಿ ಕನ್ನಡಿಯ ಮುಂದೆ ಬಂದು ನಿಂತು ಒಂದು ಪೋನಿಟೈಲನ್ನು ಕಟ್ಟಿಕೊಂಡಳು. ಹೊರಗೆ ಹೋಗುವ ಮುಂಚೆ ಅಡ್ಡಡ್ಡವಾಗಿ ನಿಂತು ತನ್ನ ಪ್ರತಿಫಲನವನ್ನು ನೋಡಿಕೊಂಡಳು. ಯಾವತ್ತೂ ಪೀಚಾಗಿದ್ದ ಅವಳು ಇಂದು ದಪ್ಪವಾಗೇನೂ ಕಾಣಲಿಲ್ಲ. ಪ್ಯಾಂಟಿನ ಗುಂಡಿ ತೆಗೆದು ತನ್ನ ಹೊಟ್ಟೆಯ ಮೇಲೆ ಕೈಯಾಡಿಸಿಕೊಂಡಳು. ದೊಡ್ಡ ಉಸಿರು ತೆಗೆದು ಪ್ರಯತ್ನಪೂರ್ವಕವಾಗಿ ಹೊಟ್ಟೆಯನ್ನು ಉಬ್ಬಿಸಿಕೊಂಡಳು. ಏನು ಮಾಡಿದರೂ ತನ್ನ ಆಕಾರ ಬಿಟ್ಟು ಬೇರೆ ಯಾರ ಆಕಾರವೂ ಕನ್ನಡಿಯಲ್ಲಿ ಕಾಣಲಿಲ್ಲ.

ಹೊರಗೆ ಬಂದು ಕಾರಿನಲ್ಲಿ ಕೂತು ಹತ್ತಿರದ ಫಾರ್ಮಸಿಗೆ ಹೋಗಲು ಡ್ರೈವ್ ಮಾಡುತ್ತಿದ್ದಳು. ಕಾರಿನ ಹಿಂಗನ್ನಡಿಯನ್ನು ಸರಿಮಾಡಿಕೊಳ್ಳುತ್ತಿರಬೇಕಾದರೆ, ಕನ್ನಡಿಗೆ ನೇತುಹಾಕಿದ್ದ ಒಂದು ಸಣ್ಣ ಕರಡಿಯನ್ನು ಒಮ್ಮೆ ಗೋಲಿ ಹೊಡೆದಂತೆ ಬೆರಳಿನಿಂದ ಹೊಡೆದಳು. ಕರಡಿ ನೇತುಹಾಕಿದಲ್ಲೇ ಲಾಗ ಹೊಡೆದು ಕುಯ್ಯೋ ಎಂದು ಕೂಗಿತು. ಆ ಶಬ್ದವನ್ನು ತಡೆಯಲು ಮುಷ್ಟಿಯಲ್ಲಿ ಹಿಡಿದು ನಿಲ್ಲಿಸಿದಳು. ಕನ್ನಡಿಯಲ್ಲಿ ಮುಖ ನೋಡಿಕೊಂಡು ಪಕ್ಕದ ಗವಿಸಿನ ಡಬ್ಬಿಯಿಂದ ತುಟಿಯ ಬಾಮ್ ಒಂದನ್ನು ತೆಗೆದು ಎರಡೂ ತುಟಿಗೆ ಹಚ್ಚಿ ಒಮ್ಮೆ ತುಟಿಗಳನ್ನು ಒತ್ತಿದಳು. ಕಾರು ಅತಿ ನಿಧಾನವಾಗಿ ಹೋಗುತ್ತಿತ್ತು. ಮುಂದಿನವರೂ ಮೂವತ್ತು ಮೈಲಿ ವೇಗಕ್ಕಿಂತ ಹೆಚ್ಚಾಗಿ ಹೋಗುತ್ತಿರಲಿಲ್ಲ. ಮೆಲ್ಲಗೆ ಪಕ್ಕದಿಂದ ಆ ಕಾರನ್ನು ದಾಟಿ ಮುಂದೆ ಹೋಗಲು ಪ್ರಯತ್ನಿಸಿದಳು. ಮುಂದೆ ಹೋಗುವಾಗ ಪಕ್ಕದಲ್ಲಿ ಕೂತಿದ್ದ ಕಾರಿನ ಡ್ರೈವರನ್ನು ಒಮ್ಮೆ ಕುತ್ತಿಗೆ ಹೊರಳಿಸಿ ಹೌದೋ ಅಲ್ಲವೋ ಅನ್ನುವಂತೆ ನೋಡಿದಳು. ಒಬ್ಬ ಹೆಂಗಸು ಕಾಣಿಸಿದಳು. ಹಿಂದಿದ್ದ ಮಗುವನ್ನು ಕೂರಿಸಬಹುದಾದ ಹಿಂದು ಮುಂದಾಗಿದ್ದ ಕಾರ್‌ಸೀಟಿನಲ್ಲಿ ಯಾರೂ ಇರಲಿಲ್ಲ.

ಫಾರ್ಮಸಿಯ ಮುಂದೆ ಕಾರು ನಿಲ್ಲಿಸಿ ಒಳಗೆ ಹೋದಾಗ ತಲೆ ಸಿಡಿಯುತ್ತಿತ್ತು. ಬೆಳಗಿನಿಂದ ಏನೇನೂ ತಿಂದಿಲ್ಲ, ಅದಕ್ಕೋ ಏನೋ ಅನಿಸಿತು. ಅಲ್ಲೇ ಇದ್ದ ಒಂದು ಕೂಲರ್‌ನಿಂದ ಕಿತ್ತಳೆರಸ ತೆಗೆದು ಅಂಗಡಿಯಲ್ಲಿಯೇ ಅದರ ಮುಚ್ಚಳ ತೆಗೆದು ಕುಡಿಯತೊಡಗಿದಳು. ಅಂಗಡಿಯಲ್ಲಿ ಕೆಲಸ ಮಾಡುವಾಕೆ ಒಮ್ಮೆ ಈಕೆಯ ಮುಖವನ್ನು ಕೆಟ್ಟದಾಗಿ ನೋಡಿದಳು. "ಇದಕ್ಕೆ ನಾನು ದುಡ್ಡು ಕೊಡ್ತೀನಿ" ಅಂದಳು, ರಶ್ಮಿ. "ಯೂ

ಬೆಟರ್" ಅಂದಳು ಆ ಅಂಗಡಿಯವಳು. ಸುಮ್ಮನೆ ಅವಳ ಮುಖ ನೋಡಿದಳು. ಯಾರೀಕೆ? ಇಲ್ಲೆಲ್ಲ ಕಡೆ ಬಿಳಿಯ ಬಣ್ಣ ಕಾಣದೇ ಬರೀ ಕಂದು, ಬೂದು ಅಥವಾ ಕರಿಬಣ್ಣಗಳನ್ನು ನೋಡಿ ನೋಡಿ ಸಾಕಾಗಿದೆ ಅನಿಸುತ್ತೆ. ತನ್ನ ದೇಶದಲ್ಲಿ ತನ್ನ ಸ್ನೇಹಿತರನ್ನು ಹುಡುಕುತ್ತಾ ಕಂಗೆಟ್ಟಿರುವಾಕೆ. ತನ್ನಂತ ಕಂದು ಬಣ್ಣಗಳೆಲ್ಲಾ ಇಲ್ಲಿ ಕನ್ನಡಿಗಳ ಗೋಡೆಗಳಿರುವ ಕಟ್ಟಡಗಳಲ್ಲಿ ಕುತ್ತಿಗೆಗೊಂದು ಬೆಲ್ಟು ಮತ್ತು ಅದಕ್ಕೆ ಹೆಸರಿನ ಫಲಕ ಹಾಕಿಕೊಂಡು ಓಡಾಡುವಾಗ ಈಕೆ ನೀಲಿಯ ಅರ್ಧತೋಳಿನ ಜಾಕೆಟ್ಟನ್ನು ಹಾಕಿಕೊಂಡು ಈ ಫಾರ್ಮಸಿಯಲ್ಲಿ "ನನ್ನಿಂದ ಸಹಾಯ ಬೇಕೇ" ಎಂದು ಕೇಳುತ್ತಾ ಓಡಾಡಿಕೊಂಡು ಕ್ಯಾಶಿಯರ್ರೆಂದರೆ ಕ್ಯಾಶಿಯರ್ರು, ಸಾಮಾನು ಜೋಡಿಸಿಡುವುದೆಂದರೆ ಆ ಕೆಲಸ, ಹೀಗೆ ಎಂತದಂದ್ರೆ ಅಂತ ಕೆಲಸ ಮಾಡಿಕೊಂಡು ಓಡಾಡುತ್ತಾ ಇರಬೇಕಾದರೆ ಹೊಟ್ಟೆ ಉರಿಯುವುದಿಲ್ಲವೇ? ತನ್ನ ಗತ್ತನ್ನು ಯಾರ ಮೇಲಾದರೂ ತೋರಿಸಲೇ ಬೇಕಲ್ಲ. ನನಗೆಷ್ಟು ಧೈರ್ಯ ಹೀಗೆ ಕಾಸು ಕೊಡದೇ ಕಿತ್ತಳೇ ರಸ ಕುಡಿಯುವುದಕ್ಕೆ, ಎಂದು ತನ್ನನ್ನು ತಾನೇ ಹೆದರಿಸಿಕೊಳ್ಳುವ ರೀತಿಯಲ್ಲಿ ಅಲ್ಲೇ ಮಾರಾಟಕ್ಕಿರುವ ಒಂದು ಕನ್ನಡಿಯಲ್ಲಿ ತನ್ನ ಮುಖ ನೋಡಿಕೊಂಡು "ಎಷ್ಟು ಧೈರ್ಯ ನಿನಗೆ?" ಎಂದಂದು ನಕ್ಕಳು. ಹೇಳಿದ್ದು ಸ್ವಲ್ಪ ಜೋರಾಗಿಯೇ ಇತ್ತು ಅನ್ನಿಸಿತು. ಅಕ್ಕ ಪಕ್ಕ ಯಾರಿಗಾದರೂ ಕೇಳಿಸಿತೇ ಎಂದು ನೋಡಿದಳು.

ಯಾರೋ ನಡು ಇಪ್ಪತ್ತರ ಜೋಡಿ ಆ ಫಾರ್ಮಸಿಯಲ್ಲಿದ್ದ ಪುಗಸಟ್ಟೆ ಬೀಪಿ ಮಶೀನಿನಲ್ಲಿ ರಕ್ತದೊತ್ತಡ ನೋಡಿಕೊಳ್ಳುತ್ತಿದ್ದರು. ಸಣ್ಣ ಕೆಂಚುಕೆಂಚಾದ ಹೋತದ ಗಡ್ಡ ಬಿಟ್ಟಿದ್ದ ಆತ ಒಂದು ಬೇಸ್‌ಬಾಲ್ ಟೋಪಿಯನ್ನು ಹಿಂದು ಮುಂದಾಗಿ ಹಾಕಿಕೊಂಡು ಮೂಗಿಗೆ ಒಂದು ದಪ್ಪನೆಯ ಬೆಳ್ಳಿಯಂತಿದ್ದ ನಿಕ್ಕೆಲ್ಲಿನ ಉಂಗುರ ಹಾಕಿಕೊಂಡು, ಚ್ಯೂಯಿಂಗ್ ಗಮ್ ತಿನ್ನುತ್ತಿದ್ದ. ಅವನ ತೊಡೆಯ ಮೇಲೆ, ಕೂದಲಿಗೆ ನೀಲಿ ಬಣ್ಣ ಹಚ್ಚಿದ್ದ ಒಂದು ಹುಡುಗಿ ಕೂತಿದ್ದಳು. ಆಕೆ ಬಗ್ಗಿ ಬೀಪಿ ಮಶೀನಿನ ಮಾನಿಟರನ್ನು ನೋಡುತ್ತಿದ್ದಾಗ ಆಕೆಯ ಟೀ ಶರ್ಟು ಮುಚ್ಚದ ಬೆನ್ನಿನ ಕೆಳ ಭಾಗದಲ್ಲಿ ಒಂದು ಅರ್ಥವಾಗದ ಚಿತ್ರದ ಹಚ್ಚೆಯಿತ್ತು. ಉಂಗುರ ಉಂಗುರವಾದ ಬೆಲ್ಟಿಗೆ ಒಂದು ಸರಪಳಿಯನ್ನು ಬಿಗಿದಿದ್ದಳು. ಸಿಗರೇಟಿನ ವಾಸನೆ ಗಪ್ಪೆಂದು ಹೊಡೆಯಿತು. ಆ ಜೋಡಿಯನ್ನು ನೋಡಿ ರಶ್ಮಿಗೆ "ಇದೊಂತರಾ ರೊಮ್ಯಾಂಟಿಕ್" ಅನ್ನಿಸಿತು.

ಮುಖದ ಲೋಶನ್ನುಗಳು, ಮೈಕೂದಲನ್ನು ತೆಗೆಯುವ ವ್ಯಾಕ್ಸ್‌ಗಳು, ತುಟಿಯ ರಂಗುಗಳು, ಮುಖವನ್ನು ನಾಲ್ಕರಷ್ಟು ಹಿಗ್ಗಿಸಿ ತೋರಿಸುವ ಕನ್ನಡಿಗಳು, ರೇಝರುಗಳು, ಕಂಕುಳ ವಾಸನೆ ತೆಗೆಯುವ ಕ್ರೀಮು, ಕಾಂಡೋಮುಗಳು ಕ್ರಮವಾಗಿ ಒಂದರ ನಂತರ ಒಂದು ಜೋಡಿಸಲ್ಪಟ್ಟಿದ್ದವು. ಎಲ್ಲದರ ನಂತರ ಇ.ಪಿ.ಟಿ.– ಎರಡು ನಿಮಿಷದ ಪ್ರೆಗ್ನನ್ಸಿ ಟೆಸ್ಟ್‌ನ ಒಂದಿಷ್ಟು ಡಬ್ಬಿಗಳಿದ್ದವು. ಈ ಲೋಶನ್ನಿನಿಂದ ಶುರುವಾಗಿ ಇ.ಪಿ.ಟಿ.ಗಳ ತನಕದ ಕ್ರಮವಾದ ಜೋಡಿಕೆ, ಅನುಕ್ರಮಣ ಕಾಕತಾಳಿಯವೋ ಅಥವಾ ಯಾರೋ ಕಿಡಿಗೇಡಿ ಬೇಕಂತಲೇ ಮಾಡಿದ್ದೋ ಗೊತ್ತಾಗಲಿಲ್ಲ.

ನಾಲ್ಕೈದು ಕಂಪೆನಿಗಳ ಸರಳ ಬಸಿರು ಪರೀಕ್ಷೆಯ ಬಣ್ಣಬಣ್ಣದ ಡಬ್ಬಗಳನ್ನು ಪರೀಕ್ಷಿಸುವಂತೆ ನೋಡಿದಳು. ಎರಡು ನಿಮಿಷದಿಂದ ನಲವತ್ತೈದು ಸೆಕಂಡುಗಳ ಒಳಗೆ ಉತ್ತರ ಕೊಡಬಹುದಾದ ಟೆಸ್ಟುಗಳು. ಒಂದು ನಗು ಬಂತು. ಈ ವಿಷಯ ತಿಳಕೊಳ್ಳಲು ಒಂದು ನಿಮಿಷ ತಡವಾದಲ್ಲಿ ಜಗತ್ತು ಮುಳುಗಿ ಹೋಗುತ್ತದೆಯೆ? ಗೊತ್ತಾಗಲಿಲ್ಲ. ಅತೀ ಅಗ್ಗವಾದ ಒಂದು ಡಬ್ಬಿಯನ್ನು ತೆಗೆದುಕೊಂಡು ಅದರ ಮೇಲಿದ್ದ ಪರೀಕ್ಷೆ ಮಾಡುವ ವಿಧಾನವನ್ನು ನೋಡತೊಡಗಿದಳು. ಒಂದೆರಡು ನಿಮಿಷ ಆದ ಮೇಲೆ, ಇನ್ನೂ ಒಂದು ನಿಮಿಷ ಯೋಚನೆ ಮಾಡಿ ಅತೀ ದುಬಾರಿಯಾದ ಡಬ್ಬಿಯನ್ನು ತೆಗೆದುಕೊಂಡಳು. "ಎರಡು ಹನಿ ಮೂತ್ರವನ್ನು ಈ ಜಾಗದಲ್ಲಿ ಹಾಕಿ, ಅಲ್ಲಿ ಗೆರೆ ಎರಡಾಗುತ್ತದಾ ಎಂದು ಕಾಯಬೇಕು." ಎರಡನೆಯ ಗೆರೆಯಲ್ಲಿ ತಾನು ಕಂಡುಕೊಳ್ಳುವ ಸತ್ಯವಿದೆ. ಒಂದು ಕ್ಷಣ ಆ ಡಬ್ಬಿಯನ್ನು ಹಿಡಿದ ಕೈ ಮೆಲ್ಲಗೆ ನಡುಗಿತು. ಕಿಬ್ಬೊಟ್ಟೆಯಲ್ಲಿ ಛಳುಕು ಹೊಡೆದಂತಾಯಿತು. ತಲೆ ಸಣ್ಣಗೆ ತಿರುಗಿದಂತಾಯಿತು.

ಅಲ್ಲೇ ಇದ್ದ ಟಾಯ್ಲೆಟ್ಟಿಗೆ ಹೋಗಿ ಟಾಯ್ಲೆಟ್ಟಿನ ಬೌಲಿನ ಮೇಲೆ ಕೂತಳು. ಹೊಟ್ಟೆಯ ಕೆಳಭಾಗದಲ್ಲಿ ಕೊಂಚ ನೋವು ಕಂಡಂತೆನಿಸಿತು. ಕೆಳಗೆ ಒಮ್ಮೆ ನೋಡಿದಳು. ಫ್ಲಶ್‌ನಲ್ಲಿದ್ದ ನೀರಿನ ಬಣ್ಣ ದಟ್ಟವಾಗಿ ಕೆಂಪಗೆ ಬದಲಾಗಿತ್ತು. ಹೊಟ್ಟೆ ಹಗುರವೆನಿಸಿತ್ತು. ಇನ್ನೊಮ್ಮೆ ದಿಟ್ಟಿಸಿ ನೋಡಿದಳು. ಬಣ್ಣ ದಟ್ಟವಾಗಿದ್ದರೂ ನೀರು ತಿಳಿಯಾಗಿಯೇ ಇತ್ತು. ಕೈ ಫ್ಲಶ್ ಮಾಡಲೆಂದು ಇದ್ದ ನಳಿಕೆಯ ಮೇಲೆ ಹೋಯಿತು. ಒಂದು ಕ್ಷಣ ತಡವರಿಸಿ ಕನ್ನಡಿಯ ಮುಂದೆ ನಿಂತಳು. ಮುಂದಿನ ಬಾಗಿಲು ಹಾಕಿರುವುದನ್ನು ಇನೊಮ್ಮೆ ದೃಢಪಡಿಸಿಕೊಂಡು ಕನ್ನಡಿ ನೋಡಿದಳು. ಪ್ಯಾಂಟನ್ನು ಸಡಿಲಗೊಳಿಸಿ ಹೊಟ್ಟೆಯನ್ನು ಬದಿಯಿಂದ ಇನ್ನೊಮ್ಮೆ ನೋಡಿಕೊಂಡಳು. ಮನೆಯಲ್ಲಿ ನೋಡಿದ್ದಕ್ಕಿಂತ ಏನೂ ಬದಲಾಗಿ ಕಾಣಲಿಲ್ಲ. ಕೆಳಭಾಗವನ್ನೊಮ್ಮೆ ಒತ್ತಿಕೊಂಡಳು. ನೋವೇನೂ ಅನಿಸಲಿಲ್ಲ. ಮತ್ತೆ ತನ್ನನ್ನು ತಾನು ಹೇಗೆ ನೋಡಿದಾಗಲೂ ಪ್ರತಿ ತಿಂಗಳಿಗಿಂತ ಹೆಚ್ಚೇನೂ ಬದಲಾವಣೆ ಕಾಣಲಿಲ್ಲ. ಅಲ್ಲೇ ಇದ್ದ ಒಂದು ಕೋಲಿನಿಂದ ಫ್ಲಶ್‌ನಲ್ಲಿದ್ದ ನೀರನ್ನು ಕದಡಿ ನೋಡಿದಳು. ಬರೀ ನೀರು ನೀರು, ಕೆಂಪು ಕೆಂಪು. ಕಣ್ಣು ಮುಚ್ಚಿ ಫ್ಲಶ್ ಮಾಡಿದಳು. ಎಷ್ಟೇ ತಡಕೊಂಡರೂ ಕಣ್ಣಿನಿಂದ ಎರಡು ಹನಿ ನೀರು ಬಂತು.

ಜೀವನದಲ್ಲಿ ಮೊದಲ ಬಾರಿ ಸೋತಿದ್ದೇನೆ ಅನ್ನಿಸಿತು. ತಾನು ನಾಗೇಶನಿಂದ ಬಸಿರಾಗಿದ್ದರೆ ಅದಕ್ಕಾಗಿ ಖುಷಿ ಪಡಬಹುದಾಗಿದ್ದೂ ಅಥವಾ ದುಃಖ ಪಡಬಹುದಾಗಿದ್ದೂ ತಾನೊಬ್ಬಳೇ ಅನ್ನುವುದು ಆಕೆಗೆ ಗೊತ್ತಿತ್ತು. ತನ್ನ ಭವಿಷ್ಯವನ್ನು ಹುಡುಕಿಕೊಂಡು ವಾಪಸ್ಸು ಭಾರತಕ್ಕೆ ಹೊರಟಿರುವ ನಾಗೇಶನನ್ನು ತಡೆದು ನಿಲ್ಲಿಸಲು ಅವಳಿಗೆ ಏನು ಮಾಡಿದರೂ ಮನಸ್ಸು ಬರಲಿಲ್ಲ. ಅಕಸ್ಮಾತ್ ಏರುಪೇರಾಗಿರುವ ತನ್ನ ಕ್ಯಾಲೆಂಡರಿನ ವಿಚಾರ ಗೊತ್ತಾದರೆ, ನಾಗೇಶನಿಗೆ ಹುಚ್ಚು ಹಿಡಿಯಬಹುದಾಗಿತ್ತು. ಎಲ್ಲವನ್ನೂ ಒಬ್ಬಳೇ ನಿಭಾಯಿಸಬಲ್ಲೆ ಅನ್ನುವ ಧೈರ್ಯವನ್ನು ತಂದುಕೊಳ್ಳುವ ಹೊತ್ತಿಗೆ ಫಾರ್ಮಸಿಯ ಬಚ್ಚಲಲ್ಲಾದ ರಕ್ತಸ್ರಾವ ಅವಳಿಗೆ ಧೃತಿಗೆಡಿಸಿತ್ತು. ತಾನು ಮೋಸಹೋಗಿಬಿಟ್ಟೆನೆ? ಯಾರಿಂದ ಮೋಸಹೋದೆ ಅನ್ನುವುದು ಗೊತ್ತಾಗಲಿಲ್ಲ.

ಬಾತ್‌ರೂಮಿನಿಂದ ಹೊರಗೆ ಬಂದು ತಾನು ಖರೀದಿ ಮಾಡಬೇಕೆಂದಿರುವ ಡಬ್ಬಿಯನ್ನು ವಾಪಸ್ಸು ಅದಿರಬೇಕಾಗಿದ್ದ ಜಾಗದಲ್ಲಿ ಇಟ್ಟಳು. ಕೈಯಲ್ಲಿ ಅರ್ಧ ಕುಡಿದಿದ್ದ ಕಿತ್ತಳೆರಸದ ಪ್ಲಾಸ್ಟಿಕ್ ಶೀಷೆಯಿತ್ತು. ಅಷ್ಟನ್ನೂ ಒಮ್ಮೆಗೇ ಗಂಟಲಿಗೆ ಸುರಿದುಕೊಂಡು ಖಾಲಿಶೀಷೆಯನ್ನು ಅಲ್ಲೇ ಇದ್ದ ಕಸದ ಬುಟ್ಟಿಗೆ ಹಾಕಿ ಫಾರ್ಮಸಿಯಿಂದ ಹೊರಗೆ ಬಂದಳು. ನಲವತ್ತು ಮೈಲಿ ವೇಗದ ಮಿತಿಯಿರುವ ರಸ್ತೆಯಲ್ಲಿ ಅರವತ್ತು ಮೈಲಿಯ ವೇಗದಲ್ಲಿ ಕಾರನ್ನು ಡ್ರೈವ್ ಮಾಡಿಕೊಂಡು ಬಂದಿದ್ದಳು. ಗಮನಿಸಲು ರಸ್ತೆಯಲ್ಲಿ ಯಾರೂ ಇರಲಿಲ್ಲ.

ಮನೆಗೆ ಬಂದವಳೇ, ತನ್ನ ಹಾಸಿಗೆಯ ಮೇಲೆ ಬಂದು ಮಲಗಿ ಇಡೀ ಮನೆಯ ಗೋಡೆಗಳಿಂದ ತನ್ನ ದನಿ ಪ್ರತಿಧ್ವನಿಸುವಂತೆ ಅತ್ತಳು. ಅಮ್ಮನ ಜತೆ ಮಾತಾಡಬೇಕೆನಿಸಿತು. ತಕ್ಷಣ ಫೋನು ಹಚ್ಚಿದಳು. ಮನೆಯಲ್ಲಿ ಕಣ್ಣ ಫೋನು ಎತ್ತಿದ.

"ಅವರಿಲ್ಲಾರಿ. ಇಲ್ಲೇ ರಾಮಮಂದಿರಕ್ಕೆ ಹೋಗಿದಾರೆ" ಅಂದ.

"ಎಷ್ಟು ಹೊತ್ತಿಗೆ ಬರುತ್ತಾರೆ?" ಕೇಳಿದಳು, ರಶ್ಮಿ.

"ಲೇಟಾಗಬಹುದು ರೀ. ಇವತ್ತು ಬ್ರಾಹ್ಮಣ ಸಮಾಜದ ಮೀಟಿಂಗಿತ್ತುರೀ. ಮುಂದಿನ ವಾರ ಎಲ್ಲ ಕಾಶೀಯಾತ್ರೆ ಹೊರಟಿಯಾರಲ್ಲ. ಅದರ ಬಗ್ಗೆ ಏನೋ ಮಾತಾಡಬೇಕಂತ ಹೋಗಿದ್ದಾರ್ರಿ."

"ಕಾಶೀಯಾತ್ರೆಗೆ ಯಾರು ಹೋಗ್ತಾ ಇದಾರೆ?" ರಶ್ಮಿ ಕೊಂಚ ಆತಂಕದಿಂದ ಕೇಳಿದಳು.

"ಸುಮಾರು ಐವತ್ತು ಜನಾರೀ. ಎಲ್ಲಾ ವಯಸ್ಸಾದವರೇ. ಅಮ್ಮಾನೂ ಹೋಗ್ತಾರಲ್ರೀ. ನಿಮಗೇ ಹೇಳಿಲ್ಲವೇನ್ರೀ. ಈಗ ಅಲ್ಲಿ ಟೈಮೆಷ್ಟಾಯ್ತುರೀ."

"ಈಗ ಇಲ್ಲಿ ರಾತ್ರಿ ಹತ್ತಾಗ್ತಾ ಬಂತು. ಇರಲಿ, ಅಮ್ಮ ಬಂದ ಮೇಲೆ ನಾಳೆ ಮಾಡ್ತೀನಿ ಅಂತ ಹೇಳಕ್ಕಾಗುತ್ತಾ. ಅಮ್ಮ ಹೇಗಿದ್ದಾಳೆ?"

"ಏನೂ ಉಪಯೋಗ ಇಲ್ಲರೀ. ನಾವು ಏನು ಹೇಳಿದರೂ... ತಾವಾಯ್ತು, ತಮ್ಮ ಪುಸ್ತಕಗಳಾದವು. ನೀವು ಕೊಡಿಸಿದ್ರಲ್ಲ, ಆ ಟೀವಿಯಲ್ಲಿ ಬೆಳಿಗ್ಗೆ ಏನೋ ಒಂಚೂರು ನೋಡ್ತಾರ್ರೀ. ಊಟ ಸೈತ ಸರಿಯಾಗಿ ಮಾಡ್ತಾ ಇಲ್ಲರೀ. ಈಗ ಕಾಶೀ ಅಂತ ಹೊರಟಿದಾರಲ್ಲ, ಸ್ವಲ್ಪ ಗೆಲುವಾಗಿ ಓಡಾಡ್ಕೊಂಡಿದಾರೆ. ನಮ್ಮಮ್ಮನೂ ಹೋಗ್ತಾರ್ರೀ. ನಿಮಗೆಲ್ಲಾ ವಿಷಯ ಗೊತ್ತಿದೆ ಅಂತ ನಾ ತಿಳ್ಕೊಂಡಿದ್ದೆ."

"ಇಲ್ಲ, ಅಮ್ಮ ನನಗೆ ಏನೂ ಹೇಳಿಲ್ಲ."

"ಹೇಳ್ತಾರೆ ತಗೋರಿ. ಹೇಳ್ದೇ ಹೆಂಗೆ ಅಷ್ಟು ದೂರ ಹೋಗ್ತಾರೆ, ಹೇಳ್ರೀ..."

"ಕಣ್ಣ, ನೀವೇ ಎಲ್ಲ ಸ್ವಲ್ಪ ಅಮ್ಮನ್ನ ನೋಡ್ಕೋಬೇಕಪ್ಪ. ಇನ್ನೊಂಸೊಲ್ಪ ದಿನ. ನನ್ನ ಕೈಲಿ ದುಡ್ಡು ಕಳಿಸೋದು ಬಿಟ್ಟರೆ ಏನೂ ಆಗ್ತಾ ಇಲ್ಲ."

"ನೀವೇನ್ಮಾಡ್ತೀರಿ ತಗೋರೀ. ದುಡ್ಡಿಗೇನೂ ಬರ ಬಂದಿಲ್ಲರೀ. ಆದರೆ, ನೀವು ತಪ್ಪು ತಿಳೀದಿದ್ದರೆ ನಿಮ್ಮನ್ನು ಒಂದು ಪ್ರಶ್ನೆ ಕೇಳಲೇನ್ರಿ?"

"ಕೇಳಪ್ಪಾ"

"ಅಮ್ಮ ಅಲ್ಲಿಗೆ ಬರ್ತಾರೇನ್ರೀ. ನಮ್ಮ ಅಮ್ಮನ ಹತ್ರ ಮಾತಾಡ್ತಾ ಇದ್ರು. 'ನಾ ಏನೇ ಆದರೂ ದೇಶ ಬಿಟ್ಟು ಹೋಗೊಲ್ಲ' ಅಂತ. ಈ ವಯಸ್ಸಲ್ಲಿ ಅಲ್ಲೆಲ್ಲ ಅವರಿಗೆ ಅಡ್ಜಸ್ಟ್ ಆಗುತ್ತೇನ್ರಿ?"

"ಇಲ್ಲಿ ಎಲ್ಲ ಅಡ್ಜಸ್ಟ್ ಆಗೇ ಆಗುತ್ತೆ. ಇಲ್ಲಿ ಎಲ್ಲವೂ ಸಿಗುತ್ತಪ್ಪ"

"ಏನೇ ಆದರೂ ನೀವೂ, ಶ್ರೀಧರ ಇಬ್ಬರೂ ಅವರ ಹತ್ತಿರ ಒಮ್ಮೆ ಕೂಲಂಕಶ್ವಾಗಿ ಮಾತಾಡೋದು ಒಳ್ಳೇದು ಅನ್ನಿಸುತ್ತೆ, ನನಗೆ. ಹಿಂಗೆ ಹೇಳ್ದೇ ಅಂತ ತಪ್ಪು ತಿಳೀಬೇಡ್ರೀ."

ರಶ್ಮಿ ಏನೂ ಮಾತಾಡದೇ ಫೋನಿಟ್ಟಳು.

ಬಾತ್‌ರೂಮಿನಲ್ಲಿದ್ದ ಕಪಾಟಿನಿಂದ ಯಾವುದೋ ಕೈಗೆ ಸಿಕ್ಕಷ್ಟು ಮಾತ್ರೆಗಳನ್ನು ತೆಗೆದು ನುಂಗಿ ಹೊದ್ದು ಮಲಗಿಬಿಟ್ಟಳು.

ಬೆಳಿಗ್ಗೆ ಎಚ್ಚರವಾದಾಗ ಐದು ಗಂಟೆಯಾಗಿತ್ತು. ತಲೆ ಸಿಡಿದುಹೋಗುವಷ್ಟು ನೋಯುತ್ತಿತ್ತು. ಫಿಲ್ಟರಿನಿಂದ ಕಾಫಿ ಬಗ್ಗಿಸಿಕೊಂಡು ಕುಡಿದಳು. ಮತ್ತೆ ಇನ್ನೊಂದೆರಡು ಮಾತ್ರೆ ನುಂಗಿದಳು. ಟೆಲಿಫೋನಿನ ಮಶೀನಿನಲ್ಲಿ ಎರಡು ಚಿಕ್ಕ ಮೆಸೇಜುಗಳಿದ್ದವು. ರಾತ್ರಿ ನೋಡಿರಲಿಲ್ಲ. ಮೊದಲನೆಯದು ಶ್ರೀಧರನದು. "ಏನಿಲ್ಲ, ಹೀಗೇ ಫೋನು ಮಾಡಿದ್ದೆ" ಎಂದಿತ್ತು. ತಾವು ಮಶೀನುಗಳ ಮೂಲಕ ಮಾತಾಡುವುದು ಇತ್ತೀಚೆಗೆ ಜಾಸ್ತಿಯಾಗುತ್ತಿದೆ, ಎಂದುಕೊಂಡು ಎರಡನೆಯ ಮೆಸೇಜಿಗೆ ಹೋದಳು. ಕೇಳಿದ ಮೇಲೆ ಸ್ವಲ್ಪ ಹೆದರಿಕೆಯಾಯಿತು. ಅಲ್ಲಿ "ನಿನ್ನ ಗೋಡೆಬೀದಿಯ ಸಾಪ್ತಾಹಿಕದ ಲಿಟ್ಜರ್ ಕಂಪೆನಿಯ ಮೇಲಿನ ಲೇಖನದ ಎರಡನೇ ಭಾಗದಲ್ಲಿ ಏನಿದೆ ಎಂದು ಗೊತ್ತಾಗಿದೆ. ಅದನ್ನು ವಾಪಸ್ಸು ತೆಗೆದುಕೋ. ಇಲ್ಲದಿದ್ದಲ್ಲಿ ಪರಿಣಾಮ ನೆಟ್ಟಗಿರುವುದಿಲ್ಲ" ಎಂದು ದಪ್ಪಧ್ವನಿಯೊಂದು ಮಾತಾಡಿತ್ತು. ಕಾಲರ್ ಐಡಿಯಲ್ಲಿ ನಂಬರನ್ನು ನೋಡಿದಳು. ಏನೂ ಇರಲಿಲ್ಲ.

ಏನು ಮಾಡಬೇಕೆಂದು ಗೊತ್ತಾಗಲಿಲ್ಲ. ತಕ್ಷಣ ಈಗ ಇಂತ ಹುಡುಗಾಟಕ್ಕೆ ತಲೆಕೆಡಿಸಿಕೊಳ್ಳಬೇಕೇ ಇಲ್ಲವೇ ಎಂದು ಗೊತ್ತಾಗಲಿಲ್ಲ. ಇದು ಹುಡುಗಾಟವೋ ಅಥವಾ ಗಂಭೀರವಾದ ವಿಷಯವೋ ಯೋಚನೆ ಮಾಡಲಿಕ್ಕೂ ಆಕೆಯ ಮನಸ್ಥಿತಿ ಸರಿಯಿರಲಿಲ್ಲ. ತಾನು ಬರೆದಿದ್ದ ಲೇಖನವನ್ನು ಇನ್ನೊಮ್ಮೆ ಓದಿದಳು. ಪ್ರಕಟವಾಗಿದ್ದ ಭಾಗದಲ್ಲಿ ಅಮೆರಿಕಾದ ವೈದ್ಯಪದ್ಧತಿ ಮತ್ತು ಹೆಚ್ಚಾಗುತ್ತಿರುವ ಖರ್ಚನ್ನು ಮಾತ್ರ ಖಂಡಿಸಿ ಬರೆದಿದ್ದೆ ಅಂದುಕೊಂಡಳು. ಲಿಟ್ಜರ್ ಕಂಪೆನಿಯ ಹೆಸರು ಕಟ್ಟಕಡೆಯ ಸಾಲಿನಲ್ಲಿ ಮಾತ್ರ ಇತ್ತು. ಮುಂದಿನ ಲೇಖನದಲ್ಲಿ ತನಗೆ ಲಭ್ಯವಿರುವ ಅಂಕಿಅಂಶಗಳನ್ನು ಆದಷ್ಟು ಪ್ರಾಮಾಣಿಕವಾಗಿ ಆದರೆ, ಅಷ್ಟೇ ರೋಚಕವಾಗಿ ವಿವರಿಸಿದ್ದಳು. ಮೊದಲು ಸಾಪ್ತಾಹಿಕದವರು ಹಿಂಜರಿದು ಆ ಲೇಖನವನ್ನು ವಾಪಸ್ಸು ಕಳಿಸಿದ್ದರೂ ನಂತರ ಅವರೇ ಈ ಲೇಖನವನ್ನು ಒಂದು ತಿಂಗಳ

ಅಂತರದಲ್ಲಿ ಎರಡು ಭಾಗಗಳಲ್ಲಿ ಪ್ರಕಟಿಸುತ್ತೇವೆ ಎಂದು ಪತ್ರ ಬರೆದು ಅದಕ್ಕೆ ಸಂಭಾವನೆಯನ್ನು ಆಗಲೇ ಕಳಿಸಿದ್ದರು. ಲೇಖನದ ಪೂರಾ ಹಕ್ಕು ಸಾಪ್ತಾಹಿಕದ್ದೇ ಮತ್ತು ಲೇಖನಗಳು ಪ್ರಕಟವಾದ ಮೇಲೆ ಅದಕ್ಕೆ ಸಂಬಂಧಪಟ್ಟ ಪ್ರಶ್ನೋತ್ತರಗಳು ಅಥವಾ ಸಂದರ್ಶನಗಳು ಇತರೇ ವಿಷಯಗಳಿಗೆ ಸಾಪ್ತಾಹಿಕದ ಅನುಮತಿ ತೆಗೆದುಕೊಳ್ಳಬೇಕು ಎಂದು ಬರೆಸಿ ಸಹಿ ಹಾಕಿಸಿಕೊಂಡಿದ್ದರು. ಬೇರೆ ಯಾವ ವಿಷಯದಲ್ಲಿ ಈ ಲೇಖನಗಳ ಬಗ್ಗೆ ವ್ಯವಹರಿಸಬೇಕಾದರೂ ತಮ್ಮ ಕಂಪೆನಿಯ ಲೀಗಲ್ ಅಡ್ವೈಸರುಗಳ ನೆರವು ಪಡೆದುಕೊಳ್ಳಬಹುದು ಎಂದೂ ಹೇಳಿದ್ದರು.

ಒಂದು ಅನಾಮಿಕ ಫೋನು ಬಂತು ಎಂದು ತಾನು ಸಾಪ್ತಾಹಿಕಕ್ಕೆ ಫೋನು ಮಾಡಲೇ ಎಂದು ಯೋಚಿಸಿದಳು. ಅವರೇನು ಮಾಡಬಹುದು? ತನಗೆ ರಕ್ಷಣೆ ಕೊಡಿ ಎಂದು ಕೇಳಲೆ? ಯಾವುದೋ ಒಬ್ಬ ಹುಡುಗಿ ವಾಚಕರವಾಣಿಯಂತಹ ಒಂದು ಅಂಕಣದಲ್ಲಿ ಬರೆದಿರುವ ಒಂದು ಲೇಖನ ರೋಚಕವಾಗಬಾರದೆಂತಲೇ ಎರಡು ಭಾಗಗಳಲ್ಲಿ ಪ್ರಕಟವಾಗುತ್ತಿದೆ. ಅಂತಹ ಪತ್ರಕ್ಕೆ ಬೆದರಿಕೆ ಬಂದಿದೆ, ನನಗೆ ರಕ್ಷಣೆ ಬೇಕು ಎಂದು ಕೇಳುವುದೆ? ಸಾಪ್ತಾಹಿಕದವರೇ ಈ ಲೇಖನ ಇಂತಹ ಪರಿಣಾಮ ಬೀರುತ್ತಿದೆ ಎಂದು ನಿರೀಕ್ಷಿಸಿದ್ದರೋ ಇಲ್ಲವೋ, ಅವಳಿಗೆ ತಿಳಿಯಲಿಲ್ಲ.

ಇನ್ನೊಮ್ಮೆ ಲಿಟ್ಜರ್ ಕಂಪೆನಿಯ ಶೇರು ಇವತ್ತೆಷ್ಟಿದೆ ಎಂದು ಗಣಕದಲ್ಲಿ ಟೈಪಿಸಿ ನೋಡಿದಳು. ಇವಳಿಗೇ ಆಶ್ಚರ್ಯವಾಗುವಂತೆ ಅದರ ಬೆಲೆ ಕಳೆದೆರಡು ವಾರದಲ್ಲಿ ಐದು ಡಾಲರ್ನಷ್ಟು ಕಡಿಮೆಯಾಗಿತ್ತು. ಜತೆಗೇ ಇರಾಕಿನಲ್ಲಿ ಯುದ್ಧ ಮತ್ತೆ ಆರಂಭವಾಗಿತ್ತು.

ಇದು ಇದ್ದಕ್ಕಿದ್ದಂತೆ ಬೇರೆ ಒಂದು ಆಯಾಮವನ್ನು ಪಡೆದುಕೊಳ್ಳುತ್ತಿದೆ ಎನ್ನಿಸಿತು. ಒಂದು ಕ್ಷಣ ಹೆದರಿಕೆಯಾದಂತನ್ನಿಸಿತು.

ಇನ್ನೊಮ್ಮೆ ಬಾತ್‌ರೂಮಿಗೆ ಹೋಗಿ ಬಂದಾಗ ಪ್ಯಾಡನ್ನು ಬದಲಾಯಿಸಬೇಕಾಗಿರಲಿಲ್ಲ. ಹಿಂದಿನ ದಿನ ಫಾರ್ಮಸಿಯಲ್ಲಿ ಸುರುವಾಗಿದ್ದು ಎರಡು ಗಂಟೆಗಳ ನಂತರ ನಿಂತಿದ್ದೂ ಅವಳ ಗಮನಕ್ಕೆ ಬಂದಿರಲಿಲ್ಲ.

ಅಮ್ಮನಿಗೆ ಮತ್ತೆ ಫೋನು ಮಾಡುವುದನ್ನೂ ಮರೆತಿದ್ದಳು.

* * * * *

ಒಂದು ನೋಟೀಸು

ಶ್ರೀಧರನಿಗೆ ಒಂದು ನೋಟೀಸು ಬಂದಿತ್ತು. ಒಂದು ಮನಿಲಾ ಕವರಿನಲ್ಲಿ ಮೇಲೆ "ಲಾ ಆಫೀಸಸ್ ಆಫ್ ಗಂಡರ್ಸನ್" ಅನ್ನುವ ವಿಳಾಸದಿಂದ ಬಂದಿತ್ತು.

"ಶ್ರೀಧರ ಅನ್ನುವ ನೀವು ನಮ್ಮ ಕಕ್ಷಿಗಾರರಾದ ಮಿಸೆಸ್ ಬೆನೆಟ್ ಮತ್ತು ಜ್ಯಾಕ್ ಬರ್ನಾಡ್‌ನನ್ನು ಕಾರಿನಲ್ಲಿ ಸಹಪ್ರಯಾಣಿಕರಾಗಿ ಕೂರಿಸಿಕೊಂಡು ದಿನಾಂಕ

ಇಪ್ಪತ್ತೆರಡರಂದು ಹೋಗುತ್ತಿದ್ದುದು ನಿಜವಷ್ಟೇ. ನೀವು ವಾಹನ ನಿಲುಗಡೆಯಲ್ಲದ ಜಾಗದಲ್ಲಿ ಕಾರನ್ನು ನಿಲ್ಲಿಸಲು ಪ್ರಯತ್ನಿಸಿದಾಗ ಹಿಂದಿನಿಂದ ಇನ್ನೊಂದು ಕಾರು ಬಂದು ಢಿಕ್ಕಿ ಹೊಡೆದ ಕಾರಣ ಮಿಸೆಸ್ ಬೆನೆಟ್ ಮತ್ತು ಜ್ಯಾಕ್ ಇಬ್ಬರೂ ಕೂತ ಜಾಗದಲ್ಲಿಯೇ ಹಿಂದೆ ಮುಂದೆ ಸರಿದಿದ್ದಾರೆ. ಮತ್ತು ನಿಮ್ಮ ಕಾರು ಮುಂದಿನ ಕಂಭಕ್ಕೆ ಡಿಕ್ಕಿ ಹೊಡೆದಿದೆ. ಈ ಅನಿರೀಕ್ಷಿತ ಹೊಡೆತದಿಂದ ಮಿಸೆಸ್ ಬೆನೆಟ್‌ನ ಕುತ್ತಿಗೆಯ ಮೂಳೆ ಹಿಂದೆ ಜರುಗಿ ಮುಂದೆ ಬಂದಿರಬಹುದಾದ ಸಂಭವವಿರಬಹುದು. ತಕ್ಷಣ ಅವರಿಬ್ಬರೂ ಕುತ್ತಿಗೆಯ ನೋವೆಂದು ಚಿಕಿತ್ಸೆ ಪಡೆದಿದ್ದಾರೆ. ಮಿಸೆಸ್ ಬೆನೆಟ್‌ಗೆ ಏಟು ಬಿದ್ದದ್ದು ವೈದ್ಯಕೀಯ ವರದಿಗಳಿಂದ ದೃಢಪಟ್ಟಿದೆ (ಇದಕ್ಕೆ ಲಗತ್ತಿಸಿರುವ ರಿಪೋರ್ಟನ್ನು ನೋಡಿ). ಜ್ಯಾಕ್‌ಗೆ ಇನ್ನೂ ಹೆಚ್ಚಿನ ಪರೀಕ್ಷೆಗಳಿಗಾಗಿ ಆದೇಶಿಸಿದ್ದಾರೆ. ಅಧಿಕೃತವಾಗಿ ಮಿಸೆಸ್ ಬೆನೆಟ್‌ಗೆ "ಸರ್ವೈಕಲ್ ಸ್ಟ್ರೈನ್" ಎಂದು ಕರೆದಿದ್ದಾರೆ. ತಮಗೆ ತಿಳಿದಿರುವಂತೆ ಮಿಸೆಸ್ ಬೆನೆಟ್ ಮತ್ತು ಜ್ಯಾಕ್ ಇಬ್ಬರಿಗೂ ಕ್ರಮವಾಗಿ ಎಂಭತ್ತೆರಡು ಮತ್ತು ಎಂಭತ್ತೈದು ವರ್ಷ ವಯಸ್ಸಾಗಿದ್ದು, ಈ ರೀತಿಯ ಹೊಡೆತ ಮತ್ತು ಮೂಳೆಗಾಗಿರುವ ಗಾಯದಿಂದ ಇವರುಗಳು ಬಹಳ ಕಾಲ ನೋವನ್ನನುಭವಿಸಬೇಕಾಗಿ ಬರಬಹುದು. ವಸ್ತುಷಃ ಇವರಿಬ್ಬರೂ ಈಗ ಬಹಳ ನೋವಿನಲ್ಲಿದ್ದಾರೆ.

ಇಲ್ಲಿ ಗಮನಿಸಬೇಕಾದ ಅಂಶವೆಂದರೆ, ನಿಮ್ಮ ಸಹಪ್ರಯಾಣಿಕರಿಬ್ಬರೂ ಸೀಟ್‌ಬೆಲ್ಟ್ ಹಾಕಿಲ್ಲದೇ ಇರುವುದು. ನೀವು ವೈದ್ಯರಾಗಿದ್ದುಕೊಂಡು ಮತ್ತು ಲೈಸೆನ್ಸ್ ಇರುವ ಡ್ರೈವರಾಗಿದ್ದುಕೊಂಡು ತಮ್ಮ ಸಹಪ್ರಯಾಣಿಕರಿಗೆ ಸೀಟ್‌ಬೆಲ್ಟುಗಳನ್ನು ಧರಿಸುವಂತೆ ಆದೇಶಿಸುವುದು ನಿಮ್ಮ ಕರ್ತವ್ಯವೆಂದು ನಿಮಗೆ ಗೊತ್ತಿದೆ ಎಂದು ನಾವು ತಿಳಿದಿದ್ದೇವೆ. ಜ್ಯಾಕ್ ಮತ್ತು ಮಿಸೆಸ್ ಬೆನೆಟ್ ಇಬ್ಬರೂ ನೀವು ಅವರಿಗೆ ಸೀಟುಬೆಲ್ಟನ್ನು ಧರಿಸುವಂತೆ ಆದೇಶಿಸಿಲ್ಲ ಎಂದು ಪ್ರಮಾಣೀಕರಿಸಿದ್ದಾರೆ. ಮಿಸೆಸ್ ಬೆನೆಟ್ ವಯಸ್ಸಿಗೆ ಸಹಜವಾದ ಮರೆಗುಳಿತನದಿಂದ ಸೀಟ್‌ಬೆಲ್ಟನ್ನು ಧರಿಸಿಲ್ಲದಿರಬಹುದಾದರೂ, ನೀವು ನಿಮ್ಮ ಕರ್ತವ್ಯವೆಂದುಕೊಂಡು, ಇಬ್ಬರು ಹಿರಿಯ ನಾಗರಿಕರನ್ನು ಕಾರಿನಲ್ಲಿ ಕೂರಿಸಿಕೊಂಡಾಗ ಸೀಟ್‌ಬೆಲ್ಟು ಧರಿಸುವಂತೆ ಆದೇಶಿಸಬೇಕಿತ್ತು.

ಒಟ್ಟಾರೆ ಹೇಳುವುದೆಂದರೆ, ಒಬ್ಬ ಜವಾಬ್ದಾರಿಯುತ ಡ್ರೈವರಾಗಿ ನಿಮ್ಮ ಕರ್ತವ್ಯವನ್ನು ಪೂರಾ ಎಸಗಲು ನಿಮಗೆ ಸಾಧ್ಯವಾಗಿಲ್ಲ. ಈ ಕಾರಣ ನಿಮ್ಮ ಮೇಲೆ ದಾವಾ ಹಾಕಲು ನಮ್ಮ ಕಕ್ಷಿಗಾರರು ನಮ್ಮನ್ನು ಕೇಳಿದ್ದಾರೆ. ಇದಕ್ಕೆ ಬೇಕಾದ ಪೂರ್ವಸಿದ್ಧತೆಗಳನ್ನು ನೀವು ಮಾಡಿಕೊಳ್ಳಲು ನಿಮಗೆ ಸಹಾಯ ಆಗಲಿ ಎಂದು ನಿಮಗೆ ನಾವು ಅಪಘಾತದ ಎಲ್ಲಾ ದಾಖಲೆಗಳನ್ನೂ ಕಳಿಸಿದ್ದೇವೆ. ನೀವು ನಿಮ್ಮ ಪರವಾಗಿ ವಾದಿಸಲು ಸ್ವತಂತ್ರರು ಅಥವಾ ನಿಮ್ಮ ಪರವಾಗಿ ಯಾವುದಾದರೂ ಲಾಯರನ್ನು ನಿಯಮಿಸಿಕೊಳ್ಳಲೂ ನೀವು ಸ್ವತಂತ್ರರು.

ಹೆಚ್ಚಿನ ಮಾಹಿತಿ ಬೇಕಾದಲ್ಲಿ ನಮ್ಮ ಕಛೇರಿಯನ್ನು ಸಂಪರ್ಕಿಸಿ."

ಇಷ್ಟು ದಿನ ತಾನು ಮಿಸೆಸ್ ಬೆನೆಟ್ ಮಿಸ್ ಅಥವಾ ಮಿಸೆಸ್ ಅನ್ನುವುದನ್ನೂ ಯೋಚಿಸಿರಲಿಲ್ಲ. ಮಿಸೆಸ್ ಆದರೆ, ಮಿಸ್ಟರ್ ಬೆನೆಟ್ ಇದ್ದಾನಾ, ಈ ಜ್ಯಾಕ್ ಯಾರು ಎಂದು ಈಗ ಯೋಚನೆ ಬಂತು. ತನ್ನ ಯೋಚನೆಗೆ ತನಗೇ ನಗು ಬಂತು.

ಶ್ರೀಧರನಿಗೆ ಇದೊಂದು ತಮಾಷೆಯಿರಬೇಕು ಅನ್ನಿಸಿತು. ಆದರೆ, ಮಿಸೆಸ್ ಬೆನೆಟ್ ಈ ರೀತಿಯ ತಮಾಷೆ ಮಾಡುವಷ್ಟು ಹಾಸ್ಯಪ್ರಜ್ಞೆಯನ್ನು ಇನ್ನೂ ಉಳಿಸಿಕೊಂಡಿದ್ದಾಳೆ ಅನ್ನುವ ವಿಷಯದ ಬಗ್ಗೆ ಅವನಿಗೆ ಅವನದೇ ಆದ ಅನುಮಾನವಿತ್ತು. ಇದು ಸಾಧ್ಯವೇ ಇಲ್ಲ ಅನ್ನಿಸಿತು.

ತಕ್ಷಣ ಘೂಗೆಗೆ ಫೋನು ಮಾಡಿ ವಿಷಯವನ್ನು ತನಗೆ ಅರಿವಾದಂತೆ ವಿವರಿಸಿ ಹೇಳಿದ. ಕೇಳಿದ ತಕ್ಷಣ ಘೂಗೆ "ಇದು ಖಂಡಿತಾ ಮಿಸೆಸ್ ಬೆನೆಟ್‌ಳ ತಲೆ ಅಲ್ಲ. ಪ್ರತಿ ಬಾರಿ ಆಕೆ ಬಿದ್ದು ತಲೆಗೆ ಏಟು ಮಾಡಿಕೊಂಡಾಗ ಸೀಟಿ ಸ್ಕ್ಯಾನುಗಳಲ್ಲಿ ಅವಳ ಮಿದುಳನ್ನು ನಾನು ನೋಡಿದ್ದೇನೆ. ಪ್ರತಿ ವರ್ಷ ಸೀಟೀ ಸ್ಕ್ಯಾನಿನಲ್ಲಿ ಎರಡು ಮಿಲಿಮೀಟರ್ ಚಿಕ್ಕದಾಗುತ್ತಿರುವ ಅವಳ ಮಿದುಳಿಂದ ಇಂತಹ ಆಲೋಚನೆಗಳು ಬರುವುದಕ್ಕೆ ಸಾಧ್ಯವೇ ಇಲ್ಲ. ಇದು ಖಂಡಿತಾ ಅವಳ ಮೂತ್ರ ಕಟ್ಟೋ ಬಾಯ್‌ಫ್ರೆಂಡು, ಆ ಜ್ಯಾಕ್‌ನ ಕೆಲಸವೇ. ಈ ಆಕ್ಸಿಡೆಂಟಿನಿಂದ ಅವರಿಗಾಗಿರುವ ತೊಂದರೆ ಏನು? ಕಣ್ಣಿಗೆ ಕಾಣುವ ಊನತೆಗಳೇನಾದರೂ ನಿನಗೆ ಕಂಡಿವೆಯೆ?"

"ನಾನು ಅವರುಗಳನ್ನು ಮತ್ತೆ ನೋಡಿಲ್ಲ. ಆದರೆ ನನಗೆ ಬಂದಿರುವ ನೋಟೀಸಿನಲ್ಲಿ ದೀರ್ಘಕಾಲದ ನೋವು ಮತ್ತು ನರಳಾಟ ಅಂತಿದೆ."

"ದೀರ್ಘಕಾಲದ್ದೆಂತ ನೋವು ಬಂತು? ಒಬ್ಬಳಿಗೆ ಎಂಭತ್ತೆರಡು ಮತ್ತು ಇನ್ನೊಬ್ಬನಿಗೆ ಎಂಭತ್ತೈದು. ಎಷ್ಟೇ ತಿಣುಕಿದರೂ ಇನ್ನೊಂದು ಎರಡೆರಡು ವರ್ಷ ನೋವನ್ನು ಅನುಭವಿಸಲಾರರು."

"ಅಂದರೆ, ನನ್ನನ್ನೇನು ಮಾಡು ಅನ್ನುತ್ತೀ. ಸುಮ್ಮನೆ ಇದನ್ನು ಅಲಕ್ಷಿಸಲೆ?"

"ಈಗ ಸದ್ಯಕ್ಕೆ ನೀನು ಅಲಕ್ಷಿಸಬಹುದೇನೋ. ಆದರೆ, ಇದು ಮುಂದೆ ಹೋದಲ್ಲಿ ಜ್ಯೂರಿ ನಿನ್ನನ್ನು ತಪ್ಪಿತಸ್ಥ ಎಂದು ಹೇಳುವುದರಲ್ಲಿ ಸಂದೇಹವಿಲ್ಲ. ಗಾಲಿಖುರ್ಚಿ ಮತ್ತು ವಾಕರ್‌ನಲ್ಲಿರುವ ಇಬ್ಬರು ಅಷ್ಟದಶಕಿಗಳನ್ನು ನೀನು ಕಾರಿನಲ್ಲಿ ಕೂರಿಸಿಕೊಂಡಿದ್ದೂ ಅಲ್ಲದೇ, ಅವರಿಬ್ಬರಿಗೂ ಸೀಟುಬೆಲ್ಟು ಹಾಕಿಕೊಳ್ಳಿ ಎಂದು ಹೇಳುವುದನ್ನು ಮರೆತಿದ್ದೀಯ. ನೀನು ಮೂವತ್ತರ ಆಸುಪಾಸಿನಲ್ಲಿರುವ ಕಂದು ಬಣ್ಣದ ಯುವಕ. ಅವರಿಬ್ಬರೂ ಉಳಕಂಡಿರೋ ಉತ್ತಮ ತಳಿಯ ಪ್ರಾತಿನಿಧಿಕ ಅವಶೇಷಗಳು. ಒಬ್ಬಾಕೆ ಬಟ್ಟೆಬಿಚ್ಚಿ ಹಾಡ್ತಾಳೆ. ಇನ್ನೊಬ್ಬ ಕಾಲಿಗೆ ಚೀಲ ಕಟ್ಕೊಂಡು ಅದರಲ್ಲಿ ಉಚ್ಚೆ ಹೊಯ್ತಾನೆ. ಇಬ್ಬರೂ ಒಬ್ಬರನ್ನೊಬ್ಬರು ಪ್ರೇಮಿಸ್ತಾರೆ, ಬೇರೆ. ಮುಂದೆ ಮದುವೇನೂ ಮಾಡ್ಕೋಬಹುದು. ಅವರದೇ ಒಂದು ಪುಟ್ಟ ಮನೇನೂ ಕಟ್ಕೋಬಹುದು. ಮನೆಯ ಮುಂದೆ ಒಂದು ಸುಂದರ ತೋಟ. ಹಿಂದೆ ಡೆಕ್ಕಿನಲ್ಲಿ ಕೂತು ವೈನು ಕುಡಿಯುತ್ತಾ ಕಳೆಯಬೇಕಾಗಿರೋ

ರಾತ್ರಿಗಳನ್ನು, ಅವರ ದಿವ್ಯ ಆಯಸ್ಸನ್ನು ನೀನು ಈ ಕೆಟ್ಟ ಕುತ್ತಿಗೆ ನೋವಿನಿಂದ ನರಕಮಯ ಮಾಡಿದ್ದೀಯ ಎಂದು ಹೇಳಿ ಕುತ್ತಿಗೆಗೆ ಕಾಲರ್ ಬಿಗಿದು, ಅವರಿಬ್ಬರ ಪರವಾಗಿ ಯಾವನೋ ಅಡ್ಡಕಸಬಿ ಲಾಯರ್ ವಾದಿಸುತ್ತಾನೆ. ಬೆನೆಟ್‌ಗೆ ವಿಚಾರಣೆಯ ದಿನ ಒಂದೆರಡು ಮಾತ್ರೆ ಜಾಸ್ತಿ ಕೊಟ್ಟು ಜೋರಾಗಿ ಅಳುವಂತೆ ಮಾಡ್ತಾರೆ. ನೀನು ಅಂಗಡಿಯಲ್ಲಿರೋ ಅತೀ ದುಬಾರಿ ಸೂಟು ಹಾಕಿಕೊಂಡು, ಎರಡೆರಡು ಬಾರಿ ಶೇವ್ ಮಾಡಿಕೊಂಡು, ಪ್ರಪಂಚದಲ್ಲೇ ಅತೀ ಸಂಭಾವಿತ ಧನ್ವಂತ್ರಿ ಅನ್ನೋ ಪೋಸು ಕೊಟ್ಟುಕೊಂಡು ಕೂತರೂ ಅದು ನಿನ್ನನ್ನು ಕಾಪಾಡುತ್ತೆ ಅನ್ನೋದರ ಬಗ್ಗೆ ನನಗೆ ನನ್ನದೇ ಆದ ಅನುಮಾನವಿದೆ. ಯಾತಕ್ಕೂ ನೀನು ಒಬ್ಬ ಒಳ್ಳೆ ಲಾಯರ್‌ನ ಜತೆ ಸಂಪರ್ಕ ಬೆಳೆಸೋದು ಒಳ್ಳೆಯದು ಅಂತ ನನಗೆ ಕಾಣುತ್ತೆ." ಅಂದ ಘೂಗೆ.

ಶ್ರೀಧರ ಬೆದರಿಹೋದ. ಈ ಘೂಗೆಯ ಜತೆ ಮಾತಾಡಿದರೆ, ತಾನು ಇರುವ ಆತ್ಮವಿಶ್ವಾಸವನ್ನೂ ಕಳೆದುಕೊಳ್ಳುತ್ತೇನೆ ಎನ್ನಿಸಿತು. ಆದರೂ ಅವನ ಮಾತನ್ನು ಪೂರಾ ಅಲ್ಲಗಳೆಯಲಾಗಲಿಲ್ಲ. ಸೀದಾ ಮನೆಗೆ ಬಂದವನೇ ಹಳದೀ ಪುಸ್ತಕದಲ್ಲಿ ಕಂಡ ಲಾಯರುಗಳ ನಂಬರುಗಳಿಗೆ ಫೋನು ಮಾಡಿದ. ಪುಸ್ತಕದಿಂದ ಮಾಡಿದ ಮೊದಲ ಎರಡು ನಂಬರುಗಳ ಲಾಯರುಗಳು ತಕ್ಷಣ ಸಿಗಲಿಲ್ಲ. ಒಬ್ಬ ಯಾವುದೋ ಕಾನ್ಫರೆನ್ಸಿಗೆ ಹೋಗಿದ್ದಾನೆಂದೂ, ಇನ್ನೊಬ್ಬನ ಸೆಕ್ರೆಟರಿ ಶ್ರೀಧರ ಹೇಳಿದ್ದನ್ನೆಲ್ಲಾ ಬರೆದುಕೊಂಡು ಅವರ ಲಾಯರು ಇನ್ನು ಎರಡು ಗಂಟೆಗಳಲ್ಲಿ ಫೋನು ಮಾಡುತ್ತಾರೆಂದೂ, ಅವಳಿಗೆ ಶ್ರೀಧರನ ಕಾರಿನ ಮತ್ತು ಇವನಿಗೆ ಬಂದು ಡಿಕ್ಕಿ ಹೊಡೆದ ಇನ್ನೊಂದು ಕಾರಿನ ಲೈಸೆನ್ಸ್ ಪ್ಲೇಟಿನ ನಂಬರುಗಳು ಬೇಕೆಂದೂ ಮತ್ತು ಸಾಧ್ಯವಾದಲ್ಲಿ ವಿಮಾ ವಿವರಗಳು ಬೇಕೆಂದೂ ಕೇಳಿದಳು. ಶ್ರೀಧರ ತನ್ನ ವಿಮಾ ಕಂಪೆನಿಯ ವಿವರಗಳನ್ನು ಕೊಟ್ಟ. ಆದರೆ ತನಗೆ ಡಿಕ್ಕಿ ಹೊಡೆದ ಕಾರಿನ ವಿಮಾಕಂಪೆನಿಯ ವಿವರಗಳಾಗಲೀ, ಅಥವಾ ಅದರ ಲೈಸೆನ್ಸ್ ಪ್ಲೇಟಿನ ನಂಬರಾಗಲೀ ತನ್ನ ಹತ್ತಿರ ಇಲ್ಲವೆಂದು ಆತ ಹೇಳಿದ. ಆದಷ್ಟು ಆ ಕಾರಿನ ಲೈಸೆನ್ಸ್ ಪ್ಲೇಟಿನ ನಂಬರನ್ನು ಕಂಡುಹಿಡಿದರೆ ಇವನಿಗೇ ಅನುಕೂಲವಾಗುವುದೆಂದೂ ಮತ್ತು ಅಪಘಾತ ಆಗಿ ಇಷ್ಟು ದಿನವಾದರೂ ಪೋಲೀಸಿಗೆ ಏಕೆ ಇನ್ನೂ ತಿಳಿಸಿಲ್ಲವೆಂದು ಕೇಳಿದಳು. ಶ್ರೀಧರ ಏನೂ ಮಾತಾಡಲಿಲ್ಲ. ಎಲ್ಲ ಮುಗಿದ ಮೇಲೆ ಶ್ರೀಧರನ ಕ್ರೆಡಿಟ್ ಕಾರ್ಡ್ ನಂಬರು ಬೇಕೆಂದೂ, ತಮ್ಮ ಲಾಯರ್‌ನ ಫೀಸನ್ನು ನೇರವಾಗಿ ಕ್ರೆಡಿಟ್ ಕಾರ್ಡಿಗೇ ಚಾರ್ಜ್ ಮಾಡುತ್ತಾರೆಂದೂ ಹೇಳಿದಳು.

ಸುಮಾರು ಮೂರು ಗಂಟೆಗಳ ಕಾಲ ಶ್ರೀಧರ ಚಡಪಡಿಸುತ್ತಾ ಕೂತಿದ್ದ. ಲಾಯರಿಂದ ಫೋನು ಬಂತು. ಉಭಯಕುಶಲೋಪರಿಯ ನಂತರ ಶ್ರೀಧರನ ಕ್ರೆಡಿಟ್ ಕಾರ್ಡ್‌ನ ನಂಬರು ಸರಿಯಿದೆಯೇ ಎಂದು ಇನ್ನೊಮ್ಮೆ ದೃಢಪಡಿಸಿಕೊಂಡು ಲಾಯರು, ತನ್ನ ಸೆಕ್ರೆಟರಿ ತೆಗೆದುಕೊಂಡ ವಿವರಗಳು ಸರಿಯಾಗಿಯೇ ಇವೆಯೆಂದೂ, ಶ್ರೀಧರ ಬೆನೆಟ್ ಹಾಗೂ ಜ್ಯಾಕ್‌ಗೆ ಸೀಟ್‌ಬೆಲ್ಟು ಹಾಕಿಕೊಳ್ಳಿ ಎಂದು ಆದೇಶಿಸದೇ ಇರುವುದು ತಪ್ಪಾಗಿತ್ತೆಂದೂ, ಕೆಲವೊಂದು ನೋವು ಮತ್ತು ವೇದನೆಯನ್ನು ಎಕ್ಸ್‌ರೇಗಳಿಂದಾಗಲೀ,

ಸೀಟೀ ಸ್ಕಾನುಗಳಿಂದಾಗಲೀ ಕಂಡುಹಿಡಿಯಲಾಗದೇ ಇರುವುದರಿಂದ ಅವರ ಈಗಿನ "ದೈನಿಕದ ಮಿತಿ" ಈ ಅಪಘಾತದಿಂದ ಎಷ್ಟು ಕಡಿಮೆಯಾಗಿದೆ ಅನ್ನುವುದರ ಮೇಲೆ ಕೋರ್ಟು ಪರಿಹಾರವನ್ನು ನಿರ್ಧರಿಸಬಹುದೆಂದೂ, ಇದು ಕೋರ್ಟಿಗೆ ಹೋಗುವ ಮುನ್ನ ಶ್ರೀಧರ ತನ್ನ ವಿಮಾ ಕಂಪೆನಿಯನ್ನು ಸಂಪರ್ಕಿಸಬೇಕೆಂದೂ ಹೇಳಿದ. ಇವನ ಅದೃಷ್ಟ ಸರಿಯಾಗಿದ್ದರೆ ವಿಮಾ ಕಂಪೆನಿಯವರು ಆ ಪರಿಹಾರ ಕೊಡಲು ಒಪ್ಪಿಕೊಂಡರೆ ಶ್ರೀಧರ ಏನೂ ಯೋಚನೆ ಮಾಡುವ ಗೋಜಿಗೆ ಹೋಗಬೇಕಾಗಿಲ್ಲವೆಂದೂ ಹೇಳಿದ. ಆದರೆ, ಶ್ರೀಧರ ನಿಸ್ಸಂಶಯವಾಗಿ ಸೀಟು ಬೆಲ್ಟು ಹಾಕಿಲ್ಲವಾದ್ದರಿಂದ ಶ್ರೀಧರನ ಕಾರಿನ ವಿಮಾ ಕಂಪೆನಿಯವರಿಗೆ ಇವನ ಮನವಿಯನ್ನು ಪೂರಕ್ಕೆ ಪೂರ ತಿರಸ್ಕರಿಸುವ ಹಕ್ಕಿದೆಯೆಂದೂ ಹೇಳಿದ. ಇವನ ಇನ್ನೊಂದು ಅವಕಾಶವೆಂದರೆ, ಇವನಿಗೆ ಡಿಕ್ಕಿ ಹೊಡೆದ ಕಾರಿನ ಲೈಸೆನ್ಸ್ ಪ್ಲೇಟಿನ ನಂಬರನ್ನು ಈತ ಹೇಗಾದರೂ ಪತ್ತೆ ಹಚ್ಚಿದಲ್ಲಿ, ಆ ಕಾರಿನ ವಿಮಾ ಕಂಪೆನಿಯವರು ಜ್ಯಾಕ್ ಮತ್ತು ಬೆನೆಟ್‌ಗೆ ಕೋರ್ಟು ನಿರ್ಧರಿಸುವ ಪರಿಹಾರದ ಮೊತ್ತದ ಒಂದು ಭಾಗವನ್ನು ಭರಿಸುತ್ತಾರಾ ಎಂದು ವಿಚಾರಿಸಬಹುದು ಎಂದೂ ಹೇಳಿದ. ಬೇಕಾದರೆ, ಶ್ರೀಧರನೇ ಎರಡೂ ವಿಮಾಕಂಪೆನಿಗಳಿಗೂ ಫೋನು ಮಾಡಬಹುದೆಂದೂ, ಒಂದು ವೇಳೆ ತಮ್ಮ ಲಾ ಫರ್ಮಿನಿಂದ ಈ ವಿಮಾ ಕಂಪೆನಿಗಳಿಗೆ ಫೋನು ಮಾಡಿ ವಿಚಾರಿಸಬೇಕಾದಲ್ಲಿ ಅದಕ್ಕೆ ಅವರ ಅಭ್ಯಂತರವೇನೂ ಇಲ್ಲವೆಂದೂ ಆದರೆ ಅದಕ್ಕೆ ಸ್ವಲ್ಪ ಜಾಸ್ತಿ ಫೀಸು ಆಗುವುದೆಂದೂ ಹೇಳಿ, ಮುಂದೆ ಎಲ್ಲ ವಿವರಗಳೂ ಸಿಕ್ಕ ಮೇಲೆ ತಮ್ಮ ಕಛೇರಿಯನ್ನು ಸಂಪರ್ಕಿಸಿದರೆ ತಾವುಗಳು ಅವನಿಗೆ ಬೇಕಾದ ಸಹಾಯವನ್ನು ಮಾಡಲಿಕ್ಕೆ ಸಿದ್ಧರಿದ್ದೇವೆಂದೂ ಹೇಳಿದ.

ಶ್ರೀಧರನಿಗೆ ಈ ಬೆಳಗಿನ ವಿದ್ಯಮಾನಗಳು ಬೇಸರ, ಸಿಟ್ಟಿಗಿಂತ ಹೆಚ್ಚಾಗಿ ಆಶ್ಚರ್ಯವನ್ನುಂಟುಮಾಡಿದ್ದವು. ಮೊದಮೊದಲು ತನಗೆ ಬಂದ ನೋಟೀಸನ್ನು ನಂಬದೇ ಬಹಳ ಹಗುರವಾಗಿ ಭಾವಿಸಿದ್ದ. ನಂತರ, ಘೂಗೆಯ ಜತೆ ಮಾತಾಡಿದಾಗ ಆತನಾದರೂ ಇದನ್ನು ಅಲಕ್ಷಿಸು ಎಂದು ಹೇಳಬಹುದು ಎಂದು ಮಾಡಿದ್ದ. ಘೂಗೆಯ ಮಾತಿನಲ್ಲಿ ಆ ಇಂಗಿತವಿದ್ದರೂ ಈ ನಿರ್ಲಕ್ಷ್ಯದಿಂದ ತನಗೇ ಇನ್ನೂ ಹೆಚ್ಚಿನ ತೊಂದರೆ ಆಗಬಹುದೆಂದು ಅವನೇ ಭಾವಿಸಿ ಲಾಯರಿಗೆ ಫೋನು ಮಾಡಿದ್ದ. ಲಾಯರ್‍ನ ಜತೆ ಫೋನಿನಲ್ಲಿ ಮಾತಾಡಿದ ಮೇಲೆ ಇದು ಸತ್ಯ, ಇಂದಿನ ಘಟನೆಗಳು ನಿಜ. ತನ್ನ ಮೇಲೆ ಬೆನೆಟ್ ಮತ್ತು ಜ್ಯಾಕ್ ಕೇಸು ಹಾಕಿದ್ದಾರೆ ಅನ್ನುವುದು ಕ್ರಮೇಣ ಗೊತ್ತಾಗುತ್ತಾ ಬಂತು.

ಆದದ್ದಾಗಲೀ ಎಂದು ತನ್ನ ಕಾರಿನ ವಿಮಾ ಕಂಪೆನಿಗೆ ಫೋನು ಮಾಡಿದ. ಬಹಳ ಸುಲಭವಾಗಿ ಅವರುಗಳು ಜಾರಿಕೊಂಡರು. ತಾನು ಕಾರಿನ ಸೀಟ್ ಬೆಲ್ಟು ಹಾಕಿಲ್ಲದಿರುವುದಷ್ಟೇ ಅಲ್ಲದೇ ತನ್ನ ಸಹಪ್ರಯಾಣಿಕರಿಬ್ಬರೂ ಸೀಟ್‌ಬೆಲ್ಟು ಹಾಕಿಲ್ಲದೇ ಇರುವುದರಿಂದ ಇದು ಯಾರ ತಪ್ಪು ಎಂದು ಕೋರ್ಟು ನಿರ್ಧರಿಸುವ ತನಕ ಕಾಯಬೇಕೆಂದೂ, ಅಕಸ್ಮಾತ್ ಶ್ರೀಧರನ ತಪ್ಪಿರಬಹುದೆಂದು ಕೋರ್ಟ್ ನಿರ್ಧರಿಸಿದಲ್ಲಿ ತಾವು ಯಾವ ಪರಿಹಾರವನ್ನೂ ಕೊಡಲು ಅಸಮರ್ಥರಾಗಿರುವರೆಂದೂ, ಯಾಕೆಂದರೆ, ಏಟು ಬಿದ್ದಿರುವವರು ಈತನ ಕಾರಿನಲ್ಲಿ ಕೂತ ಪ್ರಯಾಣಿಕರು ಮಾತ್ರ ಆಗಿದ್ದಾರೆ,

ಅವರಿಬ್ಬರಲ್ಲಿ ಯಾರೂ ಡ್ರೈವ್ ಮಾಡುತ್ತಾ ಇರದೇ ಇರುವುದರಿಂದ ಜ್ಯಾಕ್ ಮತ್ತು ಬೆನೆಟ್‌ರ ವಿಮಾ ಕಂಪೆನಿಯವರೂ ಇದಕ್ಕೆ ಒಪ್ಪಿಕೊಳ್ಳದೇ ಇರಬಹುದೆಂದೂ ಹೇಳಿದರು. ಇವನ ಅತ್ಯುತ್ತಮ ಅವಕಾಶವೆಂದರೆ, ಇವನಿಗೆ ಡಿಕ್ಕಿ ಹೊಡೆದ ಕಾರಿನ ವಿಮಾ ಕಂಪೆನಿಯವರನ್ನು ಸಂಪರ್ಕಿಸುವುದು ಎಂದು ಹೇಳಿ ಆ ವಿಮಾ ಕಂಪೆನಿಯ ವಿವರಗಳು ಶ್ರೀಧರನಿಗೆ ಗೊತ್ತಿದ್ದಲ್ಲಿ ಅದನ್ನು ಅವನು ಅವರಿಗೆ ಕೊಟ್ಟಲ್ಲಿ ಅವರೇ ಇನ್ನೊಂದು ವಿಮಾ ಕಂಪೆನಿಯವರನ್ನು ಸಂಪರ್ಕಿಸುವುದಾಗಿಯೂ ಹೇಳಿದರು.

ಶ್ರೀಧರನಿಗೆ ಈಗ ಉಳಿದದ್ದು ಒಂದೇ ಒಂದು ದಾರಿ. ತನಗೆ ಡಿಕ್ಕಿ ಹೊಡೆದ ಕಾರಿನ ವಿವರವನ್ನು ಹುಡುಕುವುದು. ಆದರೆ, ಅದು ಹೇಗೆ ಎಂದು ಗೊತ್ತಾಗಲಿಲ್ಲ. ಏನು ಮಾಡಲಿ ಎಂದು ಯೋಚಿಸುತ್ತಿದ್ದಾಗ, ಜ್ಯಾಕ್ ಅಪಘಾತವಾದ ತಕ್ಷಣ ಎರಡೂ ಕಾರಿನ ಲೈಸೆನ್ಸ್ ಪ್ಲೇಟಿನ ನಂಬರನ್ನು ಗುರುತು ಮಾಡಿಕೊಂಡಿದ್ದನ್ನು ತಾನು ಗಮನಿಸಿದ್ದ. ಆಗ ಅದು ಕುತೂಹಲ ಮಾತ್ರ ಉಂಟುಮಾಡಿದ್ದರೂ, ಜ್ಯಾಕ್‌ನ ದೂರಾಲೋಚನೆ ಹೀಗಿದ್ದಿರಬಹುದು ಎಂದು ಶ್ರೀಧರನಿಗೆ ಹೊಳೆದಿರಲಿಲ್ಲ.

ಸೀದಾ ಪಾಳಯಕ್ಕೆ ಬಂದ. ಮುಂದಿನ ಜಗಲಿಯನ್ನು ದಾಟಿ ಒಳಗೆ ಬಂದು ಕಂಪ್ಯೂಟರಿನ ಮುಂದೆ ಕೂತು ಮಿಸೆಸ್ ಬೆನೆಟ್‌ಳ ಹೆಸರನ್ನು ಟೈಪಿಸಿ ಅವಳ ವಿಳಾಸ ಮತ್ತು ಟೆಲಿಫೋನ್ ನಂಬರನ್ನು ನೋಡಿದ. ಸುತ್ತ ಯಾರಾದರೂ ನೋಡುತ್ತಿದ್ದಾರೆಯೇ ಎಂದು ನೋಡಿದ. ಈ ರೀತಿ ಕದ್ದು ವಿಳಾಸ ಪಡೆದುಕೊಳ್ಳುವುದು ಈಗ ಕಡಿಮೆ ರಿಸ್ಕಿನ ಕೆಲಸ ಅನ್ನಿಸಿತು. ಪಾಳಯದ ನಿಯಮಾವಳಿಗಳ ಪ್ರಕಾರ ರೋಗಿಗಳ ವಿಳಾಸ ಮತ್ತು ಫೋನ್ ನಂಬರನ್ನು ಖಾಸಗೀ ಕಾರಣಗಳಿಗಾಗಿ ಉಪಯೋಗಿಸಿಕೊಳ್ಳುವಂತಿರಲಿಲ್ಲ.

ಹೊರಗೆ ಬಂದವನೇ ತನ್ನ ಮೊಬೈಲಿನಿಂದ ಬೆನೆಟ್‌ಳ ಮನೆಗೆ ಫೋನು ಮಾಡಿದ್ದ. ಫೋನು ರಿಂಗುಣಿಸಿತ್ತು. ಸ್ವಲ್ಪ ಹೊತ್ತಾದ ಮೇಲೆ ಯಾವುದೋ ಒಂದು ಧ್ವನಿ "ದಯವಿಟ್ಟು ನಿಮ್ಮ ಚಿಕ್ಕ ಮೆಸೇಜನ್ನು ಬಿಡಿ" ಎಂದು ಹೇಳಿತು. ಈತ "ಮಿಸೆಸ್ ಬೆನೆಟ್, ನಾನು ಡಾ ಶ್ರೀಧರ ರಾವ್. ನಿನ್ನ ಜತೆ..." ಎನ್ನುತ್ತಿದ್ದಾಗ ಆ ಕಡೆಯಿಂದ ಜ್ಯಾಕ್ ಫೋನೆತ್ತಿಕೊಂಡ.

"ಹೇಗಿದ್ದೀ ಜ್ಯಾಕ್?" ಕೇಳಿದ ಶ್ರೀಧರ, ಸಣ್ಣ ಧ್ವನಿಯಲ್ಲಿ.

"ಏನನ್ನಿಸುತ್ತೆ ನಿನಗೆ?" ಒರಟಾಗಿ ಕೇಳಿದ, ಜ್ಯಾಕ್.

ಜಾಸ್ತಿ ಸಮಯ ಕಳೆಯದೆ ವಿಷಯಕ್ಕೆ ಬಂದ ಶ್ರೀಧರ "ನಿನಗಾಗಿರುವ ನೋವಿಗೆ ನನಗೂ ಬೇಜಾರಿದೆ. ಇದನ್ನು ಕೋರ್ಟಿಗೆ ಹೋಗದೇ ನಾವೇ ಇತ್ಯರ್ಥ ಮಾಡಬಹುದಂತ ನನಗನ್ನಿಸುತ್ತೆ. ನಾನು ನನ್ನ ಲಾಯರನ್ನು ಆಗಲೇ ಸಂಪರ್ಕಿಸಿದ್ದೇನೆ" ಅಂದ

"ಒಳ್ಳೆಯದು. ನಮ್ಮ ರೀಹ್ಯಾಬಿಲಿಟೇಷನ್, ಆಸ್ಪತ್ರೆಯ ಖರ್ಚು ಮತ್ತು ದೀರ್ಘ ಕಾಲದ ನೋವು ಇವುಗಳನ್ನೆಲ್ಲಾ ಸೇರಿಸಿ ನಮ್ಮ ಲಾಯರು ಒಂದು ಪರಿಹಾರಧನವನ್ನು ನಿರ್ಧರಿಸುತ್ತಾನೆ. ಕೋರ್ಟಿಗೆ ಹೋಗುವ ಮುಂಚೆ ಇತ್ಯರ್ಥ ಮಾಡಿದರೆ ನಮಗೂ ಸಂತೋಷವೇ. ನನಗೂ ಕೋರ್ಟಿಗೆ ಹೋಗಬೇಕಂತ ಆಸೆಯೇನೂ ಇಲ್ಲ" ಎಂದ ಜ್ಯಾಕ್.

"ಆದರೆ, ನನ್ನ ಬಳಿ ಅಷ್ಟೊಂದು ಹಣವಿಲ್ಲ"

"ಸರಿ ಹಾಗಾದರೆ ಕೋರ್ಟಿನಲ್ಲಿ ನೋಡೋಣ" ಎಂದ ಜ್ಯಾಕ್, ಫೋನಿಡಲು ಉತ್ಸುಕನಾಗಿ.

"ಫೋನಿಡಬೇಡ, ಜ್ಯಾಕ್. ದಯವಿಟ್ಟು ಒಂದುಪಕಾರ ಮಾಡು. ನನಗೆ ಡಿಕ್ಕಿ ಹೊಡೆದ ಕಾರ್‌ನ ಲೈಸೆನ್ಸ್ ಪ್ಲೇಟಿನ ನಂಬರು ಕೊಡು"

"ಉಪಯೋಗವಿಲ್ಲ ಬಿಡು. ಅವಳ ಇನ್ಶೂರೆನ್ಸ್ ಕಂಪೆನಿಯವರು ಈ ಅಪಘಾತದ ಖರ್ಚನ್ನು ಭರಿಸುತ್ತಾರೆ ಎಂದು ನೀನು ಅಪೇಕ್ಷಿಸುವುದು ಬೇಡ"

"ಏಕೆ"

"ಡ್ರೈವ್ ಮಾಡುತ್ತಿದ್ದವಳು ಹದಿನಾರರ ಹುಡುಗಿ. ಅವಳ ಕಾರಿಗೆ ಇನ್ಶುರೆನ್ಸ್ ಇರಲಿಲ್ಲ"

ಶ್ರೀಧರನಿಗೆ ಏನೂ ಮಾತಾಡಬೇಕು ಅಂತ ಅನ್ನಿಸಲಿಲ್ಲ. ಬರಬರುತ್ತಾ ಅವನಿಗೆ ಹೆದರಿಕೆ ಆಗುವುದು ಕಡಿಮೆಯಾಗಿತ್ತು. ಇದು ಹೀಗೇ ಆಗುತ್ತದೆ ಎಂದು ಆತ ನಿರೀಕ್ಷಿಸುತ್ತಿದ್ದನೇನೋ ಅನ್ನಿಸಿತು.

ಹೊರಗೆ ಸಣ್ಣ ಹಿಮ ಬೀಳುತ್ತಿತ್ತು. ರಾತ್ರಿಯಿಂದ ಬಿದ್ದಿದ್ದ ಹಿಮ ಈಗ ನಿಲ್ಲುತ್ತಿತ್ತು. ಮರಗಳೆಲ್ಲವೂ ಬೋಳು ಬೋಳಾಗಿ ಅವುಗಳ ಮೇಲೆ ಅತಿಸೂಕ್ಷ್ಮವೆನಿಸೋ ಜಾಗದಲ್ಲೂ ಹಿಮ ಕೂತಿದ್ದು, ಜೋರಾಗಿ ಊದಿದರೆ ಕೆಳಗೆ ಬಿದ್ದುಬಿಡುತ್ತವೆಯೇನೋ ಅನ್ನಿಸುತ್ತಿತ್ತು. ಪಾಳಯದ ಪಾರ್ಕಿಂಗ್ ಲಾಟಿನಲ್ಲಿ ನಿಂತಿದ್ದ ಕಾರುಗಳೆಲ್ಲವೂ ಬಿಳಿಯ ಚಾದರ ಹೊದೆಸಿದಂತೆ ಒಂದೇ ರೀತಿ ಕಾಣುತ್ತಿದ್ದವು. ಹಿಂದಿನ ದಿನ ಬಿದ್ದಿದ್ದ ಮಂಜಿನ ಮಳೆಯಿಂದ ನೆಲ ಜಾರುತ್ತಿತ್ತು. ಒಂದೇ ಒಂದು ಕಾರಿನ ಮುಂಭಾಗದಲ್ಲಿ ಮರ್ಸೀಡೀಸ್‌ನ ಸಂಕೇತ ಕಾಣುತ್ತಿತ್ತು. ಪಕ್ಕದಲ್ಲಿ ನಿಲ್ಲಿಸಿದ್ದ ಕಾರುಗಳೆಲ್ಲವೂ ತಮ್ಮ ತಮ್ಮ ಮಾಲಿಕರಿಗೂ ಗೊತ್ತಾಗದಂತೆ ಹಿಮದ ಚಾದರವನ್ನು ಹೊತ್ತು ಮಲಗಿದ್ದವು.

ಮುದುಕಿಯೊಬ್ಬಳು ತನ್ನ ವಾಕರ್‌ನ ಸಹಾಯದಿಂದ ಆ ಜಾರುವ ನೆಲದ ಮೇಲೆ ನಡೆಯಲಾರದೇ ನಡೆಯುತ್ತಿದ್ದಳು. ಒಂದು ಹೆಜ್ಜೆ ಇಟ್ಟರೆ ಎರಡು ಹೆಜ್ಜೆ ಜಾರುತ್ತಿದ್ದಳು. ಶ್ರೀಧರ ಮಗುವಿನಂತ ಆಕೆಯ ನಡಿಗೆಯನ್ನೇ ನೋಡುತ್ತಿದ್ದ. ಇನ್ನೊಂದು ಹೆಜ್ಜೆ ಇಟ್ಟರೆ ಆಕೆ ಜಾರಿ ಬೀಳುತ್ತಾಳೆ ಅನ್ನಿಸಿತ್ತು. ಆಕೆಯ ಹತ್ತಿರ ಒಂದು ಗಾಲಿಖುರ್ಚಿಯನ್ನಾದರೂ ತೆಗೆದುಕೊಂಡು ಹೋಗಬೇಕು ಅನ್ನಿಸಿತ\೩೦೪. ಪಾಳಯದ ಜಗಲಿಯೊಳಗೆ ಇದ್ದ ಗಾಲಿಖುರ್ಚಿಯನ್ನು ತರಲೆಂದು ತಿರುಗಿದ. ಒಂದು ಕ್ಷಣ ಏನನ್ನಿಸಿತೋ, ಅಲ್ಲೇ ಜಗಲಿಯ ಕಿಟಕಿಯಲ್ಲಿ ಕಾಣಿಸಿದ ಬೆಟ್ಟಿಗೆ "ಹೊರಗೆ ಬರುತ್ತಿರೋ ಮುದುಕಿಯೊಬ್ಬಳಿಗೆ ಸಹಾಯ ಬೇಕೆಂದು ಕಾಣಿಸುತ್ತೆ" ಎಂದು ಹೇಳುತ್ತಾ ಒಳಗೆ ಹೋದ. ಹೊರಗೆ ದೊಡ್ಡ ಚೀತ್ಕಾರದೊಂದಿಗೆ ಧಪ್ ಎನ್ನುವ ಶಬ್ದವೂ ಕೇಳಿಸಿತು. ಅಲ್ಲೇ ಇದ್ದ ಬೆಟ್ಟಿ ಸೊಂಟದ ಮೇಲೆ ಕೈಯಿಟ್ಟುಕೊಂಡು ಏಳುತ್ತಾ "ಅಯ್ಯೋ, ಆಕೆ ಬಿದ್ದಳು... ನೀನೇ ಸ್ವಲ್ಪ ಸಹಾಯ

ಮಾಡಬಹುದಲ್ಲ" ಎಂದು ಕೂಗಿಕೊಂಡಳು. "ನಾನೀಗ ಡ್ಯೂಟಿ ಮೇಲಿಲ್ಲ" ಎಂದು ಇನ್ನೊಂದು ಬಾಗಿಲಿನಿಂದ ಹೊರಗೆ ಹೊರಟ.

* * * * *

ಉಪ-ಸಂಹಾರ

ರಶ್ಮಿ ತನ್ನ ಮಶೀನಿನಲ್ಲಿದ್ದ ಆ ಮೆಸೇಜಿನ ಬಗ್ಗೆ ಏನು ಮಾಡಬೇಕೆಂದು ನಿರ್ಧರಿಸಿರಲಿಲ್ಲ. ಇದೊಂದು ಅನಾಮಧೇಯ ಕರೆ ಎಂದು ನಿರ್ಲಕ್ಷಿಸಬಹುದೇನೋ ಎಂದು ಬಹಳ ಬಾರಿ ಅಂದುಕೊಂಡಿದ್ದಳು. ತಾನು ಬರೆದದ್ದು ಒಂದೇ ಲೇಖನ. ಎರಡು ಭಾಗದಲ್ಲಿ ಪ್ರಕಟವಾಗುತ್ತಿರುವ ಈ ಲೇಖನದಿಂದ ಲಿಟ್ಜರ್ ಕಂಪೆನಿಯ ಶೇರು ಬೀಳುತ್ತಿದೆಯೆಂದು ನಂಬಿದರೆ, ಅದು ಸುಳ್ಳುಸುಳ್ಳು ಕಾರಣಕ್ಕೆ ತನ್ನ ಬೆನ್ನನ್ನು ತಾನೇ ತಟ್ಟಿಕೊಂಡ ಹಾಗೆ ಆಗುತ್ತದೆ. ಈ ರೀತಿ ಅಣು ಪರಮಾಣುಗಳನ್ನು ಅದಲುಬದಲು ಮಾಡಿ ಎಷ್ಟು ಹೊಸ ಔಷಧಿಗಳ ಆವಿಷ್ಕಾರ ಆಗುತ್ತಿಲ್ಲ? ಅದನ್ನು ಎಫ್.ಡಿ.ಎ. ಅಂಗೀಕರಿಸಿಲ್ಲ? ಮಾರುಕಟ್ಟೆಯಲ್ಲಿ ಮಾರಾಟವಾಗುತ್ತಿಲ್ಲ? ಇಡೀ ವೈದ್ಯಕೀಯ ಸಮುದಾಯಕ್ಕೆ ಗೊತ್ತಿರದ ಸತ್ಯವನ್ನು ತನ್ನಂತ ಮೃದುಯಂತ್ರಿಯೊಬ್ಬಳು ತೋರಿಸಿಕೊಟ್ಟಿದ್ದೇನೆಯೆ? ತಾನು ಬರೆದ ಈ ಲೇಖನದಿಂದ ವೈದ್ಯಕೀಯ ಸಮುದಾಯದಲ್ಲಿಯೇ ಅಲ್ಲೋಲಕಲ್ಲೋಲವಾಗಿಬಿಡಬಹುದು ಎಂದು ತಿಳಿದು ಈ ಲೇಖನ ಪ್ರಕಟವಾಗುವುದನ್ನು ಲಿಟ್ಜರ್ ಕಂಪೆನಿಯವರೇ ತಡೆಯಲು ತನಗೆ ಫೋನು ಮಾಡಿದ್ದಾರೆ ಎಂದಿಟ್ಟುಕೊಳ್ಳೋಣ. ತಾನು ಹಟಬಿದ್ದು ಈ ಲೇಖನ ಪ್ರಕಟಿಸಿದರೆ ತನ್ನನ್ನೇನು ಕೊಲೆಮಾಡಿಬಿಡುತ್ತಾರೆಯೇ? ಹಾಗೆ ಮಾಡುವುದರಿಂದ ತಮಗೆ ಲಾಭವಾಗುತ್ತದೆಂದು ತಿಳಕೊಳ್ಳುವಷ್ಟು ಮೂರ್ಖರೇನಲ್ಲ ಈ ಅಮೆರಿಕಾದ ಕಾರ್ಪೊರೆಟುಗಳು ಅನ್ನಿಸಿತು.

ಸುಮ್ಮನೆ ತನ್ನ ಕೆಲಸದ ಮಿತಿಯನ್ನು ಮೀರಿದ ಪ್ರಪಂಚದಲ್ಲಿ ಮೂಗು ತೂರಿಸಿದ್ದು ಒಂದು ರೀತಿಯ ರೋಮಾಂಚನಕ್ಕಾಗಿ. ಅವರಿವರಿಂದ ಒಂದು ಒಳ್ಳೆಯ ಲೇಖನ ಬರೆದಿದ್ದೀಯ ಎಂದು ಹೇಳಿಸಿಕೊಳ್ಳುವುದಕ್ಕೆ. ಆದರೆ, ತನ್ನ ಪ್ರಪಂಚದಲ್ಲಿ ಈ ಅವರಿವರು ಎಂದರೆ ನಾಗೇಶ ಮತ್ತು ಶ್ರೀಧರ ಮಾತ್ರ ಎಂದು ಅರಿವಾದಾಗ ತುಟಿಯ ಮೇಲೆ ಒಂದು ನಗೆ ಹಾದು ಹೋಯಿತು. ನಾಗೇಶ ಆಗಲೇ ಓದಿಯಾಗಿತ್ತು. ಆದರೆ, ಪೂರಾ ಪ್ರಾಮಾಣಿಕವಾಗಿ ಅವನ ಅಭಿಪ್ರಾಯವನ್ನು ಕೊಟ್ಟಿದ್ದಾನೆ ಎಂದು ಹೇಳುವಂತಿರಲಿಲ್ಲ. ಅವನಿದ್ದ ಈ ಒಂದು ಪರಿಸ್ಥಿತಿಯಲ್ಲಿ ನನ್ನ ಲೇಖನವನ್ನು ಇನ್ನೊಂದು ಸಾರಿ ಓದು, ಎಂದು ಕೇಳಲೂ ಆಕೆಗೆ ಮನಸ್ಸಾಗಿರಲಿಲ್ಲ. ಇನ್ನು ಶ್ರೀಧರ. ಓದಿದ ತಕ್ಷಣ ಫೋನು ಮಾಡಿದ್ದ. ಆತನಿಗೆ ಸಿಟ್ಟು ಬಂದಾಗಲೇ ತನ್ನ ಲೇಖನ ಪರಿಣಾಮಕಾರಿಯಾಗಿದೆ ಎಂಬುದನ್ನು ಅರಿತುಕೊಂಡಿದ್ದಳು. ಆದರೆ, ತಾನು ಬೇರೆ ಯಾವುದೇ ವಿಷಯದ ಬಗ್ಗೆ ಯಾಕೆ ಬರೆಯಲಿಲ್ಲ? ಬರೆಯುವುದಕ್ಕೆ ಬೇಕಾದಷ್ಟು ವಿಷಯಗಳಿರಲಿಲ್ಲವೇ? ಗ್ಲೋಬಲ್

ವಾರ್ಮಿಂಗ್, ನೇಟೋ, ಇರಾಕಿನ ಯುದ್ಧ, ಹೊಸಾ ಸರಕಾರ– ಎಲ್ಲವೂ ತನಗೆ ತೀರ ಗೊತ್ತಿರುವ ವಿಷಯಗಳೇ. ಈ ನಾಲ್ಕು ಪುಟದ ಲೇಖನ ಬರೆಯುವುದಕ್ಕೆ ತಾನು ಪಟ್ಟ ಶ್ರಮವನ್ನು ನೆನೆಸಿಕೊಂಡಳು. ತನಗೆ ಗೊತ್ತಿರದ ಪ್ರಪಂಚದ ಪರಿಚಯ ಪಡೆದುಕೊಳ್ಳುವುದಕ್ಕೆ ತಾನು ಮಾಡಿದ ಸಂಶೋಧನೆ, ಓದಿದ ಲೇಖನಗಳು, ರಾತ್ರಿಯಿಡೀ ಬೇರೆ ಬೇರೆ ಲೇಖನಗಳನ್ನು ಓದಿದ್ದು, ಮಾಹಿತಿಗಳನ್ನು ಗಳಿಸಿದ್ದು, ಲಿಟ್ಜರ್ ಕಂಪೆನಿಯ ಸಂಶೋಧನಾ ವಿಭಾಗಕ್ಕೆ ಅನಾಮಿಕಳಾಗಿ ಫೋನು ಮಾಡಿ ತನಗಿದ್ದ ಅನುಮಾನಗಳನ್ನು ಪರಿಹರಿಸಿಕೊಂಡಿದ್ದು– ಈ ಎಲ್ಲಾ ತೊಂದರೆಗಳೂ ಯಾಕೆ? ಈ ವೈದ್ಯಕೀಯ ಲೇಖನವೇ ಯಾಕೆ?

ತಾನು ತನಗೆ ಗೊತ್ತಿಲ್ಲದೇ ಶ್ರೀಧರನನ್ನು ಮೆಚ್ಚಿಸಲು ಪ್ರಯತ್ನ ಪಡುತ್ತಿದ್ದೇನೆಯೇ? ಈ ನಾಲ್ಕು ಪುಟದ ಲೇಖನ ಶ್ರೀಧರ ಓದಿ ಮೆಚ್ಚಲಿ ಅನ್ನುವುದಕ್ಕೋ ಅಥವಾ ಅವನ ಪರಿಣತಿಯ ಕ್ಷೇತ್ರದ ಅವನ ಜ್ಞಾನಕ್ಕಿಂತ ಮೀರಿದುದನ್ನು ತಾನು ಕಂಡು ಹಿಡಿದು, ಬರೆದು ಅವನಿಗಿಂತ ತಾನು ಜಾಸ್ತಿ ಎಂದು ತೋರಿಸಿಕೊಳ್ಳುವುದಕ್ಕೆ ಮಾತ್ರವೇ? ಇಷ್ಟಾಗಿಯೂ ತನ್ನ ಲೇಖನದ ಮೊದಲ ಕಂತು ಪ್ರಕಟವಾದಾಗ ಶ್ರೀಧರನಿಂದ ಬಂದ ಪ್ರತಿಕ್ರಿಯೆಯೇನು? ನಿರಾಕರಣೆ, ಕೋಪ, ಎಚ್ಚರಿಕೆ. ಅವನ ಖಾಸಗೀ ಪರಿಧಿಯೊಳಗೆ ತಾನು ಪ್ರವೇಶಿಸುತ್ತಿರುವುದನ್ನು ವಿರೋಧಿಸುವ ಅವನ ಅಭದ್ರತೆ, ಅವನ ಕೋಪದ ಮೂಲಕ ಪ್ರಕಟವಾಗಿರಬಹುದೆ?

ಇವೆಲ್ಲಾ ನಂತರದ ವಿಷಯ. ಈಗ ಈ ಕರೆಗೆ, ಈ ಅನಾಮಿಕ ಕರೆಗೆ ಹೆದರಬೇಕೋ, ಇಲ್ಲವೋ ಅನ್ನುವುದನ್ನು ಯೋಚಿಸಬೇಕು, ಅನ್ನಿಸಿತು. ಹೆದರಬೇಕೋ, ಇಲ್ಲವೋ ಅನ್ನುವುದನ್ನು ಯೋಚಿಸುವುದು... ಹ್ಮ್... ಹೆದರಬೇಕೋ ಇಲ್ಲವೋ ಅನ್ನುವುದಕ್ಕೇ ಯೋಚನೆ ಮಾಡಬೇಕೆಂದರೆ... ಹೆದರಬೇಕಾಗಿಲ್ಲ ಅನ್ನಿಸಿತು.

ಏನಾದರಾಗಲೀ ಎಂದು ಸಾಪ್ತಾಹಿಕದ ಕಛೇರಿಗೊಂದು ಫೋನು ಮಾಡಿ ಅಲ್ಲಿನ ಲೀಗಲ್ ಡಿಪಾರ್ಟ್‌ಮೆಂಟಿನೊಂದಿಗೆ ಸಂಪರ್ಕ ಬೆಳೆಸಿದಳು. ವಿಧವಿಧವಾದ ಹಿನ್ನೆಲೆ ಸಂಗೀತದ ನಂತರ ಲೈನಿಗೆ ಬಂದ ಪ್ಯಾರಲೀಗಲ್ ಒಬ್ಬಳು, ಇವಳ ಮಾತನ್ನು ಕೇಳಿ, ತಮ್ಮ ಪತ್ರಿಕೆಯಲ್ಲಿ ಪ್ರಕಟವಾದ ಲೇಖನಗಳ ಲೇಖಕರೆಲ್ಲರಿಗೂ ರಕ್ಷಣೆ ಒದಗಿಸುವ ಜವಾಬ್ದಾರಿಯನ್ನು ಸಾಪ್ತಾಹಿಕ ತೆಗೆದುಕೊಳ್ಳುವುದಿಲ್ಲವೆಂದೂ, ಅಕಸ್ಮಾತ್ ಲಿಟ್ಜರ್ ಕಂಪೆನಿಯವರು ಏನಾದರೂ ಈ ಲೇಖನ ಸಂಬಂಧ ಕೋರ್ಟಿನಲ್ಲಿ ಕೇಸು ಹಾಕಿದರೆ ತಾವು ಸಹಾಯ ಮಾಡುತ್ತೇವೆಂದೂ, ಅದೂ ಅಲ್ಲದೆ ಇದು ಅನಾಮಿಕ ಕರೆಯಾಗಿರುವುದರಿಂದ ಇದಕ್ಕೆ ಹೆಚ್ಚಿನ ಮಹತ್ವವನ್ನೇನೂ ಕೊಡಬೇಕಾಗಿಲ್ಲವೆಂದೂ, ಇಷ್ಟರ ಮೇಲೆ ಆಕೆಗೆ ಹೆದರಿಕೆಯಾದಲ್ಲಿ ಪೋಲೀಸಿಗೆ ಒಂದು ಕಂಪ್ಲೇಂಟ್ ಕೊಡಬೇಕೆಂದೂ ಹೇಳಿದ್ದಳು. ಒಂದು ವೇಳೆ ಇವಳಿಗೆ ತೀರ ಹೆದರಿಕೆಯಾಗಿ ಖಾಸಗೀ ರಕ್ಷಣೆ ಬೇಕೆಂದು ಅನ್ನಿಸಿದ್ದಲ್ಲಿ ಸಾಪ್ತಾಹಿಕದವರಿಂದ ಆ ರಕ್ಷಣೆಯ ಖರ್ಚನ್ನು ಭರಿಸಲು ಸಾಧ್ಯವಿಲ್ಲವೆಂದು ಹೇಳಿದ್ದಳು. ರಶ್ಮಿ, ತನ್ನ ಲೇಖನದ ಎರಡನೆಯ ಭಾಗವನ್ನು ಅಚ್ಚಿಗೆ

ಹೋಗದಂತೆ ತಡೆಯುವುದಕ್ಕಾಗುತ್ತದೆಯಾ ಎಂದು ಕೇಳಿದಳು. ಕಡೆಯ ಪಕ್ಷ ಅದನ್ನು ಮಾರ್ಪಾಡು ಪಡಿಸಲು ಏನಾದರೂ ಅವಕಾಶವಿದೆಯೇ ಎಂದು ಕೇಳಿದಾಗ, ಆ ಕಡೆ ಫೋನಿನಲ್ಲಿದ್ದವಳು ತಾನು ಪ್ಯಾರಲೀಗಲ್ ಮಾತ್ರವೆಂದೂ, ಅವಳಿಗೆ ತಿಳಿದಿರುವ ಮಟ್ಟಿಗೆ ಈಗ ಯಾವ ಬದಲಾವಣೆಗೂ ಅವಕಾಶವಿರುವ ಸಾಧ್ಯತೆಗಳು ತೀರ ಕಮ್ಮಿಯೆಂದೂ, ಆದರೂ ಆಕೆ ಸಂಪಾದಕರ ಕಛೇರಿಗೆ ಒಮ್ಮೆ ಫೋನು ಮಾಡಿ ಇನ್ನೂ ಹೆಚ್ಚಿನ ಮಾಹಿತಿ ತಿಳಕೊಳ್ಳುವುದು ಒಳ್ಳೆಯದೆಂದೂ ಹೇಳಿದಳು. ಮಾತು ಮುಗಿಸಿ ಫೋನಿಡುವ ಮುಂಚೆ, ರಶ್ಮಿ ಅಷ್ಟೇನೂ ಚಿಂತೆ ಮಾಡುವ ಅಗತ್ಯವಿಲ್ಲವೆಂದೂ, ಇಂತಹ ಲೇಖನಗಳು ಬಹಳ ಪ್ರಕಟವಾಗುತ್ತಿರುತ್ತವೆಂದೂ, ರಶ್ಮಿ ಸುಮ್ಮಸುಮ್ಮನೆ ಅತಿ ಜಾಗರೂಕತೆ ವಹಿಸುತ್ತಿರುವಳೆಂದೂ, ಈ ರೀತಿಯ ವಿನಾಕಾರಣ ಒತ್ತಡ ಹೆಣ್ಣುಮಕ್ಕಳಿಗೆ ಒಳ್ಳೆಯದಲ್ಲವೆಂದೂ ಹೇಳಿ ಇದು “ಆಫ್ ದ ರೆಕಾರ್ಡ್” ಎಂದು ಹೇಳಿ ಅವಳು ಕರೆ ಮಾಡಿದ್ದಕ್ಕೆ ಧನ್ಯವಾದಗಳೆಂದು ಎರಡೆರಡು ಸಾರಿ ಹೇಳಿ ಫೋನಿಟ್ಟಳು.

ರಶ್ಮಿಗೆ ಒಂದು ಕ್ಷಣ ನಗು ಬಂತು. ಸ್ವಲ್ಪ ಸಮಾಧಾನವೂ ಆಯಿತು. ತಾನು ಕೊಲ್ಲಲ್ಪಡಬಹುದು ಎನ್ನುವುದನ್ನು ನೆನೆಸಿಕೊಂಡು ಅಥವಾ ಅಂತಹ ಒಂದು ಸಾಧ್ಯತೆಯ ರೋಚಕತೆಯನ್ನು ಅನುಭವಕ್ಕೆ ತಂದುಕೊಟ್ಟ ಒಂದು ಅನಾಮಿಕ ಕರೆಯನ್ನು ನೆನೆಸಿ ಒಂತರಾ ಸಂತೋಷಪಟ್ಟಳು. ಆದರೆ, ಅಳುಕು ಪೂರಾ ಹೋಗಿದೆ ಎಂದು ಹೇಳಿಕೊಳ್ಳಲು ಆಕೆಗೆ ಸಾಧ್ಯವಾಗಲಿಲ್ಲ.

ತನ್ನ ಖಾಸಗೀ ವಿಷಯದ ಬಗ್ಗೆ ಒಂಚೂರು ಕಾಳಜಿ ತೆಗೆದುಕೊಳ್ಳಬೇಕೆನಿಸಿತ್ತು. ಎರಡು ದಿನದ ಹಿಂದೆ ಫಾರ್ಮಸಿಯಲ್ಲಿ ಫ್ಲಶ್‌ನಲ್ಲಿದ್ದ ನೀರಿನ ಬಣ್ಣ ಬದಲಾದಾಗ ಒಂದು ಹಂತದಲ್ಲಾದರೂ, ಮನಸ್ಸಿಗೆ ನಿರಾಳವೆನಿಸಿತ್ತು. ತಕ್ಷಣ ಯಾವುದೋ ಕೆಟ್ಟ ಪಾಪಪ್ರಜ್ಞೆ ಕಾಡಿದರೂ, ಒಂದು ಕ್ಷಣ ನಿಟ್ಟುಸಿರು ಬಿಟ್ಟು ಮತ್ತೊಂದು ಬಾರಿ ಅತ್ತು, ಸುಮ್ಮನಾಗಿದ್ದಳು. ಆದರೂ ದಿನಗಳು ದಿನಗಳೆನ್ನಿಸಿರಲಿಲ್ಲ. ಪ್ರತಿಬಾರಿ ಬಾತ್‌ರೂಮಿಗೆ ಹೋಗಿ ಬಂದಾಗಲೂ ಏನೋ ಉಮ್ಮಳಿಕೆ, ಹೊಟ್ಟೆನೋವು, ಬೆನ್ನುನೋವು, ಆದರೆ, ಸ್ರಾವವಿಲ್ಲ. ಪ್ರತಿ ತಿಂಗಳಿಗಿಂತಾ ತೀರ ಬೇರೆ. ತನ್ನ ಮುಟ್ಟೂ ಪ್ರತಿ ತಿಂಗಳಿನಂತೆ ನಿರಾಳವಾದಾಗ ಮಾತ್ರ ತಾನು ನೆಮ್ಮದಿಯಿಂದ ಇರಲು ಸಾಧ್ಯ ಅನ್ನಿಸಿತು.

ತನ್ನ ಆನ್ಸರಿಂಗ್ ಮಶೀನಿನಲ್ಲಿದ್ದ ಒಂದೇ ಒಂದು ಮೆಸೇಜು ತನ್ನ ಎಷ್ಟು ವಿಷಯಗಳನ್ನು ಮರೆಸಿಬಿಟ್ಟಿತು. ಆ ಮೆಸೇಜು ನೋಡುವ ಮುಂಚೆ ಫಾರ್ಮಸಿಯಲ್ಲಿ ತಾನಿದ್ದ ಪರಿಸ್ಥಿತಿಯನ್ನು ನೆನೆಸಿಕೊಂಡಳು. ಕೈಯಲ್ಲಿ ಬಸಿರು ಪರೀಕ್ಷಿಸುವ ಸಾಧನವಿದ್ದರೂ ಆ ಪರೀಕ್ಷೆ ಮಾಡಿಕೊಳ್ಳುವುದು ತನಗೆ ಬೇಡವಾಗಿತ್ತು, ಅಂದು. ಹೌದು ಅಥವಾ ಇಲ್ಲ ಅನ್ನುವ ಕಪ್ಪುಬಿಳುಪು ಉತ್ತರ ಬೇಡವಾಗಿತ್ತು, ಮನಸ್ಸಿಗೆ. ತನ್ನ ದೇಹದ ಪ್ರತಿಯೊಂದು ಕ್ರಿಯೆಗೂ, ಇದಿರಬಹುದು, ಇದಿಲ್ಲದಿರಬಹುದು ಎನ್ನುವ ದ್ವಂದ್ವದಲ್ಲಿಯೇ ನೆಮ್ಮದಿಯಿದೆ ಅಂದುಕೊಂಡಿದ್ದಳು. ಒಂದು ಘಟ್ಟದಲ್ಲಿ ಏನಾದರಾಗಲೀ ಅನ್ನುವ ಭಾವನೆ ಬಂದಿದ್ದರೂ, ಫಾರ್ಮಸಿಯ ಟಾಯ್ಲೆಟ್ಟಿನಲ್ಲಾದದ್ದೇ ಮನೆಯಲ್ಲಿಯೂ ಮುಂದುವರಿಯಬೇಕೆನಿಸಿತ್ತು,

ಆಕೆಗೆ. ಹೊಟ್ಟೆ ನೋಯಬೇಕಿತ್ತು, ಗಂಟೆಗಂಟೆಗೂ ಪ್ಯಾಡನ್ನು ಬದಲಿಸಬೇಕಿತ್ತು, ದ್ರವಿಸಬೇಕಾದಲ್ಲಿ ಗಡ್ಡೆಗಟ್ಟಬೇಕು ಅನ್ನಿಸಿತ್ತು. ಇಷ್ಟೆಲ್ಲಾ ಆದರೂ ಅವೆಲ್ಲಾ ಒಂದು 'ತಿಂಗಳ ಕಾರ್ಯ' ಎನ್ನುವ ಒಂದು ಹೆಸರಲ್ಲಿ ಎಲ್ಲ ಮುಗಿದು ಹೋಗಿದ್ದರೆ ತನ್ನ ಪಾಪಪ್ರಜ್ಞೆ ಕಡಿಮೆಯಾಗುತ್ತದೆ ಎಂದು ಭಾವಿಸಿದ್ದಳು. ಪ್ರಕೃತಿಯನ್ನು ನಿಂದಿಸುವುದು ಸುಲಭವಲ್ಲವೆ?

ಆದರೆ...

ಅಂದು ಫೋನಿನಲ್ಲಿದ್ದ ಈ ಚಿಕ್ಕ ಮೆಸೇಜು ತಾನು ತನ್ನ ಜೀವನದ ಅತಿ ದೊಡ್ಡ ಇಶ್ಯೂ ಅಂದುಕೊಂಡಿದ್ದನ್ನು ಮರೆಸಿಬಿಟ್ಟಿತ್ತು. ನಂತರದ ಕ್ರಿಯೆಗಳು ಗಮನಕ್ಕೇ ಬಂದಿರಲಿಲ್ಲ. ಈ ಬೆನ್ನುನೋವು, ಹೊಟ್ಟೆನೋವುಗಳ ನೆಪದಲ್ಲಿ ಇದು ಮಾಮೂಲೀ ತಿಂಗಳು ಅಂದುಕೊಳ್ಳುವುದಕ್ಕೆ ಪ್ರಯತ್ನಪಟ್ಟಿದ್ದಳು. ಆದರೆ, ಯಾವ ಟೆಸ್ಟಿಗೂ ಬೇಡದಂತೆ ಅವಳಿಗೇ ಗೊತ್ತಾದದ್ದು "ಇದು ನನ್ನ ಪ್ರತಿ ತಿಂಗಳಂತೆ ಅಲ್ಲ" ಅನ್ನುವುದು. ಅವಳ ಬೆದರಿಕೆ ಕರೆ, ತನ್ನ ಪ್ಯಾರಲೀಗಲ್‌ನೊಂದಿಗೆ ಮಾತುಕತೆ ಮತ್ತಿನ್ನಿತರ ಕೆಲಸಗಳೊಂದಿಗೂ ಈ ಬದಲಾವಣೆ ಅರಿವಾಗಿತ್ತು. ಆದರೆ, ಆದರೆ... ಅವಳಂದುಕೊಂಡಂತೆ ದಿನವೂ ಆಗುತ್ತಿರದೇ ಇರುವುದನ್ನು ನೋಡಿಕೊಂಡಾಗ ಇದ್ದಕ್ಕಿದ್ದಂತೆ ಇದನ್ನು ಇತ್ಯರ್ಥ ಮಾಡಬೇಕೆಂದು ಅನ್ನಿಸಿತು.

ಎಲ್ಲಕ್ಕಿಂತ ಮೊದಲು ಅವಳಿಗೆ ಒಂದು ಉತ್ತರ ಬೇಕಾಗಿತ್ತು. ಹೌದು ಅಥವಾ ಇಲ್ಲ ಅನ್ನುವ ಉತ್ತರ.

ಅಮ್ಮನಿಗೆ ತಾನು ಯಾಕೆ ಫೋನು ಮಾಡಲಿಲ್ಲ, ಎಂದು ಅವಳಿಗೆ ಅದಾಗಿಯೇ ಅರಿವಾಗಿತ್ತು. ಆದರೆ, ಅಮ್ಮ ಬಹಳ ಬೇಕಾಗಿದೆ ಅನ್ನಿಸಿತ್ತು. ಸುಮ್ಮನೆ ಅಮ್ಮನ ಧ್ವನಿ ಕೇಳಿದರೆ ಸಾಕು ಅನ್ನಿಸಿ, ಒಂದು ಕ್ಷಣ ಕಾರನ್ನು ರಸ್ತೆಬದಿಗೆ ನಿಲ್ಲಿಸಿ ಅಮ್ಮನಿಗೆ ತನ್ನ ಮೊಬೈಲಿನಿಂದಲೇ ಫೋನು ಮಾಡಿದಳು. ಆ ಕಡೆ ಯಾರೂ ಎತ್ತಲಿಲ್ಲ. ಅಪ್ಪ ಬದುಕಿದ್ದಾಗ ಒಂದು ದಿನವೂ ಅಮ್ಮ ಎಲ್ಲಿಯೂ ಹೋಗದೇ, ಈಗ ಕಾಶೀಯಾತ್ರೆ ಹೊರಟಿರುವುದು ಆಕೆಗೆ ಆಶ್ಚರ್ಯವನ್ನು ಉಂಟುಮಾಡಿತ್ತು. ಅದಕ್ಕಿಂತ ಹೆಚ್ಚಾಗಿ ಹೆಮ್ಮೆಯಾಗಿತ್ತು, ಸಂತೋಷವಾಗಿತ್ತು. ಶ್ರೀಧರನಿಗೆ ಹೇಳಬೇಕು ಅಂದುಕೊಂಡಳು.

ಕಾರಲ್ಲಿ ಮತ್ತೆ ರಸ್ತೆಗೆಳೆದು ಫಾರ್ಮಸಿಗೆ ಹೊರಟಳು. ಕಾರಿನಲ್ಲಿ ಹೈಸ್ಕೂಲಿನಲ್ಲಿ ತಾನೇ ಹಾಡಿದ್ದ 'ಬೂಂದ್' ಹಾಡು ಬರುತ್ತಿತ್ತು. ಹೀಗೆ ತನ್ನ ಧ್ವನಿಯನ್ನು ತಾನೇ ಕೇಳಿಕೊಳ್ಳುವುದು ಅವಳಿಗೆ ಅತಿ ಪ್ರೀತಿಯ ಹವ್ಯಾಸ. ಮನೆಯಲ್ಲಿ ಒಬ್ಬಳೇ ಇದ್ದಾಗಲೂ ಏನಾದರೂ ಗುನುಗಿಕೊಳ್ಳುತ್ತಿದ್ದಾಗ, ಅದನ್ನು ರೆಕಾರ್ಡ್ ಮಾಡಿಟ್ಟಿರುತ್ತಿದ್ದಳು. ಅದನ್ನು ಕಾರಿನಲ್ಲಿ ಒಬ್ಬಳೇ ಇದ್ದಾಗ ಕೇಳಿಕೊಳ್ಳುವುದು. ಸ್ಟೀರಿಯೋದ ಶಬ್ದವನ್ನು ಎತ್ತರಕ್ಕೆ ಇಟ್ಟಿದ್ದಳು. ಈ ಹಾಡಿನಿಂದಲಾದರೂ ತನ್ನ ಚಿಂತೆಗಳು ಕಡಿಮೆಯಾಗುತ್ತವೆ ಅಂದುಕೊಂಡಾಗ ಮತ್ತೆ ನಗುಬಂತು. ಸುಮ್ಮನೇ ಕಾರನ್ನು ಫಾರ್ಮಸಿಯ ಮುಂದೆ ನಿಲ್ಲಿಸಿ, ಕಾರಿನ ಎಂಜಿನ್ನನ್ನೂ ಆರಿಸದೆ ಐದೇ ನಿಮಿಷದಲ್ಲಿ 'ಈಸಿ ಪ್ರೆಗ್ನನ್ಸಿ ಟೆಸ್ಟ್' ಡಬ್ಬವನ್ನು ಖರೀದಿಸಿ ಬಂದು ವಾಪಸ್ಸು

ಕಾರಿನಲ್ಲಿ ಕೂತಳು. ಕತ್ತಲಾಗುತ್ತಿತ್ತು. ಅಲ್ಲೊಂದು ಇಲ್ಲೊಂದು ಕಾರುಗಳು ನಿಂತಿದ್ದವು. ರಸ್ತೆಯಲ್ಲಿ ದೈತ್ಯವಾದ ದೀಪಗಳು ಕಿರುಹಳದಿ ಬಣ್ಣವನ್ನು ಚೆಲ್ಲಿದ್ದವು. ಆ ಬೆಳಕಿನಲ್ಲಿ ಇಡೀ ರಸ್ತೆ ಕಾಮಾಲೆ ಬಡಿದಂತೆ ಮಲಗಿತ್ತು. ಫಾರ್ಮಸಿಯ ಪಕ್ಕದಲ್ಲಿದ್ದ ಯಾವುದೋ ಒಂದು ದೊಡ್ಡ ಕಾಫಿ ಅಂಗಡಿಯ ಹೊರಗೆ ಬಣ್ಣಬಣ್ಣದ ನಿಯಾನ್ ದೀಪಗಳು ಕಾಣಿಸುತ್ತಿದ್ದವು. ಮುಂದುಗಡೆಯ ಗಾಜಿನಿಂದ ಮೇಲೆ ಆಕಾಶವನ್ನು ನೋಡಿದಳು. ಈ ಹಳದಿ ಬಣ್ಣವನ್ನು ಬಿಟ್ಟು ಮೇಲೆ ಕಂಡ ಆಕಾಶದಲ್ಲಿ ಅಲ್ಲೊಂದು ಇಲ್ಲೊಂದು ಚಿಕ್ಕ ನಕ್ಷತ್ರಗಳು ಕಾಣಿಸುತ್ತಿದ್ದವು. ಯಾವ ಕವಿಯೂ ರಸ್ತೆಯ ದೀಪದ ಬೆಳಕನ್ನು ಕಾಮಾಲೆಗೆ ಹೋಲಿಸಿರಲಿಕ್ಕಿಲ್ಲ, ಆಕಾಶವನ್ನು ಹಳದೀ ಬಣ್ಣವಿದೆ ಎಂದೂ ಹೇಳಿರಲಾರರು ಅನ್ನಿಸಿತು. ಕಾರನ್ನು ಹಿಂದೆ ತೆಗೆದುಕೊಂಡಳು.

ಮನೆಗೆ ಹೋದ ತಕ್ಷಣ ತನ್ನ ಬಾತ್‌ರೂಮಿನಲ್ಲಿ ಕೂತು ಆ ಎರಡು ನಿಮಿಷದಲ್ಲಿ ಏನಾಗಿ ಬಿಡುತ್ತದೆ ಎಂದು ನೋಡಿಯೇ ಬಿಡಬೇಕು. ಈ ಬಾರಿ ಮನೆಯ ಪರಿಚಿತ ವಾತಾವರಣದಲ್ಲಿ ಈ ಪರೀಕ್ಷೆ ಮಾಡಿಕೊಳ್ಳಬೇಕು. ಈ ಬಾರಿ ತನ್ನ ಮನಸ್ಸು ಇರುವ ಸಾಧ್ಯತೆಗಳಿಗೆ ಸಿದ್ಧವಾಗಿದೆ, ಅನ್ನಿಸಿತು. ನಾಗೇಶನಿಗೆ ಹೇಳಬೇಕೇ ಇಲ್ಲವೇ ಎಂದು ಇನ್ನೊಮ್ಮೆ ಯೋಚಿಸಿದಳು. ಅಕಸ್ಮಾತ್ ನಾಗೇಶನಿಗೆ ಮತ್ತು ಶ್ರೀಧರನಿಗೆ ಇಬ್ಬರಿಗೂ ಹೇಳಿದಲ್ಲಿ ಏನಾಗಬಹುದು?

ನಾಗೇಶ ಆವತ್ತೇ ಮನೆ ಬಿಟ್ಟು ಹೋಗಿದ್ದ. ಅಂದಿನಿಂದ ಇಂದಿನವರೆಗೆ ಒಂದೆರಡು ಫೋನುಕರೆಗಳನ್ನು ಮಾತ್ರ ಮಾಡಿದ್ದ. ತಾನು ಇಂಡಿಯಾಕ್ಕೆ ಹೋಗುವುದು ಗ್ಯಾರಂಟಿಯಾಗಿದೆ ಎಂದು ಹೇಳಿದ್ದ. ಇನ್ನೂ ಇಲ್ಲೇ ಇದ್ದಾನೋ, ಅಥವಾ ಹೋಗಿಯಾಯಿತೊ? ಇಲ್ಲ, ಇನ್ನೂ ಹೋಗಿರಲಿಕ್ಕಿಲ್ಲ. ಹೋಗಿಲ್ಲದಿದ್ದರೆ ಏನಾಯಿತೀಗ? ತಾನು ಸುದ್ದಿ ಹೇಳಿದ ತಕ್ಷಣ, ಈಗ ನಾಗೇಶ ವಾಪಸ್ಸು ಇಂಡಿಯಾಕ್ಕೆ ಹೋಗುವುದನ್ನು ಬಿಟ್ಟು ಇಲ್ಲಿಯೇ ನಿಂತು ಬಿಡುತ್ತಾನೆಯೆ? ಯಾವ ಜವಾಬ್ದಾರಿಯನ್ನೂ ತೆಗೆದುಕೊಳ್ಳದೇ ವಾಪಸ್ಸು ಇಂಡಿಯಾಕ್ಕೆ ಹೊರಟುಬಿಟ್ಟರೆ, ತನ್ನ ಮುದ್ದು ತಮ್ಮ ಶ್ರೀಧರ ಏನು ಮಾಡಿಯಾನು? "ನನ್ನ ಅಕ್ಕನ್ನ ಮದುವೆ ಮಾಡ್ಕೊಳೋ ಬೋಳಿಮಗನೆ" ಎಂದು ಒದ್ದು ಅವನನ್ನು ಕಾಲಿಗೆ ಬೀಳಿಸಿ, ನಾಗೇಶನ ನಡುಗುವ ಕೈಗಳಿಂದ ಇಲ್ಲಿನ ದೇವಸ್ಥಾನಗಳಲ್ಲಿ ಒಂದು ವೀಕೆಂಡು ತನಗೆ ತಾಳಿ ಕಟ್ಟಿಸುತ್ತಾನೆಯೆ? ತಾನು ಎರಡೂ ಕಣ್ಣುಗಳಲ್ಲಿ ನೀರು ತುಂಬಿಕೊಂಡು "ಅವರು ಏನೇ ಹೇಳಲಿ, ಏನೇ ಮಾಡಲಿ, ಅವರು ನನ್ನ ಯಜಮಾನ್ರು" ಎಂದು ಶ್ರೀಧರನಿಗೊಂದು ಕಪಾಳಕ್ಕೆ ಹೊಡೆದು, ನಾಗೇಶನನ್ನು ತಬ್ಬಿಕೊಂಡು ಮದುವೆಯ ಹೆಣ್ಣಿನ ಅಲಂಕಾರದೊಂದಿಗೆ, ನಾಗೇಶನ ಕೈಹಿಡಿದು ಸೂರ್ಯಾಸ್ತದ ಕಡೆ ತಿರುಗಿ ಹೋಗುವಾಗ...

ಇದ್ದಕ್ಕಿದ್ದಂತೆ ರಶ್ಮಿಗೆ ಏನೋ ಮೆತ್ತಗೆ ಕುತ್ತಿಗೆಯನ್ನು ಸವರಿದಂತಾಯಿತು. ಅದೇನೆಂದು ಹೇಳಲಾಗಲಿಲ್ಲ. ತನ್ನ ಕಾರಿನ ಚರ್ಮದ ಸೀಟಿನ ಕುತ್ತಿಗೆಯ ಭಾಗವಿದ್ದಿರಬೇಕೆಂದು ಅಂದುಕೊಂಡಳು. ಈ ಚರ್ಮದ ಸೀಟುಗಳೇ ಹಾಗೆ, ಸ್ವಲ್ಪ ಆಚೀಚೆ

ತಗಲಿದರೂ ನಿಜವಾದ ಚರ್ಮವೇ ತಗುಲಿದ ಹಾಗಾಗುತ್ತದೆ. ಆದರೆ, ಇದು ಬರೀ ಸೀಟಿನ ಚರ್ಮವಿದ್ದಂತೆ ಅನ್ನಿಸಿರಲಿಲ್ಲ. ಆ ಬಿಸಿಯಲ್ಲಿ ಏನೋ ವ್ಯತ್ಯಾಸವಿದೆ ಅನ್ನಿಸಿತು, ರಶ್ಮಿಗೆ. ಕಾರಿನಲ್ಲಿ ಅವಳನ್ನು ಬಿಟ್ಟು ಬೇರೆ ಯಾರೋ ಇದ್ದಾರೆ ಅನ್ನಿಸಿತು. ತಾನು ಎಲ್ಲೋ ಇರಬಾರದ ಕಡೆ ಇದ್ದೇನೆಯೇ ಅನ್ನಿಸಿತು. ಕಾರನ್ನು ಮತ್ತೆ ರಸ್ತೆಯ ಪಕ್ಕಕ್ಕೆ ತೆಗೆದುಕೊಂಡು ಹೋದಳು. ಇಡೀ ರಸ್ತೆಯಲ್ಲಿ ಯಾರೂ ಇರಲಿಲ್ಲ. ಕುತ್ತಿಗೆಗೆ ಹತ್ತಿದ ಬಿಸಿ ಇಡೀ ದೇಹಕ್ಕೆಲ್ಲಾ ಹರಡಿದಂತಾಯಿತು. ಇದ್ದಕ್ಕಿದ್ದಂತೆ ಕಾರಿನ ಆ ಬಿಸಿಯಲ್ಲೂ ಮೈ ನಡುಗಿತು. ಆಕೆಯ ತುಟಿಗಳು ನಡುಗತೊಡಗಿದವು. ಕಾರು ಹಿಡಿತಕ್ಕೆ ಸಿಗಲಿಲ್ಲ. ತನ್ನಂತಾನೇ ಹೋಗಿ ಪಕ್ಕದಲ್ಲಿ ನಿಂತಿತು. ಹೈವೇಯ ಆಚೆಗೆ ಒಂದೆರಡು ಕಾರುಗಳು ಹೋಗುತ್ತಿದ್ದರೂ ಅವರ ಗಮನಕ್ಕೆ ಈ ಕಾರು ಖಂಡಿತಾ ಬರಲಿಲ್ಲ. ಕಾರು ಅದಾಗದೇ ನಿಂತದ್ದಕ್ಕೆ ತನ್ನ ಕಾಲು ಬಹುಶಃ ಬ್ರೇಕಿನ ಮೇಲಿತ್ತು ಅಂದುಕೊಂಡಳು. ಬೆನ್ನಿಗೆ ತಣ್ಣನೆಯದೇನೋ ತಗುಲಿದಂತೆ ಅನ್ನಿಸಿತು. ತಗುಲಿದ್ದೋ ಚುಚ್ಚಿದ್ದೋ ಗೊತ್ತಾಗಲಿಲ್ಲ. ಮೊದಲಿಗೆ ಬೆನ್ನಿನಲ್ಲಿ ಒಂದು ಛಳುಕು ಹೊಡೆದಂತೆ ಆದದ್ದಷ್ಟೇ. ಆಮೇಲೆ ನೋವೇ ಆಗಲಿಲ್ಲ. ಕಾಲುಗಳೆರಡೂ ತನ್ನದಲ್ಲ ಎನ್ನಿಸಿತು. ಬೆನ್ನಿನ ಹಿಂಭಾಗದಲ್ಲೆಲ್ಲೋ ಶುರುವಾದ ಛಳುಕು ಇಡೀ ದೇಹದಲ್ಲೆಲ್ಲಾ ಹರಡಿದಂತೆ ಅನ್ನಿಸಿತು. ತೊಡೆಗಳ ನಡುವೆ ತಣ್ಣಗೆನಿಸಿತು. ನಿಧಾನವಾಗಿ ಕೈಯೆತ್ತಿ ಕಾರಿನ ಹಿಂಗನ್ನಡಿಯನ್ನು ಸರಿಮಾಡಿಕೊಳ್ಳಲು ಪ್ರಯತ್ನಿಸಿದಳು. ಕೈಮೇಲೆ ಏನೋ ಭಾರ ಬಿದ್ದಂತಾದಾಗಿ ಆಕೆಯ ಕೈ ತನ್ನಂತಾನೇ ಕೆಳಗೆ ಹೋಯಿತು. ಪಕ್ಕದ ಸೀಟಿನಲ್ಲಿ ಫಾರ್ಮಸಿಯಿಂದ ತಂದ ಪ್ಯಾಕೆಟ್ಟು ಉತ್ತರ ಹೇಳುವುದಕ್ಕೆ ಕಾಯುತ್ತಿತ್ತು.

ಕಷ್ಟಪಟ್ಟು ಮುಚ್ಚುತ್ತಿದ್ದ ಕಣ್ಣುಗಳನ್ನು ತೆರೆದು ಕಾರಿನ ಕನ್ನಡಿಯಲ್ಲಿ ಮತ್ತೆ ನೋಡಿದಳು. ಕನ್ನಡಿಯಲ್ಲಿ ತಾನೇ ಬರೆದ ಹಲವು ಕವನಗಳು ಕಾಣಿಸಿದವು. ಎಲ್ಲೆಲ್ಲಿಯೂ ಪ್ರಕಟವಾಗದೇ ಡೈರಿಯಲ್ಲಿ ಮಾತ್ರ ಉಳಿದಿದ್ದ ತನ್ನ ಕವನಗಳು. ಅಕ್ಷರಗಳನ್ನು ಹೇಗೆ ಜೋಡಿಸಿದರೂ ಪದಗಳು, ಪದಗಳನ್ನು ಹೇಗೆ ಜೋಡಿಸಿದರೂ ಮತ್ತೆ ಕವನಗಳು... ಸಿನೆಮದಲ್ಲಿ ಒಂದು ಫ್ರೀಜ್‌ಫ್ರೇಮಿನಲ್ಲಿರುವ ಚಿತ್ರ ತನ್ನ ಆಕೃತಿಯನ್ನು ಹಿಗ್ಗಿಸಿ ಕುಗ್ಗಿಸಿ ಎಳೆದು ಇನ್ನೊಂದು ಆಕೃತಿಯನ್ನು ಮಾಡಿದಂತೆ ಆ ಕವನಗಳ ಅಕ್ಷರಗಳೆಲ್ಲಾ ಸೇರಿ ಒಂದು ಆಕಾರವನ್ನು ಮಾಡಲು ಪ್ರಯತ್ನಿಸುತ್ತಿದ್ದಂತೆ ಕಾಣಿಸಿತು. ಆ ಆಕಾರ ಯಾರನ್ನೋ ಹೋಲುತ್ತಿದ್ದಂತೆ ಕಾಣಿಸಿತು. ಪುಟ್ಟ ಮಗು. ಒಂದು ಕೆಂಪು ಬಣ್ಣದ ಸ್ವೆಟರನ್ನು ಹಾಕಿದೆ. ಕಾಲಿಗೆ ಪುಟ್ಟ ಗುಲಾಬಿ ಬಣ್ಣದ ಕಾಲುಚೀಲ, ತಲೆಗೊಂದು ಕುಲಾವಿ, ಹಣೆಗೊಂದು ಕೆನ್ನೆಗೊಂದು ದೃಷ್ಟಿ ಬೊಟ್ಟು. ಬೊಚ್ಚುಬಾಯಿ ಬಿಟ್ಟು ನಗುತ್ತಿದೆ. ತನ್ನ ಕೂದಲಿನ ಜತೆ ಆಟವಾಡುತ್ತಿದೆ. ಶ್ರೀಧರನನ್ನು ನೋಡಿದಂತೆ ಅನ್ನಿಸಿತು. ಶ್ರೀಧರನಂತೆ ಕಾಣಿಸಿದರೆ ತಪ್ಪೇನೂ ಇಲ್ಲ. ತನ್ನಿಂದ ಅರ್ಧ ಜೀನುಗಳನ್ನು ಕದ್ದವನಲ್ಲವೇ ಅವನು, ಎಂಬ ತುಂಟ ಯೋಚನೆ ಬಂದು ಹೋಯಿತು. ಈ ಸಿನೆಮಾದ ಚಿತ್ರಗಳು ಕಾಣಿಸುವುದು ನಿಂತ ಮೇಲೆ, ಸ್ಪಷ್ಟವಾಗಿ, ಸ್ಫುಟವಾಗಿ ಕನ್ನಡಿಯಲ್ಲಿ ಎಲ್ಲಾ ಕಾಣಿಸತೊಡಗಿತ್ತು. ಆ ಕನ್ನಡಿಯಲ್ಲಿ ಹಿಂದಿನ ಕಿಟಕಿಯಿಂದ ಕಾಣುವ ಆಕಾಶ, ಆ ಬೇರೆ ಬೇರೆ ಬಲ್ಬುಗಳಲ್ಲಿ ಕಂಡಿದ್ದ ಹಳದಿ ಹತ್ತಿದ್ದ

ಆಕಾಶ ಈಗ ಸ್ಪಷ್ಟವಾಗಿ ಕಾಣಿಸುತ್ತಿತ್ತು. ಬರಬರುತ್ತಾ ಅದರಲ್ಲಿ ಚುಕ್ಕಿಗಳೂ, ಸಪ್ತರ್ಷಿಮಂಡಲವೂ, ನೀಹಾರಿಕೆಗಳೂ ಕಾಣಹತ್ತಿದವು. ಕಾಶೀವಿಶ್ವನಾಥನ ಮುಂದೆ ಭಾವಪರವಶಳಾಗಿ ಹಾಡುತ್ತಿರುವ-ಅಮ್ಮ, ಶ್ರೀಧರ ಎಂಡಿ, ರಕ್ತಹಂಚಿಕೊಳ್ಳುತ್ತಿರುವ, ಅಂಟಿಕೊಂಡಿದ್ದ ಗಂಡು-ಹೆಣ್ಣು ಅವಳಿಗಳು, ಪುರುಷಸೂಕ್ತ ಓದುತ್ತಿರುವ ಅಪ್ಪ, ಇದಕ್ಕೆ ಪೂರಕವಾದ ಕಾರಿನ ಆ ಪುಟ್ಟ ಸ್ಟೀರಿಯೋದಲ್ಲಿ ಬರುತ್ತಿದ್ದ ತಾನೇ ಹೈಸ್ಕೂಲಿನಲ್ಲಿ ಹಾಡಿದ ಪದ್ಯ "ಜೋ ನಿಕಲ್‌ಕರ್ ಬಾದಲೋಂ ಕೀ ಗೋದ್ ಸೇ, ಥೀ ಅಭೀ ಏಕ್ ಬೂಂದ್ ಕುಛ್ ಆಗೇ ಬಢೀ"

ಹೈಸ್ಕೂಲಿನ ವಾರ್ಷಿಕ ಸ್ಪರ್ಧೆ. ಇಂಗ್ಲೀಷ್ ಪದ್ಯವನ್ನು ಕಂಠಪಾಠ ಮಾಡಿಸಿ ಒಪ್ಪಿಸುವುದು. ವರ್ಡ್ಸ್‌ವರ್ಥಿನ 'ಸಾಲಿಟರಿ ರೀಪರ್' ಪದ್ಯವನ್ನು ಆ ವರ್ಷದ ಸ್ಪರ್ಧೆಗಾಗಿ ಆರಿಸಿದ್ದರು. "ಬಿಹೋಲ್ಡ್ ಹರ್, ಬಿಹೋಲ್ಡ್ ಹರ್" ಎಂದು ತಾನು ಅದನ್ನು ಆಲಾಪನೆ ಸಮೇತ ಒಪ್ಪಿಸಿದ್ದರೂ ಅದನ್ನು ಇಂಗ್ಲೀಷ್ ಮೇಷ್ಟರು ತಲೆದೂಗಿ ಮೆಚ್ಚಿದ್ದರೂ, ಅದೇ ಪದ್ಯವನ್ನು ತನಗೆ ಗೊತ್ತಿಲ್ಲದ ಭಾಷೆಯಲ್ಲಿ ನಾಲಿಗೆ ತಿರುಗಿಸಿ "ಸಾಲಿಟಯಿ ಯೀಪ..." ಎಂದು ಹೇಳಿ ಶ್ರೀಧರ ಮೊದಲ ಬಹುಮಾನ ಹೊಡೆದಿದ್ದ. ಅದೇ ವರ್ಷದ ಹಿಂದಿಯ ಕವನವಾಚನ ಸ್ಪರ್ಧೆಗೆ ಆರಿಸಿದ್ದ "ಬೂಂದ್" ಪದ್ಯಕ್ಕೆ ಸಂಗೀತದ ಟೀಚರ್ ಕನಕಲಕ್ಷ್ಮಿ ಹೇಳಿಕೊಟ್ಟ ಗಾಂಧಿತಾತನ ಹಾಡು "ಹೇ ಭಾರತ ಭೂಷಣ ನಾಯಕಾ... ಹೇ ಭಾರತ ಬಂಧವಿಮೋಚಕಾ..."ದ ರಾಗ ಸರಿಹೋಗುತ್ತದೆ ಎಂದು ತಾನು ಗುಟ್ಟಾಗಿ "ಜೋ ನಿಕಲ್‌ಕರ್ ಬಾದಲೋ ಕೀ ಗೋದ್ ಸೇ" ಅಭ್ಯಾಸ ಮಾಡಿದ್ದಳು. ಒಂದೆರಡು ದಿನ ಶ್ರೀಧರ ಕಿಶೋರ್‌ಕುಮಾರನ "ಹೇ ಮುಖದ್ದರ್" ರಾಗವನ್ನು ಬೂಂದ್‌ಗೆ ಹಾಕಲು ಹೋಗಿ ಸೋತು, ಕಡೆಗೆ ರಶ್ಮಿಯನ್ನು "ಸುಮ್ಮನೆ, ನೀನು ನಾಳೆ ಸ್ಪರ್ಧೆಯಲ್ಲಿ ಹೇಗೆ ಹಾಡುತ್ತೀಯ" ಎಂದು ಕೇಳಿದ್ದಾಗ, "ನಾನು ಸುಮ್ಮನೇ ಯಾವ ರಾಗವೂ ಇಲ್ಲದೇ ಹಾಡ್ತೀನಪ್ಪಾ" ಎಂದು ಹೇಳಿದ್ದಳು. ತಾನೊಬ್ಬಳೇ ಅಲ್ಲದೇ ತನ್ನ ಗೆಳತಿ ಅಬೀದಾಳನ್ನು 'ಬೂಂದ್' ಪದ್ಯವನ್ನು "ನೀರ ಬಿಟ್ಟು ನೆಲದ ಮೇಲೆ ದೋಣಿ ಸಾಗದು" ರಾಗದಲ್ಲಿ ಹಾಡಲು ಒಪ್ಪಿಸಿದ್ದಳು. ರಶ್ಮಿಗೆ ಮೊದಲ ಬಹುಮಾನ ಮತ್ತು ಅಬೀದಾಳಿಗೆ ಎರಡನೆಯ ಬಹುಮಾನ. ಅವತ್ತಿನ ಸ್ಪರ್ಧೆಯಲ್ಲಿ ಶ್ರೀಧರನಿಗೆ ಯಾವ ಬಹುಮಾನವೂ ಬಂದಿರಲಿಲ್ಲ. ದುಮುಗುಡುತ್ತಲೇ ಮನೆಗೆ ಬಂದ ಶ್ರೀಧರ ಸೇಡಿಗೆಂತಲೋ ಏನೋ ತನ್ನ "ಸಾಲಿಟರಿ ರೀಪರ್"ಗೆ ಬಂದ ಬಹುಮಾನವನ್ನು ಕಪಾಟಿನ ಮೇಲಿನ ಗೂಡಲ್ಲಿ, ಎಲ್ಲಕ್ಕಿಂತ ಮೇಲೆ, ಇಟ್ಟಿದ್ದ.

"ಜೋ ನಿಕಲ್‌ಕರ್ ಬಾದಲೋಂ ಕೀ ಗೋದ್ ಸೇ
ಥೀ ಅಭೀ ಏಕ್ ಬೂಂದ್ ಕುಛ್ ಆಗೇ ಬಢೀ
ಸೋಚ್‌ತೇ ಫಿರ್ ಫಿರ್... ... ... "

ಸ್ಟೀರಿಯೋ ನಿಂತಿತ್ತು. "ಬಿಹೋಲ್ಡ್ ಹರ್, ಬಿಹೋಲ್ಡ್ ಹರ್" ಕ್ಷೀಣವಾಗಿ ಕೇಳಿಸಿದಂತಾಗಿತ್ತು.

* * * * *

ಕಾಫ಼ಿ, ಕೇಕು ಮತ್ತು ಊಟ

ಶ್ರೀಧರ ಬ್ರೇಕ್‌ರೂಮಿನಲ್ಲಿ ಕಾಫ಼ಿ ಮಾಡುತ್ತಾ ಇದ್ದ. ಈ ಕಾಫ಼ಿ ಮಾಡುವುದಕ್ಕೆ ಇಷ್ಟೊಂದು ಉತ್ಸಾಹ ತೋರುವ, ಪ್ರಾಮುಖ್ಯತೆಯನ್ನು ಕೊಡುವ ಈ ನರ್ಸುಗಳ ಉತ್ಸಾಹವನ್ನು ನೋಡಿ ಅವನಿಗೆ ಮೊದಮೊದಲು ಕುತೂಹಲವಾಗಿತ್ತು. ದಿನಕ್ಕೊಂದು, ಕೆಲವೊಮ್ಮೆ ಷಿಫ಼್ಟಿಗೊಂದು ತರತರಾವರಿ ಕಾಫ಼ಿಗಳು ಆ ಬ್ರೇಕ್‌ರೂಮಿನಲ್ಲಿ ಮಾಡಲ್ಪಡುತ್ತಿದ್ದವು. ಈ ನರ್ಸುಗಳ ಕಾಫ಼ಿಯ ಪ್ರೇಮ ಅವನಿಗೆ ಸಿಟ್ಟು ಬರುವಷ್ಟು ಆಶ್ಚರ್ಯ ತರಿಸಿತ್ತು. ಒಬ್ಬಳಿಗೆ ಕೆಫ಼ೀನಿಲ್ಲದಿರುವುದು ಬೇಕಾದರೆ, ಇನ್ನೊಬ್ಬಳಿಗೆ ಕೊಲಂಬಿಯನ್ ಸುಪ್ರೀಮ್ ಇಷ್ಟ. ಕೊಬ್ಬಿಲ್ಲದ ಕೆಫ಼ೀನಿಲ್ಲದ ಮೋಕಾ ಒಬ್ಬಳು ಗುಟುಕರಿಸಿದರೆ, ಎರಡು ಶಾಟು ಕೆಫ಼ೀನಿರುವ ಕೆಫ಼ೇ ಲಾಟೇ ಇನ್ನೊಬ್ಬಳಿಗೆ. ಬೆಳಗಾಯಿತೆಂದರೆ, ಲೀಟರ‍್ಗಟ್ಟಲೆ ಕಾಫ಼ಿಯನ್ನು ಬಗೆಬಗೆಯ ಕಪ್ಪುಗಳಲ್ಲಿ ತಮ್ಮ ತುಟಿ ರಂಗು ಹತ್ತುವಂತೆ ಕುಡಿಯುವುದನ್ನು ನೋಡುವುದಕ್ಕೇ ಸಂತೋಷವಾಗುತ್ತಿತ್ತು, ಶ್ರೀಧರನಿಗೆ. ಈ ಕಾಫ಼ಿ ಕುಡಿಯುವ ಕ್ರಿಯೆ ಇಷ್ಟೊಂದು ಸೆಕ್ಸಿಯಾಗಿರುತ್ತದೆಂದು ಅವನಿಗೆ ಗೊತ್ತೇ ಇರಲಿಲ್ಲ. ಆದರೆ, ಅವನಿಗೆ ಬೇಕಾದ ಮೈಸೂರಿನ ಫ಼ಿಲ್ಟರ್ ಕಾಫ಼ಿಗೆ ಹತ್ತಿರವಾದ ನೂರು ಪರ್ಸೆಂಟ್ ಕೊಲಂಬಿಯನ್ ಕಾಫ಼ಿಗೆ, ಎಲ್ಲೆಲ್ಲೋ ಹುಡುಕಿ ಚಿಕೋರಿಯನ್ನು ತಂದು, ತನಗೆ ಗೊತ್ತಾದ ಪ್ರಮಾಣದಲ್ಲಿ ಬೆರೆಸಿ, ತನ್ನ ನಾಲಿಗೆಗೆ ಹತ್ತಿರವಾದದ್ದು ಅಂದುಕೊಳ್ಳುವ ಒಂದು ಬಗೆಯ ಕಾಫ಼ಿ ಮಾಡುವ ವಿಧಾನವನ್ನು ತಾನೇ ಕಂಡುಹಿಡಿದುಕೊಂಡಿದ್ದ. ಯಾರೋ ಫ಼ಿಲಿಪೈನ್ಸಿನ ನರ್ಸು ಈ ಕಾಫ಼ಿಯನ್ನು ಒಮ್ಮೆ ಗುಟುಕರಿಸಿ, "ವಾ.... ಡಾಕ್ಟರ್ ಮೇಕ್ ಗುಡ್ ಕಾಫ಼ಿ" ಎಂದು ಎಲ್ಲೆಲ್ಲೂ ಹೇಳಿಕೊಂಡು ಬಂದಿದ್ದಾಗ ವಾರಕ್ಕೆ ಒಮ್ಮೆ ಶ್ರೀಧರನೂ ಕಾಫ಼ಿ ಮಾಡಬೇಕಾಗಿ ಬಂದಿತ್ತು.

ಅದೇ ಕಾಫ಼ಿ ಮಾಡುವ ಗುಂಗಿನಲ್ಲಿ ಒಮ್ಮೆ ಶ್ರೀಧರ ಯಾವುದೋ ನರ್ಸಿಗೆ "ಸಿಸ್ಟರ್, ಇಲ್ಲಿ ಕಾಫ಼ಿ ರೆಡಿಯಾಗಿದೆ" ಎಂದಿದ್ದ. ತಕ್ಷಣ ನಾಲಿಗೆ ಕಡಿದುಕೊಂಡಿದ್ದ, ಕೂಡ. ಹಾಗೆ ಕರೆಸಿಕೊಂಡಾಕೆ "ಆ ದೇವರ ಕರುಣೆಯಿಂದ ನಾನು ನಿನ್ನ ಸಿಸ್ಟರ್ ಆಗಲಿಲ್ಲ" ಎಂದು ತನ್ನ ಎರಡೂ ಮೊಲೆಗಳನ್ನು ಮುಟ್ಟಿ, ಕೈಯನ್ನು ಎದೆಯ ಮಧ್ಯಕ್ಕೊಮ್ಮೆ, ಹಣೆಗೊಮ್ಮೆ, ತುಟಿಗೊಮ್ಮೆ ತಗುಲಿಸಿ "ಜೀಸಸ್" ಅಂದು ನಕ್ಕಿದ್ದಳು. ಈ ನರ್ಸುಗಳನ್ನು ಇಲ್ಲಿ "ಸಿಸ್ಟರ್" ಅನ್ನಬೇಕಾಗಿಲ್ಲ ಎಂದು ಮೊದಲು ಗೊತ್ತಾದಾಗ ಒಂದು ರೀತಿ ಸಮಾಧಾನವಾಗಿತ್ತು. ಅದಕ್ಕೆ ಘೂಗೆಯೇ ವಿವರಣೆ ಕೊಟ್ಟಿದ್ದ, "ಈ ನರ್ಸುಗಳೆಲ್ಲರೂ ಹೆಚ್ಚಿನ ಭಾಗ ಹೆಂಗಸರೇ ಯಾಕಾಗಿರುತ್ತಾರೆಂದರೆ, ಹೆಣ್ಣು ನರ್ಸು, ಗಂಡು ಡಾಕ್ಟರು ಸೇರಿದಾಗ ಉಂಟಾಗುವ ಸೆಕ್ಷುವಲ್ ಟೆನ್‌ಶನ್ ಸಮೀಕ್ಷೆಗಳ ಪ್ರಕಾರ ಹೆಚ್ಚು ಜೀವಗಳನ್ನು ಉಳಿಸುತ್ತವೆಂದೂ, ಗಂಡು ನರ್ಸು ಮತ್ತು ಹೆಣ್ಣು ಡಾಕ್ಟರಾದರೆ, ಅದೇ ಬೇರೆ ಟೆನ್‌ಶನ್" ಎಂದೂ ನಕ್ಕಿದ್ದ.

ಘೂಗೆ ಹೇಗಿದ್ದಾನೋ ಅನ್ನಿಸಿತು. ಈಗ ಯಾವ್ಯಾವ ಹೊಸಾ ಚೀನೀ ಗಿಡಮೂಲಿಕೆಗಳನ್ನು ತನ್ನ ಔಷಧಿಗಾಗಿ ಬಳಸಿಕೊಳ್ಳುತ್ತಿದ್ದಾನೋ. ಅವರವರ ನಂಬಿಕೆ,

ಏನಾದರೂ ತಿಂದುಕೊಂಡು ಹಾಳಾಗಿ ಹೋಗಲಿ ಅಂದುಕೊಂಡ. ಎಂತೆಂತವರು ಯಾವ ಯಾವ ಪರಿಸ್ಥಿತಿಯಲ್ಲಿ ಯಾವ ರೀತಿ ಪ್ರತಿಕ್ರಿಯಿಸುತ್ತಾರೋ ಅದನ್ನು ಊಹಿಸುವುದೂ ತನ್ನಿಂದ ಸಾಧ್ಯವಿಲ್ಲ ಅನ್ನಿಸಿತ್ತು.

ಬೆನೆಟ್ ಮತ್ತು ಜ್ಯಾಕ್‌ನ ಲಾಯರ್ ಊರಿನ ಕೋರ್ಟಿನಲ್ಲಿ ವಿಚಾರಣೆಗೆ ಇವನಿಗೆ ಅನುಕೂಲವಾದ ದಿನವನ್ನು ಕೇಳಿದ್ದರು. ಶ್ರೀಧರ ಯಾರನ್ನು ತನ್ನ ಲಾಯರಾಗಿ ನೇಮಿಸಿಕೊಳ್ಳಬೇಕೆಂದು ಇನ್ನೂ ನಿಶ್ಚಯಿಸಿರಲಿಲ್ಲ. ಘೂಗೆಯನ್ನು ಕೇಳಿದಾಗ "ಇದು ಏನು ತಿಣುಕಾಡಿದರೂ ಬಿದ್ದು ಹೋಗುವ ಕೇಸು. ಆದ್ದರಿಂದ ಸುಮ್ಮನೆ ಲಾಯರಿಗೆ ದುಡ್ಡು ಹಾಕುವ ಬದಲು, ಮುಂದಿನ ಹತ್ತು ವರ್ಷ ಹೇಗೆ ತಿಂಗಳಿಗೆ ಆರು ನೂರು ಡಾಲರ್ ಕಟ್ಟುವುದು ಅನ್ನುವುದನ್ನು ಯೋಚಿಸುವುದು ಒಳ್ಳೆಯದು" ಅಂದಿದ್ದ.

ಕಾಫಿಪುಡಿ ಮತ್ತು ಚಿಕೋರಿಯನ್ನು ಅವನಿಗನಿಸಿದಷ್ಟು ಪ್ರಮಾಣದಲ್ಲಿ ಬೆರೆಸಿ, ಅದನ್ನು ಕಾಫೀ ಮೇಕರಿನ ಫಿಲ್ಟರಿಗೆ ಹಾಕಿ, ಮೇಲಿನಿಂದ ಅದಕ್ಕೆ ನೀರನ್ನು ಬೆರೆಸಿ ಸ್ವಿಚ್ಚು ಹಾಕಿ ಹೊರಗೆ ಬಂದ. ಈ ಕಾಫಿಗೆ ಚಿಕೋರಿ ಹಾಕುವುದೇ ಕಾಫಿ ಸ್ವಲ್ಪ ಹದಬರಲಿ ಎಂದು, ಆದರೆ ಆ ಕಾಫಿಯನ್ನು ಇನ್ನೊಂದಿಷ್ಟು ಬಿಸಿನೀರು ಸೇರಿಸಿ, ರಾಡಿ ಮಾಡಿಕೊಂಡು ಕುಡಿಯುತ್ತಿದ್ದ ಆ ನರ್ಸುಗಳನ್ನು ನೋಡಿ ಆಗಾಗ್ಗೆ ಅವನಿಗೆ ಅಯ್ಯೋ ಅನ್ನಿಸುತ್ತಿತ್ತು. ಹೊರಗೆ ಎಲ್ಲೆಲ್ಲೂ ಛಾವಣಿಯಿಂದ ನೇತುಬಿದ್ದಿರುವ ಪ್ಲಾಸ್ಟಿಕ್ ಹೃದಯಗಳು, ಬಲೂನಿನಿಂದ ಮಾಡಿರುವ ಹೃದಯಗಳು, ರೆಕ್ಕೆ ಹಚ್ಚಿಕೊಂಡು ಕೈಯಲ್ಲಿ ಒಂದು ಮಂತ್ರದಂಡವನ್ನು ಹಿಡಿದುಕೊಂಡು ನಿಂತಿರುವ ಇಂಗ್ಲಿಷ್ ಮನ್ಮಥ– ವ್ಯಾಲೆಂಟೈನ್ಸ್ ಡೇ ಆಗಿ ತಿಂಗಳುಗಳೇ ಆಗಿದ್ದರೂ ಇನ್ನೂ ಪಾಳಯಕ್ಕೆ ಮನ್ಮಥನಿಂದ ಬಿಡುಗಡೆ ಸಿಕ್ಕಿರಲಿಲ್ಲ. ಪಾಳಯದಲ್ಲೆಲ್ಲಾ ಹೃದಯಗಳು. ಈ ಕೆಲಸಗಳಲ್ಲೂ ಧನ್ಯತೆಯನ್ನು ಪಡಕೊಳ್ಳೋ ಆ ಪಾಳಯದ ಸ್ವಾಗತಕಾರಿಣಿಯರ ಬಗ್ಗೆ ಅವನಿಗೆ ಅದೆಷ್ಟೋ ಬಾರಿ ಕರುಣೆ ಉಕ್ಕಿ ಬರುತ್ತಿತ್ತು. ಆದರೆ, ಇವತ್ತು ನಿರ್ಭಾವುಕನಾಗಿ ಆ ಹೃದಯಗಳನ್ನು ನೋಡಿದ.

ಶ್ರೀಧರನಿಗೆ ಒಂದು ಎಂಟು ಪದರದ ಕೇಕು ಉಡುಗೊರೆಯಾಗಿ ಬಂದಿತ್ತು, ಆ ದಿನ ಬೆಳಿಗ್ಗೆ. ತರತರದ ಬಣ್ಣದ ಝುರಿಝುರಿ ಎಂದು ಮಿರುಗುವ ಕಾಗದದಲ್ಲಿ ಸುತ್ತಿಕೊಂಡು ಬಂದಿತ್ತು. ಪ್ರತಿಯೊಂದು ಪದರವೂ ಹೃದಯದ ಆಕಾರದಲ್ಲಿ ಕುಸುರಿಗೊಂಡಿದ್ದ ಕೆಂಪು, ರೋಜಾ ಬಣ್ಣದ ಕೇಕು. ಒಂದು ಹೃದಯದ ಆಕಾರದ ಚಾಕೊಲೇಟಿನ ಪದರದ ಮೇಲೆ "ನೀನೇ ನನ್ನ ಹೃದಯ" ಎಂದು ಬಿಳಿಯ ವೆನಿಲಾ ಗೆರೆಗಳಲ್ಲಿ ಬರೆದಿತ್ತು. ಕಾತರದಿಂದ ಆ ಕವರನ್ನು ಬಿಡಿಸುವ ಮುನ್ನ ತನಗೆ ಈ ರೀತಿಯ ಆಸ್ಥೆಯಿಂದ ಕೇಕ್ ಮಾಡಿ ಕಳಿಸಿರುವವರ್ಯಾರಿರಬಹುದೆಂದು ಯೋಚಿಸಿದ. ಬೆಟ್ಟಿಯಿರಬಹುದೇ ಅನ್ನಿಸಿತು. ಆ ಸಾಧ್ಯತೆಯೂ ಖುಷಿ ಕೊಡದಿರುವುದನ್ನು ಅವನ ಮನಸ್ಸು ಬಹಳ ಬೇಗ ತಿಳಕೊಂಡಿತು. ಇದು ತುಂಬಾ ಖಾಸಗಿಯಾಗಿದೆ. ಯಾರೋ ವಿಶೇಷ ಆಸಕ್ತಿಯಿಂದ ತಯಾರಿಸಿರುವದು. ಯಾವುದೇ ಅಂಗಡಿಯಿಂದ ಬಂದಿದ್ದಲ್ಲ. ಮನೆಯಲ್ಲಿ ಮಾಡಿರುವುದು. ಹಿಟ್ಟನ್ನು ನಾದಿ, ಮೆದ್ದು ಮಾಡಿರುವುದು, ಯಾವುದೋ

ಸೂಪರ್ ಬಜಾರಿನ ಕೇಕ್ ಮಿಕ್ಸಿನಿಂದಲ್ಲ. ಮೇಲಿನ ಬಣ್ಣಗಳು, ಅದರ ಐಸಿಂಗ್, ಎಲ್ಲವೂ ಒಂದು ರೀತಿಯಲ್ಲಿ ಇವನಿಗೇ ಆಗಿ ಮಾಡಿದಂತಿತ್ತು. ಏನೋ ಖುಷಿಯಿಂದ, ಅರ್ಧ ಆತಂಕದಿಂದ, ಇನ್ನೂ ಚೂರು ಉತ್ಸಾಹದಿಂದ ಆ ಕವರನ್ನು ಒಡೆದ. ಒಳಗೆ "ನನ್ನ ಹೃದಯವನ್ನು ಕಾಪಾಡಿದ ಧನ್ವಂತ್ರಿಗೆ, ಹೃದಯದಿಂದ" ಎಂದಿತ್ತು. ಕೆಳಗೆ 'ಬೆತನಿ' ಎಂದು ಸಹಿ ಇತ್ತು.

ಬೆತನಿ ಎಂದರೆ ಯಾರು ಎಂದು ಕೊಂಚ ಯೋಚಿಸಬೇಕಾಯಿತು. ಆದರೆ, ತಾನು ಉಳಿಸಿದ ಕೆಲವೇ ಜೀವಗಳನ್ನು ನೆನಪಿನಲ್ಲಿಡುವುದಕ್ಕೆ ಅಷ್ಟೇನೂ ಕಷ್ಟವಾಗಿರಲಿಲ್ಲ, ಶ್ರೀಧರನಿಗೆ. ಈಕೆಯ ಹೃದಯ ಮೂರನೆಯ ಬಾರಿ ತಾಳ ತಪ್ಪಿದಾಗ ಶ್ರೀಧರ ತನ್ನ ಕೈಯಾರೆ ಮುನ್ನೂರ ಅರವತ್ತು ಕಿಲೋಜೌಲುಗಳ ವಿದ್ಯುತ್ತಿನಿಂದ ಉಳಿಸಿದ್ದ. ಆಕೆ ಕಣ್ಣು ಬಿಟ್ಟಾಗ ಮೊದಲು ನೋಡಿದ ವ್ಯಕ್ತಿ ಶ್ರೀಧರನಂತೆ. ಈ ವರ್ಷದ ತನ್ನ ಮಿಕ್ಕ ಹೃದಯದ ಭಾಗವನ್ನು ಶ್ರೀಧರನಿಗೆ ಮೀಸಲಾಗಿಟ್ಟು, ಏಳು ಪದರದ ಕೇಕು ಮಾಡಿ ಕಳಿಸಿದ್ದಳು, ಬೆತನಿಯೆಂಬ ಅದೃಷ್ಟವಂತೆ.

ಶ್ರೀಧರನಿಗೆ ಕೊಂಚ ನಿರಾಶೆಯಾದರೂ, ನೋವೇನೂ ಆಗಲಿಲ್ಲ. ಮೇಲಾಗಿ ತಾನು ಅಪೇಕ್ಷಿಸದೇ ಒಂದು ಒಳ್ಳೆಯ ಕೇಕು ಸಿಕ್ಕಿದ್ದಕ್ಕೆ ಕೊಂಚ ಖುಷಿಯೂ ಆಗಿತ್ತು. ಒಂದು ಸಣ್ಣ ತುಂಡನ್ನು ಕತ್ತರಿಸಿ ಬಾಯಿಗೆ ಹಾಕಿಕೊಂಡ. ಸಿಹಿಯಾಗಿದೆ ಅನ್ನಿಸಿತು. ಘೂಗೆಯನ್ನು ಕರೆದು ಒಂದು ಪೀಸು ಕೊಡಬೇಕು ಅನ್ನಿಸಿತು. ಆದರೆ ಆತ ತನ್ನ ವಿಧವಿಧವಾದ ಊಟಗಳ ಮತ್ತು ಅಡುಗೆಗಳ ರಭಸದಲ್ಲಿ ತನ್ನ ಕೇಕನ್ನು ತಿನ್ನುತ್ತಾನೆಯೇ ಅನ್ನಿಸಿತು.

ಬೆಟ್ಟಿ ಬಂದು ಕೈ ಬೀಸುತ್ತಿರುವಂತೆ ಕಾಣಿಸಿತು, ಹೊರಗಿನಿಂದ. ಹೊರಗೆ ಹೋಗಿ ನೋಡಿದ. ಇವನಿಗೆ ಅವಕಾಶವೇ ಕೊಡದಂತೆ ತಾನೇ ಒಳಗೆ ಬಂದು, ಇವನನ್ನು ಕೇಳದೇ ಮೇಜಿನ ಮೇಲಿದ್ದ ಕೇಕನ್ನು ತಾನೇ ಮುರಿದು ಒಂದು ತುಂಡನ್ನು ಬಾಯಿಗೆ ಹಾಕಿಕೊಂಡು "ಬಹಳ ಚೆನ್ನಾಗಿದೆ" ಎಂದು ನಕ್ಕಳು. ಕೇಕಿನ ಮೇಲೆ ಬರೆದ ಅಕ್ಷರಗಳನ್ನು ಓದುತ್ತಾಳೇನೋ ಎಂದು ಕಾದು ನೋಡಿದ. ಆ ಕಡೆ ಅವಳ ಗಮನವೂ ಹೋಗಲಿಲ್ಲ. "ಏನು ಮಾಡ್ತಾ ಇದ್ದೀ, ಶ್ರೀ. ಹೊರಗೆ ಒಂದು ಜಾತ್ರೆಗೆ ಆಗೋವಷ್ಟು ಜನ ಸೇರಿದ್ದಾರೆ. ನೀನು ಇಲ್ಲಿ ಕೇಕ್ ತಿಂತಾ ಇದೀಯ. ಬಹಳ ಚೆನ್ನಾಗಿದೆ, ಕೇಕು." ಅಂದಳು. ನಂತರ ಇವನಿಗೆ ಮಾತಿಗೆ ಅವಕಾಶ ಕೊಡದೆ, "ಇವತ್ತು ಸಂಜೆ ಪುರುಸೊತ್ತು ಮಾಡಿಕೊಳ್ಳೋಕೆ ಆಗುತ್ತಾ" ಅಂದಳು. ಒಂದು ನಿಮಿಷ ಯೋಚಿಸಿ "ಪುರುಸೊತ್ತು ಮಾಡಿಕೊಳ್ಳಬಲ್ಲೆ" ಅಂದ. "ಸರಿ ಹಾಗಾದರೆ, ಇಂದು ನನಗೆ ಗೊತ್ತಿರುವ ಒಂದು ಇಂಡಿಯನ್ ರೆಸ್ಟುರೆಂಟಿದೆ. ಅಲ್ಲಿಗೆ ಹೋಗೋಣವೇ" ಎಂದಳು. "ಸರಿ" ಎಂದ. "ಸರಿ, ಸಂಜೆ ಸಿಗುತ್ತೇನೆ" ಅಂದವಳೇ "ನನಗೆ ಹೊರಗೆ ಕೆಲಸವಿದೆ" ಅಂದು ಹೊರಟಳು.

ತಕ್ಷಣವೇ ಘೂಗೆಗೆ ಬೀಪ್ ಮಾಡಿದ. ಮಾಡಿದ ಮೇಲೆ ತಾನು ಯಾಕೆ ಮಾಡಿದೆ ಅನ್ನಿಸಿತು. ಕಾರಣ ಕೇಳಿದರೆ ಏನು ಹೇಳಲಿ ಎಂದು ಗೊತ್ತಾಗಲಿಲ್ಲ. ಬರೀ ಕೆಲಸದಲ್ಲಿ

ಅವನ ಶೈಲಿಯನ್ನು ನೋಡಿ ಆಗುತ್ತಿದ್ದ ಬೆರಗು ತನ್ನ ಖಾಸಗೀ ವಿಷಯಗಳಿಗೂ ಹೇಗೆ ಆಕ್ರಮಿಸುತ್ತಿದೆ ಎಂದು ನೋಡಿ ಆಶ್ಚರ್ಯವಾಯಿತು. ಆ ಕಡೆ ಫೋನು ಬಂದ ತಕ್ಷಣ ಘೂಗೆಗೆ ಕೇಕು ತಿನ್ನುತ್ತೀಯಾ ಎಂದು ಕೇಳಿದಾಗ, "ಸರಿ" ಎಂದವನೇ ಐದು ನಿಮಿಷದ ನಂತರ ಬಂದಿದ್ದ. ತಲೆಗೊಂದು ಬಿಳಿಯ ಸ್ಕ್ರಬ್ ಟೋಪಿ ಹಾಕಿದ್ದ. ಮುಖಕ್ಕೆ ಕಟ್ಟಿದ್ದ ಮಾಸ್ಕನ್ನು ತಲೆಯ ಮೇಲೆ ಎಳಕೊಂಡು ಬಿಳಿಯ ಕೋಟಿನ ಮೇಲೆ ಒಂದು ಪಾರದರ್ಶಕ ಕೋಟನ್ನು ಹಾಕಿಕೊಂಡಿದ್ದ. ತಕ್ಷಣ ಅವನ ಅವತಾರವನ್ನು ನೋಡಿ ಶ್ರೀಧರನಿಗೆ ನಗು ಬಂತು. "ಇದ್ಯಾವ ಸರ್ಜರಿ ಮಾಡೋಕೆ ಹೋಗಿದ್ದೀ" ಎಂದ. "ನಗಬೇಡ. ಇಮ್‌ಪ್ಯಾಕ್ಷನ್. ಯಾರಿಗೋ ಹೊಟ್ಟೆ ಕೆಟ್ಟಿತ್ತು. ಒಂದು ಮಣ ಕ್ಲೀನ್ ಮಾಡಿ ಬಂದಿದೀನಿ, ಈಗ ತಾನೇ" ಅಂದವನೇ ಕೈಯನ್ನು ಚೆನ್ನಾಗಿ ಉಜ್ಜುಜ್ಜಿ ತೊಳೆದ. ಯಾರನ್ನೂ ಕೇಳದೇ ಒಂದು ದೊಡ್ಡ ತುಂಡು ಕೇಕನ್ನು ತಿನ್ನುತ್ತಾ ಅದರ ಮೇಲೆ ಬರೆದ ಅಕ್ಷರಗಳನ್ನು ಓದುತ್ತಾ "ಓ ಬೆತನಿ, ನೀನು ಹೋದ ತಿಂಗಳು 'ಹೃದಯ' ಕೊಟ್ಟಾಕೆ ತಾನೆ?" ಅಂದ ನಗುತ್ತಾ. ಒಂದು ಕ್ಷಣ ಶ್ರೀಧರನಿಗೆ ಅನುಮಾನವಾಯಿತು. "ನಿನಗೆ ಹೇಗೆ ಗೊತ್ತು" ಅಂದ. "ಮರೀ, ನೀನು ಉಳಿಸಿರೋದೇ ಕೆಲವು ಜೀವಗಳು. ಕೆಲವೊಮ್ಮೆ ನೀನು ಮಾಡಿರುವ ಒಳ್ಳೆಯ ಕೆಲಸಗಳೂ ನಿನಗೆ ನೆನಪಿರೋಲ್ಲ, ಅಲ್ವಾ. ಏನ್ಮಾಡ್ತೀ, ಕೆಲವೊಮ್ಮೆ ಜೀವಗಳು ಉಳಿದುಬಿಡ್ತಾವೆ. ಆಗ ಇಂತಾ ಕೇಕುಗಳು ಸಿಗ್ತಾವೆ. ತಿಂದು ಸಂತೋಷಪಡು. ಯಾರದೋ ಹೃದಯ ಕಾಪಾಡಿದ್ದಕ್ಕೆ ನಿನಗೆ ಕೊಲೆಸ್ಟರಾಲ್ ಏರಿಸುವ ಕೇಕು, ಹೇಗಿದೆ ನೋಡು" ಎಂದ.

ಘೂಗೆಗೆ ರಾತ್ರಿಯ ಬೆಟ್ಟಿಯ ಊಟದ ಆಮಂತ್ರಣದ ವಿಷಯವನ್ನೇ ಹೇಳಲು ಆತನನ್ನು ಇಲ್ಲಿಯವರೆಗೆ ಕರೆಸಿದ್ದು. ಆದರೆ, ಈಗ ಯಾಕೋ ಈ ವಿಷಯವನ್ನು ಘೂಗೆಗೆ ಹೇಳಬೇಕೋ ಇಲ್ಲವೋ ಗೊತ್ತಾಗಲಿಲ್ಲ. ಶ್ರೀಧರ ಯೋಚಿಸುವ ಹೊತ್ತಿಗೆ ಘೂಗೆಗೆ ಇನ್ನೊಂದು ಬೀಪ್ ಬಂತು. ಇನ್ನೊಂದು ತುಂಡು ಕೇಕನ್ನು ಬಾಯಲ್ಲಿ ತುಂಬಿಕೊಂಡು ಹೊರಗೆ ಓಡಿದ.

ಸರಿ, ಏನೂ ಯೋಚಿಸಬಾರದೆಂದುಕೊಂಡು ಊಟಕ್ಕೆ ಹೋಗಬೇಕೆಂದು ಸಿದ್ಧನಾದ. ಬೆಟ್ಟಿ ಕರೀಕಪ್ಪನೆಯ ಸ್ಕರ್ಟೊಂದನ್ನು ಹಾಕಿಕೊಂಡು ಬಂದಿದ್ದಳು. ಕೆಂಗೂದಲನ್ನು ಹಿಂದೆ ಬಿಟ್ಟಿದ್ದಳು. ತೋಳಿಲ್ಲದ ಅವಳ ಸ್ಕರ್ಟಿನಲ್ಲಿ ಅವಳ ಭುಜಗಳು ಸ್ಫುಟವಾಗಿ ಕಾಣುತ್ತಿದ್ದವು. ಭುಜದ ಮೇಲೆ ಮತ್ತು ಕೆನ್ನೆಯ ಮೇಲೆ ಬಂಗಾರದ ಬಣ್ಣದ ಕೂದಲು ತೆಳುವಾಗಿ ಕಾಣುತ್ತಿದ್ದವು. ಮೇಲಿನಿಂದ ಕೆಳಗೆ ಒಮ್ಮೆ ನೋಡಿದ. ಹೊಟ್ಟೆಯ ಭಾಗವನ್ನು ಒಮ್ಮೆ ದಿಟ್ಟಿಸಿ ನೋಡಿದ. ಪ್ರತಿಬಾರಿ ನೋಡಿದಾಗಲೂ ಅದರಿಂದ ಬೆರಗಾಗುತ್ತಿದ್ದ.

"ಇವತ್ತು ನೀನು ಚೆನ್ನಾಗಿ ಕಾಣಿಸುತ್ತಿದ್ದೀಯ" ಎಂದ.

"ಥಾಂಕ್ಸ್" ಎಂದಳು.

ಕಾರು ಯಾವ ಸದ್ದೂ ಇಲ್ಲದೆ ಮುಂದೆ ನಡೆದಿತ್ತು. ಒಳಗೆ ಸಣ್ಣಗೆ ಬಿಸಿಗಾಳಿ ಬರುತ್ತಿತ್ತು. ಮುಂದೆ ಡ್ಯಾಶ್‌ಬೋರ್ಡಿನ ಮೇಲೆ ಒಂದು ಸಣ್ಣ ಹಾರುವ ಹದ್ದಿನ ಚಿತ್ರವಿತ್ತು.

ಪಕ್ಕದಲ್ಲಿ ಮೂರು ನಕ್ಷತ್ರಗಳಿದ್ದವು. ಶ್ರೀಧರ ಕೂತಿದ್ದ ಪ್ಯಾಸೆಂಜರ್ ಸೀಟಿನ ಮೇಲ್ಭಾಗದಲ್ಲಿ ಸೀಟುಬೆಲ್ಟಿನ ಸುರಕ್ಷತೆ, ಅಸುರಕ್ಷತೆಗಳನ್ನು ಹೇಳುವ ಹೇಳಿಕೆಯ ಪಕ್ಕದಲ್ಲಿ ಬೆಟ್ಟಿಯ ಕುಟುಂಬದ ಒಂದು ಚಿತ್ರವಿತ್ತು.

"ಸೀಟು ಬೆಲ್ಟು ಕಟ್ಟಿಕೋ, ಮರೆಯದೇ" ಅಂದಳು, ಬೆಟ್ಟಿ.

ಸುಮ್ಮನೇ ನಕ್ಕ, ಶ್ರೀಧರ. ಬೆಲ್ಟು ಕಟ್ಟಿಕೊಂಡ.

ಯಾವುದೋ ಒಂದು ಉಡುಪಿ ರೆಸ್ಟುರೆಂಟ್ ಎಂದು ಹೆಸರಿದ್ದ ಒಂದು ಕತ್ತಲೆಯ ದೊಡ್ಡ ರೂಮಿನ ಒಂದು ಪಕ್ಕದಲ್ಲಿ ಕೂತಿದ್ದರು. ಅವನಿಗೆ ಇವತ್ತು ಮಸಾಲೆ ದೋಸೆ ತಿನ್ನಬೇಕೆನಿಸಿತ್ತು. ಒಂದು ಮಸಾಲೆ ದೋಸೆ, ಬೆಣ್ಣೆ ಹಚ್ಚಿದ್ದು ಎಂದು ಒತ್ತಿ ಹೇಳಿದ. ಒಂದು ತಾಜಮಹಲ್ ಬಿಯರನ್ನು ತೆಗೆದು ಅದರ ನೊರೆಯನ್ನೇ ನೋಡುತ್ತಾ ಕೂತಿದ್ದ. ಬೆಟ್ಟಿ ಬಹಳ ಆಸಕ್ತಿಯಿಂದ ಮೆನುಕಾರ್ಡನ್ನು ನೋಡಿ ಕೊನೆಗೆ ತಾನು ಪೂರಿಯನ್ನು ತಿನ್ನುತ್ತೇನೆ ಎಂದಳು. ಇಟಾಲಿಯನ್ ಊಟದಿಂದ ಉಡುಪಿಯ ಊಟಕ್ಕೆ ಬೆಟ್ಟಿ ಒಗ್ಗಿಕೊಂಡಿರುವುದು, ಒಳ್ಳೆಯದಕ್ಕೋ ಕೆಟ್ಟದ್ದಕ್ಕೋ ಗೊತ್ತಾಗಲಿಲ್ಲ.

ಸುತ್ತಲೂ ನೋಡಿದ, ಶ್ರೀಧರ. ಜಾಸ್ತಿ ಜನ ಇರಲಿಲ್ಲ, ರೆಸ್ಟುರೆಂಟಿನಲ್ಲಿ. ಎದುರಿನ ಟೇಬಲ್ಲಿನಲ್ಲಿ, ಸುಮಾರು ನಲವತ್ತು ವಯಸ್ಸಿನಾತ, ಅವನ ಎರಡೂ ಮಕ್ಕಳನ್ನು ಸಂತೈಸಲು ಪ್ರಯತ್ನ ಮಾಡುತ್ತಿದ್ದ. ಪಕ್ಕದಲ್ಲಿ ಇನ್ನೊಬ್ಬ ಬಂಗಾರದ ಕೂದಲಿನ ಅವನಷ್ಟೇ ವಯಸ್ಸಿರಬಹುದಾದಾಕೆ, ಟೇಬಲ್ಲಿನ ತುಂಬಾ ತುಂಬಿದ್ದ ಒಂದು ಪೇಪರ್ ದೋಸೆಯನ್ನು ತಿನ್ನುತ್ತಿದ್ದಳು. ಒಂದು ಅಥವಾ ಎರಡು ವರ್ಷದ್ದಿರಬಹುದು, ಮಗು ಒಂದು ಎತ್ತರದ ಕುರ್ಚಿಯ ಮೇಲೆ ಕೂತು ಒಂದು ಸಣ್ಣ ಕಪ್ಪಿನಲ್ಲಿದ್ದ ಟೊಮೇಟೋ ಸೂಪನ್ನು ತನ್ನ ಮೈಮೇಲೆಲ್ಲಾ ಸುರಕೊಂಡು ಕುಡಿಯುತ್ತಿತ್ತು. ಇನ್ನೊಂದು ಕೈಗೂಸು, ಅದನ್ನು ಅಪ್ಪ ಎತ್ತಿಕೊಂಡು ಸಂತೈಸುತ್ತಿದ್ದ.

"ಜ್ಯಾಕ್ ಮತ್ತು ಮಿಸೆಸ್ ಬೆನೆಟ್ ಏನನ್ನುತ್ತಾರೆ?" ಎಂದಳು, ಬೆಟ್ಟಿ.

ಸುಮ್ಮನೇ ನಕ್ಕ. ಬಿಯರನ್ನು ಗುಟುಕರಿಸಿದ. "ಅವರೇನೂ ಹೇಳಿಲ್ಲ. ಎಲ್ಲವನ್ನೂ ಅವರ ಲಾಯರೇ ಹೇಳ್ತಾ ಇದಾನೆ."

"ಈಗ ಎಲ್ಲಿಯ ತನಕ ಬಂದಿದೆ." ಎಂದಳು, ತನ್ನ ಮಾವಿನ ಲಸ್ಸಿಯನ್ನು ಕುಡಿಯುತ್ತಾ.

"ನಾನು ಇನ್ನೂ ಯಾವ ಲಾಯರನ್ನೂ ನೋಡಿಲ್ಲ. ನನ್ನಿಂದ ಈ ಲಾಯರುಗಳ ಫೀಸನ್ನು ಭರಿಸಲಿಕ್ಕೆ ಆಗುತ್ತಾ ಅನ್ನೋದೇ ನನ್ನ ಅನುಮಾನ. ನನಗೆ ಈಗ ಸಿಕ್ಕಿರುವ ಮಾಹಿತಿಗಳ ಪ್ರಕಾರ ನಾನು ಏನು ಮಾಡಿದರೂ ನನಗೆ ಗೆಲುವಿಲ್ಲ ಅಂತ ಅನಿಸುತ್ತದೆ"

"ಎರಡೂ ಕಡೆಯ ಇನ್ಸೂರೆನ್ಸ್ ಕಂಪನಿಗಳು ಏನು ಹೇಳುತ್ತವೆ?"

“ನನ್ನ ಇನ್ಶೂರೆನ್ಸ್ ಕಂಪೆನಿ, ನಾನು ಸೀಟುಬೆಲ್ಟು ಹಾಕಿಲ್ಲವಾದ್ದರಿಂದ ನನ್ನದೇ ತಪ್ಪು ಮತ್ತು ಅವರು ಯಾವ ರೀತಿಯ ಜವಾಬ್ದಾರಿಯನ್ನು ತೆಗೆದುಕೊಳ್ಳುವುದಕ್ಕೆ ತಯಾರಿಲ್ಲ ಎಂದು ಹೇಳಿದ್ದಾರೆ. ನನಗೆ ಬಂದು ಹೊಡೆದಿರೋಳು ಹದಿನೇಳರ ಹುಡುಗಿ, ಅವಳ ಕಾರಿಗೆ ಇನ್ಶೂರೆನ್ಸ್ ಇರಲಿಲ್ಲ.”

“ಮತ್ತೆ ನಿನ್ನ ಮುಂದಿನ ದಾರಿ?”

“ಗೊತ್ತಿಲ್ಲ, ಕೋರ್ಟಿಗೆ ಹೋಗಿ ಜಡ್ಜ್ ಏನು ಹೇಳ್ತಾನೆ ಅಂತ ನೋಡೋದು ಅಂತ ಮಾಡಿದ್ದೀನಿ. ಒಂದು ವೇಳೆ ನಾನು ಮಾಡಿರೋದು ಅಷ್ಟು ದೊಡ್ಡ ತಪ್ಪು ಅಲ್ಲ ಅಂತ ಸಾಬೀತಾದರೆ, ನನ್ನ ದಂಡ ಕಡಿಮೆಯಾಗಬಹುದಲ್ಲವೆ?”

ಬೆಟ್ಟಿ ಏನೂ ಮಾತಾಡಲಿಲ್ಲ. ಆಕೆ ಫೋರ್ಕು ಮತ್ತು ಚಮಚದಿಂದ ಪೂರಿ ತಿನ್ನುವುದನ್ನು ನೋಡಿ ಏನೋ ಹೊಸದಾಗಿ ನೋಡಿದವನಂತೆ ವಿಸ್ಮಯಗೊಂಡು ನಕ್ಕ.

“ನಿಮ್ಮ ಪೂರಿಗಳು ನನಗೆ ಇಷ್ಟ. ನಿಮ್ಮನೇಲಿ ಮಾಡ್ತಾರ?”

“ಮಾಡ್ತಾರೆ” ಎಂದ.

“ಶ್ರೀ, ನೀನು ತಪ್ಪಿತಸ್ಥ ಅಲ್ಲ ಅಂತ ಜಡ್ಜ್ ನಿರ್ಧಾರ ಮಾಡಬಹುದು ಎಂದು ನೀನು ನಿಜವಾಗಿ ತಿಳಕೊಂಡಿದೀಯ?”

“ನಾನು ತಪ್ಪು ಮಾಡಿಲ್ಲ”

“ಸೀಟುಬೆಲ್ಟು ಹಾಕ್ಕೊಳ್ಳೋದನ್ನು ಮರೆತಿದ್ದೀಯ, ಹಾಕ್ಕೊಳ್ಳಿ ಅಂತ ಹೇಳೋದನ್ನು ಮರೆತಿದ್ದೀಯ”

“ಅದಕ್ಕೆ ದಂಡ ಹಾಕಲಿ, ಬೇಕಾದರೆ”

“ಆದರೆ, ಅದರಿಂದ ಜ್ಯಾಕ್ ಮತ್ತು ಬೆನೆಟ್‌ಗೆ ದೀರ್ಘ ಕಾಲದ ನೋವು ಮತ್ತು ಸಫರಿಂಗ್ ಆಗಿದೆಯಲ್ಲಾ” ಅಂದಳು, ನಗುತ್ತಾ.

“ಹೌದು” ಎಂದ ಇನ್ನೊಂದು ತಾಜಮಹಲ್ ಬಿಯರನ್ನು ತೆಗೆಯುತ್ತಾ. ಈಗ ನಗುವುದನ್ನು ಬಿಟ್ಟು ಬೇರೆ ಏನೂ ಮಾಡದ ಸ್ಥಿತಿಯಲ್ಲಿದ್ದೇನೆ ಅಂದುಕೊಂಡಿದ್ದ.

ಎದುರಿಗೆ ಕೂತ ಮಗು ರಚ್ಚೆ ಹಿಡಿದು ಅಳಹತ್ತಿತು. ಆ ಮನುಷ್ಯ ಮಗುವನ್ನು ಎತ್ತಿ ಆ ಹೆಂಗಸಿನ ಚೀಲದಿಂದ ಒಂದು ಬಾಟಲನ್ನು ತೆಗೆದು ಹಾಲು ಕುಡಿಸುವುದಕ್ಕೆ ಪ್ರಯತ್ನ ಮಾಡುತ್ತಿದ್ದ. ಇನ್ನೊಂದು ಮಗು ತಾನು ತಿನ್ನಬೇಕಾದ್ದನ್ನೆಲ್ಲಾ ತಿಂದು ಮುಗಿಸಿ ಏನೋ ಕುಡಿಯುತ್ತಿತ್ತು. ಆ ಹೆಂಗಸು ಆದಷ್ಟು ಬೇಗ ತಿನ್ನುವ ಪ್ರಯತ್ನ ಮಾಡುತ್ತಾ “ಒಂದು ನಿಮಿಷ, ಹನಿ” ಎಂದಳು. ಈತ ಮಗುವನ್ನು ಸಮಾಧಾನ ಮಾಡಲು ಪ್ರಯತ್ನಿಸುತ್ತಾ “ನಿಧಾನವಾಗಿ ಆಗಲಿ, ಹನಿ” ಎಂದ.

ಯಾಕೋ ಆ ಮನುಷ್ಯ ಪ್ರಪಂಚದ ಗಂಡಸರಲ್ಲೆಲ್ಲಾ ಅತಿ ದುಃಖೀ ಮನುಷ್ಯ ಎನ್ನಿಸಿತ್ತು, ಶ್ರೀಧರನಿಗೆ.

ಊಟ ಮುಗಿದಿತ್ತು. ಬೆಟ್ಟಿ ತಾನೇ ದುಡ್ಡು ಕೊಟ್ಟಳು. ಹೊರಗೆ ಬಂದ ಮೇಲೆ "ಇಲ್ಲಿಂದ ನಿನಗೆ ಟ್ಯಾಕ್ಸಿ ತೆಗೆದುಕೊಂಡು ಮನೆಗೆ ಹೋಗೋಕ್ಕೆ ಆಗುತ್ತಾ. ನನಗೆ ಸ್ವಲ್ಪ ಕೆಲಸವಿದೆ" ಅಂದಳು.

ಶ್ರೀಧರ ಏನೂ ಮಾತಾಡಲಿಲ್ಲ. ಹೊರಡುವ ಮುನ್ನ ಕೆನ್ನೆಗೊಂದು ಮುತ್ತಿಟ್ಟು ಅವನ ಕೈಯನ್ನು ತೆಗೆದುಕೊಂಡು ತನ್ನ ಹೊಟ್ಟೆಯ ಮೇಲೆ ಇಟ್ಟುಕೊಂಡಳು. "ದೇವರ ದಯದಿಂದ ಈ ಮಗು ನಿನ್ನ ಹಾಗಿದ್ದರೆ ಎಷ್ಟು ಚೆನ್ನಾಗಿರುತ್ತದೆ" ಅಂದಳು. ಶ್ರೀಧರ ಮತ್ತೊಮ್ಮೆ ನಕ್ಕ.

ಸೀದಾ ಟ್ಯಾಕ್ಸಿ ಹಿಡಿದು ಮನೆಗೆ ಬಂದ. ಮನೆಗೆ ಬಂದಾಗ ಅವನ ಚಿಕ್ಕ ಉತ್ತರಿಸುವ ಮಶೀನಿನ ದೀಪ ಹೊತ್ತುಕೊಂಡಿತ್ತು. ಫೋನು ಯಾರದಿರಬಹುದೆಂದೇ ಊಹಿಸಿಕೊಂಡು ನಂಬರನ್ನು ನೋಡಿದ. ಮೊದಲ ಮೂರು ನಂಬರುಗಳು ಮಾತ್ರ ರಶ್ಮಿಯ ನಂಬರಿಗೆ ಹೋಲುತ್ತಿದ್ದವು. ಸ್ವಲ್ಪ ಆಶ್ಚರ್ಯಗೊಂಡು ಮಶೀನನ್ನು ಚಾಲೂ ಮಾಡಿದ. ಅದು ಪಶ್ಚಿಮ ಕರಾವಳಿಯ ಯಾವುದೋ ಒಂದು ಪೋಲಿಸ್ ಸ್ಟೇಶನ್‌ನಿಂದ ಬಂದಿತ್ತು.

* * * * *

ಬಿಳಿಯ ಚಾದರ

"ನಿನ್ನ ಸಂಪರ್ಕಿಸೋದಕ್ಕೆ ಕಳೆದ ಎರಡು ದಿನಗಳಿಂದ ಪ್ರಯತ್ನ ಪಡುತ್ತಾ ಇದೀವಿ. ನಮಗೆ ಸಿಕ್ಕಿದ್ದು ಎರಡೇ ನಂಬರು. ನಿನ್ನ ಮನೆಯ ನಂಬರಿಗೆ ಮೆಸೇಜು ಬಿಟ್ಟಿದ್ದೆವು ಇನ್ನೊಂದು ನಿನ್ನ ಮೊಬೈಲು ಹೌದೋ ಅಲ್ಲವೋ ಗೊತ್ತಿಲ್ಲ. ಅದು ಏನು ಮಾಡಿದರೂ ಕೆಲಸ ಮಾಡುತ್ತಿಲ್ಲ. ನಾವು ಯಾರನ್ನೂ ಹೇಳದೇ ಕೇಳದೇ ಏನೂ ಮಾಡುವಂತಿಲ್ಲ. ಶವ ಮಾರ್ಚರಿಯಲ್ಲಿದೆ. ಕೆಲವೊಂದು ಪ್ರೊಸೀಜರುಗಳಿವೆ. ಅದು ಮುಗಿದ ಬಳಿಕ ನಿನ್ನ ಐಡೆಂಟಿಫಿಕೇಷನನ್ನು ಅಧಿಕೃತವಾಗಿ ಪಡೆದು ಶವವನ್ನು ನಿನಗೆ ಒಪ್ಪಿಸ್ತೀವಿ. ಅದಕ್ಕೋಸ್ಕರವೇ ನಿನ್ನ ಬರ್ತ್ ಸರ್ಟಿಫಿಕೇಟನ್ನು ತೆಗೆದುಕೊಂಡು ಬಾ ಅಂತ ಹೇಳಿದ್ದು. ಇಬ್ಬರ ಬರ್ತ್ ಸರ್ಟಿಫಿಕೇಟಲ್ಲೂ ಒಂದೇ ಅಪ್ಪ ಅಮ್ಮನ ಹೆಸರು ಇದೆಯಾದ್ದರಿಂದ ಪರವಾಗಿಲ್ಲ. ನೋಡೋಣ, ಆ ಹುಡುಗಿಯ ಮನೆಯಲ್ಲಿ ಏನಾದರೂ ಇದೆಯಾಂತ. ಎಲ್ಲಾ ಸರಿಹೋದರೆ, ನಾಳೆಯ ಒಳಗೆ ಶವವನ್ನು ನಿನ್ನ ಸುಪರ್ದಿಗೆ ಒಪ್ಪಿಸುತ್ತೇವೆ. ಆಮೇಲೆ, ನಿಮ್ಮ ವಿಧಿಗಳ ಪ್ರಕಾರ ನೀನು ಸಂಸ್ಕಾರ ಮಾಡ್ಕೋಬಹುದು. ಅವಳು ಕೆಲಸ ಮಾಡೋ ಆಫೀಸಲ್ಲಿ ನಮಗೆ ಸಿಕ್ಕ ಮಾಹಿತಿಯ ಪ್ರಕಾರ ಆಕೆಗೆ ನಿನ್ನನ್ನು ಬಿಟ್ಟರೆ ಬೇರೆ ಯಾರೂ ಹತ್ತಿರದ ಬಂಧುಗಳು ಇಲ್ಲಾಂತ ಕಾಣುತ್ತೆ. ಅದೊಂದು ಕಾರಣಾ ಸಾಕು, ನಾವು ನಿನಗೆ ಶವವನ್ನು ಒಪ್ಪಿಸೋಕ್ಕೆ. ಈ ಕೌಂಟಿಯ ಬಜೆಟ್ ಕಮ್ಮಿ ಮಾಡೋಕೆ, ಸರ್ಕಾರ ಅವ್ರಾಗ್ರವೇ ಯಾರದೂ ಅಂತ್ಯಕ್ರಿಯೇನ ಮಾಡೋಕೆ ಒಪ್ಕೊಳ್ಳಲ್ಲ. ನೀನು ಮತ್ತು ಸತ್ತ

ಹುಡುಗಿ, ಒಂದೇ ಎತ್ನಿಸಿಟಿ. ನಿನ್ನ ಫೋನು ನಂಬರು ಆಕೆಯ ಡೈರಿಯಲ್ಲಿತ್ತು. ನೀವಿಬ್ಬರೂ ಅವಳಿ ಜವಳಿ ಅಂತೀಯ. ಅವಳ ಬರ್ತ್ ಸರ್ಟಿಫ್ಲಿಕೇಟಿಗೆ ಮತ್ತು ನಿನ್ನದಕ್ಕೆ ಸರಿಯಾಗಿ ಎಲ್ಲ ಹೊಂದಿಕೊಳ್ಳುತ್ತೆ. ಆದ್ದರಿಂದ ಶವವನ್ನು ನಿನ್ನ ಜವಾಬ್ದಾರಿಗೆ ಕೊಡುವುದಕ್ಕೆ ಏನೂ ತೊಂದರೆ ಆಗಬಾರದು ಅಂತ ಮಾಡಿದೀನಿ. ನಮ್ಮ ಬಾಸನ್ನು ಒಮ್ಮೆ ಕೇಳಿಬಿಡೋಣ. ಆಮೇಲೆ, ಎಲ್ಲ ಕೆಲಸ ಆದ ಮೇಲೆ..." ಒಂದೇ ಸಮ ಮಾತಾಡುತ್ತಲೇ ಇದ್ದ, ಆ ಡೆಪ್ಯುಟಿ. ಶ್ರೀಧರ ಸುಮ್ಮನೇ ಆ ಪೋಲೀಸು ಡೆಪ್ಯುಟಿಯ ಜತೆ ಕಾರಿನಲ್ಲಿ ಕೂತು ಹೋಗುತ್ತಾ ಇದ್ದ. ಅವನು ಹೇಳುತ್ತಿದ್ದುದು ಎಲ್ಲಿಂದಲೋ ಕೇಳಿದಂತೆ ಇತ್ತು.

ಎರಡು ದಿನದ ಹಿಂದೆ ರಶ್ಮಿಯ ಕಾರು ರಸ್ತೆಯ ಬಲಬದಿಯಲ್ಲಿ ನಿಂತಿದ್ದನ್ನು ನೋಡಿ ಪೋಲೀಸ್ ಡೆಪ್ಯುಟಿಯೊಬ್ಬ ಕಾರು ನಿಲ್ಲಿಸಿದ್ದನಂತೆ. ಈ ಕಾರಿನಲ್ಲಿ ಕೂತಿದ್ದವಳು ಮಾತಾಡದೇ ಇರೋದನ್ನು ನೋಡಿ, ಹತ್ತಿರ ಹೋಗಿ ನೋಡಿದಾಗ ರಶ್ಮಿಯ ಶವ ಕಾರಿನಲ್ಲಿ ಸಿಕ್ಕಿತಂತೆ. ವಾರಸುದಾರರು ಯಾರೂ ಸಿಕ್ಕದಿದ್ದಾಗ, ಏನು ಮಾಡಬೇಕೆಂದು ತಿಳಿಯದೇ, ರಶ್ಮಿಯ ಡ್ರೈವಿಂಗ್ ಲೈಸೆನ್ಸಿನಲ್ಲಿದ್ದ ವಿಳಾಸಕ್ಕೆ ಹೋಗಿ ಮನೆಯ ಬಾಗಿಲನ್ನು ತೆಗೆದು ನೋಡಿದಾಗ ಅಲ್ಲಿ ಸಿಕ್ಕ ಡೈರಿಯಲ್ಲಿ ಸಿಕ್ಕ ನಂಬರುಗಳಲ್ಲಿ ಎಲ್ಲರನ್ನೂ ಸಂಪರ್ಕಿಸಲು ಪ್ರಯತ್ನ ಮಾಡಿದ್ದರಂತೆ. ಆದರೆ, ರಶ್ಮಿಯ ಆಫೀಸಿನಲ್ಲಿ ಶ್ರೀಧರನನ್ನು ಸಂಪರ್ಕಿಸಬೇಕೆಂದು ಹೇಳಿದಾಗ ಶ್ರೀಧರನಿಗೆ ಫೋನುಗಳನ್ನು ಮಾಡಲು ಪ್ರಯತ್ನ ಮಾಡಿದರಂತೆ. ಎಲ್ಲಾ ಕಡೆ ಮೆಸೇಜುಗಳನ್ನು ಬಿಟ್ಟಮೇಲೆ, ಉತ್ತರವಾಗಿ ಶ್ರೀಧರನೇ ಮೊದಲು ಫೋನು ಮಾಡಿದವನಂತೆ. ಇದು ಕೊಲೆಯಾಗಿದ್ದರಿಂದ ಕಾರನ್ನು ಪೋಲೀಸಿನವರು ವಶಪಡಿಸಿಕೊಂಡು ದೇಹವನ್ನು ಮರಣೋತ್ತರ ಪರೀಕ್ಷೆಗೆ ಕಳಿಸಿದ್ದರಂತೆ.

ಏಳಿಂಚು ಆಳದ ಇರಿದ ಗುರುತಿತ್ತು, ಬೆನ್ನಲ್ಲಿ. ಬಲಗಡೆಯ ಕಿಡ್ನಿ, ಕರುಳು ಮತ್ತು ಪಿತ್ಥಕೋಶಕ್ಕೆ ಮಾರಣಾಂತಿಕವಾಗಿ ಪೆಟ್ಟಾಗಿತ್ತು. ಸಿಕ್ಕಾಪಟ್ಟೆ ರಕ್ತಸ್ರಾವವಾಗಿ ಸತ್ತಿದ್ದಾಳೆಂದು ಮರಣೋತ್ತರ ಪರೀಕ್ಷೆಯಲ್ಲಿ ವರದಿಯಾಗಿತ್ತು. ಶ್ರೀಧರನಿಗೆ ಗೊತ್ತಿದ್ದ ಹಾಗೆ ರಶ್ಮಿಗೆ ಯಾರಾದರೂ ಶತ್ರುಗಳಿದ್ದರೇ ಎಂದು ಕೇಳಿದ, ಆ ಪೋಲೀಸ್.

ಸುಮ್ಮನೆ ತಲೆಯಾಡಿಸಿದ, ಶ್ರೀಧರ.

"ಈಗ ನೇರವಾಗಿ ಮಾರ್ಚರಿಗೆ ಹೋಗುತ್ತಿದ್ದೇವೆ. ಆಕೆಯ ಅಂತ್ಯಸಂಸ್ಕಾರಕ್ಕೆ ಏನಾದರೂ ವ್ಯವಸ್ಥೆ ಮಾಡಿದ್ದೀಯಾ?"

ಅರ್ಥವಾಗಲಿಲ್ಲ, ಶ್ರೀಧರನಿಗೆ.

"ಸಾಮಾನ್ಯವಾಗಿ ಸತ್ತಾಗ ಮುಂದಿನ ಕ್ರಿಯೆಗಳನ್ನು ಎಲ್ಲಿ ಮಾಡಬೇಕೆಂದು ಮೊದಲೇ ನಿರ್ಧರಿಸಿರುತ್ತಾರೆ. ಇಂತ ಕಡೆ, ಇಂತ ತರಾ ಮಾಡಬೇಕೆಂದು ರಶ್ಮಿಯೇನಾದರೂ ಅಪೇಕ್ಷಿಸಿದ್ದಳಾ" ಎಂದು ಕೇಳಿದ.

"ನನಗೆ ಅದರ ಬಗ್ಗೆ ಸರಿಯಾಗಿ ಗೊತ್ತಿಲ್ಲ ಮತ್ತು ನಾನು ಅದರ ಬಗ್ಗೆ ಯೋಚನೆಯನ್ನೂ ಮಾಡಿಲ್ಲ" ಎಂದ ಶ್ರೀಧರ.

"ನೀನು ಈಗ ಮಾಡಬೇಕಾಗಿರುವ ಮೊದಲ ಯೋಚನೆಗಳಲ್ಲಿ ಅದೂ ಒಂದು" ಅಂದ, ಆ ಪೋಲೀಸ್. "ಸರಿ, ಈಗ ಒಳಗೆ ಹೋಗೋಣ. ನೀನು ಧನ್ವಂತ್ರಿ ಅಂತ ಹೇಳಿದ್ದೀಯ. ಆದ್ದರಿಂದ, ಸತ್ತ ದೇಹಗಳನ್ನು ನೋಡುವುದಕ್ಕೆ ನಿನಗೆ ವಿಶೇಷವಾದ ಭಯವೇನೂ ಇಲ್ಲ ಅಂದುಕೋತೀನಿ." ಆ ಪೋಲೀಸಿನವನು ಮಾತಾಡುತ್ತಲೇ ಇದ್ದ.

ಮಾರ್ಚರಿಗೆ ಹೋಗಿ, ಶ್ರೀಧರ ಟೆಲಿವಿಷನ್ನಿನ ಯಾವುದೋ ಶೋಗಳಲ್ಲಿ ನೋಡಿದಂತಿದ್ದ ದೊಡ್ಡ ಮರದ ಕಪಾಟಿನಿಂದ ರಶ್ಮಿಯ ದೇಹವನ್ನು ತೆಗೆದು ಹೊರಗೆ ಟ್ರಾಲಿಯ ಮೇಲೆ ಮಲಗಿಸಿದರು.

"ನೀನು ಈ ದೇಹವನ್ನು ರಶ್ಮಿಯದು ಎಂದು ಗುರುತಿಸಬಲ್ಲೆಯಾ" ಕೇಳಿದ, ಆ ಪೋಲೀಸಿನವ.

ಒಮ್ಮೆ ರಶ್ಮಿಯತ್ತ ನೋಡಿದ, ಶ್ರೀಧರ. ಕುತ್ತಿಗೆಯ ತನಕ ಒಂದು ಬಿಳಿಯ ಚಾದರವನ್ನು ಹೊದಿಸಿ ಮಲಗಿಸಿದ್ದರು. ಕೂದಲನ್ನು ಹಿಂದೆ ಇಳಿಬಿಟ್ಟಿದ್ದರು. ಭುಜ ಬೆತ್ತಲಾಗಿತ್ತು. ಕಣ್ಣುಗಳೆರಡೂ ಅರ್ಧ ಮುಚ್ಚಿಕೊಂಡಿದ್ದವು. ಬಣ್ಣವೊಂದು ಹಾಗೆಯೇ ಇದ್ದಿದ್ದರೆ, ಅವಳು ರಶ್ಮಿ ಅಲ್ಲ ಎಂದು ಹೇಳುವುದು ಸಾಧ್ಯವೇ ಇರಲಿಲ್ಲ. ಒಮ್ಮೆ ಅವಳ ಕೈಯನ್ನು ಮೆತ್ತಗೆ ಒತ್ತಿದ. ಆ ಮಂಜಿನಲ್ಲಿ ಇಟ್ಟಿದ್ದರೂ ರಶ್ಮಿಯ ಕೈ ಮೃದುವೆನ್ನಿಸಿತು. ಇನ್ನೊಂದು ಕೈಯನ್ನು ಒತ್ತಿದ. ಅದೂ ಮೆತ್ತಗೆನ್ನಿಸಿತು. ಕಾಲುಗಳೆರಡನ್ನೂ ಒತ್ತಿ ನೋಡಿದ. ಸುಮ್ಮನೇ ರಶ್ಮಿಯ ಕಣ್ಣುಗಳೆರಡನ್ನೂ ನೋಡಿದ. ಕಣ್ಣಿನ ಕೆಳಗೆ ಸ್ವಲ್ಪ ನೀಲಿಗಟ್ಟಿತ್ತು. ಕಿವಿಯಲ್ಲಿ ರಕ್ತ ಹೆಪ್ಪುಗಟ್ಟಿತ್ತು. ಚಾದರವನ್ನು ತೆಗೆಯುವ ಧೈರ್ಯ ಬರಲಿಲ್ಲ.

ಮಾರ್ಚರಿಯ ಪತ್ರಗಳಿಗೆ ಒಂದು ಸಹಿ ಹಾಕಿ, ಮರಣೋತ್ತರ ಪರೀಕ್ಷೆಯ ರಿಪೋರ್ಟಿನ ಪ್ರತಿಯೊಂದನ್ನು ಕೇಳಿದ. ಅದರ ಅಧಿಕೃತ ಪ್ರತಿ ಇನ್ನೂ ತಮಗೆ ಸಿಕ್ಕಿಲ್ಲವೆಂದೂ, ಸಿಕ್ಕ ನಂತರ ಅವನ ವಿಳಾಸಕ್ಕೆ ಕಳುಹಿಸುತ್ತೇನೆಂದು ಹೇಳಿದ. ಶ್ರೀಧರ ಆ ಆಫೀಸಿನಲ್ಲಿದ್ದ ಸೆಕ್ರೆಟರಿ ಸೂಚಿಸಿದ ಫ್ಯೂನರಲ್ ಹೋಮ್‌ನಲ್ಲಿ ರಶ್ಮಿಯ ಅಂತ್ಯಸಂಸ್ಕಾರವನ್ನು ಮಾಡಬೇಕೆಂದೂ, ತಾನು ಅಲ್ಲಿ ಯಾವುದಕ್ಕೂ ನಿಲ್ಲುವುದಿಲ್ಲವೆಂದೂ ಬರೆದುಕೊಟ್ಟು ಸಹಿ ಮಾಡಿದ. ಹಿಂದೂ ವಿಧಿಗೆ ತಕ್ಕಂತೆ ಮಾಡಬೇಕೆಂದರೆ, ತಾನು ತನ್ನ ಧಾರ್ಮಿಕ ಗುರುಗಳನ್ನು ಕರೆತರಬಹುದೆಂದು ಹೇಳಿದರು, ಫ್ಯೂನರಲ್ ಹೋಮಿನವರು. ಆದರೆ, ಶ್ರೀಧರ ಅದರ ಅವಶ್ಯಕತೆಯಿಲ್ಲವೆಂದ. "ಅಮ್ಮ ಇದ್ದಾಳೆ ಅಂತೀಯಾ. ಒಮ್ಮೆ ಫೋನು ಮಾಡಿಬಿಡು" ಅಂದ ಆ ಪೋಲೀಸಿನವನು. ಶ್ರೀಧರ ಮತ್ತೆ ತಲೆಯಲ್ಲಾಡಿಸಿದ.

ಯಾರೋ ಕಿಡಿಗೇಡಿಗಳ ಕೆಲಸ ಇದು. ತಮಗೆ ಇದುವರೆಗೆ ಯಾವ ಅನುಮಾನಾಸ್ಪದ ಅಪರಾಧಿಗಳೂ ಸಿಕ್ಕಿಲ್ಲ ಎಂದೂ ಹೇಳಿದ. ರಶ್ಮಿಯ ಪರ್ಸಿನಲ್ಲಿದ್ದ ದುಡ್ಡು, ಕ್ರೆಡಿಟ್ ಕಾರ್ಡುಗಳು ಮತ್ತು ಅವಳ ವಾಚು, ಮೊಬೈಲು, ಕಾರಿನ ಸ್ಟೀರಿಯೋ ಕಳುವಾಗಿರುವುದರಿಂದ ಇದು ಬಹಳ ನೇರವಾಗಿ ಕಾಣುತ್ತಿದೆಯೆಂದೂ, ಬೇರೆ ಯಾರ ಮೇಲೂ ಅನುಮಾನಪಡಬೇಕೆಂದು ತಮಗೆ ಅನ್ನಿಸಿಲ್ಲವೆಂದೂ ಹೇಳಿದ. ಕಾರಿನಲ್ಲಿ ಕೆಲವು

ಬೆರಳ ಗುರುತುಗಳು ಕಾಣಿಸಿವೆಯೆಂದೂ ಮತ್ತು ಮುಂದಿನ ಗಾಜುಗಳು ಪುಡಿಪುಡಿಯಾಗಿರುವುದರಿಂದ ಕಾರಿನಲ್ಲಿ ಸ್ವಲ್ಪ ಘರ್ಷಣೆಯಾಗಿರಬೇಕೆಂದೂ, ರಶ್ಮಿ ಕಾರಿನಲ್ಲಿ ಯಾವ ರೀತಿಯ ಪ್ರತಿಭಟನೆಯನ್ನೂ ತೋರಿಸದಿದ್ದಲ್ಲಿ, ಪ್ರಾಯಶಃ ಇದು ಬರೀ ಕಳುವಿನ ಕೇಸಾಗಿದ್ದಿರಬಹುದೆಂದೂ ಅನುಮಾನಿಸಿದ. ಆದರೆ, ಪ್ರಾಯಶಃ ದುಡ್ಡು ಹಾಗೂ ಇನ್ನಿತರ ತನ್ನ ಸಾಮಾನುಗಳನ್ನು ರಶ್ಮಿ ಕೊಡಲು ನಿರಾಕರಿಸಿದ್ದರಿಂದ ಈ ರೀತಿಯಾಗಿರಬಹುದೇನೋ ಅಂತಲೂ ಹೇಳಿದ. ಈ ಊರಿನಲ್ಲಿ ಕೇವಲ ಹತ್ತು ಡಾಲರಿಗೂ ಕೊಲೆ ಮಾಡಲು ಹೇಸದಂತಾ ಜನಗಳಿದ್ದಾರೆ ಎಂದೂ ಎಚ್ಚರಿಸಿದ. ಅಪರಾಧಿಗಳು ಸಿಕ್ಕೇ ಸಿಗುತ್ತಾರೆ. ಅದರಲ್ಲಿ ಯಾವ ಅನುಮಾನವೂ ಇಲ್ಲ. ಆದರೆ, ಅಪರಾಧಕ್ಕೆ ಉಪಯೋಗಿಸಿದ ಆಯುಧ ಇಲ್ಲಿ ಮುಖ್ಯಸಾಕ್ಷಿ, ಅದು ಸಿಕ್ಕಿದ ಮೇಲೆ ಏನಿದ್ದರೂ ತಮಗೆ ಈ ಕೇಸಿನಲ್ಲಿ ಮುಖ್ಯವಾದ ಸುಳಿವು ಸಿಕ್ಕುವುದು, ಎಂದ.

"ಆಫೀಸರ್" ಬಹಳ ಹೊತ್ತಿನ ಮೇಲೆ ಒಂದು ಪ್ರಶ್ನೆ ಕೇಳಿದ, ಶ್ರೀಧರ.

"ಯಸ್?"

"ರಶ್ಮಿ ಬಲಾತ್ಕಾರಕ್ಕೇನಾದರೂ ಒಳಗಾಗಿದ್ದಳೆ?" ಎಂದ. ಮುಖದಲ್ಲಿ ಯಾವುದೇ ಭಾವನೆಯಿರಲಿಲ್ಲ.

"ನಮಗೆ ಗೊತ್ತಿರುವ ಪ್ರಕಾರ ಇಲ್ಲ. ಆದರೆ, ಫೊರೆನ್ಸಿಕ್ ಲ್ಯಾಬಿನಿಂದ ಇನ್ನೂ ಅಂತಿಮ ವರದಿ ಬರಬೇಕು. ಆದರೆ, ಒಂದು ವಿಷಯ..." ಎಂದ ಪೋಲೀಸ್ ಅನುಮಾನಿಸುತ್ತಾ.

"ಏನು?" ಎಂದ, ಶ್ರೀಧರ.

"ಏನಿಲ್ಲ, ಅಂತಾ ಮುಖ್ಯವಾದದ್ದೇನಲ್ಲ, ಬಿಡು. ಕಡೆಗೆ ರಿಪೋರ್ಟ್ ಬರುತ್ತದಲ್ಲ. ಆಗ ನಿನಗೊಂದು ಪ್ರತಿ ಕಳಿಸ್ತೀವಿ" ಅಂದ. ಒಂದು ನಿಮಿಷ ಬಿಟ್ಟು "ಒಂದು ವಿಷಯ ಕೇಳಿದರೆ ನಿಮಗೆ ಬೇಜಾರಾಗುವುದಿಲ್ಲವೆ?" ಅಂದ. ಶ್ರೀಧರ "ಇಲ್ಲ, ಹೇಳಿ" ಎಂದಿದ್ದಕ್ಕೆ, "ಇಲ್ಲಿ ಇಷ್ಟೊಂದು ಜನ ಭಾರತೀಯರಿದ್ದಾರೆ. ನಿಮ್ಮ ಅವಳಿ ಅಕ್ಕನಿಗೆ ಯಾರೂ, ಸ್ನೇಹಿತರೂ ಸಂಬಂಧಿಕರೂ ಇರಲಿಲ್ಲವಾ? ಇಂತಾ ಸಮಯದಲ್ಲಿ ನೀನು ಯಾರಾದರೂ ಸ್ನೇಹಿತರ ಅಥವಾ ಸಂಬಂಧಿಕರ ಸಹಾಯವನ್ನು ಉಪಯೋಗಿಸಿಕೊಳ್ಳಬಹುದಲ್ಲ"

ಸುಮ್ಮನಿದ್ದ, ಶ್ರೀಧರ.

"ನೀನು ನಿನ್ನಕ್ಕನಿಗೆ ತುಂಬಾ ಹತ್ತಿರದವ ಅಂತ ಕಾಣುತ್ತೆ. ನಾನೂ ನಿನ್ನ ಪರಿಸ್ಥಿತಿಯಲ್ಲೇ ಇದ್ದೆ, ಹೋದ ವರ್ಷ. ನನ್ನ ತಮ್ಮ ಕೊಲರೆಡೋದಲ್ಲಿದ್ದ. ಇದ್ದಕ್ಕಿದ್ದಂತೆ ಸತ್ತ. ನಾನೂ ಅವನೂ ತುಂಬಾ ಕ್ಲೋಸ್ ಆಗೇನೂ ಇರಲಿಲ್ಲ, ಬಿಡು. ಸುದ್ದಿ ಇದ್ದದ್ದು, ಆತ ಯದ್ವಾತದ್ವಾ ಕುಡಿಯುತ್ತಿದ್ದ ಅಂತ. ಅವನಿಗೆ ಹಿಂದೆ ಮುಂದೆ ಯಾರೂ ಇರಲಿಲ್ಲ. ಆತ ಸತ್ತ ಮೇಲೆ ನನಗೂ ಇದೇ ರೀತಿ ಒಂದು ಫೋನು ಬಂದಿತ್ತು. ನನಗೂ ಅವನಿಗೂ

ಯಾವ ರೀತಿಯ ಸಂಬಂಧವೂ ಇಲ್ಲ ಅಂತ ಹೇಳಿಬಿಟ್ಟೆ. ಬದುಕಿದಾಗಲೇ ಇಲ್ಲದ ಸಂಬಂಧ ಸತ್ತ ಮೇಲೆ ಹೇಗೆ ಬರುತ್ತದೆ, ಹೇಳು" ಎಂದ.

ಶ್ರೀಧರನಿಗೆ ಇನ್ನು ಅಲ್ಲಿರಲಾಗಲಿಲ್ಲ. ಎಲ್ಲ ಪತ್ರಗಳಿಗೂ ಸಹಿ ಹಾಕಿ, ಆಫೀಸಿನಲ್ಲಿ ಇಟ್ಟ. ಆ ಪೋಲೀಸು ಕೊಟ್ಟ ರಶ್ಮಿಯ ಕಾರಿನ ಕೀಲಿಗೊಂಚಲನ್ನು ಕೈಯಲ್ಲಿ ಹಿಡಿದು ಹೊರಬಂದ. ಅಲ್ಲಿಯೇ ನಿಂತಿದ್ದ ಕಾರನ್ನು ಒಮ್ಮೆ ನೋಡಿದ. ಕಾರನ್ನು ಅಲ್ಲಿಯೇ ಬಿಟ್ಟು ಒಂದು ಟ್ಯಾಕ್ಸಿ ಕರೆದು ರಶ್ಮಿಯ ಡ್ರೈವಿಂಗ್ ಲೈಸೆನ್ಸಿನಲ್ಲಿದ್ದ ವಿಳಾಸಕ್ಕೆ ಕರಕೊಂಡು ಹೋಗುವಂತೆ ಕೇಳಿದ.

* * * * *

ರಶ್ಮಿಯ ಮನೆ. ಸಣ್ಣ ಮೂರು ರೂಮಿನ ಮನೆ. ಮನೆಯನ್ನು ಕೊಂಡುಕೊಂಡ ಹೊಸದರಲ್ಲಿ, ಕ್ರಿಸ್‌ಮಸ್‌ಗೆ ಎರಡು ದಿನ ರಜೆ ಹಾಕಿ ಬಾ ಎಂದು ಹೇಳಿದ್ದಳು. ಮನೆ ಕೊಂಡುಕೊಂಡೆ ಎಂದು ಹೇಳಿದಾಕ್ಷಣ ಶ್ರೀಧರ ಕೇಳಿದ್ದು "ಮನೆಗೆ ಎಷ್ಟು ದುಡ್ಡು ಕೊಟ್ಟಿದ್ದೀ" ಎಂದು. ರಶ್ಮಿ, ತಕ್ಷಣ ಹಾಗೆ ಕೇಳಿದ್ದು ಸಭ್ಯತೆ ಅಲ್ಲವೆಂದು ಹೇಳಿದ್ದಾಗ ಶ್ರೀಧರನಿಗೆ ಇನ್ನಿಲ್ಲದ ಸಿಟ್ಟು ಬಂದಿತ್ತು. ಪಾಳಯದಲ್ಲಿ ಕೆಲಸದ ಕಾರಣ ಕೊಟ್ಟು ಕ್ರಿಸ್‌ಮಸ್ ರಜಾಕ್ಕೆ ಬರುವುದನ್ನು ತಪ್ಪಿಸಿದ್ದ.

ಎಷ್ಟೊಂದು ಅವಕಾಶಗಳಿದ್ದವು, ತಾವಿಬ್ಬರೂ ಸುಮ್ಮನೇ ಮಾತಾಡಲು. ವಾರಕ್ಕೊಮ್ಮೆ ಕಡೆಯಪಕ್ಷ ಫೋನಿನಲ್ಲಿಯಾದರೂ ಮಾತಾಡಲು, ವರ್ಷಕ್ಕೊಮ್ಮೆ ಒಂದು ಗ್ರೀಟಿಂಗ್ ಕಾರ್ಡು ಕಳಿಸಲು, ಪಾಳಯದ ಹುಚ್ಚರ ರೋಚಕ ಕಥೆಗಳನ್ನು ಹೇಳಲು, ರಶ್ಮಿಯ ಕವನಗಳ ಬಗ್ಗೆ, ಕಡೆಯ ಪಕ್ಷ ಅವಳ ಲೇಖನದ ಬಗ್ಗೆಯೂ ತಾನು ಮಾತಾಡಿರಲಿಲ್ಲ. ಎಷ್ಟು ಮಾತಾಡಬಹುದಾಗಿತ್ತು!

ಮನೆಯ ಒಳಗೆ ಬಂದ. ಪುಟ್ಟ ಮನೆ. ಮನೆಯ ಲಿವಿಂಗ್ ರೂಮಿಗೆ ಆಕಾಶನೀಲಿಯ ಬಣ್ಣ ಹೊಡೆಸಿದ್ದಳು. ಹೊಸ ಬಣ್ಣದ ವಾಸನೆ ಇನ್ನೂ ಆರಿರಲಿಲ್ಲ. ಮೂಲೆಯಲ್ಲಿ ಹಿತ್ತಾಳೆಯ ಒಂದು ಎತ್ತರದ ದೀಪದ ಕಂಭ. ಇಲ್ಲಿ ಎಲ್ಲಿ ಸಿಕ್ಕಿತೋ ಗೊತ್ತಾಗಲಿಲ್ಲ. ಗೋಡೆಗೆ ಒಂದು ತೆಂಗಿನ ಮರದ ಕೆಳಗೆ ಗುಡಿಸಲಿರುವ ಒಂದು ಅಗ್ಗದ ಚಿತ್ರವನ್ನು ಹಾಕಿದ್ದಳು. ಬಟ್ಟೆಯ ಸೋಫಾಗಳ ಮೇಲೆ ಒಂದು ಕಸೂತಿಯಿರುವ ನೀಲಿಯ ಏಳಡಿ ಸುಮಾರಿನ ಬಟ್ಟೆಯಿತ್ತು. ಒಂದು ಪುಟ್ಟ ಕಪ್ಪು ಬಣ್ಣದ ಮರದ ಕಪಾಟಿನ ಮೇಲೆ ಸಣ್ಣ ಟೆಲಿವಿಷನ್ ಇತ್ತು. ಟೆಲಿವಿಷನ್‌ನ ಮೇಲೆ ಒಂದು ಹನ್ನೆರಡು ವರ್ಷದ ಬಫ್ ತೋಳಿನ, ಜಂಪರ್ ಹಾಕಿ ಕುಂಟಾಬಿಲ್ಲೆಯಾಡುತ್ತಿದ್ದ ರಶ್ಮಿಯ ಫೋಟೋ. ಬಂದು ಆ ಫೋಟೋವನ್ನು ಕೈಗೆ ತೆಗೆದುಕೊಂಡ. ಸುಮ್ಮನೆ ಕೈಯಾಡಿಸಿದಾಗ ಬರೀ ಗಾಜಷ್ಟೇ ಸ್ಪರ್ಶದ ಅನುಭವಕ್ಕೆ ಬಂದಿತು.

ನಾಗಮಂಗಲದಲ್ಲಿರಬೇಕಾದರೆ, ಎದುರು ಮನೆಗೆ ಬಾಡಿಗೆಗೆ ಬಂದಿದ್ದ, ಶಿವೂಮಾಮ. ಎಲ್ಲಿಗೆ ಹೋಗಬೇಕಾದರೂ ಒಂದು ರುಕ್‌ಜಾಕ್ ಬ್ಯಾಗನ್ನು ಹಿಡಿದೇ

ಹೋಗುತ್ತಿದ್ದ. ಕಣ್ಣಿಗೆ ಚಿನ್ನದಂತೆ ಕಾಣುವ ಫ್ರೇಮಿನ ಕನ್ನಡಕ. ಆ ಕನ್ನಡಕ ಕುತ್ತಿಗೆಗೆ ನಿಲ್ಲಲು ಕುತ್ತಿಗೆಗೆ ಒಂದು ಚೈನು. ಬಾಯಲ್ಲಿ ಯಾವಾಗಲೂ ಒಂದು ಸಿಗರೇಟು. ಸಿಕ್ಕಸಿಕ್ಕದ್ದನ್ನೆಲ್ಲಾ ಫೋಟೋ ತೆಗೆಯುತ್ತಿದ್ದ. ಮನೆಯ ಮುಂದೆ ಸಾಲಾಗಿಟ್ಟಿದ್ದ ಬಿಂದಿಗೆಗಳು, ಎದುರುಮನೆ ಆಚಾರಮ್ಮನ ನಾಯಿ, ಪಕ್ಕದ ಜೋಯಿಸರ ಮನೆ ಕಟ್ಟುತ್ತಿದ್ದ ಮೇಸ್ತ್ರಿ, ಸುಡುಬಿಸಿಲಿನಲ್ಲಿ ಅಲ್ಲೇ ಕಟ್ಟಿದ್ದ ಜೋಪಡಿಯಲ್ಲಿ ಹಾಲು ಕೊಡುವ ಮೇಸ್ತ್ರಿಯ ಹೆಂಡತಿ, ತಂತಿಗಳ ನಡುವೆ ಸತ್ತು ಬಿದ್ದ ಒಂದು ಕಾಗೆ, ಹೀಗೇ... ಕರೆದು ಶ್ರೀಧರನಿಗೂ ಫೋಟೋ ತೋರಿಸುತ್ತಿದ್ದ ಆಗಾಗ್ಗೆ. ಒಮ್ಮೆ ಅವನ ರೂಮಿನಲ್ಲಿ ಕೂತು ಶ್ರೀಧರ ಫೋಟೋಗಳನ್ನು ನೋಡುತ್ತಿದ್ದಾಗ ಒಂದಷ್ಟು ಬೆತ್ತಲೆ ಹೆಣ್ಣುಗಳ ಫೋಟೋಗಳೂ ಕಾಣಿಸಿದ್ದವು. ಅದನ್ನು ನೋಡಿದಾಗ, ಶ್ರೀಧರನಿಗೆ ಶಿವೂಮಾಮ ಅತಿ ನೀಚ ಮನುಷ್ಯ ಅನ್ನಿಸಿದ್ದ. ಎಷ್ಟೋ ಇಂಗ್ಲೀಷ್ ಪತ್ರಿಕೆಗಳ ಬಿಡಿಬಿಡಿ ಕತ್ತರಿಸಿದ ತುಂಡುಗಳು, ಅದರಲ್ಲಿ ಪ್ರದರ್ಶಿತವಾದ ಶಿವೂಮಾಮಾನ ಚಿತ್ರಗಳು, ಇವೆಲ್ಲವನ್ನೂ ನೋಡಿದಾಗ ಅವನು ದೊಡ್ಡ ಮನುಷ್ಯ ಇದ್ದರೂ ಇರಬಹುದು ಅನ್ನಿಸಿತ್ತು.

ಒಂದು ದಿನ ಇದ್ದಕ್ಕಿದ್ದಂತೆ ಶಿವೂಮಾಮ ರಶ್ಮಿಯ ಫೋಟೋ ತೆಗೆದಿದ್ದ. ಒಂದು ಮಂಡಿ ಮುಚ್ಚುವ ಸ್ಕರ್ಟ್ ಹಾಕಿ, ಕುಂಟೇಬಿಲ್ಲೆ ಆಡುತ್ತಿದ್ದಾಗ, ಇದ್ದಕ್ಕಿದ್ದಂತೆ ತನ್ನ ಲೂನಾ ನಿಲ್ಲಿಸಿ ಬಂದವನೇ, ಯಾರಿಗೂ ಹೇಳದೇ ಕೇಳದೇ ಆ ಫೋಟೋವನ್ನು ತೆಗೆದಿದ್ದ. ಮೊದಲನೆಯ ಮನೆಯಿಂದ ನಾಲ್ಕನೆಯ ಮನೆಗೆ ಹಾರುತ್ತಿದ್ದಾಳೆ, ರಶ್ಮಿ. ಕಾಲುಗಳೆರಡೂ ನೆಲದ ಮೇಲಿಲ್ಲ. ಎರಡೂ ಗಾಳಿಯಲ್ಲಿ ಮಡಿಸಿಕೊಂಡಿವೆ. ಲಂಗ ಒಂದು ಚೂರೇ ತೊಡೆಯ ಮೇಲೆ ಹಾರಿದೆ. ಅದೂ ಹಾರದಿರಲಿ ಎಂದು ಅದನ್ನು ಕೈಯಲ್ಲಿ ಎರಡೂ ಮಂಡಿಗಳ ಬಳಿ ಹಿಡಿದು ಮುಂದಿನ ಮನೆಯನ್ನು ನೋಡಿ ನಗುತ್ತಿದ್ದಾಳೆ. ಎರಡೂ ಜಡೆಗಳೂ ಮೇಲೆ ಹಾರಿವೆ. ಬೆನ್ನು ಒಂಚೂರು ಬಾಗಿದೆ. ಮುಖದಲ್ಲಿ ಮುಂದಿನ ಮನೆಗೆ ಹಾರುವೆನೋ ಇಲ್ಲವೋ ಎನ್ನುವ ಕಾತರ, ಖುಷಿ, ಆತಂಕ... ಎಲ್ಲವೂ ಇತ್ತು. ಆ ಚಿತ್ರದ ಹಿಂದೆ “The Beauty” ಎಂದು ಒಂಕೊಂಕಿಯಾದ ಅಕ್ಷರಗಳಲ್ಲಿ ಬರೆದಿತ್ತು.

ಮಾರನೆಯ ದಿನ ಶಿವೂಮಾಮ ಆ ಫೋಟೋವನ್ನು ತೆಗೆದುಕೊಂಡು ಬಂದು ಶ್ರೀಧರನ ಅಪ್ಪ, ಅಮ್ಮನಿಗೆ ತೋರಿಸಿದ್ದ. ಯಾವುದೋ ಅಂತರರಾಷ್ಟ್ರೀಯ ಸ್ಪರ್ಧೆಗೆ ಈ ಚಿತ್ರವನ್ನು ಕಳಿಸಬೇಕೆಂದುಕೊಂಡಿದ್ದೇನೆ ಎಂದು ಹೇಳಿದ್ದ. ಈ ಚಿತ್ರ ತಾನು ತೆಗೆದಿರುವ ಇದುವರೆಗಿನ ಎಲ್ಲ ಚಿತ್ರಗಳಲ್ಲಿಯೂ ಅತ್ಯುತ್ತಮವಾದದ್ದೆಂದೂ, ಇದನ್ನು ಕಳಿಸುವ ಮುಂಚೆ ತಮ್ಮ ಒಪ್ಪಿಗೆ ಬೇಕೆಂದೂ ಕೇಳಿದ್ದ. ಅಪ್ಪ ಏನೂ ಮಾತಾಡಿರಲಿಲ್ಲ. ಅಮ್ಮ ಖುಷಿಯಿಂದ ಒಪ್ಪಿಗೆ ಕೊಟ್ಟಿದ್ದಳು. ಶ್ರೀಧರ ಒಳಗಿದ್ದವನು ಇದ್ದಕ್ಕಿದ್ದಂತೆ ಹೊರಗೆ ಬಂದವನೇ, “ನಮ್ಮ ಅಕ್ಕ, ನಿಮ್ಮ ಉಳಿದ ಮಾಡೆಲ್‌ಗಳಂಗೆ ಅಲ್ಲ. ನೀವು ಏನೇ ಹೇಳಿ, ಈ ನಮ್ಮಕ್ಕನ ಫೋಟೋವನ್ನು ಮಾತ್ರ ಎಲ್ಲೂ ಹಾಕಬಾರದು. ಯಾರ್‍ರೀ ಪರ್ಮಿಷನ್ ಕೊಟ್ಟೋರು ನಿಮಗೆ?” ಎಂದವನೇ ಮನೆಯಲ್ಲಿ ಎಲ್ಲರ ಮುಂದೆಯೇ ಆ ಫೋಟೋವನ್ನು ಹರಿದು ಹಾಕಿದ್ದ. ಶಿವೂಮಾಮ “ಅರೆರೆ, ಅದೆಷ್ಟು ಕೋಪ ಬರುತ್ತಯ್ಯ, ನಿನಗೆ. ಅದೇನು ಪ್ರೀತೀನೋ ಹುಡುಗ, ನಿನ್ನಕ್ಕನ ಮೇಲೆ. ನಿನ್ನಕ್ಕನ್ನ ನಾನೇನೂ

ರೂಪದರ್ಶಿಯಾಗಿ ಇಟ್ಟುಕೊಂಡಿಲ್ಲ. ನಾನು ಅಕಸ್ಮಾತ್ ಗೆದ್ದರೆ, ನಿಮ್ಮಕ್ಕನಿಗೆ ನಾನೇನೂ ದುಡ್ಡೂ ಕೊಡುವುದಿಲ್ಲ, ಸರಿಯಾ? ಈ ಹುಡುಗಿಗಿಂತ ಅವಳ ನೆಗೆತ, ಅವಳ ಮುಖದಲ್ಲಿ ಮುಂದೆ ಸಿಗುವ ನಾಲ್ಕಡಿ ಮುಂದಿನ ಗೀಟಿನ ಒಳಗಿರುವ ಮನೆಯೊಳಗೆ ಹಾರಬಹುದೋ ಇಲ್ಲವೋ ಅನ್ನುವ ಟೆನ್‌ಶನ್ ಎಲ್ಲವೂ ಚೆನ್ನಾಗಿ ಸಿಕ್ಕಿದೆ. ಅದನ್ನು ಯಾವ ರೂಪದರ್ಶಿಗೂ ದುಡ್ಡುಕೊಟ್ಟು ತೆಗೆಸೋಕಾಗೊಲ್ಲ, ಗೊತ್ತಲ್ಲ. ಇದು ಅತಿ ನ್ಯಾಚುರಲ್ ಆಗಿ ಬಂದಿರೋ ಚಿತ್ರ. ಇದನ್ನು ಬೇಡ ಅನ್ನಬೇಡ ಕಣಯ್ಯ" ಎಂದು ಅಮ್ಮ ಅಪ್ಪನ ಮುಂದೆಯೇ ಕೇಳಿಕೊಂಡಿದ್ದರೂ ಶ್ರೀಧರ ಜಗ್ಗಿರಲಿಲ್ಲ. "ನನಗೆ ನೀವು ಬೇರೆಲ್ಲ ಎಂಥ ಫೋಟೋ ತೆಗೆದಿರ್ತೀರ ಅಂತ ಗೊತ್ತು" ಅಂದವನೇ, "ನಿಮ್ಮ ಸಹವಾಸವೇ ಸಾಕು" ಎಂದು ತನ್ನ ರೂಮಿಗೆ ಹೋಗಿ ಬಾಗಿಲು ಹಾಕಿಕೊಂಡಿದ್ದ.

ಈ ಚಿತ್ರದ ಪ್ರತಿಯೊಂದು ಶಿವೂಮಾಮನ ಬಳಿ ಇರಬಹುದು ಮತ್ತು ಅದನ್ನು ಆತ ರಶ್ಮಿಗೂ ಕೊಟ್ಟಿರಬಹುದು ಎಂದು ಶ್ರೀಧರ ಯೋಚಿಸಿಯೂ ಇರಲಿಲ್ಲ. ಆ ಚಿತ್ರವನ್ನು ಫ್ರೇಮಿನಿಂದ ಹೊರಗೆ ತೆಗೆದು, ಹಿಂದೆ ನೋಡಿದ. ಅಲ್ಲಿ "The Beauty" ಎಂದಿರುವ ಕಡೆ "The Leap" ಎಂದು ಬರೆದಿತ್ತು. ಕೆಳಗೆ, 'ಪುಟ್ಟ ತಮ್ಮ ನನಗಾಗಿ ಕೈಯೆತ್ತಿದಾಗ' ಎಂದು ರಶ್ಮಿ ಬರೆದಿದ್ದಳು.

ರೂಮಿನಲ್ಲಿ ಒಂದು ದೊಡ್ಡ ನಿಲುವುಗನ್ನಡಿಯಿತ್ತು. ಅದರ ಕೆಳಗೆ ಒಂದು ಪುಸ್ತಕದ ಕಪಾಟು. ಒಂದಿಷ್ಟು ಪುಸ್ತಕಗಳು, ಎಲ್ಲವೂ ಚೆನ್ನಾಗಿ ಜೋಡಿಸಿದ್ದಳು. ಹಾಸಿಗೆಯ ಮೇಲೆ, ಚಾದರಗಳು ದಿಕ್ಕಾಪಾಲಾಗಿ ಬಿದ್ದಿದ್ದವು. ಮಂಚದ ಕೆಳಗೆ, ಒಂದಿಷ್ಟು ಬಟ್ಟೆಗಳು ಬಿದ್ದಿದ್ದವು. ಮೂಲೆಯಲ್ಲಿ ಕಂಪ್ಯೂಟರ್ ಇನ್ನೂ ಚಾಲೂ ಇತ್ತು. ಪಕ್ಕದಲ್ಲಿ ಒಂದು ಸಣ್ಣ ಹೂಜಿ. ಅದರಲ್ಲಿ ಒಂದೇ ಒಂದು ಮೀನು. ನೋಡಿದ ತಕ್ಷಣ ಪಕ್ಕದಲ್ಲೇ ಇದ್ದ ಒಂದು ಸಣ್ಣ ಡಬ್ಬದಲ್ಲಿದ್ದ ಪುಡಿಯನ್ನು ನೀರೊಳಗೆ ಹಾಕಿದ. ಕಂಪ್ಯೂಟರನ್ನು ಆಫ್ ಮಾಡಿದ. ಒಂದೊಂದೇ ಬಟ್ಟೆಗಳನ್ನು ಮಡಿಸಲು ಶುರುಮಾಡಿದ.

ಸೆಲ್‌ಫೋನ್ ಕಿಣಿಕಿಣಿಗುಟ್ಟಿತು. ಘೂಗೆ ಫೋನ್ ಮಾಡಿದ್ದ. "ವಿಷಯ ಕೇಳಿದೆ. ಬಹಳ ಬೇಜಾರಾಯಿತು."

"ಹೂಂ" ಎಂದ, ಶ್ರೀಧರ ಅನ್ಯಮನಸ್ಕನಾಗಿ.

"ನೀನು ಜಾಸ್ತಿ ನಿನ್ನ ಅಕ್ಕನ ಬಗ್ಗೆ ಮಾತಾಡಿರಲಿಲ್ಲ. ಅವಳ ಜತೆ ನಿನ್ನ ಸಂಬಂಧ ಹೇಗಿತ್ತು ಅಂತ ಗೊತ್ತಾಗಿರಲಿಲ್ಲ. ಬೆಟ್ಟಿ ಹೇಳಿದಳು, ಇವತ್ತು ನೀನು ಸ್ಯಾನ್ ಹೋಸೆಗೆ ಹೋಗಿದ್ದೀಯಾಂತ. ಎಲ್ಲವನ್ನೂ ಹೇಗೆ ಒಬ್ಬನೇ ನಿಭಾಯಿಸ್ತಾ ಇದೀಯ. ಬೇಕಾದರೆ ಹೇಳು, ಸಂಕೋಚ ಪಡಬೇಡ. ನಾನು ಬರ್ತೀನಿ"

"ಇಲ್ಲ ಪರವಾಗಿಲ್ಲ, ನಾನು ನೋಡಿಕೋತೀನಿ"

"ಎಲ್ಲಿ ಉಳ್ಕೊಂಡಿದೀಯ"

"ಸದ್ಯಕ್ಕೆ ಯೋಚಿಸಿಲ್ಲ. ಅವಳದೇ ಮನೆಯಿದೆ"

"ಅವಳ ಮನೆಯಲ್ಲೇ ಇರ್ತೀಯ, ಇವತ್ತು ರಾತ್ರಿ?"

"ಹೇಳಿದೆನಲ್ಲ, ಇನ್ನೂ ಯೋಚಿಸಿಲ್ಲ"

"ಸರಿ"

"ಬೆಟ್ಟಿ ಹೇಗಿದ್ದಾಳೆ"

"ಬೇಜಾರು ಮಾಡಿಕೊಂಡಿದ್ದಳು. ನೀನು ಇತರೆ ಕೆಲಸಗಳಲ್ಲಿ ಬ್ಯುಸಿಯಾಗಿರ್ತೀಯ ಅಂತ ನಿನಗೆ ಫೋನು ಮಾಡಿಲ್ಲ, ಆಕೆ. ಬಂದಾದ ಮೇಲೆ ನೋಡಬಹುದು, ಶ್ರೀ. ಹೆದರಬೇಡ. ಎಲ್ಲವೂ ಸರಿಹೋಗುತ್ತೆ. ಹೇಗಾಯ್ತಂತೆ, ಗೊತ್ತಾ?"

"ಯಾರೋ ರಸ್ತೆಯ ಕಿಡಿಗೇಡಿಗಳು ಚಾಕು ಹಾಕಿದ್ದಾರಂತೆ. ಅವಳ ಪರ್ಸಿನಿಂದ ದುಡ್ಡು, ಕ್ರೆಡಿಟ್ ಕಾರ್ಡ್, ಮತ್ತೆ ಕಾರಿನ ಇನ್ನೊಂದಿಷ್ಟು ಸಾಮಾನುಗಳು ಕಳುವಾಗಿವೆಯಂತೆ"

"ನನಗೆ ನಂಬಲಾಗ್ತಾ ಇಲ್ಲ. ಇದೇ ಅಕ್ಕ ಅಲ್ವಾ, ಸಾಪ್ತಾಹಿಕಕ್ಕೆ ಒಂದು ಲೇಖನ ಬರೆದಿದ್ದುದು?"

"ಹೌದು"

"ಇರಲಿ ಬಿಡು ಶ್ರೀ, ಬಂದ ಮೇಲೆ ಮುಂದಿನದನ್ನು ಮಾತಾಡುವ. ಶ್ರೀ... ಒಂದು ಮಾತು, ಸಾಧ್ಯವಾದಲ್ಲಿ ಇವತ್ತು ರಾತ್ರಿ ಒಂದು ಹೋಟೆಲ್‌ನಲ್ಲಿ ರೂಮ್ ಮಾಡಿ ಅಲ್ಲಿರು. ಬೆಟ್ಟಿಗೆ ಫೋನ್ ಮಾಡಲು ಹೇಳಲಾ?"

"ಬೇಡ ಪರವಾಗಿಲ್ಲ, ಘೂಗೆ. ನಾನು ನೋಡಕೋತೀನಿ, ಬಿಡು"

"ಸರಿ, ಬಂದ ಮೇಲೆ ಸಿಗ್ತೀನಿ" ಅಂದು ಫೋನಿಟ್ಟ.

ಪುಸ್ತಕದ ಕಪಾಟಿನಲ್ಲಿ ಸಿಕ್ಕ ರಶ್ಮಿಯ ಡೈರಿಯನ್ನು ತೆಗೆದು ನೋಡಿದ. ಬರೇ ಕವನಗಳು, ಎಲ್ಲೆಲ್ಲೂ ಕವನಗಳು. ಓದುತ್ತಾ ಹಾಗೇ ಅಲ್ಲಿಯೇ ಇದ್ದ ಹಾಸಿಗೆಯಲ್ಲಿ ಅಡ್ಡಾದ.

* * * * *

ಎರಡು ದಿನಗಳಲ್ಲಿ ಎಲ್ಲ ಕೆಲಸಗಳೂ ಮುಗಿದಿದ್ದವು. ಯಾವುದೋ ಟ್ರಕ್ಕಿನ ಕಂಪೆನಿಯವರಿಗೆ ಫೋನು ಮಾಡಿದಾಗ, ಅವರುಗಳು ಬಂದು ರಶ್ಮಿಯ ಸಾಮಾನುಗಳನ್ನು ಸಾಲ್ವೇಶನ್ ಆರ್ಮಿಗೆ ಸಾಗಿಸಿದ್ದರು. ರಶ್ಮಿಯ ಬಟ್ಟೆಗಳೆಲ್ಲವನ್ನೂ ಕೊಟ್ಟುಬಿಟ್ಟ. ಅವಳ ಸಾಮಾನುಗಳನ್ನು ರಟ್ಟಿನ ಡಬ್ಬಿಗಳಿಗೆ ತುಂಬುತ್ತಿದ್ದಾಗ ರಶ್ಮಿಗೆ ಇಷ್ಟು ಹತ್ತಿರವಾದದ್ದು ಇಷ್ಟು ವರ್ಷಗಳಲ್ಲಿ ಇದೇ ಮೊದಲು ಅನ್ನಿಸಿತು. ಒಂದಿಷ್ಟು ಪುಸ್ತಕಗಳನ್ನು ಇನ್ನೊಂದು ಡಬ್ಬಿಗೆ ಹಾಕಿ, ಹತ್ತಿರವೇ ಇದ್ದ ಪೋಸ್ಟ್ ಆಫೀಸಿಗೆ ಹೋಗಿ ತನ್ನ ವಿಳಾಸಕ್ಕೆ ಕಳಿಸಿ ಬಂದ. ಬ್ಯಾಂಕಿನವರು ಒಂದು ನಾಲ್ಕು ಕಡೆ ಸಹಿ ಹಾಕಿಸಿಕೊಂಡು ಇವನ ಫೋನ್ ನಂಬರು

ಮತ್ತು ಅಡ್ರೆಸ್ಸುಗಳನ್ನು ತೆಗೆದುಕೊಂಡು, ಮಿಕ್ಕಿದ್ದನ್ನೆಲ್ಲಾ ಫೋನಿನ ಮೂಲಕವೇ ವ್ಯವಹರಿಸಬಹುದೆಂದೂ, ಇನ್ನೆರಡು ದಿನಗಳಲ್ಲಿ ಅವನ ವಿಳಾಸಕ್ಕೆ ರಶ್ಮಿಯ ಅಕೌಂಟನ್ನು ಎಲ್ಲ ಚುಕ್ತಾ ಮಾಡಿ, ಒಂದು ಚೆಕ್ ಕಳಿಸುತ್ತೇವೆಂದೂ ಹೇಳಿದರು. ಯಾವುದೋ ಒಂದು ಕ್ಲೀನಿಂಗ್ ಕಂಪೆನಿಯವರು ಬಂದು ನಾಲ್ಕು ತಾಸಿನಲ್ಲಿ ಮನೆಯನ್ನು ಸ್ವಚ್ಛ ಮಾಡಿದರು. ಆ ಸಮಯದಲ್ಲಿ ಶ್ರೀಧರ ಹತ್ತಿರದಲ್ಲಿದ್ದ ಯಾವುದೋ ಒಂದು ಥಿಯೇಟರ್ನಲ್ಲಿ ಒಂದು ಸಿನೆಮಾ ನೋಡಿ ಬಂದ. ಬಂದಾಗ ಮನೆಯಲ್ಲಿ ರಿಯಲ್ ಎಸ್ಟೇಟ್ ಏಜೆಂಟ್ ಕಾಯುತ್ತಿದ್ದಳು. ಮನೆಯನ್ನು ಮಾರಾಟಕ್ಕೆ ನಾಳೆಯೇ ಮಾರುಕಟ್ಟೆಗೆ ಹಾಕುತ್ತಾಳೆಂದು ಹೇಳಿ, ಮನೆಯ ಮಾರುಕಟ್ಟೆಯ ದರ, ಅವಳ ಕಮಿಷನ್ ಎಲ್ಲವನ್ನೂ ಹೇಳಿ, ಎಷ್ಟಕ್ಕೆ ಮಾರಿದರೆ ಶ್ರೀಧರನಿಗೆ ಲಾಭವಾಗಬಹುದೆಂದು ಹೇಳಿದಳು. ಶ್ರೀಧರ ಏನೂ ಮಾತಾಡದೇ ಅವಳು ಹೇಳಿದ ಕಡೆ ಸಹಿ ಹಾಕಿದ. ಮನೆ ಮಾರಾಟವಾದ ತಕ್ಷಣ ಆ ಸಮಯದಲ್ಲಿ ಶ್ರೀಧರ ಮತ್ತೊಮ್ಮೆ ಸ್ಯಾನ್‌ಹೋಸೆಗೆ ಬರಬೇಕಾಗುತ್ತದೆ ಎಂದು ಹೇಳಿದಳು.

ನಾಗೇಶ ಇದೇ ಊರಲ್ಲಿದ್ದಾನೆಂದು ಗೊತ್ತಿತ್ತು. ಅವನ ಕುರುಹು ಆ ಮನೆಯಲ್ಲಿದ್ದುದು ಶ್ರೀಧರನಿಗೆ ತಿಳಿಯಲೇ ಇಲ್ಲ. ಗಂಡು ಟೀಶರ್ಟು, ಜೀನ್ಸ್ ಮತ್ತು ಷೂಗಳೂ ಅಲ್ಲಲ್ಲಿದ್ದ ಕಾಂಡೋಮುಗಳನ್ನು ಆತ ಗಮನಿಸದಂತೆ ಇದ್ದು, ಮನೆಯನ್ನು ಸ್ವಚ್ಛಮಾಡಿದಾಕೆಗೆ ಎಲ್ಲವನ್ನೂ ತೆಗೆದುಕೊಂಡು ಹೋಗು ಎಂದು ಹೇಳಿದ್ದ.

ತನ್ನ ಸೂಟ್‌ಕೇಸ್ ತೆಗೆದುಕೊಂಡು ಏರ್‌ಪೋರ್ಟಿಗೆ ಹೊರಡುವ ಮುಂಚೆ ಮನೆಯೊಳಗೆ ಒಮ್ಮೆ ನೋಡಿದ. ಎಷ್ಟು ಸುಲಭ, ಈ ಸಾವಿನ ವ್ಯವಹಾರ. ಒಂದು ವಾರದ ಹಿಂದೆ ಈ ಮನೆ ಹೇಗಿತ್ತು ಎಂದು ತಾನು ನೋಡಿರಲಿಲ್ಲ. ಈಗ ರಶ್ಮಿಯಿಲ್ಲದಿರುವ ಈ ಮನೆಯಲ್ಲಿ ತಾನಿದ್ದ ಕೆಲವೇ ಗಂಟೆಗಳಲ್ಲಿ ಮನೆಯ ಕಣಕಣಗಳನ್ನೂ ಅನುಭವಿಸಿ ಈಗ ಎಲ್ಲ ಖಾಲಿಯಾಗಿ ಹೋಗುತ್ತಿದ್ದೇನೆ ಅನ್ನಿಸಿತು. ಸೂಟ್‌ಕೇಸನ್ನು ಹೊರಗಿಟ್ಟು ಬಾತ್‌ರೂಮಿಗೆ ಹೋದ. ಮೂತ್ರ ಮಾಡಬೇಕಾದರೆ, ಯಾಕೋ ಉರಿಯೆನ್ನಿಸಿತು. ಎಷ್ಟು ಮಾಡಿದರೂ ಮೂತ್ರ ಬರಲಿಲ್ಲ. ಸ್ವಲ್ಪ ಮುಕ್ಕಿದಾಗ ಕಣ್ಣಲ್ಲಿ ಸಿಕ್ಕಾಪಟ್ಟೆ ನೀರು ಬಂತು. ಬಾತ್‌ರೂಮಿನ ಗೋಡೆಗಳಿಗೆಲ್ಲಾ ಕೇಳುವಂತೆ ಜೋರಾಗಿ ಅತ್ತುಬಿಟ್ಟ.

* * * * *

ಸುತ್ತ ಮುತ್ತ

ಪಾಳಯದಲ್ಲಿ ಅಂದು ಎಂತದೋ ಹಬ್ಬದ ವಾತಾವರಣದಂತೆ ಕಾಣಿಸಿತ್ತು. ಎಲ್ಲರೂ ಮಕ್ಕಳಂತೆ ತಲೆಗೊಂದು ಬಣ್ಣಬಣ್ಣದ ಟೋಪಿಗಳನ್ನು ಹಾಕಿದ್ದರು. ಅಂದು ಪಾಳಯ ಮಾಮೂಲಿಗಿಂತ ತುಂಬಾ ಹಗುರಾಗಿತ್ತು. ಜಾಸ್ತಿ ಜನವಿರಲಿಲ್ಲ. ಅಖ್ತರ್ ಕೈ ಕುಯ್ದುಕೊಂಡು ಬಂದಿದ್ದವನೊಬ್ಬನಿಗೆ, ಪ್ಲಾಸ್ಟಿಕ್ ಸರ್ಜರಿಯವನ ನೆರವಿಲ್ಲದೇ ತಾನೇ ಹೊಲಿದೂ ಹೇಗೆ ಬೆರಳ ಚಲನೆಯನ್ನು ಉಳಿಸಬಲ್ಲೆ, ಎಂದು ನರ್ಸಿಗೆ ಹೇಳುತ್ತಿದ್ದ.

ನ್ಯುಮೋನಿಯಾ ಇರಬೇಕೆಂದು ಕರಕೊಂಡು ಬಂದ ಮಗು ಪಾಳಯದ ಮಂಚದಿಂದ ಮೇಲೆ ಕೆಳಗೆ ಹತ್ತಿ ಇಳಿದು ಮಾಡುತ್ತಿತ್ತು. ಅದಕ್ಕೆ ಒಂದು ಎಕ್ಸ್-ರೇ ಮಾಡಬೇಕಾಗಿತ್ತು. ಲೈಟಿನ ಬಲ್ಬೊಂದನ್ನು ನುಂಗಿದ ಮ್ಯಾಜಿಕ್ ಮನುಷ್ಯ ಹೊಟ್ಟೆಯಲ್ಲಿ ಬಲ್ಬು ಒಡೆದಿದೆ ಎಂದು ಹೇಳುತ್ತಿದ್ದ. ಅವನ ಹೊಟ್ಟೆ ಮೆತ್ತಗಿದೆ, ಅದಕ್ಕೆ ಎಂತ ವಿಶೇಷ ಪರೀಕ್ಷೆಯೂ ಬೇಡ ಎಂದು ಸರ್ಜನೊಬ್ಬ ಹೇಳುತ್ತಿದ್ದ.

ಮಿಸೆಸ್ ಬೆನೆಟ್ ಬೆನ್ನು ಬಿರಿದ ಗೌನೊಂದನ್ನು ಹಾಕಿಕೊಂಡು ಮತ್ತೆ ನರ್ತಿಸುತ್ತಿದ್ದಳು. ಮಧ್ಯೆಯಿದ್ದ ಕೌಂಟರಿನ ಮೇಲೆ ಒಂದು ದೊಡ್ಡ ಕೇಕಿತ್ತು. ಅದರ ಮೇಲೆ "ಹ್ಯಾಪಿ ಬರ್ತ್‌ಡೇ, ಮಿಸೆಸ್ ಬೆನೆಟ್. ೮೪" ಎಂದು ಬರೆದಿತ್ತು. ಎಲ್ಲ ಪಾರದರ್ಶಕ ಲೋಟಗಳಲ್ಲಿದ್ದ ಬಣ್ಣಬಣ್ಣದ ಹಣ್ಣಿನರಸಗಳು ದೀಪದ ಬೆಳಕಿಗೆ ಹೊಳೆಯುತ್ತಿದ್ದವು. ಜ್ಯಾಕ್ ಒಂದು ಗಾಲಿಖುರ್ಚಿಯ ಮೇಲೆ ಕೂತಿದ್ದ. "ಬಾ, ಡಾಕ್, ಬಾ. ಒಂದು ಪೀಸು ಕೇಕು ತಿನ್ನು. ಈ ಪಂಚು ಕುಡಿ. ಬಾ, ಒಂಚೂರು ಬದುಕು, ಬಾ. ನಾಳೆ ನಾವು ನಿನ್ನ ಕೇಸನ್ನು ಗೆದ್ದರೆ ನಿನಗೆ ದೊಡ್ಡ ಪಾರ್ಟಿ ಕೊಡಿಸ್ತೇವೆ" ಎಂದ.

ಘೂಗೆ "ಈ ಪಾಳಯದ ಸಂಪ್ರದಾಯವಂತೆ. ಯಾರಾದರೂ ಪಾಳಯದಲ್ಲಿ ಭರ್ತಿಯಾಗಿದ್ದಾಗ ಅವರ ಹುಟ್ಟುಹಬ್ಬ ಬಂದು, ಅವತ್ತು ಅಮಾವಾಸ್ಯೆಯೋ ಹುಣ್ಣಿಮೆಯೋ ಆಗದೇ, ಜನ ಮನೆಯಲ್ಲೇ ಉಳಕೊಂಡು ಪಾಳಯಕ್ಕೋ ಜಗಲಿಗೋ ಬರದೇ, ನಮ್ಮಗಳಿಗೆ ಉಸಿರಾಡಲು ಸಮಯವಿದ್ದರೆ, ಕೇಕು ಕತ್ತರಿಸುತ್ತಾರಂತೆ. ಮೊನ್ನೆ ಬೆನೆಟ್ ಹೊಸಾ ಹಾಡು ಹೇಳಿದಳು ಅಂತ ಭರ್ತಿಯಾಗಿದ್ದಳಂತೆ. ಇವತ್ತು ಅವಳ ಹುಟ್ಟಿದಹಬ್ಬ. ಇವತ್ತು ಅವಳಿಗೆ ಡ್ಯಾನ್ಸ್ ಮಾಡಬೇಕು ಅನ್ನಿಸಿದೆಯಂತೆ. ಹೆಂಗೆ ಮುಕಳಿ ಬಿರಕೊಂಡು ಡ್ಯಾನ್ಸ್ ಮಾಡುತ್ತಿದ್ದಾಳೆ, ನೋಡು" ಅಂದ.

ಶ್ರೀಧರ ನಕ್ಕು ಪಾಳಯದ ಗಣಕದಲ್ಲಿ ಏನೋ ನೋಡುತ್ತಿದ್ದ. ತನಗೆ ಬಂದಿದ್ದ ಇ-ಮೈಲ್‌ನಲ್ಲಿ ರಶ್ಮಿಯ ಮೆಚ್ಚಿನ ಪ್ರಕಾಶಕಿ, ಲೇಖಕಿ ರಶ್ಮಿಯ ಕವನ ಸಂಕಲನವನ್ನು ಪ್ರಕಟಿಸಲು ಒಪ್ಪಿಕೊಂಡಿದ್ದಳು. ಬೆಂಗಳೂರಿನಲ್ಲಿದ್ದ ಪ್ರಕಾಶಕಿ ಮುಖಪುಟದ ಡಿಸೈನನ್ನು ಕಳಿಸಿದ್ದಳು. ಅದಕ್ಕೆ ಯಾವ ರೀತಿ ಬದಲಾವಣೆಗಳನ್ನು ಮಾಡಬೇಕೆಂದು ಸೂಚಿಸಿ ಶ್ರೀಧರ ಹೇಳಿದ್ದಕ್ಕೆ ಒಪ್ಪಿಗೆ ಸೂಚಿಸಿ ಅದನ್ನು ಬದಲಾಯಿಸಿ ಕಳಿಸಿದ್ದಳು. ಈತ ಇಂಡಿಯಾಕ್ಕೆ ಬಂದಾಗ ಕವನ ಸಂಕಲನವನ್ನು ಬಿಡುಗಡೆ ಮಾಡಬಹುದೆಂದು ಹೇಳಿದ್ದಳು.

"Is Rozac any better than any other conventional antidepressant for the treatment of Major Depression? A Meta-analysis of 23 Randomized controlled trials" -by Raghavendra Ghuge MD and Sridhara Rao MD. ತಾನು 'ಹೊಸ ಇಂಗ್ಲಂಡಿನ ಧನ್ವಂತ್ರೀ ಮಾಸಿಕ'ಕ್ಕೆ ಬರೆದ ಲೇಖನದ ಪ್ರತಿಯೊಂದನ್ನು ಘೂಗೆ ತನಗೂ ಸೀಸೀ ಮಾಡಿದ್ದ. ಅದು ಪ್ರಕಟವಾಗುತ್ತದೋ ಇಲ್ಲವೋ ಅನ್ನುವುದನ್ನು ಲಿಟ್ಜರ್‌ನವರೇ ನಿರ್ಧರಿಸಬಹುದು ಎಂದಿದ್ದ.

ನಾಗೇಶ ರಶ್ಮಿಯ ಸಾವಿಗೆ ಸಂತಾಪ ಸೂಚಿಸಿ ಒಂದು ಇ-ಮೈಲನ್ನು ಕಳಿಸಿದ್ದ. ನಾಗೇಶ ಭಾರತದಲ್ಲಿದ್ದುದು ಶ್ರೀಧರನಿಗೆ ಆಗಲೇ ಗೊತ್ತಾಗಿದ್ದು.

ಮನೆಗೆ ಎಷ್ಟು ಬಾರಿ ಫೋನು ಮಾಡಿದರೂ ಯಾರೂ ಫೋನೆತ್ತುತ್ತಿರಲಿಲ್ಲ. ಅಮ್ಮ ಎಲ್ಲಿ ಹೋದಳೆಂದು ಶ್ರೀಧರನಿಗೆ ಅರ್ಥವಾಗಲಿಲ್ಲ. ಸರೋಜ ಆಂಟಿಯ ಮನೆಗೆ ಫೋನು ಮಾಡಿದಾಗ ಕಣ್ಣ, ಅಮ್ಮ ಕಾಶಿಗೆ ಹೋಗಿರುವುದನ್ನು ಹೇಳಿದ್ದ. ಆದರೆ ಕಾಶಿಗೆ ಹೋಗಿ ತಿಂಗಳಾಗಿತ್ತಂತೆ. ಯಾಕೆ ಇನ್ನೂ ಬಂದಿಲ್ಲವೆಂದು ಕೇಳಿ ಒಂದೆರಡು ಬಾರಿ ಶ್ರೀಧರ ಮತ್ತೆ ಫೋನು ಮಾಡಿದಾಗ, ಅಮ್ಮ ಕಾಶಿಗೆ ಹೋದಾಗ ಅಲ್ಲಿ ಯಾವುದೋ ಭಜನೆಯ ಗುಂಪಿನಲ್ಲಿ ಸೇರಿ ದಿನಾ ಹಾಡುತ್ತಿದ್ದಳೆಂದೂ, ಸರೋಜ ಆಂಟಿ ಮತ್ತು ಇನ್ನಿತರರು ವಾಪಸ್ಸು ಹೊರಡಲು ಸಿದ್ಧವಾದಾಗ, ಅಮ್ಮ ಇನ್ನೊಂದಿಷ್ಟು ದಿನ ತಾನು ಅಲ್ಲಿಯೇ ಇದ್ದು ಬರುತ್ತೀನಿ ಎಂದು ಹೇಳಿದ್ದಳು ಎಂದು ಹೇಳಿದ. ಆದರೆ, ಅಮ್ಮ ಈಗ ಎಲ್ಲಿ, ಹೇಗೆ ಇದ್ದಾಳೆಂದು ತನಗೆ ಗೊತ್ತಿಲ್ಲವೆಂದೂ, ತಾವು ಹೋಗಿದ್ದ ಟ್ರಾವೆಲ್ ಕಂಪೆನಿಯ ಮ್ಯಾನೇಜರ್ ಮೂರು ತಿಂಗಳಿಗೆ ಒಮ್ಮೆ ಕಾಶಿ, ಬದರಿಗೆ ಹೋಗುತ್ತಲೇ ಇರುತ್ತಾರೆಂದೂ ಬೇಕಿದ್ದರೆ ತಾನು ಅವರಿಗೊಮ್ಮೆ ಫೋನು ಮಾಡಿ ವಿಚಾರಿಸಬಹುದು ಎಂದ. ರಶ್ಮಿಗೆ ಎಲ್ಲಾ ವಿಷಯ ಗೊತ್ತಿದೆಯೆಂದೂ, ಆತ ರಶ್ಮಿಗೆ ಫೋನು ಮಾಡಿದರೆ ಎಲ್ಲಾ ಗೊತ್ತಾಗುತ್ತದೆಯೆಂದೂ, ಬೇಕಾದರೆ ಟೂರ್ ಮ್ಯಾನೇಜರಿನ ಮೊಬೈಲಿನ ನಂಬರ್ ಕೊಡುತ್ತೇನೆಂದೂ ಹೇಳಿದ. ಶ್ರೀಧರ ಅದರ ಅವಶ್ಯಕತೆಯಿಲ್ಲವೆಂದು ಹೇಳಿದ. ನಾಗೇಶ ಇನ್ನೂ ರಶ್ಮಿಯ ವಿಷಯವನ್ನು ಊರಲ್ಲಿ ಹೇಳಿರದ್ದರ ಬಗ್ಗೆ ಆಶ್ಚರ್ಯವಾಯಿತು.

ಘೂಗೆಯತ್ತ ನೋಡಿ ಕೈಬೀಸಿದ. ಘೂಗೆ ನಿಂತಲ್ಲಿಂದಲೇ ತನ್ನ ಗ್ಲಾಸನ್ನೆತ್ತಿ ಅಲ್ಲಾಡಿಸಿದ.

ಸ್ವಿಚ್ ಆರಿಸಿ ಶ್ರೀಧರ ಎದ್ದ. ಒಂದು ದೊಡ್ಡ ತುಂಡು ಕೇಕನ್ನು ಕತ್ತರಿಸಿಕೊಂಡು ತಟ್ಟೆಗೆ ಹಾಕಿಕೊಂಡ. ಸಂಗೀತದ ಶಬ್ದವನ್ನು ಸ್ವಲ್ಪ ಜಾಸ್ತಿ ಮಾಡಿ, ಪಂಚನ್ನು ಕುಡಿಯುತ್ತಾ ನಿಂತಿದ್ದ.

ಮಿಸೆಸ್ ಬೆನೆಟ್ ಹತ್ತಿರ ಬಂದು ಶ್ರೀಧರನ ಕೈಹಿಡಕೊಂಡಳು. ಒಂದು ಕೈಯನ್ನು ಭುಜದ ಮೇಲಿಟ್ಟು, ಶ್ರೀಧರನ ಇನ್ನೊಂದು ಕೈಯನ್ನು ತನ್ನ ನಡುವಿನ ಮೇಲಿಟ್ಟುಕೊಂಡಳು. ಶ್ರೀಧರ ಕೈಯಲ್ಲಿದ್ದ ಲೋಟವನ್ನು ಕೆಳಗಿಟ್ಟು, ಮಿಸೆಸ್ ಬೆನೆಟ್‌ಳ ನಡುವನ್ನು ಬಳಸಿ ಸಂಗೀತಕ್ಕೆ ಸರಿಯಾಗಿ ಹೆಜ್ಜೆ ಹಾಕಲು ಪ್ರಯತ್ನಿಸಿದ. ನಡುವನ್ನು ಬಳಸಿದ್ದ ಕೈ ಹಾಗೆಯೇ ನರ್ತಿಸುತ್ತಾ, ಅದರ ಭರದಲ್ಲಿ ಎಲ್ಲೋ ಹೋಯಿತು. ಕೈಗೆ ಏನೋ ಹತ್ತಿದ ಹಾಗಾಯಿತು. ಅದೇನೆಂದು ಯೋಚಿಸುವ ಗೋಜಿಗೂ ಹೋಗದೇ ನರ್ತನವನ್ನು ಶ್ರೀಧರ ಮುಂದುವರೆಸಿದ.

* * * * *

ಮನೋಹರ ಗ್ರಂಥ ಮಾಲಾ, ಧಾರವಾಡ

ಇತ್ತೀಚಿನ ಪ್ರಕಟಣೆಗಳು

೧.	ಇಗರ್ಜಿ ಸುತ್ತಲಿನ ಹತ್ತು ಮನೆಗಳು	–ನಾ. ಡಿಸೋಜ	೧೮೦
೨.	ಕೈತಾನ್ ಗಾಂಧಿಯ ಸ್ವಾತಂತ್ರ್ಯ ಹೋರಾಟ	–ನಾ. ಡಿಸೋಜ	೯೦
೩.	ಕೇತಕಿಯ ಬನ	–ಶ್ರೀಧರ ಬಳಗಾರ	೧೨೦
೪.	ಹಳ್ಳ ಬಂತು ಹಳ್ಳ	–ಶ್ರೀನಿವಾಸ ವೈದ್ಯ	೨೦೦
೫.	ಎಲ್ಲಾ ಅವನ ಚಿತ್ತ	–ಎಚ್. ಬಿ. ಚಂಪಕಮಾಲಾ	೧೦೦
೬.	ಉಧೋ ! ಉಧೋ !	–ಬಾಳಾಸಾಹೇಬ ಲೋಕಾಪುರ	೯೦
೭.	ಮಂಜು	–ಮೂಲ : ಎಂ.ಟಿ.ವಾಸುದೇವನ್ ನಾಯರ್ –ಅನು: ಪಾರ್ವತಿ ಜಿ. ಐತಾಳ್	೪೦

೮.	ದೃಷ್ಟಿಕೋನ	–ಲೋಹಿತ ನಾಯ್ಕರ	೮೦
೯.	ಕಥಾನಾಯಕಿಯ ಕತೆ	–ಲೋಹಿತ ನಾಯ್ಕರ	೯೦
೧೦.	ಕತೆಯಾದಳು ಅಜ್ಜಿ	–ದಮಯಂತಿ ನರೇಗಲ್ಲ	೬೦
೧೧.	ತಿಪ್ಪೆಯ ರಾಣಿ	–ದಮಯಂತಿ ನರೇಗಲ್ಲ	೭೫
೧೨.	ಭಳಾರೆ ವಿಚಿತ್ರಂ	–ಕುಂ. ವೀರಭದ್ರಪ್ಪ	೧೨೦
೧೩.	ದೇಸಿ ಪರದೇಸಿ ಕತೆಗಳು	–ಆರ್ಯ	೬೦
೧೪.	ಹೃದಯ	–ವಿಶ್ವನಾಥ ಹುಲಿಕಲ್	೫೦
೧೫.	ಒಂದಿಷ್ಟು ಹೊಸ ಕತೆಗಳು	–ಬೇರೆ ಬೇರೆಯವರು	೧೫೦

೧೬.	ಯಯಾತಿ	–ಗಿರೀಶ ಕಾರ್ನಾಡ	೫೦
೧೭.	ತುಘಲಕ್	–ಗಿರೀಶ ಕಾರ್ನಾಡ	೬೦
೧೮.	ಹಯವದನ	–ಗಿರೀಶ ಕಾರ್ನಾಡ	೫೦
೧೯.	ಬಲಿ - ಅಂಜುಮಲ್ಲಿಗೆ	–ಗಿರೀಶ ಕಾರ್ನಾಡ	೭೫
೨೦.	ನಾಗಮಂಡಲ	–ಗಿರೀಶ ಕಾರ್ನಾಡ	೪೦
೨೧.	ತಲೆದಂಡ	–ಗಿರೀಶ ಕಾರ್ನಾಡ	೬೦
೨೨.	ಅಗ್ನಿ ಮತ್ತು ಮಳೆ	–ಗಿರೀಶ ಕಾರ್ನಾಡ	೫೦
೨೩.	ಟಿಪೂ ಸುಲ್ತಾನ ಕಂಡ ಕನಸು	–ಗಿರೀಶ ಕಾರ್ನಾಡ	೫೦
೨೪.	ಒಡಕಲು ಬಿಂಬ	–ಗಿರೀಶ ಕಾರ್ನಾಡ	೩೦
೨೫.	ಮದುವೆಯ ಆಲ್ಬಮ್	–ಗಿರೀಶ ಕಾರ್ನಾಡ	೬೦
೨೬.	ಕತ್ತಲೆ ಬೆಳಕು	–ಶ್ರೀರಂಗ	೨೦